अभिप्राय

...बारु यांचं पुस्तक इतकं महत्त्वपूर्ण, वाचनीय आणि खिळवून टाकणारं झालं आहे याचं मुख्य कारण असं, की पंतप्रधान कार्यालयाच्या आत, तेही इतकं वरचं पद भूषविणाऱ्या एका व्यक्तीचा हा दृष्टिकोन आहे. आजपर्यंत आपण सर्वसामान्य लोकांनी ज्या गोष्टी केवळ अंदाजानं समजून घेण्याचा प्रयत्न केला होता, त्या गोष्टींमागचं सत्य या पुस्तकामुळे आपल्यासमोर उघड होऊ शकलं. आपले काही अंदाज अचूकसुद्धा ठरले. सरकारी कार्यालयात, उच्च राजकीय वर्तुळात कार्यरत असलेल्या एखाद्या उच्चपदस्थ अधिकाऱ्याने निवृत्तीनंतर इतक्या नजीकच्या भूतकाळात घडलेल्या घटनांविषयी इतक्या तपशीलवार आठवणी लिहिणं, हे आपल्या देशात अजून तरी दुर्मिळच आहे.

– अशोक मलिक, 'द एशियन एज'

संजय बारु हे डॉ. मनमोहनसिंग यांचे केवळ 'माध्यम सल्लागार'च नव्हते, तर पंतप्रधान कार्यालयात मनमोहनसिंग यांच्यासाठी काम करणाऱ्या उच्चपदस्थ अधिकाऱ्यांच्या गटातील एक महत्त्वपूर्ण अधिकारी होते. या सर्व अधिकाऱ्यांचा सत्तेसाठी आपापसात सतत संघर्ष चालू असायचा. बारु यांना तो अगदी जवळून पाहायला मिळाला होता. त्या सर्व परिस्थितीचं त्यांनी या पुस्तकामधून यथार्थ दर्शन घडवलं आहे. नोकरशाहीमधील विविध अधिकाऱ्यांचे परस्परसंबंध, त्यांचे डॉ. मनमोहनसिंग यांच्याशी असलेले संबंध, त्याचप्रमाणे सोनिया गांधी आणि डॉ. मनमोहनसिंग किंवा डॉ. मनमोहनसिंग आणि लेखक अशी विविध समीकरणं लेखकानं जशीच्या तशी, कोणताही आडपडदा न ठेवता अत्यंत प्रामाणिकपणे मांडली आहेत.

– एम. व्ही. कामत, 'द इलस्ट्रेटेड विकली'

'द ॲक्सिडेन्टल प्राइम मिनिस्टर' ही एक शोकांतिका आहे... खरंतर मनमोहनसिंग यांच्या कारकिर्दीचा उदय आणि अस्त याचा आलेख मांडणाऱ्या या कहाणीमध्ये एखाद्या प्राचीन साहित्यातील शोकांतिकेचे सर्व घटक आहेत. एका निःस्पृह, सदाचारी माणसाला आयुष्यात अत्यंत उलट-सुलट अनुभवांमधून जावं लागलं, असाध्य ते साध्य करण्यासाठी धडपडावं लागलं. पण अखेर त्यांची ही धडपड व्यर्थच ठरली; एक मोठी चूक ठरली. मनुष्यस्वभावाच्या मुळाशी जो एक कमकुवतपणा असतो, तोच डॉ. मनमोहनसिंग यांना शेवटी घातक ठरला.

– गुरुचरण दास, 'द आउटलुक'

'युपीए २'चा कार्यकाळ माजी पंतप्रधान मनमोहनसिंग यांची प्रतिमा संपवणारा असला, तरी राहुल गांधींच्या उदयासाठीही यशस्वी झाला नाही. मनमोहनसिंग यांचे मौन तरुणाईच्या थट्टेचा विषय झाले होते. त्यामुळे त्यांच्या जमेच्या बाजू जनतेपर्यंत पोचत नव्हत्या. हीच 'द ॲक्सिडेंटल प्राइम मिनिस्टर' लिहिण्यामागची प्रेरणा होती.

गोमंतक पणजी, रविवार, २७ जुलै २०१४

लेखक बारु हे पंतप्रधान मनमोहनसिंग यांचे माध्यम सल्लागार होते. त्या वेळी त्यांना डॉ. मनमोहनसिंग व दिल्ली दरबार कसा दिसला हे त्यांनी यात लिहिले आहे. वर्तमानाचा पसारा, तो जवळून पाहणाऱ्या पात्रांनी सविस्तर नोंदवून ठेवणे फार महत्त्वाचे असते. ही पात्रे जितकी मोक्याची, तितका इतिहासाचा कच्चा माल समृद्ध. या दृष्टीने संजय बारु यांचे हे पुस्तक मोलाचे आहे. त्याचा मराठीत अनुवाद होतानाही त्याचा बाज, तोल आणि आब नेमका सांभाळला गेला आहे. अनुवाद वाचताना त्यामुळेच मूळ पुस्तकाचा सारा ऐवज त्याच वजनाने वाचकांच्या हाती येतो.

म.टा. ऑगस्ट, २०१४

२००४ मध्ये डॉ. मनमोहन सिंग यांनी यूपीए सरकारचा कारभार कार्यक्षमतेने चालविला. त्यामुळे गुंतवणूक वाढली. २००९ मध्ये दुसरी संधी मिळाली. पण राहुल गांधी यांचे नेतृत्व पुढे आणण्याच्या प्रयत्नांत मनमोहनसिंग यांची चेष्टा होऊ लागली. त्यामुळे २०१२ पासूनच काँग्रेसचा पराभव निश्चित होऊ लागला, अशी निरीक्षणे बारु यांनी नोंदविली आहेत.

दैनिक हेराल्ड, पणजी, रविवार, २७ जुलै २०१४

काँग्रेसने राहुल गांधी यांना प्रोजेक्ट करण्यावर भर देऊन त्यांना निर्णय प्रक्रियेत महत्त्व देण्यास सुरुवात केली. राहुल गांधी यांच्या या उदयानंतर डॉ. मनमोहनसिंग यांच्या अस्ताला खऱ्या अर्थाने सुरुवात झाली.

पुढारी, ५-७-२०१४

देश एकसंध ठेवण्यात तत्कालीन पंतप्रधान डॉ. मनमोहनसिंग यांचे मोठे योगदान आहे; पण राहुल गांधी यांना पंतप्रधान करण्याचा काँग्रेस पक्षाचा 'अजेंडा' हाच डॉ. मनमोहनसिंग यांना मारक ठरला.

सकाळ, १५ जुलै

द ॲक्सिडेन्टल प्राइम मिनिस्टर

मनमोहन सिंग यांच्या राजकीय कारकिर्दीचा उदयास्त!

लेखक
संजय बारु

अनुवाद
लीना सोहोनी

मेहता पब्लिशिंग हाऊस

Please contact us at **Mehta Publishing House,** Pune.
Email : production@mehtapublishinghouse.com
author@mehtapublishinghouse.com
Website : www.mehtapublishinghouse.com

- *या पुस्तकातील लेखकाची मते, घटना, वर्णने ही त्या लेखकाची असून त्याच्याशी प्रकाशक सहमत असतीलच असे नाही.*

THE ACCIDENTAL PRIME MINISTER by SANJAYA BARU
First Published in Viking by Penguin Books India 2014

Translated into Marathi Language by Leena Sohoni

द ॲक्सिडेन्टल प्राइम मिनिस्टर / राजकीय

अनुवाद : लीना सोहोनी

मराठी अनुवादाचे व प्रकाशनाचे हक्क मेहता पब्लिशिंग हाऊस, पुणे.

प्रकाशक : सुनील अनिल मेहता, मेहता पब्लिशिंग हाऊस,
१९४१ सदाशिव पेठ, माडीवाले कॉलनी, पुणे – ४११०३०.

मुखपृष्ठ : पेंग्विन बुक्सच्या सौजन्याने

प्रकाशनकाल : जुलै, २०१४ / पुनर्मुद्रण : ऑगस्ट, २०१४

P Book ISBN 9788184985498
E Book ISBN 9789386888686
E Books available on : play.google.com/store/books
www.amazon.in/b?node=15513892031

माझे मार्गदर्शक आणि हितचिंतक

एच. वाय. शारदा प्रसाद

व

के. सुब्रमण्यम यांस...

पुस्तकाविषयी

२००४मध्ये संजय बारु यांनी 'फायनान्शियल एक्स्प्रेस' या दैनिकाचा मुख्य संपादक म्हणून आपली कारकिर्द मागे सोडून युपीए-१मध्ये पंतप्रधान मनमोहन सिंग यांचे 'माध्यम सल्लागार' म्हणून रुजू होण्याचा निर्णय घेतला. सिंग यांनी त्यांना ही नोकरी देताना असं म्हटलं होतं, ''या कार्यालयात बसून माझा बाहेरच्या जगाशी फारसा संबंध येणार नाही. तुम्ही माझे डोळे आणि कान व्हावं, अशी माझी इच्छा आहे. माझ्या जे काही कानावर पडावं, असं तुम्हाला वाटत असेल, ते अजिबात न घाबरता, नि:पक्षपाती वृत्तीनं जसं असेल तसं मला सांगा!''

'द ॲक्सिडेन्टल प्राइम मिनिस्टर' या पुस्तकामध्ये डॉ. सिंग यांच्याविषयीचं जनमत बनवणं हा अनुभव काय होता, हे त्यांनी सांगितलं आहे. पडद्यामागे घडणाऱ्या भारतीय राजकारणाची नवीन दृष्टी त्यांनी आपल्या खिळवून टाकणाऱ्या शैलीत वाचकाला दिली आहे. डॉ. सिंग यांचे 'स्पिन डॉक्टर' आणि चार वर्षं खास त्यांच्या विश्वासातले असलेल्या संजय बारु यांनी डॉ. सिंग यांचे त्यांच्या मंत्र्यांशी असलेले तणावपूर्ण संबंध, सोनिया गांधी यांच्याबरोबर असलेलं त्यांचं सावध समीकरण अगदी जवळून पाहिलं आहे. डाव्या पक्षांना हाताळतानाचं आणि अणुकराराचा पाठपुरावा करतानाचं डॉ. सिंग यांचं कौशल्यही त्यांनी पाहिलं आहे. ज्या सरकारमध्ये दोन सत्ताकेंद्रं होती, अशा सरकारमध्ये काम करणं, डॉ. सिंग यांच्यासाठी किती कठीण काम होतं, याचं समग्र दर्शन या पुस्तकातून संजय बारु यांनी घडवलं आहे.

वाचकाला एक नवी दृष्टी देणारं संजय बारु यांचं हे पुस्तक, भारतीय राजकारणातील 'आतल्या गोटातील' माहिती सांगणारं आहे. हे पुस्तक डॉ. मनमोहन सिंग यांच्या युगाचा एक सुंदर आलेख आपल्यासमोर ठेवतं.

■

अनुक्रमणिका

प्रस्तावना

हे पुस्तक लिहिण्यामागचा माझा उद्देश...

याआधी पंतप्रधान कार्यालयात पंतप्रधानांचा सल्लागार म्हणून काम करणाऱ्या कुणीही स्वत:च्या कार्यकाळाबद्दल काही लिहून ठेवलेलं नाही. माझ्यापेक्षा कितीतरी नामवंत संपादकांनी पंतप्रधानांचे 'माध्यम सल्लागार' म्हणून काम केलं. उदाहरणार्थ कुलदीप नय्यर, बी. जी. वर्गीस, प्रेम शंकर झा आणि एच. के. दुआ, पण यांच्यापैकी कुणी त्याविषयी काही लिहिलं नाही. त्याचप्रमाणे जी. पार्थसारथी, राम मोहन राव, पी. व्ही. आर. के. प्रसाद या त्यांच्या अधिकाऱ्यांनीसुद्धा काही लिहिलं नाही. नायर आणि वर्गीस यांनी काही आठवणी लिहून ठेवल्या आहेत. त्यामध्ये त्यांच्या कारकिर्दीतील या कालखंडाविषयी त्यांनी थोडंफार लिहिलं आहे. साउथ ब्लॉकमधील आपल्या कार्यकालाबद्दल तेलगु वृत्तपत्रांमधून प्रसाद यांनी स्तंभलेखन केलं आहे. पण पंतप्रधान कार्यालयात घालवलेल्या दिवसांबद्दल आणि आपल्या 'बॉस'च्या व्यक्तिमत्त्वाबद्दल, त्यांच्या धोरणांबद्दल एक संपूर्ण पुस्तक आजवर कुणीही लिहिलेलं नाही.

अशा प्रकारचं 'मौन बाळगणं' ही आम्हा भारतीयांची खासियत आहे. अमेरिकेतील आणि इंग्लंडमधील राष्ट्राध्यक्षांच्या तसंच पंतप्रधानांच्या माध्यम सल्लागारांनी आपल्या नोकरीविषयी आणि बॉसविषयी काहीही आडपडदा न ठेवता लिहिलं आहे. भारतामध्ये माझ्या आधी ही जबाबदारी सांभाळणाऱ्या लोकांमधले सर्वांत नामवंत आणि सर्वाधिक काळ कार्यरत असलेले एच. वाय. शारदा प्रसाद यांनी तर एक वेगळाच पायंडा पाडला. ते अत्यंत विवेकी आणि मितभाषी होते. गुप्तता बाळगणारे होते. ते इंदिरा गांधी यांचे माहितीविषयक सल्लागार होते. त्यांची भाषणं तेच लिहीत असत. इंदिरा

गांधी यांच्या पंतप्रधानपदाच्या १६ वर्षांच्या कारकिर्दीत ते त्यांच्या खास विश्वासातले होते. पण ते निवृत्त झाल्यानंतर कित्येक वर्षांनी, त्यांची अनेक वेळा मनधरणी करण्यात आल्यानंतर पंतप्रधान कार्यालयातील त्यांच्या कामाविषयी वृत्तपत्रातून स्तंभलेखन करायला ते तयार झाले.

अशा ख्यातकीर्त असलेल्या शारदा प्रसाद यांची आणि माझी पहिली भेट १९८१मध्ये झाली. त्या वेळी ते त्यांच्या कारकिर्दीमध्ये यशाच्या अत्युच्च शिखरावर होते. सर्वार्थानं सामर्थ्यशाली असलेल्या इंदिरा गांधी यांच्या ते सेवेत होते. १९७७मध्ये सार्वत्रिक निवडणुकांमध्ये ज्या काँग्रेसला नाकारलं होतं त्याच काँग्रेसला १९८०मध्ये जनतेनं पुन्हा निवडून दिलं होतं आणि इंदिरा गांधी प्रचंड बहुमतानं विजयी होऊन पुन्हा पंतप्रधानपदावर आल्या होत्या. तेव्हा माझं नुकतंच लग्न होऊन मी दिल्लीला काही दिवसांसाठी आलो होतो. माझ्या पत्नीचा, रमाचा, असा आग्रह होता की, मी तिच्या 'शौरीमामांना भेटावं!' शारदा प्रसाद यांचे आणि रमाच्या कुटुंबाचे घनिष्ठ संबंध होते. ती त्यांना 'शौरीमामा' म्हणत असे आणि त्यांच्या पत्नीला कमलाम्मा. लोदी गाडर्न्सच्या जवळ असलेल्या त्यांच्या घरी जाऊन आम्ही कमलाम्मांची भेट घेतली. पण शारदा प्रसाद यांची भेट होणं, हे फार कठीण काम होतं. ते कधी घरीच नसत. अखेर त्यांची आणि माझी भेट त्यांच्या कार्यालयात झाली.

त्याकाळी राष्ट्रपती भवनाकडे तोंड करून उभ्या असलेल्या पंतप्रधान कार्यालयाच्या मुख्य प्रवेशद्वारातून कुणालाही आत शिरण्याची मुभा होती. भल्या मोठ्या पायऱ्या चढून कुणीही थेट जाऊ शकत असे. आजकाल मात्र भेटायला आलेल्या लोकांना बाजूच्या एका छोट्याशा दारानं आत सोडण्यात येतं. त्या दिवशी मी त्या भल्यामोठ्या पायऱ्या चढून आत शिरलो आणि सरळ त्यांच्या खोलीत गेलो. त्यानंतर दोन दशकांनी हीच खोली माझं कार्यालय बनणार होती. मी आजवर ज्या वृत्तपत्रामध्ये संपादक म्हणून काम केलं होतं, त्या वृत्तपत्राच्या कार्यालयातील माझ्या खोलीपेक्षा ही चौपटमोठी होती. तिचं तोंड नॉर्थ ब्लॉकच्या वेस्टविंगकडे होतं. अर्थमंत्रालयही त्याच बाजूला होतं.

मी शारदा प्रसाद यांच्याबरोबर थोडा वेळ घालवला. या भव्यदिव्य कार्यालयात, त्यांच्या या सुंदर कक्षात स्वत:च्या खुर्चीत बसून काम करत असलेली त्यांची मूर्ती केवढीशी दिसत होती. त्यांच्या लेखी मी रमाचा नवरा होतो, इतकंच! त्यामुळे आमचं संभाषण रमा आणि तिच्या परिवाराविषयीच झालं. नाही म्हटलं तरी तिथल्या वातावरणाचं माझ्यावर जरासं दडपण

आलेलं होतं, त्यामुळे मी फारकाही बोललो नाही. त्यानंतर मी त्यांना परत १९९०मध्ये भेटलो. त्या वेळी मी दिल्लीच्या 'इकॉनॉमिक टाइम्स'मध्ये नोकरी करत होतो. माझ्या मुलीच्या पहिल्या वाढदिवसाच्या पार्टीसाठी शारदा प्रसाद आमच्या घरी आले होते. पुढे १९९३मध्ये मी 'इकॉनॉमिक टाइम्स' सोडून 'टाइम्स ऑफ इंडिया'मध्ये काम करू लागलो. तेव्हा मी त्यांना टाइम्समध्ये स्तंभलेखन करण्यासाठी पाचारण केलं. पण त्यांनी त्याला नकार दिला. सद्य:स्थितीवर काही लिहिण्याची आपली इच्छा नसल्याचं त्यांनी मला सांगितलं. त्यामुळे नाउमेद न होता मी त्यानंतरही अनेकवेळा त्यांना त्यांच्या पंतप्रधान कार्यालयातील काळाबद्दल लिहिण्याची विनंती केली. पण दरवेळी तुटकपणे एकच उत्तर देत : "पंतप्रधान कार्यालयात काय घडलं, हे काही सगळंच्या सगळं मला माहीत नाही. एकतर मला सत्याच्या सगळ्या बाजू माहीत नाहीत आणि सत्याला एकूण बाजू किती आहेत, हे सुद्धा मला माहीत नाही."

अखेर १९९० ते २००० दशकाच्या उत्तरार्धात त्यांनी 'एशियन एज' या वृत्तपत्रात इंदिरा गांधींसाठी काम करत असतानाच्या दिवसांविषयी स्तंभलेखन करण्यास सुरुवात केली. त्यानंतर त्यांनी ते सर्व लेख एकत्र संकलित करून त्याचा संग्रह प्रसिद्ध केला. त्याचं नाव होतं : The Book That I Won't Be Writing and Other Essays. जे एकेकाळी कोणत्या ना कोणत्यातरी अधिकाराच्या पदावर होते, ते नंतर त्या काळाबद्दलच्या आठवणी का लिहितात हे स्पष्ट करत असताना शारदा प्रसाद म्हणतात, "एकेकाळी जे अधिकाराचं पद या लोकांनी भूषवलेलं असतं, ते आता त्यांच्याकडे नसल्यामुळे त्यांना त्याची कमतरता जाणवत असते. मग ते त्याबद्दलच्या आठवणी लिहून तो भूतकाळ पुन्हा एकदा जगत असतात." परंतु आठवणी लिहिण्याचा मोह आपण का टाळला; हे स्पष्ट करण्यासाठी ते म्हणतात, "एखाद्या माणसाला जगापुढे आपली स्वत:ची विशिष्ट प्रतिमा उभी करण्यात रस नसतो. ईश्वरी संकेतांचं स्पष्टीकरण द्यावंसं त्याला वाटत नाही. माणसं माणसांशी कशी वागतात, हे दुसऱ्यांना समजावून सांगण्याची इच्छा होत नाही. सभोवताली घडलेल्या घटनांची, इतकी नानाविध परस्परविरोधी, गुंतागुंतीची विश्लेषणं असतात की, त्यातून आपल्याला खऱ्या सत्याचं आकलन झालंय की नाही, हेही समजत नाही. त्यामुळे तो जे काही लिहील, ते त्याच्या मित्रांना त्याच्याकडून अपेक्षितच नसेल. त्यांच्या त्या पुस्तकाकडून काहीतरी वेगळ्याच अपेक्षा असतील."

त्यांच्या त्या शब्दांचा माझ्यावर खोल परिणाम झाला. मी २००४ ते

२००८ या काळात डॉ. मनमोहन सिंग यांचा 'माध्यम सल्लागार' म्हणून पंतप्रधान कार्यालयात काम केलं. पण त्या काळाविषयी आपण एखादं पुस्तक लिहावं, असं माझ्या कधी मनातही आलं नाही. त्यामुळेच मी कधी रोजनिशी लिहिली नाही. फक्त मी काम करत असताना घडलेल्या काही महत्त्वाच्या घडामोडींच्या नोंदी मात्र करून ठेवल्या. २०१२ सालच्या अखेरपर्यंत माझ्या आयुष्यातील या विशिष्ट टप्प्याबद्दल कधीच पुस्तक लिहायचं नाही, असं माझं ठरलं होतं. माझे माध्यम जगतातले आणि प्रकाशनविश्वातले अनेक मित्र मी हे पुस्तक लिहावं, यासाठी अनेक दिवस माझा पिच्छा पुरवत होते. पण माझा निश्चय ठाम होता.

पण माझी ही मनोभूमिका बदलायला चिकी सरकार आणि कामिनी महादेवन हे कारणीभूत झाले. हे दोघं 'पेंग्विन बुक्स, इंडिया' या प्रकाशन संस्थेचं काम बघतात. डॉ. मनमोहन सिंग जेव्हा दुसऱ्या वेळी पंतप्रधानपदी आले त्यानंतरच्या काळात त्यांच्या वाट्याला जी उपेक्षा, अवहेलना आली, जनतेनं त्यांची जी छी थू करण्यास सुरुवात केली, ती गोष्ट अत्यंत अन्यायाची होती. मला त्याविषयी अतोनात दु:ख झालं, खरंतर त्या भावनेतूनच मी हे पुस्तक लिहिण्याचं ठरवलं. २०११मध्ये 'कॅरॅव्हॅन' नावाच्या नियतकालिकानं डॉ. मनमोहन सिंग यांच्यावर त्यांच्या एका अंकाची कव्हरस्टोरी केली होती. त्या वेळी मी त्या लोकांना हेच सांगितलं होतं. एखाद्या राजकीय नेत्याला लोक डोक्यावर घेतात, तर एखाद्याचा द्वेष करतात. या दोन्ही गोष्टी स्वाभाविक आहेत. पण एखाद्या राजकीय नेत्याची अशी हेटाळणी, थट्टा-मस्करी कधीच होता कामा नये. हे अत्यंत चुकीचं आणि अन्यायकारक आहे. डॉ. सिंग यांच्या कारकिर्दीचा फार झपाट्यानं ऱ्हास झाला. २००८मध्ये मी जेव्हा पंतप्रधान कार्यालय सोडलं, तेव्हा सगळ्या टीव्ही वृत्तवाहिन्या 'सिंग इज किंग' अशी पंतप्रधानांची स्तुतिस्तोत्रं गाण्यात मग्न होत्या. चार वर्षांनंतर याच गाण्यातील शब्दांवर कोटी करून एका नियतकालिकानं डॉ. सिंग यांच्यावर ताशेरे झोडत लिहिलं होतं, 'सिंग इज सिंकिंग!' त्यात सुद्धा 'Sing is Sin'King!' असं लिहून दुहेरी श्लेष साधण्याचा प्रयत्न केला होता. (डॉ. सिंग यांचं अध:पतन होत आहे आणि डॉ. सिंग हे पापांचे, दुष्कृत्यांचे अधिपती आहेत, असंही त्यांना त्यातून सुचवायचं होतं.)

डॉ. सिंग यांच्या वाट्याला हे जे आलं, ते खरोखरच योग्य नव्हतं. लोकांनी त्यांच्याविषयी हे असे ताशेरे ओढावे, असं त्यांनी काहीच केलं नव्हतं. त्यांच्याही स्वभावात काही दोष आहेत आणि त्या दोषांबद्दलही मी

न कचरता, मोकळेपणे लिहिलं आहे. अंतिम निर्णय द्यायचा झाला, तरीही असंच म्हणावं लागेल की, डॉ. सिंग हे केवळ एक सत्शील, चारित्र्य संपन्न गृहस्थच नव्हे, तर एक उत्तम पंतप्रधानही होते. त्यांच्या पंतप्रधानपदावर आल्यानंतरच्या पहिल्या पाच वर्षांच्या मुदतीविषयी तर ही गोष्ट शंभर टक्के खरी आहे. अगदी तेव्हाच्या त्यांच्या त्यातल्या त्यात वाईट म्हणण्यासारख्या दिवसांमध्येसुद्धा त्यांनी काँग्रेसपक्षातील इतर कोणत्याही नेत्यापेक्षा किंवा इतर पक्षांमधील पंतप्रधानपदाची महत्त्वाकांक्षा मनात बाळगणाऱ्या नेत्यांपेक्षा कितीतरी चांगलं काम करून दाखवलं आहे. डॉ. सिंग यांच्याठायी वैयक्तिक निष्ठा, प्रशासकीय अनुभव, आंतरराष्ट्रीय प्रतिष्ठा व कीर्ती, जगभरातील राजकारण्यांना भावणारी विनम्रता या सर्व गुणांचा अनन्यसाधारण मिलाफ झाला आहे. हे एवढे सगळे गुण एकत्रित स्वरूपात कोणत्याही नेत्याच्या व्यक्तिमत्त्वात आढळून येत नाहीत. पक्षाच्या नेत्या सोनिया यांच्याही अंगी ते नाहीत आणि पंतप्रधानपदाचे वारस राहुल गांधी यांच्यातही ते नाहीत. २००४ ते २००९ या कालखंडात काँग्रेस पक्षाच्या नेतृत्वाखाली इतर पक्षांनी एकत्र येऊन संयुक्त पुरोगामी आघाडी ही आघाडी स्थापन केली. या युपीएच्या पहिल्या पाच वर्षांच्या कालखंडाला या पुस्तकात 'युपीए-१' असं म्हटलं आहे. या काळात या आघाडीचं नेतृत्व पंतप्रधान डॉ. मनमोहन सिंग यांनी केलं. परंतु हीच आघाडी २००९मध्ये जेव्हा परत निवडून आली त्यानंतरच्या पाच वर्षांच्या कालखंडाला या पुस्तकात 'युपीए-२' असं म्हटलं आहे. याही काळात पंतप्रधानपदी डॉ. सिंग हेच होते. परंतु हा कालखंड दुर्दैवीच म्हटला पाहिजे. एकामागोमाग एक उघडकीस येत गेलेली भ्रष्टाचाराची प्रकरणं, घोटाळे यामुळे एकेकाळी डॉ. सिंग यांची वाहवा करणारी माध्यमं त्यांची वैरी बनली. डॉ. सिंग यांच्या अनेक चांगल्या गुणांवर त्यामुळे पाणी पडलं. जनतेसमोर त्यांचं काळकुट्ट चित्र रंगवण्यात येऊ लागलं. त्यांचं स्वतःचं कार्यालय अकार्यक्षम बनलं आणि राजकारणावरची त्यांची पकड सुटली.

डॉ. सिंग यांची जनमानसातील उंचावलेली प्रतिमा जशी खालावली, तसं त्यांचं राजकारणातील स्थानही खाली घसरू लागलं. इतकं की, ते थांबवणं कठीण होऊन बसलं. अर्थमंत्री प्रणव मुखर्जी (जे पुढे भारताचे राष्ट्रपती बनले.) ते २०११मध्ये एकदा मला मोजक्याच शब्दांत खूपकाही सांगून गेले. ते म्हणाले, "जोपर्यंत देशाच्या पंतप्रधानांची प्रतिमा उज्ज्वल असते, तोपर्यंत सरकारची आणि देशाची प्रतिमाही उज्ज्वल असते. पण एकदा पंतप्रधानांच्याच प्रतिमेला धक्का लागला की, मग सरकारच्या आणि

देशाच्या प्रतिमेलाही धक्का लागतो.''

युपीए-२मध्ये डॉ. सिंग यांना अनंत राजकीय संकटांना तोंड द्यावं लागलं. मी एकेकाळी त्यांच्या बरोबर काम केलेलं असल्यानं अनेक पत्रकार, राजकीय नेते, राजकीय मुत्सद्दी, उद्योजक, मित्र आणि अगदी पूर्णपणे अनोळखी माणसं सुद्धा मला एअरपोर्टवर किंवा इतरत्र कुठेही भेटली की, माझ्यावर प्रश्नांचा भडिमार करत. युपीए-१ हे युपीए-२पेक्षा अधिक यशस्वी कशामुळे झालं? असं लोक मला विचारत. पंतप्रधानांची प्रतिमा एकदम इतकी कशामुळे डागाळली, ज्या डॉ. मनमोहन सिंग यांना २००४मध्ये सोनिया गांधी यांनी पंतप्रधानपदी आणलं, त्यांच्याशी सोनियांचे आज कसे संबंध आहेत, त्यांचा वारसा काय असेल असं तुम्हाला वाटतं, तुम्ही पंतप्रधान कार्यालय का सोडलं, असे कितीतरी प्रश्न त्यांना विचारायचे असत.

यांपैकी शेवटच्या प्रश्नाचं उत्तर मी या पुस्तकामधून देणार नाही. २००८ सालच्या ऑगस्ट महिन्यात पंतप्रधान कार्यालय सोडून जाण्याची माझी कारणं मुख्यत: वैयक्तिक स्वरूपाचीच होती. डॉ. सिंग, माझे कुटुंबीय आणि माझ्या जवळच्या मित्रमंडळींना त्याची पूर्ण कल्पना होती. इतर कुणाचाही त्या गोष्टीशी काहीही संबंध नव्हता. प्रख्यात कृषितज्ज्ञ एम. एस. स्वामीनाथन हे इंदिरा गांधींचे सल्लागार होते. त्यांनी अत्यंत उत्कृष्ट कामगिरी बजावली. त्यांनी जेव्हा आपल्या पदाचा राजीनामा दिला, तेव्हा इंदिरा गांधी त्यांना म्हणाल्या होत्या, ''तुम्ही माझे सल्लागार म्हणून इतकं उत्कृष्ट काम केलेलं असताना सोडून का जात आहात?'' त्यावर त्यांनी दिलेलं उत्तर मोठं मार्मिक होतं. ते इंदिरा गांधींना म्हणाले होते, ''मॅडम, आपल्याला जेव्हा लोक का सोडून जात आहात, असं विचारत असतात, तेव्हाच सोडून जाणं उत्तम. कधी सोडून जात आहात, असं कुणी विचारेपर्यंत न थांबलेलंच बरं!'' हा किस्सा खुद्द स्वामीनाथन यांनीच मला एकदा गप्पांच्या ओघात सांगितला होता. मी पंतप्रधान कार्यालय का सोडलं, याविषयी मला कुणी विचारू लागलं की, मी ही त्यांना हेच उत्तर देत असे.

पंतप्रधान कार्यालयात युपीए-१मध्ये काम करत असताना मी जो काळ घालवला त्यात काही घटना माझ्यासमोर घडल्या. काही व्यक्तिमत्त्वांची जवळून ओळखही झाली. त्याच आधारे लोकांच्या पहिल्या चार प्रश्नांची उत्तर देण्याचा मी या पुस्तकातून प्रयत्न करणार आहे. डॉ. मनमोहन सिंग जेव्हा दुसऱ्यांदा पंतप्रधान म्हणून निवडून आले, त्यानंतर युपीए-२मध्ये त्यांच्या बाबतीत काय घडलं, याची मला खूपच तुटपुंजी माहिती असल्यामुळे त्याविषयी मतप्रदर्शन करण्याचं साहस मी करणार नाही. मी फक्त या

पुस्तकाच्या प्रकरणांमधून एकच गोष्ट सिद्ध करणार आहे. युपीए-२मध्ये मनमोहन सिंग हे 'कळसूत्री बाहुलं' असल्यासारखं त्यांच्याकडे बघण्यात येत होतं, तसे ते युपीए-१मध्ये अजिबात नव्हते. त्यांनी स्वतःच स्वतःविषयी म्हटलं होतं, तसे ते 'अपघातानं पंतप्रधान' बनले होते, हे खरं आहे. परंतु तरीही त्यांनी देशातील हे सर्वोच्च सत्तेचं आणि अधिकाराचं पद अत्यंत धीरगंभीरपणे आणि सक्षमपणे, समर्थपणे सांभाळलं. डॉ. मनमोहन सिंग आणि सोनिया गांधी यांचे परस्परांशी कसे संबंध होते, याचं फार सखोल ज्ञान असल्याचा दावा मी करत नाही. कारण त्यांच्या बंद दाराआड ज्या बैठका होत त्यात काय घडे, याची मला काही कल्पना नाही. मी जे काही डोळ्यांनी ऐकलं किंवा जे मला विश्वसनीय सूत्रांकडून कळलं, त्याच्या आधारे मी इथे लिहिलं आहे. पण हे पुस्तक वाचल्यावर पंतप्रधान आणि काँग्रेस पक्षाचे अध्यक्ष यांच्यातलं गुंतागुंतीचे नातं वाचकांना थोडंतरी समजेल, अशी मला आशा वाटते. खरं सांगायचं तर डॉ. सिंग यांना पंतप्रधान म्हणून मिळालेलं यश आणि त्यांच्या पदरी आलेलं अपयश या दोन्हीच्याही मुळाशी हे गुंतागुंतीचे संबंधच आहेत. काँग्रेस पक्षातील इतर कोणत्याही नेत्यापेक्षा डॉ. सिंग यांनी काँग्रेस पक्षाध्यक्षांशी असलेले संबंध जास्त काळजीपूर्वक जपले, त्यामुळेच ते सलग दोन वेळा पूर्ण मुदतीसाठी पंतप्रधानपदावर राहू शकले. इंदिरा गांधी यांच्या घराण्यातील नसून सुद्धा इतकी जास्त वर्षं पंतप्रधानपदावर राहिलेले ते एकमेव आहेत. पण दुसऱ्या बाजूला जनतेनं त्यांच्याविषयी असं मत बनवलं की, केवळ विनम्रपणे, कोणताही प्रश्न न विचारता ते सतत लीन होऊन राहिल्यामुळेच त्यांना इतका दीर्घकाळ सत्तेवर राहता आलं. त्यांची अशी जी अपप्रसिद्धी झाली, त्यामुळेच त्यांची प्रतिमा कलंकित झाली. या अफवांच्या भुतांनी अखेरपर्यंत त्यांचा पिच्छा सोडला नाही.

डॉ. सिंग यांच्या कामगिरीचा जे लोक अगदी वरवरचा, धावता आढावा घेतात आणि फारसा विचार न करता त्यांच्या या डागाळलेल्या प्रतिमेकडे बघतात, ते मनमोहन सिंग यांचं संचित काय किंवा त्यांनी पुढच्या पिढीसाठी काय वारसा ठेवला असा प्रश्न करतात. जानेवारी, २०१४मध्ये घेतलेल्या पत्रकार परिषदेत डॉ. सिंग म्हणाले होते, "सध्याच्या माध्यमांपेक्षा आणि विरोधकांपेक्षा इतिहास माझ्याकडे अधिक कनवाळूपणे पाहील, अशी माझी अपेक्षा आहे. त्यांच्या समकालीन लोकांनी त्यांच्यावर खूप अन्यायकारक ताशेरे ओढले होते. पण त्यांच्या आयुष्याची आणि त्यांनी संपादन केलेल्या यशाची कहाणी जेव्हा जगासमोर ठेवली जाईल, तेव्हा लोक त्यांचा आधी न्यायानं विचार करतील. त्यांचा जन्म एका अत्यंत आडबाजूला, मागासलेल्या

'गाह' नावाच्या खेड्यातल्या अतिशय गरीब कुटुंबात झाला. त्या गावात ना वीज होती, ना शुद्ध पाण्याचा पुरवठा. तिथून त्यांनी जी झेप घेतली ती थेट ऑक्सफर्ड, केंब्रिज अशा नामंकित विद्यापीठांमध्ये. त्यांचं अनन्यसाधारण शैक्षणिक यश, त्यांची सार्वजनिक आणि राष्ट्रीय सेवेमधली कामगिरी याची कहाणी कोणालाही प्रेरणादायी ठरावी, अशीच आहे.

मी एकदा त्यांना म्हणालो होतो, "तुमच्या जीवनाची कहाणी पुष्कळशी बराक ओबामा यांच्यासारखी आहे. पण तुम्ही जे काही यश संपादन केलंत, ते बराक ओबामा यांच्याहून कितीतरी मोठं आहे." बराक ओबामा ह्यांनी अमेरिकेचे पहिले कृष्णवर्णीय राष्ट्राध्यक्ष होण्याचा मान मिळवून इतिहास घडवला. डॉ. सिंग यांनीही भारताचे पहिले अल्पसंख्याक समाजातील पंतप्रधान होण्याचा मान मिळवून इतिहास घडवला. पंतप्रधान होण्यापूर्वी भारताचं आर्थिक धोरण ठरवण्यासंबंधीच्या प्रत्येक महत्त्वाच्या पदावर त्यांची नियुक्ती झाली होती. परंतु ओबामा यांनी राष्ट्राध्यक्षपदी येण्यासाठी जनमताचा कौल मिळवला. डॉ. सिंग यांनी मात्र तसं कधी केलं नाही. त्यामुळेच या दोघांनी वैयक्तिक आयुष्यात जे यश मिळवलं होतं, त्याकडे त्यांच्या देशातील जनतेनं वेगवेगळ्या नजरेनं पाहिलं.

२००९मध्ये खरंतर डॉ. सिंग यांनी लोकसभेच्या निवडणुकीला उभे राहून जनमताच्या आधारे निवडून यायला हवं होतं. त्यावर्षी युपीएला सार्वत्रिक निवडणुकीत जे यश मिळालं, त्याचे शिल्पकार डॉ. सिंग हेच होते, यात तर काही शंकाच नाही. परंतु भारतीय जनतेनं त्यांच्यावर जो विश्वास टाकला, जी श्रद्धा ठेवली, त्याच्या आधारे त्यांनी स्वत:चं काँग्रेस पक्षातील स्थान बळकट केलं नाही आणि पंतप्रधानपदाचं नियंत्रण स्वत:च्या हातात घेतलं नाही. त्यांनी लोकसभेची निवडणूक न लढवण्याचा घेतलेला दुर्दैवी निर्णय हा युपीए-१मधील त्यांचा फार मोठा दोष ठरला. त्या दोषानं त्यांना जणू संपवलं. युपीए-१मध्ये ते पदावर असूनही त्यांच्याकडे विशेष अशी सत्ता नव्हती, फारसे अधिकार नव्हते. युपीए-२मध्ये त्यांना पदाबरोबर सत्ता व अधिकार खरंतर मिळवता आले असते.

खरं म्हणजे एक पंतप्रधान म्हणून आपल्या यशाविषयी भरभरून बोलण्यासारखं डॉ. सिंग यांच्याकडे खूपकाही होतं. परंतु त्यांनी तोंड उघडून कधी कुणालाच काही सांगितलं नाही. मी त्यांचा 'माध्यम सल्लागार' म्हणून काम करत असताना त्यांची जनमानसातील प्रतिमा उंचावण्याचा प्रयत्न करू लागताच त्यांनी मला तसं करू दिलं नाही. ते म्हणाले, "माझं कामच माझ्याविषयी बोलेल." कदाचित त्यांना स्वत:ची अशी प्रसिद्धी करून घेणे

नको वाटलं असेल. १९९१मध्ये नरसिंह राव पंतप्रधान असताना त्यांनी डॉ. सिंग यांना अर्थमंत्री बनवून राजकारणात आणलं. परंतु माध्यमांमधून मिळालेली प्रसिद्धीच अखेर नरसिंह राव यांच्या विनाशाला कारणीभूत झाली. ही गोष्ट डॉ. सिंग यांच्या मनाच्या कोपऱ्यात कदाचित अजूनसुद्धा असेल. २००४मध्ये नरसिंह राव यांचा मृत्यू झाला, तेव्हा हेलावलेल्या अंत:करणानं डॉ. सिंग यांनी नरसिंह राव यांचा उल्लेख माझे अत्यंत जवळचे, अनुभवी, विश्वासू सल्लागार असा केला. राजकारणातलं जवळपास सर्वच ते नरसिंह राव यांच्याकडून शिकले होते. नरसिंह राव यांचं गांधी परिवाराशी आणि या परिवाराच्या मर्जीतल्या लोकांशी वितुष्ट आलं. त्यामुळे काँग्रेस पक्षामध्ये त्यांची आठवण कुठल्यातरी कोपऱ्यात ठेवून देण्यात आली आहे.

डॉ. सिंग यांच्या विरोधाला न जुमानता मी त्यांच्या कामाला भरपूर प्रसिद्धी दिली. त्यांची प्रतिमा जनमानसात उज्ज्वल बनवण्यासाठी मनापासून प्रयत्न केले. हा माझा कामाचा एक अविभाज्य भाग आहे, असंच मी मानलं. पण तसं करत असताना मला अनेकदा चटकेही बसले. वाचकांना हे पुस्तक वाचताना ते कळेलच. मी जेव्हा डॉ. सिंग यांच्या कामाची प्रसिद्धी करण्यास, जनमानसातील त्यांची प्रतिमा उंचावण्यास सुरुवात केली, तेव्हा गांधी परिवाराच्या समर्थकांना असं वाटलं की, गांधी परिवाराला आव्हान देण्यासाठीच मी पंतप्रधानांना उभं करतो आहे.

युपीए-१च्या काळात जे काही घडलं त्याची तपशिलवार माहिती इथे सादर करणं, हा काही या पुस्तकाचा उद्देशच नाही. युपीए-१सारख्या एका आशादायी आणि भारलेल्या साहसी वातावरणात, अगदी मधोमध पंतप्रधानांचे डोळे आणि कान होऊन राहाणं आणि त्यांनी यशस्वी व्हावं म्हणून अत्यंत निष्ठेने जे काही शक्य असेल ते करणं, हा अतिशय लोकविलक्षण अनुभव होता आणि तोच या पुस्तकातून मांडण्याचा मी प्रयत्न केला आहे. माझ्या डोळ्यांसमोर ज्या काही घटना घडल्या त्या मी माझ्या नजरेला जशा दिसल्या तशा तुमच्यापुढे मांडल्या आणि माझ्यासमोर जी काही धोरणं आणि बाबी आल्या त्यांचं व्यक्तिनिरपेक्ष विश्लेषण करून मांडण्याचा मी माझ्या परीनं प्रयत्न केला. मी जी काही थोडी टिपणं काढली होती, त्यांची मदत मला झाली. पण बरंचसं मी माझ्या स्मरणातूनच लिहिलं आहे. ज्या काही तारखांचा किंवा वस्तुस्थितीचा मी वेळोवेळी उल्लेख केला आहे, त्यासाठी मी वृत्तपत्रांच्या जुन्या रेकॉर्डचा वापर केला. त्या काळातील काही महत्त्वाच्या लोकांशीसुद्धा मी बोललो. ते लोक स्वत:चं नाव उघड करू इच्छित नाहीत. पण त्यांनी माझ्या स्मृतींना उजाळा दिला. त्यांनी वेळात वेळ

काढून जी मदत केली त्याबद्दल मी त्यांचा ऋणी आहे. या पुस्तकात मी काही उक्ती किंवा लोकांच्या बोलण्यातली वाक्यं वापरली आहेत. त्यातली बहुतेक सगळी बरोबरच आहेत, तरीपण अगदी शब्दश: जशीच्या तशी असतील, असं नाही.

मी पंतप्रधान कार्यालयात काम करत असताना माझ्यावर सरकारी फाइल्स वाचण्याची, विशेषत: गोपनीय फाइल्स वाचण्याची कधीच वेळ आली नाही. तशी खरंतर गरजही पडली नाही. मला कधीही एखाद्या मुद्यावर पंतप्रधानांचं मत जाणून घ्यायचं झालं, तर मी थेट त्यांच्याकडे जाऊन त्यांनाच विचारत असे. मी पंतप्रधान कार्यालयात काम करण्यास सुरुवात केल्यानंतरच्या काही दिवसांत मला अशी हवी तेव्हा थेट पंतप्रधानांपर्यंत जाण्याची मुभा मिळू नये म्हणून तिथल्या नोकरशाहीतील अधिकाऱ्यांनी खूप प्रयत्न केले. पण त्या वेळी डॉ. सिंग यांनी हस्तक्षेप केला आणि स्वत:चे दरवाजे माझ्यासाठी सतत खुले ठेवले. ऑक्टोबर, २००४मध्ये माझ्यासाठी संशोधनाचं काम करणारे अधिकारी विजयकुमार यांनी 'लॉस एंजलिस टाइम्स'मध्ये छापून आलेला एक मृत्युलेख माझ्यासाठी मुद्दाम डाउनलोड करून ठेवला होता. त्या लेखाचा मला खूप उपयोग झाला. पिअर सेलिन्गर हे एक प्रथितयश अमेरिकन पत्रकार आणि अमेरिकेचे राष्ट्राध्यक्ष जॉन केनेडी यांचे 'माध्यम सचिव' होते. त्यांच्या मृत्युलेखात लेखकानं दिलेल्या माहितीनुसार सेलिन्गर यांनासुद्धा व्हाइट हाउसमधील नोकरशाहीचा असाच त्रास झाला होता. मला किती अडचणींना तोंड द्यावं लागत होतं, याची माझ्या हाताखालच्या लोकांना पूर्ण जाणीव होती. त्या मृत्युलेखात असं लिहिलं होतं की, एक दिवस सेलिन्गर यांनी सरळ जॉन केनेडी यांना असं सांगितलं, "सर्व अंतर्गत चर्चांमध्ये माध्यम सचिवाचा समावेश असायला हवा, म्हणजे जनतेला काय सांगायचं आणि काय नाही, हे त्याला नीट समजू शकतं."

मी हाच युक्तिवाद डॉ. सिंग यांच्यापाशी केल्यावर केनेडींना जसा वाटला होता, तसाच डॉ. सिंग यांनाही तो तर्कसुसंगत वाटला. मग त्यांनी मला त्यांच्याकडे कधीही, कामाच्या ठिकाणी अथवा घरी थेट येण्याची परवानगी दिली. अर्थात मला केंद्रीय मंत्रीमंडळाच्या बैठकांना किंवा काँग्रेस कोअर ग्रुपच्या साप्ताहिक बैठकांना उपस्थित राहण्याची परवानगी नव्हती. पण हे असलं तरी पंतप्रधानांच्या जास्तीत जास्त जवळ जाण्याची मला मुभा होती आणि त्या हक्काचा मी पुरेपूर आनंद घेतला.

डॉ. सिंग यांच्या सतत व्यक्तिश: संपर्कात राहिल्यामुळे मला माझं काम अधिक प्रभावीपणे करणं शक्य झालं. सतत बातम्या मिळवण्यासाठी

भुकेलेल्या असलेल्या माध्यमांना वेळोवेळी खाद्य पुरवण्यासाठी माझ्याकडे काही ना काहीतरी बातमी तयारच असे. डॉ. सिंग यांच्याजवळ राहिल्यामुळे त्यांचा विचार कशा पद्धतीनं चालतो, याची मला अंतर्दृष्टी लाभली, त्यांना कोण-कोण काय सल्ला देत असतं, हेही मला कळत राहिलं. पण नाण्याची दुसरी बाजू अशी होती की, मला पंतप्रधानांकडे जाण्यास असं नेहमी मुक्तद्वार असल्याकारणानं माझ्यावर एक फार मोठी जबाबदारी येऊन पडली होती. माझ्याकडे इतकी प्रचंड माहिती असायची की, त्यातली योग्य तेवढीच माहिती निवडून बाजूला काढून त्याच्यावर आधारित निवेदनं तयार करून ती मला माध्यमांकडे पाठवावी लागत असत. काही माहितीवरून 'स्टोरीज' बनवून पत्रकारांना द्याव्या लागत आणि काही माहिती मात्र स्वत:च्या मनात कडेकोट बंदोबस्तात ठेवावी लागे. मी माझ्या सहकाऱ्यांचा, विशेषत: पंतप्रधानांच्या व्यक्तिगत सचिवांचा वेळोवेळी सल्ला घेत असे. माध्यमांना काय सांगावं आणि काय सांगू नये, याचा त्यांना व्यवस्थित अंदाज असे.

डॉ. सिंग यांनी माध्यमांपुढे कोणती माहिती जाहीर करावी आणि कोणती करू नये, या बाबतीत मला जरी पूर्ण स्वातंत्र्य दिलेलं असलं, तरीसुद्धा काहीकाही गोष्टी अत्यंत गोपनीय ठेवण्यास ते मला सांगत. कधीकधी तर ते एखादी गोष्ट पंतप्रधान कार्यालयातील कोणाच्याही कानावर न घालण्याची मला सूचना देत. क्वचित कधीतरी डॉ. सिंग त्यांच्या वतीनं काही लोकांची भेट घेण्यासाठी मला पाठवत. कधीतरी माझ्या हाती काही लोकांना निरोप पाठवत. डॉ. सिंग माझ्याकडून त्यांची काही गुप्त पत्रंही लिहून घेत. प्रत्येक वेळी हे कुणाला सांगू नका, अशी सूचना ते मला न विसरता देत असत. मी अगदी आजपर्यंत कधीही त्यांच्या विश्वासाला तडा जाऊ दिलेला नाही. मी पंतप्रधान कार्यालयात काम करत असताना जी काही अधिकृत माहिती मला समजली, ती मी या पुस्तकाद्वारे कुठेही उघड केलेली नाही. मी 'अधिकृत गोपनीयता कायद्या'चा आदर करतो. त्या कायद्याचा भंग मी कधीही केलेला नाही. त्यामुळेच काही प्रकरणांमध्ये विशेषत: जेथे धोरणांवर चर्चा आहे, अशा ठिकाणी मी पुरवलेल्या माहितीमध्ये काही त्रुटी असल्याचं जाणवेल.

अखेर एक निवेदन करतो. या पुस्तकाचं प्रकाशन होण्यापूर्वी यातील मजकूर मी डॉ. सिंग यांना दाखवलेला नाही. या पानांमधून मी माझी जी काही निरीक्षणं मांडलेली आहेत, त्यातील अनेक निरीक्षणं त्यांना पसंत पडणार नाहीत. त्यामुळेच मी पंतप्रधानांबरोबर जो काळ घालवला त्याचा अत्यंत प्रामाणिक अहवाल मी या पुस्तकातून मांडण्याचा प्रयत्न केला आहे.

त्याच वेळी मी जे काही डोळ्यांनी पाहिलं, त्यावर मी माझी मतं या ठिकाणी व्यक्त केली आहेत. मला जे काही घडलं असं वाटलं, ते मनापासून लिहिलं आहे. याबाबतीत मला शारदा प्रसाद यांनी जो सावधगिरीचा सल्ला दिला होता, त्याचा एकदाही विसर पडलेला नाही. ते असं म्हणाले होते, ''जे पूर्वी सरकारी सेवेत होते आणि आता निवृत्त झाले आहेत, त्यांना ही गोष्ट मनोमन माहीत असते की, ते सेवेत असतानासुद्धा प्रत्येक वेळी गोष्टी जशा घडायला हव्या होत्या, तशा घडल्याच नाहीत. पण त्यांची आपल्याकडून अशी अपेक्षा असते की, आपण त्यांच्या बोलण्यावर विश्वास ठेवावा. ते आपल्याला सारखं असं सांगण्याचा प्रयत्न करतात की, तेव्हा जर कुणी त्यांचा सल्ला ऐकला असता, तर आज गोष्टी काही वेगळ्याच घडल्या असत्या. परंतु अशा प्रकारच्या अभिनिवेशापासून आणि पूर्वग्रहापासून मी स्वतःला हेतुपुरस्सर दूर ठेवण्याचा प्रयत्न केलेला आहे आणि जी कहाणी आज जगाला सांगण्याची गरज आहे, ती निःपक्षपातीपणे जगापुढे मांडली आहे.

■

१
पंतप्रधान कार्यालयातून फोन

"डॉक्टरांना बोलावणं धाडा!"

– संपादकीय 'फायनान्शियल एक्सप्रेस',
१९ मे, २००४

२००४ सालच्या मे महिन्याची रात्र होती. मध्यरात्रीचा सुमार असावा. नवी दिल्ली येथील रफी मार्गावरच्या 'ऑल इंडिया फाइन आर्ट्स ॲन्ड क्राफ्ट सोसायटीच्या इमारतीत सर्वांत वरच्या मजल्यावर असलेल्या बीबीसीच्या स्टुडिओमध्ये जे. एन. दीक्षित आणि मी बसलो होतो. आमच्यात चालू असलेल्या चर्चेचा विषय होता, सार्वत्रिक निवडणुकीचा निकाल काय लागेल? आणि त्याचा भारताच्या परराष्ट्र तसंच आर्थिक धोरणावर काय परिणाम होईल? शेवटच्या टप्प्यात निवडणूक प्रचार धूमधडाक्यात चालू होता. पंतप्रधान अटल बिहारी वाजपेयींच्या नेतृत्वाखाली राष्ट्रीय लोकशाही आघाडी (नॅशनल डेमोक्रॅटिक अलायन्स – एनडीए)चं सरकार परत येणार अशी सर्वत्र चर्चा होती. वाजपेयींनी निवडणुका सहा महिने आधी घेण्याचं ठरवलं होतं. आघाडीच्या सरकारमधल्या सर्वांत मोठ्या पक्षानं म्हणजे भारतीय जनता पार्टीनं 'इंडिया शायनिंग'च्या प्रचाराची धामधूम सुरू केली होती. त्यामुळे भारताच्या आर्थिक प्रगती विषयीची सकारात्मक लाट जनमानसात निर्माण झाली होती. त्याचा आपल्याला नक्की फायदा होईल, असा त्यांचा या निर्णयामागचा विचार होता. परंतु एकीकडे आंध्र प्रदेश आणि महाराष्ट्रात शेतकऱ्यांच्या आत्महत्यांच्या बातम्यांमुळे एनडीए सरकारची प्रतिमा डागाळली होती. त्यामुळे आतातरी या निवडणुकीत त्यांच्या सर्वांत मोठ्या विरोधकांसोबत म्हणजेच भारतीय राष्ट्रीय काँग्रेससोबत बरोबरची लढत होणार, अशीच चिन्हं दिसू लागली होती.

दीक्षित यांना सगळे 'मणी' ह्या टोपणनावानं ओळखत असत. ते पूर्वाश्रमीचे परराष्ट्र सचिव होते. ते त्यांच्या कामात अत्यंत निपुण होते. निवृत्तीनंतर ते काँग्रेस

पक्षात आले होते.

एकविसाव्या शतकाच्या सुरुवातीच्या काळात परराष्ट्र धोरणविषयक चर्चांमध्ये सोनिया गांधींना मार्गदर्शन करण्याचं काम ते करत असत. मणी दीक्षित यांच्या आधी सोनियांचे परराष्ट्र धोरणविषयक प्रमुख सल्लागार म्हणून के. नटवर सिंग काम पाहत होते. नटवर एक राजकीय मुत्सद्दी होते. इंदिरा गांधींच्या खास विश्वासातले असणारे नटवर सिंग नंतर काँग्रेस पक्षात दाखल झाले होते. त्यांच्यावर नेहरूंच्या विचारसरणीचा मोठा प्रभाव होता. शीतयुद्ध आणि भारताची तटस्थ राष्ट्राची भूमिका यांचा त्यांच्या विचारांवर पगडा होता. याउलट मणी दीक्षित यांची विचारधारा शीतयुद्धाची समाप्ती आणि प्रगत अर्थकारणातील भारताचा वाढता सहभाग या दोन गोष्टींवर आधारलेली होती. १९९०नंतरच्या काळात पंतप्रधान पी. व्ही. नरसिंहराव यांच्या कारकिर्दीत शीतयुद्धाची समाप्ती आणि भारताची मैत्री असलेल्या सोव्हिएत युनियनचा पाडाव या घटनांवर भारताची प्रतिक्रिया दीक्षित यांनीच शब्दबद्ध केली होती. राव यांचे पूर्वाभिमुख धोरण, साउथ कोरिया आणि इस्रायल या राष्ट्रांच्या बाबतीतली त्यांची खुली भूमिका, या मुद्द्यांचा त्यामध्ये समावेश होता.

२००३मध्ये सोनिया गांधींनी मणी दीक्षित यांना भारताच्या परराष्ट्र तसेच राष्ट्रीय संरक्षणात्मक धोरणाविषयीचा पर्यायी दृष्टिकोन मांडण्यासाठी निमंत्रित केलं होतं. मणी शंकर यांनी त्यानंतर चर्चा करण्यासाठी एक गट स्थापन केला होता. त्यात काँग्रेस पक्षाचे राज्य सभेतील नेते मनमोहन सिंग, निवृत्त संरक्षण सचिव के. सुब्रमण्यम आणि मी अशा काही लोकांचा समावेश होता. के. सुब्रमण्यम भारतातील धोरणात्मक बाबींविषयींचं सखोल ज्ञान असलेले विचारवंत मानले जात. २०११मध्ये त्यांचे निधन झाले. त्या वेळी मी स्वत: 'फायनान्शियल एक्सप्रेस' या वृत्तपत्राचा मुख्य संपादक होतो. दिल्ली शहरातील प्रतिष्ठितांच्या खास आवडत्या क्लबमध्ये, म्हणजेच 'इंडिया इंटरनॅशनल सेंटर'मधील एका प्रायव्हेट डायनिंग रूममध्ये आम्ही भेटत असू.

मणी दीक्षित यांच्यावर ही इतकी मोठी राजकीय जबाबदारी सोपवण्यात आल्यानंतर जर काँग्रेस पक्ष सत्तेवर आलाच, तर त्यांना खूप महत्त्वाची भूमिका निभावावी लागेल, असं मी गृहीत धरलं होतं. पण त्या दिवशी बीबीसीच्या स्टुडिओमध्ये चर्चेच्या सूत्रधारानं ती चर्चा लवकर आटोपती घ्यावी, अशी मणी दीक्षित यांनी जेव्हा विनंती केली, तेव्हा मला आश्चर्याचा धक्का बसला. त्या दिवशी उन्हाळ्याची सुटी दऱ्या-खोऱ्यांमध्ये कुटुंबीयांसमवेत व्यतीत करण्यासाठी मणी दीक्षित दिल्लीबाहेर निघाले होते. दरम्यान निवडणुका तर आता लवकरच संपणार होत्या. कदाचित काँग्रेस पक्षाला सरकार स्थापन करण्याची संधी मिळेल, असंही काही लोकांना वाटत होतं. मी मणी दीक्षित यांना उत्सुकतेपोटी विचारलं, "त्यापेक्षा

तुम्ही आत्ता दिल्लीतच का थांबत नाही? जर नव्या सरकारमध्ये त्यांना तुमची गरज भासली तर?''

त्यांनी हसून मला उडवून लावलं. पण एक गोष्ट त्यांनी माझ्या लक्षात आणून दिली. ते म्हणाले, ''जरी काँग्रेस पक्ष सत्तेवर आला, तरी सरकारमध्ये नटवर सिंग यांचा समावेश असेल, माझा नव्हे!'' मग त्यांनी मलाच प्रश्न केला, ''तुम्हाला काय वाटतं? आपण जिंकू?'' त्यावर दिल्लीत सर्वत्र जे काही मत व्यक्त करण्यात येत होतं, तेच मी व्यक्त केलं. मी म्हणालो, ''अगदी थोड्याशाच मताधिक्यानं का होईना, पण पंतप्रधान म्हणून वाजपेयीच पुन्हा सत्तेवर येतील.'' मणी दीक्षित यांचंही तेच मत होतं.

आम्ही दोघं स्टुडिओतून बाहेर पडताना मी त्यांना हसून म्हणालो, ''तुम्ही दऱ्या-खोऱ्यांत भटकायला जा! मी चाललो वॉशिंग्टन डीसीला!!''

मे महिन्याच्या त्या रात्री आम्हा दोघांपैकी कुणाला स्वप्नातही असं वाटलं नव्हतं की, त्यानंतर केवळ एक महिन्याच्या आत आम्ही दोघं पंतप्रधान कार्यालयामध्ये एकमेकांचे सहकारी म्हणून काम करत असू.

त्यानंतर दुसऱ्याच दिवशी एक गोष्ट स्पष्ट झाली. काँग्रेस पक्षानं इतर काही पक्षांशी युती केली, तर सरकार स्थापन करण्याइतक्या जागा सोनिया गांधींकडे होत्या. इतिहासकार सुनील खिलनानी यांनी वॉशिंग्टन डीसीमध्ये एक परिषद आयोजित केली होती. त्या परिषदेमध्ये वक्ता म्हणून त्यांनी मला निमंत्रित केलं होतं. तिथे जाण्याआधी मी एक संपादकीय लिहिलं, ते १५ मे रोजी वृत्तपत्रात प्रसिद्ध झालं, त्याचं शीर्षक होतं, 'सरकार विषयीचे विचार.' अनेकदा संपादक आपल्या लेखातून राजकीय नेत्यांनी काय केलं पाहिजे, असे सल्ले देत असतात. तशाच स्वरूपाचे ते संपादकीय होतं. विजयी काँग्रेस पक्षाच्या अध्यक्षा सोनिया गांधींसाठी माझा साधासरळ सल्ला होता. डॉ. मनमोहन सिंग यांना पंतप्रधानपदाची सूत्रं घेण्यासाठी निमंत्रित करावं आणि सोनियाजींनी स्वत: काँग्रेस आणि आघाडीच्या समन्वय समितीचं अध्यक्षपद स्वीकारून सरकारचं कामकाज कसं चाललं आहे, याकडे लक्ष द्यावं.''

डॉ. मनमोहन सिंग यांना पंतप्रधान करण्यात यावं, ही मी त्या संपादकियामधून केलेली सूचना ही तशी नवी कल्पना नव्हती. पाच वर्षांपूर्वी एकदा हीच कल्पना मी स्वत: मांडली होती. २५ मे, १९९९ रोजी 'टाइम्स ऑफ इंडिया'मध्ये लिहिलेल्या एका स्तंभामधून मी हेच लिहिलं होतं. भारतीय जनता पक्षाचा पराभव झाल्यानंतर काँग्रेस पक्षाकडे आघाडीचं सरकार स्थापन करण्यासाठी २७२ खासदार असून आणखी सुद्धा जमतील, अशी आशा असल्याचं सोनियाजींनी जाहीर केलं होतं आणि त्यांचा अंदाज चुकला होता. त्यानंतर लगेच माझा तो लेख प्रसिद्ध झाला

होता. माझ्या त्या लेखाचं शीर्षक सनसनाटी होतं. ते होतं: 'सोनिया गांधी यांनी पंतप्रधान होण्यातील धोके.' सोनियाजींनी स्वत: पंतप्रधानपदाचा मोह टाळावा आणि जर काँग्रेसला सरकार स्थापन करायचंच असेल, तर डॉ. मनमोहन सिंग यांना पंतप्रधान पद द्यावं, असं मी त्यात सुचवलं होतं.

१९९९ सालची माझी ती कल्पना माझ्या काही पत्रकार मित्रांना अत्यंत हास्यास्पद वाटली होती आणि त्यावरून त्यांनी माझी चेष्टासुद्धा केली होती. आता २००४मध्ये परत एकदा मी त्याच गोष्टीचा पुनरुच्चार केल्यावर त्यांनी मला असंही विचारलं की, "डॉ. मनमोहन सिंग यांना पंतप्रधान करण्यासाठी तू चालवलेला प्रचार अजून थांबवला नाहीस वाटतं?" पण खरंतर मी या प्रश्नाकडे सोनियांच्या दृष्टिकोनातून पाहात होतो. त्यांच्या जन्मानं इटालियन असल्याच्या मुद्यानं पुन्हा डोकं वर काढण्यापूर्वी त्याला मूठमाती देण्याची गरज होती. स्वत:ची मुलगी अथवा मुलगा पुरेसा मोठा होऊन पक्षाची सूत्रं हाती घेईपर्यंत पक्षाचं नियंत्रण स्वत:च्या हातात ठेवण्यासाठी त्यांनी ते करणं गरजेचं होतं. त्यासाठी त्यांना एका विश्वासू एकनिष्ठ आणि सक्षम पक्षनेत्याची पंतप्रधान म्हणून गरज होती. कोणत्याही नेत्याच्या मनात नेहमीच राजकीय महत्त्वाकांक्षा असते. त्यामुळे अशी महत्त्वाकांक्षा असणारा कोणताही नेता गांधी परिवाराला बाजूला सारून स्वत: वरचढ झाला असता. पी. व्ही. नरसिंह राव हे पंतप्रधान होण्याआधी तसे काही राजकारणात फार मोठे नाव कमावलेले नेते नव्हते. तरी एकदा पंतप्रधान झाल्यावर ते स्वत:च्या मर्जीनं राज्यकारभार करू लागले होते. या न्यायानं काँग्रेसमधील काही ज्येष्ठ नेते आणि अर्जुन सिंग, प्रणव मुखर्जी यांसारखे पंतप्रधानपदाची महत्त्वाकांक्षा बाळगणारे नेते; तर उपयोगाचेच नव्हते. म्हणजे उरलेले जे काही सुरक्षित पर्याय होते, त्या लोकांच्या गाठीशी फारसा राजकीय अनुभव नव्हता. त्यातलेच एक होते, सोनियांच्या मर्जीतले केरळचे काँग्रेस नेते ए. के. अँटनी. या पार्श्वभूमीवर सर्वोत्तम पर्याय डॉ. मनमोहन सिंग असल्याचं मी लेखात समारोप करताना म्हटलं होतं.

१५ मे रोजी मी वॉशिंग्टन डीसीला आलो. आता लवकरच सरकार स्थापन करण्यात येणार होतं. तेव्हा आपण स्वत: पंतप्रधानपद घ्यावं की नाही, याविषयी सोनियांची द्विधा मन:स्थिती असल्याचं वृत्त सगळीकडे पसरलं होतं. पक्षातील गोंडा घोळणाऱ्या लोकांनी ताबडतोब सोनियाजींनी पंतप्रधानपद स्वीकारावं, असा आग्रह सुरू केला. इकडे भारतीय जनता पक्षाच्या नेत्या सुषमा स्वराज यांनी आपल्या निवडणुक प्रचार सभांमधून एका जन्मानं इटालियन असणाऱ्या व्यक्तीस देशाच्या पंतप्रधानपदी बसवण्याच्या कल्पनेवर अनेकदा कडाडून हल्ला चढवला होता. आणि आता तर सोनियांनी पदग्रहण केल्यास आपण सवाष्ण असतानाही डोक्याचं मुंडण करून घेऊ, अशी जाहीर धमकी त्यांनी दिली होती.

मी ज्या परिषदेला गेलो होतो, तिथे मध्यंतरात चहा-कॉफी पीत असताना सर्वत्र एकच चर्चा होती, ती म्हणजे भारतातील सरकारची स्थापना. परिषदेच्या शेवटच्या दिवशी मी व्यासपीठावर खिलनानी आणि मॉन्टेक सिंग अहलुवालिया यांच्याबरोबर बसलो होतो. मॉन्टेक सिंग अहलुवालिया हे एक अर्थतज्ज्ञ असून त्यांनी राजीव गांधींबरोबर काम केलं होतं. त्याचप्रमाणे डॉ. मनमोहन सिंग अर्थमंत्री असताना ते अर्थखात्यात सचिव होते आणि सध्या ते आंतरराष्ट्रीय नाणेनिधीच्या वॉशिंग्टन डीसीमधील कार्यालयामध्ये होते.

मॉन्टेक सर्वांत आधी बोलायला उभे राहिले. त्यांचं भाषण सुरू झाल्यावर काही वेळातच 'फायनान्शियल एक्सप्रेस'च्या दिल्लीच्या आवृत्तीचे निवासी संपादक आणि माझे सहकारी रोहित बन्सल यांचा माझ्या मोबाइल फोनवर एसएमएस आला. त्यात त्यांनी लिहिलं होतं, ''सोनिया म्हणाल्या, त्या पंतप्रधान होणार नाहीत.'' त्यावर मी मनात म्हणालो, ''एक म्हणजे सोनिया स्वत:पंतप्रधान होणार नाहीत. आणि दुसरं म्हणजे त्या डॉ. मनमोहन सिंग यांना पंतप्रधान करतील.''

मी जेव्हा भाषणाला उठून उभा राहिलो, तेव्हा मी श्रोत्यांना ही बातमी सांगितली. त्यानंतर मी गमतीनं म्हणालो, ''जर सोनियाजींनी डॉ. मनमोहन सिंग, यांना पंतप्रधानपद देऊ केलं, तर कदाचित आज या व्यासपीठावरून इथे तुम्ही सर्व उपस्थित श्रोत्यांनी भारतीय पंतप्रधानांच्या भावी मुख्य सचिवाचं भाषण ऐकलेलं असू शकतं.'' मी अर्थातच त्या वेळी हे मॉन्टेक सिंग यांच्या संदर्भात म्हणालो होतो. माझं भाषण संपताच लोकांनी मॉन्टेक सिंग यांना गराडा घातला. त्या दिवशी काही तासानंतर सोनियाजींनी अशी घोषणा केली की, आघाडीच्या सरकारचं नेतृत्व डॉ. मनमोहन सिंग हे करतील. दुसऱ्या दिवशी मी, मॉन्टेक सिंग अहलुवालिया, त्यांची अर्थतज्ज्ञ पत्नी ईशर असे आंतरराष्ट्रीय नाणेनिधी (आयएमएफ)च्या मुख्य कार्यालयात दुपारच्या जेवणासाठी भेटलो. दिल्लीची वार्ता ऐकून ते सगळेच उत्साहात आले होते. डॉ. मनमोहन सिंग हे देशाचे पंतप्रधान होणं, याचा अर्थ देशाच्या संदर्भात काय असू शकतो, यावरच आम्ही जेवण करत असताना बोलत बसलो होतो.

ईशर अहलुवालिया या दिल्ली 'स्कूल ऑफ इकॉनॉमिक्स'मध्ये डॉ. मनमोहन सिंग यांच्या विद्यार्थिनी होत्या. मॉन्टेक सिंग आणि डॉ. मनमोहन सिंग यांचा संबंध १९७० सालापासूनचा होता. वर्ल्ड बँकेत काही वर्षं काम केल्यावर ते भारतात परत येऊन अर्थमंत्रालयात अर्थविषयक सल्लागार म्हणून काम करू लागले होते. त्या वेळी डॉ. सिंग हे अर्थमंत्रालयामध्ये सचिव होते. त्यांनीच मॉन्टेक यांना सरकारसाठी काम करण्यास प्रोत्साहन दिलं होतं. पुढे १९९२ ते १९९६ या काळात ते दोघं परत एकत्र येऊन काम करू लागले. त्या वेळी डॉ. सिंग हे नरसिंह राव यांच्या सरकारमध्ये अर्थमंत्री होते. त्यांनी मॉन्टेक यांना परत एकदा अर्थ खात्यात नियुक्त

केलं. मॉन्टेक यांच्यावर आता कोणती जबाबदारी सोपवण्यात येईल, याविषयी आम्ही कुणीच काही बोललो नाही. मी फक्त मॉन्टेक यांना एवढंच विचारलं, ''तुम्ही डॉ. सिंग यांच्याशी बोललात का?'' त्यावर ते म्हणाले, ''हो, मी त्यांना फोन करून त्यांचं अभिनंदन केलं.''

आम्ही जेवण संपवून जेव्हा स्वीट डिश ऑर्डर केली, तेव्हा मी मॉन्टेक यांना विचारलं, ''तुम्ही तुमची आंतरराष्ट्रीय नाणेनिधी (आयएमएफ)ची नोकरी सोडून भारतात परत येणार का?'' त्यावर त्यांच्या आधी तत्काळ मिसेस ईशर म्हणाल्या, ''अर्थात!''

✦

मी भारतात परत आलो, ते राष्ट्रपतीभवनामध्ये आयोजित केलेल्या नवीन सरकारच्या शपथविधी सोहळ्याच्या वेळी. अशा प्रकारच्या सोहळ्याला उपस्थित राहण्याची ही माझी पहिलीच वेळ होती. डॉ. मनमोहन सिंग हे पंतप्रधान म्हणून शपथ घेत असताना थोडेसे संकोचल्यासारखे, जरासे चाचरत असल्यासारखे वाटले. एकूण सर्वत्र उत्साहाचं, आनंदाचं वातावरण होतं. काँग्रेस पक्षाचे नेते मोठ्या संख्येने उपस्थित होते. सहा वर्षानंतर पुन्हा एकदा सत्तेवर आल्यामुळे ते आनंदात होते. खरंतर या निवडणुकीत काँग्रेस पक्षाला यश मिळण्याची कुणालाच खातरी वाटत नव्हती. काँग्रेस पक्ष इतर पक्षांशी हातमिळवणी करून आघाडीचं सरकार प्रस्थापित करू शकेल, असंही फारसं कुणाला वाटलं नव्हतं. डॉ. सिंग यांच्या परिवाराचे सदस्य, त्यांची मुलं, नातवंडं उपस्थित होती, पण सर्व जण शांत बसून होते. फारसं कुणामध्ये मिसळत नव्हते. शपथविधीचा सोहळा संपन्न झाल्यानंतर मी डॉ. सिंग यांच्यापाशी जाऊन त्यांचं अभिनंदन करण्याचा प्रयत्न केला. पण त्यांच्याभोवती काँग्रेस पक्षाचे नेते आणि पत्रकारांची गर्दी होती. अजून खातेवाटप झालेलं नसल्यामुळे चांगलं खातं पदरात पाडून घेण्याची बऱ्याच जणांची धडपड चालली होती. त्या मंडळींनी त्यांना गराडा घातला होता. मी दुरून केवळ नजरेनं त्यांचं अभिनंदन केलं आणि हात जोडून नमस्कार केला, त्यांनी स्मितहास्य केलं.

नवीन पंतप्रधानांच्या भोवती गोळा झालेल्या गर्दीपासून दूर जाऊन मी सभागृहात फेरफटका मारू लागलो. कुठे काही बातमी मिळते का, या शोधात! जरा वेळात माझी पृथ्वीराज चव्हाण यांच्याशी गाठ पडली. हे पक्षातील राजकारणी असून ते महाराष्ट्राचे आहेत. मी त्यांना दहा वर्षांपासून ओळखतो. आमचा एक 'सॅटर्डे ग्रुप' होता. आम्ही दुपारच्या जेवणासाठी भेटून विविध विषयांवर चर्चा करत असू. त्यासाठी आम्ही इंडिया इंटरनॅशनल सेंटरमध्ये भेटत असू. पृथ्वीराज यांचा नुकताच

राज्यमंत्री म्हणून शपथविधी झाला होता. त्यांचं नवं खातं काय असणार होतं, अशी मी त्यांच्याकडे चौकशी केली. ते अर्थखात्याचे राज्यमंत्री होणार असल्याचं खुद्द पंतप्रधानांनीच त्यांना विश्वासात घेऊन सांगितलं असल्याचं त्यांनी मला सांगितलं. ते खूश दिसत होते. ही तर पहिल्या पानावर छापून येण्याजोगी बातमी होती. मग मी लगेच त्यांना पुढचा प्रश्न केला, ''मग नवे अर्थमंत्री कोण असणार आहेत?'' त्यावर पृथ्वीराज पुढे होऊन माझ्या कानात कुजबुजले, ''अर्थखातं पंतप्रधान स्वत:कडेच ठेवणार आहेत.'' मला माझी 'हेडलाइन' मिळाली होती.

मी त्या दिवशी रात्री जागा राहिलो होतो. खातेवाटपाची घोषणा कधी होते, याची वाट बघत. पण आमचं वृत्तपत्र छापायला जाईपर्यंत काहीच बातमी हाती आलेली नव्हती. अखेर आम्ही डॉ. मनमोहन सिंग हे अर्थखातं स्वत:कडे ठेवणार असल्याची आणि चव्हाण हे अर्थखात्याचे राज्मंत्री होणार असल्याची बातमी छापली.

सकाळी आमची बातमी छापून आल्यानंतर मला पी. चिदंबरम यांचा फोन आला. हे काँग्रेस पक्षाचे ज्येष्ठ नेते. १९९६मध्ये काही काळासाठी सत्तेवर आलेल्या आघाडीच्या सरकारमध्ये ते अर्थमंत्री झाले होते. त्या वेळी काँग्रेस पक्षातून फुटून वेगळ्या झालेल्या पक्षात ते होते आणि २००४च्या निवडणुकांच्या थोडे दिवस आधीच ते पुन्हा आपल्या जुन्या पक्षात परत आले होते. काही वर्षांपूर्वी ते माझ्या वृत्तपत्रात दर आठवड्यातून एकदा नियमितपणे स्तंभलेखन करत असत. २००४मध्ये त्यांचा परत सरकारमध्ये समावेश होईपर्यंत ते चालूच होतं.

''तुमची बातमी खरी आहे का?'' त्यांनी विचारलं. मला ती बातमी खातरीलायक सूत्राकडून समजली असल्याची मी त्यांना ग्वाही दिली.

''म्हणजे ? खुद्द पंतप्रधानांकडून तुम्हाला समजलं का?'' त्यांनी लगेच विचारलं. मी सांगितलं, ''नाही, राज्यमंत्र्याकडून!'' ''पण मग जर पंतप्रधानांनी अर्थखातं स्वत:कडे ठेवलं, तर मला ते काय देणार?'' चिदंबरम म्हणाले.

नेहमी अत्यंत आत्मविश्वासानं बोलणाऱ्या चिदंबरम यांच्या तोंडून तो प्रश्न ऐकून मला नवल वाटलं. चिदंबरम यांना व्यापार किंवा दूरसंचार हे खातं देण्यात येणार असल्याच्या वावड्या प्रसारमाध्यमांमध्ये पसरल्याच होत्या. मी त्यांना त्याविषयी सांगितलं.

ते संतापून म्हणाले, ''मिस्टर एडिटर, मी याआधी अर्थमंत्री होतो! तुम्हाला असं वाटतं का की, मी मंत्रीमंडळातील पद सोडून दुसरं-तिसरं काही स्वीकारेन?

अर्थमंत्री, हे नेहमी पंतप्रधानांच्या परराष्ट्र मंत्री, संरक्षणमंत्री आणि गृहमंत्री यांच्यासोबत रायसीना हिल येथे बसतात. दिल्लीच्या नॉर्थ आणि साउथ ब्लॉकमध्ये वास्तव्य करणारे हे महत्त्वाचे लोक. हे सर्वच मंत्रीमंडळ सुरक्षा समिती (सीसीएस– कॅबिनेट कमिटी ऑन सेक्युरिटी)चे सदस्य असतात. आजकालच्या राष्ट्रीय सुरक्षा

आणि अणुऊर्जेच्या जमान्यात हा गट अत्यंत प्रभावशाली बनलेला आहे.

"मग तुम्हाला जर रायसीना हिलवर जायला मिळालं नाही, तर तुम्ही काय कराल?" मी चिदंबरम यांना विचारलं.

"मग मी सभागृहात मागच्या बाकावर बसेन!" त्यांनी सांगितलं.

"मग काय छानच!" मी विनोदानं म्हणालो. "मग तुम्ही 'फायनान्शियल एक्सप्रेस'मध्ये नियमित स्तंभलेखन करू शकाल."

परंतु खातेवाटप जाहीर होईपर्यंत सगळं चित्र पालटलं होतं. अर्थमंत्री म्हणून चिदंबरम यांचं नाव घोषित झालं होतं. पृथ्वीराज यांना पंतप्रधानाच्या कार्यालयात राज्यमंत्री म्हणून स्थान मिळालं होतं. नक्की काय झालं, हे शोधून काढण्यासाठी मी पृथ्वीराज यांना फोन केला. त्यांच्याकडून असं कळलं की, 'पंतप्रधानांनी अर्थखात्यासारख्या महत्त्वाच्या खात्याची जबाबदारी स्वत:कडे घेऊ नये. कारण पूर्ण सरकारचा आणि आघाडी सांभाळण्याचा भार त्यांच्या शिरावर असणारच आहे', असं त्यांना सांगण्यात आलं होतं. परंतु पृथ्वीराज अजिबात नाराज नव्हते. डॉ. सिंग यांच्या हाताखाली अर्थखात्यातील राज्यमंत्री असण्याऐवजी ते आता पंतप्रधान कार्यालयामध्ये राज्यमंत्री होते. थोडक्यात सरकारच्या आतील गाभाऱ्यात त्यांचा प्रवेश झाला होता.

पृथ्वीराज यांना त्यांचं खातं केवळ डॉ. सिंग यांच्यामुळे मिळालेलं असलं, तरी बऱ्याच नव्या मंत्र्यांच्या बाबतीत मात्र असं झालेलं नव्हतं. संयुक्त पुरोगामी आघाडी (युपीए-१)मध्ये काँग्रेससोबत युती करून समाविष्ट झालेल्या पक्षांनी आपापल्या मंत्र्यांची नावं सुचवली होती आणि त्यांना कोणती खाती मिळावी यासाठी डॉ. सिंग यांच्याबरोबर नव्हे, तर सोनियांबराबेर वाटाघाटी केल्या होत्या. या एकूण वाटाघाटींच्या स्वरूपावरून राजकीय वस्तुस्थिती काय असेल, याचा सहज अंदाज येत होता. एखादा राजकीय नेता कितीही महत्त्वपूर्ण असला तरी तो ज्या पक्षाचा असेल, त्या पक्षाला लोकसभेत पुरेशा जागा मिळालेल्या नसतील, तर त्याला त्याच्या आणि त्याच्या समर्थकांच्या पसंतीचं खातं मिळणं शक्य नव्हतं. त्यामुळेच नरसिंह राव यांच्या केंद्रीय मंत्रीमंळात संरक्षणमंत्री असलेले शरद पवार मात्र रायसीना हिलपर्यंत पोहोचू शकले नाहीत. त्यांच्या पक्षाला म्हणजे 'राष्ट्रवादी काँग्रेस पक्षा'ला(एनसीपी) नवीन लोकसभेत केवळ नऊच जागा मिळाल्या होत्या. त्यामुळे त्यांना कृषीखात्यावर समाधान मानावं लागलं. पण त्याचबरोबर द्रविड मुन्नेत्र कळघम (डीएमके) पक्षानं तामिळनाडूतून १६ जागा लढवल्या आणि त्या सर्व ठिकाणी विजय मिळविला. त्यामुळे त्या पक्षानं महत्त्वपूर्ण खाती पदरात पाडून घेतली.

पक्षातील ज्येष्ठ काँग्रेस नेत्यांना जी पदं मिळाली, ती सगळी केवळ सोनिया गांधींमुळे. अर्थात सोनियांनी डॉ. सिंग त्याचप्रमाणे खास विश्वासातील माणसांशी सल्लामसलत करून मगच त्यांची नावं नक्की केली होती. युपीए-१च्या कारकिर्दीत

नंतर जेव्हा खात्यांची अदलाबदल करण्यात आली, तेव्हा डॉ. सिंग यांचं मत विचारात घेण्यात आलं. पण तरीही आपल्याला आपलं पद डॉ. सिंग यांच्यामुळे मिळालं आहे, अशी भावना प्रदर्शित करणारे फारच थोडे लोक होते. जसे दिवस गेले, तशा पृथ्वीराज चव्हाण यांच्यासारख्या लोकांच्या निष्ठासुद्धा बदलल्या. खरंतर पृथ्वीराज चव्हाण यांची स्वत:च्या कार्यालयामध्ये नियुक्ती करण्यासाठी डॉ. सिंग यांनीच निवड केली होती. परंतु आता पक्षनेत्यांची मर्जी संपादन करण्याची धडपड त्यांनीही सुरू केली. पृथ्वीराज हे खरंतर सुरुवातीच्या काळात डॉ. सिंग यांच्या राजाश्रयाखाली होते, पण आपली राजकीय कारकिर्द सोनिया आणि राहुल यांच्याशी एकनिष्ठ राहूनच घडणार आहे, हे त्यांना कळून चुकलं होतं.

डॉ. सिंग यांच्या निंदकांचं त्यांच्याबद्दल काहीही मत असलं, तरी ते राजकीयदृष्ट्या कितीतरी कुशाग्र आणि चतुर आहेत. आपल्याला अशा परिस्थितीत पंतप्रधानपद देण्यात आलेलं असल्यामुळे आपल्या हातातील अधिकारांवर बऱ्याच मर्यादा येणार असल्याची कल्पना त्यांना नक्कीच असणार. याआधी जी आघाडीची सरकारं होऊन गेली. त्यांच्या पंतप्रधानांनासुद्धा आघाडीमध्ये समाविष्ट असलेल्या इतर पक्षांच्या नेत्यांशी समझोता करावा लागला होता. त्यांचीसुद्धा अनिर्बंध सत्ता नव्हतीच. डॉ. सिंग यांच्या आधीचे पंतप्रधान वाजपेयी यांना एनडीए सरकारमध्ये स्वत:चं मत आग्रहीपणे मांडता आलं, याचं मुख्य कारण त्यांच्या स्वत:च्या पक्षातील ते अत्यंत लोकप्रिय नेते होते. परंतु डॉ. सिंग यांनी नव्वद नंतरच्या संयुक्त आघाडी सरकारांचे पंतप्रधान देवेगौडा आणि इंदरकुमार गुजराल यांच्याप्रमाणे आपलीही भूमिका मर्यादित राहणार आहे, या गोष्टीचा स्वीकार केला होता. आपल्या स्वत:च्या पक्षाच्या लोकांच्या बाबतीतही आपल्याला इतकी मर्यादित सत्ता आहे. या गोष्टीचा कदाचित डॉ. सिंग यांनी अतिशय सहजपणे स्वीकार केला असावा. कारण ते स्वत:कडे एक अपघातानं बनलेले पंतप्रधान (अक्सिडेन्टल प्राइम-मिनिस्टर) म्हणून बघत. स्वत:विषयी हे शब्द वापरताना त्यांना असंच म्हणायचं असे की, त्यांची या पदासाठी निवड काही सहज, स्वाभाविकपणे झालेली नव्हती. कारण सोनिया गांधी या जर जन्मानं इटालियन नसत्या, तर त्यांनी या पदाचा नक्कीच स्वीकार केला असता. परंतु त्या जन्मानं विदेशी असल्यामुळेच त्यांना त्या पदासाठी स्वत:ऐवजी दुसऱ्या कुणातरी नेत्याची निवड करणं भाग पडलं आणि त्यांनी डॉ. सिंग यांची निवड केली.

मनमोहन सिंग यांची स्वत:ला पंतप्रधानपद मिळावे, ही अपेक्षा कधीच नव्हती. फार-फार तर असं म्हणता येऊ शकेल की, कधी ना कधी तरी ही संधी आपल्याकडे चालून येईल, अशी आशा त्यांना वाटत असावी. लोकांनी आजवर मला एक प्रश्न अनेकदा विचारला आहे, तो म्हणजे 'डॉ. सिंग हे महत्त्वाकांक्षी आहेत, असं मला वाटतं का?' पण माझ्या मते त्याचं स्वत:च्या भवितव्याबद्दल जे मत होतं, त्यासाठी

'महत्त्वाकांक्षा' हा शब्द जरा जास्त कठोर आहे. मी असं म्हणेन की, स्वत:च्या अंगी असलेल्या क्षमतेवर, कर्तृत्वावर त्यांचा पूर्ण विश्वास होता आणि त्यांनी कधी कुणाला तसं दाखवलं नाही, तरी स्वकर्तृत्वावर, स्वबळावर मोठ्या झालेल्या व्यक्तीच्या अंगचा स्वाभिमानही त्यांच्या ठायी होता. त्यांनी विनम्रतेनं स्वत:चा उल्लेख जरी 'अपघातानं झालेले पंतप्रधान' (ॲक्सिडेन्टल प्राइम-मिनिस्टर) असा केला असला, तरी ती जबाबदारी आपण समर्थपणे पेलू शकू, किंबहुना सोनियांच्या भोवती असलेल्या इतर अनेक नेत्यांपेक्षा जास्त कुशलतेनं पार पाडू शकू, याबद्दल त्यांना जराही शंका नव्हती.

गेल्या आठ वर्षांत राजकारणात सक्रिय राहून त्यांनी राजकारणाबद्दलची आपली निष्ठाच दाखवून दिली होती. १९९१मध्ये पी. व्ही. नरसिंह राव यांनी त्यांना जेव्हा आपल्या सरकारमध्ये समाविष्ट करून घेतले, तेव्हा ते एक टेक्नोक्रॅट, एक नाणावलेले अर्थतज्ज्ञ होते. १९९६मध्ये नरसिंह राव यांना निवडणुकीत हार पत्करावी लागली. त्यानंतर कॉंग्रेस पक्षानंही त्यांच्याकडे पाठ फिरवली. डॉ. मनमोहन सिंग त्यानंतर सक्रिय राजकारणात परतले नाहीत. ते पक्षाशी कायम एकनिष्ठ राहिले आणि राज्यसभेत विरोधी पक्षनेते म्हणून काम करत राहिले. पक्षाच्या सर्व राजकीय उपक्रमांमध्ये ते भाग घेत राहिले. ते 'सेकंड इन कमांड' ही भूमिका बजावत राहिले. अर्थात त्यांचा उघडपणे असा उल्लेख कुणीही कधी केला नाही. १९९९मध्ये सोनियांना त्यांच्या स्वत:च्या नेतृत्वाखाली आघाडीचं सरकार स्थापन करण्यासाठी पुरेसा पाठिंबा मिळवण्यात अपयश आल्यानंतर काही महिन्यांनी डॉ. सिंग यांना लोकसभेची निवडणूक लढवण्यास सांगण्यात आलं. कदाचित आपल्याला पुढे एक मोठी राजकीय जबाबदारी सोपवण्यात येणार असल्याचीच ही पूर्वतयारी असावी, असंच त्यांना त्या वेळी वाटलं असेल. त्या निवडणुकीत त्यांना अपयश आलं खरं. पण १९९९ ते २००४च्या दरम्यान ते सोनियांचा उजवा हात बनले. सोनिया जेव्हा परदेशी राष्ट्रप्रमुखांची भेट घेत, तेव्हा त्या वेळी त्यांच्यासोबत नेहमी फक्त मनमोहन सिंग असत; अर्जुन सिंग किंवा प्रणव मुखर्जी नसत. त्याचमुळे डॉ. सिंग यांनी पंतप्रधानपद प्राप्त करण्यासाठी कधीही कोणतीही खेळी खेळली नाही, योजना आखली नाही. पण त्यांच्यावर हे काम जेव्हा सोपविण्यात आलं, तेव्हा त्यांना आश्चर्याचा धक्का बसला नाही.

अर्थात दिल्लीमध्ये केंद्रात आघाडीचं सरकार चालविण्याची ही कॉंग्रेस पक्षाची पहिलीच वेळ होती. मुळात चौदा पक्षाचं कडबोळं असणारं सरकार चालवणं, हे काही सोपं काम नव्हतंच. पण कॉंग्रेसला डाव्यांकडून बाहेरून पाठिंबा घेऊन राजशकट हाकावा लागत होता. त्यामुळे तर हे काम आधिकच गुंतागुंतीचं, किचकट होऊन बसलं होतं. कारण डॉ. मनमोहन सिंग हे अर्थमंत्री असताना याच

डाव्या विचारसरणीच्या पक्षांनी त्यांच्यावर टीकेची झोड उठवली होती. डाव्यांमधले काही लोक सरकारमध्ये सहभागी होण्यास तयार झाले होते. डाव्यांचा पाठिंबा घेऊन काँग्रेसच्या नेतृत्वाखाली सत्तेवर आलेल्या आघाडी सरकारमध्ये रेल्वेमंत्री बनण्याची इच्छा मार्क्सवादी कम्युनिस्ट पक्षाच्या (सीपीआय-एम) सीताराम येचुरी यांनी उघडपणे बोलून दाखवली असल्याची अफवा पसरली होती. त्याचप्रमाणे आघाडीमधील आणखी एक सहभागी पक्ष, भारतीय कम्युनिस्ट पक्ष (सीपीआय) यांनाही सरकारमध्ये समाविष्ट व्हायचं होतं. नाहीतर यापूर्वी सुद्धा केंद्रात आघाडीची सरकारं आली, तेव्हा भारतीय कम्युनिस्ट पक्षानं (सीपीआय) त्यात भाग घेतलाच होता. एच. डी. देवेगौडा किंवा आय. के. गुजराल हे १९९०नंतरच्या दशकात जेव्हा पंतप्रधान होते, तेव्हाची ही गोष्ट. पक्षाचे एक ज्येष्ठ नेते इंद्रजित गुप्ता हे भारतातील सर्वांत पहिले कम्युनिस्ट गृहमंत्री होते. पण मार्क्सवादी कम्युनिस्ट पक्षाच्या नेतृत्वानं डाव्यांच्या सरकारमधील सहभागाची कल्पना फेटाळून लावली.

२४ मे रोजी नव्या मंत्र्यांनी आपापल्या खात्यांची सूत्रं हातात घेतली. त्यानंतर रोज वृत्तपत्रांच्या पहिल्या पानावर नवीन मंत्रीमंडळांची रचना आणि त्यांचा कार्यक्रम याविषयीच्या बातम्या छापून येऊ लागल्या. एक दिवस माध्यमांनी एक वृत्त प्रक्षेपित केलं. टी. के. ए. नायर नावाचे विशेष कुणाला माहीत नसलेले प्रशासकीय अधिकारी होते. ते भारतीय प्रशासकीय सेवे (आयएएस)चे सदस्य असून पंजाब केडरचे होते. पंतप्रधान कार्यालयामधील सर्वांत महत्त्वाचं प्रशासकीय पद, म्हणजे पंतप्रधानांचा मुख्य सचिव हे पद त्यांना देण्यात आल्याचं ते वृत्त होतं.

ते ऐकून मला आश्चर्याचा धक्का बसला. मला वाटल होतं, हे पद मॉन्टेक यांना देण्यात येईल. पण मॉन्टेक आणि डॉ. सिंग यांच्यातले संबंध लक्षात घेता मला असं वाटलं की, कदाचित मॉन्टेक वॉशिंग्टनहून भारतात परत येत असतील, तर त्यांच्यावर याहूनही मोठी जबाबदारी सोपवण्याची योजना असेल. त्या आठवड्याच्या शेवटी मी एक आठ दिवसांची सुटी घेऊन माझी मुलगी तन्विका हिच्यासोबत विमानानं हैदराबादला माझ्या आई-वडिलांकडे गेलो. माझा ५०वा वाढदिवस होता, तो मला त्यांच्यासोबत साजरा करायचा होता. माझी पत्नी रमा एका संशोधन शिष्यवृत्तीवर कॅनडाला गेली होती. शुक्रवारी, २८ मे रोजी मला ५० वर्षं पूर्ण झाली. आम्ही माझ्या आई-वडिलांच्या घरी डायनिंग रूममध्ये बसलेलो असतानाच माझा मोबाइल फोन वाजला.

"मिस्टर संजय बारु?" दिल्लीतून फोन होता. फोनवरचा आवाज खास सरकारी होता, "पंतप्रधानांचे मुख्य सचिव मि. नायर तुम्हाला भेटू इच्छितात. तुम्ही आज संध्याकाळी भेटायला येऊ शकाल का?"

पण मी सध्या हैदराबादला असून वीक एन्ड नंतरच दिल्लीला परतणार

असल्याचं मी त्यांना सांगितलं. त्यावर मी तुम्हाला जरा वेळात फोन करून काय ते कळवतो, असं फोनवर बोलणाऱ्यानं मला सांगितलं. काही मिनिटांत परत त्याच व्यक्तीचा फोन आला. सोमवारची भेटीची वेळ ठरविण्यात आली.

त्या संध्याकाळी आमचं कौटुंबिक स्नेहसंमेलन चालू असताना परत एकदा दिल्लीहून फोन आला. हा फोन एन. एन. व्होरा यांचा होता. हे एक पूर्वाश्रमीचे प्रशासकीय अधिकारी होते. त्यांनी गृह सचिव आणि संरक्षण सचिव म्हणूनही काम केलेलं होतं; त्याचप्रमाणे पंतप्रधान इंद्रकुमार गुजराल यांचे ते मुख्य सचिव होते. १९९०नंतरचं दशक संपत असताना मि. व्होरा हे 'इंडिया इंटरनॅशनल सेंटर'चे संचालक होते. तेव्हा माझी आणि त्यांची खूप जवळून ओळख झाली. आम्ही दोघही राष्ट्रीय सुरक्षा सल्लागार समिती (एनएसएबी)चे १९९८ ते २००१ या काळात सदस्य होतो. अनेक देशांच्या राजधान्यांचे आम्ही एकत्र दौरे केले होते. भारतानं अणुविस्फोट चाचण्या केल्यानंतर भारतावर जपानकडून जे आर्थिक निर्बंध घालण्यात आले होते, ते उठवावे यासाठी जपानचं मन वळवण्यासाठी टोकिओला जे शिष्टमंडळ पाठविण्यात आलं होतं, त्यातही आमचा दोघांचा समावेश होता. व्होरा यांनी त्यांच्या प्रशासकीय सेवेतील आणि गुप्तहेर खात्यातील अनेक किस्से सांगून आमची करमणूक केली होती. टोकिओमध्ये दूरदूर फेरफटका करायला गेल्यावर गप्पा मारत असताना आमच्या असे लक्षात आलं की, आमच्या वयात बरंच अंतर असलं तरी अनेक विषयांवर आमचे दृष्टिकोन सारखे होते. त्यामुळे आमची चांगली मैत्री झाली. अगदी अलीकडच्या काळात मणी दीक्षित यांच्या परराष्ट्र धोरण समितीमध्येही आम्ही दोघं होतो.

''संजय'', व्होरा म्हणाले, ''तुम्ही आज पंतप्रधानांना भेटताय ना? ते तुम्हाला त्यांच्या कार्यालयामध्ये काम करायला येण्याविषयी विचारतील. माझं तुमच्याविषयी काय मत आहे, असं त्यांनी मला विचारलं. तुम्ही फारच चांगले असल्याचं मी त्यांना सांगितलं.''

व्होरा त्यांच्या लकबीनं नाक वर करून हसले. ''पंतप्रधानांचा बेत तुम्हाला त्यांचा 'माहिती सल्लागार' म्हणून नियुक्त करण्याचा असल्याचं सांगत होते. त्यांचा हा निर्णय उत्तम असल्याचं मी त्यांना सांगितलं.''

व्होरांनी माझ्याविषयी हा जो विश्वास दाखवला, त्याबद्दल मी त्यांचे मनापासून आभार मानले आणि परत घरी चालू असलेल्या पार्टीत सहभागी झालो. पण पुढे घडणाऱ्या गोष्टींबद्दलचा उत्साह आणि आनंद मनात होताच. आजपर्यंत माझ्या व्यावसायिक आयुष्यात विविध घटना घडल्या होत्या.

मी एकेकाळी हैदराबाद विद्यापीठात अर्थशास्त्र शिकवत असे. पण वयाच्या ३६व्या वर्षी एक दिवस विद्यापीठाच्या शांत, धीरगंभीर वातावरणाला राम-राम

ठोकून मी भारताच्या आणि एकूणच जगताच्या आर्थिक व राजकीय बदलाच्या काळात पत्रकारितेत उडी घेतली. पुढे मी भारताच्या राष्ट्रीय सुरक्षा सल्लागार समिती (एनएसएबी)चा सदस्य होऊन व्यूहरचनात्मक धोरणासारख्या गोपनीय क्षेत्रात शिरलो. आता मी आणखी एक कोलांटी उडी घेणार होतो आणि खरं सांगायचं तर त्यासाठी मी पूर्णपणे तयार होतो. मनमोहन सिंग यांच्या नेतृत्वाखाली पंतप्रधान कार्यालयामध्ये काम करण्यास मी सिद्ध होतो. मनमोहन सिंग हे एक व्यवहारज्ञानी आणि एक माणूस म्हणूनही अत्यंत आदरणीय व्यक्तिमत्त्व होतं. त्यांच्या हाताखाली काम करण्याची ही संधी गमावण्यात अर्थच नव्हता. मी व्होरा यांच्याशी झालेलं बोलणं फक्त माझ्या आई-वडिलांच्या कानावर घातलं, पण इतर कोणापाशी त्याचा उल्लेखही केला नाही. त्या दिवशी माझा ५०वा वाढदिवस माझ्या कुटुंबीयांबरोबर आणि मित्रमंडळींबरोबर साजरा करताना मी विशेष आनंदात होतो. त्या सर्वांच्या मते 'दिल्ली' हा खूप दूरचा दरबार होता.

■

२

डॉ. सिंग यांना जाणून घेणं

''कधीकधी आयुष्यात मूर्ख बनण्यातच शहाणपणा असतो.''

– राउल प्रेबिश, मनमोहन सिंग यांच्याशी बोलताना, १९६९

मी मनमोहन सिंग यांना पहिल्यांदा १९९१मध्ये त्यांच्या विद्यापीठ अनुदान मंडळा (युजीसी)च्या कार्यालयामध्ये भेटलो. नवी दिल्लीतील बहादूरशाह जफर मार्गावरील माझ्या स्वतःच्या कार्यालयासमोर रस्त्याच्या पलीकडे युजीसीचं कार्यालय होतं. त्या वेळी मी 'इकॉनॉमिक टाइम्स'चा सहसंपादक होतो. १९९१ सालच्या मार्च महिन्यात आमच्या दैनिकाचा तिसावा वर्धापनदिन होता. त्या निमित्तानं एक खास पुरवणी काढण्याचं काम माझ्यावर सोपवण्यात आलं होतं. 'दिल्ली स्कूल ऑफ इकॉनॉमिक्स'चे एक ज्येष्ठ, नामवंत सदस्य के. एन. राज, हे जवाहरलाल नेहरू आणि इंदिरा गांधी यांचे सल्लागार होते. 'दिल्ली स्कूल ऑफ इकॉनॉमिक्स'चा एक प्रतिस्पर्धी ग्रुप 'बॉम्बे स्कूल ऑफ इकॉनॉमिक्स' या नावानं पी. आर. ब्रह्मानंद यांनी स्थापन केला होता. 'दिल्ली स्कूल ऑफ इकॉनॉमिक्स'चे प्रोफेसर राज यांचे डॉ. मनमोहन सिंग हे शिष्य. आम्ही आमच्या पुरवणीमध्ये ज्या कालखंडाचा आढावा घेणार होतो, त्यातील दोन-तृतीयांश काळ डॉ. मनमोहन सिंग यांनी भारत सरकारसाठी अत्यंत महत्त्वाचे धोरणात्मक निर्णय घेण्याचं काम केलं होतं. या तीनही व्यक्तींच्या मुलाखती आम्ही आमच्या पुरवणीमध्ये समाविष्ट करणार होतो.

डॉ. मनमोहन यांचं शैक्षणिक करिअर सर्वार्थानं लक्षणीय होतं. पंजाब युनिव्हर्सिटीत इकॉनॉमिक्सचं शिक्षण घेतल्यावर ते उच्चशिक्षणासाठी केंब्रिजला गेले. त्यानंतर ऑक्सफर्ड युनिव्हर्सिटीतून त्यांनी 'डॉक्टरेट' प्राप्त केली. भारतात परत येऊन त्यांनी काहीकाळ पंजाब युनिव्हर्सिटीत अध्यापनही केलं. १९६०नंतरच्या दशकाच्या पूर्वार्धात अमृतसर येथील त्यांचे शेजारी आणि विख्यात साहित्यिक मुल्क राज आनंद यांनी त्यांना दिल्लीला नेऊन त्यांची पंतप्रधान नेहरूंशी ओळख करून दिली.

नेहरूंनी या तरुण बुद्धिमान अर्थतज्ज्ञाला आपल्या सरकारमध्ये रुजू होण्याचं निमंत्रण दिलं. परंतु त्यांनी निमंत्रणाचा स्वीकार केला नाही. कारण त्यांच्या पुढील शिक्षणासाठी परदेशी जाण्यासाठी कॉलेजनं त्यांच्याशी आर्थिक साह्य देण्याचा करार केला होता.

डॉ. सिंग यांचा पीएच.डी.चा प्रबंध 'भारताच्या निर्यातीचा कल आणि भवितव्य' (India's Export Trends and Prospects) या विषयावर होता. १९६६मध्ये ते जिनिव्हा येथे संयुक्त राष्ट्रसंघाच्या 'व्यापार आणि विकास परिषदे (युनायटेड नेशन्स कॉन्फरन्स ऑन ट्रेड अॅन्ड डेव्हलपमेन्ट – युएनसीटीएडी)त रुजू झाले.

परंतु तीन वर्षांनंतर त्यांना मायदेशानं परत बोलावलं. के. एन. राज या त्यांच्या गुरूंनी त्यांना 'दिल्ली स्कूल ऑफ इकॉनॉमिक्स'मध्ये अध्यापन करण्यासाठी भारतात बोलावून घेतलं. के. एन. राज यांच्या कारकिर्दीत 'दिल्ली स्कूल ऑफ इकॉनॉमिक्स' ही जागतिक पातळीवरची महत्त्वपूर्ण शिक्षणसंस्था बनली होती. अमर्त्य सेन, जगदीश भगवती, सुखमोय चक्रवर्ती असे विद्वान लोक तिथे अध्यापनाचं काम करत होते. डॉ. मनमोहन सिंगसुद्धा तेच काम करू लागले होते. भारतात परत जाण्याचा डॉ. सिंग यांचा तो निर्णय ऐकून युएनसीटीएडीचे प्रमुख राउल प्रेबिश आश्चर्यानं थक्क झाले. डॉ. सिंग यांना त्यांनी परत न जाता तिथेच काम करत राहण्याची कळकळीची विनंती केली. परंतु 'दिल्ली स्कूल ऑफ इकॉनॉमिक्स' ही एक उत्कृष्ट शिक्षणसंस्था असून खुद्द प्रोफेसर राज यांनी आपल्याला निमंत्रण दिलेलं असल्यामुळे त्या निमंत्रणाला डावलण्याची आपली इच्छा नसल्याचं डॉ. सिंग यांनी त्यांना स्पष्ट करून सांगितलं.

''हा खरंतर तुमचा मूर्खपणा आहे,'' प्रेबिश डॉ. सिंग यांना रागावून म्हणाले. पण त्यानंतर थोडा विचार करून ते पुढे म्हणाले, ''कधीकधी आयुष्यात मूर्ख बनण्यातच शहाणपणा असतो.''

पुढे कित्येक वर्षांनंतर नवी दिल्लीच्या रेसकोर्स मार्गावरील पंतप्रधानांच्या अधिकृत निवासस्थानी असलेल्या आपल्या छोट्याशा कार्यालयात बसून डॉ. मनमोहन सिंग यांनी याच शब्दांचा पुनरुच्चार केलेला मी ऐकला. पंतप्रधानांचं हे कार्यालय एका छोट्याशा खोलीत होतं. खोली इतकी लहान होती की, त्यात केवळ एक टेबल आणि दोन खुर्च्या एवढंच सामान होतं. पण समोरच्या बाजूला सुंदर, हिरवंगार लॉन होतं, त्यात मोर विहार करत. डॉ. सिंग यांनी हे वाक्य जेव्हा म्हटलं होतं, तेव्हा 'नागरी अणुऊर्जा सहकार्य करार' अमेरिकेबरोबर करण्याच्या त्यांच्या कल्पनेला त्यांच्या खास विश्वासातील अनेक लोकांनी कडाडून विरोध केला होता. अखेर डॉ. सिंग यांनी त्या लोकांचे म्हणणं ऐकलंच नाही. त्या विषयी बोलताना डॉ. सिंग हसून मला म्हणाले होते, ''ही पुन्हा एकदा मूर्ख बनण्याची वेळ आहे!''

अर्थात १९९१ सालच्या फेब्रुवारी महिन्यातल्या त्या दुपारी माझी डॉ. मनमोहन

सिंग यांच्याशी जेव्हा पहिल्यांदा भेट झाली, त्या वेळी यांच्यात खास लक्षात येण्यासारखं असं काय आहे, याची मला जाणीवसुद्धा नव्हती. प्रोफेसर के. एन. राज यांच्याविषयी मला प्रचंड आदर होता. मी ही त्यांच्याच विद्यार्थी होतो. डॉ. सिंगसुद्धा असेच त्यांचे एक विद्यार्थी असून त्यांनी बरीच वर्षं सरकारसाठी काम केलं आहे, एवढाच माझा त्यांच्याकडे पाहण्याचा दृष्टिकोन होता. एक खरं होतं की, त्याआधी त्यांनी अनेक महत्त्वपूर्ण पदे भूषविली होती. ते भारत सरकारचे प्रमुख अर्थविषयक सल्लागार होते. केंद्रीय वित्त मंत्रालयामध्ये ते अर्थशास्त्रविषयक सचिव होते, रिझर्व्ह बँक ऑफ इंडियाचे गव्हर्नर होते. नियोजन मंडळाचे अध्यक्ष होते, दक्षिण आयोगाचे महासचिव होते आणि पंतप्रधान चंद्रशेखर यांच्या सल्लागारपदाचा त्यांनी नुकताच त्याग केला होता. पण मुळात कितीही उच्चपदस्थ व्यक्तीसमोर घाबरून जाणं, माझ्या स्वभावातच नव्हतं.

शिवाय मी ज्या वातावरणात वाढलो, लहानाचा मोठा झालो, ते वातावरण, ते क्षेत्र आणि डॉ. सिंग यांचं कार्यक्षेत्र साधारण सारखंच होतं. ज्या वेळी माझे वडील आंध्र प्रदेशचे वित्त आणि नियोजन सचिव होते त्याच वेळी दिल्लीला केंद्रात डॉ. सिंग हे वित्त मंत्रालयामध्ये सचिव होते. तसंच माझे सासरे पूर्वी नियोजन मंडळात असल्यामुळे त्यांची आणि डॉ. सिंग यांची चांगली ओळख होती. माझ्या वडिलांचे आणि डॉ. सिंग यांचे अनेक 'कॉमन फ्रेंड्स' होते. मुख्य म्हणजे अर्थतज्ज्ञ के. एन. राज, शिक्षणतज्ज्ञ अम्रिक सिंग आणि कम्युनिस्ट नेते मोहित सेन हे सर्व दोघांच्याही ओळखीचे होते.

मी त्या दिवशी बहादूर शहा जफर मार्ग ओलांडून पलीकडे असलेल्या युजीसी कार्यालयामध्ये गेलो, तेव्हा आपण एका शिष्ट, अहंमन्य सरकारी अधिकाऱ्याला, दिल्ली दरबारातल्या एका व्हीआयपी व्यक्तीला भेटायला जात आहोत, अशी माझी अपेक्षा होती. पण डॉ. मनमोहन सिंग यांना पाहताच सर्वांत प्रथम नजरेत भरली ती त्यांची विनम्र वृत्ती आणि त्यांचं मृदू व्यक्तिमत्त्व. त्यांनी माझं प्रेमानं स्वागत केलं. ते त्यांच्या खुर्चीतून उठून पुढे झाले आणि आम्ही दोघांनी सोफ्यावर बसावं, असं त्यांनी सुचवलं. त्यांनी माझ्यासाठी चहा मागवला. मी माझा टेपरेकॉर्डर सुरू करून त्यांची मुलाखत घेण्यास सुरुवात केली. पण मुलाखत सुरू होऊन काही मिनिटंच झाली असतील, तोच टेपरेकॉर्डर बंद पडला. मी जरासा गडबडलो. मी त्या मशीनवर थपडा मारल्या, त्याच्या बॅटरी बाहेर काढून पुन्हा आत घातल्या, पण कशाचाच उपयोग होईना. डॉ. सिंग शांत होते. पण त्यांना काही वेळानं एका मीटिंगला जायचं होतं आणि दुसऱ्याच दिवशी ते दौऱ्यावर निघाले होते, याची त्यांनी सौम्यपणे आठवण करून दिली. त्यामुळे मी तशीच मुलाखत चालू ठेवावी, असं त्यांनी सुचवलं.

आता त्यांनी दिलेली उत्तरं एकीकडे भराभरा लिहून काढावी की काय, असा मी विचार करत होतो, तेवढ्यात मला एक कल्पना सुचली. समोरच आमचं 'इकॉनॉमिक टाइम्स'चं कार्यालय होतं, तिथून मी आमचे स्टेनोटायपिस्ट मिस्टर आनंद यांना तातडीनं

बोलावून घेतलं. ते लगेच आले आणि डॉ. सिंग यांनी दिलेली उत्तर त्यांनी शॉर्टहँडमध्ये लिहून काढली. मुलाखत तयार झाल्यानंतर छापण्यापूर्वी डॉ. सिंग यांनी ती नजरेखालून घालण्याची इच्छा व्यक्त केली. ते दौऱ्यावर जाणार होते. त्यामुळे ते परत आल्यावर म्हणजे मुलाखत घेतल्यापासून एक आठवड्यानं मी त्यांना ती दाखवली. टाईप केलेल्या कागदावर त्यांनी बॉलपेननं बऱ्याच दुरुस्त्या सुचवल्या.

त्यांचं अक्षर अत्यंत नीटनेटकं, सुवाच्च होतं. मिस्टर आनंद यांनी त्या दुरुस्त्या समाविष्ट करून नंतर ती फाइल माझ्या सहकाऱ्याकडे पाठवावी, अशी मी सूचना केली. माझा हा सहकारी त्या पुरवणीच्या निर्मितीचं काम बघत होता. मला तातडीनं दिल्ली सोडून कामासाठी बाहेरगावी जावं लागणार होतं.

५ मार्चला पहाटे माझ्या घराच्या दाराबाहेर पायरीवर 'इकॉनॉमिक टाइम्स'चा अंक येऊन पडला होता. तो उचलून मी उघडून बघायच्या आत माझा फोन वाजला. डॉ. मनमोहन सिंग फोनवर होते. बोलताना त्यांचा आवाज जरी शांत असला तरी ते रागावले होते, ते उघड होतं. "मी ज्या दुरुस्त्या सुचवल्या त्या तुम्ही केल्याच नाहीत." ते म्हणाले. "मी त्यात एक अख्खा परिच्छेद जोडला होता, पण तो इथे छापण्यातच आलेला नाही. तो मुद्दा फार महत्त्वाचा होता. हे अतिशय बेजबाबदारपणाचं आहे. तुम्ही इतके निष्काळजी असाल, असं मला वाटलं नव्हतं."

मी त्यांना वारंवार म्हणत होतो, "सॉरी, सर मी अजून पेपर पाहिलेला नाही." इतक्यात त्यांनी फोन ठेवून दिला.

डॉ. सिंग यांनी माझी एकूण दोन वेळा कानउघडणी केली, त्यातली ही पहिली. दुसऱ्यांदा त्यांनी माझी कानउघडणी करण्याचा प्रसंग यानंतर तब्बल सोळा वर्षांनी आला. त्यांनी स्वत: घेतलेल्या एका अत्यंत महत्त्वाच्या निर्णयाचं श्रेय राहुल गांधी यांना देण्यास काँग्रेस पक्ष उत्सुक असताना मी ते डॉ. सिंग यांना देऊन मोकळा झालो, त्याबद्दल ते मला रागावले होते.

आता या पुरवणीच्या वेळी जी चूक घडली होती, तशा प्रकारच्या चुका वृत्तपत्रांमध्ये कधीतरी गडबडीत घडतात. मिस्टर आनंद यांनी खरंतर त्यांचं काम चोख केलं होतं. पण ज्या माणसानं ते पेज बनवलं त्यानं कॉम्प्युटरवर चुकून आधीची, बदल न केलेली, मूळ मुलाखतीची फाइल डाउनलोड केली, त्यामुळे हे घडलं. डॉ. मनमोहन सिंग यांनी नंतर स्वत:च्या हस्ताक्षरात जे लिहिलं होतं, ते वाचण्याची मला उत्सुकता वाटली. हा मजकूर न आल्यामुळेच ते एवढे चिडले होते. ते नुकतेच साउथ कोरियाच्या दौऱ्यावर जाऊन आले होते. त्या देशाचं जे प्रगतीचं मॉडेल होतं त्यापासून भारताला शिकण्यासारखं बरंच काही असल्याचं त्यांनी त्या परिच्छेदात लिहिलेलं होतं. त्यांनी एका गोष्टीकडे लक्ष वेधलं होतं – साउथ कोरियात शिक्षणासाठी खूप गुंतवणूक केली होती. त्यांनी खुली अर्थव्यवस्था

अंगीकारली होती आणि भारतानंही तसंच करण्याची गरज होती.

त्यांचे हे मुद्दे आमच्याकडून गाळले गेल्याबद्दल त्या वेळी डॉ. सिंग इतके का चिडले होते, हे मला नंतर बऱ्याच वर्षांनी समजलं. काही वर्षांपूर्वी त्यांनी त्यांच्या पीएचडीच्या प्रबंधात या मुद्द्यांचा उच्चार केला होता. भारताच्या स्वत:च्या विकासासाठी परकीय व्यापार आणि जागतिक अर्थव्यवस्थेला सामारं जाण्याचा खुलेपणा याचं महत्त्व त्यांनी त्या प्रबंधात विशद केलं होतं. आत्ताही याच मुद्यांचा पुनरुच्चार ते करू इच्छित होते. कारण ते आजच्या काळाशी सुसंगत असेच मुद्दे होते. आजपर्यंत भारतातील कोणाही धोरणकर्त्यानं साउथ कोरिया या राष्ट्राकडे आदर्श म्हणून पाहिलेलं नव्हतं. खरंतर १९८० ते ९०च्या मध्यात वर्ल्ड बँकेतील हंगेरियन अर्थतज्ज्ञ बेला बालासा यांच्याशी प्रोफेसर राज यांचं कडाक्याचं भांडण झालं होतं. बालासा यांनी पूर्व आशियाई देशांच्या प्रगतीकडून शिकण्यासारखं बरंच काही आहे, असं मत व्यक्त केल्याबद्दल प्रोफेसर राज यांनी बरेच ताशेरे ओढले होते. माझ्यासारख्या भारतात शिक्षण घेतलेल्या अर्थतज्ज्ञांना या कोरियाच्या विकासाच्या मुद्यांची हेटाळणी करायलाच शिकवण्यात आलं होतं. इतक्या लहानशा देशाची आर्थिक प्रगती ही अमेरिकन सत्तेशी संलग्न असून भारतासारख्या इतक्या मोठ्या स्वतंत्र देशामध्ये या लहान देशांच्या व्यूहरचना मुळीच उपयोगाच्या नाहीत, अशी कारणं त्यासाठी देण्यात येत. १९९१ सालच्या फेब्रुवारी महिन्यात म्हणजे डॉ. सिंग यांना अनपेक्षितपणे भारताचे अर्थमंत्री होण्यासाठी पाचारण करण्यात येण्याच्या थोडेच आठवडे आधी, पुन्हा एकदा आमच्या पुरवणीच्या माध्यमातून डॉ. सिंग हे व्यापार आणि विकासासंबंधीचा त्यांचा दृष्टिकोन सर्वांसमोर ठेवू इच्छित होते, सर्वांचं त्याकडे लक्ष वेधू इच्छित होते.

खरोखर, डॉ. मनमोहन सिंग यांच्या टीकाकारांनी त्यांचं जे चित्र रंगवलं आहे, त्याहून ते कितीतरी मोकळ्या मनाचे आहेत. 'डॉ. मनमोहन सिंग हे अर्थमंत्री झाल्यानंतर ते आता या खुल्या अर्थव्यवस्थेविषयी बोलू लागले आहेत,' असे खोडसाळपणाचे आरोप त्यांचे काही टीकाकार त्यांच्यावर करत. पण ते चुकीचे होते. ते नेहमीच 'मुक्त व्यापारा'*चे (ट्रेड लिबरलायझेशन) समर्थन करत, तर 'निर्यातविषयक निराशावादा'*वर (एक्स्पोर्ट पेसिमिझम) टीका करत.

**मुक्त व्यापार (Trade Liberalization) : व्यापारातील सुधारणा : देशांमधील मालाच्या आयात निर्यातीवरील बंधनं काढणं अथवा कमी करणं.*

**निर्यात विषयक निराशावाद (Export Pessimism) : निर्यात विषयक निराशावाद म्हणजे विकसनशील देश आपली निर्यात वाढवायला गेले, तर प्रगत देश एकतर त्यांनी निर्यात केलेला माल सामावून घेऊ शकणार नाहीत किंवा घेऊ इच्छिणार नाहीत. त्यामुळे विकसनशील देशांच्या निर्यातीवर मर्यादा पडतील, असा दृष्टिकोन.*

(जागतिक अर्थकारणात भारतानं फारशी भर घातलेली नसल्यामुळे जागतिक अर्थकारणाकडून भारतानं विशेष काही मागणी करू नये, हा जुना सिद्धान्त आला मोडीत निघालेला आहे.)

मार्च, १९९१च्या मुलाखतीत त्यांनी मला जे सांगितलं ते असं होतं :

> १९५० नंतरच्या दशकामध्ये मी स्वत: 'निर्यात विषयक निराशावाद' या संकल्पनेवर टीका करत असे. परंतु १९५७मध्ये परकीय चलनाची जी प्रचंड मोठी समस्या उद्‌भवली, त्यानंतर माझ्या मतात थोडासा बदल झाला होता. तुम्हाला जर आठवत असेल, तर 'निर्यात' हा पर्याय असू शकत नाही असं 'दुसऱ्या योजने'मध्ये गृहीत धरण्यात आलं होतं. त्या काळी कापड उद्योग आणि इंजिनीअरिंगच्या वस्तू हे दोन महत्त्वाचे उद्योग होते. आपल्याला एक आठवत असेल, तर १९४५मध्ये भारत हा कपड्यांची मोठ्या प्रमाणात निर्यात करणारा देश होता. पण आपण आधुनिकीकरण न केल्यामुळे मागे पडलो.
>
> याउलट साउथ कोरियासारखे देश या क्षेत्रात १९५०नंतर आले, पण त्यांनी कापड उद्योगाचं आधुनिकीकरण केलं आणि प्रचंड प्रमाणात कपड्यांची निर्यात करू लागले. १९६० नंतरच्या दशकात जी उद्योग क्षेत्रात मोठी लाट आली, त्याचा फायदा आपण घेऊ शकलो नाही. कारण जगाच्या बाजारपेठेमध्ये मानवी श्रमांवर आधारलेल्या तंत्रज्ञानाला काही संधी नाही, असं आपल्याला वाटत होतं. तंत्रज्ञानात बदल घडवून आणणं आणि त्याला योग्य ठरेल, असं औद्योगिक धोरण बनवणं या गोष्टीचं महत्त्व आपल्याला समजलं नाही. आपली लोकसंख्या आणि आपल्याकडे उपलब्ध असलेली नैसर्गिक संपत्ती या दोन्हींचा ताळमेळ घालायचं ठरवलं तर दरडोई अशी नैसर्गिक संपत्ती तुटपुंजी आहे. त्यामुळे आपल्याला ती तूट भरून काढण्यासाठी 'औद्योगिक राष्ट्र' ('उद्यमशील राष्ट्र') होण्याची गरज आहे.

त्या वेळी भारतात मुक्त व्यापार आणि औद्योगिक धोरण या विषयांवर सर्वत्र उलट-सुलट चर्चा चालू होती. तेव्हा डॉ. मनमोहन सिंग यांनी त्या मुलाखतीला स्वहस्ताक्षरात जोडलेल्या मुद्द्यांमधून नक्कीच त्यांना ही मतं मांडायची होती. नेमकी तीच मतं, तेच मुद्दे आमच्याकडून नजरचुकीनं गाळले गेले होते. वस्तुस्थिती तर अशी होती की, ते जेव्हा पंतप्रधान चंद्रशेखर यांचे सल्लागार होते, तेव्हा ते पंतप्रधानांना जो काही धोरणविषयक सल्ला देत होते, त्यावर पंतप्रधानांचे डाव्या विचारसरणीचे सल्लागार नाराज होते. त्यामुळे डॉ. सिंग तिथून बाहेर पडले. आता युजीसीच्या कार्यालयातून त्यांना स्वत:ची मतं, स्वत:चा दृष्टिकोन स्पष्टपणे जनतेसमोर मांडण्याची इच्छा होती आणि मीच हा सगळा गोंधळ घालून ठेवला होता!

नंतर कित्येक दिवस मी आणि डॉ. सिंग एकमेकांच्या संपर्कात आलोच नाही. १९९१ सालच्या जून महिन्यात ते भारताचे अर्थमंत्री झाले. १९९१मध्ये राजीव गांधी यांची हत्या झाल्यानंतर नरसिंह राव यांनी काँग्रेस पक्षाचे नेते म्हणून सूत्रं हाती घेतली. एकीकडे निवडणूक, तर दुसरीकडे आंतरराष्ट्रीय कर्जफेडीची गंभीर बनलेली समस्या असं वातावरण होतं. त्यामुळे सगळ्या जगाला ज्यांच्याविषयी विश्वास वाटेल असा, आंतरराष्ट्रीय नाणेनिधी सोबत कर्जाविषयीच्या वाटाघाटी सक्षमपणे करू शकेल असा, अर्थमंत्री पी. व्ही. नरसिंह राव यांना हवा होता. नरसिंह राव यांची पहिली पसंती आय. जी. पटेल होते. हे पूर्वी अर्थमंत्रालयामध्ये होते. 'लंडन स्कूल ऑफ इकॉनॉमिक्स'चे संचालक म्हणून काही वर्षं काम केल्यानंतर ते नुकतेच भारतात परतले होते. इंदिरा गांधी यांच्या अनेक धोरणांवर पटेल यांनी अनेकदा टीका केली होती. १९८०नंतरच्या दशकात त्यांनी एक मोठा निबंध लिहिला होता. त्यात त्यांनी 'नियंत्रणांची होळी' (bonfire of controls) करण्याची सूचना केली होती. परंतु या खेपेस पटेल यांनी हे पद स्वीकारण्यास नकार दिला आणि वडोदरा या आपल्या मूळगावी जाऊन निवृत्तीचे जीवन व्यतीत करणं पसंत केलं. त्यानंतर राजीव गांधी यांचे मुख्य सचिव पी. सी. ॲलेक्झांडर यांनी नरसिंह राव यांना डॉ. मनमोहन सिंग यांचं नाव सुचवलं. ॲलेक्झांडर यांनी डॉ. सिंग यांना फोन करून ते भारताचे अर्थमंत्री बनणार असल्याची शक्यता असल्याचं सांगितलं. पण डॉ. सिंग यांचा एकतर त्या बातमीवर विश्वास बसला नसावा किंवा त्यांना प्रत्यक्ष पंतप्रधानांकडून ही गोष्ट ऐकायची असेल. त्यामुळे ते फक्त घरीच थांबले. पंतप्रधान पी.व्ही. नरसिंह राव यांनी त्यांना बोलावणं पाठवलं आणि तातडीनं राष्ट्रपतीभवनामध्ये त्यांचा शपथविधी पार पडला.

ज्या दिवशी डॉ. सिंग यांनी सूत्रं हातात घेतली, त्याच दिवशी मी त्यांच्या घरी फोन करून अभिनंदनाचा संदेश ठेवला. त्या रात्री नुकतंच जेवण आटपलं असताना फोन वाजला. "संजय, मी मनमोहन!" नूतन अर्थमंत्री म्हणाले. "मला तुमच्या शुभेच्छा मिळाल्या, थँक्यू! मी जरा व्यवस्थित स्थिरस्थावर झालो की, आपण भेटूच!" तो 'फायनान्शियल एक्स्प्रेस'च्या विशेष पुरवणीचा आमच्याकडून झालेला घोटाळा ते विसरले तरी असावेत किंवा त्यांनी मला माफ तरी केलं असावं. मी मनातून सुटकेचा नि:श्वास सोडला. आणीबाणीची आर्थिक परिस्थिती हाताळणाऱ्या अर्थमंत्र्यांना एका अर्थविषयक वृत्तपत्राच्या पत्रकाराशी चांगले संबंध ठेवणं, तसंही गरजेचं होतंच.

त्यानंतर सहा महिने माझे आणि त्यांचे संबंध छान होते. भारतात त्या वेळचे ते दिवस कोणत्याही अर्थक्षेत्रातील पत्रकारासाठी महत्त्वाकांक्षी, कैफ आणणारे होते. या सगळ्याची सुरुवात दोन टप्प्यात झाली : १ जुलै आणि ३ जुलै रोजी करण्यात आलेल्या रुपयाच्या अवमूल्यनानं. डॉ. सिंग आणि रिझर्व्ह बँकेचे डेप्युटी गव्हर्नर सी.

रंगराजन यांनी त्या गोष्टीचं 'हॉप, स्किप अ‍ॅन्ड जंप,' असं नामकरण केलं होतं. त्यानंतर अनेक धोरणात्मक घोषणा करण्यात आल्या. भारतातील कुप्रसिद्ध 'लायसेन्स परमिट राज'(सरकारी लाल फितीच्या कारभाराला असं म्हणण्यात येत असे.)चा शेवट झाल्याची घोषणासुद्धा याच वेळी करण्यात आली. सर्व प्रकारच्या आयातीवरचं शुल्क कमी करण्यात आलं.

२४ जुलै, १९९१ रोजी डॉ. सिंग यांनी आपलं पहिलं अंदाजपत्रक सादर करताना केलेल्या भाषणाचा समारोप त्यांनी व्हिक्टर ह्युगोच्या सुप्रसिद्ध उक्तीनं केला : "एखादी कल्पना प्रत्यक्षात यायला योग्य वेळ आली की, जगातली कोणतीही शक्ती तिला थोपवू शकत नाही." (No power on Earth can stop an idea whose time has come.) ते पुढे म्हणाले, "इथे जमलेल्या सर्व विद्वज्जनांना समोर मी असं सुचवेन की, भारत लवकरच जगातील आर्थिक महासत्ता म्हणून उदयास येणार आहे, ही एक अशीच संकल्पना आहे. सर्व जगाला ती स्पष्टपणे, मोठ्यांदा ऐकू दे! आता भारत जागृत झाला आहे. आता आमचे दिवस येणार आहेत. आम्ही नियंत्रण हातात घेणार आहोत."

'फायनान्शियल टाइम्स'मध्ये आम्ही सरकारनं उचललेल्या या पावलांबद्दल सरकारला पाठिंबाच दिला. परंतु या नव्यानं योजिलेल्या आर्थिक उदारीकरणाच्या उपायांचा विकास आणि समाजकल्याणावर कसा परिणाम होतोय, याविषयी आमच्यापैकी अनेकांच्या मनात शंका होती. त्या वेळचे केंद्रसरकारचे प्रमुख अर्थविषयक सल्लागार दीपक नय्यर यांच्याशी या संदर्भात माझी बरीच चर्चा झाली होती. दीपक नय्यर हे जवाहरलाल नेहरू युनिव्हर्सिटीतले माझे सहकारी. १९८५च्या सुमारास आम्ही दोघंही तिथे एकत्र अध्यापन करत असू. त्यांच्याकडून मला असं कळलं होतं की, अर्थखात्यानं नेमकं काय करायला हवं, याविषयी अंतर्गत बरेच मतभेद होते. 'एक्सचेंज रेट'विषयी धोरण काय असावं, याविषयी सुद्धा मतभेद होते. सी. रंगराजन, केंद्रिय अर्थमंत्रालयाचे संयुक्त सचिव वाय. वेणूगोपाल रेड्डी यांना 'एक्सचेंज रेट'च्या बाबतीत खूप हळूहळू पावलं उचलण्यात यावी, असं वाटत होतं, तर मॉन्टेक आणि इतर काही लोकांना ('बिगबँग अ‍ॅप्रोच') सगळे बदल एकदमच धडाक्यानं करावेत, असं वाटत होतं. माझ्या स्तंभलेखनांतून मी हळूहळू एक-एक पाऊल उचलण्याच्या दृष्टिकोनाचं समर्थन केल्यामुळे ज्यांचं माझ्याशी एकमत झालं, ते माझ्या बाजूला झुकले.

या मतभेदांचे पडसाद जनमानसातही उमटले. माध्यमांमध्ये 'सावकाश टप्प्याटप्प्याने सुधारणा'विरुद्ध 'एका धडाक्यात सुधारणा' अशी तावातवानं चर्चा सुरू झाली. अशीच एक व्यक्ती म्हणजे, दिल्लीच्या ब्रिटिश उच्चायोगातील एक कनिष्ठ अधिकारी चार्लस क्लिफ्ट. चार्लस यांनी ससेक्स युनिव्हर्सिटीतून पीएचडी केली होती. त्यांचे

मार्गदर्शक होते, एक मार्क्सवादी कम्युनिस्ट बिप्लब दासगुप्ता. ते भारतात परत येऊन मार्क्सवादी कम्युनिस्ट पक्षाचे लोकसभेतील खासदार झाले होते. (२००५मध्ये त्यांचे निधन झालं.) चार्लस यांनी मला असं सांगितलं की, भारतीय-अर्थखात्याकडून आंतरराष्ट्रीय नाणेनिधी (IMF)कडे पाठवण्यात आलेलं प्रत्येक पत्र आणि कागदपत्रं ही आयएमएफच्या सर्व संचालकांना पाठवण्यात येतात. त्याचप्रमाणे ब्रिटिश लोकांचे असंही धोरण आहे की, त्या त्या देशाच्या संदर्भातील उपक्रमांच्या बाबतीतल्या सर्व कागदपत्रांची एक प्रत त्या देशात स्थित ब्रिटिश उच्चायोगाकडेसुद्धा पाठवण्यात येते.

याचा सरळ-सरळ अर्थ असा होता की, आयएमएफचे व्यवस्थापकीय संचालक मिशेल कॅम्डेयस यांना डॉ. सिंग यांनी लिहिलेल्या पत्राची एक प्रत दिल्लीला ब्रिटिश उच्चायोगाच्या कार्यालयामध्ये येऊन दाखल झाली होती. चार्लस आणि बिप्लब यांचे घनिष्ट संबंध होते. बिप्लब स्वत: मार्क्सवादी कम्युनिस्ट पक्षाचे सदस्य असल्यामुळे अर्थमंत्री आणि आंतरराष्ट्रीय नाणेनिधी यांच्यामध्ये काय व्यवहार चालू आहेत, हे जनतेसमोर आणताना त्यांना आनंद होणार, हे उघडच होतं. त्यातली काही कागदपत्रं चार्लस यांनी जराही न कचरता मला पाहायला दिली. मी सुद्धा एकेकाळी हैदराबाद युनिव्हर्सिटीत असताना मार्क्सवादी कम्युनिस्ट पक्षाचा सदस्य असल्यानं बिप्लब मला त्यांचा 'सहचर' समजत असत आणि तसं त्यांनी चार्लस यांना कधीतरी सांगितलंही होतं. चार्लस यांनी उदारमनानं मला ती कागदपत्रं दाखवल्यामुळे मी काही 'इंटरेस्टिंग' बातम्या आणि लेख लिहू शकलो.

१९९२ सालच्या फेब्रुवारी महिन्यात, डॉ. सिंग त्यांचं दुसरं राष्ट्रीय अंदाजपत्रक सभागृहापुढे सादर करण्याच्या आदल्या दिवशी 'इंडियन एक्स्प्रेस'नं डॉ. सिंग यांच्याकडून आंतरराष्ट्रीय नाणेनिधीला (आयएमएफला) पाठवण्यात आलेली काही पत्रं छापून प्रसिद्ध केली. त्यामुळे राष्ट्रीय अंदाजपत्रक देशात सादर होण्याआधीच भारताची काही 'बजेट सीक्रेटस' आयएमएफपाशी फुटली असल्याचं त्यासोबत सुचित करण्यात आलं होतं. मी चार्लस यांना फोन केला. एक्सप्रेसमधल्या बातमीत नमूद करण्यात आलेली सर्व कागदपत्रं त्यांच्या ताब्यात खरोखर असल्याची खातरी करून घेतली. त्यामुळे या विषयावर मला पुढेही बरंच काही लिहिणं शक्य झालं. २६ फेब्रुवारी रोजी अंदाजपत्रक सादर करण्याच्या काही वेळ आधी सगळी कागदपत्रं संसदेत मांडल्यावाचून दुसरा काही पर्यायच उरला नाही.

अंदाजपत्रक संसदेत २९ फेब्रुवारी रोजी मांडण्यात येणार होतं. त्याच दिवशी सकाळी 'इकॉनॉमिक टाइम्स'मध्ये माझाच एक प्रदीर्घ लेख प्रसिद्ध झाला. त्याचं शीर्षक होतं :

'Loan Terms : How many steps beyond the Fund ?'

या लेखात मी जे विश्लेषण केलं होतं, ते चार्लस यांनी मला पुरवलेल्या

कागदपत्रांच्या आधारे केलं होतं. सरकार आयएमएफशी कसं वचनबद्ध आहे, हा मुद्दा मी त्यात अधोरेखित केला होता आणि असा युक्तिवाद केला होता की, आयएमएफच्या कर्मचाऱ्यांना अंदाजपत्रकाचे धोरण आधीच समजल्या कारणानं सरकारचं सार्वभौमत्त्व धोक्यात आलं होतं.

मी असंही नमूद केलं होतं की, आपण जे धोरणात्मक उपाय राबवणार आहोत, त्यातला एक उपाय म्हणजे स्टीलच्या किमतीवरचं सरकारी नियंत्रण उठवणं हा असेल, असं डॉ. मनमोहन सिंग यांनी आयएमएफला आणि जागतिक बँकेला आधीच वचन देऊन टाकलं आहे. खरंतर हा निर्णय अजून झालेला नाही, कारण त्याला कॅबिनेटची संमती मिळणं बाकी आहे. त्यानंतर डॉ. मनमोहन सिंग सभागृहापुढे जेव्हा अंदाजपत्रक सादर करण्यासाठी उभे राहिले, तेव्हा कम्युनिस्ट पक्षाचे नेते सोमनाथ चॅटर्जी यांनी 'इकॉनॉमिक टाइम्स'चा हा अंक फडकावला. अर्थमंत्र्यांनी अंदाजपत्रक आधीच फोडलं असल्याचा त्यांनी आरोप केला आणि सरकारविरुद्ध विशेषाधिकार प्रस्ताव मांडण्याची करण्याची मागणी केली. डॉ. सिंग अर्थातच संतापले.

डॉ. सिंग आपलं अंदाजपत्रक संसदेसमोर मांडण्यासाठी उभे राहिलेले असल्यामुळे त्यांच्यावर बंधनं होती. ते या आरोपांना उत्तर देऊ शकत नव्हते. आयएमएफ आणि 'वर्ल्ड बँके'चा संस्थापक सदस्य या नात्यानं भारताला त्यांच्याकडून कर्ज घेण्याचा पूर्ण अधिकार असल्याचं त्यांनी सांगितलं. डॉ. सिंग यांनी पुढे असं स्पष्टीकरण दिलं की, ''कर्ज देणारी संस्था या नात्यानं त्यांना आपली कर्जफेडीची क्षमता आहे की नाही, हे तपासून पाहावं लागतं. त्यामुळे त्यांच्या काही अटींची पूर्तता आपल्याला करावी लागते. जे-जे देश या संस्थांकडून कर्ज घेऊ इच्छितात त्यांना विशिष्ट प्रकल्प राबवण्यासाठी त्या कर्जाची गरज असते, ते प्रकल्प कितपत व्यवहार्य आहेत, ते प्रत्यक्षात उतरू शकतात की नाही, यासंबंधी संस्थांशी चर्चा करावी लागते. अशा चर्चा आपणही त्यांच्यासोबत केल्या आहेत.'' एवढं बोलून त्यांनी सभागृहाला सांगितलं की, ''आपण त्यांनी घातलेल्या ज्या अटी मान्य केलेल्या आहेत, त्यात आर्थिक सुधारणांचे उपाय आम्ही प्रत्यक्षात राबवू असंच स्पष्ट होतं. आयएमएफ आणि जागतिक बँकेला जे 'लेटर ऑफ इंटेट' मी पाठवलं आहे, त्यात याच सुधारणा आम्ही करू, असं मी लिहिलं आहे. त्याच्या अटी आपण मान्य करणं, हे आपल्या देशाच्या हिताचंच आहे. या सर्व सुधारणांमधील बऱ्याचशा सुधारणा आपल्या पक्षाच्या निवडणूक जाहीरनाम्यात नमूद केलेल्याच आहेत. सरकार आपल्या राष्ट्रहिताच्या बाबतीत कोणत्याही प्रकारची तडजोड कधीच करणार नाही; आपल्या सार्वभौमत्वाला तर कधीच बाधा पोहोचणार नाही.''

त्यानंतर डॉ. सिंग यांनी माझी भेट घेण्यास नकार दिला. त्यानंतर पुढच्या काही महिन्यांमध्ये मी सरकारच्या अर्थविषयक धोरणांवर लिहिणं चालूच ठेवलं, पण डॉ. सिंग

यांची दारं मात्र माझ्यासाठी बंद झाली होती. मला अर्थखात्यात अजूनही प्रवेश होता, पण तो फक्त वाय. व्ही. रेड्डी, वल्लुरी नारायणन आणि दुव्वरी सुबराव (हे सर्व हैदराबादचे होते.) तसेच दीपक नय्यर यांच्यापर्यंतच मी पोहोचू शकत होतो. त्याच वर्षी पुढे दीपक नय्यर यांनी मंत्रीमंडळ सोडले. त्यानंतर इकॉनॉमिक टाइम्समध्ये सरकार, दीपक आणि मॉन्टेक यांच्यातील बौद्धिक तात्त्विक मतभेदांचं मी विश्लेषण केलं होतं. त्या लेखाचं शीर्षक होतं : ''मतभेदाचं महत्त्व.' नंतर मला असं कळलं की, माझ्या त्या लेखाबद्दल डॉ. सिंग माझ्यावर चिडले होते आणि त्यांनी अर्थखाते म्हणजे 'वादविवाद सभा' (Debating Society) नाही, असे ताशेरेही कुणापाशी तरी ओढले होते.

१९९३ सालच्या पूर्वार्धात, म्हणजे मी 'इकॉनॉमिक टाइम्स'मधून 'टाइम्स ऑफ इंडिया'मध्ये गेल्यानंतर काही दिवसांतच 'टाइम्स ऑफ इंडिया'चे उद्योग व अर्थविषयक संपादक दिलीप पाडगांवकर यांनी मला अर्थमंत्र्यांच्या भेटीची वेळ घेऊन आमच्या दैनिकासाठी त्यांची मुलाखत घेण्याची विनंती केली. मी दिलीप पाडगांवकर यांच्याजवळ कबूल केलं की, मला डॉ. सिंग यांच्या भेटीची वेळ मिळण्याची फारशी शक्यता नाही. मग त्यांनी स्वत: भेटीची वेळ घेण्यासाठी फोन करण्याची तयारी दाखवली. त्याप्रमाणे त्यांनी फोन करून भेटीची वेळही ठरवली. त्या मुलाखती विषयी पाडगावकर डॉ. सिंग यांच्याशी बोलत असताना मुलाखतीला त्यांच्यासोबत मीही येणार असल्याचं त्यांनी डॉ. सिंग यांना सांगितलं. माझं नाव ऐकताच डॉ. सिंग एकदम गप्प झाले. जरा वेळानं पाडगावकरांना त्यांनी त्यांचा माझ्यावर विश्वास नसल्याचं सांगितलं. मी त्यांचा दृष्टिकोन अचूक मांडणार नाही, असं त्यांचं मत होतं. डॉ. सिंग यांनी त्या वेळी पाडगावकरांना त्या जुन्या 'ET at 30' या 'इकॉनॉमिक टाइम्स'च्या विशेष पुरवणीच्या वेळी झालेल्या गोंधळाची आठवण करून दिली. पण डॉ. सिंग यांची मुलाखत छापायला जाण्यापूर्वी आपण स्वत: जातीनं ती नजरेखालून घालू, असं पाडगावकरांनी त्यांना आश्वासन दिल्यावरच ते आम्हाला भेटायला तयार झाले.

दुसऱ्या दिवशी आम्ही जेव्हा सिंग यांच्या नॉर्थ ब्लॉकमधील कार्यालयात पोहोचलो, तेव्हा मी दिलीप पाडगांवकर यांच्यामागे राहून शक्य तितकं डॉ. सिंग यांचं माझ्याकडे लक्ष जाणार नाही, अशा पद्धतीनं संभाषणात जराही व्यत्यय न आणता बसून होतो. आश्चर्याची गोष्ट अशी की, डॉ. सिंग उठून माझ्यापाशी आले. त्यांनी माझ्या खांद्यावर हात टाकून स्मित हास्य करत माझी खुशाली विचारली. आपले उद्योग व अर्थशास्त्र विषयाचे संपादक आणि अर्थमंत्री यांच्यातले संबंध सुरळीत झाल्याचं पाहून पाडगांवकर यांनी सुटकेचा नि:श्वास टाकला. मुलाखत व्यवस्थित पार पडली. त्यानंतर कित्येक वर्षांनी मी डॉ. सिंग यांच्यासाठी काम करत असताना मला त्यातली खोच समजली, डॉ. सिंग यांचं समोरच्याला गारद करून

टाकणारं हे स्मितहास्य खास त्यांच्या टीकाकारांसाठी आणि विरोधकांसाठी राखीव होतं. डाव्या आघाडीचे नेते, आपल्या वृत्तपत्रांमधून डॉ. सिंग यांच्या विरोधात लिहिणारे संपादक आणि डॉ. सिंग यांच्या विरुद्ध प्रसार माध्यमांचे कान फुंकणारे काँग्रेस पक्षातले त्यांचे काही सहकारी या सर्वांसाठी हे खास ठेवणीतलं हास्य राखून ठेवण्यात आलेलं असावं.

दुसऱ्याच दिवशी मला पंतप्रधान कार्यालयामधून फोन आला. त्या रात्री मला जेवणाचं निमंत्रण देण्यात आलं होतं. एका पंचतारांकित हॉटेलात अगदी मोजक्या व्यक्तींसाठीच खाना आयोजित करण्यात आला होता. मी तिथे जाऊन पोहोचलो. मला एका छोट्या गोल टेबलापाशी बसवण्यात आलं होतं. त्याच टेबलापाशी माझ्या शेजारी डॉ. सिंग बसले होते. पण त्याशिवाय आणखी केवळ चारच पाहुणे होते. त्या वेळाचे व्यापारमंत्री पी. चिदंबरम, मॉन्टेक आणि ईशर. त्याचप्रमाणे 'हिंदुस्तान टाइम्स'च्या अध्यक्षा शोभना भारतीय. आम्ही एकत्र बसलो, तेव्हाच आपलं व्यवस्थित पुनर्वसन झाल्याचं मला कळून चुकलं.

एक पत्रकार या नात्यानं मी इंदिरा गांधींविषयी अशाच कथा ऐकल्या होत्या. त्या आपल्या निंदकाला अशा मधुर स्मितहास्यानं किंवा एखाद्या खास हावभावानं जिंकून घेत. तरुण वयात मी कम्युनिस्ट विचारसरणीचा होतो. तेव्हा मी स्टॅलिन विषयीही अशीच एक गोष्ट वाचली होती. एखाद्या सहकाऱ्याला सैबेरियाला शिक्षा भोगायला पाठवून देण्याआधी किंवा त्याचा वध करण्याआधी तो त्याला स्वत:च्या घरी जेवायला बोलावून घेत असे. डॉ. सिंग हे अर्थातच स्टॅलिन नव्हते. ते इंदिरा गांधी सुद्धा नव्हते. पण मला वाटतं, मित्रांना कसं जिंकून घ्यावं आणि टीकाकारांना स्मितहास्यानं गारद कसं करावं, हे त्यांनी इंदिराजींकडून घेतलं असावं.

त्यानंतर मी जेव्हा त्यांच्या बरोबर काम करण्यास सुरुवात केली, तेव्हा मला एक गोष्ट जाणवली. डॉ. सिंग यांनी ज्या-ज्या पंतप्रधानांसाठी काम केलं होतं, त्यांच्यापैकी प्रत्येकाकडून त्यांनी काही ना काही घेतलं होतं. जे पत्रकार किंवा इतर लोक त्यांच्याशी चांगलं वागत त्यांना ते भेटत आणि त्यांच्या नावडत्या पत्रकारांना आणि व्यक्तींना भेटण्यास ते नकार देत. ही गोष्ट मात्र खरी होती. परंतु त्यांच्या टीकाकारांना मधून-मधून जेव्हा कधी ते भेटत तेव्हा आपल्या सौजन्यानं भारून टाकत. आपल्या सल्लागारांमध्ये जे काही मतांतर असेल, त्यांचा ते आदर ते करत. एक पंतप्रधान या नात्यानं ते सर्वांचं म्हणणं ऐकून घेत असत, मीटिंग चालू असताना ते कधीच कुणाच्याही मताशी सहमत नसल्याचं दर्शवत नसत, कुणाचं बोलणं जिथल्या तिथे खोडून काढत नसत. मतस्वातंत्र्याचा आणि अभिव्यक्ती स्वातंत्र्याचा ते आदर करत. त्याद्वारे त्यांना जे करणं योग्य, गरजेचं वाटेल, तेच ते करत. त्यांच्या आधी होऊन गेलेल्या पंतप्रधानांकडून एक गोष्ट त्यांनी निश्चितपणे

उचलली होती. कोणत्याही धोरणात्मक बाबींविषयी आपलं स्वत:चं मत काय आहे; हे जर फारच गरज पडली, तरच उघड करायचं नाहीतर आपल्या मनात काय आहे, हे कुणालाच कळू द्यायचं नाही.

त्या दिवशीचं ते सहभोजन आमच्यातील परस्परसंबंधांना एका वेगळ्याच वळणावर घेऊन गेलं. एव्हाना माझं स्वत:चं त्यांच्याबद्दलचं मत पूर्वीइतकं तीव्र राहिलं नव्हतं आणि त्यांच्या धोरणांविषयी मला कौतुक वाटू लागलं होतं. आपल्या टीकाकारांशी सलोख्याचे संबंध प्रस्थापित करण्याची गरज असल्याची त्यांना सुद्धा जाणीव झाली असावी. पंतप्रधान पी. व्ही. नरसिंह राव हे अत्यंत खंबीरपणे त्यांच्या पाठीशी उभे होते. ते जनतेसमोर जाहीरपणे त्यांना आपला राजकीय पाठिंबा देत असत. परंतु खासगीत मात्र काँग्रेस पक्षाला राजकीय बाबतीत जी काही चिंता वाटते आहे, त्याची आपले अर्थमंत्री म्हणून डॉ. सिंग यांनी दखल घ्यावी, अशी ते त्यांना विनंती करत. डॉ. सिंग यांनीसुद्धा आपली आग्रही वृत्ती कमी करून ते थोडे मवाळ झाले होते.

राजकारणात परिस्थिती कशी हाताळावी, राजकीय क्षेत्रात कसं वावरावं, हे ते शिकले होते. परंतु लोकांच्या आरड्या-ओरड्याला, आपल्यावर केलेल्या आरोपांना आक्रमक वृत्तीनं तोंड देणं त्यांना जमत नव्हतं. १९९१ सालच्या ऑगस्ट महिन्यात तसंच १९९२ सालच्या मार्च महिन्यात अशी दोन वेळा डॉ. सिंग यांनी राजीनामा देण्याची तयारी दर्शविली होती. पहिल्या खेपेला एका संशयास्पद खाती असलेल्या बँकेला सरकारकडून झुकतं माप देण्यात आल्याचा आरोप झाला होता. दुसऱ्या खेपेस, अर्जुन सिंग यांच्या नेतृत्वाखाली त्यांच्या स्वत:च्या मंत्रीमंडळातील काही सहकाऱ्यांनी त्यांच्या धोरणांवर टीकेची झोड उठवली होती. अर्जुन सिंग हे गांधी परिवाराशी एकनिष्ठ होते. शिवाय त्यांची स्वत:चीही पंतप्रधान पद मिळवण्याची महत्त्वाकांक्षा होती. त्यामुळे ते पंतप्रधान पी. व्ही. नरसिंग राव यांचा द्वेष करत. पुढे डॉ. सिंग हे दोन वेळा पंतप्रधान बनले, तेव्हा ते त्यांचाही द्वेष करू लागले. नरसिंह राव यांनी डॉ. सिंग यांना संपूर्णपणे पाठिंबा दिला होता. डॉ. सिंग यांनी अशा लोकांचं बोलणं मनाला लावून घेऊ नये, ते व्यक्तिश: त्यांच्यासाठीच बोलणं नाही, तर ते सगळे आरोप आडून-आडून त्या लोकांनी पंतप्रधानांवरच केलेले आहेत, अशी डॉ. सिंग यांची राव यांनी समजूत घातली. १९९३च्या डिसेंबर महिन्यात परत एकदा एका संसदीय समितीनं शेअर बाजाराची हाताळणी करण्याच्या अर्थमंत्र्यांच्या पद्धतीवर त्याचप्रमाणे बँकिंग क्षेत्रातील घोटाळ्यावर सडकून टीका केली. त्या वेळी तिसऱ्यांदा डॉ. सिंग यांनी राजीनामा देण्याची तयारी दर्शविली. आता मात्र पी. व्ही. नरसिंह राव वैतागले. त्यांच्या मते, डॉ. सिंग यांचं हे सारखं राजीनामा देण्याच्या धमक्या देणं, जरा जास्तच होत होतं.

त्या राजीनाम्याच्या प्रकरणात बरंच मोठं नाटक झालं. पी.व्ही. नरसिंह राव यांचे साहाय्यक पी. व्ही. आर. के. प्रसाद हे आंध्र प्रदेशातून आलेले एक आयएएस अधिकारी होते. ते पंतप्रधानांचे 'माध्यम सचिव' म्हणून पण काम बघत. त्यांनी हा संपूर्ण किस्सा नंतर मला तपशिलवार सांगितला. प्रसाद यांनी मला असं सांगितलं की, डॉ. सिंग यांनी राजीनामा मागे घ्यावा म्हणून त्यांची मनधरणी करण्याची स्वत: पंतप्रधान नरसिंह राव यांची मुळीच इच्छा नव्हती. परंतु जर यदाकदाचित डॉ. सिंग यांनी राजीनामा दिलाच तर आपण अर्थमंत्री व्हावं, यासाठी प्रणव मुखर्जी आणि चिदंबरम या दोघांनीही हालचाली सुरू केल्या होत्या. त्यामुळे पंतप्रधान दक्ष होते. प्रसाद यांच्या म्हणण्यानुसार पी.व्ही. नरसिंह राव यांनीच त्यांना असं सांगितलं होतं की, डॉ. सिंग हे काही राजकारणी नसल्यामुळे त्यांना जरा वेगळ्या पद्धतीनं हाताळावं लागेल. "त्याचं मन वळवायला मी कोणत्याही राजकारणी माणसाला पाठवू शकत नाही." पी. व्ही. नरसिंह राव प्रसाद यांना म्हणाले, "आणि जरी मी पाठवलंच, तरी ते आपला निर्णय मुळीच बदलणार नाहीत." त्यामुळे मग पंतप्रधानांनी डॉ. सिंग यांचं मन वळवण्याची जबाबदारी प्रसाद यांच्यावर सोपवली.

पी. व्ही. नरसिंह राव जेव्हा १९७१मध्ये आंध्र प्रदेशचे मुख्यमंत्री होते, तेव्हा प्रसाद हे त्यांचे खासगी सचिव होते. त्या वेळी असे गुंतागुंतीचे अनेक प्रसंग राव यांच्यासाठी त्यांनी हाताळले होते. पंतप्रधान नरसिंह राव यांचा त्यांच्यावर पूर्ण विश्वास होता. डॉ. सिंग यांनी आपला राजीनामा मागे घ्यावा म्हणून प्रसाद यांना त्यांची अनेक वेळा भेट घ्यावी लागली. प्रसाद यांनी आठवून सांगितलं की, त्यांनी डॉ. सिंग यांच्या घरी जाऊन त्यांच्या पत्नीच्या समक्ष यासंबंधी बरीच चर्चा केली. अखेर त्यांच्या पत्नीनं हस्तक्षेप केला आणि डॉ. सिंग यांना पंतप्रधान राव यांची भेट घेऊन यातून तोडगा काढण्यासाठी आणि हे राजीनामा देण्याचं नाटक थांबवण्यासाठी समजून सांगितलं. मी यातलं बरचसं 'टाइम्स ऑफ इंडिया'मध्ये छापलं होतं. पी. व्ही. नरसिंह राव आणि प्रसाद यांचे व माझे संबंध किती जवळचे आहेत, याची डॉ. सिंग यांना पूर्ण कल्पना होती. पंतप्रधान राव हे अनेकदा माझ्या वडिलांना आपली भाषणं लिहून देण्याची विनंती करत असत, हेही त्यांना माहीत होतं. या सगळ्या गोष्टी लक्षात घेऊन सुद्धा डॉ. सिंग आता माझ्याशी जास्त आपुलकीनं वागू लागले आणि जसे-जसे दिवस गेले तसातसा त्यांचा माझ्यावर विश्वासही बसला.

१९९५मध्ये अर्थमंत्र्यांच्या व्यक्तिमत्त्वाचे आणखी काही पैलू जवळून पाहण्याची मला संधी मिळाली. माद्रिद येथे आयएमएफ आणि वर्ल्ड बँकेच्या ज्या वार्षिक बैठका झाल्या त्यासाठी पत्रकार म्हणून मी उपस्थित होतो. ही घटना नेहमीपेक्षाही विशेष होती. कारण आंतरराष्ट्रीय नाणेनिधी आणि वर्ल्ड बँकेचा ५०वा वर्धापनदिन होता. भारतीय शिष्टमंडळाचं नेतृत्व डॉ. सिंग हे करत होते. ते अत्यंत खूश होते.

एव्हाना ते सुप्रसिद्ध अर्थमंत्री बनले होते. त्यांना आंतरराष्ट्रीय पातळीवर अनेक मान-सन्मान व पुरस्कार प्राप्त झाले होते. तिथे उपस्थित असलेल्या इतर देशांच्या अर्थमंत्र्यांमध्ये ते लोकप्रिय होते. अनेक लोक डॉ. सिंग यांना भेटून त्यांच्याशी प्रदीर्घ चर्चा करत. विकसनशील देशांना विकासासाठी साहाय्य आणि त्यांच्या अर्थव्यवस्थेच्या मदतीसाठी नवीन कर्जांचे प्रस्ताव याविषयांवर जेव्हा चर्चा होत, तेव्हा त्यांच्या मतांचा सर्वत्र आदर केला जाई. 'फंड-बँक' मिटींगमध्ये ते जेव्हा भाषण करत, तेव्हा ते आत्मविश्वासाने आणि अधिकारवाणीने बोलत आणि लोक त्यांचं बोलणं आदरानं ऐकत.

आंतरराष्ट्रीय पातळीवर ते अत्यंत आत्मविश्वासानं सभांमध्ये भाषण करत. परंतु त्या ठिकाणी असे काही मुद्दे जर उपस्थित झाले, ज्यामुळे त्यांना भारतामध्ये परत आल्यावर काही पेचप्रसंगांना समोर जावं लागण्याची शक्यता असेल, तर अशावेळी मात्र ते अत्यंत सावधगिरी बाळगत, हे माझ्या लक्षात आलं होतं. स्पेनमधील सिंधी असोसिएशननं भारतीय अर्थमंत्र्यांच्या सन्मानार्थ एक मेजवानी आयोजित करण्याचं ठरवलं होतं. त्यासाठी मलाही निमंत्रण देण्यात आलं होतं. त्या मेजवानीच्या दिवशी 'फंड-बँक' मीटिंगच्या ठिकाणी माझी प्रकाश हिंदुजा यांच्याशी गाठ पडली. ते त्या वेळी इराणच्या अर्थमंत्र्यांशी कुठल्यातरी गंभीर विषयावर चर्चा करत होते. प्रकाश हिंदुजा यांचे आणि त्यांच्या परिवाराचे इराणशी घनिष्ट संबंध आहेत. हिंदुजांनी मला ओळखलं. त्याच संध्याकाळी आपण डॉ. मनमोहन सिंग यांच्या सन्मानार्थ एक मेजवानी ठेवली असून, त्यासाठी मी उपस्थित राहावं असं त्यांनी मला आग्रहाचं निमंत्रण दिलं. त्यावर मला सिंधी असोसिएशननं आयोजित केलेल्या मेजवानीला जायचं असल्यामुळे मी येऊ शकत नसल्याचं त्यांना सांगितलं. त्यावर ते प्रसन्न हसून म्हणाले, "अहो म्हणजे तेच ते. सिंधी असोसिएशन म्हणजे आम्हीच की!"

दुपारी डॉ. सिंग यांच्याशी गाठ पडताच मी हे सगळं त्यांच्या कानावर घातलं. त्यावर ते चिंतेत पडले. त्यांनी लगेच भारताच्या राजदूतांना फोन करून आपण या मेजवानीला जावं की नाही, याविषयी त्यांचा सल्ला विचारला. अखेर जेव्हा ही मेजवानी खरोखरच सिंधी असोसिएशनतर्फे आयोजित करण्यात आली होती आणि हिंदुजा परिवारातर्फे नव्हती, अशी खातरी पटल्यावरच ते येण्यास राजी झाले. हिंदुजा बंधूबरोबर जास्त मिसळण्याची डॉ. सिंग यांची मुळीच तयारी नव्हती. हे हिंदुजा बंधू युरोपमधील गर्भश्रीमंत उद्योगपती होते आणि त्यावेळेस बोफोर्स तोफांच्या व्यवहारात दलालीचं काम केल्याचा त्यांच्यावर आरोप होता. बोफोर्स तोफांचा हा घोटाळा राजकीय स्तरावर कित्येक वर्षं गाजत होता. पण आश्चर्याची गोष्ट अशी की, पुढे कित्येक वर्षांनंतर डॉ. सिंग अमेरिकेशी आण्विक कराराच्या संदर्भात वाटाघाटी करत होते. तेव्हा अमेरिकेचे संसदसदस्य आणि काँग्रेसजन यांच्या मनापर्यंत पोहोचण्यासाठी इराणचा दुवा त्यांना शाबूत ठेवायचा होता. हिंदुजा बंधूंची बोफोर्सच्या संदर्भातील

आरोपांमधून कायदेशीररित्या मुक्तता झालेली होती. वॉशिंग्टन डीसी आणि इराणमधून भारताला पाठिंबा मिळवत असताना त्यांनी महत्त्वाची भूमिका बजावली.

✦

१९९६ सालच्या सार्वत्रिक निवडणुकांमध्ये काँग्रेसचा पराभव झाला. डॉ. मनमोहन सिंग हे अजूनही राज्यसभेचे सदस्य होते. ते गांधी परिवारानं सामाजिक विकासासाठी स्थापन केलेल्या 'राजीव गांधी फाउंडेशन' या संस्थेचं काम करत होते. राजीव गांधी फाउंडेशनची जबाबदारी अबीद हुसेन यांनी स्वत:च्या खांद्यावर घेतली होती. हे मूळचे हैदराबादचे निवृत्त प्रशासकीय अधिकारी. हुसेन यांनी भारताचे अमेरिकेतील राजदूत म्हणून काहीकाळ काम केलं होतं. आता त्यांनी 'राजीव गांधी फाउंडेशन'ची सूत्रं हातात घेतली. त्यांचीच एक शाखा म्हणजे 'राजीव गांधी इन्स्टिट्यूट ऑफ काँटेम्परारी स्टडीज.' त्यांच्या शैक्षणिक उपक्रमात त्यांनी मला समाविष्ट करून घेतलं. त्यांनी मला डॉ. सिंग यांच्या सतत संपर्कात ठेवलं. हुसेन जेव्हा व्याख्यानं, परिसंवाद किंवा स्नेहभोजनाचे कार्यक्रम आयोजित करायचे, त्या वेळी माझी आणि डॉ. सिंग यांची अनेकदा गाठ पडायची. आता ते काही अर्थमंत्री नव्हते. त्यामुळे त्यांना इतर वेळी आणि संसदेचं सत्र चालू नसेल, तेव्हा तर भरपूर वेळ मिळायचा. त्यामुळे आमच्यात अधिकाधिक संवाद घडू लागला. कधीतरी मी त्यांचा सल्ला सुद्धा मागत असे. ते योग्यच सल्ला देतील याची मला खातरी होती. १९९७मध्ये मी पत्रकारितेपासून बाजूला होऊन काही दिवसांसाठी सुटी घेण्याचा निर्णय घेतला. त्या वेळी मी 'रिसर्च ॲन्ड इन्फर्मेशन सिस्टिम फॉर नॉन अलाइन्ड ॲन्ड अदर डेव्हलपिंग कंट्रीज' या संस्थेत यावं, असं त्यांनीच मला सुचवलं. ते या संस्थेचे अध्यक्ष होते. ईशर अहलुवालीया नुकत्याच या संस्थेच्या संचालक झाल्या होत्या.

पूर्वेच्या आणि आग्नेय आशियाई देशांच्या अर्थव्यवस्थेशी भारताचे संबंध कसे आहेत, याचा मी अभ्यास करावा म्हणून डॉ. सिंग यांनी मला प्रोत्साहन दिलं. हा विषय गेल्या कित्येक वर्षांपासून त्यांना अत्यंत जवळचा बनला होता. आसियान (ASEAN – Association of South East Asian Nations) या गटामध्ये असलेल्या देशांशी व्यापार करण्यामधील महत्त्व या विषयावर मी एक पेपर लिहिला होता. १९९७मध्ये डॉ. सिंग हे 'इंडिया हॅबिटाट सेंटर'(IHC)चे अध्यक्ष झाले. मग त्यांनी मला त्यांच्या उपक्रमांमध्ये सहभागी करून घेतले. त्याचा परिणाम म्हणून एक फारच आव्हानात्मक काम माझ्या पदरात पडलं. 'वातावरणातील बदल' या विषयातील तज्ज्ञ असलेले शास्त्रज्ञ आर. के. पचौरी तसेच इतर तज्ज्ञांच्या टीममध्ये मी सहभागी झालो. आयएचसीच्या विविध उपहारगृहांच्या खाद्यसेवेचा परवाना

मिळवण्यासाठी ज्या-ज्या केटरर्सचे अर्ज आले होते, त्यांनी बनवलेल्या अन्न पदार्थांचं परीक्षण करण्याचं काम आम्ही करत असू.

१९९९मध्ये काँग्रेस पक्षानं साउथ दिल्ली लोकसभा मतदार संघातून निवडणूक लढवण्यासाठी उमेदवार म्हणून डॉ. सिंग यांची निवड केली. ईशर अहलुवालिया, जी. एस. भल्ला आणि इतर विद्वान मंडळांनी एकत्र येऊन डॉ. सिंग यांचा घरोघरी जाऊन प्रचार करण्यासाठी 'फ्रेंडस ऑफ मनमोहन' नावाचा गट केला होता, त्यात मी सहभागी झालो. माझी मुलगी आणि मी आमच्या आजूबाजूच्या घरांमध्ये जाऊन पत्रकं वाटायचो. दुर्दैवाने डॉ. मनमोहन सिंग त्या निवडणुकीत सुमारे ३०,००० मतांनी पराभूत झाले. त्यांचा प्रतिस्पर्धी भारतीय जनता पक्षाचा उमेदवार कुमार मल्होत्रा याला राजकारणात डॉ. सिंग यांच्याइतका नावलौकिक देखील नव्हता. इंदिरा गांधी यांची १९८४मध्ये हत्त्या झाल्यावर काँग्रेस पक्षाच्या काही कार्यकर्त्यांनी आणि गुंडांनी दिल्लीत सुमारे ३,००० शीख लोकांचं शिरकाण केलं होतं. या विषयावर डॉ. मनमोहन यांनी व्यक्त केलेली मतं वादग्रस्त ठरली. त्यांनी अशाप्रकारे निरपराध शीख लोकांची हत्या करणाऱ्यांचा अर्थातच निषेध केला. परंतु त्याचबरोबर या हत्याकांडाला काँग्रेस आणि राष्ट्रीय स्वयंसेवक संघ हे दोघंही तेवढंच जबाबदार असल्याचं त्यांनी प्रतिपादन केलं होतं. ते लोकांना रुचलं नाही. शीख मतदारांनाही त्यांनी घेतलेली ही भूमिका पटली नाही.

कारण खरंतर जेव्हा शीख जमातीच्या लोकांवर स्थानिक काँग्रेसच्या लोकांच्या नेतृत्वाखाली जमाव चालून येत होता, तेव्हा राष्ट्रीय स्वयंसेवक संघाच्या कार्यकर्त्यांनी त्यांचं संरक्षण केलं होतं, त्याबद्दल शीख लोक कृतज्ञच होते. त्यांच्या मनात राग होता, तो केवळ काँग्रेसविषयी. एकीकडे डॉ. सिंग यांनी घेतलेल्या भूमिकेबद्दल काँग्रेसही नाराज होतं. इंदिराजींच्या हत्येनंतर जनतेनं उत्स्फूर्तपणे शिखांवर हल्ले केले असून त्यात काँग्रेस पक्षाचा काहीही हात नव्हता. मुळात हा पद्धतशीरपणे राबवण्यात आलेला कटच नव्हता, असा कांगावा काँग्रेस पक्षानं चालू ठेवला होता. डॉ. सिंग यांनी स्वत:च्या काँग्रेसपक्षावर जाहीर टीका केली नाही, पण त्यांनी जी तात्त्विक भूमिका घेतली, त्यामुळे त्यांच्यावर सगळेच नाराज झाले.

परंतु डॉ. सिंग यांच्या कुटुंबीयांची अशी पक्की खातरी होती की, त्यांचा पराभव हा पक्षांतर्गत कट-कारस्थानांमुळेच झाला होता. स्थानिक काँग्रेस नेत्यांनी डॉ. सिंग निवडून यावे यासाठी काहीही प्रयत्न केले नाहीत, असा आरोप सिंग यांच्या कुटुंबीयांनी केला. कदाचित भावी पंतप्रधान म्हणून सोनिया डॉ. सिंग यांना तयार करत असाव्यात, अशी कुणकुण काही काँग्रेसजनांना लागली असावी. आणि ही योजना मूर्तस्वरूप घेण्याच्या आतच संपवून टाकावी, या उद्देशानंही त्यांनी हे केलं असेल. काही झालं तरी डॉ. सिंग यांच्या जवळच्या मित्रमंडळींनी केलेल्या या त्यांच्या प्रचाराला यश आलं नाही

आणि या शर्यतीत त्यांचा पराभव झाला. डॉ. सिंग यानंतर कधीच लोकसभेची निवडणूक लढवणार नव्हते. त्याऐवजी संसदेत येण्याचा कमी वादळी मार्ग त्यांनी पसंत केला, तो म्हणजे राज्यसभा. दिल्लीच्या लोकसभा निवडणुकीत पत्करावी लागणारी हार सिंग कुटुंबीयांच्या मनावर कायमचे व्रण उठवून गेली. स्वत: सिंग यांनी या विषयावर माझ्याशी कधीच चर्चा केली नाही. पण त्यांच्या कुटुंबातील इतर व्यक्ती माझ्याशी बोलल्या. एकदा नाही, अनेकदा त्या सर्वांनी मला हे सांगितलं की, या प्रसंगामुळे विश्वासघाताच्या कटू आठवणी त्यांच्या मनात राहिल्या आहेत.

✦

डॉ. सिंग यांची आणि माझी खूप जवळून ओळख झाली असली, तरी अजूनही ते माझ्यासाठी एक कोडंच आहेत. ते खूप अबोल आहेत. त्यांनी माझ्याशी जवळपास कधीच कोणत्याही खासगी गोष्टीची चर्चा केल्याचं मला आठवत नाही. धोरण किंवा चालू घडामोडी या विषयांवर ते अगदी सहज 'टॉकशॉप' करत असले, तरीसुद्धा कोणत्याही विषयावर पेटून, तळमळीनं ते कधी बोलत नसत. मी जेव्हा त्यांच्यासाठी काम करू लागलो, तेव्हा अनेकदा मी त्यांना भेटायला आलेल्या लोकांसमोर अतिशय शांत किंवा कधीकधी जरासं अवघडून, निर्विकार मुद्रेनं बसलेलं पाहिलं आहे. निरर्थक हवा-पाण्याच्या गप्पा मारण्याचं कौशल्य त्यांच्या अंगी नव्हतं. कधीतरी कौटुंबिक कारणासाठी त्यांना अमृतसर किंवा कोलकात्याला नातेवाइकांच्या भेटीला जाण्याची वेळ यायची किंवा जिनिव्हासारख्या ठिकाणी कधीतरी जुने मित्र भेटायचे. अशावेळी त्या लोकांशी काय बोलावं, हे डॉ. सिंग यांना सुचतच नसे. मग त्यांच्याशी गप्पा मारण्याची जबाबदारी मिसेस कौर यांच्यावरच येऊन पडे. गमतीची गोष्ट अशी की, त्यांच्याबरोबरीच्या जगदीश भगवती, आय. जी पटेल यांसारख्या अर्थतज्ज्ञांच्या सहवासात सुद्धा बोलण्याचं काम त्यांच्यावरच सोपवून स्वत: डॉ. सिंग गप्पच राहात.

बीबीसीचे भारतातील प्रतिनिधी ख्यातनाम पत्रकार मार्क टुली यांच्याशी कधी नव्हे ते, डॉ. सिंग मनमोकळेपणे बोलले. तेव्हा स्वत:च्या या संकोची स्वभावाविषयीचा एक किस्सा त्यांनी सांगितला. केंब्रिज विद्यापीठाच्या माजी विद्यार्थ्यांनी चालवलेल्या 'कॅम' या नियतकालिकासाठी मार्क टुली डॉ. सिंग यांची मुलाखत घेत होते. डॉ. सिंग यांनी त्यांना असं सांगितलं की, ते सेंट जॉन्स कॉलेजमध्ये शिकत असताना इतर विद्यार्थ्यांच्या अगोदर भल्या पहाटे उठून अंघोळ करून घेत. कारण वसतीगृहात सार्वजनिक न्हाणीघरात इतर विद्यार्थ्यांसमोर डोक्याचा फेटा काढून लांब केसांची डोक्यावर गाठ बांधून अंघोळ करायचा त्यांना संकोच वाटे. पण इतक्या पहाटे

अंघोळीसाठी गरम पाणी उपलब्ध नसल्यामुळे डॉ. सिंग गार पाण्यानंच अंघोळ करत. गार पाण्यानं अंघोळ करणं तब्येतीला चांगलं असतं, त्यामुळे सर्दी होत नाही, असा ते बरोबरीच्या मित्रांपुढे युक्तिवाद करत.

पण त्यांच्या या संकोची स्वभावामुळेच अनेकदा ते भावनाशून्य, कोरडे असल्याचा लोकांचा गैरसमज होत असे. यशस्वी राजकारणी हे नेहमी 'जानूस' या रोमन देवतेसारखे दुतोंडी असतात. मुखवटे धारण करणारे असतात. कधी रुक्ष, कठोर, थंडपणे वागायचं आणि कधी चेहऱ्यावर आपुलकी दाखवायची, हे त्यांना पक्कं ठाऊक असतं. त्यांच्यातले जे जास्त धूर्त, लबाड असतात, ते तर स्वत:चे हे दोन चेहरे एका झटक्यात बदलू शकतात. डॉ. सिंग यांना हा असा मुखवटा चढवून वागणं कधी जमलं नाही. आपल्या टीकाकारांना गोड स्मितहास्यानं गारद करण्याचं तंत्र त्यांनी भलेही आत्मसात केलं असेल, पण उच्चपदस्थ लोकांकडून पत्रकारांना ज्या जवळकीची, सलगीची अपेक्षा असते, तसा दिखाऊपणा डॉ. सिंग यांना कधीच जमला नाही. त्यांची ही संकोची वृत्ती म्हणजेच त्यांची ढाल असावी. लहान वयात त्यांनी स्वत:चं जगापासून संरक्षण करण्यासाठी ती घेतली असावी, असंच मला वाटतं. त्यांचं बालपण खूप खडतर गेलं. आईच्या अकाली मृत्यूनंतर त्यांना त्यांच्या काकांच्या घरी जाऊन राहावं लागलं, कारण त्यांचे वडील फारसे कधी घरीच नसत. त्यांच्या काका-काकूंना स्वत:ची मुले होती. त्यामुळे लहान मनमोहनला स्वत:ची काळजी स्वत:च घ्यावी लागे. डॉ. सिंग यांच्या मनात त्यांच्या विद्यार्थीदशेच्या किंवा ते अमृतसरला अध्यापन करत असतानाच्या खूप सुंदर आठवणी आहेत. परंतु गाह येथे घालवलेल्या स्वत:च्या बालपणाविषयी ते फारसं कधी बोलत नाहीत, असं माझ्या लक्षात आलं आहे.

मी पंतप्रधान कार्यालयामध्ये काम करत असताना माझ्या असं लक्षात आलं की, त्यांचा हा मितभाषी स्वभाव त्यांच्या कुटुंबात वावरताना सुद्धा तसाच असतो. त्यांच्या मुलींच्या सांगण्यानुसार त्यांच्या वडिलांच्या मनात अनेक मुद्यांविषयीची काय विचार आहेत, हेच त्यांना कधी माहीत नसायचं; कारण ते घर आणि कार्यालय या दोन गोष्टींना कधी एकत्र आणत नसत. त्यांच्या मनात प्रत्येक गोष्टीसाठी वेगवेगळे कप्पे होते. आपल्या मनातले विचार ते सहसा व्यक्त करत नसत. आपल्या इच्छा-आकांक्षा किंवा निराशा, दु:ख हेही घरच्यांसमोर कधीच बोलून दाखवत नसत. एक दिवस मिसेस कौर मला म्हणाल्या होत्या, "ते सगळं आतल्या आत गिळून टाकतात. काहीच बाहेर काढून टाकत नाहीत."

कार्यालयामध्ये तर घरापेक्षाही कमी बोलत. ते घरी जसे मितभाषी होते, तसेच ते समाजापुढेही वावरतानाही होते. माध्यमांनी त्याबद्दल त्यांना कायम दूषणं दिली. पण त्यांच्या स्वभावाचाच तो एक भाग होता.

औपचारिक बैठकांमध्ये किंवा राष्ट्रप्रमुखांच्या भेटीच्या वेळी एखाद्या उत्तम

शाळकरी विद्यार्थ्याप्रमाणे ते स्वत:ला जे काही बोलायचं असेल, ते पाठ करून जात. मंत्रीमंडळाच्या बैठकी तसेच अधिकृत बैठकांमध्ये त्यांच्या त्या गप्प बसण्यामुळेच ते प्रसिद्ध झाले होते. ते बरेचदा मन लावून ऐकत आणि मग त्यांना एखाद्या विषयावर मत व्यक्त करावंसं वाटलंच, तर ते मोजक्या चार शब्दांत करत. त्यांची पद्धत अशी होती की, ते आधी प्रत्येकाला स्वत:चं मत मांडू देत असत, त्यानंतर जो काही निर्णय घ्यायचा तो कागदोपत्री घेत असत. त्यांचं स्वत:चं मत सर्वांसमोर ते स्पष्ट शब्दांत व्यक्त करत नसत. जर ते आपल्या सोबत चर्चेसाठी बसलेल्या लोकांपैकी कुणाला बोलायला उद्युक्त करू शकले, तर त्यांना खूप आनंद व्हायचा. मग ते आरामात बसून ऐकू शकत. परंतु ते अनेकदा प्रश्न विचारत. त्या प्रश्नांमधून कधीतरी त्यांच्या मनात काय चालू आहे, याचा अंदाज यायचा.

जसा काळ गेला तसे पंतप्रधानांचं पद सांभाळत असताना ते अधिक-अधिक धीट होत गेले. मग त्यांनी एका नवीनच कार्यनीतीचा अवलंब करण्यास सुरुवात केली. बैठक चालू असताना एखाद्या व्यक्तीनं मांडलेल्या मताशी ते स्वत: जर सहमत असले, तर ते त्या व्यक्तीला बोलायला जास्त वेळ देऊ लागले. पण ज्यांचं मत त्यांना स्वत:ला पटलं नसेल, त्यांना ते गप्प बसवत. कधीतरी एखाद्या व्यक्तीचं एखाद्या विषयावर काय मत आहे, हे त्यांना अगदी व्यवस्थित माहिती असायचं आणि टेबलाभोवती बसलेल्या फारशा लोकांना ते पटण्यासारखं नाही, याचीही त्यांना अगदी पुरेपूर कल्पना असे. पण तरीही ते त्या व्यक्तीला मत मांडायला सांगत. इतर लोकांनी शिस्तीनं वागलं पाहिजे, हेच त्यांना त्यातून सुचवायचं असे. त्यांनी या सगळ्या कार्यपद्धती जरी आत्मसात केलेल्या असल्या तरी ते स्वत: आपलं तेच खरं करण्याच्या वृत्तीचे नसल्यामुळे आपलं मत आग्रहीपणे कधीही मांडत नसत. सुरुवातीला त्यांचं ते गप्प राहाणं, त्यांचा अवघडलेपणा, संकोची वृत्ती हा त्यांच्या सवयीचा भाग असला, तरी कालांतरानं ती त्यांची कार्यनीती बनली होती.

मी पंतप्रधान कार्यालयात जेव्हा रुजू झालो, तेव्हा मला डॉ. मनमोहन सिंग यांच्या संकोची वृत्तीची कल्पना होती. त्यांचा 'माध्यम सल्लागार' (Media Adviser) म्हणून जर मला यशस्वी व्हायचं असेल, मला जर त्यांच्या वतीनं प्रसारमाध्यमांशी परिणामकारक सुसंवाद साधायचा असेल, तर मला आयत्या वेळी, पूर्वतयारी न करता सुद्धा काही गोष्टींचं सादरीकरण करावं लागेल, याची मला पूर्ण कल्पना होती. त्यांचे 'डोळे' आणि 'कान' बनून राहाणं, त्यामानानं सोपं होतं. मी जेव्हा पंतप्रधान कार्यालयामध्ये रुजू झालो, तेव्हा त्यांची माझ्याकडून नेमकी हीच अपेक्षा असल्याचं त्यांनी मला सांगितलं होतं. पण त्यांचा 'आवाज' बनणं, हे माझ्या दृष्टीनं खरं कठीण काम होतं.

■

३
मनमोहन यांचं 'पीएमओ'

"तुम्ही माझे डोळे आणि कान बनावं, अशी माझी इच्छा आहे. माझ्या जे काही कानावर पडायला हवं, असं तुम्हाला वाटत असेल ते अजिबात न घाबरता किंवा नि:पक्षपाती वृत्तीनं जसं असेल तसंच्यातसं मला सांगा!"

– मनमोहन सिंग, ३० मे, २००४

पंतप्रधानांच्या अधिकृत निवासस्थानी डॉ. सिंग यांची भेट घेण्यासाठी गेलो. विस्तीर्ण आवारात वसलेलं हे निवासस्थान '७ रेसकोर्स मार्ग' येथे असून त्याला '७ आरसीआर' असं अनेकदा संबोधण्यात येतं. दिल्लीच्या 'ल्यूटियन' या भागाच्या एका बाजूला डिप्लोमॅटिक एनक्लेवच्या अगदी जवळ हे आहे. राजीव गांधी यांच्या हत्येनंतर पंतप्रधानांच्या निवासस्थानाभोवतीची सुरक्षाव्यवस्था अत्यंत कडक बनलेली आहे. त्याच्या आत प्रवेश करणं, हे महाकर्मकठीण काम आहे. पंतप्रधानांच्या खासगी सचिवानं या सुरक्षा व्यवस्थेकडे ज्या लोकांच्या नावाची यादी सुपूर्द केली असेल, केवळ तेवढ्याच लोकांना आत प्रवेश देण्यात येतो. बंगल्याच्या सर्वांत बाहेरच्या कुंपणाच्या फाटकातून आत शिरताच दुसऱ्या प्रवेशद्वारापाशी भेटीसाठी आलेल्या व्यक्तींना गाडीतून उतरावं लागतं. मंत्री, अधिकृत कर्मचारी आणि महत्त्वपूर्ण परदेशी पाहुणे एवढ्यांनाच फक्त गाडीत बसून दुसऱ्या प्रवेशद्वारातून पुढे जाण्याची परवानगी असते. आत गेल्यावर तिथे विशेष सुरक्षा दलाच्या खास गाड्यांचा ताफा उभा असतो. त्यातूनच पंतप्रधान कार्यालयापर्यंतचं उरलेलं काही यार्डांचं अंतर पार करता येतं. पण सर्वसामान्य माणसांना मात्र आधी एका पाहुण्यांसाठी राखीव कक्षात जावं लागतं, स्वत:चे मोबाइल फोन्स तिथेच सोडावे लागतात आणि सुरक्षायंत्रणेच्या स्क्रीनिंगमधून पार पडावं लागतं. त्यानंतर विशेष सुरक्षा दलाच्या खास मारुती गाड्यांचा ताफा त्यांना आत नेण्यासाठी तयार असतो. त्यात बसवून त्यांना पंतप्रधान

कार्यालयापाशी नेऊन पोहोचवण्यात येते.

अशाप्रकारे मजल-दरमजल करत मी डॉ. सिंग यांची भेट घेण्यासाठी दाखल झालो. ते त्यांच्या कक्षात उजव्या बाजूला बसले होते. पंतप्रधान पाहुण्यांची भेट घेण्यासाठी नेहमी जिथे बसतात, तिथे. त्यांनी माझं हसून स्वागत केलं. मी आत जाऊन त्यांच्या डाव्या बाजूला ठेवलेल्या खुर्चीवर बसलो.

''खरंतर मी काही ही भूमिका पार पाडण्यासाठी मनानं तयार नव्हतो.'' ते मोकळेपणे म्हणाले, ''हा माझ्यासाठी एक नवाच अनुभव आहे आणि हे काही सोपं नसणार आहे. आपलं अल्पमतातलं सरकार आहे. डाव्यांनी केवळ बाहेरून पाठिंबा देण्याचं कबूल केलं आहे. काँग्रेस पक्षानं आजवर कधीही आघाडीचं सरकार चालवलेलं नाही. मला हे यशस्वी करून दाखवलं पाहिजे. मला माध्यम सचिवाची गरज आहे. मी तुम्हाला ओळखतो. तुम्ही जर इथे काम करण्याचं कबूल केलंत, तर मला आनंद होईल. त्यात तुमचं आर्थिक नुकसान आहे, याची मला कल्पना आहे. परंतु राष्ट्राची सेवा करण्याची ही संधी तुम्हाला चालून आली आहे, असा दृष्टिकोन तुम्ही ठेवा!''

त्यांचा माझ्यासाठी काय प्रस्ताव असणार होता, याची मला व्होरा यांनी आधीच कल्पना देऊन ठेवली असल्याचं मी त्यांना सांगितलं. मी जास्त चर्चा न करता त्यांच्या प्रस्तावाचा स्वीकार केला. त्यानंतर माझं पद नक्की कोणतं असणार आणि त्याचं नाव कोणतं असेल, याविषयी आमचं बोलणं झालं. मी त्यांना एका गोष्टीची आठवण करून दिली की, आधीचे पंतप्रधान अटलबिहारी वाजपेयी यांच्या कारकिर्दीत पंतप्रधान कार्यालयात माध्यमांना हाताळण्यासाठी दोन लोकांना नियुक्त करण्यात आलं होतं. त्या दोघांनाही सरकारी भाषेत 'ऑफिसर ऑन स्पेशल ड्युटी' किंवा 'ओएसडी' असं संबोधण्यात येई. परंतु त्यापूर्वी जेव्हा कधीही इतर संपादकांनी हे काम स्वीकारलं होतं, तेव्हा त्यांना पंतप्रधानांचे 'माहिती विषयक सल्लागार' (इन्फर्मेशन ॲडव्हायझर) असं संबोधलं जाई. मला स्वत:ला 'माध्यम विषयक सल्लागार' (मीडिया ॲडव्हायझर) असं म्हणवून घेण्यास आवडलं असतं, असं मी त्यांना सांगितलं. त्याचं स्पष्टीकरण देताना मी असं सांगितलं की, न्यूज टेलिव्हिजन या माध्यमाचा इतक्या मोठ्या प्रमाणावर प्रसार झाल्यामुळे आता 'प्रेस' या शब्दाऐवजी सर्वत्र 'मीडिया' हा शब्द प्रचलित झाला होता. 'इन्फर्मेशन' हा शब्द आता फारच जुनाट वाटू लागला आहे, असेही मी म्हणालो. ते त्यांना पटलं.

अखेर त्यांनी माझ्याकडून नेमक्या काय अपेक्षा आहेत, असं मी त्यांना विचारलं ते थोडावेळ विचारात पडले, मग म्हणाले, ''या इथे बसून माझा बाहेरच्या जगाशी फारसा संबंध येणार नाही. तुम्ही माझे डोळे आणि कान व्हावं, अशी माझी इच्छा आहे. माझ्या जे काही कानावर पडावं, असं तुम्हाला वाटत असेल, ते अजिबात

न घाबरता किंवा नि:पक्षपाती वृत्तीनं जसं असेल, तसंच्या तसं मला सांगा.''

हे शब्द जणूकाही माझ्या मनावर कोरले गेले. मी एकूण चार वर्षं त्यांच्याबरोबर होतो. या काळात एखादं गैरसोयीचं सत्य किंवा लाजिरवाणी गोष्ट त्यांच्या कानावर घालताना जर मी कचरलो, तर मला या शब्दांची आठवण होत असे आणि मला ते शब्द धीर देत. पंतप्रधानांचं कार्यालय सोडल्यानंतरसुद्धा त्यांनी मला या शब्दांमधून जो काही अधिकार त्या वेळी बहाल केला होता, त्याचा वापर करून ज्या गोष्टी त्यांच्यापर्यंत पोहोचल्या पाहिजेत, असं मला वाटे, त्या नि:पक्षपातीपणानं मी त्यांच्या कानावर घालत असे.

शारदा प्रसाद हे इंदिरा गांधी यांचे माहिती विषयक सल्लागार होते. ते एक आदरणीय व्यक्तिमत्त्व होतं. आमच्या आणि त्यांच्या कुटुंबाची जवळची मैत्री होती. त्यामुळे त्यांना भेटून मी त्यांचं मार्गदर्शन घेणार असल्याचं डॉ. सिंग यांना सांगितलं. त्यांनी ते मान्य केलं. ''शारदा हे फार चांगले गृहस्थ आहेत. तुम्ही त्यांच्या संपर्कात राहा, त्यांचं मार्गदर्शन घ्या!'' ते म्हणाले.

त्यांना आपली 'टीम' लवकरात लवकर जमा करायची होती. नवीन लोकसभेचं कामकाज त्याच आठवड्यात सुरू होणार होतं. त्यामुळे मला त्यांनी तातडीनं कामावर रुजू होण्यास सांगितलं. मी दोन दिवसांनी काम सुरू करण्याचं त्यांना वचन दिलं.

विचित्र गोष्ट अशी की, ज्या दिवशी माझ्या आयुष्याला ही इतकी मोठी कलाटणी मिळाली, त्या दिवशी नेमकी माझी पत्नी रमा दूरदेशी कॅनडाला गेलेली होती आणि माझी मुलगी तन्विका हैदराबादला होती. घरी कुणीच नव्हतं. मग मी आधी माझ्या आई-वडिलांना फोन करून ही बातमी कळवली आणि मग 'एक्स्प्रेस ग्रुप'चे सीईओ शेखर गुप्ता यांना फोन केला. 'फायनान्शियल एक्स्प्रेस' या एक्स्प्रेस ग्रुपच्याच मालकीचा आहे. शेखर त्या वेळी एका परिषदेसाठी इस्तंबूलला गेलेले होते. मी इतक्या तातडीनं वृत्तपत्र सोडून चाललो आहे, हे ऐकून ते व्यथित झाले. पण त्यांनी मोठ्या मनानं 'फायनान्शियल एक्स्प्रेस'मधली माझी जागा रिकामी ठेवण्याचं मला आश्वासन दिलं. डाव्यांच्या सहकार्यानं हे आघाडीचं सरकार चालवण्याचा प्रयोग यशस्वी होईल, असं त्यांना मुळीच वाटत नव्हतं.

''तो एक 'थँकलेस जॉब' असणार आहे, बॉस!'' शेखर मला म्हणाले. ''हे सरकार मुदतसुद्धा पूर्ण करू शकणार नाही. त्या आधीच कोसळेल. एका वर्षात तुम्ही बेकार व्हाल!''

शेखर गुप्ता यांनी दिलेलं वचन पाळलं आणि माझी संपादकाची खुर्ची पुढचे सहा महिने रिकामी ठेवली. परंतु अनेक लोकांची समजूत चुकीची ठरली आणि मनमोहन सिंग यांचं सरकार टिकलं. शेखर गुप्ता यांना दैनिक चालवण्यासाठी पूर्ण

वेळ काम करणाऱ्या संपादकाची गरज होती.

सोमवारी सकाळी ऑर्डर निघाली आणि माझ्या नियुक्तीची बातमी टीव्हीवर झळकली. त्या क्षणी माझं आयुष्य बदलून गेलं. माझा मोबाइल सारखा वाजू लागला.

✦

पंतप्रधान कार्यालयात रुजू झाल्यानंतर मी एच. वाय. शारदा प्रसाद यांना भेटून त्यांचे आशीर्वाद आणि मार्गदर्शन घेतले. शारदा प्रसाद हे उमद्या व्यक्तिमत्त्वाचा माणूस होता. त्यांच्या चेहऱ्यावर विद्वत्तेचं तेज होतं. त्यांच्या छोट्याशा अपार्टमेंटमध्ये जिकडे-तिकडे पुस्तकं आणि त्यांच्या कारकिर्दीत त्यांना प्राप्त झालेले मान-सन्मान, स्मृतिचिन्हे होती. गांधीजी आणि नेहरूंची दुर्मीळ छायाचित्रं भिंतीवर शोभत होती. ते मृदू बोलणारे होते. बोलताना जपून, एकेक शब्द काळजीपूर्वक, विचार करून सावकाश उच्चारत.

"मग, त्यांनी तुम्हाला कोणती खोली दिली आहे?" त्यांनी उत्सुकतेनं विचारलं. पंतप्रधान कार्यालयामध्ये काम केलेल्या कोणत्याही ज्येष्ठ अधिकाऱ्यानं असाच प्रश्न विचारला असता. एखादा अधिकारी पंतप्रधानांच्या किती जवळचा आहे, त्याच्या हातात किती सत्ता आहे, तो किती सामर्थ्यशाली आहे, त्याचा प्रभाव किती आहे, हे त्याला त्या कार्यालयात कोणती खोली देण्यात आली आहे, यावर ठरतं. हे तर सर्वज्ञात आहे.

त्यावर मी त्यांना असं सांगितलं की, १९८१मध्ये मी त्यांना जेव्हा पहिल्यांदा भेटलो होतो, तेव्हा ते स्वत: ज्या खोलीत होते, तीच खोली मला देण्यात येणार होती. परंतु सध्या त्या खोलीचं नूतनीकरण चालू असल्यामुळे मी तात्पुरता कॅबिनेट रूमच्या शेजारच्या कोपऱ्यातल्या पहिल्या मजल्यावरच्या खोलीत बसत होतो.

"अरे वा!" ते उत्साहानं म्हणाले. "ती तर ऐतिहासिक खोली आहे. स्वतंत्र भारताच्या पहिल्या पंतप्रधानांचं कार्यालय त्याच खोलीत होतं."

पंतप्रधानपदाची सूत्रं जवाहरलाल नेहरू यांनी हाती घेतल्यावर सुरुवातीचे काही दिवस ते या कॅबिनेट रूमला लागून असलेल्या छोट्या खोलीतच बसत होते. त्याचं कारण पंतप्रधान म्हणून आता ते ज्या खोलीत बसणार होते, ती खोली परराष्ट्र मंत्रालयाचे महासचिव सर गिरिजाशंकर वाजपेयी हे वापरत होते. काही दिवसांनी वाजपेयी दुसऱ्या खोलीत बसू लागले आणि मग त्या खोलीचं भारताच्या पहिल्या पंतप्रधानांचं कार्यालय म्हणून नूतनीकरण करण्यात आलं.

"मी नोकरीत असताना महत्त्वाच्या दैनिकांच्या संपादकांची नियमितपणे गाठ घेत असे." शारदा प्रसाद मला म्हणाले, "त्या काळी खरोखर महत्त्वाचे असे फक्त

पाचच संपादक होते : 'द स्टेट्समन', 'द टाइम्स ऑफ इंडिया', 'द हिंदू', 'इंडियन एक्स्प्रेस' आणि 'हिंदुस्थान टाइम्स.' पण सध्याच्या काळात फार जास्त वृत्तपत्रं निघतात, शिवाय टेलिव्हिजन पण आहे. तरीही जी माणसं महत्त्वाची आहेत, त्यांची भेट जरूर घेत जा. पंतप्रधानसुद्धा क्वचित कधीतरी त्यांची अनौपचारिक भेट घेतील, असं बघा! एखाद्या संपादकानं किंवा स्तंभलेखकानं जर खूप चांगलं लिहिलं असलं तर, पंतप्रधान त्याची स्तुती करतील, असं बघा! भारतातील प्रादेशिक भाषांमधील माध्यमांच्या संपर्कात राहा. रोज सकाळी पंतप्रधानांना ताज्या ठळक बातम्यांची यादी सादर करा. त्यांची भाषणं लिहिण्यातही तुम्ही जातीनं लक्ष घाला. प्रशासकीय अधिकाऱ्यांना अर्थातच हे रुचणार नाही. पण एक संपादक म्हणून तुमच्या अंगी जे लेखन कौशल्य आहे, त्याचा पंतप्रधानांना नक्कीच फायदा होईल, तेव्हा त्याचा वापर करा.''

पंतप्रधानांनी पत्रकार परिषद बोलवावी का, याविषयी मी त्यांचं मत विचारलं.

''हो! अर्थातच, पण आत्ता लगेच नको!'' ते म्हणाले, ''पुढच्या महिन्यात त्यांना संपादक आणि प्रकाशकांच्या छोट्या-छोट्या गटांची भेट घेऊ दे. त्यांच्याशी पंतप्रधानांचे जे बोलणं होईल, ते अनौपचारिक (ऑफ द रेकॉर्ड) असेल. त्यांची आणि पंतप्रधानांची नीट ओळख होईल. काही महिने गेल्यानंतर एक पत्रकार परिषद आयोजित करा. त्याचं सूत्रसंचालन तुम्ही स्वत: करा. दुसऱ्या दिवशी वृत्तपत्रांमध्ये नक्की काय मथळे छापून यायला तुम्हाला हवे असतील, त्याचा अगोदर विचार करून ठेवा. तुम्हाला वृत्तपत्रांमध्ये नक्की काय छापून यायला हवं आहे, याचा नीट विचार केल्याशिवाय माध्यमांशी कधीच संवाद साधत जाऊ नका!''

त्यानंतरच्या काही आठवड्यांमध्ये मी प्रामाणिकपणे त्यांच्या सर्व सूचनांचे व्यवस्थित पालन केले. महत्त्वाचे संपादक, प्रकाशक आणि टीव्हीचे वृत्तनिवेदक किंवा सूत्रसंचालक अशा व्यक्तींसाठी मी लागोपाठ अनेकदा 'ब्रेकफास्ट मीटिंग्ज'चं आयोजन केलं. डॉ. सिंग पहाटे लवकर उठत असत. त्यामुळे 'ब्रेकफास्ट मीटिंग' सकाळी साडेआठलाच सुरू करत. संपादक आणि टीव्हीचे लोक उशिरा झोपून उठणारे असल्याने त्यांचा सुरुवातीला याला विरोध असे. पण तेही वेळेवर येऊन हजर होऊ लागले. मी एकदा प्रकाशकांची अशीच लवकर बैठक बोलावली असताना फक्त दोनच व्यक्ती उशीरा आल्या. त्यातल्या एक म्हणजे 'हिंदुस्थान टाइम्स'च्या संपादक शोभना भारतीय, कारण त्यांना केस धुऊन वाळवायला वेळ लागला आणि दुसऱ्या इंदू जैन. या 'टाइम्स ऑफ इंडिया'च्या अध्यक्षा होत्या, त्यांना त्यांची देवपूजा आटपण्यास वेळ लागला होता.

पंतप्रधान कधीही एखाद्या राज्याच्या राजधानीच्या दौऱ्यावर गेले की, त्यांची आणि स्थानिक माध्यमांची भेट घडवून आणत असे. पंतप्रधानांसाठी सुसंवाद

साधण्याचा हा एक खूप महत्त्वाचा मार्ग ठरला. त्यामुळे पंतप्रधानांशी दिल्ली स्थित इंग्रजी प्रसारमाध्यमांची संपर्क असण्याच्या बाबतीतली मक्तेदारी बंद पडली. प्रादेशिक भाषांतील माध्यमांच्या संपादकांना आणि पत्रकारांना डॉ. सिंग यांच्याशी संवाद साधण्याची संधी मिळू लागली. त्यांच्यातील बरेच लोक पंतप्रधानांना अजिबात ओळखत नव्हतो. पण आता त्यांच्या संपर्कात येण्याची संधी मिळाल्यामुळे ते पंतप्रधानांविषयी स्वत:चं मत बनवू शकले. सन २००४ ते २००८ या काळात पंतप्रधानांनी ज्या-ज्या राज्याच्या राजधानीला भेट दिली, त्या प्रत्येक ठिकाणी त्यांनी पत्रकार परिषद घेतली. यात अंदमान आणि निकोबारची राजधानी पोर्टब्लेअरचा सुद्धा समावेश होता. प्रादेशिक भाषांमधील प्रसारमाध्यामांशी – यात उर्दू भाषेतील माध्यमांचाही समावेश होता. – असे सलोख्याचे संबंध प्रस्थापित करण्यासाठी जो काही वेळ खर्च झाला त्याचा फायदा पुढे जाऊन भारत-अमेरिका नागरी आण्विक कराराच्या (इंडिया-यूएस सिव्हिल न्युक्लिअर ॲग्रीमेंट) वेळी जी राष्ट्रीय पातळीवर चर्चा झाली, त्या वेळी झाला. तसंच पुढे जेव्हा कधी दिल्लीच्या माध्यमांकडून पंतप्रधानांवर टीकेची झोड उठवण्यात आली, तेव्हाही झाला. मी अशा प्रकारचं जे सर्वसमावेशक धोरण अवलंबलं होतं, त्यामुळे मला अनेकदा दिल्लीतील अहंमन्य लोकांचा रोषही पत्करावा लागला. विशेषत: पंतप्रधानांच्या विदेश दौऱ्याच्या वेळी त्यांच्यासोबत खास विमानातून प्रवास करण्याची संधी मिळावी म्हणून दिल्लीतील एखाद्या संपादकानं मागणी केली असताना त्याला डावलून जर मी एखाद्या प्रादेशिक माध्यमांच्या गटाला निमंत्रण दिले; या प्रवासात पंतप्रधानांसोबत त्यांच्यासाठी वेळ राखून ठेवला, तर मग त्या संपादकाचा रोष मला पत्करावा लागे.

या नवीन भूमिकेत शिरल्यानंतर सर्वांत शेवटी मी पी.व्ही. नरसिंह राव यांच्या घरी फोन केला. ते पंतप्रधान असताना दिल्लीमध्ये हैदराबादहून आलेले फक्त दोनच संपादक होते. एक म्हणजे 'फायनान्शियल एक्स्प्रेस'चे ए. एम. खुस्रो आणि दुसरा मी. नरसिंह राव हे राजकारणातून निवृत्त झाल्यावर सुद्धा मी त्यांच्याशी संपर्क ठेवला होता. मी आता त्यांना भेटायला त्यांच्या घरी गेलो, तेव्हा ते एकटेच एक पुस्तक वाचत बसले होते. त्यांच्या जुन्या साहाय्यकानं म्हणजेच श्री. खांडेकर यांनी मला आत नेलं. चहा घेता-घेता मी नरसिंह राव यांना पंतप्रधान कार्यालयामधून कसा फोन आला, मी डॉ. मनमोहन सिंग यांना जाऊन कसा भेटलो, त्या वेळी काय घडलं इथपासून ते शारदा प्रसाद यांनी मला काय मार्गदर्शन केलं, इथपर्यंत सर्व हकिगत सांगितली.

डॉ. सिंग यांनी स्वत:चा माध्यम सल्लागार म्हणून एका राजकीय पत्रकाराला किंवा सरकारी अधिकाऱ्याला नियुक्त न करता माझ्यासारख्या अर्थशास्त्राच्या क्षेत्रातील पत्रकाराची निवड केली, ही गोष्ट नरसिंह राव यांना खूप महत्त्वाची वाटली. "अर्थात ते विठ्ठलना चांगलं ओळखतात." राव म्हणाले. विठ्ठल हे माझ्या वडिलांचं नाव.

कदाचित डॉ. सिंग यांनी माझी निवड करण्यात थोडाफार वाटा त्याही गोष्टीचा असावा, असं त्यांना वाटत होतं.

"फारच छान!" नरसिंहराव चहाचा घोट घेऊन म्हणाले, "मनमोहनना तुमच्या मदतीची गरज आहे."

✦

पंतप्रधान कार्यालयातील डॉ. सिंग यांचे महत्त्वाचे साहाय्यक मल्याळी होते. तेही सगळेच्या सगळे नायर. अर्थात ही केवळ योगायोगाची गोष्ट. नवे राष्ट्रीय सुरक्षा सल्लागार (एनएसए) जे. एन. मणी दीक्षित, पंतप्रधानांचे मुख्य सचिव टी. के. ए. नायर आणि विशेष अंतर्गत सुरक्षा सल्लागार एम. के. नारायणन.

पंतप्रधानांचा जो मुख्य सचिव असतो त्याचा राजकीय प्रभाव किती असेल, त्यावर त्याच्या हातातील सत्ता आणि महत्त्व अवलंबून असतं. त्याचप्रमाणे नागरी सेवेच्या अंतर्गत त्या अधिकाऱ्याची काय प्रतिष्ठा असेल, त्यावरही ते अवलंबून असतं. पंतप्रधान, वरिष्ठ मंत्री आणि सचिव यांच्यामधला आणि सरकारमधला दुवा म्हणून मुख्य सचिवाची भूमिका खूप महत्त्वाची असते. त्यामुळे त्याच्या हातात अधिकारही असतात आणि 'धोरण' बनवण्यातही त्याचा प्रभाव असतो. आतापर्यंत होऊन गेलेले जवळ जवळ सगळेच मुख्य सचिव ही अत्यंत सक्षम माणसे होती. त्यांच्या सहकाऱ्यांना त्यांच्याविषयी आदर होता, त्याचप्रमाणे त्यांच्या कनिष्ठांना त्यांचा दरारा वाटत असे. इंदिरा गांधी यांच्या कार्यालयातील पी. एन. हक्सर, राजीव गांधींच्या कार्यालयातील पी.सी. अलेक्झांडर, नरसिंह राव यांच्या कार्यालयामधील ए.एन. वर्मा, देवेगौडा यांच्या कार्यालयामधील सतीश चंद्रन, गुजराल यांच्या कार्यालयामधील एन.एन. व्होरा आणि वाजपेयी यांच्या कार्यालयामधील ब्रजेश मिश्रा ही अशीच काही नावं! पण अर्थात याव्यतिरिक्त मधूनच कधीतरी स्वत:चा फारसा प्रभाव न पाडू शकणारे अधिकारीसुद्धा या पदावर येऊन गेले.

वाजपेयी यांची पहिली टर्म चालू असताना 'राष्ट्रीय सुरक्षा सल्लागार' ही संस्था सुरू करण्यात आली. त्याआधी भारतानं आपण आण्विक सत्ता असल्याचं जगापुढे घोषित केलं होतं आणि 'राष्ट्रीय सुरक्षा परिषद' (एनएससी)ची स्थापना झाली होती. राष्ट्रीय सुरक्षा सल्लागार (एनएसए) हा परिषदेचा प्रमुख असतो आणि पंतप्रधान कार्यालयात मुख्यत्वेकरून संरक्षण आणि परराष्ट्र मंत्र्यांशी त्याचा संबंध येतो. त्याचप्रमाणे सेवा प्रमुख, गुप्तहेर खातं आणि अणुऊर्जा विभाग (एनएसए) यांच्याही संपर्कात असतो. मनमोहन सिंग यांच्या कार्यालयात विशेष सल्लागार हे खास पद निर्माण करण्यात आलं होतं. नारायणन यांना समाविष्ट करण्यासाठी हे मुद्दाम

करण्यात आलं होतं. त्यामुळे राष्ट्रीय सुरक्षा संस्थेच्या अख्यत्यारितील अंतर्गत सुरक्षा क्षेत्रासारखी काही कामं काढून ती त्यांच्याकडे सोपवण्यात आली.

या तिघांमध्येही ठळक नजरेत भरणारं व्यक्तिमत्व नि:संशय मणी दीक्षित यांचं होतं. त्यांच्या कार्यकुशलतेमुळे त्यांना जी प्रतिष्ठा लाभली होती, त्यामुळे टी.के.ए.नायर यांच्या आधी जे मुख्य सचिव होऊन गेले, तेवढं महत्त्व आता नायर यांच्या वाट्याला उरलं नव्हतं. अर्थात नायर यांच्या आधी मुख्य सचिव असलेले ब्रजेश मिश्रा यांचं महत्त्व मात्र अनन्यसाधारण होतं. ते केवळ मुख्य सचिव नव्हते. मी एकदा डॉ. मनमोहन सिंग यांना विनोदानं असंही म्हणालो होतो की, वाजपेयींच्या कारकिर्दीत त्यांचे मुख्य सचिव हे स्वत:च पंतप्रधान असल्याच्या थाटात वावरत असत आणि लोक तर डॉ. सिंग यांच्याबद्दल असं म्हणत की, पंतप्रधान स्वत:च मुख्य सचिव असल्यासारखे वागतात. अर्थात ही 'प्रतिक्रिया' डॉ. सिंग यांचा शिस्तप्रिय, काटेकोर स्वभाव, सर्व तपशिलांमध्ये जातीनं लक्ष घालणं, प्रशासकीय लहान-सहान बाबींमध्ये असलेला त्यांचा सहभाग, अधिकारी वर्गाबरोबरच्या त्यांच्या प्रदीर्घ, कंटाळवाण्या बैठका या सर्वांमुळेच होती. वाजपेयी या अशा गोष्टी क्वचितच करत. अर्थातच या मल्लीनाथीकडे डॉ. सिंग नेहमीच दुर्लक्ष करत असत. प्रत्यक्षात राजकारणामध्ये सोनियाच वरिष्ठ आहेत, असं सुचित करणारं हे खोचक बोलणं आहे, याचीही डॉ. सिंग यांना पूर्ण कल्पना होती.

मुख्य सचिवाच्या अतिमहत्त्वपूर्ण पदासाठी नायर ही डॉ. सिंग यांची पहिली निवड नव्हती. ती जागा एन.एन. व्होरा यांनी स्वीकारावी, असं त्यांना मनातून वाटत होतं. मला फोन करून या माझ्या नव्या कामाविषयीची बातमी व्होरा यांनीच दिली होती. डॉ. सिंग यांच्यासारखेच ते सध्या पाकिस्तानात असलेल्या पश्चिम पंजाबमधून भारतात आलेले निर्वासित होते. पुढे दोघांनीही एकत्र पंजाब युनिव्हर्सिटीत प्राध्यापक म्हणून काम केलं होतं. व्होरासुद्धा डॉ. सिंग यांच्यानंतर काही वर्षांनी ऑक्सफर्डला शिकायला गेले होते. व्होरा यांनी पंतप्रधान कार्यालयामध्ये रुजू होता यावं म्हणून, आधी ठरलेला लंडनचा दौरासुद्धा रद्द केला होता. परंतु या कामासाठी सोनिया गांधी यांच्या मनात अजूनच एका वेगळ्या निवृत्त आयएएस अधिकाऱ्याचं नाव होतं. तेही तमिळच होते. पण त्यांचं नाव सांगण्याचं मला स्वातंत्र्य नाही. त्यांनी राजीव गांधीसाठी काम केलं होतं. एक सक्षम आणि प्रामाणिक अधिकारी असा त्यांचा नावलौकिक होता. परंतु तात्त्विक मुद्द्यांवर त्यांनी सोनियांच्या सरकारमध्ये कामासाठी रुजू होण्याचं निमंत्रण नाकारलं. आपण निवृत्त झाल्यावर पुन्हा कधीही सरकारी नोकरी करणार नाही, असं त्यांनी आपल्या वडिलांना वचन दिलं होतं.

ह्या दोन आदरणीय व्यक्तींनी हे काम स्वीकारण्यास नकार दिल्यानंतर डॉ. सिंग हे नायर यांच्याकडे वळले. गुजराल पंतप्रधान असताना त्यांच्या कार्यालयामध्ये

नायर यांनी काहीकाळ पंतप्रधानांचे सचिव म्हणून काम केलं होतं. ते पंजाब राज्याचे प्रमुख सचिवसुद्धा होते. राज्याच्या सरकारी नोकरीमधले उच्च पदस्थ अधिकारी होते. नायर यांचं नाव सिंग परिवाराशी जवळून संबंधित असलेले राशपाल मल्होत्रा यांनी सुचवलं होतं. हे मल्होत्रा स्वत: चंदीगढच्या ग्रामीण व औद्योगिक विकास संशोधन केंद्र (सीआरआरआयडी) या संस्थेचे अध्यक्ष होते. गुजराल यांच्या सरकारात पंतप्रधान कार्यालयातलं काम वगळता नायर यांनी रायसीना हिलवरच्या कोणत्याही महत्त्वाच्या मंत्रीमंडळात गृह, अर्थ किंवा संरक्षण खात्यात अथवा इतरही आर्थिकदृष्ट्या महत्त्वाच्या खात्यात सचिवासारख्या महत्त्वाच्या पदावर कधीच काम केलेलं नव्हतं. त्यांनी ग्रामसुधार, पर्यावरण, वन खात्यात काम केलं होतं, परंतु ही खाती तेवढी महत्त्वाची नव्हती. थोडक्यात सरकार दरबारी ते तसे 'लाइटवेट'(कमी महत्त्वाचे)च होते.

नायर उंचीनं बेताचे आणि बारीक चणीचे होते. ते नेहमी टापटिपीत असत. परंतु ब्रजेश मिश्रा यांच्या व्यक्तिमत्त्वात असलेला भारदस्तपणा त्यांच्या ठायी नव्हता. ब्रजेश मिश्रा यांचा चेहराच इतका करारी होता की, लोक त्यांच्याकडे वळून बघत. एखाद्या 'फाइल'च्या संदर्भात ते कधीच धाडसी मत व्यक्त करत नसत. कधीही सही करण्याच्या वेळी ते 'यावर चर्चा घेण्यात यावी.' असा शेरा मारून मग ती फाइल पुढे पाठवणं पसंत करत. कधीकधी तर संयुक्त सचिव, उपसचिव अशा कनिष्ठ लोकांना ते तोंडीच सूचना देत असत. त्यानंतर त्या लोकांनी फाइलवर त्या सूचना आपल्या स्वत:च्या म्हणून लिहायच्या, अशी त्यांची पद्धत होती. सरकारी कार्यालयामध्ये कोणत्याही प्रकारचा धोका पत्करायचा नाही, कोणत्याही वादात स्वत:ला अडकवून घ्यायचं नाही, हे जे धोरण बघायला मिळतं; तसाच हा प्रकार होता. नायर स्वत: बऱ्याच प्रमाणात पुलोक चॅटर्जी यांच्यावर अवलंबून होते. पुलोक चॅटर्जी यांनी राजीव गांधी आणि सोनिया गांधी या दोघांसाठी काम केलं होतं. नायर महत्त्वाच्या धोरणात्मक निर्णयासाठी पुलोक यांचा सल्ला घेत.

नायर यांच्याप्रमाणेच पुलोक यांच्याबाबतीत असं घडलं होतं की, त्यांच्या स्वत:च्या प्रशासकीय नोकरीत त्यांच्या वाट्याला कधीच कौतुक, मानमरातब आले नव्हते. आयएएस अधिकारी म्हणून काम करत असताना कोणत्याही महत्त्वाच्या मंत्रीमंडळात त्यांना संधी मिळाली नाही. उत्तर प्रदेशातील राजीव गांधी यांच्या अमेठी मतदारसंघात जिल्हाधिकारी म्हणून काम केल्यानंतर राजीव गांधीच्या पंतप्रधान कार्यालयात त्यांना उपसचिव म्हणून संधी मिळाली होती. तिथे ते राजीव गांधी यांच्या नजरेस पडले. राजीव गांधी यांच्या मृत्यूनंतर ते राजीव गांधी फाउंडेशनचे काम पाहू लागले. तिथे त्यांनी सामाजिक विकासाचे उपयुक्त काम केलं. याचा अर्थ असा झाला की, ते केवळ सरकारी नोकरीतूनच बाहेर पडले असं नाहीतर ते गांधी परिवारातले एक झाले. तीच त्यांची ओळख बनली. पुलोक जेव्हा सरकारी काम

करण्यासाठी परत आले तेव्हा सोनिया गांधी लोकसभेत विरोधी पक्ष नेत्या होत्या. त्यांच्या खासगी कर्मचारिवर्गात त्यांची नेमणूक झाली.

मनमोहन सिंग यांच्या पंतप्रधान कार्यालयात सोनिया गांधी यांच्या सूचनेवरून पुलोक यांची नेमणूक झाली. पुलोक यांची सोनियांशी नियमितपणे रोजच भेट होत असे. त्या दिवशी ज्या-ज्या काही महत्त्वाच्या राजकीय बाबी असतील, त्याविषयी ते सोनियांना सल्ला देत असत. ज्या अतिमहत्त्वाच्या फाइल्स पंतप्रधानांकडून मंजूर करून घ्यायची गरज असेल, त्यावर सोनियांच्या काय सूचना आहेत, हे पुलोक जाणून घेत असत. पंतप्रधान आणि सोनिया गांधी या दोघांमधला 'पुलोक' हा अत्यंत महत्त्वाचा दुवा होता. त्याचप्रमाणे पंतप्रधान कार्यालयातून 'राष्ट्रीय सल्लागार समिती'शी संपर्क साधण्यासाठी सुद्धा पुलोक हाच महत्त्वाचा दुवा होता. 'राष्ट्रीय सल्लागार समिती' (एनएसी) ही अत्यंत उच्च श्रेणीची सल्लागार समिती असून त्याच्या अध्यक्षा सोनिया होत्या आणि इतर अनेक समाजसेवक तिचे सदस्य होते. कधीतरी या कमिटीचा 'शॅडो कॅबिनेट' असा उल्लेख करण्यात येई.

पुलोक हे प्रसन्न, सौजन्यपूर्ण व्यक्तिमत्त्वाचे होते. ते स्वभावानं सरळ, साधे होते. ते जेव्हा महत्त्वाच्या बैठकांमध्ये नसत तेव्हा ते पाइप ओढत असत. ते दिल्लीच्या साउथ ब्लॉकमधील कार्यालयामध्ये शांतपणे काम करत बसलेले दिसायचे. मी जेव्हा पंतप्रधान कार्यालयामध्ये काम करत होतो, तेव्हा एकदा पंतप्रधान क्यूबाच्या दौऱ्याला निघाले असताना पुलोक यांनी त्यांच्यासोबत दौऱ्यावर जाण्याचा आग्रह धरल्याचं मला आठवतं. पुलोक यांची विचारसरणी जराशी डावीकडे झुकणारी होती. अमेरिकेशी संबंध सुधारण्याच्या पंतप्रधानांच्या प्रयत्नांबद्दल ते फारसे खूश नव्हते. जेव्हा-जेव्हा डॉ. सिंग आणि सोनिया गांधी एकाच व्यासपीठावरून बोलणार असतील, तेव्हा पुलोक आणि मी त्या दोघांची भाषणं एकमेकांना दाखवून घ्यायचो. त्या दोघांनी जाहीरपणे बोलत असताना समान मुद्दे मांडणं महत्त्वाचं होतं. पंतप्रधानांची भाषणं लिहायचं काम मुख्यत: मीच करीत असे. पण पुलोक मात्र सोनियांची भाषणं मला दाखविण्यासाठी घेऊन येणाऱ्या दूताचं काम करत असत. सोनियांची भाषणं बरेच वेळा काँग्रेस पक्षातील राजकारण्यांनी किंवा सोनियांच्या निकटवर्तीयांनी लिहिलेली असत. युपीए सरकारचा 'राष्ट्रीय किमान समान कार्यक्रम' (एनसीएमपी) होता, तो कसा राबवला जात आहे, हे पाहण्याचं काम पुलोक यांचं होतं. यामध्ये आघाडी सरकारचे एकत्रित महत्त्वाचे मुद्दे सामावून घेण्यात आले होते. त्या कारणास्तव पुलोक यांना विविध मंत्र्यांकडून त्यांच्या कामाचा अहवाल मागण्याची मुभा होती. पुलोक नेहमी तपशिलवार तक्ते सादर करत असत. त्यात दिलेल्या आश्वासनांचा उल्लेख असे. या राष्ट्रीय किमान समान कार्यक्रम योजनेमध्ये १००च्या वरती तरी आश्वासनं होती. मग पुलोक वेगवेगळ्या खात्यांकडे त्यातील आश्वासनांची पूर्तता

करण्याचं काम सोपवत असत आणि त्याची अमलबजावणी कशी काय चालू आहे, याचा अहवाल ते पंतप्रधान कार्यालयात सादर करत.

नायर यांनी पुलोक यांच्याशी संबंध तर जोडलेच होते, पण त्याचबरोबर आपण पंतप्रधान आणि डाव्या पक्षांमधला दुवा आहोत, असं ते अनेकदा सुचित करून आपण पंतप्रधानांसाठी महत्त्वाचे असल्याचं सिद्ध करू पाहत असत. ते मार्क्सवादी कम्युनिस्ट पक्षाच्या 'स्टुडंट्स फेडरेशन ऑफ इंडिया'चे (एसफआय) सदस्य होते. ते केरळमध्ये कॉलेजात शिकत असतानाची ही गोष्ट आहे – डाव्यांशी असलेले हे जुने संबंध पुनरुज्जीवित करण्यासाठी ते मार्क्सवादी कम्युनिस्ट पक्षाचे एक ज्येष्ठ नेते हरकिशन सिंग सुरजित यांच्या जवळ आले. हे हरकिशन सिंग सुरजित पंजाबचे होते आणि नायर यांचं आयएएस सेवेमधलं 'पेरेंट स्टेट' पंजाब होतं. सुरजित सिंग यांच्याशी जवळीक असण्याचा नायर यांना खूप फायदा झाला. त्यांना गुजराल यांच्या पंतप्रधान कार्यालयात जागा मिळाली. गुजराल आणि सुरजित हे दोघंही पंजाबी तर होतेच, पण ते एकमेकांचे जवळचे मित्रसुद्धा होते. पंतप्रधान कार्यालयामध्ये दुसऱ्या खेपेस नायर यांना त्यांच्या सुरजित आणि मार्क्सवादी कम्युनिस्ट पक्षातील केरळमधील काही नेत्यांबरोबर असलेल्या घनिष्ठ संबंधाचा फायदाच झाला.

विशेषत: मार्क्सवादी कम्युनिस्ट पक्षाच्या मुख्य कार्यकारी समितीचे सदस्य एस. आर. पिल्लई यांच्याशीसुद्धा नायर यांचे संबंध होते. त्यामुळे जेव्हा डॉ. सिंग यांना डाव्यांशी व्यवहार करण्याची वेळ आली तेव्हा नायर त्यांना उपयोगी पडले.

नायर-पुलोक या जोडीच्या एकत्रित सामर्थ्याशी तुलना करूनसुद्धा वाजपेयींच्या पंतप्रधान कार्यालयाचा शकट अधिकारवाणीने अत्यंत यशस्वीरित्या हाकणाऱ्या ब्रजेश मिश्रा यांच्या ते दोघं जवळपासही नव्हते. मिश्रा हे एक प्रशिक्षित 'राजकीय मुत्सद्दी' असले तरी ते मध्य प्रदेशच्या काँग्रेस पक्षाच्या माजी मुख्यमंत्र्यांचे पुत्र असल्यामुळे राजकारण त्यांच्या रक्तातच होतं. आघाडी सरकारमध्ये पंतप्रधानांचं स्थान बळकट करण्यासाठी कोणत्या क्लृप्त्या योजायच्या याचं त्यांना पूर्ण ज्ञान होतं. पुलोक किंवा नायर यांच्या ठायी नसलेला आणखी एक गुण त्यांच्या अंगी होता, तो म्हणजे त्यांची साहसी वृत्ती आणि धोका पत्करण्याची तयारी. आणीबाणीच्या प्रसंगी ब्रजेश मिश्रा स्वत:च्या अधिकाराच्या मर्यादा ओलांडून पंतप्रधानांच्या वतीनं महत्त्वाची पावलं उचलायलासुद्धा मागे-पुढे पाहत नसत. पंतप्रधान वाजपेयी यांच्या समवेत त्यांनी १९९८ सालच्या मे महिन्यात अत्यंत महत्त्वाचा निर्णय घेऊन भारताला एक 'अणुसज्ज' राष्ट्र म्हणून घोषित केल्यामुळे त्यांना प्रचंड प्रसिद्धी मिळाली. त्यामुळे मिश्रा यांची प्रतिष्ठा वाढली आणि सरकारमध्ये वाजपेयींचं वजन वाढलं. ते स्वत: भारतीय परराष्ट्र सेवे (आयएफएस)मधून आलेले असले, तरी त्यांच्या प्रतिस्पर्धी आयएएसमध्ये (प्रशासकीय सेवेत) सुद्धा त्यांना प्रचंड मान होता. मनमोहन सिंग यांच्या पंतप्रधान कार्यालयात

याउलट नायर यांच्या कोणताही धोका न पत्करण्याच्या वृत्तीमुळे डॉ. सिंग यांच्या सतत सावधगिरी बाळगून पाऊल उचलण्याच्या वृत्तीत वाढच झाली. त्यामुळे पंतप्रधानांच्या अधिकारांचा आपोआपच संकोच होत गेला.

तिसरे मल्याळी एम. के. नारायणन यांचं असं म्हणणं होतं की, 'सोनिया गांधींनी त्यांना 'राष्ट्रीय सुरक्षा सल्लागारा'चं पद देऊ केलं होतं. परंतु त्यांना त्यांच्या आजारी आईची शुश्रूषा करायची असल्यामुळे त्यांनी स्वत:ऐवजी मणी दीक्षित यांचं नाव सुचवलं.' नारायणन यांची आई चेन्नईला होती. नारायणन तर असंही म्हणाले की, 'ते स्वत: गाडीनं गुरगाव येथे मणी दीक्षित यांच्या घरी गेले आणि दीक्षित यांना हे काम देऊ करण्यात येणार असल्याचं त्यांनी दीक्षितांना सांगितलं.' मणी दीक्षित यांनी ते पद स्वीकारावं म्हणून आपण त्यांचं मन वळवल्याचंही ते सांगत. मणी यांना मात्र अशी खातरी वाटत होती की, सोनियांनी खरंतर नारायणन यांचंच नाव पुढे केलं असणार. परंतु ते पद मणी यांनी स्वीकारावं, अशी डॉ. सिंग यांची इच्छा असणार. त्यामुळे नारायणन यांना तडजोड करून 'विशेष सल्लागार' बनवण्यात आलं.

मला मणी यांचं म्हणणं जास्त पटतं. डॉ. सिंग आणि नारायणन यांच्यात कोणत्याही प्रकारचा खास अनुबंध नव्हता, परंतु मणी यांच्याविषयी मात्र डॉ. सिंग यांना जिव्हाळा वाटत असे. त्यामुळे अशीही शक्यता नाकारता येत नव्हती की, सोनियांना सवलत देण्यासाठी म्हणून पंतप्रधान कार्यालयामधील नेतृत्वाचा तिसरा आधारस्तंभ म्हणून नारायणन यांना आणण्यात आले. एम. के. नारायणन यांना त्यांचे सहकारी 'एमके' किंवा 'माईक' अशी हात मारत. ते एक 'इंटेलिजंट झार' होते. ते भारताच्या 'गुप्तहेर खात्या'चे प्रमुख होते. हे भारताचं गुप्तहेर खातं. हे राजीव गांधी आणि नरसिंहराव यांच्या अख्यत्यारीत होतं. जगातलं एकमेव लोकशाही पद्धतीनं निवडून आलेलं कम्युनिस्ट पक्षाचं सरकार म्हणजे केरळमधील ईएमएस नंबुद्रिपाद यांचं सरकार. ही गोष्ट १९५७ सालची. हे सरकार सत्तेवरून हटविण्यासाठी एम.के. नारायणन यांनी महत्त्वपूर्ण भूमिका बजावली होती. राजीव गांधी यांची हत्या झाली, तेव्हा ते आयबीचे संचालक होते. नारायणन यांचं एक आवडतं वाक्य होतं. ते ज्याला-त्याला म्हणायचे, ''माझ्याकडे तुमच्याविषयी एक फाइल आहे, बरं का!'' ते हे वाक्य मंत्री, अधिकारी, पत्रकार आणि इतरांशी बोलताना नेहमी उच्चारत. ऐकणारा माणूस मात्र त्यामुळे अस्वस्थ होऊन जाई. 'न जाणो, हे म्हणतात, तसं खरंच असलं तर?' असा विचार लोकांच्या मनात येई. लोकांवर पाळत ठेवणं, त्यांची हेरगिरी करणं, अशी त्यांची प्रवृत्ती असल्याची वदंता होती. कित्येकदा या अशा कथांना ते स्वत:च खतपाणी घालत असत. 'महत्त्वाच्या आणि प्रभावशाली संपादकांनी क्रेडिट कार्ड वापरून कुठे-कुठे आणि काय-काय खर्च केला आहे, याची सगळी माहिती मला असते.' असं ते मुद्दाम मला सांगत असत. तसं करताना त्यांना

खूप आनंद मिळत असे. पंतप्रधानांसोबत त्यांच्या खास विमानानं आम्ही दौऱ्यावर निघालो की, नारायणन त्यांच्या खास पोतडीतले किस्से सांगून आमची करमणूक करत. पूर्वी होऊन गेलेल्या पंतप्रधानांनी आपल्याकडून त्यांच्या कोणत्या सहकाऱ्यांबद्दल माहिती मागवली होती, याच्या कथा ते रंगवून सांगत.

त्यांच्या त्या कथा जर खऱ्या असल्या, तर मग डॉ. सिंग हे त्या नियमाला अपवाद होते, असंच म्हणावं लागेल. आपल्या सहकाऱ्यांवर अशा प्रकारे पाळत ठेवण्याचा मोह त्यांना कधी पडला नाही. गुप्तहेर खात्याच्या प्रमुखाकडून त्यांना रोजच्या रोज माहिती पुरवण्याचा प्रस्ताव आला होता, पण त्यांनी तो स्वीकारला नाही. असं करणारे ते पहिले पंतप्रधान होते. त्या ऐवजी 'गुप्तचर विभाग' आणि 'संशोधन व विश्लेषण विभाग' (Research and Analysis wing) यांच्या प्रमुखांना राष्ट्रीय सुरक्षा सल्लागारांना ही माहिती पुरवण्यास डॉ. सिंग यांनी सांगितलं. परंतु पंतप्रधानांना समक्ष भेटून माहिती पुरवण्याऐवजी एका वेगळ्याच माणसाला भेटून ती माहिती देण्यास जर सांगितलं, तर गुप्तहेर खात्याचे प्रमुख म्हणावं तितकं चोख काम करणार नाहीत, असं मला वाटत होतं. पंतप्रधानांनी नियमितपणे रोज त्यांच्याकडून अहवाल घ्यावा, असा माझा आग्रह होता. मधून-मधून ते तसं करतही, पण युपीएचं सरकार आल्यावर पंतप्रधान कार्यालयात या गुप्तहेर खात्याचे प्रमुख राष्ट्रीय सुरक्षा सल्लागारच झाले.

मणी दीक्षित यांच्यानंतर नारायणन हे राष्ट्रीय सुरक्षा सल्लागार झाले. त्यांनी त्यांच्या सत्तेचा पुरेपूर उपयोग करून घेतला. त्यातून काही वादविवादही उत्पन्न झाले. संशोधन आणि विश्लेषण विभागाच्या अधिकाऱ्यांनी त्यांच्यावर गुप्तचर विभागाकडे झुकतं माप देण्याचा आरोप केला. परंतु संपूर्ण यंत्रणेवर त्यांचं जे नियंत्रण होतं, ते मात्र त्यांच्या व्यावसायिक गुणांमुळे आणि त्यांच्या कनिष्ठ कर्मचाऱ्यांकडून त्यांना दाखवण्यात येणाऱ्या आदरामुळे होतं. कार्यालयामध्ये कर्मचाऱ्यांशी वागताना कधीही श्रेष्ठ-कनिष्ठ असा भेदभाव करत नसत. कोण माणूस कोणत्या पदावर आहे, कुणाचा दर्जा काय आहे, कुणाशी वागताना कोणते नियम आणि संकेत पाळायला हवेत इत्यादी गोष्टींना जास्त महत्त्व न देता काम करून घेण्यावर त्यांचा भर होता. मी माझ्या मित्रांपाशी त्यांच्याबद्दल बोलताना त्यांचा उल्लेख 'एड'(Ed) असा करत असे; कारण जे. एड्गर हूव्हर हे एफबीआय या अमेरिकन गुप्तहेर संस्थेचे अत्यंत सामर्थ्यशाली असे प्रमुख होते. अमेरिकेचे राष्ट्राध्यक्षसुद्धा त्यांच्यापासून सावध असत. नारायणन यांच्या या अशा कीर्तीमुळे डॉ. सिंग हे सुद्धा त्यांच्यापासून सावध असत. डॉ. सिंग यांच्यासाठी मी कधीकधी अत्यंत गुप्त, संवेदनशील स्वरूपाची एखादी कामगिरी पार पाडत असे. त्या वेळी मला अत्यंत सावधगिरी बाळगण्याची ते सूचना देत; कारण त्या कामगिरीविषयी कुणालाही काही कळू नये, अशी त्यांची इच्छा असे.

मणी दीक्षित हे राष्ट्रीय सुरक्षा सल्लागाराच्या कार्यालयामध्ये अशा थाटात दाखल झाले, जसे काही ते हे काम करण्यासाठीच जन्माला आले होते. पंतप्रधान कार्यालयातील तीन सर्वांत वरिष्ठ अधिकाऱ्यांपैकी मणी दीक्षित हे उघड-उघड पंतप्रधानांचे आवडते होते. दोघांचा जगाकडे पाहण्याचा दृष्टिकोन समानच होता. अगदी अलीकडे, काँग्रेस पक्षाचे सदस्य म्हणून दोघांनी पक्षासाठी एक 'परराष्ट्र धोरणानामा' तयार केला होता. त्याचा विषय, 'शीतयुद्धा नंतरचं जग' असा होता. मणी यांच्याकडे नवनवीन कल्पनांचा साठा असे आणि आपल्या हाताखालच्या लोकांनी त्यावर काम करून त्या यशस्वी करून दाखवाव्या, अशी त्यांची अपेक्षा असायची. कारगीलचं युद्ध सुरू असताना ब्रजेश मिश्रा यांनी एका गटाची स्थापना केली. यात विविध क्षेत्रांतील तज्ज्ञांचा समावेश होता. हे लोक त्यांनी राष्ट्रीय सुरक्षा सल्लागार समितीमधून निवडून घेतले होते. कारगीलची लढाई जिंकण्यासाठी रोजच्या नवनवीन व्यूहरचना रचण्यात मग्न असलेल्या सरकारला भविष्यकाळाचा विचार करून सल्ला 'बिग पिक्चर ॲडव्हाइस' देण्याचं काम या गटाला देण्यात आलं होतं. के. सुब्रमण्यम, एन.एन. व्होरा तसंच आणखी काही लोकांबरोबर मीसुद्धा या गटामध्ये होतो. त्या वेळी मणी दीक्षित यांची अनन्यसाधारण युद्धनीती मी स्वत: पाहिली.

मणी दीक्षित हे भारतातील अत्यंत बुद्धिमान आणि कुशल राजनीतितज्ज्ञांपैकी एक होते. सुब्रमण्यम हे अत्यंत कसलेले, नाणावलेले गुरू होते. त्यांनीच एक दिवस बोलता-बोलता मला सांगितलं की, ते नेहरूंच्या नंतरच्या भारतातले सर्वांत उत्कृष्ट परराष्ट्र सचिव होते. त्यांनी आपला ठसा खूप आधीपासूनच उमटवला होता. इंदिरा गांधींनी त्यांची निवड एका आव्हानात्मक कामगिरीसाठी केली होती. नव्यानं निर्माण झालेल्या बांग्लादेशामध्ये 'इंडियन मिशन' स्थापन करण्यास त्यांना जेव्हा सांगण्यात आलं, तेव्हा ते केवळ पस्तीस वर्षांचे होते. डॉ. सिंग यांचे 'राष्ट्रीय सुरक्षा सल्लागार' या नात्याने मणी यांनी ब्रजेश मिश्रा ज्या-ज्या बाबींची हाताळणी करत असत, त्या तत्काळ समजून घेतल्या आणि तेच मुद्दे पुढे नेण्याचा प्रयत्न केला.

अमेरिकेशी सुसंवाद प्रस्थापित करणं, 'धोरणात्मक सहभागात पुढचं पाऊल' (नेक्स्ट स्टेप इन् स्ट्रॅटेजिक पार्टनरशिप – NSSP) या नावानं मुशर्रफ यांच्यासोबत पाकिस्तानविषयी बोलणी आणि सरहद्दीविषयी चीनशी चर्चा त्याचप्रमाणे ब्लेअर, कोइझुमी, मबेकी, लुला आणि इतर देशांच्या राष्ट्रप्रमुखांशी द्विपक्षीय बैठकां (bilateral meetings)मध्येही मणी यांची मतं ठाम आणि आग्रही असत. त्यांच्या या दृढनिश्चयी स्वभावामुळे परराष्ट्रसेवेमधल्या त्यांच्या तरुण सहकाऱ्यांना त्यांची एक प्रकारची आदरयुक्त भीती आणि दबदबा वाटत असे. दुसऱ्या बाजूला नवीन परराष्ट्र मंत्री के. नटवर सिंग आणि नारायणन हे त्यांच्यावर चिडत असत.

मुळात ही जी काही व्यवस्था होती, त्यामध्ये राष्ट्रीय सुरक्षा दल आणि परराष्ट्र मंत्री यांच्यात ताणतणाव येणार हे उघडच होतं. अमेरिकेतसुद्धा एनएसए आणि 'सेक्रेटरी ऑफ स्टेट' यांच्यात कायम धोरणात्मक मुद्द्यांवरून खडाजंगी होत असते, हे तर सर्वश्रुतच आहे. भारतामध्ये नेहमीच पंतप्रधान परराष्ट्र धोरणावर आपलं स्वत:चं नियंत्रण ठेवण्याचा प्रयत्न करत असतात. पण दैनंदिन जीवनात हे धोरण राबवत असताना परराष्ट्र मंत्र्यांचा त्यावर ताबा असतो. राष्ट्रीय सुरक्षा संस्थेला असलेले संस्थागत अधिकार त्याच प्रमाणे मिश्रा आणि दीक्षित हे दोघंही परराष्ट्र सेवेमधून आलेले असल्यामुळे त्यांना परराष्ट्र सेवेची आतून-बाहेरून व्यवस्थित माहिती असणं, या दोन्ही गोष्टींचा परिणाम म्हणून पंतप्रधान कार्यालय हळूहळू दैनंदिन व्यवस्थापन, पदनियुक्ती अशा बाबतीतसुद्धा हस्तक्षेप करू लागलं. अशाच प्रकारच्या गोष्टींमुळे पूर्वी ब्रजेश मिश्रा आणि जसवंत सिंग यांच्यात निर्माण झालेला ताणतणाव जगजाहीरच आहे. तशाच प्रकारचा ताणतणाव नटवर आणि दीक्षित यांच्यात निर्माण होऊ लागल्याचं माझ्या लक्षात आलं. शिवाय परराष्ट्र सेवेमध्ये असताना नटवर हे मणी यांचे वरिष्ठ असल्यामुळे तर या अहंकारातून निर्माण झालेल्या संघर्षानं अधिकच तीव्र स्वरूप धारण केलं.

नारायणन आणि मणी या दोघांची व्यक्तिमत्त्वं अगदी विरुद्ध असल्याने त्यांचे अनेक बाबतीत मतभेद होते. मणी हे व्यवहारी, उपयुक्ततावादी आणि वास्तववादी होते. नारायणन स्वत:चं खरं करण्याच्या स्वभावाचे, आक्रमक वृत्तीचे होते. ते अनेक वर्षं गुप्तहेर खात्यामध्ये ही होते आणि परराष्ट्र सेवेवर अधिकार गाजवण्याची त्यांना हौस होती. नोकरशाहीमधील पदांच्या उच्च-नीचतेच्या कल्पनांनुसार भारतीय पोलीस सेवे (आयपीएस)च्या अधिकाऱ्यांना भारतीय परराष्ट्र सेवे (आयएफएस)च्या महत्त्वाकांक्षी लोकांपेक्षा दुय्यम दर्जाचं मानण्यात येतं आणि सत्ताकांक्षी प्रशासकीय सेवेपेक्षा (आयएएस) सुद्धा त्यांचं स्थान गौण असल्याचं गृहीत धरण्यात येतं.

मणी आणि नारायणन यांच्या वयात फक्त दोनच वर्षांचा फरक होता. ते दोघंही कधीतरी अचानक पंतप्रधानांच्या उपस्थितीतच एखाद्या मुद्यावरून वादावादीला सुरुवात करत. एकदा तर अशा वादाच्या प्रसंगी नारायणन मणी यांच्या अंगावर जोरात ओरडून म्हणाले, "तुम्ही एक असे कूटनीतिज्ञ आहात. ज्यांना जगाबद्दलचं खूपकाही ज्ञान आहे, पण भारतबद्दल तुम्हाला काहीही माहीत नाहीये." त्यावर मणी यांनी रागावून त्यांना प्रतिप्रश्न केला, "तुम्ही आजवर कधीही चांगल्या धोरणात्मक अधिकाऱ्याचं काम केलेलं नाही. मग तुम्हाला तरी या देशाबद्दल असं काय ठाऊक आहे?" नारायणन हे खरे आयपीएस असूनसुद्धा त्यांच्या कारकिर्दीमधली बरीचशी वर्षं त्यांनी गुप्तहेर खात्यातच काढली होती आणि महत्त्वाचा 'फील्ड जॉब' कधीच केलेला नव्हता, त्यावरून मणी यांनी त्यांना हा टोमणा मारला होता.

त्यांच्यात मधूनच हे जे खटके उडायचे त्याचं मुख्य कारण असं होतं की, नारायणन गुप्तहेर खात्यावर स्वत:चं खूप जास्त नियंत्रण असावं, यासाठी धडपडत असत आणि मणी यांना ते होऊ द्यायचं नव्हतं.

त्या दोघांचा असा वाद चालू असताना डॉ. सिंग चिंताग्रत मुद्रेनं बसून राहात. पण एक दिवस त्यांच्या सारख्या पराकोटीच्या शांत व्यक्तीलाही ते असह्य झालं. त्यांच्या उपस्थितीत मणी आणि नारायणन यांनी तावातावानं वाद घालायला सुरुवात केली. प्रत्येक जण दुसऱ्यावर मर्यादेचं उल्लंघन करत असल्याचे आरोप करू लागला. सुरुवातीला तरीही डॉ. सिंग शांतच राहिले. पण मग मात्र ते ताडकन उठून उभे राहिले. त्यांच्या चेहऱ्यावर संताप स्पष्ट दिसत होता. ती बैठक संपली असून आम्ही सर्वांनी उठून तिथून निघून जावं, याचाच तो इशारा होता. नायर, मणी आणि एमके बाहेर पडले. मी पंतप्रधानांबरोबर त्यांच्या कार्यालयाला जोडून असलेल्या शेजारच्या छोट्या कक्षात गेलो. या ठिकाणी ते त्यांच्या फाइल्स आणि पत्रं वाचत असत.

आपल्या उपस्थितीत उद्भवलेल्या या तंट्यामुळे ते चांगलेच अस्वस्थ झाले होते. मग मी त्यांना शांत करण्याचा प्रयत्न केला. वेगवेगळी मतं मांडली जात आहेत ही चांगलीच गोष्ट आहे, असा मी युक्तिवाद केला. त्यामुळे कोणता दृष्टिकोन स्वीकारायचा आणि कोणता नाही हे पंतप्रधान ठरवू शकतात, असंही मी म्हणालो. अर्थमंत्रालयामध्येसुद्धा मॉन्टेक आणि दीपक नय्यर यांच्यात असेच मतभेद होते, याचीही मी डॉ. सिंग यांना आठवण करून दिली. त्या वेळी कर्जफेडीच्या मुद्द्यावरून आणीबाणीची परिस्थिती उद्भवलेली असताना मंत्रीमंडळामध्ये त्या वातावरणात मनाचा तोल ढळू न देता समंजसपणे चर्चा करणं फार अवघड होतं, असा युक्तिवाद करून खुद्द डॉ. सिंग यांनी दीपक नय्यर यांचं वागणं समजून घेतलं होतं. पण सध्यातरी कोणताही पेच प्रसंग ओढवलेला नव्हता आणि नवी टीम सूत्रं हातात घेण्यास सज्ज होती. तेव्हा माओत्से तुंग यांच्या सुप्रसिद्ध उक्तीचा आधार घेत मी म्हणालो, ''हजार कल्पना फुलू देत आणि शंभर विचारांची परस्परांशी स्पर्धा होऊ दे.''(''So let' a thousand ideas bloom and a hundred views contend.'')

डॉ. सिंग यांना मी याही गोष्टीची आठवण करून दिली की, इंदिरा गांधी आणि नेहरू यांच्याही भोवती असणारे काही अधिकारी एकमेकांशी सतत भांडायचे.

माझं बोलणं ऐकून घेऊन स्मितहास्य करून ते म्हणाले, ''पण ते सगळे एकमेकांच्या अंगावर असे ओरडत असतील, असं मला नाही वाटत!''

✦

पंतप्रधान कार्यालयामध्ये हे काही अंतर्गत राजकारण चालू असायचं, त्याची झलक मला कामावर रुजू झाल्याच्या पहिल्या दिवशीच अनुभवायला मिळाली. मी माझ्या टेबलापाशी बसून काम करायला सुरुवात केली आणि माझ्या टेबलावरच्या 'इन-ट्रे'मध्ये जो पहिला कागद माझ्या निरीक्षणासाठी येऊन पडला, ते नायर यांनी पाठवलेलं एक वृत्तपत्रातील बातमीचं कात्रण होतं. एका सनसनाटी बातम्या छापणाऱ्या स्थानिक दैनिकात छापून आलेल्या त्या बातमीच्या कात्रणावर नायर यांनी स्वहस्ताक्षरात 'खरोखरच फार इंटरेस्टिंग!!!' अशी 'टिपण्णी' लिहून ते मला पाठवलं होतं. त्या बातमीचं नाव होतं 'पंतप्रधान कार्यालयात म्युझिकल चेअर्स' (म्युझिकल चेअर्स म्हणजे संगीत खुर्चीच्या थाटात ती कोटी केलेली होती!) साउथ ब्लॉकमध्ये कोणी कोणत्या कक्षात कार्यालय थाटायचं या विषयावरून जी लढाई चालत असं त्याचं मसालेदार वर्णन त्यात छापण्यात आलं होतं.

पंतप्रधानांचा कक्ष जिथे होता, त्या लांबलचक कॉरिडॉरच्या पार दुसऱ्या टोकाला मुख्य सचिवांचं कार्यालय होतं. वाजपेयी यांच्या कारकिर्दीत त्या खोलीत ब्रजेश मिश्रा बसत असत. त्यांच्यावर त्या वेळी दुहेरी जबाबदारी होती. ते पंतप्रधानांचे मुख्य सचिव तर होतेच, पण त्या बरोबरच ते भारताचे पहिले संरक्षण विषयक सल्लागार होते. मनमोहन सिंग यांच्या पंतप्रधान कार्यालयात मात्र एक अडचण झाली होती. आता या दोन्ही जबाबदाऱ्या दोन व्यक्तींमध्ये विभागल्या गेल्या होत्या. तेव्हा आता नवे मुख्य सचिव नायर कुठे बसणार? आणि नवीन राष्ट्रीय सुरक्षा सल्लागार मणी हे आपलं कार्यालय कोणत्या कक्षात थाटणार? या गुंतागुंतीत आणखी भर पडण्याचं कारण नवे विशेष सल्लागार (एसए) नारायणन यांचंही कार्यालय कुठे असावं? हा प्रश्न उपस्थित झाला. नायर व मणी या दोघांच्या खोल्यांइतकीच महत्त्वपूर्ण तिसरी एक खोली नारायणन यांच्यासाठी शोधण्याचं काम आता आलं.

असं ऐकिवात आलं की, नायर, मणी आणि पंतप्रधान कार्यालयातील नवे राज्यमंत्री पृथ्वीराज चव्हाण या सर्वांचाच डोळा कोपऱ्यातल्या त्या खोलीवर होता, जी पहिल्या फेरीत नायर यांना मिळाली होती. त्यामुळे आता ब्रजेश मिश्रा यांचं एकेकाळी कार्यालय असलेल्या त्या खोलीत नायर अत्यंत अभिमानानं बसत. नायर यांनी त्या बातमीच्या कात्रणावर ती मल्लीनाथी करून त्यापुढे तीन उद्‌गारचिन्हं देऊन ती मला वाचायला पाठवावी, याचं मला फारच नवल वाटलं. झालं असं की, मिश्रांची खोली वारसा हक्कानं नायर यांच्या पदरात पडली. पंतप्रधान कार्यालयातील सचिवासाठी असलेली खोली मणी यांना देण्यात आली आणि नारायणन यांना कॉरिडॉरमध्ये पुढे असलेली तेवढ्याच आकाराची एक खोली देण्यात आली.

डॉ. सिंग यांनी मुख्य सचिवाचं काम आणि राष्ट्रीय सुरक्षा सल्लागाराचं काम दोन वेगवेगळ्या व्यक्तींवर सोपवल्यावरून काही लोकांनी डॉ. सिंग यांच्यावर टीका केली

होती. पण त्या टीका करणाऱ्यांना सुद्धा ही अशी समस्या उद्‌भवू शकेल, असं वाटलं नसेल. वाजपेयी यांनी ही दोन्ही कामं एकाच व्यक्तीला दिली असली, तरी सिंग यांनी तसं न करता या दोन कामांसाठी दोन माणसं नियुक्त करावी, असा के. सुब्रमण्यम यांनी त्यांना सल्ला दिला होता. मुळात राष्ट्रीय सुरक्षा सल्लागार हे पद निर्माण करण्यासाठी सुब्रमण्यम यांनीच पुढाकार घेतला होता. १९९८ सालच्या अणुविस्फोट चाचण्यांनंतर ताबडतोब 'राष्ट्रीय सुरक्षा सल्लागार' नियुक्त करण्याची प्रक्रिया सुरू झाली. वाजपेयी यांनी काळाची गरज म्हणून भारताच्या राष्ट्रीय संरक्षण व्यवस्थापनाची पुनर्रचना करण्यासाठी एका कमिटीची नेमणूक केली होती. त्या वेळी कमिटीनं स्वत:चं वेगळं सचिवालय असलेलं एक राष्ट्रीय सुरक्षा परिषद, एक धोरणकर्त्यांचा गट आणि राष्ट्रीय संरक्षण सल्लागार मंडळ असं निर्माण करण्याची सूचना केली होती. यातील राष्ट्रीय सुरक्षा परिषदेचा प्रमुख हा राष्ट्रीय सुरक्षा सल्लागार असेल, असं ठरलं.

या कमिटीनं स्वत:चा अहवाल सादर करण्यापूर्वी सुब्रमण्यम यांचा सल्ला घेतला होता. तेव्हा त्यांची अशी कल्पना होती की, ह्या राष्ट्रीय सचिवालयाचं स्वरूप नियोजन मंडळासारखं असेल आणि त्याच्या विविध विभागांचे प्रमुख हे विविध विषयांचे तज्ज्ञ असतील. नियोजन मंडळाच्या उपाध्यक्षाप्रमाणेच राष्ट्रीय सुरक्षा सल्लागाराचं काम पूर्ण वेळाचं असेल. नियोजन मंडळाचं कार्यालय पंतप्रधान कार्यालयापासून जरासं लांब योजना भवनमध्ये होतं. त्यामुळे त्याच प्रकारे राष्ट्रीय सुरक्षा संस्था आणि एनएससीएस हे दोन्हीही पंतप्रधान कार्यालयापेक्षा वेगळ्या ठिकाणी असेल, असा त्यांचा समज होता.

या कमिटीने सादर केलेल्या अहवालातील प्रस्ताव वाजपेयींनी मंजूर केला, परंतु राष्ट्रीय सुरक्षा सल्लागार म्हणून मात्र त्यांनी आपले मुख्य सचिव ब्रजेश मिश्रा यांचीच नेमणूक केली. राष्ट्रीय सुरक्षा परिषद सचिवालय मात्र एका उपराष्ट्रीय सुरक्षा सल्लागाराकडे सोपवण्यात आलं आणि ते कार्यालय पंतप्रधान कार्यालयाबाहेर, जवळच असलेल्या सरदार पटेल भवनमध्ये हलवण्यात आलं. ब्रजेश मिश्रा यांनीच ह्या दोन्ही पदांचा भार सांभाळावा, ही कल्पना सुब्रमण्यम यांना मुळीच पसंत पडली नाही. त्यांचं असं मत होतं की, पंतप्रधानांच्या सचिवांना आठवड्याचे सातही दिवस चोवीस तास उद्‌भवणाऱ्या समस्यांना आणि आव्हानांना तोंड द्यावं लागतं. त्यामुळे भारताच्या संरक्षण व्यवस्थापनाचं काम दुर्लक्षित राहील.

त्यानंतर कित्येक वर्षांनी युपीए-१च्या अनुभवानंतर सुब्रमण्यम यांना या दोन्ही कामांचा भार वेगवेगळ्या व्यक्तींकडे सोपवण्याचा निर्णय किती योग्य होता, ते कळून चुकले. पुढे के. सुब्रमण्यम स्मृतिप्रीत्यर्थ आयोजित केलेल्या भोजनाच्या वेळी, २०१२ सालच्या जानेवारी महिन्यात ब्रजेश मिश्रा हे सध्याचे राष्ट्रीय सुरक्षा सल्लागार शिवशंकर मेनन, मी आणि इतर काही लोकांशी बोलत होते. त्या वेळी

सुब्रमण्यम यांनी त्यांना जे काही सांगितलं होतं, ते त्यांनी आम्हाला सांगितलं. आपण राष्ट्रीय सुरक्षा संस्था आणि पंतप्रधानांचा मुख्य सचिव या दोन जबाबदाऱ्या दोन निरनिराळ्या व्यक्तींकडे सोपवण्याचा डॉ. सिंग यांना जो सल्ला दिला होता, त्याचा त्यांना विषाद वाटत होता. त्यांचे दोन अतिमहत्त्वपूर्ण साहाय्यक दोन वेगवेगळ्या पद्धतीनं काम करत होते, त्यांच्यात एकवाक्यता नव्हती. त्यामुळे पंतप्रधानांना राष्ट्रीय संरक्षणाच्या बाबतीत सर्वंकष आणि राजकारणाची सर्व अंगे विचारात घेऊन जो दृष्टिकोन बनवता आला पाहिजे, ते शक्य नव्हतं.

२००४ सालच्या जून महिन्यात मात्र डॉ. सिंग यांनी मुख्य सचिव आणि राष्ट्रीय सुरक्षा संस्था अशी दोन वेगवेगळी पदं निर्माण करण्याचा सुब्रमण्यम यांचा सल्ला नुसताच ऐकला नाही, तर त्यासाठी चार पावलं पुढं जाऊन त्यांनी राष्ट्रीय सुरक्षा संस्थेच्या कार्यक्षेत्राचेही आणखी दोन भाग पाडले. त्यांनी परराष्ट्र, संरक्षण आणि अणुऊर्जा विषयक कामं मणी दीक्षित यांना; त्याचप्रमाणे देशांतर्गत सुरक्षाव्यवस्थेचं क्षेत्र नारायणन यांच्याकडे दिलं. परंतु त्यानंतर राष्ट्रीय सुरक्षा संस्था आणि एसए या दोघांनाही सरदार पटेल भवनमध्ये बसण्यास सांगण्याऐवजी त्यांनी त्या दोघांना स्वत:च्या जास्त जवळ, पंतप्रधान कार्यालयात बसण्यास सांगितलं.

मनमोहन सिंग यांच्या पंतप्रधान कार्यालयाच्या सुरुवातीच्या काही दिवसांत गोष्टी सुरळीत चालत नव्हत्या. परराष्ट्र, गृह आणि संरक्षण या खात्यातील मंत्र्यांशी संबंधित अशा सर्व फाइल्स राष्ट्रीय सुरक्षा संस्थेला हव्या होत्या. कारण पंतप्रधानांकडे त्या जाण्यापूर्वी राष्ट्रीय सुरक्षा संस्थेच्या नजरेखालून गेल्या पाहिजेत, असं त्यांचं म्हणणं होतं. त्यामुळे पहिल्यांदाच निर्णयप्रक्रियेमधील मुख्य सचिवाच्या भूमिकेला कात्री लागणार होती आणि या विषयांशी संबंधित मंत्रीमंडळामध्ये पदनियुक्ती करण्याचाही सर्वाधिकार त्यांच्याकडे उरणार नव्हता. नारायणन हे चेन्नईलाच राहात असत आणि आठवड्यातील काही दिवस विमानानं दिल्लीला येऊन ते आपलं काम पाहात असत. पण त्यांनी आता मनावर घेतलं आणि गृह खातं तसंच अंतर्गत सुरक्षा खात्याशी संबंधित सर्व फाइल्स स्वत:च्या नजरेखालून घालण्याचा आग्रह धरला.

या अधिकार क्षेत्राच्या अंतर्गत युद्धाची माध्यमांना कुणकुण लागली. ब्रजेश मिश्रा यांनी एका ज्येष्ठ पत्रकाराच्या कानावर ही गोष्ट घातली. त्या वेळी त्यांच्या हाताखाली काम करणारे काही लोक अजूनही पंतप्रधान कार्यालयात काम करत होते, ते ब्रजेश मिश्रांच्या अजूनही संपर्कात होते. त्या प्रकाराचं स्पष्टीकरण देण्यासाठी पंतप्रधान कार्यालयातून एक अधिकृत आदेश काढला जाऊन त्यानुसार नायर, दीक्षित आणि नारायणन यांच्या नेमक्या जबाबदाऱ्या कोणत्या ते स्पष्ट केलं जाईल, असा निर्णय झाला. नंतर या गोष्टीस प्रसिद्धी देण्यात आली.

पण गोष्टी इथंच थांबल्या नाहीत. पुढचे काही आठवडे माध्यमांद्वारे वारंवार

अशी वृत्तं प्रक्षेपित करण्यात येत होती की, पंतप्रधानांचे मुख्य सल्लागार आणि केंद्रीय मंत्री, परराष्ट्र मंत्री आणि गृहमंत्री, अनुक्रमे नटवरसिंग व शिवराज पाटील यांच्यात अधिकारक्षेत्राच्या संदर्भात झगडा चालू आहे. माध्यमांनी मणी आणि नारायणन नक्की कोणत्या जबाबदाऱ्या निभावणार आहेत, या विषयी पंतप्रधान डॉ. सिंग यांच्याकडे स्पष्टीकरण मागितलं. त्याच प्रमाणे मणी आणि नारायणन हे दोघं गृह आणि परराष्ट्र मंत्रालयाच्या कामकाजात ढवळाढवळ करणार का? असाही प्रश्न त्यांना विचारला.

एक दिवस परराष्ट्र मंत्री नटवर सिंग यांनी मला साउथ ब्लॉकमधल्या त्यांच्या कक्षात बोलावून मन मोकळं केलं. मणी दीक्षित यांच्या विषयी त्यांच्या मनात जे काही खदखदत होतं, ते सगळं सांगितलं. ते त्यांच्या गाऱ्हाण्यांचा पाढा वाचून दाखवताना अधिकाधिक संतापत चालले होते. नटवर यांची मुख्य तक्रार ही होती की, परराष्ट्र मंत्र्यांच्या कामकाजामधला मणी यांचा हस्तक्षेप दिवसेंदिवस वाढतच चालला होता. नटवर आणि मणी हे दोघंही निवृत्त राजकीय मुत्सद्दी असले तरी त्यांचे विचार अगदी परस्परविरुद्ध टोकाचे होते. परराष्ट्र धोरणांवर स्वत:चा प्रभाव असावा यासाठी दोघांमध्ये अर्थातच स्पर्धा होती. सुधारणावादी विचारसरणीचे पंतप्रधान आणि परराष्ट्र मंत्रालयाची परिवर्तनविरोधी विचारसरणीची व्यवस्था या दोहोंमधला समन्वय साधण्याचं काम करण्यास मणी अतिशय समर्थ होते. वाजपेयींच्या कारकिर्दीत असेच ब्रजेश मिश्रा हे होते.

हा संघर्ष मिटवण्याचा पंतप्रधान कसोशीनं प्रयत्न करत होते. नेमकं त्याच सुमारास वृत्तपत्रांनी गृहमंत्री शिवराज पाटील आणि नारायणन यांच्यातील वाढत्या संघर्षांच्या बातम्या तिखट-मीठ लावून छापण्यास सुरुवात केली. त्यांनी त्यात पंतप्रधानांनासुद्धा ओढलं. त्यांनी सरळ-सरळ असं सुचित केलं की, पंतप्रधान त्यांच्या सल्लागारांच्या मार्फत मंत्र्यांच्या कार्यक्षेत्रावर अतिक्रमण करू पाहात असल्यामुळेच ह्या समस्या निर्माण झालेल्या आहेत. डॉ. सिंग यांची या आरोपाचं खंडन करण्याची इच्छा होती. त्यांनी हे दूषित झालेलं वातावरण निवळण्याच्या दृष्टीनं जाहीर स्पष्टीकरण मला लिहून काढायला सांगितलं. मी लिहिलं होतं :

> गेल्या काही दिवसांमध्ये माध्यमांद्वारे संपूर्णत: खोटी आणि पक्षपाती वृत्तं प्रसिद्ध करण्यात येत आहेत. जम्मू-काश्मीर, ईशान्येकडची राज्यं आणि देशातील नक्षलवादी कारवायांनी बाधित असलेली राज्यं यांच्या संबंधित बाबी पंतप्रधानांनी स्वत:च्या हातात घेतल्या असल्याच्या या बातम्या चुकीच्या आहेत. देशांतर्गत सुरक्षिततेशी संबंधित सर्व बाबी भारत सरकारच्या गृहमंत्रालयाकडूनच हाताळल्या जातात. तसेच संबंधित राज्यंसुद्धा त्या

संबंधी दक्ष असतात. या पूर्वापार चालत आलेल्या पद्धतीत काहीही बदल करण्यात आलेला नाही.

त्यानंतर पंतप्रधानांनी मला तो मसुदा नायर, मणी आणि नारायणन अशा संबंधित तीनही व्यक्तींना दाखवायला सांगितला. त्या तिघांनाही तो मान्य होता. मी त्या मसुद्याच्या कागदावर तिघांच्या सह्या घेऊन पंतप्रधानांकडे गेलो. तो पाहून फाइल माझ्या हातात परत देत ते हसून म्हणाले : ''मग तुम्ही याला 'प्रेस रिलीज' म्हणाल की 'जॉइंट स्टेटमेंट'?''

✦

या संपूर्ण रचनेमध्ये माझी स्वत:ची जागा नक्की कुठे होती, हे माझ्या पदामुळे स्पष्ट झालं होतं. डॉ. सिंग यांच्याकडे मी अशी मागणी केली होती की, मला 'सेक्रेटरी टू गव्हर्नमेंट' असा हुद्दा देण्यात यावा. डॉ. सिंग यांनी ती मागणी आनंदानं मंजूर केली. पण नायर यांनी मात्र नाक मुरडलं. त्यांच्या मते मी फक्त पन्नास वर्षांचा होतो. 'सेक्रेटरी टू गव्हर्नमेंट' या पदासाठी मी फारच लहान होतो. सर्वच प्रशासकीय अधिकाऱ्यांप्रमाणे त्यांना स्वत:ला साठीच्या घरात आल्यावर ते पद मिळालं होतं. त्यांनी मला एक पायरी खाली उतरून अतिरिक्त सचिव हा हुद्दा स्वीकारण्याचा सल्ला दिला. नोकरशाहीतील मत्सरी वृत्तीचा मला त्रास होऊ नये, म्हणून असं करावं, असं त्यांचं म्हणणं होतं. डॉ. सिंग यांनी पण मला तशी तडजोड करायला सांगितली आणि 'अतिरिक्त सचिव' म्हणूनच कामावर रुजू होण्यास सांगितलं. एका वर्षात मला बढती मिळेल, अशी ग्वाही त्यांनी दिली. एक वर्षानंतर मला तशी बढती देण्यात आली. पण त्या बढतीमुळे मला एक अगदी छोटासा फायदा झाला, तो म्हणजे आता पंतप्रधानांसोबत दौऱ्यावर गेल्यावर हॉटेलमध्ये मलाही 'एक्झिक्युटिव्ह सूट' मिळत असे. मी स्वत: एका प्रशासकीय अधिकाऱ्याचा मुलगा असल्यामुळे सरकारमध्ये हुद्दा म्हणजे सर्वकाही याची मलाही कल्पना होतीच. बैठकीच्या वेळी कोणाला कुठे बसवण्यात येतं, पंतप्रधानांबरोबरच मोटारींच्या ताफ्यापैकी कोणत्या मोटारीत तुम्हाला बसवण्यात येतं आणि त्याही पेक्षा महत्त्वाचं म्हणजे तुमचा किती प्रभाव आहे, असं लोकांना वाटतं, हे सगळंच त्यावरून ठरतं. मी मात्र वरच्या पदासाठी आग्रह धरला होता. कारण एक माध्यम सल्लागार म्हणून परिणामकारक ठरण्यासाठी त्याची गरज होती आणि ते चांगलंच होतं. कारण मणी, नायर आणि नारायणन हे तिघं तेवढे हुद्द्यानं माझ्यावर होते. त्यांचा हुद्दा राज्यमंत्र्यांच्या बरोबरीचा होता. परंतु पंतप्रधान कार्यालयातील पुलोक यांच्यासह इतर सर्व अधिकारी हुद्द्यानं माझ्या खाली होते. नायर यांना अशी भीती वाटत होती की, यामुळे

कार्यालयामध्ये नाराजीचं वातावरण पसरेल. पण माझ्या आयएएस सहकाऱ्यांकडून मला कधीच असा अनुभव आला नाही. आयएएस मुत्सद्द्यांना मात्र पदाची श्रेष्ठता, कनिष्ठता, त्यासंबंधीचे शिष्टाचार या गोष्टींचं महत्त्व असल्यामुळे त्यांनी खेळी खेळायला सुरुवात केली.

२००४ सालच्या सप्टेंबर महिन्यात न्यू यॉर्क येथे आयोजित करण्यात आलेल्या 'कौन्सिल ऑन फॉरीन रिलेशन्स' (सीएफआर)च्या प्रसंगी माझ्याच काही पदाची श्रेष्ठता-कनिष्ठता यांच्या बाबतीत आग्रही असणाऱ्या सहकाऱ्यांच्या संबंधात एक मजेशीर किस्सा घडला. डॉ. सिंग यांना सीएफआरमध्ये व्याख्यानासाठी वक्ता म्हणून बोलावण्यात आलं होतं. आम्ही कार्यक्रमाच्या ठिकाणी पोहोचल्यावर मॉन्टेक आणि मणी यांना एका खास दालनात नेण्यात आलं. व्याख्यान देण्यापूर्वी डॉ. सिंग सीएफआरमधील काही ज्येष्ठ नेत्यांसोबत दुपारचं भोजन घेणार होते. ते व्याख्यान मॉन्टेक, मणी आणि मी एकत्र बसूनच लिहून तयार केलं होतं. त्यामुळे त्यांच्यासोबत मलासुद्धा त्या भोजनासाठी निमंत्रण असेल, अशी माझी कल्पना होती. पण मला पंतप्रधान कार्यालयातील इतर अधिकाऱ्यांसोबत बाहेर बसण्यास सांगण्यात आलं. मी काही विरोध दर्शविणार इतक्यात अर्थतज्ज्ञ जगदीश भगवती, सीएफआरचे एक वरिष्ठ अधिकारी आणि निमंत्रित यांनी मला पाहून हात हलवला. ते माझ्या जवळ आले आणि मला प्रेमानं थोपटून त्यांनी माझ्या सासू-सासऱ्यांची आणि रमाची चौकशी केली. त्यांचा अनेक वर्षांचा घरोबा होता. माझा हात पकडून ते मला त्या भोजनाच्या दालनात घेऊन जाऊ लागले. प्रवेशद्वारापाशी असलेल्या रखवालदारांनी माझं नाव पंतप्रधानांच्या सोबत भोजन घेणाऱ्या निमंत्रितांच्या यादीत नसल्याचं सांगितलं. त्यावर भगवती यांनी त्या लोकांना मी त्यांचा पाहुणा असल्याचं सांगितलं. त्यांच्याशी असलेला घरोबा हा संकेतांपेक्षा वरचढ ठरला.

सरतेशेवटी पंतप्रधान कार्यालयात माझा प्रभाव पडण्यासाठी माझा हुद्दा नव्हे, तर डॉ. सिंग यांच्याशी असलेले माझे जवळचे संबंध उपयोगी ठरले. पंतप्रधान कार्यालयातील या तीन ज्येष्ठ व्यक्तींचे आपापसातील भेद मिटवण्यासाठी डॉ. सिंग हे एक 'पंच' असल्यासारखं माझ्याकडे पाहात. त्यामुळे त्या तीन व्यक्तींबरोबरचं माझं जे समीकरण होतं, त्यावरही या गोष्टीचा परिणाम झाला होता.

१९९९-२०००मध्ये राष्ट्रीय सुरक्षा शिक्षण मंडळ (एनएसइबी)मध्ये मी आणि मणी एकत्र काम करत होतो, तेव्हापासून माझे व त्यांचे संबंध खूप चांगले होते. भारताच्या 'ट्रॅक टू डिप्लोमसी'चा एक भाग म्हणून आम्हाला एकत्र बरेच दौरे करावे लागत. २०००मध्ये ते एनएसइबीमधून बाहेर पडले, पण तरीही आम्ही एकमेकांच्या संपर्कात होतो. आम्ही नियमितपणे एकमेकांना भेटत असू. काँग्रेस पक्षासाठी एक पर्यायी 'परराष्ट्र धोरणाची दूरदृष्टी' लिहून काढण्याचं काम त्यांनी हाती घेतलं होतं.

त्या कामी त्यांनी मलाही सहभागी करून घेतलं होतं. मला त्यांच्याबरोबर वेळ घालवायला आवडत असे. आम्हा दोघांनाही उत्तम प्रतीची स्कॉच आणि सिगार्स या गोष्टींची आवड होती.

परंतु पंतप्रधान कार्यालयात काम करत असताना मणी यांची वागण्याची अहंकारी पद्धत आणि माझा थोडा बेफिकीर, समोरच्याला फारसा भाव न देण्याचा स्वभाव यामुळे आमच्यात खटके उडू लागले. आमच्यात पहिल्यांदा मतभेद झाला, तो पंतप्रधानांसोबत त्यांच्या खास विमानातून कुणाला प्रवासाला जाऊ द्यायचं, याबद्दल. 'टाइम्स ऑफ इंडिया'चे पत्रकार सिद्धार्थ वरदराजन हे होते. नंतर ते 'द हिंदू'चे संपादक झाले. पंतप्रधानांबरोबर प्रवास करणाऱ्या माध्यम प्रतिनिधींच्या यादीत त्यांचं नाव पाहून मणी यांनी मला एक चिठ्ठी पाठवली. सिद्धार्थ वरदराजन हे भारतीय नागरिक नसून ते एक अमेरिकन नागरिक होते, त्यामुळे पंतप्रधानांच्या विमानातून जाण्याचा त्यांना अधिकार नव्हता, असं त्यांनी त्यात नमूद केलं होतं. सिद्धार्थ अमेरिकेचे नागरीक आहेत, याची मला कल्पना होती. कारण मी त्यांना जेव्हा 'टाइम्स ऑफ इंडिया'चे उपसंपादक म्हणून घेतलं, तेव्हाच हा विषय निघाला होता. पण त्या वेळी मी त्या गोष्टीचा बाऊ न करण्याचं ठरवलं. 'टाइम्स ऑफ इंडिया'चे प्रकाशक समीर जैन हे 'बेनेट, कोलमन ॲन्ड कंपनी लिमिटेड'चे उपाध्यक्ष होते. त्यांनीही या गोष्टीला काही हरकत घेतली नाही. संपादकीय लिहिणाऱ्या लेखकांच्या निवडीमध्ये ते स्वत: जातीनं लक्ष घालत असत. आता हीच गोष्ट उद्भवली होती.

मी त्या फाइलवर असा शेरा टाकला की, सिद्धार्थ वरदराजन हे नुकतेच परराष्ट्र मंत्री नटवरसिंग यांच्यासोबत त्यांच्या खास विमानातून परदेशी दौऱ्यावर जाऊन आले आहेत, तेव्हा पंतप्रधान कार्यालयानं त्यांच्या नागरिकत्वाचा उगीच बाऊ करण्याची आवश्यकता नाही. माझ्या या शेऱ्यासह ती फाइल पंतप्रधानांकडे निरीक्षणासाठी गेली. त्यांची त्यावर सही होऊन ती परत आली. मला असं सांगण्यात आलं होतं, दप्तरी भाषेमध्ये जर एखाद्या शेऱ्यावर पंतप्रधानांनी काही टिपण्णी न करता नुसती स्वाक्षरी करून फाइल परत पाठवली, तर त्याचा अर्थ त्यांची संमती आहे, असा होतो. मणी नाराज झाले. त्यांनी ती फाइल माझ्याकडे परत पाठवून दिली. त्या फाइलवर मी लाल शाईत शेरा मारल्याबद्दल त्यांनी सोबत पाठवलेल्या चिठ्ठीत ताशेरे झोडले होते. मी फारसा काही विचार न करता लाल शाई वापरली होती. त्यावर मणी यांनी चिठ्ठीत असं लिहिलं होतं, ''लाल शाईनं सही करण्याचा अधिकार फक्त सेवेतील अधिकाऱ्यांना असतो.''

त्या वेळी अर्थात गोष्टी माझ्या मनाप्रमाणे होऊन त्या फेरीत जरी माझा विजय झाला असला, तरी मनातली तेढ कायम राहिली. मणींना एका गोष्टीचा खूप त्रास होत असे, ती म्हणजे पंतप्रधानांची परराष्ट्र खात्याबद्दल जी काय मतं असतील, त्या

विषयी मी अनेकदा माध्यम प्रतिनिधींना विस्तारानं सांगत असे. मणी यांची अशी इच्छा असे की, अशी माहिती माध्यमांना थेट देण्याआधी ती मणी यांच्याकडे पाठवण्यात यावी व त्यांनी ती मंजूर केल्यावर मगच ती माध्यमांना पुरवण्यात यावी. एक दिवस तर त्यांनी असा फतवाच काढला : परराष्ट्र मंत्रालय आणि राष्ट्रीय सुरक्षा या संदर्भातील कोणतीही बाब त्याचप्रमाणे या विषयांवर वृत्तपत्रांना देण्यासाठी तयार करण्यात आलेली सर्व निवेदनं ही राष्ट्रीय सुरक्षा संस्थेमार्फत अधिकृत परवानगी घेऊन मगच पाठवण्यात यावीत. मी संतप्त झालो.

मणी यांनी काढलेला तो फतवा हातात घेऊन मी गाडीनं ७ रेसकोर्स मार्गावरील पंतप्रधानांच्या निवासस्थानी गेलो. आत शिरल्यावर आगमनाची वर्दीही न देता थेट त्यांच्या कार्यालयात शिरून त्यांच्यासमोर जाऊन उभा राहिलो. त्यांना तो कागद दाखवून या गोष्टीला त्यांची संमती आहे का, असं मी त्यांना सरळच विचारलं. तो आदेश पाहून डॉ. सिंग यांना सुद्धा आश्चर्य वाटलं, कारण त्यांनी त्या आदेशाला मंजुरी दिलेलीच नव्हती. मी रागावून म्हणालो, "पंतप्रधानांचे मणी हे जसे सल्लागार आहेत, तसाच मी ही आहे! मणी हे तुमचे राष्ट्रीय सुरक्षा सल्लागार आहेत आणि मी तुमचा माध्यम सल्लागार आहे. आम्ही दोघंही तुमचे सल्लागार आहोत. त्यामुळे काहीही करण्याआधी मला तुम्ही सोडून बाकी कुणाचीही परवानगी का घ्यायला लागावी?"

डॉ. सिंग यांनी माझा राग शांत केला. मग मी माझं मन त्यांच्यापाशी मोकळं केलं. पंतप्रधानांच्या संपूर्ण टीममध्ये प्रशासकीय अधिकारी नसलेला असा मी एकटाच होतो. माझे बरोबरीचे कुणी मित्र तिथे नव्हते. माझ्याहून वरिष्ठ असणारे सहकारी माझ्यापेक्षा दहा-बारा वर्षांनी मोठे होते. त्यामुळे मला तिथे खूप एकाकी वाटे. कधीतरी ह्या एकटेपणाचा मला त्रास होत असे, कामात मन लागत नसे. त्यामुळे मी जर पंतप्रधान कार्यालयात राहून असंच पुढेही त्यांच्यासाठी काम करत राहावं अशी त्यांची इच्छा असेल, तर या कार्यालयामधील प्रत्येकाला एक गोष्ट कळलीच पाहिजे. मला जाब विचारण्याचा हक्क केवळ पंतप्रधानांना होता. दुसऱ्या कुणालाही नाही. मी डॉ. सिंग यांना हेही सांगितलं की, त्यांचे स्वत:चे घडत असणाऱ्या गोष्टींविषयी काय मत आहे किंवा त्यांचा नेमका काय दृष्टिकोन आहे, हे माध्यमांपर्यंत थेट पोहोचवणं, हे मी माझं कर्तव्य मानतो. सध्याच्या चोवीस तास (२४/७) टेलिव्हिजनच्या जमान्यात अशा प्रकारे पंतप्रधानांचं मत घटना घडल्यावर तातडीनं माध्यमांपर्यंत पोहोचायला हवं. फाइल बनवणं, टिपणं काढणं आणि माध्यमांना देण्याच्या निवेदनावर मंजुरी घेत बसणं शक्य नाही. मी पुढे असंही म्हणालो की, 'पंतप्रधानांचा माध्यम सल्लागार या नात्यानं मी त्यांचा प्रवक्ता सुद्धा आहे. त्यामुळे त्यांच्या वतीने त्यांनी बोललेली वाक्यं माध्यमांना पुरवणं, हेही माझं काम आहे.'

पंतप्रधानांना मी असं आश्वासन दिलं की, कोणत्याही महत्त्वाच्या बाबींवर मी जेव्हा माध्यमांसमोर निवेदन देईन, तेव्हा त्या आधी मी त्यांची संमती अर्थातच घेईन. पण दुसऱ्या कुणाकडून मंजुरी घेण्याची मला काही आवश्यकता वाटत नाही, हेही मी त्यांना सांगितलं. पंतप्रधानांना माझं बोलणं योग्यच वाटलं आणि त्यांनी मणीशी स्वत: बोलून ह्या गुंतागुंतीच्या प्रश्नाची उकल करण्याचं मला आश्वासन दिलं. त्या रात्री बऱ्याच उशिरा मणी यांचा मला फोन आला.

"मी काय म्हणतो, संजय!" ते त्यांच्या नेहमीच्या कठोर आवाजात म्हणाले, "आय ॲम सॉरी! माझ्या हातून चूक झाली. मी कुठली तरी मूर्खासारखी चिठ्ठी लिहिली, त्यामुळे तुम्ही चिडला आहात, असं पंतप्रधानांनी मला सांगितलं. चला, ती चिठ्ठी फाडून टाका पाहू. उद्या माझ्याकडे या, आपण एकत्र बसून सिगार ओढू."

दुसऱ्याच दिवशी आम्ही त्यांच्या खोलीत एकत्र बसून कॉफी प्यायली आणि सिगार ओढली. त्यांना चक्क कार्यालयात बसून सिगार पेटवताना पाहून मला धक्का बसला. कारण पंतप्रधान कार्यालयामध्ये सगळीकडे धूम्रपान निषिद्ध होतं. मी त्यांना तसं म्हणताच ते म्हणाले, "मी माझ्या कार्यालयात आजवर नेहमीच सिगार ओढत आलो आहे. या कसल्या मूर्खासारख्या सूचना? तुम्ही आणि मी या असल्या सूचनांकडे दुर्लक्ष केलं तरी काही बिघडत नाही.

ते मोठ्या दिमाखात सिगारचा धूर सोडत बसले. त्यानंतर त्यांनी मला सिगारची बॉक्स भेट म्हणून दिली आणि त्यांच्या आईनं लिहिलेलं पुस्तक सुद्धा दिले. मणी यांच्यावर त्यांची आई रत्नमयी देवी यांचा खूप मोठा प्रभाव होता. त्या प्रसंगानंतर मला मणी खरोखरच खूप आवडू लागले.

✦

ज्या दिवशी पार्लमेंट सुरू झालं, त्या दिवशी म्हणजे २ जून, २००४ रोजी पंतप्रधानांची मुख्य टीम तयार होती. त्या दिवशी सरकारच्या कामकाजाची सुरुवातच काहीशा अप्रिय परिस्थितीत झाली. डॉ. सिंग यांना आपल्या मंत्रीमंडळाचा सभागृहासमोर परिचय करून देण्याची संधीच मिळाली नाही. त्यांना सभागृहासमोर निवेदनसुद्धा सादर करता आलं नाही. भारतीय जनता पक्षाला स्वत:चा दारुण पराभव पचवता आला नव्हता. काँग्रेसनं इतक्या सहजपणे इतर पक्षांचा पाठिंबा मिळवून आघाडीचं सरकार स्थापन केलं आणि त्याचं नेतृत्त्व करण्यासाठी विश्वसनीय असे पंतप्रधानही त्यांना मिळाले, हे सत्य सुद्धा स्वीकारणं त्यांना कठीण जात होतं. सरकारच्या बांधणीमधले काही दुवे जोडण्याचा डॉ. सिंग यांनी प्रयत्न सुरू केला. कार्यालयामधील दुसऱ्याच दिवशी पंतप्रधानांनी मला साउथ ब्लॉकमधील त्यांच्या कक्षात बोलावून घेतलं.

''मला नवीन नियोजन मंडळाची नियुक्ती करायची आहे.'' ते म्हणाले. ''त्यासाठी तुम्ही नावांची यादी तयार करू शकाल का?''

पुढच्या दोन दिवसांत मी एक यादी बनवली. एका दुपारी एक बैठक बोलावण्यात आली. त्यासाठी नायर आणि पुलोक हेही उपस्थित होते. माझ्याकडे माझी यादी तयार होती. नायरही त्यांची यादी सोबत घेऊन आले होते. आम्ही आपापल्या याद्यांमधलं एक-एक नाव वाचून दाखवलं की, डॉ. सिंग त्यांच्या पसंतीच्या नावाला होकार देत होते. अखेर नावांची यादी तयार झाल्यावर त्यातील प्रत्येक व्यक्तीशी संपर्क साधून त्यांची संमती मिळवण्याची जबाबदारी नायर यांच्यावर सोपवण्यात आली. फक्त एका व्यक्तीशी संपर्क साधून तिच्याकडून होकार मिळवण्याचं काम डॉ. सिंग यांनी मला दिलं. ही व्यक्ती म्हणजे 'थरमॅक्स'च्या अध्यक्षा अनू आगा. डॉ. सिंग इंग्लंडला शिकत असताना अनू आगा यांचे पती रोहिन्टन आगा ही तिथे शिकत होते. आपल्या पतीच्या निधनानंतर अनू आगा यांनी घरच्या कंपनीची पूर्ण जबाबदारी स्वत:च्या शिरावर घेऊन औद्योगिक क्षेत्रात स्वत:च्या नेतृत्वगृणांनी नाव कमावलं होतं. मी अनू आगा यांना फोन केला, तेव्हा त्या लंडनमध्ये होत्या. त्यांनी आपल्या कुटुंबाशी सल्लामसलत करून निर्णय घेण्यासाठी एक दिवस मागून घेतला. त्यांनी दुसऱ्या दिवशी मला फोन करून डॉ. सिंग यांच्या नियोजन मंडळामध्ये समाविष्ट होण्याच्या निमंत्रणाचा स्वीकार करत असल्याचं कळवलं.

अनू आगा यांची संमती मिळाल्याचं सांगण्यासाठी जेव्हा डॉ. सिंग यांच्याकडे गेलो, तेव्हा त्यांनी जरासं ओशाळून आपण सईदा हमीद यांची नियुक्ती करून टाकल्याचं सांगितलं. सईदा हमीद या एक मुस्लीम साहित्यिक असून त्या सामाजिक क्षेत्रात सक्रिय होत्या. त्यामुळे अर्थात आता अनू आगा यांच्यासाठी जागा शिल्लक नसल्याचं पंतप्रधानांनी मला सांगितलं. याचा अर्थ उघड होता. सईदा यांच्या नियुक्तीमुळे 'लिंग' आणि 'अल्पसंख्याक' या दोन्ही चौकटींमध्ये 'टिकमार्क' झाला होता. अनू आगा यांना फोन करून या सगळ्या गोंधळाचं स्पष्टीकरण देऊन निस्तरण्याची जबाबदारी माझ्यावर आली. परंतु सईदा या अल्पसंख्याकांपैकी एक असल्यामुळे त्यांची नियुक्ती करण्यात आली असल्याचं स्पष्टीकरण मी अनू यांना देऊ शकत नव्हतो. कारण त्या स्वत: पारसी होत्या, म्हणजे अल्पसंख्याकच होत्या! मला सर्वांत त्रास या गोष्टीचा झाला की, या सगळ्या गोंधळामुळे मान खाली घालावी लागत असल्याचं डॉ. सिंग यांना फारसं काही वाटलेलं दिसलं नाही. ज्यांनी उभं आयुष्य राजकारणात घालवलं आहे, त्यांना या अशा चुकांचं काही वाटलं नसतं. हे तर होणं अपेक्षितच असतं. गंमत अशी की, सुरुवातीला अनू यांना कोणतं तरी स्थान देण्याविषयी डॉ. सिंग हे आग्रही असले, तरी पुढे मात्र सोनियांनी त्यांना स्थान मिळवून दिलं. सोनियांनी अनू यांना युपीए-२च्या काळात त्यांच्या राष्ट्रीय

सल्लागार समितीमध्ये घेतलं.

या पदनियुक्तींचं काम चालू असताना एक दिवस पंतप्रधानांनी मला बोलावून घेऊन नियोजन मंडळाचं उपाध्यक्ष कुणाला करावं, या विषयीचं माझं मत विचारलं. मी मॉन्टेक यांचं नाव सुचवलं. त्या वेळी ते आंतरराष्ट्रीय नाणेनिधीमध्ये वॉशिंग्टन डीसीमध्ये होते. पण पंतप्रधानांकडून निमंत्रण गेलं असतं, तर त्यांची भारतात परत येण्याची तयारी होती.

"पक्षानं काही राजकीय नेत्यांची नावं सुचवली आहेत," ते म्हणाले. मग पक्षाकडून त्यांना सुचवण्यात आलेली नावं त्यांनी सांगितली : दिग्विजय सिंग, एस. एम. कृष्णा आणि वीरप्पा मोईली. 'हे तर सगळे पूवाश्रमीचे मुख्यमंत्री,' माझ्या मनात आलं. शिवाय त्यांच्यातील कुणालाच संसदेत जागा नव्हती. तेव्हा अर्थातच या सर्वांनाच हे असं पद मिळालं, तर हवंच असणार. संसद सदस्य नसून सुद्धा मंत्रीमंडळाच्या पदाधिकाऱ्याला मिळणारे सर्व लाभ यांना मिळू शकणार. मग मी पंतप्रधानांशी युक्तिवाद केला. हे तर सगळे लोक चांगले होतेच, पण पंतप्रधानांच्या मनात मॉन्टेक यांना काही ना काही जबाबदारी द्यायचीच असली, तर मग हे काम त्यांच्यासाठी योग्य होतं. डॉ. सिंग यांना इतर मंत्र्यांसोबत तसंच राज्यांच्या मुख्यमंत्र्यांसोबत एक विश्वसनीय दुवा हवाच होता. नियोजन मंडळाचा उपाध्यक्ष या नात्यानं मॉन्टेक हे डॉ. सिंग आणि या लोकांमधला सेतू बनले असते. वाजपेयी यांचे देशभरातील राज्यांच्या मुख्यमंत्र्यांशी उत्कृष्ट संबंध होते; परंतु डॉ. सिंग यांची व्यक्तिशः फारच थोड्यांशी ओळख होती, जर उपाध्यक्ष हा स्वतः एक राजकारणी असेल, त्यांना सुचवण्यात आलेल्या तीन नावांमधला एक, तर त्याचे कदाचित मुख्यमंत्र्यांसोबत चांगले संबंध असतीलही, परंतु तो मुख्यमंत्र्यांसोबत एक विश्वासार्ह सेतू म्हणून काम करू शकणार नाही, माझं म्हणणं पटवून देण्यासाठी असाही युक्तिवाद मी केला.

एकेकाळी नियोजन मंडळामध्ये फक्त विविध विषयांचे तज्ज्ञ असत. पण तो काळ आता गेला होता. आजकाल वेगवेगळ्या राजकीय आणि सामाजिक आरक्षणांचा (कोटा) विचार करावा लागे. उत्तर, दक्षिण, अनुसूचित जातीजमाती, स्त्रिया, अल्पसंख्याक. या आघाडीच्या जमान्यात प्रत्येक सहभागी पक्षाला स्वतः एक सदस्याचं नाव सुचवायचं असे. पंतप्रधान स्वतःच एके काळचे उपाध्यक्ष असल्यामुळे त्यांना आपल्या विश्वासातील साहाय्यकाला नियोजन मंडळामध्ये आणून ठेवायचं होतं.

उपाध्यक्षाच्या नियुक्तीच्या संदर्भात माझं मत काय आहे, याची आता डॉ. सिंग यांना पूर्ण कल्पना आली होती. मग त्यांनी नायर आणि पुलोक यांना बोलावून घेतलं. ते दोघं येताच डॉ. सिंग यांनी आधी त्यांचा सल्ला विचारला. नायर ही न बोलता गप्प राहिले. पुलोक म्हणालो, "पक्षानं मिस्टर मोईली यांचं नाव सुचवलं आहे." या ठिकाणी पक्षानं म्हणजे 'सोनियां'नी हे मी गृहीत धरलं होतं. डॉ. सिंग माझ्याकडे वळले. माझ्या काय ते लक्षात येऊन मी लगेच मॉन्टेक यांच्या नावाचा प्रस्ताव कसा

योग्य आहे, हे सकारण स्पष्ट केलं. त्याबरोबर डावी आघाडी याला विरोध करेल, असा नायर यांनी सूर लावला.

आता मॉन्टेक यांना आणण्यासाठी मला फार व्यवस्थित युक्तिवाद करावा लागणार याची मला कल्पना होती. मग मी तेच केलं. नियोजन मंडळ ही पंतप्रधानांनी निर्माण करायची गोष्ट असते, हे मी सर्वांच्या निदर्शनास आणून दिलं. नेहरूंनी एका प्रशासकीय आदेशाद्वारे दीर्घ मुदतीच्या आर्थिक धोरणाच्या संदर्भात मार्गदर्शन करण्यासाठी नियोजन मंडळाची निर्मिती केली. त्यामागचं एक कारण असं होतं की, त्यांची अर्थमंत्रालयावरची पकड ढिली झाली होती. पंतप्रधानांनी जर स्वत:च्या पसंतीचा उपाध्यक्ष निवडायचं ठरवलं, तर त्याला कुणी हरकत कशी काय घेऊ शकतं? जर पंतप्रधानांना स्वत:च्या पसंतीचा उपाध्यक्ष नियुक्त करण्याचीही मुभा नसेल, तर मग इतर संस्थांच्या प्रमुखांची निवड करताना तरी त्यांचा काय अधिकार चालणार? एखाद्या व्यक्तीचं नाव पंतप्रधानांना सुचवण्यामागे पक्षाची सबळ राजकीय कारणं असतीलही, पण पंतप्रधानांनी आपल्या स्वत:च्या मर्जीनंच ही नियुक्ती केली पाहिजे. एक पंतप्रधान म्हणून थेट त्यांच्या हाताखाली पंतप्रधान कार्यालय वगळता ही एकमेव संस्था होती.

पंतप्रधान शांत राहिले. त्यानंतर पुढे आणखी काही चर्चा झाली नाही. त्या दिवशी दुपारी मॉन्टेक साउथ ब्लॉकमध्येच होते. ते बीजिंगला निघाले असताना वाटेत दिल्लीला काही दिवसांसाठी थांबले होते. नंतर त्याबद्दल मला असं कळलं की, त्यांची तेव्हा अर्थमंत्री पी. चिदंबरम यांच्याबरोबर मीटिंग होती. चिदंबरम यांनी मॉन्टेक यांना त्यांची जुनी अर्थसचिवाची जागा देऊ केली होती. अर्थातच पंतप्रधानांच्या मनात मॉन्टेक यांच्यासाठी काही वेगळीच योजना होती याची चिदंबरम यांना कल्पना नव्हती. पंतप्रधान कार्यालयात झालेली चर्चा मी मॉन्टेक यांच्या कानावर घातली. डेव्हिड कॉपरफिल्ड यांच्या पुस्तकातील सुप्रसिद्ध उक्तीचा आधार घेऊन त्यांनी हे पद स्वीकारण्यात आपल्याला रस असल्याचं सुचवलं. 'Barkis is willin,' ते म्हणाले. ('बार्किस इज विल्लिन' हा शब्दप्रयोग आजकाल अभिव्यक्तीची इच्छा अथवा तत्परता दर्शवण्यासाठी वापरला जातो.) डाव्या आघाडीच्या लोकांनी त्यांच्या नावाच्या प्रस्तावामध्ये अडथळा आणण्यास सुरुवात केली असल्याचं मी त्यांना सांगताच ते म्हणाले, "मी प्रभात पटनाईकशी बोलतो." हे प्रभात पटनाईक मॉन्टेक यांचे कॉलेज जीवनातील सहाध्यायी असून डाव्या आघाडीमधले एक ज्येष्ठ बुद्धिवादी होते.

त्या दिवशी संध्याकाळी मी पाहिलं, तर पंतप्रधान अजूनही साउथ ब्लॉकमध्येच होते. मी जे काही थोडेफार दिवस इथे काम करत होतो, तेव्हा एक गोष्ट माझ्या ध्यानात आली होती, ती म्हणजे रोज संध्याकाळी सातच्या सुमाराला ते रेसकोर्स मार्गावरच्या आपल्या निवासस्थानी जायला निघत. आज इतका उशीर झाला तरी ते

अजून त्यांच्या कार्यालयातच असलेले पाहून मी उत्सुकतेपोटी बाहेर आलो आणि पाहू लागलो. प्रतीक्षा कक्षाचं दार उघडं होतं. मार्क्सवादी कम्युनिस्ट पक्षाचे नेते सीताराम येचुरी आत वाट पाहात बसले होते. ते आपल्या पक्षातील वरिष्ठ नेते, मार्क्सवादी कम्युनिस्ट पक्षाचे महासिचव हरकिशन सिंग सुरजित यांच्यासोबत साउथ ब्लॉकला आले होते. पंतप्रधान आणि सुरजित हे पंतप्रधानांच्या कक्षात दार बंद करून बसले होते. मी येचुरींशी जरा वेळ गप्पा मारल्या. हैदराबादमध्ये आम्ही एका शाळेत होतो. मी त्यांना तेव्हापासून 'सीता' याच नावानं ओळखायचो. त्यांच्याकडून मला एक गोष्ट कळली, ती म्हणजे मॉन्टेक यांच्या नावाला डाव्यांनी विरोध केला नसून अर्जुन सेनगुप्ता यांनी तो केला होता. (अर्जुन सेनगुप्ता हे आता हयात नाहीत.) नरसिंह रावांच्या वेळी ते नियोजन मंडळाचे सदस्य होते आणि १९८०मध्ये इंदिरा गांधींच्या पंतप्रधान कार्यालयात अर्थविषयक सल्लागार होते. त्यानंतर आपल्या डाव्यांशी असलेल्या संबंधांचा वापर करून उपाध्यक्ष होण्याची त्यांची धडपड चालली होती. जरा वेळात सुरजित आणि सीताराम निघून गेलेले पाहून नक्की काय घडलं, ते समजून घेण्यासाठी मी पंतप्रधानांना भेटायला गेलो. पण ते घरी निघून गेले होते.

दुसऱ्या दिवशी सकाळी उठून मी आधी रेसकोर्स मार्गावर त्यांच्या निवासस्थानी असलेल्या कार्यालयामध्ये जाऊन भेटलो. सुरजित त्यांना कशासाठी भेटायला आले होते याची मी चौकशी करताच ते फक्त एवढंच म्हणाले, ''उपाध्यक्ष मॉन्टेक हेच होतील.'' पण त्यांच्या चेहऱ्यावरचं जे हसू होतं ते मिश्किल तर होतंच, पण त्याच बरोबर विजयाचंही हसू होतं. त्यावरून मला काय कळायचं ते कळलं. एका चतुर सरदारानं दुसऱ्या चतुर सरदाराच्या मदतीनं तिसऱ्या चतुर सरदाराला आत आणलं होतं.

या घटनेमुळे डॉ. सिंग यांच्या काम करण्याच्या पद्धतीचं मला थोडं फार ज्ञान झालं. एक गोष्ट उघड होती की, हे सगळं अंतर्गत चर्चा आणि वादविवादाचं नाट्य पंतप्रधान कार्यालयात घडवून आणण्याच्या कितीतरी आधीच हे पद मॉन्टेक यांना द्यायचं त्यांनी ठरवलेलंच होतं. परंतु पक्षातल्या ह्या पदाची महत्त्वाकांक्षा मनात बाळगून असलेल्या अर्जुन सेनगुप्ता आणि इतर काही लोकांच्या डोळ्यात धूळफेक करण्यासाठी त्यांना युक्तिवाद हवा होता. तो युक्तिवाद त्यांनी माझ्या तोंडून वदवून घेतला. नंतरही इतर वेळेला मला या अशाच स्वरूपाची भूमिका पार पाडावी लागली.

१६ जून रोजी मॉन्टेक यांच्या या नियुक्ती विषयीची बातमी जाहीर करण्यात आली. काही डाव्या नेत्यांनी (नाव गुप्त ठेवण्याच्या शर्तीवर) या नियुक्तीबद्दल असमाधान व्यक्त केल्याचं, 'द हिंदू' या दैनिकानं म्हटलं होतं. नंतर माझ्या असं कानावर आलं की, सुरजित यांनी डॉ. सिंग यांना हिरवं निशाण दाखवल्याबद्दल मार्क्सवादी कम्युनिस्ट पक्षाचे प्रकाश कारत संतप्त झाले होते. सुरजित आणि कारत यांच्यातील मतभेदांचंच हे निदर्शक होतं. या तणावपूर्ण परिस्थितीतून मार्ग काढण्यासाठी

नियोजन मंडळामध्ये आणखी कुणाला समाविष्ट करण्यात यावं यासाठी डाव्या आघाडीला सूचना करण्यास सांगण्यात आलं. त्यांनी जवाहरलाल नेहरू युनिव्हर्सिटीतील प्रोफेसर अभिजित सेन यांचं नाव सुचवलं.

✦

युपीए-१ सरकारला जेमतेम सहाच महिने झाले असतील. ३ जानेवारी, २००५ रोजी सकाळी मणी दीक्षित यांचं हृदयविकाराच्या तीव्र धक्क्यानं निधन झालं. त्यांच्या अशा अकल्पित मृत्यूचा डॉ. सिंग यांना धक्का बसला आणि त्यांना अतिशय दु:ख झालं. त्यांच्या या निधनामुळे परराष्ट्र धोरणाचा कार्यक्रम धोक्यात आला होता. भारताच्या परराष्ट्र धोरणाच्या बाबतीत मणी दीक्षित यांनी अत्यंत सावधगिरी बाळगली असती, याची डॉ. सिंग यांना कल्पना होती. पण आता त्यांच्या निधनामुळे भारताचं परराष्ट्र धोरण काँग्रेस पक्षाच्या आणि साउथ ब्लॉकमधील सनातन्यांच्या हातात पडण्याचा धोका होता. ज्या गोष्टी मणी यांच्यावर सोपवून सिंग निर्धास्त झाले असते, त्या गोष्टींमध्ये आता त्यांना जातीनं लक्ष घालावं लागणार होतं.

मणी यांचा ज्या दिवशी मृत्यू झाला, त्या दिवशी पंतप्रधान अहमदाबाद येथे 'इंडियन सायन्स काँग्रेस'मध्ये भाषण करण्यासाठी जाणार होते. पण ते आधी मणी यांच्या घरी जाऊन त्यांच्या पत्नीला, परिवाराला भेटले आणि मगच विमानतळावर गेले. दिवसभर ते अतिशय अस्वस्थ होते. ते मनातून हादरल्यासारखे दिसत होते. ते संपूर्ण दिवस आपल्या कक्षात शांत एकटेच बसले होते. ते खूप थकल्यासारखे दिसत होते. दिल्लीच्या लष्करी भागात मणी यांच्यावर रीतसर अंत्यसंस्कार करण्यात यावेत, असा त्यांनी आदेश दिला. राष्ट्रीय सुरक्षा सल्लागार या नात्यानं मणी हे नव्यानं उदयास येत असणाऱ्या अणुऊर्जा विभागाचे प्रमुख होते आणि सगळे प्रशासकीय अधिकारी त्यांच्याच हाताखाली काम करत होते. संध्याकाळी दिल्लीला परत आल्यावर पंतप्रधानांनी सतीश चंद्रा या उप-राष्ट्रीय सुरक्षा सल्लागार यांची हंगामी प्रमुख राष्ट्रीय सुरक्षा सल्लागार म्हणून नेमणूक करण्याचे आदेश दिले.

त्यानंतर ताबडतोब वारसा हक्कासाठी चढाओढ सुरू झाली. पंतप्रधान कार्यालयातील परराष्ट्र खात्यातील अधिकारी विक्रम दोरायस्वामी आणि सुजाता मेहता यांची सतीश चंद्रा यांनाच राष्ट्रीय सुरक्षा सल्लागार म्हणून कायम करण्यात यावं, अशी इच्छा होती. डॉ. सिंग यांची तशी इच्छा नव्हती. पण पुढचे तीन आठवडे त्यांनी स्वत: आणखी कुणाचंही नाव सुचवलं नाही. या पदासाठी एकूण तीन नावांचा विचार करण्यात येत असल्याची बातमी 'हिंदुस्तान टाइम्स'नं दिली होती. त्यात इंडियाचे पूर्वाश्रमीचे पाकिस्तान मधील उच्चायुक्त सतिंदर लांबा, वॉशिंग्टन डीसी येथील

भारताचे राजदूत रोनन सेन आणि पंतप्रधान कार्यालयातील एम. के. नारायणन.

राष्ट्रीय सुरक्षा सल्लागाराचं पद आपल्या कार्यक्षेत्रात येत असल्याचा भारतीय परराष्ट्र सेवेचा दावा होता. ब्रजेश आणि मणी हे दोघंही परराष्ट्र सेवेमधले होते. त्यामुळे या लॉबीनं अत्यंत हुशारीनं माध्यमांना स्वत:च्या बाजूनं वळवून एम. के. नारायणन यांचा हक्क उधळवून लावण्याचे डावपेच सुरू केले. वीर संघवी यांनी 'हिंदुस्तान टाइम्स'मध्ये लिहिलेल्या एका लेखात नारायणन यांना 'फ्लॅट फूटेड पुलिसमन' असं म्हटलं होतं.

राष्ट्रीय सुरक्षा सल्लागार हा खरंतर परराष्ट्र सेवेमधलाच असला पाहिजे, हे सर्वांच्या गळी उतरवण्याचाच हा डाव होता. जसजसे दिवस जात होते, तसतसे निर्णय घेणारे नक्की कोणता निर्णय घेतात, या विषयीची माध्यमांची उत्सुकता वाढीस लागली होती. आता विविध नावांविषयी तर्क-वितर्क सुरू होते.

आता नक्की काय करायचं याविषयी निर्णय झाला का, असं मी खुद्द डॉ. सिंग यांनाच विचारलं. पण त्यांचा अजूनही निर्णय झाला नसल्याचं सांगून त्यांनी मला प्रश्न केला, "मी काय केलं पाहिजे याविषयी सुब्रमण्यम यांचं काय मत आहे, हे तुम्ही कृपया जाणून घ्याल का?"

त्याच दिवशी संध्याकाळी मी वसंत कुंज येथे असलेल्या त्यांच्या घरी गेलो. माध्यमांद्वारा जी विविध नावं पुढे येत होती, त्यातल्या प्रत्येक नावाबद्दलचे चांगले-वाईट मुद्दे आम्ही पडताळून पाहात होतो. सतीश चंद्रा हे त्या पदासाठी योग्य आहेत, असं सुब्रमण्यम यांना वाटत नव्हतं, पण सतिंदर लांबा आणि रोनन सेन यांच्याविषयी त्यांना अत्यंत आदर होता. ते मला म्हणाले, "काही झालं, तरी राष्ट्रीय सुरक्षा सल्लागार म्हणून अशा व्यक्तीची निवड झाली पाहिजे, जिच्यावर पंतप्रधानांचा संपूर्ण विश्वास असेल." अखेर चहा-पाणी झाल्यावर संध्याकाळी मी निघण्यापूर्वी सुब्रमण्यम यांनी तीन पर्याय सुचवले होते.

पहिला पर्याय म्हणजे पंतप्रधान कार्यालयातून राष्ट्रीय सुरक्षा सल्लागार हे पद वेगळं काढण्याची जी मूळ कल्पना होती, तिची या निमित्तानं अंमलबजावणी करावी. या ठिकाणी राष्ट्रीय सुरक्षा सल्लागाराच्या भूमिकेचा पुनर्विचार करण्यात येऊन ती नियोजन मंडळाच्या उपाध्यक्षासारखीच असावी. याचा अर्थ असा की, एनएसए हा आयएएस, आयएफएस किंवा आयपीएस अधिकारी असलाच पाहिजे, असं काही नाही. तो सेवा, वैज्ञानिक संस्था किंवा 'विशेषज्ञ गट' ('थिंक टॅंक') यांपैकी कुठलाही असला तरी चालेल.

सुब्रमण्यम ही गोष्ट स्पष्ट करताना म्हणाले, "जर सुखमोय (अर्थतज्ज्ञ) नियोजन मंडळाचे उपाध्यक्ष होऊ शकतात, तर रोद्दाम नरसिंह (शास्त्रज्ञ) किंवा राजा मोहन (आंतरराष्ट्रीय संबंध विशेषज्ञ) हे राष्ट्रीय सुरक्षा सल्लागार का नाही होऊ शकत?"

हा त्यांनी सुचवलेला तोडगा एकदमच आगळा-वेगळा (out of the box) असा होता. प्रश्न एकच होता, तो म्हणजे डॉ. सिंग यांना हे मान्य होण्यासारखं नव्हतं. त्यांना हा फारच टोकाचा मार्ग वाटला असता. मी सुब्रमण्यम यांना तसं सांगितलं.

दुसरा पर्याय म्हणजे, नारायणन यांना सरळ राष्ट्रीय सुरक्षा सल्लागार म्हणून नियुक्त करून परत सतीश चंद्रा यांना उप-राष्ट्रीय सुरक्षा सल्लागार बनवावं आणि एनएसएचं दैनंदिन कामकाज सांभाळण्याची जबाबदारी त्यांच्यावर सोपवावी.

तिसरा पर्याय म्हणजे, जे काही चालू होतं ते तसंच चालू द्यायचं. नारायणन यांना 'अंतर्गत सुरक्षा सल्लागार' म्हणून ठेवून एकदम नवीन व्यक्तीला राष्ट्रीय सुरक्षा सल्लागार म्हणून नियुक्त करायचं. या तिसऱ्या पर्यायासाठी सुब्रमण्यम यांनी दोन नावं सुचवली – रोनन सेन आणि एस.के. लांबा.

मी सुब्रमण्यम यांच्याकडून जायला निघाल्यावर त्यांनी मला हाक मारून परत बोलावलं आणि म्हणाले, "तुम्ही एक करा, मी पंतप्रधानांना हे असं सुचवलं आहे, हे तुम्ही एमके (नारायणन) यांच्या कानावर घाला. पंतप्रधानांना असंही सांगा की, जो काही निर्णय घेतील, तो त्यांनी एमके (नारायणन) यांना विश्वासात घेऊन सांगावा. कारण जर का पंतप्रधानांनी तिसरा पर्याय निवडला, तर नव्या राष्ट्रीय सुरक्षा सल्लागाराला टीममध्ये काम करावं लागेल आणि त्या टीममध्ये एमके सुद्धा असतील."

दुसऱ्याच दिवशी सकाळी मी पंतप्रधानांना भेटून त्यांच्या हे सगळं कानावर घातलं. नारायणन यांच्याशी बोलायला हवं हे त्यांना पटलं. मग ते मला म्हणाले, "त्यांना तुम्हीच सांगा आणि ते काय म्हणतात, ते बघा!"

मी कॉरिडॉरमधून पुढे असलेल्या नारायणन यांच्या खोलीत गेलो आणि जे काही झालं ते त्यांना सविस्तर सांगितलं. पंतप्रधानांनी माझ्या मार्फत सुब्रमण्यम यांचा सल्ला कसा विचारला आणि सुब्रमण्यम यांनी तीन पर्याय कसे सुचवले... हे सगळं!

नारायणन यांनी चेहऱ्यावर कोणताही भाव न दाखवता शांतपणे माझं सगळं बोलणं ऐकून घेतलं. अखेरीस त्यांनी विचारलं, "मग? पंतप्रधानांनी काय ठरवलं आहे?"

त्यावर पंतप्रधानांनी अजून काहीच ठरवलेलं नसल्याचं मी त्यांना सांगितलं. त्यावर ते फक्त तोंडातल्या तोंडात 'ओके' एवढंच पुटपुटले आणि मी माझ्या खोलीत निघून गेलो.

त्यानंतर पुढचे कितीतरी दिवस काहीच बातमी नव्हती. कधीतरी मला पूर्ण वेळासाठी राष्ट्रीय सुरक्षा सल्लागार म्हणून कोण कार्यभार सांभाळणार आहे, हे विचारायला एखाद्या पत्रकाराचा फोन येई. सतीश चंद्रा हे सध्या अर्धवेळच ती जबाबदारी सांभाळत होते. पण माझ्याकडे या प्रश्नाला काहीच उत्तर नव्हतं. एक दिवस नारायणन यांनीच मला फोन करून काय-काय घडामोडी चालू आहेत, या

विषयी मला काही माहिती आहे का, हे विचारलं. त्यावर रोनन दिल्लीला काही दिवसांसाठी येत असल्याची बातमी माझ्या कानावर आल्याचं मी त्यांना सांगितलं. ते ऐकताच नारायणन यांच्या संतापाचा उद्रेक झाला.

"अच्छा!" ते रागानं म्हणाले. "तुम्ही पंतप्रधानांना सांगा, माझी जर त्यापदी नियुक्ती झाली नाहीतर मी राजीनामा देईन."

त्यावर त्यांनी मला पूर्वी घडलेली सगळी हकिकत सांगितली. खरंतर सोनियांनी सर्वांत प्रथम ते पद नारायणन यांनाच देऊ केलं होतं. पण त्यांची आई आजारी असून तिची शुश्रूषा करण्यासाठी त्यांना चेन्नईला मुक्काम करावा लागत असे म्हणून त्यांना ते स्वीकारणं शक्य नव्हतं. त्यामुळे त्यांनी स्वत:च पंतप्रधानांना मणी यांचं नाव सुचवलं होतं. त्यांनी मला असंही सांगितलं की, आता त्यांना या समस्येवर तोडगा मिळालेला असल्यामुळे त्यांना दिल्लीला त्यांच्या घरी येऊन राहाणं शक्य होणार होतं, त्यामुळे आता राष्ट्रीय सुरक्षा सल्लागाराचं पद आपल्यालाच मिळावं, अशी त्यांची इच्छा होती.

त्यांचा हा निरोप मी पंतप्रधान डॉ. सिंग यांना तसाच्या तसा पोहोचवला. डॉ. सिंग ताबडतोब म्हणाले, "हो, नारायणनच राष्ट्रीय सुरक्षा सल्लागार होतील. मी निर्णय घेतलाय."

त्यावर मी त्यांना म्हणालो, "जर तुमचा निर्णय झाला आहे, तर मग तो तुम्ही नारायणन यांना अजून का नाही सांगितला? हे असं हातचं राखून ठेवायची काय गरज आहे. जर निर्णय झालेला असला, तर मग संबंधित व्यक्तींना तो सांगून तसं जाहीर करून टाकायला काय हरकत आहे?"

त्यावर मान वर करून माझ्याकडे बघत डॉ. सिंग म्हणाले, "घाई काय आहे?"

मी गडबडून गेलो, कारण खरंतर त्या प्रश्नाला माझ्याकडे काहीच उत्तर नव्हतं. पण मी काहीतरी उत्तर द्यायचं म्हणून म्हणालो, "आज २५ तारीख आहे, उद्या प्रजासत्ताक दिन आहे. तुम्ही जर आज त्यांची नियुक्ती केलीत, तर उद्या त्यांना नवीन राष्ट्रीय सुरक्षा सल्लागार म्हणून प्रजासत्ताक दिनाच्या परेडला आणि राष्ट्रपती भवनमध्ये होणाऱ्या स्वागत समारंभाला जाता येईल. तुम्ही त्यांच्या आनंदाचं कारण व्हाल. नाहीतर उगाच राष्ट्रपती भवनमध्ये जो तो नवीन राष्ट्रीय सुरक्षा सल्लागाराची नियुक्ती कधी होणार, असं विचारेल आणि तसं झालं, तर ते वैतागतील. त्यांच्या वैतागण्याचं कारण तुम्ही कशाला होता? नाहीतरी त्यांना ते पद देण्याचं तुम्ही ठरवलेलंच आहेत. मग ते त्यांना आजच द्या ना!"

त्यांनी लगेच फोन उचलून नायर यांना जोडून देण्याचा आपल्या वैयक्तिक साहाय्यकाला आदेश दिला. त्याच संध्याकाळी नारायणन यांच्या नियुक्तीची घोषणा करण्यात आली. दुसऱ्या दिवशी माझ्यासाठी राखीव ठेवण्यात आलेल्या गाडीतून

मी राजपथावर प्रजासत्ताक दिनाच्या परेडसाठी गेलो. अनेक प्रशासकीय अधिकारी नवीन राष्ट्रीय सुरक्षा सल्लागार नारायणन यांना कडक सलाम ठोकत असल्याचं मी पाहिलं. नारायणन राखाडी रंगाचा बंद गळ्याचा कोट घालून आले होते. ते अत्यंत तडफदार, बुद्धिमान आणि प्रसन्न दिसत होते. त्यांना लोक सलाम ठोकत होते आणि ते प्रत्येक सलाम स्वीकारत होते. त्यानंतर अंथरलेल्या गालिचावरून चालत पलीकडे जाऊन त्यांनी लगबगीने अनेक मंत्रीमंडळातील मंत्र्यांशी हस्तांदोलन केलं.

नारायणन यांची नियुक्ती करण्याचा निर्णय डॉ. सिंग यांचा एकट्याचा होता की त्यांनी तो सोनियांसोबत चर्चा करून घेतला होता की तो केवळ एकट्या सोनियांचा होता, हे मला आजतागायत माहीत नाही. तीन दिवसांनंतर जो प्रसंग घडला त्यावरून माझ्या एक लक्षात आलं की, हे पद आपल्याला केवळ सोनियांमुळेच मिळालंय, असं नारायणन यांचं मत होतं. राजपथवरील विजय चौकात लष्करी सोहळ्याच्या वेळी मी नारायणन यांच्यामागेच बसलो होतो. ते अचानक उठून सोनिया गांधी जिथे बसल्या होत्या तिथे गेले. ते त्यांच्याकडे तोंड करून उभे राहिले. संपूर्ण मंत्रीमंडळ, वरिष्ठ अधिकारी, राजकीय मुत्सद्दी आणि विजय चौकात जमलेले हजारो प्रेक्षक या सर्वांसमोर त्यांची मनातली कृतज्ञता अगदी ठळकपणे सर्वांच्या नजरेत भरेल, अशी व्यक्त केली. त्यांनी किंचित पुढे झुकून हात जोडून सोनियांना आदरपूर्वक नमस्कार केला.

✦

नारायणन यांच्या नियुक्तीनंतरही नायर यांचा दर्जा काही बदलला नाही. मणी यांची बुद्धिमत्ता आणि प्रशासकीय कौशल्यामुळे त्यांना जी प्रतिष्ठा, जे महत्त्व प्राप्त झालं होतं, तसं काही नायर यांना मिळालं नाही. नारायणन हे काँग्रेस पक्षामधले खूप जुने-जाणते आणि सर्वांचे आवडते 'इंटेलिजन्स झार' होते. गुप्तहेर खात्यावर त्यांचं उत्कृष्ट नियंत्रण होतं. त्यामुळेच ते आपोआपच मुख्य सचिवापेक्षा बऱ्याच उंचीवर होते. भारतीय परराष्ट्र सेवेमध्ये असताना मणी सर्वांच्या आकर्षणाचा केंद्रबिंदू होते. आयपीएसमध्ये नारायणन यांच्याबद्दल सुद्धा सर्वांना असाच आदर होता. नायर यांना मात्र आयएएसमध्ये असं काही खास स्थान कधीच प्राप्त झालं नाही. त्यांनी आपण डाव्या विचारसरणीचे असल्याचा बराच गाजावाजा करून प्रशासकीय सेवेमधल्या लोकांना स्वत:कडे आकर्षित करण्यासाठी परिश्रम घेतले, त्याच प्रमाणे तिथे शिकत असणाऱ्या मल्याळी सहाध्यायींना आपल्या कळपात ओढण्याचाही बराच प्रयत्न केला. त्यांना एका क्षेत्रात बऱ्यापैकी नावलौकिक मिळाला. ते क्षेत्र म्हणजे 'सार्वजनिक विभाग'. ते सार्वजनिक उद्योग निवड समितीचे सचिव असतानाची ही गोष्ट. ते 'सार्वजनिक क्षेत्रा'चे खंदे पुरस्कर्ते होते आणि राज्य सरकारच्या मालकीचे उद्योगधंदे बळकट करण्याच्या कामाशी ते एकनिष्ठ राहिले.

त्यांचे पुलोक यांच्यासोबत जे घनिष्ठ संबंध होते, त्याचा उपयोग त्यांनी स्वत:चं स्थान मजबूत करण्यासाठी तर केलाच, पण त्याच बरोबर पंतप्रधान कार्यालयातील काही अत्यंत सक्षम अशा संयुक्त सचिवांची सुद्धा त्यांना मदत मिळाली : त्यात पश्चिम बंगाल केडरचे आयएएस अधिकारी संजय मिश्रा होते. ह्यांनी ज्योती बसू यांचे सचिव म्हणून काम केलेलं होतं. त्याचप्रमाणे आर. गोपालकृष्णन यांनी मध्य प्रदेशच्या मुख्यमंत्री कार्यालयात दिग्विजय सिंग यांचे सचिव म्हणून काम पाहिलं होतं. केरळातील कम्युनिस्ट नेते ई.एम.एस. नंबुद्रीपाद यांचे ते नातेवाईक होते. तेथे असलेले विनी महाजन हे नायर यांच्याप्रमाणेच पंजाब केडरमधून आलेले मल्याळी होते. हे सर्वच अत्यंत सक्षम अधिकारी होते आणि पंतप्रधान कार्यालयाची भक्कम प्रशासकीय तटबंदी त्यांनी उभारली होती.

युपीए-१च्या मनमोहन यांच्या टीममधील एक अत्यंत महत्त्वपूर्ण सदस्य म्हणजे त्यांचे खासगी सचिव बी. आर. सुब्रमण्यम. आम्ही त्यांना 'सुब्बू' म्हणायचो. एकदा मला आणि सुब्बू यांना नारायणन म्हणाले, ''मला नेहमी वाटायचं की, तमिळ ब्राह्मणच सर्वांत हुशार असतात, पण तुम्ही तेलगू ब्राह्मण तर त्यापेक्षाही जास्त 'हुशार' आहात!'' एखाद्या मल्याळी माणसाकडून याहून अधिक प्रशंसा वाट्याला येणं शक्यच नसतं. सुब्बू आयएएसच्या १९८७ सालच्या बॅचचे अधिकारी होते. ते मध्य प्रदेश केडरमधून आले होते. त्यानंतर त्यांची छत्तीसगडला नियुक्ती झाली. ते अत्यंत बुद्धिमान होते. ते उच्चविद्याविभूषित होते. राज्यशास्त्राचं त्यांना सखोल ज्ञान होतं आणि राजकारणात रस होता. त्यामुळे युपीए-१मध्ये डॉ. सिंग यांच्यासाठी त्यांचं महत्त्व खूप जास्त होतं. ज्योतिषशास्त्रात सुब्बू यांना प्रचंड रस असल्यामुळे साहजिकच पंतप्रधानांच्या महत्त्वाच्या कामांच्या तारखा आणि वेळा निश्चित करणारे पंतप्रधान कार्यालयातील ते तज्ज्ञ बनले.

अर्थात पंतप्रधानांचे जे महत्त्वपूर्ण अधिकृत दौरे किंवा त्यांच्या अतिमहत्त्वाच्या नियोजित भेटीच्या वेळा सुब्बू यांच्या ज्योतिषशास्त्र विषयक मार्गदर्शनातून ठरत नसत. परंतु पंतप्रधानांना काही वैयक्तिक स्वरूपाचे निर्णय घ्यायचे असले, उदाहरणार्थ शस्त्रक्रिया करून घेणं किंवा पोटनिवडणुकीसाठी स्वत:च्या उमेदवारीचा अर्ज भरणं, इत्यादी बाबतीत आपण सांगितलेल्या शुभ मुहुर्तांवरच त्या गोष्टी करण्याचा आग्रह सुब्बू त्यांच्यापाशी धरायचे आणि पंतप्रधान त्यांचं ऐकायचेही. पंतप्रधानांच्या अधिकृत निवासस्थानामधला जो त्यांच्या खासगी निवासाचा भाग होता, त्याचं नूतनीकरण पार पडल्यावर तेथे हलण्यासाठी सुद्धा सुब्बू यांनी त्यांना 'मुहूर्त' काढून दिला होता.

परंतु पंतप्रधानांचा स्वत:चा या ज्योतिषशास्त्रावर फारसा विश्वास नव्हता. २००७मध्ये डॉ. सिंग यांचं सरकार जरासं डळमळीत झालं होतं. मार्क्सवादी कम्युनिस्ट पक्षानं आपला पाठिंबा काढून घेण्याची पहिल्यांदाच धमकी दिली होती.

त्या वेळी काही हिंदी दैनिकांच्या पत्रकारांनी मला असं सांगितलं की, सिंग सरकार पदच्युत व्हावं यासाठी भारतीय जनता पक्षाचे नेते एल.के. अडवानी यांनी प्रार्थना आणि हवन सुरू केलं होतं. मी ही गोष्ट पंतप्रधानांच्या कानावर घातल्यावर फारसे कधी न हसणारे डॉ. सिंग जोरात हसू लागले. ते म्हणाले, ''त्यांच्या पुरोहितांनी जर माझी अधिकृत जन्मतारीख हिशोबात घेतली असली, तर त्यांचे मनोरथ कधीच पूर्ण होणार नाहीत.''

पंतप्रधान डॉ. सिंग यांचा जन्म गाह या खेडेगावात झाला. त्यांच्या जन्मवेळेची कुणी नोंदच ठेवली नव्हती. डॉ. सिंग यांना जेव्हा शाळेत घालायची वेळ आली तेव्हा त्यांची आई हयातच नव्हती आणि वडील गावाला गेलेले होते. तेव्हा त्यांच्या आजीनंच त्यांना शाळेत घातलं. प्रवेशाच्या वेळी तिनं तिच्या मनानंच एक जन्मतारीख तिथे सांगितली. तेव्हापासून २६ सप्टेंबर ही त्यांची अधिकृत जन्मतारीख झाली. परंतु हिंदू ज्योतिषशास्त्र जन्मतारीख आणि जन्मवेळ यावर आधारलेलं असून माणसाचं जन्मनक्षत्र सुद्धा त्यावरच ठरतं. त्यामुळे मंदिरात पूजा-अर्चा करताना किंवा लग्न, हवन यांसारख्या मंगल कार्याच्या वेळी संबंधित व्यक्तीचं जन्मनक्षत्र विचारात घेतलं जातं. पुढचे सगळे मंत्र त्यावरच आधारित असतात.

अडवानी यांनी डॉ. सिंग यांना पदच्युत करण्यासाठी केलेल्या प्रार्थनेला यश आलं नाही, हे तर उघडच आहे. कारण मुळात त्यांच्याकडे सिंग यांच्याविषयी असलेली माहितीच चुकीची होती. राजकीय क्षेत्रात ज्योतिषशास्त्राचा काही संबंध नव्हता हे जरी खरं असलं, तरी सुद्धा डॉ. सिंग यांच्या कार्यालयातील अधिकारिवर्ग सश्रद्ध, धार्मिक आणि विद्वान होता, हे डॉ. सिंग यांचं भाग्यच होतं. सुब्बू यांचा वेदशास्त्राचा आणि ज्योतिषाचा सखोल अभ्यास होता. थोड्याच दिवसांत माझी आणि सुब्बू यांची गट्टी जमली आणि आम्ही एकत्र काम करू लागलो.

पंतप्रधानांचे दुसरे खासगी सचिव विक्रम दोरायस्वामी हे परराष्ट्र खात्यामधले होते. ते अतिशय बुद्धिमान आणि उत्साही अधिकारी होते, पण नियम आणि शिष्टाचार पालनाच्या बाबतीत फार आग्रही होते. बरेच राजनितितज्ज्ञ असेच असतात. सुब्बू आणि विक्रम दोरायस्वामी ही जोडी चांगली होती. मनमोहन सिंग यांच्या पंतप्रधान कार्यालयाचा कारभार कार्यकुशलतेनं आणि सुरळीत चालण्यात त्यांची मदत होई. विक्रम यांना मणी दीक्षितसारख्या बुद्धिमान व्यक्तीबरोबर काम करण्याचं भाग्य लाभलं. सुब्बू यांना मात्र नायर यांच्याबरोबर काम करावं लागलं. त्यांची असहायता, दुर्बलता सहन करावी लागली. स्वत: काम करून त्याची भरपाई करावी लागली. पंतप्रधानांचं कार्यालय मी सोडलं त्याच सुमाराला सुब्बूंनीही सोडलं. परंतु आमच्यानंतर डॉ. सिंग यांच्या सेवेत जयदीप सरकार आणि इंदू चतुर्वेदी अशा अत्यंत विश्वासू आणि कार्यक्षम व्यक्ती रुजू झाल्या.

अधिकारी येतात आणि जातात. परंतु डॉ. सिंग यांच्या कार्यकाळामध्ये सदासर्वदा त्यांच्या सोबत राहिले, ते म्हणजे मुरलीधरन. हे डॉ. सिंग यांचे स्वीय साहाय्यक आणि त्यांचा उजवा हात. मुरली यांचे आधीचे 'बॉस' म्हणजे केरळमधून आलेले खासदार एम. एम. जेकब हे जेव्हा राज्यसभेमध्ये विरोधी पक्षनेते बनले, तेव्हा मुरलीधरन डॉ. सिंग यांच्यासाठी काम करू लागले. मुरली हे केरळमधील काँग्रेस पक्षाचे सदस्य होते आणि पक्षाच्या कार्यपद्धतीचं त्यांना सखोल ज्ञान होतं. मुरली हे पंतप्रधान कार्यालयात अथवा घरी नेहमी अगदी त्यांच्या आसपासच असायचे. त्यांच्यासारख्या मल्याळी स्वीय साहाय्यक व्यक्तीचं दिल्लीच्या सरकारी कचेऱ्यांमधून जाळंच पसरलेलं आहे. मुरली हे अतिशय कामसू, एकनिष्ठ आणि सक्षम स्वीय साहाय्यक होते. पंतप्रधानांची दुपारच्या जेवणाची वेळ झाली की, मोठ्या खुबीनं लोकांना त्यांच्या खोलीतून बाहेर काढून पंतप्रधान नीट जेवण घेतात की नाही, हे जातीनं पाहाणं, त्यांचं इन्श्युलिनचं इंजेक्शन, त्यांची विश्रांतीची वेळ ह्या गोष्टी सांभाळणं ते करत. मुरली यांनी पंतप्रधानांशी असलेल्या त्यांचा जवळिकीचा गैरवापर कधीच केला नाही. त्यांची डॉ. सिंग यांच्याशी असलेली निष्ठा वादातीत होती. पंतप्रधानांचा मूड कधी कसा असेल, हे त्यांना पटकन ओळखता यायचं. डॉ. सिंग थकलेले किंवा चिडलेले असल्याचं त्यांच्या लक्षात आलं, तर त्यांच्या मनावरचं दडपण कमी करण्याचं तंत्र मुरली यांना अवगत होतं. मी पंतप्रधान कार्यालय सोडून बाहेर पडल्यावरही मुरली माझ्या संपर्कात होते. पंतप्रधान कार्यालयाशी माझा तोच एक दुवा होता.

✦

'७ रेसकोर्स मार्ग' (आरसीआर) अशा नावानं परिचित असलेल्या पंतप्रधानांच्या निवासस्थानाच्याच आवारात एकूण पाच पत्ते होते. १, ३, ५, ७ आणि ९ रेसकोर्स मार्ग. १ रेसकोर्स हे हेलिपॅड होतं, ९ रेसकोर्स येथे विशेष सुरक्षा दला (एसपीजी)चं वास्तव्य होतं आणि ३, ५ व ७ रेसकोर्स मार्ग हे पत्ते साधारण एकसारख्या दिसणाऱ्या बंगल्यांचे होते. हे बंगले मंत्र्यांसाठी होते. सर्व बंगल्यांसमोर एकच हिरवळीचा अखंड पट्टा होता. सर्व बंगले निमुळत्या पायवाटेनं एकमेकांना जोडलेले होते. या सर्व परिसरातील सूक्ष्मातिसूक्ष्म हालचालींवर विशेष सुरक्षा दलाची करडी नजर असे. डॉ. सिंग यांच्या घरी राहणारे त्यांचे कुटुंबीय आणि सोनिया गांधी यांना एसपीजीचं संरक्षण होतं. ९ रेसकोर्स मार्गाच्या प्रवेशद्वारापाशी त्यांच्यातील कुणालाही गाडीतून खाली उतरण्याचं बंधन नव्हतं. पण इतरांना मात्र त्या ठिकाणापासून विशेष सुरक्षा दलाच्या राखीव वाहनातूनच कोणत्याही बंगल्यापर्यंत नेऊन सोडण्यात येई. परंतु पंतप्रधान, त्यांचे कुटुंबीय तसंच सोनिया गांधी यांच्या गाड्या खुद्द एसपीजीच्याच

सुरक्षित गाड्या असल्यानं त्यांना थेट त्याच गाड्यांमधून आत शिरण्याची मुभा होती. इतर राष्ट्रांचे प्रमुख कधीही पंतप्रधानांची अधिकृत भेट घेण्यासाठी आले, तर त्यांनासुद्धा असंच थेट आत जाण्याची सवलत होती.

७ रेसकोस मार्ग या ठिकाणी पंतप्रधान कार्यालय होतं. त्यातल्या खासगी विभागात सुमारे अर्धा डझन कर्मचारी होते. पंतप्रधानांच्या सर्व भेटीगाठींचं वेळापत्रक, त्यांचा पत्रव्यवहार इत्यादी हे सांभाळत. ७ रेसकोर्स मार्ग येथेच सर्व अधिकृत पाहुण्यांचं पंतप्रधान स्वागत करत. त्यामध्ये परदेशी सन्माननीय निमंत्रितांचाही समावेश असे. वाजपेयींच्या काळात 'पंचवटी' नावाचा परिषद कक्ष बांधण्यात आला. शेजारीच ५ रेसकोर्स मार्ग येथे एक छोटा स्वागतकक्ष होता. पंतप्रधानांचे सचिव आणि इतर कर्मचारी तिथे बसत. पंतप्रधान कोणत्याही वेळी आपल्या निवासस्थानी त्यांच्यातील कोणालाही बोलावून घेत. ३ रेसकोर्स मार्ग या ठिकाणी पंतप्रधान आणि त्यांच्या कुटुंबाचं वास्तव्य होतं.

आठ वर्षं विरोधी पक्षात राहिल्यानंतर सरकारमध्ये परत आल्यावर डॉ. सिंग यांनी स्वत:वरची पंतप्रधानपदाची जबाबदारी अत्यंत गांभीर्यपूर्वक हाताळण्यास सुरुवात केली. ते रोज पहाटे उठून फिरायला जात, व्यायाम करत आणि हलका नाश्ता घेऊन पावणेनऊ ते नऊच्या दरम्यान ३ रेसकोर्स मार्गापासून निघून बरेचदा चालतच ७ रेसकोर्स मार्गावरच्या कार्यालयामध्ये जायचे.

वाजपेयी यांच्यावेळी पंतप्रधान कार्यालयात काम करणाऱ्यांना हे सगळंच फार नवीन होतं. वाजपेयी त्यांच्या पंतप्रधानपदाच्या शेवटच्या काही दिवसांत थकले होते, क्षीण झाले होते. त्यांचा कामाचा दिवस उशिरा सुरू व्हायचा आणि लवकर संपायचा. डॉ. सिंग मात्र सकाळी ९ ते रात्री ९ सतत कामात व्यग्र असत. दुपारच्या जेवणानंतर ते तासभर झोपत. तेवढीच काय ती त्यांची विश्रांती.

ते अत्यंत मिताहारी होते. बरेचदा ते शाकाहार घेणंच पसंत करत. क्वचित कधीतरी मासे खात. पराठ्याऐवजी त्यांना चपाती आवडत असे. पंतप्रधानांच्या आहारावर मिसेस कौर यांचं कडक लक्ष असायचं. त्यांच्या जेवणाच्या वेळासुद्धा नीट पाळण्याचं त्याच पाहत. ७ रेसकोर्स मार्गामधील कार्यालयात फराळाचे पदार्थ मागवण्याची वेळ आली की, वाजपेयींच्या काळापासून चालत आलेली सामोसा, कचोरी असे पदार्थ मागवण्याची पद्धत होती. बैठकीच्यावेळी डॉ. सिंग सामोसा, कचोरी असल्या गोष्टी खातात, हे जेव्हा मिसेस कौर यांच्या कानावर गेलं, तेव्हा त्यांनी त्याऐवजी ढोकळा मागवण्याच्या सूचना दिल्या. तळलेल्या पदार्थांऐवजी प्रकृतीला ढोकळा जास्त बरा असं त्यांचं मत होतं. कामाच्या ठिकाणी उत्साह आणि तरतरी वाटावी म्हणून डॉ. सिंग यांचं आवडतं पेय म्हणजे चहा. त्याबरोबर त्यांना मारी बिस्किटं आवडत. संपादकांसोबत डॉ. सिंग यांची पहिलीच 'ब्रेकफास्ट मीटिंग'

आयोजित करण्याच्या वेळी विक्रम दोरायस्वामी यांनी नाश्त्यामध्ये काय मागवण्यात यावं, असं पंतप्रधानांना विचारताच त्यांनी 'नेहमीचंच मागवा' असं उत्तर दिलं. विक्रम दोरायस्वामी हे वाजपेयींच्या पंतप्रधान कार्यालयातही काम करत असल्यानं 'नेहमीचा' म्हटल्यावर त्यांनी प्रचंड मोठ्या ब्रेकफास्टची तयारी केली. सीरियल, फळं, अंडी इत्यादी इंग्लिश धर्तीच्या पदार्थांसोबत इडली, डोसा, उपमा असे दाक्षिणात्य पदार्थही त्यात होते. संपादक मंडळींनी ब्रेकफास्टला सुरुवात केली असेल नसेल, इतक्यात पंतप्रधानांनी मोजकी फळं आणि टोस्ट खाऊन त्यावर चहा मागवला आणि त्यांचा ब्रेकफास्ट करून झाला सुद्धा. मग मी माझ्या माध्यम प्रतिनिधी मित्रांना खूण करून ब्रेकफास्ट संपवण्याची घाई करू नका! सावकाश चालू दे! असं सुचवलं.

पंतप्रधान कार्यालयामध्ये पंतप्रधानांनी साउथ ब्लॉकमधून काम करणं, हीसुद्धा नवलाईची गोष्ट होती. वाजपेयी बरेचदा ७ रेसकोर्स मार्गामधल्या कार्यालयातूनच काम करायचे. डॉ. सिंग मात्र सकाळच्या वेळी साउथ ब्लॉकमधील कार्यालयात काम करत, त्यानंतर दुपारी दीड वाजता ते जेवणासाठी घरी जात. त्यानंतर ते चारच्या सुमाराला साउथ ब्लॉकला किंवा ७ रेसकोर्स मार्गाच्या कार्यालयात परत येत. तिथे रात्रीच्या जेवणापर्यंत थांबून ते काम करत असत. साउथ ब्लॉकमध्ये पंतप्रधानांच्या कक्षाला खूप उंच छत होतं. दक्षिणेकडे असलेल्या खिडक्या नेहमी बंद असत. पंतप्रधानांच्या खुर्चीच्या मागच्या भिंतीला एक दार होतं. त्या दारामागे एक लहानशी खोली होती. दार लाकडी पॅनेलच्या आड असल्यानं बाहेरून दिसत नसे. पंतप्रधान कार्यालय तसं अगदी साधं होतं. कोणत्याही प्रकारचा बडेजाव, भपका तिथे नव्हता. एक टेबल, खुर्च्या आणि पाहुण्यांसाठी सोफा असं मोजकं सामान तिथे होतं. भिंती सागवानच्या होत्या. या देशात जेवढे पंतप्रधान होऊन गेले, त्या सर्वांचे आवाज त्या भिंतींनी ऐकले आहेत. पंतप्रधानांच्या निवासस्थानाच्या आवारात ७ रेसकोर्स मार्गामध्ये जे कार्यालय होतं, ते केवळ राजीव गांधींच्या काळापासूनच वापरात होतं. साउथ ब्लॉकमधील त्यांच्या कार्यालयापेक्षा हे कार्यालय फारच साधं होतं. फक्त कार्यालयाच्या बाहेर सुंदर लॉन होतं आणि तिथे मोरांचा वावर होता. ते दृश्य फार नयनरम्य असे.

डॉ. सिंग स्वत:चा ठराविक दिनक्रम नेमस्तपणे वर्षानुवर्षं पाळत होते. ते कधीही सुटीवर जात नसत. ते परदेश दौऱ्यावर गेले की, बैठक संपवून विमान परतीच्या प्रवासाला निघेपर्यंतचा जो वेळ असेल, तेवढाच काय तो त्यांना मोकळा वेळ मिळायचा. मग तो वेळ ते कुटुंबीयांसोबत घालवत किंवा एखादं पुस्तक वाचत. २००६ सालच्या मे महिन्यात 'बिर्ला इन्स्टिट्यूट ऑफ टेक्नॉलॉजी अॅन्ड सायन्सेस'च्या उद्घाटनासाठी ते गोव्याला जाणार होते. तो शनिवारचा दिवस होता. ते गोव्याला सकाळी जाऊन पोहोचणार होते आणि संध्याकाळी दिल्लीला परत येणार होते. त्याऐवजी आपण

शनिवारी रात्री गोव्यातच मुक्काम करून रविवारी सकाळी येऊ, असं मी डॉ. सिंग यांच्या मुलीला सुचवताच ती म्हणाली, "ते ही गोष्ट कधीच मान्य करणार नाहीत. गोव्यात काही काम नसताना उगाच तिथे राहायची गरजच काय, असंच त्यांचं मत असेल." तरी पण मी त्यांना विचारून पाहायचं ठरवलं "पण का?" ते म्हणाले. दौऱ्यावर सोबत येणाऱ्या लोकांना शनिवारी रात्री आणि रविवारी सकाळी समुद्रकाठी जाता येईल, असा मी युक्तिवाद करताच ते म्हणाले, "आणि तिथे जाऊन करायचं काय?" त्यांनी माझी ती कल्पना साफ धुडकावून लावली.

पंतप्रधान डॉ. सिंग यांच्या साध्या राहणीविषयी लिहायला माध्यमांना खूप आवडायचं. वाजपेयींच्या आरामदायी राहणीशी ते नेहमी डॉ. सिंग याच्या राहणीची तुलना करत. मीही आनंदानं त्यांना त्याविषयी खाद्य पुरवत असे. डॉ. सिंग यांच्या या लवकर उठून, उशिरा झोपण्याच्या सवयीचे काही फायदे, तर काही तोटे होते. फायद्याची गोष्ट करायची झाली, तर त्यांना पहाटे उठल्यावर रेडिओवर बीबीसीच्या बातम्या ऐकण्याची सवय होती. डिसेंबर, २००४मध्ये जेव्हा सुनामीचा तडाखा बसला, तेव्हा भारत सरकार तातडीनं कारवाई करू शकलं, ते केवळ त्याचमुळे. आपत्ती व्यवस्थापन, राष्ट्रीय सुरक्षा किंवा गुप्तहेर खातं यांच्यापैकी कुणी जागंसुद्धा होण्याआधी पंतप्रधान जागे होते आणि त्यांनी रेडिओवर ती बातमी ऐकली होती. त्या दिवशी भल्या पहाटे माझ्या घरचा फोन वाजला. रमाच्या वडिलांनी चेन्नईहून फोन केला होता. ते सकाळी समुद्रकिनारी फिरायला गेलेले असताना त्यांना पाण्याची पातळी नेहमीपेक्षा फार जास्त उंचावलेली दिसल्यामुळे, ते घरी परत आले होते. दुसरा फोन सुब्बू यांचा होता. बीबीसीवर ती बातमी ऐकल्यावर डॉ. सिंग यांनी अनेक अधिकाऱ्यांना लागोपाठ फोन केले होते. पंतप्रधानांनी केंद्रीय सचिव बी. के. चतुर्वेदी यांना झोपेतून उठवलं. त्यांनी तातडीनं आपत्ती व्यवस्थापन गटाची बैठक बोलावली.

डॉ. सिंग हे असे दिवसाकाठी फार जास्त काम करत असत. त्याचे जसे फायदे होते, तसे काही तोटे सुद्धा होते. अर्थात तोटे त्यांच्या माध्यम सल्लागारासाठी म्हणजे अर्थात माझ्यासाठी! कारण कधीतरी रात्री खूप उशिरासुद्धा डॉ. सिंग यांचा मला फोन यायचा. त्या वेळी मी एकतर एखाद्या पार्टीत असायचो नाहीतर मग झोपलेला असायचो. एकदा त्यांनी मला फोन केला. "मधू दंडवते यांचं निधन झाल्याची बातमी टीव्हीवर पाहिली." ते म्हणाले. मधू दंडवते हे समाजवादी राजकीय नेते होते. डॉ. सिंग म्हणाले, "ताबडतोब शोकसंदेश बनवून पाठवून द्या."

■

४

आघाडीचं व्यवस्थापन

"एक अर्थतज्ज्ञ म्हणून त्यांना वाजवीपेक्षा जास्त महान मानण्यात येतं की नाही, हे काही मला ठाऊक नाही, पण एक गोष्ट मला नक्की ठाऊक आहे की, एक राजकारणी म्हणून त्यांचं खरं मूल्य कोणालाच समजलेलं नाही."

– दिग्विजय सिंग, एनडीटीव्हीवर, २०१२

सोनिया गांधी यांनी काँग्रेस पक्षाची सूत्रे आपल्या हाती घेण्याच्या काही वर्षं आधीची गोष्ट आहे. कम्युनिस्ट विचारवंत मोहित सेन यांनी 'टाइम्स ऑफ इंडिया'मध्ये एक लेख लिहिला होता. सोनिया गांधी यांना काँग्रेस पक्षात एक ऐतिहासिक भूमिका पार पाडायची आहे, असं त्यांनी लेखात म्हटलं होतं आणि सोनियांना त्यासाठी सिद्ध होण्याचं आवाहन सुद्धा केलं होतं. त्यांनी त्या वेळी असा युक्तिवाद केला होता की, भारतीय राष्ट्रीय काँग्रेसच्या पहिल्यावहिल्या स्त्री अध्यक्ष याही एक युरोपियन, ॲनी बेझंट होत्या. त्यांनी असं ठासून मत व्यक्त केलं होतं की, परत एकदा आणखी एका युरोपियन महिलेला पक्षाचं नेतृत्व करू दे. मोहित यांचा तो लेख माझ्याकडे आला. मी त्या वेळी 'टाइम्स ऑफ इंडिया'मध्ये संपादकीय पानाचं संपादन करण्याचं काम करत असे. तो लेख वाचून मला आश्चर्यही वाटलं आणि गंमतही वाटली. मोहित यांना मी 'काका' म्हणायचो. ते माझ्या वडिलांचे मित्र होते. दोघं हैदराबादमध्ये एकत्र होते. मार्क्सवादाचे पहिले धडे मी त्यांच्याकडूनच घेतले होते. मी मोहित सेन यांना फोन केला. सोनियांनी काँग्रेसची सूत्रं हाती घ्यावी, ही कल्पना फारच विचित्र, जगावेगळी असल्याचं मी त्यांना सांगितलं. भारताच्या स्वातंत्र्य लढ्यात जो पक्ष सहभागी झाला होता, त्या पक्षाला नेहरू-गांधी घराण्याशिवाय दुसरं काही भविष्य नव्हतं की काय? सोनिया या केवळ राजीव गांधी यांच्या पत्नी आहेत, म्हणून त्या काँग्रेस पक्षाच्या अध्यक्ष व्हाव्यात असं त्यांनी सुचवलं तरी कसं? त्यांच्या या

राजकारणाबद्दलच्या भाबडेपणाला लोक हसतील, असं मी त्यांना सांगितलं. हा लेख आम्हाला स्वीकारता येणार नाही, असंही सांगितलं. ते खूप भडकले. मी जर हा त्यांचा लेख छापला नाहीतर दुसऱ्या दैनिकाकडे जाण्याची त्यांनी धमकी दिली. अखेर त्यांच्याबद्दलच्या प्रेमामुळे आणि आदरामुळे मी तो लेख छापला.

सोनियांनी सामाजिक जीवनात प्रवेश करावा, असं आवाहन करणारा तो पहिलाच लेख होता. मोहित गेल्या काही दिवसांत सोनियांच्या निकटवर्तीयांपैकी एक झाले होते. काही दिवसांनी डॉ. सिंग हे पण त्यांना आवडू लागले. १९९०नंतरच्या दशकाच्या पूर्वार्धात डॉ. सिंग यांच्या आर्थिक धोरणावर त्यांनी सडेतोड टीका केली होती. परंतु त्या पुढच्या दशकात मात्र डॉ. सिंग हे उत्तम पंतप्रधान बनू शकतील, असे त्यांनी मान्य केलं. अर्थात सोनियांनी स्वत: पंतप्रधान होण्यात सुद्धा त्यांना काहीच गैर वाटत नव्हतं. 'इंडिया इंटरनॅशनल सेंटर' येथे मोहित यांच्या आत्मचरित्राचं प्रकाशन डॉ. सिंग यांच्या हस्ते झालं. २००३मध्ये मोहित यांचं निधन झालं. सोनियांनी पाठवलेल्या शोकसंदेशामध्ये 'मला पितृस्थानी असलेलं व्यक्तिमत्त्व' असा त्यांचा उल्लेख केला होता. मोहित यांच्या मृत्यूनंतर सोनियांच्या आयुष्यातली ती जागा डॉ. सिंग यांनी घेतली. कदाचित ते सोनियांना अगदी वडिलांप्रमाणे वाटत नसतीलही, परंतु वडीलधाऱ्या काकांसारखे तर नक्की वाटत असावेत, असं काहीतरी खास समीकरण डॉ. सिंग आणि सोनिया यांच्यात होतं.

मला असं वाटत होतं की, मोहित यांची इंदिरा गांधींवर खूप निष्ठा असल्याकारणानं त्यांच्या घराण्यातील सर्वच व्यक्तींसाठी मोहित यांच्या मनात खास आदर होता. पण सोनियांनी राजकारणात प्रवेश करावा, या त्यांच्या मतामागे त्यांचा असा दृढविश्वास होता की, जर नेहरू-गांधी घराण्यातील कुणी व्यक्ती काँग्रेस पक्षाचं नेतृत्व करत नसेल, तर पक्षाचं विभाजन होईल, पक्ष मोडीत निघेल. दिल्ली दरबारातील सदस्यांनी सुद्धा ही कल्पना उचलून धरली. सी. राइट मिल्स या प्रख्यात अमेरिकन समाजशास्त्रज्ञांचे शब्द वापरून सांगायचं, तर ह्या दिल्ली दरबाराचं 'सत्तेतील अभिजात वर्ग' ('Power elite') असं समर्पक वर्णन करता येईल. त्यात प्रशासकीय सेवक, राजकीय मुत्सद्दी, संपादक, बुद्धिप्रामाण्यवादी आणि यशस्वी उद्योजक अशा लोकांचा भरणा होता. हे सर्व जण नेहरू, इंदिरा आणि राजीव यांच्या अत्यंत जवळचे होते. त्यांच्यापैकी अनेकांनी विविध विश्वस्त संस्थांची स्थापना केली होती व त्या सर्वांचं नियंत्रण नेहरू-गांधी परिवाराकडे होतं. या सर्व माणसांनी काँग्रेसची 'फर्स्ट फॅमिली' म्हणून संबोधल्या जाणाऱ्या नेहरू-गांधी परिवाराविषयी जी निष्ठा दाखवली होती, त्यामुळे गेल्या अनेक वर्षांमध्ये त्यातल्या प्रत्येकालाच काही ना काही फायदा झालेलाच होता.

परंतु या दृष्टिकोनाच्या बरोबर विरोधी दृष्टिकोन बाळगणारेही काही काँग्रेसमधले

ज्येष्ठ नेते होते. उदाहरणार्थ पी. नरसिंह राव. त्यांनी त्यांच्या स्वत:च्याच जीवनावर आधारित जे आत्मचरित्रात्मक पुस्तक लिहिलं, त्याचं शीर्षक जरी 'द इनसायडर' असं असलं, तरीही ते स्वत:ला दिल्लीमधल्या या 'नेहरू-गांधी–अभिजात वर्गा'पेक्षा बाहेरचे, 'आउटसायडर' समजत. राव यांचं असं मत होतं की, काँग्रेस हा राजकीय पक्ष शंभरवर्षांहूनही अधिक जुना आहे. भारताच्या स्वातंत्र्य लढ्यात सक्रिय सहभागी झालेला हा पक्ष आहे. महात्मा गांधी यांनी या पक्षाला चेतना दिली, याचं नेतृत्व केलं. हे नेहरू-गांधी परिवाराचे नातेवाईक नव्हते. त्यामुळे या पक्षाला स्वत:ला नेहरू-गांधी घराच्या पलीकडचंही अस्तित्व आहे, हे लक्षात घेतलं पाहिजे. अनेक छोट्या प्रादेशिक पक्षांमध्ये घराणेशाही चालत असेलही, अगदी राजेशाही सुद्धा चालत असेल. परंतु भारतीय राष्ट्रीय काँग्रेससारख्या जुन्या, भव्य-दिव्य पक्षानं आपला भविष्यकाळ केवळ एका परिवाराच्या नशिबाशी जोडणं कितपत योग्य आहे? नेहरू-गांधी परिवाराशी एकनिष्ठ असणाऱ्यांना हे मत मान्य होणं शक्यच नव्हतं. या अशाच लोकांनी सीताराम केसरी यांना पदच्च्युत केलं. नरसिंह राव यांनी सीताराम केसरी यांना आपला वारस म्हणून निवडलं होतं. पण अखेर केसरींनी काँग्रेस पक्षाचा राजमुकुट सोनियांकडे सुपूर्द केला.

सोनिया गांधी यांनी सक्रिय राजकारणात प्रवेश करून १९९८मध्ये काँग्रेस पक्षाच्या अध्यक्षा म्हणून पक्षाची सूत्रं हाती घेतली. सोनियांना इतकं महत्त्वाचं पद देण्यात आल्यानंतर भविष्यकालीन काँग्रेस सरकार आणि काँग्रेस पक्ष यांच्यातील परस्परसंबंधांवर त्या गोष्टीचा काय परिणाम होईल, याचा फारसा कुणी विचार केला नाही. सोनियांच्या बाजूच्या लोकांच्या मते त्यानंतर कोणताही प्रश्न उद्भवणारच नव्हता.

सोनिया पंतप्रधान बनणार, हे उघड होतं. पण काँग्रेस पक्षातल्या सोनियांच्या विरोधकांचं असं म्हणणं होतं की, आम्ही पक्षाध्यक्ष म्हणून सोनियांचा जरी स्वीकार केला असला, तरी त्या जन्मानं इटालियन असल्यामुळे पंतप्रधान म्हणून आम्ही त्यांचा स्वीकार करणार नाही. याच मुद्यावरून १९९९मध्ये शरद पवार आणि त्यांच्या सोबत इतर काहींनी पक्षत्याग करून राष्ट्रवादी काँग्रेस पक्षाची (एनसीपी)ची स्थापना केली.

२००४मध्ये जी व्यवस्था अस्तित्वात आली त्यामागची पार्श्वभूमी ही अशी होती. त्यामुळे या व्यवस्थेचं परीक्षण ही पार्श्वभूमी ध्यानात घेऊनच करणं गरजेचं होतं. सोनिया खरोखरच केवळ पक्षाध्यक्षपदावर राहून सरकार चालवण्यासाठी पूर्णपणे डॉ. सिंग यांच्या ताब्यात देणार होत्या का? सोनिया निवडणुकीत विजय तरी प्राप्त करू शकतील की नाही, अशी शंका लोक घेत होते. काँग्रेस पक्षातूनच त्यांना शरद पवारांसारख्या योद्ध्यांचा कट्टर विरोध होता. अशावेळी सोनियांनी काँग्रेस पक्षाला सत्तेत पुन्हा आणलं होतं. असं असताना ती सत्ता पूर्णपणे दुसऱ्याच कुणाच्यातरी हाती सोपवून त्या स्वत: खरोखर स्वस्थ बसणार होत्या का? डॉ. सिंग

यांची रणनीती काय असणार होती? सोनिया जरी पक्षाच्या अध्यक्ष असल्या, तरी ते स्वत: आघाडीच्या सरकारचे नेते होते. त्यात काँग्रेसखेरीज इतरही पक्षांचा समावेश समाविष्ट होता. शरद पवारांसारखे बंडखोरही त्यात होते. मग आता डॉ. सिंग यांनी स्वत:साठी स्वतंत्र राजकीय स्थान बनवावं का? आणि सरकार चालवण्यासाठी प्रशासनसत्ता हाती घ्यावी का? का त्यांनी रोज १० जनपथवर धावत जाऊन सोनियांच्या निवासस्थानी असलेल्या त्यांच्या कार्यालयामध्ये त्यांची गाठ घेऊन त्यांच्याकडून मिळालेल्या सूचनांचं पालन करावं? काही मुख्यमंत्र्यांनी आपल्या पक्षातील वरिष्ठांशी वागताना असं केलं होतं. ज्योती बसू हे जेव्हा पश्चिम बंगालचे मुख्यमंत्री होते, तेव्हा सुरुवातीच्या काळात ते रोज पक्षाच्या मुख्यालयात पक्षाचे ज्येष्ठ नेते प्रमोद दासगुप्ता यांची भेट घेत असत. महाराष्ट्रातील शिवसेनेचे मनोहर जोशी हेसुद्धा 'सर्वेसर्वा' असलेल्या शिवसेनाप्रमुख बाळासाहेब ठाकरे यांची रोज भेट घेत असत.

डॉ. सिंग यांना राजकारणामध्ये सर्वांत पहिल्या आणि सर्वांत मोठ्या आव्हानाला तोंड द्यावं लागलं. ते आव्हान म्हणजे सोनियांसोबत असलेल्या या नाजूक समीकरणाची हाताळणी करणं. एखाद्या राज्याच्या मुख्यमंत्र्याकडे त्या राज्यात कशा दृष्टीनं पाहिलं जातं, त्यापेक्षा एखाद्या राष्ट्राच्या पंतप्रधानांकडे स्वत:च्या देशातून आणि आंतरराष्ट्रीय पातळीवर खूप वेगळ्या पद्धतीनं पाहिलं जातं. पंतप्रधान हा राष्ट्रीय नेता असतो. आंतरराष्ट्रीय पातळीवर तो त्याच्या देशाचा चेहरा-मोहरा असतो, ती देशाची ओळख असते. पंतप्रधान जेव्हा इतर राष्ट्रप्रमुखांशी वाटाघाटी करतात, तेव्हा ते त्यांच्या स्वत:च्या स्वतंत्र बुद्धीनं, मतानं करत असल्याचं जगाला दिसलं पाहिजे. डॉ. सिंग हे पंतप्रधान झाले, याचं मुख्य कारण युपीएच्या संघटित सरकारनं, त्यात सहभागी सर्व पक्षांनी पंतप्रधान म्हणून त्यांचा स्वीकार करण्याची तयारी दाखवली. १९९९मध्ये आपल्यापाशी सरकार स्थापन करण्यासाठी आवश्यक तो आकडा असल्याचा दावा जेव्हा सोनियांनी केला, तेव्हा त्यांना पाठिंबा देण्यास मुलायम सिंह यादव यांनी नकार दिला होता. त्यामुळेच माझी सर्वांत मोठी जबाबदारी, डॉ. सिंग यांची पंतप्रधान म्हणून विश्वासार्हता मजबूत करणं, ही आहे असं मी मानलं. परंतु त्याचबरोबर त्यांचे सोनियांसोबत आणि काँग्रेसपक्षासोबतचे संबंध अत्यंत सुरळीत असतील, हे पाहाणंही माझंच काम होतं.

✦

२००४ सालच्या ऑगस्ट महिन्यात पहिलाच पेचप्रसंग उद्भवला. पंतप्रधानांच्या सुरक्षा रक्षकानं (एसपीजी) मला पंतप्रधानांच्या स्वातंत्र्यदिनाच्या पहिल्या भाषणाच्या रंगीत तालमीसाठी उपस्थित राहण्याची विनंती केली. हे भाषण लाल किल्ल्याच्या

बुरुजावरून होणारं होतं. म्हणजे मला त्यासाठी पंतप्रधानांच्या मोटारींच्या ताफ्यामधील एका गाडीतून जायचं होतं. वाटेत राजघाटापाशी महात्मा गांधीच्या स्मृतिस्थळाला पुष्पचक्र अर्पण करायचं नेहरू-गांधी परिवारातील मृत व्यक्तींच्या स्मृतिस्थळापाशी सुद्धा अशीच श्रद्धांजली वाहायची आणि तिथून किल्ल्यापाशी जाऊन चाळीस मिनिटं पंतप्रधानांचं भाषण ऐकायचं; मग त्यानंतर रेसकोर्स मार्गाच्या कार्यालयात परत यायचं, असं सगळं करावं लागणार होतं.

मी संरक्षण खात्यातील एका अधिकाऱ्यासोबत किल्ल्याच्या बुरुजाच्या सर्व बाजूंनी फेरफटका मारत असताना माझं लक्ष निमंत्रितांसाठी मांडण्यात आलेल्या खुर्च्यांकडे गेलं. प्रत्येक खुर्चीच्या पाठीवर एकेका व्यक्तीचं नाव लिहिलेली चिठ्ठी लावली होती. पहिल्या रांगेतली पंतप्रधानांच्या व्यासपीठावरील भाषणासाठी उभं राहण्याच्या जागेच्या बरोबर समोरची खुर्ची मिसेस कौर यांच्यासाठी राखून ठेवण्यात आली होती. त्यापुढची सर्व बैठकव्यवस्था संरक्षण मंत्रालयानं घालून दिलेल्या संकेतांनुसार होती. 'भारतीय राजपत्रा'तील नियमांना अनुसरून व्यक्तींच्या पदाच्या श्रेष्ठतेकडून कनिष्ठतेकडे अशा अनुक्रमानुसार त्यांची बसण्याची जागा ठरवण्यात आली होती. ज्येष्ठ केंद्रीय मंत्री, विरोधी पक्षनेते, सर्वोच्च न्यायालयाचे सरन्यायाधीश, इतर उच्चपदस्थ अधिकारी अशा सर्वांची नावं होती. पण पहिल्या रांगेत सोनिया गांधी यांचं नाव मला कुठे दिसेना. मग मी सोबतच्या अधिकाऱ्याकडे चौकशी करताच त्यानं हातातली यादी पाहून चौथ्या किंवा पाचव्या रांगेत मध्यभागी असलेल्या एका खुर्चीकडे बोट दाखवलं. सोनिया गांधी यांच्यासाठी पूर्वाश्रमी काँग्रेसमध्ये असलेल्या, आता पक्ष बदलून भारतीय जनता पक्षात गेलेल्या, राज्य सभेच्या उपाध्यक्षा नजमा हेपतुल्ला यांच्या शेजारची खुर्ची ठेवण्यात आली होती.

मला ते पाहून धक्का बसला. ही अशी बैठकव्यवस्था पाहून पंतप्रधानांवर मान खाली घालण्याची पाळी येईल, असं मला वाटलं. शिवाय सोनियासुद्धा संतप्त होतील, असंही वाटलं. राष्ट्रपती भवनामध्ये प्रत्येक कार्यक्रमांच्या वेळी सोनियांना कायम पॅसेजच्या शेजारच्या पहिल्या रांगेतील पहिल्या खुर्चीवर बसलेलं पाहिल्याचं मला आठवतं. मग मी तत्काळ पंतप्रधान कार्यालयातील माध्यम विभागाच्या एका अधिकाऱ्याला फोन केला. सोनिया संसद सदस्य (एमपी) आणि राष्ट्रीय सल्लागार समितीच्या अध्यक्षा असल्या, त्याचं पद केंद्रीय दर्जाचं असलं, तरीही त्यानुसार त्यांना चौथ्या किंवा पाचव्या रांगेतली खुर्ची देण्याऐवजी राष्ट्रपती भवनामध्ये होणाऱ्या प्रत्येक कार्यक्रमाच्यावेळी हे असंच असल्याचं माझ्या लक्षात आलं होतं.

मॅथ्यूनं असं शोधून काढलं की, शंकर दयाळ शर्मा हे राष्ट्रपती असताना राष्ट्रपती भवनामध्ये या बैठक व्यवस्थेत थोडा बदल करण्यात आला होता. १९९२ ते १९९७ या काळात शंकर दयाळ शर्मा भारताचे राष्ट्रपती असताना त्यांनी एका

प्रस्तावाला मान्यता दिली होती. माजी पंतप्रधानांच्या पत्नीला माजी पंतप्रधानांइतकाच मान-सन्मान मिळाला पाहिजे. त्यामागचा युक्तिवाद असा होता की, जर एखादे माजी पंतप्रधान राष्ट्रपती भवनामध्ये होत असणाऱ्या कोणत्याही समारंभाला सपत्निक हजर राहिले असते, तर त्या दोघांनाही एकत्रच बसवण्यात आलं असतं. याआधी जे पंतप्रधान होऊन गेले, त्यांच्या बाबतीत हा मुद्दा उपस्थित झाला नव्हता. कारण नेहरू, मोरारजी देसाई आणि पी. व्ही. नरसिंह राव यांच्या पत्नीचं तसंच इंदिरा गांधी यांच्या पतीचं त्यांच्या आधी निधन झालं होतं. त्याआधीचे जे पंतप्रधान निर्वतले होते, त्यांच्या पत्नी अशा प्रकारच्या राष्ट्रीय सोहळ्याला कधीच उपस्थित राहात नसत. त्यामुळे स्वर्गवासी पंतप्रधानांची पत्नी अशाप्रकारे उपस्थित राहण्याचा मुद्दा फक्त सोनियांच्या बाबतीतच निघाला होता.

या स्वातंत्र्यदिनाच्या रंगीत तालमीच्या वेळी घडलेल्या गोष्टीमुळे पंतप्रधानांसमोर सोनियाचं स्थान काय असणार या गोष्टीकडे फक्त सरकारी संकेतांच्या संदर्भात लक्ष वेधलं गेलं. सोनिया राष्ट्रीय सल्लागार समिती (एनएमसी)च्या अध्यक्षा होत्या. युपीए-१ सत्तेवर आल्यावर थोड्याच दिवसांत ४ जून, २००४ रोजी एनएसीची स्थापना करण्यात आली. त्यानंतर केंद्रिय मंत्रीमंडळातील सदस्यांना ज्या काही सुविधांचा लाभ घेता येत होता; त्या सर्व सुविधा, तेवढाच पगार, भत्ता, इत्यादी सोनियांना देण्यात येत होतं. (पण आता सोनियांना असं पद देणं गरजेचं होतं, ज्याच्या आधारे त्यांना पंतप्रधान मनमोहन सिंग यांच्या पत्नीच्या शेजारच्या आसनावर पुढच्या रांगेत बसवता आलं असतं आणि चौथ्या, पाचव्या रांगेतील खुर्ची देण्याची वेळ आली नसती.)

सोनियांच्या स्थानाच्या चर्चेच्या निमित्तानं जे संकेताचे मुद्दे निघाले, ते पक्षाचे अध्यक्ष आणि पंतप्रधान यांच्यातील समीकरणासाठी नवेच होते. परंतु संबंधांचा हा मुद्दा मात्र भारतासाठी नवाही नव्हता आणि जगावेगळाही नव्हता. पक्षाचे अध्यक्ष (किंवा कम्युनिस्ट पक्षाच्या बाबतीत सरचिटणीस) आणि सरकारचे प्रमुख यांच्यातील संबंध निश्चित करण्याच्या मुद्यानं जगभरातील अनेक राजवटींना सतावलं आहे. त्यात सुद्धा पूर्वीचा सोव्हिएत संघ किंवा सध्याच्या चीन अशा लोकशाही नसलेल्या व्यवस्थांमध्ये राजकीय संकेतानुसार सत्ता हाती असणं आणि खरीखुरी सत्ता हाती असणं, या मुद्यांच्या बाबतीत कम्युनिस्ट पक्षाचा सरचिटणीस आणि सरकारचा प्रमुख या दोघांमधले परस्परसंबंध अतिशय गुंतागुंतीचे असतात. लोकशाहीत तर हे अधिकच गुंतागुंतीचे होऊन बसतं. कारण सरकारच्या नेत्याची लोकप्रियता आणि सत्तेवर असणाऱ्या पक्षाच्या नेत्याची लोकप्रियता वेगवेगळी असू शकते.

भारतामध्ये तर ही समस्या पहिल्याच दिवशी उद्‌भवली. स्वातंत्र्यप्राप्तीनंतर पहिल्यांदा पंतप्रधान झालेले जवाहरलाल नेहरू यांच्याकडे काँग्रेस पक्षाचे अध्यक्ष

आचार्य कृपलानी यांनी अशी मागणी केली की, सरकारच्या प्रत्येक धोरणाच्या बाबतीत त्यांना विश्वासात घेण्यात यावं. नेहरूंनी त्यांची ही मागणी फेटाळून लावली. महत्त्वाच्या राजकीय मुद्यांच्या बाबतीत पक्षाला माहिती पुरवण्यात येईल, परंतु सर्व खात्यांच्या मंत्र्यांनी गुप्ततेची शपथ घेतलेली असल्यामुळे सरकारी फाइल्समधील गोपनीय बाबी पक्षाच्या अध्यक्षांना सांगणं शक्य होणार नाही. मग नेहरूंनी कृपलानींना 'बिन खात्याचे मंत्री' (मिनिस्टर विदाउट पोर्टफोलिओ) म्हणून सरकारमध्ये येण्याचं निमंत्रण दिलं, म्हणजे त्यांना प्रत्येक गोष्ट समजण्याचा हक्क मिळाला असता. नेहरूंनी पक्ष आणि सरकार या दोहोंमध्ये अशा रितीनं ठळक सीमारेषा आखली. नेहरूंनी असा युक्तिवाद केला की, मंत्री शपथविधीनंतर घटनेने बांधलेले असतात आणि अधिकृत गोपनीय कायद्याचं त्यांना बंधन असतं. कोणत्याही मंत्र्याला, अगदी पंतप्रधानालासुद्धा सरकारमध्ये समाविष्ट नसलेल्या कोणत्याही व्यक्तीला, कोणतीही गोपनीय फाइल दाखवण्याची परवानगी नाही. मग ती व्यक्ती काँग्रेस पक्षाची अध्यक्ष असली तरीही नाही.

नेहरूंचा हा दृष्टिकोन कृपालानींना पटला नाही आणि सरकारमध्ये सामील होण्याचं नेहरूंचं निमंत्रण त्यांनी स्वीकारलं ही नाही. त्यांनी काँग्रेस अध्यक्ष या पदाचा त्याग केला. मग १९५०मध्ये पक्षाध्यक्षाचं पद नेहरूंनी स्वत:कडे घेतलं आणि प्रथमच दोन पदांचा भार त्यांनी एकट्यानं सांभाळला. १९५४ सालापर्यंत त्यांनी दोन्ही पद सांभाळली. पुढे १९५४मध्ये यु. एन. ढेबर पक्षाचे अध्यक्ष झाले. इंदिरा गांधी या १९५९च्या आधी पक्षाच्या अध्यक्षा झाल्या होत्या. परंतु त्या पंतप्रधान झाल्यावर त्यांचे त्यांच्या कारकिर्दीत काँग्रेस पक्षाच्या अध्यक्षांशी सुरळीत संबंध होते. यात जगजगजीवन राम आणि शंकर दयाळ शर्मा यांचा समावेश होता. १९७७मध्ये इंदिराजींचा निवडणुकीत पराभव झाल्यानंतर त्यांनी पक्षाध्यक्ष पद स्वीकारलं. १९८०मध्ये विजय प्राप्त करून परत सत्तेवर आल्यावरही त्यांनी ते पद स्वत:कडेच ठेवलं.

राजीव गांधी यांनीही तसंच केलं. १९९१मध्ये त्यांच्या मृत्यूपर्यंत हे पद स्वत:कडेच ठेवलं.

पंतप्रधानांनी उचललेल्या राजकीय पावलांना जर राजकीय पाठिंबा मिळायला हवा असेल, तर पक्ष आणि सरकार या दोहोंचे नियंत्रण पंतप्रधानांनी स्वत:कडे ठेवणं, हा उत्तम मार्ग होता. ही गोष्ट विशेषत: काँग्रेस पक्षाच्या बाबतीत खरी होती. कारण पक्षातील लोकांच्या राजकीय निष्ठा या स्वत:चा वैयक्तिक फायदा कशात आहे, यावर अवलंबून होत्या. त्यांना एका समान तत्त्वाचा पुरस्कार करण्याशी काही देणं-घेणं नव्हतं.

राजीव गांधींच्या मृत्यूनंतर पी. व्ही. नरसिंह राव यांनी काँग्रेस पक्षाचे अध्यक्ष म्हणून सूत्रं हाती घेतली. पुढे १९९१मध्ये ते पंतप्रधान झाल्यावरही त्यांनी हे पद

स्वत:कडेच ठेवलं. परंतु १९९२मध्ये तिरुपती येथे झालेल्या 'अखिल भारतीय काँग्रेस समिती' (एआयसीसी)च्या अधिवेशनामध्ये अर्जुन सिंग आणि एन. डी. तिवारी यांच्या नेतृत्वाखाली काही लोकांच्या गटानं राव यांच्या या निर्णयाला आव्हान केलं. या दोन्ही भूमिकांची फारकत करण्याची त्यांनी मागणी केली. परत अध्यक्ष म्हणून निवडून येण्यासाठी त्यांना लढत द्यावी लागली आणि काँग्रेस कार्यकारिणीवर स्वत:चं वर्चस्व ठेवावं लागलं. एकदा निवडून आल्यावर पी. व्ही. नरसिंह रावांनी १९९६सालच्या सार्वत्रिक निवडणुकीत पराभव होईपर्यंत ती जागा स्वत:कडेच ठेवली. नरसिंह राव यांनी काँग्रेसच्या पक्षाध्यक्षपदाचा त्याग केल्यावर त्यांच्या जागी पक्षाचे अध्यक्ष म्हणून सीताराम केसरी यांची नेमणूक झाली. १९९८ सालच्या मार्च महिन्यात त्यांनी ते पद सोनिया गांधींसाठी सोडलं. सोनियांनी जेव्हा लोकसभेमध्ये काँग्रेस पक्षाचं नेतेपद स्वीकारलं, तेव्हा त्यांनी राज्यसभेत डॉ. मनमोहन सिंग यांना पक्षाचे नेते म्हणून नियुक्त केलं. सोनिया यांना डॉ. सिंग यांच्याविषयी अत्यंत आदर आणि विश्वास असल्याचंच, हे द्योतक होतं.

✦

काँग्रेसच्या 'कोअर ग्रुप'मध्ये सुरुवातीला सोनिया, पंतप्रधान डॉ. सिंग, अर्जुन सिंग, ए. के. अँटनी, प्रणव मुखर्जी आणि सोनियांचे राजकीय सचिव अहमद पटेल यांचा समावेश होता. या गटाच्या दर आठवड्याला बैठका होत असत. त्याशिवाय पुलोक आणि पटेल या दोघांच्या मार्फत सोनिया आणि डॉ. सिंग यांच्यात निरोपांची देवाण-घेवाण होत असे. शिवाय दोघांमध्ये कधीतरी टेलिफोनवरही बोलणं होई. पण हे वगळता युपीए-१च्या सुरुवातीच्या काळात त्या दोघांचा याहून जास्त संपर्क होत नसे. 'कोअर ग्रुप' नियमितपणे ७ रेसकोर्स मार्ग येथे जमत असे. सोनिया त्या वेळी सर्वांच्या आधी येत आणि त्यांचं आणि डॉ. सिंग यांचं दोघांचंच दहा मिनिटं बोलणं होई. हे बोलणं खासगी स्वरूपाचं असे. त्या दोघांचं बोलणं झाल्यावर मगच इतरांना आत बोलावणं येत असे. कोअर ग्रुपच्या बैठकीमध्ये डॉ. सिंग फारसं काही बोलत नसत. इतरांचं बोलणं ते लक्षपूर्वक ऐकून घेत आणि त्यानंतर परत सोनियांशी चर्चा करून मग ते निर्णय घेत असत.

या दोन्ही नेत्यांच्या कुटुंबीयांचं एकमेकांकडे जवळपास काहीच जाणं-येणं नव्हतं. मिसेस कौर आणि सोनिया एकमेकांना फारसं कधी भेटत नसत. सरकारी समारंभ आणि मेजवान्यांच्या वेळी त्यांची भेट होई. सामाजिक कार्यक्रमाच्या वेळी सोनियांची मुलं आणि पंतप्रधानांची मुलं हजर राहत नसत. क्वचित कधीतरी डॉ. सिंग यांना भेटून सोनिया त्यांच्याशी स्वत:च्या घरच्या गोष्टींविषयी चर्चा करत

असत. सोनियांना त्यांच्या वैयक्तिक आयुष्यात ज्या काही गोष्टींचा मानसिक त्रास होत असेल, त्याबाबत त्यांना सल्ला देण्यासाठी त्यांच्या आयुष्यात फारशी कुणी वडीलधारी माणसं नव्हती. राजीव गांधी यांचे मित्र सतीश शर्मा, सॅम पित्रोदा आणि सुमन दुबे हे सोनियांच्याच वयोगटाचे होते. मला एक प्रसंग तर नक्कीच माहीत आहे. सोनियांनी एकदा डॉ. सिंग यांची मुद्दाम भेट घेऊन राहुल गांधी यांच्या वैयक्तिक संकल्पांविषयी त्यांना वाटणारी चिंता सिंग यांना बोलून दाखवली होती. त्यानंतर डॉ. सिंग यांनी राहुल यांना दुपारच्या जेवणाचं निमंत्रण दिलं आणि त्या दोघांनी एकत्र वेळ घालवला.

खासगी संभाषणाच्या वेळी सोनिया डॉ. सिंग यांना 'मनमोहन' म्हणूनच संबोधित असत. सोनियांची पाश्चात्य पार्श्वभूमी लक्षात घेता त्या गोष्टीचा अर्थ हा की, सिंग यांच्या पिढीतले जे इतर नेते होते, त्यांच्याविषयी सोनियांना इतकी आपुलकी वाटत नसे. मनमोहन सिंग मात्र त्यांना खूप जवळचे, घरच्यासारखे वाटत. डॉ. सिंग मात्र सोनियांना कायम सोनियाजी किंवा मिसेस गांधी म्हणूनच संबोधत आणि त्यांच्याशी जुन्या पद्धतीनं, सौजन्यशीलपणानं वागत. ७ रेसकोर्स मार्गाला युपीएच्या वर्धापनदिनाच्या सोहळ्याच्या वेळी सोनिया उठून भाषणासाठी मंचाकडे जाऊ लागल्या की, मनमोहन सिंग नेहमी आदरपूर्वक उठून उभे राहत. काँग्रेस पक्षातील इतर लोक तसं करत नसत. सांस्कृतिक दृष्ट्या पाहिलं, तर !एखादी स्त्री उठून उभी राहताच पुरुषानं उठून उभं राहणं', हा एक पाश्चात्य शिष्टाचार आहे. परंतु पुरुष उठून उभे राहिल्यावर स्त्रियांनी उठून उभं राहणं मात्र अपेक्षित नसतं. त्यामुळे अर्थातच डॉ. सिंग उठून उभं राहताच सोनिया काही उठून उभ्या राहत नसत. दिल्लीचे जे राजकीय पत्रकार होते, ते कोणत्याही सामाजिक समारंभामध्ये मनमोहन सिंग आणि सोनियांवर घारीची नजर ठेवून बसलेले असत. सोनिया डॉ. सिंग यांच्याविषयी जेवढा आदर दाखवतात, त्याहून जास्त आदर डॉ. सिंग सोनियांविषयी दाखवतात की काय, याकडे त्या सर्वांचं सतत लक्ष होतं. या दोन्ही नेत्यांच्या 'देहबोली'कडे दुष्टपणे हसून ते मुद्दाम माझं लक्ष वेधत.

सोनिया जेव्हा साठ वर्षांच्या झाल्या तेव्हा डॉ. सिंग यांनी त्यांना एक व्यक्तिशः पत्र लिहून त्यात त्यांच्याविषयी प्रशंसोद्गार काढले, त्यांच्या धैर्याचं कौतुक केलं. सोनियांना अगदी लहान वयात वैधव्य आलं, दिल्लीच्या अवघड सामाजिक परिस्थितीत, आवतीभोवती सतत सुरक्षिततेसंबंधी धोके असताना त्यांनी आपल्या मुलांना वाढवलं. जेव्हा काँग्रेस पक्षातील लोकांना खंबीर नेतृत्वाअभावी पक्ष रसातळाला जाण्याची भीती वाटू लागली आणि पक्षाध्यक्ष होण्याची जबाबदारी सोनियांनी घ्यावी म्हणून त्यांनी धरणं धरलं, तेव्हा ती जबाबदारी स्वीकारण्याचं धाडस सोनियांनी दाखवलं. अत्यंत प्रतिकूल परिस्थितीत त्यांनी धीरोदात्तपणा दाखवला, काँग्रेसपक्षाला सत्तेवर परत आणण्यासाठी जी ऊर्जा दाखवली, बुद्धिमत्ता दाखवली, या सर्व गोष्टींबद्दल

त्यांनी सोनियांची त्या पत्रात प्रशंसा केली.

डॉ. सिंग आणि सोनिया यांचं जे समीकरण होतं, त्यांना परस्परांविषयी वाटणारा जो जिव्हाळा होता, तो डॉ. सिंग यांच्या छोट्या-छोट्या कृतींमधून व्यक्त होत असे. सोनियांची प्रकृती जर बरी नसली, तर ते आवर्जून फोन करून त्यांची चौकशी करत.

डॉ. सिंग आणि सोनिया यांचा एकमेकांवर पूर्ण विश्वास होता, याविषयी मला काडीमात्र शंका नाही. सोनिया आणि मनमोहन यांच्यात मतभेद असल्याची वृत्तं मधून-मधून माध्यमांमध्ये प्रक्षेपित होत असत. बरेच वेळा ती वृत्तं असंतुष्ट काँग्रेसजनांची किंवा खोडसाळ पत्रकारांनी पेरलेली असत. त्यांच्या मधले काही लोक माझ्याकडे बोट दाखवत. अर्थात सोनिया आणि मनमोहन यांच्यामध्ये धोरणात्मक बाबींविषयी मतभेद अजिबात नव्हतेच, असं मात्र नाही. परंतु हे असे मतभेद फक्त ते दोघं एकमेकांची खासगी बैठक करत तेव्हाच एकमेकांपाशी व्यक्त करत असणार आणि त्या बैठकांमध्ये काय बोलणं झालं, याचा उल्लेखही पंतप्रधान बाहेर करत नसत.

खाते वाटपाच्या संदर्भात पक्षाध्यक्ष म्हणून सोनियांचा जो प्रभाव होता, त्याला डॉ. सिंग यांनी कधीच हरकत घेतली नाही. परंतु जसजसे दिवस गेले, तसतसे ते स्पष्टपणे स्वत:चं मत मांडू लागले. सोनियासुद्धा त्यांचा सल्ला ऐकू लागल्या. खाते वाटपाच्या बाबतीत संपूर्णपणे मनमोहन यांचं नियंत्रण असलं पाहिजे, असं म्हटलं तरी ते व्यवहारात शक्य होणार नाही, याची मला कल्पना होती. तरीपण मला असं वाटे की, निदान कनिष्ठ मंत्र्यांच्या खाते वाटपाच्या बाबतीत तरी त्यांनी आग्रही असलं पाहिजे. मी जेव्हा संधी मिळेल तेव्हा ते त्यांच्या गळी उतरवण्याचा प्रयत्न करायचो. २००५मध्ये जयराम रमेश यांना सरकारमध्ये सामील करून घ्यावं का? असं त्यांनी मला विचारताच, मी त्यांना असं सांगितलं की, जयराम यांना जर मंत्रीमंडळात जागा हवी असेल, तर त्यांनी आपली पंतप्रधानांवर निष्ठा असल्याचं उघडपणे दाखवायला हवं. त्यानंतर थोड्या दिवसांनी एक पत्रकार टी. एन. निनान यांच्या घरी मी ख्रिसमस पार्टीसाठी गेलो असताना मॉन्टेक यांनी मला एका बाजूला घेऊन विचारलं, "जयराम यांना सरकारमध्ये घ्यायला तुम्ही का विरोध करताय?" ते ऐकून मला आश्चर्याचा धक्का बसला. मी मॉन्टेक यांच्यापाशी लगेच खुलासा केला. "मी पंतप्रधानांना फक्त एवढंच म्हणालो की, तरुण संसद सदस्यांना असं वाटलं पाहिजे की, आपल्याला मंत्रीमंडळात जागा पंतप्रधानांमुळे मिळाली आहे, केवळ सोनियांमुळे नव्हे." त्यानंतर काय घडलं, ते काही मला माहीत नाही. पण पुढच्याच महिन्यात म्हणजे २००६ सालच्या जानेवारी महिन्यात जयराम यांना काँग्रेसच्या मंत्रीमंडळामध्ये राज्यमंत्री बनवण्यात आलं. त्यानंतर जयराम यांनी सोनियांचे स्नेही सुमन दुबे यांना भेटून या मंत्रिपदाबद्दल त्यांचे आभार मानल्याचं जेव्हा माझ्या

कानावर आलं, तेव्हा मला आश्चर्य वाटलं नाही.

राजकारण हे 'सत्ता' आणि 'राजाश्रय' या विषयी असतं. मंत्रिपद हे काही कुणाला केवळ स्वत:च्या क्षमतेवरून मिळत नाही. एखाद्या राजकीय नेत्याचा प्रभाव किंवा वरिष्ठ नेत्याविषयीची त्यांची निष्ठा यावर ते अवलंबून असतं. काँग्रेसच्या खासदारांना केवळ सोनियांना खूश करायचं असे. पंतप्रधानांबद्दल राजकीय दृष्ट्या निष्ठा दाखवण्याची त्यांना काही गरज वाटत नसे. सोनिया आणि त्यांचे सहकारी या लोकांकडून जशा निष्ठेची अपेक्षा ठेवत, तशी डॉ. सिंग यांनी कधीच ठेवली नाही. जयराम यांना फक्त सोनियांविषयीच निष्ठा होती, हे ते मंत्री बनल्यानंतर अगदी थोड्याच दिवसांत स्पष्ट झालं. मंत्री बनल्यानंतर काही दिवसांतच सोनियांनी पंतप्रधानांना एक पत्र लिहिलं होतं: डॉ. सिंग यांनी एक पाऊल उचलण्याचं ठरवलं होतं – दक्षिण पूर्व आशियाई संघटना (आसियान) गटाचे सदस्य असलेल्या देशांशी मुक्त व्यापार करार (एफटीए). डॉ. सिंग यांना ती गोष्ट अत्यंत महत्त्वाची वाटत होती आणि सोनियांनी पत्रातून त्यांना त्याबाबत सावधगिरी बाळगण्याची सूचना केली होती. हे पत्र जयराम यांनी फोडलं.

डॉ. सिंग यांच्या मते भारत-आसियान मुक्त व्यापार करार, हे भौगोलिक आणि राजकीय दृष्ट्या अत्यंत महत्त्वाचं पाऊल होतं. आशिया खंडाच्या भरभराट पावत असणाऱ्या अर्थव्यवस्थेत भारताचा समावेश होण्यास त्याचा उपयोग होणार होता. चीनच्या आशियातील प्रमाणाबाहेर वाढणाऱ्या प्रभावाला मर्यादेत ठेवून समतोल राखण्याच्या दृष्टीनं ते महत्त्वाचं होतं. परंतु दुसऱ्या बाजूला मार्क्सवादी कम्युनिस्ट पक्षानं सीपीआय(एम) या भारत-आसियान कराराला विरोध सुरू केला होता. त्या करारामुळे केरळ आणि पश्चिम बंगालमधील मळ्यांमध्ये काम करणाऱ्या कामगारांचं हित धोक्यात येईल, असं कारण त्यांनी पुढे केलं. मार्क्सवादी काँग्रेस पक्षाच्या या टीकेची धार बोथट करण्यासाठी केरळमधील काँग्रेस पक्षानं हा 'मुक्त व्यापारा'चा उपक्रम सोडून देण्यासाठी केंद्रातील नेतृत्वावर दडपण आणायला सुरुवात केली. याच विषयांची चिंता व्यक्त करण्यासाठी सोनियांनी पंतप्रधानांना ते पत्र लिहिलं होतं, सोनिया अशा प्रकारे पंतप्रधानांना कधीही औपचारिक पत्रं लिहीत नसत. त्यांना वाटत असलेल्या गंभीर स्वरूपाच्या चिंता त्या तोंडीच व्यक्त करत. थेट बोलून किंवा मग अहमद पटेल आणि पुलोक चॅटर्जी यांच्यासारख्या मध्यस्थांकरवी त्या ते करत. परंतु या खेपेला त्यांनी लेखी पत्र लिहिल्यामुळे पंतप्रधानांनीही त्यांना लेखीच उत्तर दिलं. त्यांनी त्या 'मुक्त व्यापार करारा'चं समर्थन करताना पत्रात म्हटलं होतं :

> आपलं भौगोलिक-राजकीय तसंच आर्थिक हित कशात आहे, याचा नीट विचार करून मगच हा प्रादेशिक औद्योगिक करार आणि विशेषत:

एफटीए करारांचा प्रस्ताव मांडण्यात आला आहे. भारतामध्ये देशांतर्गत खूप मोठी बाजारपेठ असली तरीही पूर्वीची धोरणं सध्याच्या तुलनेनं अधिक सीमित होती. याबाबतीतला आपला जागतिक अनुभव लक्षात घेता असं दिसून येतं की, औद्योगिक आणि आर्थिक बाबतीत आपण जागतिक अर्थकारणामध्ये जर सहकार्य केलं, तर आपल्याला विकासाची संधी नक्की आहे.

काही आठवड्यानंतर सोनियांनी पंतप्रधानांना लिहिलेलं खासगी पत्र माध्यमांच्या हातात जाऊन पडलं. 'बिझिनेस स्टँडर्ड' या दैनिकानं त्याची पहिल्या पानावर ठळक बातमी छापली. डॉ. सिंग संतापले. ही बातमी कुणी फोडली, याची त्यांनी मला चौकशी करण्यास सांगितलं. मी संपादकांना विचारलं, पण अर्थातच आपल्याला ज्या कुणी बातमी पुरवली त्या व्यक्तीचं नाव उघड करण्यास संपादक टी. एन. निनान यांनी नकार दिला. पण तिथल्या एका पत्रकाराकडून मला जयराम रमेश यांचंच हे कृत्य असल्याचं समजलं. मी ही गोष्ट डॉ. सिंग यांच्या कानावर घातली. पंतप्रधानांनी सरळ जयराम रमेश यांना फोन लावून त्यांची खरमरीत कान उघडणी केली. जयराम रमेश यांनी त्या वेळी कानावर हात ठेवले.

पंतप्रधानांना सोनियांनी लिहिलेलं खासगी पत्र वृत्तपत्रात प्रसिद्ध झालं होतं म्हटल्यावर डॉ. सिंग यांनी त्या पत्राला दिलेलं उत्तरही तसंच प्रसिद्ध होणं उचित होतं. नवल म्हणजे पंतप्रधानांना ते पटलं आणि त्यांनी ते मान्य केलं. त्यामुळे मी ते पत्र माध्यमांना दिलं. सोनिया आणि डॉ. सिंग यांच्यात अशाप्रकारचे जाहीर मतभेद होणं, अगदीच दुर्मीळ होतं. पण या निमित्ताने वातावरण गढूळ करणाऱ्या खोडसाळ लोकांकडे लक्ष वेधलं गेलं.

रोजच्या रोज नियमितपणे सोनिया आणि डॉ. सिंग यांचे संदेश एकमेकांना पोहोचवण्याचं काम अहमद पटेल आणि पुलोक चॅटर्जी हे आलटून-पालटून करत असत. पुलोक हे नियमितपणे सोनियांना भेटून धोरणात्मक मुद्द्यांची त्यांना माहिती देत. त्याचप्रमाणे महत्त्वाच्या निर्णयांच्या संदर्भात त्यांचं मार्गदर्शन घेत. अहमद पटेल हे सोनिया आणि डॉ. सिंग यांच्यातला दुवा होते. पटेल पुलोक यांच्याशी संधान सांधून काही काँग्रेस पक्षाच्या सदस्यांची नावं सामाजिक संस्थांच्या आणि राष्ट्रीयकृत बँकांच्या बोर्डवर समाविष्ट करण्यासाठी साउथ ब्लॉकला भेट देत.

पटेल पंतप्रधानांची मधून-मधून भेट घेत असत. या त्यांच्या भेटी नेहमी ७ रेसकोर्स मार्ग येथे होत. जर त्यांच्या मधल्या या भेटी-गाठींच्या संख्येत वाढ झाली, तर त्याचा अर्थ लवकरच केंद्रीय मंत्रीमंडळात फेरबदल होणार हे ठरलेलंच असायचं. मंत्रीपरिषदेमध्ये कोणाचं नाव समाविष्ट करायचं आणि कोणाला त्यातून काढून टाकायचं, या यादीची पटेल इकडून तिकडे ने-आण करत असत. पटेल

याचं वागणं नम्र होतं. बोलणं मृदू होतं. ते सोनियांच्या विश्वासातले साहाय्यक असूनही ते आपल्या हातात असलेल्या सत्तेचं कधीही प्रदर्शन करत नसत. डॉ. सिंग यांच्याशी तर ते अत्यंत विनम्रपणे आणि आदरानं वागत. सोनियांनी आपला 'दूत' म्हणून त्यांना निवडलेलं होतं. त्यामुळे निर्णयांच्या बाबतीत त्यांचा भरपूर प्रभाव होता. एका प्रसंगी तर पंतप्रधानांनी मंत्रीमंडळात केलेल्या फेरबदलाची यादी तयार केली होती. कोणत्या खासदारांचा मंत्री म्हणून नव्यानं शपथविधी होणार याची यादी टाइप करण्यात आली. पत्रावर पंतप्रधानांची स्वाक्षरी, शिक्का इत्यादी औपचारिकताही पार पडली. राष्ट्रपतीसुद्धा त्या यादीची प्रतीक्षा करत होते. ती यादी त्यांच्याकडे पाठवण्यात येणार इतक्यात पटेल ७ रेसकोर्स मार्ग येथे आले. पत्र सही शिक्यानिशी तयार असल्या कारणानं सगळी यादी पुन्हा नव्यानं टाइप करण्याऐवजी पटेल यांच्यामार्फत पाठवण्यात आलेल्या सूचनेनुसार त्या यादीतलं जे विशिष्ट नाव गाळायचं होतं त्याला व्हाइटनर लावून त्यावर नव्यानं समाविष्ट करण्याचं नाव हस्ताक्षरातच लिहिण्यात आलं होतं. अशारीतीनं आंध्र प्रदेशचे खासदार सुब्बीरामी रेड्डी यांचा २००६ सालच्या जानेवारी महिन्यात मंत्रीपरिषदेमध्ये समावेश झाला. त्यासाठी उत्तराखंड येथील एक खासदार हरिश रावत यांचं नाव वगळण्यात येऊन, यादीत त्या नावावर व्हाइटनर लावण्यात आलं होतं. आता ते उत्तराखंडचे मुख्यमंत्री आहेत.

पटेल यांच्याशी माझा विशेष संबंध येत नसे. ज्या काही थोड्याफार वेळी आमचं बोलणं झालं, तेव्हा ते प्रेमानं बोलले. त्यांचं वागणं मनमोकळ होतं. मी पंतप्रधान कार्यालयात असताना माझं आणि त्यांचं खऱ्या अर्थानं एखाद्या विशिष्ट विषयावर संभाषण होण्याची फक्त दोनदाच वेळ आली. पहिल्यांदा त्यांच्याशी बोलणं झालं, ते पी. व्ही. नरसिंह राव यांच्या मृत्यूनंतर. मी डॉ. सिंग यांच्यासोबत नरसिंह राव यांच्या दिल्लीतील मोतीलाल नेहरू मार्गावरील निवासस्थानी गेलो होतो. काँग्रेस पक्षाच्या इतर दिवंगत पंतप्रधानांप्रमाणेच पी. व्ही. नरसिंह राव यांचे अंत्यसंस्कार दिल्ली येथेच पार पडावेत, अशी त्यांच्या कुटुंबीयांची इच्छा होती. यमुनेच्या काठी ज्या-ज्या ठिकाणी नेहरू, इंदिरा गांधी, राजीव गांधी यांचे अंत्यसंस्कार पार पडले होते, त्या-त्या ठिकाणी त्यांची स्मृतिस्थळ बांधण्यात आली होती. ही सर्व महात्मा गांधींच्या स्मारकाच्या जवळपासच होती. पूर्वीचे पंतप्रधान चरण सिंग हे काँग्रेस पक्षाचे सुद्धा नव्हते आणि संजय गांधी तर केवळ एक खासदार होते. पण तरीही त्यांच्यावर याच परिसरात अंत्यसंस्कार करण्यात येऊन त्यांची सुद्धा स्मारकं उभारण्यात आली होती. परंतु पटेल यांची अशी इच्छा होती की, मी नरसिंह रावांची मुले रंगा आणि प्रभाकर तसंच मुलगी वाणी यांची समजूत काढून त्यांना नरसिंह रावांचं पार्थिव अंत्यसंस्कारासाठी हैदराबादला नेण्यासाठी तयार करावं. त्यावरून माझ्या एक गोष्ट लक्षात आली नरसिंह राव यांचं दिल्लीमध्ये कुठेही स्मारक व्हावं,

अशी सोनियांची इच्छा नव्हती.

पटेल यांनी मला जी विनंती केली होती, त्यावर मी जरा विचार केला. हा निरोप राव यांच्या कुटुंबीयांपर्यंत पोहोचवणं मला योग्य वाटेना. त्यांची जी मागणी होती, ती रास्तच होती. त्यांना तशी मागणी करण्याचा अधिकार होता. मी या बाबतीत मधे का म्हणून पडायचं? मी गुपचूप तिथून काढता पाय घेतला. पटेल यांनी जे सुचवलं होतं, त्यातला एक शब्दही मी राव यांच्या मुलांच्या कानावर घातला नाही. त्यांच्या समाचाराला गेलो होतो, ते काम करून बाहेर पडलो. त्या दिवशी संध्याकाळी माझ्या कानावर असं आलं की, गृहमंत्री शिवराज पाटील आणि आंध्र प्रदेशचे मुख्यमंत्री वाय. एस. राजशेखर रेड्डी यांना काँग्रेस पक्षानं राव यांच्या मुलांची समजूत काढायला पाठवून राव यांचा मृतदेह अंत्यसंस्कारासाठी विमानानं हैदराबादला पाठवण्यासाठी त्यांचं मन वळवलं होतं. राव यांचं पार्थिव विमानतळावर नेण्यापूर्वी काँग्रेस पक्षाच्या मुख्यालयात आणण्याचीही परवानगी पक्षानं नाकारली. हैदराबाद येथे राव यांच्या अंत्यसंस्कारासाठी सोनिया उपस्थित राहिल्या नाहीत.

२००७मध्ये परत एकदा माजी पंतप्रधान चंद्रशेखर यांचा मृत्यू झाला तेव्हाही काँग्रेस पक्षानं हीच खेळी खेळण्याचा प्रयत्न केला. चंद्रशेखर यांचं पार्थिव त्यांच्या हरियाना राज्यातील भोंडसी येथील फार्म हाउसवर नेण्यात यावं असा काँग्रेस पक्षानं त्यांच्या कुटुंबीयांपाशी हट्ट धरला. परंतु चंद्रशेखर यांच्या मुलानं असं सांगितलं की, माजी पंतप्रधान चंद्रशेखर यांच्यावर दिल्ली येथे सरकारी इतमामानं अंत्यसंस्कार जर होणार नसतील, तर त्यांना दिल्लीच्या लोदी स्मशानभूमीत नेण्यात येईल. यानंतर सरकार सरळ आलं आणि यमुनेच्या काठी 'एकता स्थल' येथे चंद्रशेखर यांचे अंत्यसंस्कार पार पडले.

आणखी एकदा पटेल मला येऊन भेटले होते. तेलंगणा राष्ट्रीय समितीचे नेते व केंद्रीय मंत्री असलेले चंद्रशेखर राव यांनी एका विशिष्ट विषयावर त्यांचं पंतप्रधानांशी बोलणं झालं असल्याचा दावा केला होता. तो दावा खोटा असल्याचं मी माध्यमांना कळवलं होतं. त्यावर संतप्त झालेल्या चंद्रशेखर राव यांनी मला कामावरून काढून टाकण्यात यावं, अशी मागणी केली होती. राव यांनी माध्यम प्रतिनिधींना असं सांगितलं होतं की, तेलंगणा संबंधी लवकरात लवकर निर्णय घेण्यात यावा, असं पंतप्रधानांच्या मनावर ठसवण्यासाठी त्यांनी खास त्यांची भेट घेतली होती. पण वस्तुस्थिती अशी होती की, ते पंतप्रधानांना दुसऱ्याच कोणत्यातरी कामासाठी भेटले होते आणि त्या भेटीत तेलंगणाचा विषयसुद्धा निघाला नव्हता. त्या बैठकीमध्ये नक्की काय घडलं, हे माझ्याकडून काढून घेण्यासाठी तेलगू माध्यमांनी माझ्यामागे लकडा लावला. त्या वेळी मी त्यांना खरी परिस्थिती सांगितली. पटेल यांचं असं म्हणणं होतं की, मी त्या मंत्र्यांची माफी मागून हा वाद मिटवून टाकावा. पण मी जी काही वस्तुस्थिती होती, तीच

माध्यमांना सांगितली असल्याकारणानं मी त्या मंत्र्यांची माफी मागण्याचं काहीच कारण नव्हतं. पण तरीही खुद्द पंतप्रधानांनी जर मला अशी माफी मागायला सांगितली तरच मी मागेन, असं मी त्यांना सांगितलं.

मी फक्त डॉ. सिंग यांच्याच आदेशाचं पालन करत असल्याचं मी त्यांना स्पष्ट केलं. मग तो विषय तिथेच संपला. मला भरपूर नावं ठेवून झाल्यावर चंद्रशेखर राव शांत झाले. त्यानंतर काही आठवडे गेले, ते एकदा ७ रेसकोर्स मार्ग येथे कामानिमित्त आले असताना त्यांनी मला प्रेमानं जवळही घेतलं. आपल्या घरी एकदा हैदराबादी बिर्याणी खायला बोलावणार असल्याचं आश्वासनही दिलं. पुढे ते निमंत्रण मात्र कधी आलं नाही.

✦

२००४ सालच्या जून महिन्यात राष्ट्रीय सल्लागार समिती (एनएसी)ची स्थापना करण्यात आली. सोनियांनी जेव्हा सत्तेचा परित्याग केला होता. 'त्या वेळी आपण आपल्या आतल्या आवाजाचं ऐकून असं केल्याचं, आपल्याला जनतेसाठी सत्तेपेक्षाही पलीकडचं काहीतरी फार मोठं, महत्त्वाचं काम करायचं असल्याचं' त्यांनी सांगितलं होतं. परंतु प्रत्यक्षात तसं काहीही नसून ती केवळ त्यांची एक राजकीय चाल होती, हे स्थापनेनंतर हळूहळू स्पष्ट होऊ लागलं. २००४ सालच्या सार्वत्रिक निवडणुकीत सोनियांच्या नेतृत्वाखाली काँग्रेस पक्षाला यश मिळालेलं असतानाही सोनियांनी युपीए सरकारचं नेतृत्व करण्याचं नाकारून पंतप्रधानपदासाठी डॉ. सिंग यांचं नाव पुढे केलं. ही गोष्ट खरीच आहे, पण नुसतं सत्तास्थानच सिंग यांना देण्यात आलं. त्यासोबत येणारे अधिकार नाही. अगदी सुरुवातीलाच पंतप्रधान डॉ. सिंग यांचा मुख्य सचिव म्हणून स्वतःच्या पसंतीच्या राजीव गांधी यांच्या हाताखाली काम केलेल्या एका निवृत्त तमिळ अधिकाऱ्याची नियुक्ती करण्याचा सोनियांनी प्रयत्न केला. पण त्या अधिकाऱ्यानंच त्या प्रस्तावाला नकार दिला. पंतप्रधान कार्यालयात सोनियांनी आपल्या खास विश्वासातल्या साहाय्यकाची नेमणूक केली. त्यांच्या या कृतींमधून त्यांचा सरकारवर काही प्रमाणात स्वतःचं नियंत्रण ठेवण्याचाच प्रयत्न होता, हे दिसून येतं. शिवाय मंत्र्यांच्या खातेवाटपातही सोनियांचा शब्द प्रमाण होता.

राष्ट्रीय सल्लागार समितीचा जसा विस्तार झाला, त्याचं महत्त्व जसं वाढू लागलं, तसं बिगर सरकारी संस्थांचं राजकीय व सामाजिक जीवनातलं स्थान किती महत्त्वाचं होत चाललं आहे, असं त्याचं स्पष्टीकरण देण्यात आलं. राष्ट्रीय सल्लागार समितीचे सर्व सदस्य सोनियांच्या पसंतीचे होते. धोरणात्मक निर्णय घेत असताना नागरी समाजाचं प्रतिनिधित्व असलं पाहिजे, असं कारण त्या वेळी पुढे करण्यात

आलं. परंतु प्रत्यक्षात मात्र ते एक 'समांतर सत्ता केंद्र' बनलं होतं. त्यात सोनिया ह्या नागरी समाजाचा आवाज असून, डॉ. सिंग हा सरकारचा आवाज आहे, असं दाखवण्यात येत होतं. या परिस्थितीचा स्वीकार करण्यावाचून आपल्याला दुसरा पर्याय नाही, हे डॉ. सिंग यांच्या लक्षात आलं. पण त्यांनी त्याविषयी कधीही तक्रार केली नाही. एनएसीमधून ज्या काही कल्पना पुढे येत त्यांची गुणवत्ता पारखून घेण्याची डॉ. सिंग यांची नेहमीच तयारी असे. तरीही मला मात्र नेहमी असं जाणवायचं की, त्यांना ते विशेष रुचत नसावं. ते जरा अस्वस्थ वाटत.

राष्ट्रीय सल्लागार समितीची स्थापना विशेष अध्यादेशाद्वारा करण्यात आली. नेहरूंनी नियोजन मंडळाची स्थापनासुद्धा अगदी अशाच प्रकारे केली होती. नेहरूंनी धोरणात्मक सल्ला देण्यासाठी एक घटनाबाह्य समिती केंद्रीय यंत्रणेच्या बाहेर सुरू केली आणि ते स्वत: त्याचे अध्यक्ष बनले. ही गोष्ट बऱ्याच वरिष्ठ काँग्रेस नेत्यांना रुचली नाही. याला विरोध म्हणून अर्थमंत्री जॉन मथाई यांनी नेहरूंच्या मंत्रीमंडळाचा राजीनामा दिला. परंतु युपीए सरकारमधील कुणीही एनएसीचं स्थान व त्याची भूमिका या संदर्भात असे मुद्दे उपस्थित केले नाहीत आणि या एनएसीचे तर पंतप्रधान अधिकृत अध्यक्षही नव्हते.

राष्ट्रीय सल्लागार समितीबद्दल डॉ. सिंग मनातून जरासे अस्वस्थ होते. पण असं असूनही सोनिया आणि डॉ. सिंग यांच्यातील वैचारिक मतभेदांचं त्या दोघांचे पाठीराखे आणि टीकाकार जितकं भडक चित्र रंगवत, तेवढे मतभेद त्यांच्यात निश्चितच नव्हते. जेव्हा अशा प्रकारचं भडक चित्र सोनियांचे पाठीराखे उभं करीत तेव्हा त्यामागे सोनियांची जनमानसात उज्ज्वल प्रतिमा उभी करणं, ब्रँड तयार करणं, हा उद्देश असे. सोनिया म्हणजे समाजवादी विचारसरणीच्या, गरिबांच्या कैवारी अशी एकीकडे त्यांची प्रतिमा लोकांच्या मनावर ठसवायची, तर दुसरीकडे डॉ. मनमोहन सिंग म्हणजे आर्थिक बाबतीत संकुचित वृत्तीचे, सतत व्यवहाराचा विचार करणारे, असं त्यांचं चित्र उभं करायचं. खरे म्हणजे डॉ. सिंग हे जॉन मेनार्ड कीन्स यांच्या अर्थशास्त्रीय सिद्धान्ताचे पुरस्कर्ते होते, परंतु आता मात्र हे लोक त्यांचं 'नव सुधारणावादी' अर्थतज्ज्ञ अस चुकीचं चित्र रंगवू लागले होते.

या अशा चमत्कारिक परिस्थितीत सापडल्यामुळे पंतप्रधानांना स्वत:बद्दल काही गोष्टी स्पष्ट करून सांगण्याची गरज भासू लागली. जगदीश भगवती आणि टी. एन. श्रीनिवासन या अर्थतज्ज्ञ मित्रांच्या इतके आपले विचार टोकाचे नाहीत आणि काही मुद्यांच्या बाबतीत आपले विचार मॉन्टेक यांच्या विचारांपेक्षा वेगळे आहेत, हे लोकांना स्पष्ट करून सांगण्याची त्यांच्यावर वेळ आली. २००४ सालच्या सप्टेंबर महिन्यात घडलेल्या एका प्रसंगामुळे डॉ. सिंग यांना तशी संधी चालून आली. मॉन्टेक यांनी 'बोस्टन कन्सल्टिंग ग्रुप'चे भारतातील अध्यक्ष अरुण मायरा आणि

अर्थतज्ज्ञ सुमन बेरी अशा काही लोकांना नियोजन मंडळामध्ये घेतलं होतं. हे लोक व्यवहारी विचारसरणीचे (Pro-Business) आणि नव-सुधारणावादी (Neo-Liberal) असल्याचा आरोप करत डाव्या आघाडीच्या लोकांनी मॉन्टेक यांच्यावर सडकून टीका केली होती. खुद्द डॉ. सिंग यांना सुद्धा मॉन्टेक यांचा हा निर्णय तितकासा पसंत नव्हता. त्यांना ही गोष्ट माझ्यामार्फत लोकांपर्यंत पोहोचवायची होती. अशी कधीही वेळ आली की, मी राजकीय विश्लेषक असलेल्या एखाद्या पत्रकारापाशी मुद्दाम विषय काढत असे. बोलण्याच्या ओघात काही-काही गोष्टींचा मुद्दाम उल्लेख करत असे. चांगला पत्रकार असेल, तर त्याला यातून बातमी अचूक टिपता येत असे. ही बातमी छापून आणा असं मुद्दाम सांगण्याची गरज पडत नसे. मॉन्टेक यांनी त्यानंतर ते पाऊल मागे घेतलं, परंतु युपीए-२मध्ये मायरा नियोजन मंडळाचे सदस्य झाले.

मार्क्सवादी कम्युनिस्ट पक्षाचे विचारवंत आणि मार्क्सवादी अर्थतज्ज्ञ प्रभात पटनाईक यांना भेटून मी थेटच प्रश्न केला, ''डॉ. सिंग हे जॉन मेनार्ड कीन्स यांच्या विचारांचे अगदी पहिल्यापासून पुरस्कर्ते आहेत, हे ठाऊक असूनही तुम्ही नवसुधारणावादी असल्याचा आरोप त्यांच्यावर कसा काय केलात?'' त्यावर पटनाईक म्हणाले, ''डॉ. सिंग विचारांनी जरी 'कीन्सशियन' असले, तरी ही त्यांची धोरणं मात्र नवसुधारणावादी आहेत.'' सोनिया आणि डॉ. सिंग यांच्यात हा असा फरक करणं डाव्यांच्या दृष्टीनं सोयीचं होतं. सोनियांना ते लोक समाजवादी ठरवून मोकळे झाले होते. कारण त्यामुळे सोनियांच्या नेतृत्वाखाली चालणाऱ्या युपीए सरकारला त्यांचं सतत पाठिंबा देणं, हे सकारण असल्याचा दावा ते करू शकत होते, पण एकीकडे सिंग यांच्या सरकारच्या धोरणाला नावंही ठेवून घेत होते.

सोनिया आणि सिंग यांच्यात हा जो फरक होता, त्याचा सोनिया किंवा त्यांचे सल्लागार, काँग्रेसपक्ष आणि मार्क्सवादी कम्युनिस्ट पक्ष यांच्यातील समतोल राखण्यास उपयोग करत होते. हे दोन पक्ष जन्मभर एकमेकांशी भांडत आले आणि आता एकमेकांचे सहकारी झाले होते. डाव्या पक्षाचा सोनियांना पाठिंबा होता आणि उजव्या विचारसरणीच्या मनमोहन सिंग यांना त्यांचा विरोध होता. हा खेळ खेळणं सर्वांच्याच फायद्याचं होतं. अखेर २००८ सालच्या जून महिन्यात डॉ. सिंग यांनी सोनियांपुढे निर्वाणीचे दोन पर्याय ठेवले. ''एकतर माझी बाजू घ्या किंवा डाव्यांची साथ द्या!''

भारत-आसियान मुक्त व्यापार कराराच्या बाबतीत डाव्यांनी राजकीय फायदा उकळण्याचा प्रयत्न केला. केरळचे मुख्यमंत्री व्ही. एस अच्युतानंदन यांच्यावर एका शिष्टमंडळाचं नेतृत्व करण्याची जबाबदारी सोपवण्यात आली. या शिष्टमंडळात त्यांचे अर्थमंत्री टी. एम. थॉमस आयझॅक आणि प्रभात पटनाईक हेही होते. पटनाईक त्या वेळी केरळ राज्य नियोजन मंडळाचे उपाध्यक्ष होते. या शिष्टमंडळानं पंतप्रधानांना

भेटून करार विरोधी निषेध पत्रक पंतप्रधानांना सादर केलं. पंतप्रधानांनी मोठ्या कौशल्यानं ही चाल परतवून लावली. त्यांनी ते पत्रक स्वीकारून आपल्या खास शैलीत स्मितहास्य करत म्हटलं, ''पण कॉम्रेडस, मला तर असं सांगण्यात आलं की, मुक्त व्यापाराचा 'सोशालिस्ट रिपब्लिक ऑफ व्हिएटनाम'च्या शेतकरी बंधूंना फायदा झाला.''

त्यावर सगळेच जोरजोरात हसू लागले आणि तो प्रश्न तिथेच निकालात निघाला.

✦

मार्क्सवादी कम्युनिस्ट पक्षाचे सरचिटणीस सुरजित असल्यामुळे कदाचित डॉ. सिंग यांना असं वाटलं असेल की, डावी आघाडी आपल्याला सांभाळता येईल. दोघा सरदारांचे संबंध चांगले जिव्हाळ्याचे होते. मॉन्टेक यांच्या नियुक्तीला सुरजित यांनी थोडी कुरकुरत का होईना, पण मान्यता दिली. त्यावरून ते स्पष्ट होतं. डॉ. सिंग यांनी ज्योती बसू यांच्याशी सुद्धा संपर्क साधला. त्यांनी पश्चिम बंगालच्या मुख्यमंत्रीपदाचा जरी त्याग केला असला, तरी अजूनही मार्क्सवादी कम्युनिस्ट पक्षातील ते आघाडीचे नेते होते. ज्योती बसू यांनी डॉ. सिंग यांना पूर्ण पाच वर्षं सातत्यानं पाठिंबा देण्याचं वचन दिलं. या दोन्ही पक्षांचे संबंध उत्तम राहून गाडा सुरळीत चालावा, यासाठी युपीए आणि डाव्या पक्षांची एक संयुक्त समिती स्थापन करण्यात आली. पंतप्रधान कार्यालयात पुलोक ज्या गटाचं नेतृत्व करत होते तो गट युपीएच्या राष्ट्रीय किमान समान कार्यक्रम (एनसीपीएम)वर देखरेख करण्याचं काम करत होता. यातील ज्या उपक्रमांमध्ये मार्क्सवादी कम्युनिस्ट पक्षाला रस होता, (विशेषत: केरळ आणि बंगालमध्ये राबवल्या जाणाऱ्या –) त्या उपक्रमांकडे खास लक्ष पुरवत असे. डॉ. सिंग यांनी सुद्धा डाव्या आघाडीच्या नेतृत्वाशी आपल्या पंतप्रधान कार्यालयातील कर्मचाऱ्यांच्या मार्फत संबंध ठेवले होते. राजकीय मुत्सद्दी शिवशंकर मेनन यांना जेव्हा २००६मध्ये राजकीय सचिव बनवण्यात आलं, तेव्हाही सर्वांना असंच वाटलं होतं की, सरकार आणि डाव्यांमध्ये ते एक सेतूचं काम करतील. विद्यार्थी दशेपासून त्यांचे मार्क्सवादी कम्युनिस्ट पक्षाच्या पाठिराख्यांशी आणि नेत्यांशी जवळचे संबंध होते. त्याचप्रमाणे त्यांच्या भगिनी सरस्वती मेनन या मार्क्सवादी कम्युनिस्ट पक्षाच्या मुख्य कार्यकारी समितीचे सदस्य प्रकाश कारत आणि जवाहरलाल नेहरू विद्यापीठातील सीताराम येचुरी यांच्या समकालीन होत्या.

सुरुवातीच्या काळात हे संबंध फारसे सुरळीत नव्हते, मार्क्सवादी कम्युनिस्ट पक्षातील सुरजित आणि बासू यांचे समर्थक एकंदरीत डॉ. सिंग यांना सामावून घेण्याचा प्रयत्न करत होते. जोवर येचुरींच्या नेतृत्वाखाली असलेल्या या गटाचं पक्षाच्या

दिल्लीतील कार्यालयावर नियंत्रण होतं, तोपर्यंत डाव्यांबरोबर काम करण्यात डॉ. सिंग यांना फारशी अडचण आली नाही. कारत यांनी मार्क्सवादी कम्युनिस्ट पक्षाची सूत्रं हाती घेतल्यावर मात्र सगळं चित्र पालटलं. मार्क्सवादी कम्युनिस्ट पक्षाच्या २००२मधील सतराव्या संमेलनाच्या आधीपासूनच सुरजित यांच्याकडून सत्ता काढून घेण्याचे प्रयत्न त्यांनी सुरू केले होते. पक्षातील ज्योती बसू यांच्या नेतृत्वाखालील बंगाल गटानं कारत यांच्या या हालचालींना जोरदार विरोध केला. त्यात बुद्धदेव भट्टाचार्य आणि सीताराम येचुरी हेही होते. त्यामुळे सुरजितच नेते म्हणून राहिले. २००४ सालापर्यंत अधिक प्रयत्न करण्याची गरज निर्माण झाली होती. सहा वर्षांनंतर परत एकदा मार्क्सवादी कम्युनिस्ट पक्ष, दिल्लीतील सरकारला पाठिंबा देणार होता आणि पक्षाचं दिल्लीतील राष्ट्रीय नेतृत्व कुणाच्या नियंत्रणाखाली आहे, हे महत्त्वाचं होतं.

२००४ सालच्या एप्रिल महिन्यात दिल्ली येथे पक्षाच्या अठराव्या संमेलनाच्या आदल्या दिवशी बुद्धदेव यांनी डॉ. सिंग यांची भेट घेतली आणि त्यांनी असं आश्वासन दिलं की, नेतृत्वात काहीही बदल होणार नाही, सुरजित हेच पक्षनेतेपदी कायम राहतील. डॉ. सिंग आणि बुद्धदेव हे ७ रेसकोर्स मार्ग येथे एकत्र रात्री स्नेहभोजन घेत असतानाच एनडीटीव्ही या खासगी टीव्ही वाहिनीनं एक वृत्त 'ब्रेकिंग न्यूज' म्हणून प्रक्षेपित केलं. त्यात त्यांनी म्हटलं होतं, मार्क्सवादी कम्युनिस्ट पक्षाच्या नेतृत्वात बदल होणार. त्यांनी 'चेंज ऑफ गार्ड' असे शब्द वापरत सुरजित यांची जागा कारत घेणार असल्याचा गौप्यस्फोट केला होता.

डॉ. सिंग आणि बुद्धदेव हे भोजन करत असताना ७ रेसकोर्स मार्गामधील प्रतीक्षा कक्षात मी टीव्हीवर बातम्या बघत बसलो होतो. मी तत्काळ भोजन गृहात जाऊन कारत हे सुरजित यांची जागा घेणार असल्याचा दावा एनडीटीव्ही ही वृत्तवाहिनी करत असल्याचं त्यांना सांगितलं. एनडीटीव्हीला मार्क्सवादी कम्युनिस्ट पक्षातील घडामोडी आतून कळण्याची शक्यता होती. कारण एनडीटीव्हीचे प्रणय रॉय यांची पत्नी राधिका रॉय ही मार्क्सवादी कम्युनिस्ट पक्षात असलेल्या वृंदा कारत यांची सख्खी बहीण. वृंदा कारत या प्रकाश कारत यांच्या पत्नी; हे सर्वांनाच माहीत होतं.

पंतप्रधानांनी आता प्रश्नार्थक मुद्रेनं बुद्धदेव यांच्याकडे पाहिलं. बुद्धदेवांच्याही चेहऱ्यावर आश्चर्याचे भाव दिसत होते. ते स्मितहास्य करत म्हणाले, ''बघू या!''

एनडीटीव्हीची बातमी खरीच होती. अखेर मार्क्सवादी कम्युनिस्ट पक्षाच्या संमेलनाचा शेवट सुरजित यांची जागा कारत यांनी घेण्यातच झाला. आता इथून पुढचा काळ खडतर असणार, अशी आम्ही मनाची तयारी केली. कारत आणि पक्षातील काही कट्टरपंथी लोकांना सुरजित यांचं डॉ. सिंग यांच्याशी मवाळ वागणं खटकत होतं, यांची आम्हाला पूर्ण कल्पना होती. मॉन्टेक यांच्या नियुक्तीमुळे कारत आणि इतर काही लोक नाराज होते, त्यातही सुरजित यांनी त्याला संमती दिल्यामुळे

तर जास्तच नाराज होते. थोडक्यात काय पंतप्रधान आणि मार्क्सवादी कम्युनिस्ट पक्षातील गोडीचे मधुचंद्राचे दिवस संपले होते. २००८मध्ये सुरजित जेव्हा गंभीररित्या आजारी पडले, तेव्हा जर त्या आजारपणात त्यांचा मृत्यू झालाच, तर त्यांना अत्यंत आदरपूर्वक श्रद्धांजली देण्यात यावी, असं पंतप्रधानांनी कटाक्षानं सांगून ठेवलं होतं. सुरजित यांना रुग्णालयात दाखल केल्याची बातमी येताच ताबडतोब पंतप्रधानांनी मला एक शोकसंदेश बनवून ठेवण्यास सांगितलं. त्या वेळी सुरजित दुखण्यातून बरे झाले, पण त्याच वर्षी ऑगस्ट महिन्यात डॉ. सिंग कोलंबोच्या दौऱ्यावर गेले असताना सुरजित यांचं निधन झालं. बासू-सुरजित-येचुरी या त्रयीच्या डॉ. सिंग आणि काँग्रेस पक्षाशी वागतानाच्या समजुतदारपणाची जागा आता कारत यांच्या नेतृत्वाखाली मार्क्सवादी कम्युनिस्ट पक्षातील ज्येष्ठ नेते स्वर्गवासी पी. सुंदरय्या आणि स्वर्गवासी के. गोपालन यांच्या पद्धतीच्या काँग्रेस विरोधी भूमिकेनं घेतली होती. मार्क्सवादी कम्युनिस्ट पक्षाची बंगालमधील लोकप्रियता घटत चालली होती, त्यामुळे आता जर त्यामुळे तो पक्ष अधिक जास्त डाव्या विचारसरणीकडे झुकला, तर डॉ. सिंग यांना अधिक खडतर काळाचा सामना करावा लागणार होता. मी त्यांना तसं सांगितलं होतं.

२००६मध्ये मार्क्सवादी कम्युनिस्ट पक्षातील कट्टरपंथीयांनी भारत-अमेरिका अणुकराराबद्दल डॉ. सिंग यांच्यावर जेव्हा टीकास्त्र सोडलं, तेव्हा त्यांनी ज्योती बसू यांची भेट घेतली. पंतप्रधान म्हणून त्यांना त्यांची पूर्ण मुदत भरेपर्यंत सतत पाठिंबा देण्याचं मार्क्सवादी कम्युनिस्ट पक्षानं वचन दिलं होतं. पण आता त्याविषयी पक्षात काही फेरविचार तर चाललेला नाही ना, हे त्यांना ज्योती बसू यांच्याकडून जाणून घ्यायचं होतं. जोपर्यंत डॉ. सिंग हे राष्ट्रीय किमान समान कार्यक्रमा (एनसीएमपी)च्या अनुसार चालतील तोपर्यंत आपला त्यांना पूर्णपणे पाठिंबा राहील, असं ज्योती बसू यांनी त्यांना सांगितलं. त्यामुळे शेवटी जेव्हा डाव्यांनी पाठिंबा काढून घेतला तेव्हा त्यासाठी त्यांनी पंतप्रधान राष्ट्रीय किमान समान कार्यक्रमापासून दूर चालले असल्याचं कारण दिलं. पण खरंतर अणुकरार म्हणजे एनसीएमपीपासून दूर जाणं नव्हे, हे पंतप्रधानांनी अनेकदा स्पष्ट करून सांगितलं होतं. भारतासाठी 'ऊर्जा संरक्षण' किती महत्त्वाचं आहे, यावर एनसीएमपीने भर दिलाच होता. हा अणुकरार केल्यामुळे या ऊर्जा संरक्षणाशी बांधिलकी राहणार होती. त्याच करारात असेही नमूद करण्यात आलं होतं की, यामुळे भारत आणि अमेरिका यांच्यात जवळचे संबंध प्रस्थापित होणार असले, तरी युपीए सरकार सर्व प्रादेशिक आणि जागतिक मुद्द्यांवरच्या भारताच्या परराष्ट्र धोरणाचं स्वातंत्र्य अबाधित राखेल.

डाव्यांनी जे आकांड-तांडव चालू केलं होतं, ज्या मागण्या पुढे केल्या होत्या, त्यांना तोंड देण्याची डॉ. सिंग यांची तयारी होती. डाव्यांनी सुचवलेल्या लोकांना सरकारी आणि शैक्षणिक संस्थांमध्ये विविध पदांवर नियुक्त करण्यासही त्यांची

हरकत नव्हती. परंतु त्यांच्या स्वत:च्या स्थानाला डाव्यांकडून जो धोका होता, त्याची जाणीव मात्र डॉ. सिंग यांना सतत असायची. १९७७ सालापासून मार्क्सवादी कम्युनिटी पक्षानं ज्या-ज्या आघाडीच्या सरकारांना पाठिंबा दिला होता, त्यातील पंतप्रधानांच्या पदच्युतीमध्ये त्या पक्षानं कोणती भूमिका बजावली होती, याची डॉ. सिंग यांना कल्पना होती. १९७९मध्ये मोरारजी देसाई यांना दूर करून चरण सिंग यांना पंतप्रधान म्हणून आणण्यात याच पक्षानं मदत केली होती आणि त्यासाठी तात्त्विक मुद्यांचा आधार घेतला होता. व्यापारी वृत्तीच्या पंतप्रधानांना दूर करून त्याजागी एका शेतकऱ्याची, नेता म्हणून निवड करण्यात आली होती. हिंदी भाषकांच्या केंद्रस्थानावर आक्रमण करण्यासाठी हे पाऊल उचलण्यात आलं होतं. हा भारतातील अत्यंत गरीब आणि मागासलेला भाग होता आणि मार्क्सवादी कम्युनिस्ट पक्षाचं इथे फारसं अस्तित्व नव्हतं. १९९०मध्ये सुद्धा डाव्यांनी अशीच भूमिका बजावून जनता दलाचे नेते व्ही. पी. सिंग यांना पंतप्रधानपदावरून हटवून चंद्रशेखर यांना ती जागा देण्यात साहाय्य केलं होतं. १९९६मध्ये पंतप्रधान झालेल्या एच. डी. देवेगौडा यांना १९९७मध्ये दूर करून आय. के. गुजराल यांचं नाव पुढे करण्याची कामगिरीही याच पक्षानं बजावली होती.

डावे परत एकदा अशाच क्लृप्त्या लढवतील, हे डॉ. सिंग यांनी गृहीतच धरलं होतं. आपल्याला कधीही पदच्युत करून त्या जागी बंगाली प्रणव मुखर्जी किंवा मल्याळी ए. के. अँटनी यांना बसवण्यासाठी हा पक्ष प्रयत्न करेल. कारण बंगाल आणि केरळ या दोन राज्यांत या पक्षाचा म्हणावा तेवढा प्रभाव नव्हता त्यामुळे तिथल्या जनतेचं मन जिंकण्यासाठी हा पक्ष असं करण्याची शक्यता होती. अर्जुन सिंग यांनी डाव्यांचं मन जिंकण्याचे खूप प्रयत्न केले, पण त्यांच्या देखाव्याला कुणी भुललं नाही. त्यांच्यावर मार्क्सवादी कम्युनिस्ट पक्षाचा मुळीच विश्वास नव्हता. अखेर २००८ सालच्या जुलै महिन्यात डाव्यांनी आपला पाठिंबा काढून घेतला. पण तत्पूर्वी अगदी अखेरच्या क्षणापर्यंत सरकार वाचवण्यासाठी सोनियांनी डॉ. सिंग यांना काढून त्यांच्या जागी डाव्यांच्या बाजूनं असलेल्या कुणाला तरी पंतप्रधान करावं, यासाठी डाव्यांनी बरेच प्रयत्न केले. पण कारत यांच्या पूर्वाधिकाऱ्यांना जे जमलं, ते मात्र कारत करून दाखवू शकले नाहीत. २००८ सालच्या जुलै महिन्यात डॉ. सिंग यांची विश्वासार्हता आणि प्रतिष्ठा अशा उंचीवर पोहोचली होती की, केवळ डाव्यांना संतुष्ट करून सत्ता टिकवण्यासाठी सोनियांनी डॉ. सिंग यांना पंतप्रधानपदावरून दूर केलं असतं, तर काँग्रेस पक्ष दुखावला गेला असता.

✦

डाव्यांशी सल्लामसलत करण्यासाठी जरी औपचारिक यंत्रणा असली, तरीही डॉ. सिंग यांना डाव्यांना हाताळणं कठीण पडे. पंतप्रधान कार्यालयातील कर्मचाऱ्यांना डॉ. सिंग यांनी व्यवस्थित धाकात ठेवलं होतं. आम्हा कर्मचाऱ्यांनी डावे चिडतील असं काहीही करू नये, असा त्यांचा कटाक्ष असे. डाव्यांनी अणुकराराच्या वेळी खोडा घालण्याच्या प्रयत्न करेपर्यंत डॉ. सिंग नेहमी सतर्क असत. त्यांच्या केंद्रीय मंत्रीमंडळातील सहकाऱ्यांच्या बाबतीत मात्र त्यांना नेहमी यश यायचंच असं नाही. अशाच एका प्रसंगात मी अचानक ओढला गेलो. हा प्रसंग अर्थमंत्री पी. चिदंबरम यांच्या संदर्भातला होता. अर्थमंत्र्यांनी अंदाजपत्रकात मांडलेल्या काही प्रस्तावांना पाठिंबा देण्याचं भाजपनं नाकारलं होतं. त्यामुळे अंदाजपत्रक संमत करून घेण्यासाठी सरकार डाव्यांवर अवलंबून होतं. या परिस्थितीचा गैरफायदा घेऊन डावे अर्थमंत्र्यांवर दबाव आणू लागले. एक दिवस मार्क्सवादी कम्युनिस्ट पक्षानं एक निवेदन प्रसिद्ध केलं. चिदंबरम यांच्या अंदाजपत्रकामधील काही प्रस्तावांना आपण पाठिंबा देऊ शकत नसल्याचं त्यात त्यांनी म्हटलं होतं. डॉ. सिंग यांनी मला फोन केला. डाव्यांची ही धमकी कितपत गंभीर स्वरूपाची आहे, हे त्यांनी मला शोधून काढायला सांगितलं.

संसदेमध्ये अंदाजपत्रक यशस्वीरीत्या संमत होणं, हे सरकार टिकण्यासाठी राज्य घटनेनुसार गरजेचं मानलं जातं. भारतामध्ये जर सरकारची संसदेत विश्वासदर्शक ठरावामध्ये पुरेशा मतांअभावी हार झाली किंवा राष्ट्रीय अंदाजपत्रक संमत झालं नाही, तर सरकार बरखास्त होतं. त्यामुळेच डॉ. सिंग यांना कोणताही धोका पत्करायचा नव्हता. याक्षणी सरकार पडेल, अशी भीती त्यांना वाटत नव्हती. कारण सुरजित आणि ज्योति बसू या दोघांनीही मार्क्सवादी कम्युनिस्ट पक्षाच्या वतीनं पंतप्रधानपदाची पाच वर्षांची मुदत पूर्ण होईपर्यंत त्यांना पाठिंबा देण्याची ग्वाही दिली होती. शिवाय डाव्यांचा आणि आपला अंदाजपत्रकाच्या बाबतीत समझोता झाल्याचं चिदंबरम यांनी डॉ. सिंग यांना जरी सांगितलं असलं, तरी त्याविषयी सुद्धा त्यांना खातरी करून घ्यायचीच होती की, सर्वांचा विचार नक्की एकाच दिशेनं चालला होता की नाही?

मी येचुरी यांची भेट घेण्यासाठी मार्क्सवादी कम्युनिस्ट पक्षाच्या मुख्यालयात गेलो. त्यांनी मला कारत यांच्याशी बोलायला सांगितलं आणि कारत यांना माझ्याशी बोलायला वेळ आहे का, हे बघायला गेले. ते काही मिनिटांतच परत आले. कारत कामात होते, पण त्यांनी पंतप्रधानांसाठी एक निरोप दिला होता. त्या निरोपाचा मथितार्थ असा होता : मार्क्सवादी कम्युनिस्ट पक्ष सरकारला पाडणार नाही. त्यामुळे पक्ष अंदाजपत्रका विरोधी मतदान करणार नाही. परंतु अर्थमंत्र्यांनी सांगितल्यानुसार, ते विमा आणि बँकिंग क्षेत्राविषयीची काही अर्थविधेयके आणणार होते. अशा विधेयकांच्या विरोधात मतदान करण्याचं मार्क्सवादी कम्युनिस्ट पक्षानं ठरवलं होतं.

मला हा निरोप सांगून झाल्यावर येचुरी मला कार्यालयाच्या इमारतीबाहेर

सोडायला आले. चालता-चालता ते मला म्हणाले, ''आम्ही संसदेत त्या विरोधी मतदान करूनच केवळ सरकारला खाली खेचू शकतो. परंतु अर्थमंत्र्यांना संसदेच्या मंजुरीशिवायही अनेक गोष्टी करता येतातच, त्या त्यांना करू देत. आम्ही त्यांना विरोध करू, पण त्यांना थांबवणार नाही.'' याचा अर्थ एकच होता, डावे फक्त 'गरजणार' होते, पण 'बरसणार' नव्हते. डाव्यांच्या ह्या पवित्र्याचं माध्यमामध्ये अनेकदा याच शब्दांत वर्णन केलं जाई. डावे जाहीरपणे सरकारनं उचललेल्या पावलांपासून स्वत:ला वेगळं ठेवू पाहत असले, तरी ते पाठिंबा काढून घेणार नव्हते.

ज्या धोरणात्मक प्रस्तावासाठी संसदेची संमती लागणार असेल, म्हणजेच ज्यावर संसदेत डाव्यांना मतदान करावं लागेल, अशा प्रस्तावांविषयी डाव्यांनी असं ठरवलं होतं की, ज्या धोरणांसाठी आधी आपली संमती घेण्यात आली असेल, अशांनाच संसदेत पाठिंबा द्यायचा.

मी हा निरोप पंतप्रधानांना सांगितला. येचुरी यांनी माध्यमांकडे असं निवेदन केलं होतं की, राष्ट्रीय किमान समान कार्यक्रमा (एनसीएमपी)मध्ये धोरणविषयक जे मापदंड निश्चित करण्यात आले होते, त्यांच्याशी सरकार प्रामाणिक राहातं की नाही, हे पाहण्यासाठी डावे पहारेकऱ्यांचं काम करणार आहेत, हे युपीए सरकारनं ध्यानात ठेवावं. डॉ. सिंग यांचं स्पष्टीकरणानं समाधान झालं, आता तसा करार करून मार्क्सवादी कम्युनिस्ट पक्ष आणि अर्थमंत्र्यांमध्ये कोणत्याही प्रकारच्या गैरसमजाला जागाच राहू द्यायची नाही, अशी त्यांची इच्छा होती, मग त्यांनी चिदंबरम यांना आणि डाव्या नेत्यांच्या एकत्र भेटीसाठी बोलावून घेतलं. डाव्यांनी पंतप्रधानांना त्या वेळी अंदाजपत्रकाच्या विरोधात मतदान न करण्याचं आश्वासन दिलं. डॉ. सिंग यांना डाव्यांची बाजू समजली. डाव्याच्या बाजूनं विचार करता, त्यांचीही भूमिका पटण्यासारखीच होती. त्यांच्या पक्षातील तात्त्विक मुद्यांवर कट्टर मत असणाऱ्यांना एकीकडे खूश ठेवायचं, तर दुसरीकडे सरकारला बऱ्याच गोष्टी करण्यास मुभा द्यायची, असं त्यांच्यावर राजकीयदृष्ट्या दडपण होतं. परंतु चिदंबरम असा समजूतदार दृष्टिकोन ठेवतील की नाही, याची डॉ. सिंग यांना खातरी नव्हती. त्यांना वाटत होतं की, मधूनच कधीतरी राजकीय लोकप्रियता मिळवण्यासाठी चिदंबरम डाव्या पक्षांना मुद्दाम मान खाली घालायला लावतील.

डाव्यांना कसं सांभाळून घ्यायचं, ही कला डॉ. सिंग यांना अवगत होती. परंतु चिदंबरम यांना मात्र ती नव्हती. डाव्यांबरोबरची मीटिंग संपवून मी येचुरी आणि चिदंबरम कार पार्ककडे चालत निघालो असताना मी चिदंबरम यांना म्हणालो, ''मार्क्सवादी कम्युनिस्ट पक्षानं आपण 'वॉचडॉग'ची भूमिका बजावणार असल्याचं सांगितल्यामुळे खरंतर तुम्ही खूश व्हायला हवं. येचुरी यांच्या या म्हणण्याचा अर्थ असा होता की, ते नुसते 'गरजतील' पण बरसणार नाहीत.'' एखादा धोरणी अर्थमंत्री

असता, तर यावर एकतर गप्प तरी बसला असता, नाहीतर मग स्वत:च्या मनातली कृतज्ञता व्यक्त करण्यासाठी दोन शब्द बोलला असता.

पण टोमणा मारला नाहीतर ते चिदंबरम कसले? गेचुरींना ऐकू जाईल इतक्या मोठ्या आवाजात ते म्हणाले, ''म्हणजे आपण डॉग असल्याचं त्यांनी कबूल केलं!''

✦

डॉ. सिंग यांच्या दृष्टीनं आघाडीतील सहभागी पक्षांना सांभाळणं, हे स्वत:चा पक्ष सांभाळण्यापेक्षा सोपं काम होतं. अशाप्रकारे अनेक पक्षांना एकत्र जोडून आघाडी सरकार चालवण्याचा हा काँग्रेस पक्षाचा पहिलाच प्रयत्न होता, याची डॉ. सिंग यांना चांगली जाणीव होती. राजकीय निरीक्षकांनी बऱ्याच दिवसांपूर्वी एक निरीक्षण नोंदवून ठेवलं होतं, ते म्हणजे; काँग्रेस पक्ष हीच एक अनेक गटांची बनलेली 'आघाडी' आहे. नरसिंह रावांच्या कार्यकाळात पक्षामध्ये पुन्हा जुन्या पद्धतींना उजाळा मिळाला होता. राजीव गांधींच्या मृत्यूनंतर पक्षावरचं नेहरू-गांधी परिवाराचं अधिपत्य संपुष्टात आलं होतं. नरसिंह राव पक्षाध्यक्ष आणि पंतप्रधान असताना पक्षात गटबाजीला ऊत आला होता. पुढे १९९८मध्ये सोनिया गांधी पक्षाध्यक्ष झाल्यावर त्या गोष्टीला आळा बसला. परंतु त्यानंतर नवे तंटे सुरू झाले. ज्येष्ठ काँग्रेस नेते शरद पवार आणि पूर्णो संगमा यांनी पक्षत्याग करून नव्या राष्ट्रवादी काँग्रेस पक्षाची स्थापना केली.

अनेक पक्षांना एकत्र बांधून युपीए आघाडी बनवण्यात डॉ. सिंग यांचा मोठा वाटा होता. २००४ सालच्या जानेवारी महिन्यात द्रविड मुन्नेत्र कळघम (डीएमके) पक्ष युपीएमध्ये समाविष्ट होण्याच्या संदर्भात त्यांनीच एम. करुणानिधी यांच्याशी बोलणी केली होती. डॉ. सिंग करुणानिधीशी अत्यंत आदरानं वागले होते. चेन्नई येथे डीएमके पक्षाबरोबरच्या या नव्या आघाडीची डॉ. सिंग यांनी घोषणा केली. काँग्रेस आणि डीएमके हे दोन पक्ष तब्बल चोवीस वर्षांनंतर पुन्हा एकदा एकत्र आले होते. डॉ. सिंग आपल्या भाषणात म्हणाले, ''डीएमकेचे नेते एम. करुणानिधी आणि त्यांच्या पक्षाशी एक नवं विश्वासाचं आणि निष्ठेचं नातं जोडण्यासाठी मी इथे आलो आहे.'' त्यानंतर करुणानिधी यांच्याविषयी गौरवोद्गार काढत डॉ. सिंग म्हणाले, ''करुणानिधी हे केवळ तामिळनाडूचेच महान नेते नसून, ते या देशाच्या शिल्पकारांपैकी एक आहेत. त्यांचं जीवनकार्य या देशातील अनेकांना प्रेरणादायी ठरलेलं आहे.''

पंतप्रधान करुणानिधींच्या स्वागताला नेहमी ७ रेसकोर्स मार्गावरील कार्यालयाच्या मुख्य पोर्चपाशी जात असत. इतर पाहुण्यांच्या स्वागताला मात्र ते स्वत:च्या कक्षाच्या दारापाशी जात. करुणानिधी यांच्याकडून निरोपाची चिठ्ठी घेऊन जर कुणी

दूत आलाच, तर डॉ. सिंग हातातली सगळी कामं बाजूला ठेवून त्याची भेट घेत. त्यामुळे आपलं डॉ. सिंग यांच्याशी विशेष समीकरण आहे, खास स्नेहसंबंध आहेत, असं डीएमके पक्षाला वाटे. काही झालं, तरी डीएमके पक्षाची सोनियांशी मैत्री अलीकडची होती. १९९६मध्ये नरसिंह राव यांनी सोनियांपुढे असा प्रस्ताव ठेवला होता की, काँग्रेस पक्षानं ऑल इंडिया अण्णा द्रविड मुन्नेत्र कळघम (एआयएडीएमके) या पक्षाशी संधी करण्याऐवजी डीएमके पक्षाशी सलोखा करावा, पण सोनियांनी तो प्रस्ताव फेटाळून लावला. कारण डीएमके या पक्षाचे 'लिबरेशन टायगर्स ऑफ तमीळ इलम' (एलटीटीई)शी म्हणजे त्यांच्या पतीच्या खुन्यांशी, लागेबांधे असल्याचं मानलं जात असे.

नवी दिल्ली येथील राजीव गांधी फाउंडेशनमधील एका दालनात (सेमिनार रूममध्ये) राजीव गांधी हत्या प्रकरणाच्या जैन चौकशी आयोगाच्या अहवालामधील काही पानं फ्रेम करून लावण्यात आली होती. त्यात डीएमके हा पक्ष कारस्थान्यांपैकी एक असल्याचं नमूद करण्यात आलं होतं. एआयएडीएमके पक्षाच्या नेत्या जयललिता यांच्याशी हातमिळवणी करण्याचं सोनियांनी पी. व्ही. नरसिंह राव यांच्यावर दडपण आणलं. डीएमके आणि एआयएडीएमके हे दोन्ही पक्ष १९९६ सालच्या निवडणुकांमध्ये एकमेकांचे कट्टर प्रतिस्पर्धी होते. त्यामुळे जयललिता यांच्या विरोधात असणाऱ्या पी. चिदंबरम यांनी काँग्रेस पक्षाचा त्याग करून तामिळ मनिला काँग्रेसमध्ये प्रवेश केला. या पार्श्वभूमीवर २००४मध्ये सोनिया काँग्रेस आणि डीएमके यांच्या आघाडीविषयीच्या वाटाघाटी करणं शक्यच नव्हतं. त्यामुळे ते काम डॉ. सिंग यांच्यावर येऊन पडलं. पंतप्रधानांच्या क्षमतेकडे राजकीय निरीक्षकांनी काहीच लक्ष पुरवू नये, याचं मला कधीतरी नवल वाटतं.

सुरुवातीच्या काळात करुणानिधी यांचा पुतण्या असलेले युपीए सरकारचे दूरसंचार मंत्री दयानिधी मारन हे डॉ. सिंग आणि चेन्नईमधील डीएमकेचे नेते यांच्यातील मध्यस्थाची कामगिरी बजावत असत. परंतु मारन हे डीएमके पक्षातील भावाभावांच्या भांडणात गुंतले आणि त्यांचे ग्रहच फिरले. करुणानिधी यांचा एक मुलगा एम. के. स्टॅलिन आणि दुसरा मुलगा एम. के. अळगिरी या दोघांच्या भांडणात मारन हे एम. के. स्टॅलिन यांच्या बाजूनं उभे ठाकले. याशिवाय स्वत: दूरसंचार मंत्री असल्याचा गैरफायदा घेऊन त्यांनी आपले बंधू कलानिधी यांचा माध्यमांशी संबंधित व्यवसायाचा फायदा करून दिला, त्यामुळेही त्याचं नाव खराब झालं. डॉ. सिंग यांना त्यांच्या अधिकाऱ्यांनी या गोष्टींची कल्पना दिली होती की नाही, हे काही मला ठाऊक नाही. परंतु २००७ सालच्या सुरुवातीला रतन टाटा यांनी मात्र त्यांना नक्कीच याची कल्पना दिली होती. दयानिधी यांनी रतन टाटा यांना दिल्लीमध्ये त्यांच्या स्वत:च्याच ताजमहाल हॉटेलात भेटीसाठी बोलावून घेतलं

होतं. त्या वेळी आपला भाऊ कलानिधी यांच्या सनटीव्हीचा फायदा होईल, असा व्यवहार टाटांनी करावा म्हणून त्यांना धमक्या दिल्या होत्या. दयानिधी यांच्या या वागण्याबद्दल रतन टाटा यांनी पंतप्रधानांपाशी नाराजी व्यक्त केली होती.

११ मे, २००७ रोजी डॉ. सिंग आणि सोनिया हे दोघे करुणानिधी यांच्या पहिल्या विधानसभा निवडणुकांचा सुवर्णमहोत्सव साजरा करण्यासाठी आयोजित करण्यात आलेल्या सार्वजनिक समारंभाला उपस्थित राहण्यासाठी चेन्नईला गेले होते. समारंभाच्या ठिकाणीच करुणानिधी यांनी त्यांना असं सांगितलं की, इथून पुढे दिल्ली येथील त्यांचे मुख्य प्रतिनिधी ए. राजा हे असतील. त्याच रात्री डॉ. सिंग हे चेन्नईहून परत आले आणि त्यांनी करुणानिधी यांच्या विनंतीचा मान राखून दूरसंचार खातं दयानिधी यांच्याकडून काढून ते राजा यांना दिलं. १३ मे रोजी राजा यांनी दूरसंचार खात्याची सूत्रं हाती घेतली आणि त्यानंतर काही महिन्यांतच काही विशिष्ट कंपन्यांना बँडविड्थची विक्री करण्याच्या प्रकरणात राजा यांनी भ्रष्टाचार केला असल्याची चर्चा सर्वत्र सुरू झाली. यालाच 'टू जी स्पेक्ट्रम घोटाळा' असं नाव पडलं.

२००८च्या फेब्रुवारी महिन्यात या 'टू जी टेलिकॉम लायसेन्स'च्या मुद्याकडे राजकीय वर्तुळातील सर्वांचं लक्ष वेधलं गेलं. सीताराम येचुरी यांनी या संदर्भात पंतप्रधानांना पत्र सुद्धा लिहिलं. मी जेव्हा पंतप्रधान कार्यालय सोडून बाहेर पडलो, तेव्हापर्यंत या गोष्टीची जनमानसात चर्चा झालेली नव्हती. खरंतर युपीए-१च्या कालावधीत सरकारीपदाचा कुणीही गैरवापर केला असल्याची चर्चा माध्यमांमध्ये कधीच झाली नव्हती. काही मंत्र्यांच्या भ्रष्टाचाराच्या अफवा थोड्याफार प्रमाणात पसरलेल्या होत्या. मला एक गोष्ट माहीत होती, काही मंत्री मालमत्तेचा संचय करत किंवा पदाचा वैयक्तिक फायद्यासाठी वापर करत असत. याबद्दलची माहिती गुप्तहेरखातं अधून-मधून पंतप्रधानांना पुरवत असे. पण यांपैकी कोणत्याही गोष्टींचा समाजात गाजावाजा झाला नाही. फक्त नटवरसिंग यांच्यावरील आरोपांच्या चौकशीसाठी नेमलेल्या व्होल्कर आयोगाच्या अहवालाची बरीच चर्चा झाली. परंतु ही चौकशी २००१मध्ये घडलेल्या घटनांची होती. मला सरकारी फाइल्स बघायला मिळत नसत आणि मी पंतप्रधान कार्यालयात काम करीत असताना ही गोष्ट लोकांच्या नजरेसमोर आलीच नव्हती. त्यामुळे टेलिकॉम लायसेन्सच्या संदर्भात जे काही घोटाळे चालू होते, त्याची मला गंधवार्ताही नव्हती. हे सर्व प्रकरण नंतर उघडकीस आलं.

डॉ. सिंग यांच्या सरकारमधील कारकिर्दीत त्यांचा सार्वजनिक जीवनातील भ्रष्टाचाराकडे पाहाण्याचा जो दृष्टिकोन बनला, त्याविषयीचं माझं मत असं होतं – ते व्यक्तिश: अत्यंत निष्कलंक, चारित्र्यसंपन्न असंच जीवन जगत होते. परंतु ते स्वत:चे हे स्वच्छ चारित्र्याबद्दलचे नियम इतरांवर लादत नसत. दुसऱ्या शब्दांत

सांगायचं, तर ते स्वत: अतिशय चरित्र्यवान होते. त्याचप्रमाणे त्यांच्या जवळच्या नातेवाइकांपैकी कोणीही कधीही चुकीचं वागणार नाही, याकडे त्यांचा कटाक्ष असे. परंतु त्यांचे सहकारी अथवा त्यांच्या हाताखाली काम करणारे कुणीही भ्रष्ट असतील, तर त्यांच्या वागण्याला ते स्वत:ला जबाबदार मानत नसत. या प्रकरणात तर या भ्रष्ट व्यक्तींची नेमणूक त्यांनी स्वत: केलेलीच नव्हती. ही मंत्रिपदं त्यांनी त्या माणसांना दिलेली नव्हती. त्यामुळे ते स्वत:ला जबाबदार मानत नसत. त्यांच्या सरकारमध्ये अशी जी काही भ्रष्टमंडळी होती, त्यांचा समाचार काँग्रेस पक्षाच्या नेतृत्वानं घ्यावा, अशी त्यांची अपेक्षा होती. त्याचप्रमाणे सहकारी पक्षातील भ्रष्टलोकांचा समाचार त्या-त्या पक्षाच्या नेतृत्वानं घ्यावा, असं त्यांचं मत होतं. स्वत:च्या वर्तनाविषयी त्यांची सदसद्विवेकबुद्धी जागृत होती, त्याचं मन स्वच्छ होतं. त्यांच्या मते प्रत्येकानं आपापल्या वर्तनाला जबाबदार असलं पाहिजे.

कधीही एखादा सहकारी काही अपराध करताना पकडला गेलाच (जसे डीएमके पक्षाचे मंत्री राजा अखेर पकडले गेले.), तर कायद्यानं त्याचं जे काही व्हायचं असेल, ते होऊ देण्यास डॉ. सिंग तयार असत. राजा यांना अटक झाली आणि त्यांना पंधरा महिने तिहार कारागृहात न्यायालयीन कोठडीत ठेवण्यात आलं. सध्या त्यांच्यावर 'टू जी घोटाळ्या'मधील भ्रष्टाचाराबद्दल खटला चालू आहे. डॉ. सिंग यांचा एकूण दृष्टिकोन म्हणजे स्वत:च्या बाबतीत 'सक्रिय नीतीमत्ता' (ॲक्टिव्ह मोरॅलिटी) आणि इतरांच्या बाबतीत 'निष्क्रीय नीतिमत्ता' (पॅसिव्ह मोरॅलिटी) यांचं मिश्रण होतं. नैतिकतेच्या बाबतीतले त्यांचे नियम फक्त स्वत:पुरते मर्यादित होते, पण इतरांसाठी त्यांनी ते लागू केले नाहीत. युपीए-१मध्ये पंतप्रधानांच्या या अशा दुहेरी वागण्याची विशेष चर्चा झाली नाही, कारण ही गोष्ट जनतेसमोर आली नाही. पंतप्रधान म्हणून त्यांच्या कारकिर्दीच्या पहिल्या टप्प्यात त्यांच्या धोरणांची त्यांनी उचललेल्या पावलांचीच जास्त चर्चा झाली.

परंतु युपीए-२मध्ये एक-एक घोटाळे उघडकीस येऊ लागले, त्यामुळे त्यांची जनमानसातील प्रतिमा डागळली, त्यांची प्रतिष्ठा कमी होऊ लागली. त्यातून ते सावरू शकले नाहीत. त्या पार्श्वभूमीवर त्यांचं असं एखादंही धोरण नव्हतं, असं एखादंही विकासाच्या दिशेनं उचललेलं पाऊल नव्हतं, ज्यामुळे त्यांच्या प्रतिष्ठेला लागलेला कलंक धुऊन निघेल. दुसऱ्या शब्दांत सांगायचं, तर जनतेच्या मनावर कोरल्या गेलेल्या या नकारात्मक गोष्टी पुसल्या जातील, एवढ्या सकारात्मक गोष्टी त्यांच्याकडून त्या काळात घडल्याच नाहीत. त्यांच्या स्वत:च्या प्रतिष्ठेबरोबर त्यांच्या सरकारची प्रतिष्ठापण कमी होत गेली.

✦

राष्ट्रवादी काँग्रेसपक्षाचे नेते शरद पवार आणि राष्ट्रीय जनता दलाचे (आरजेडी) प्रमुख सर्वशक्तिमान लालू प्रसाद यादव या दोघांशीही डॉ. मनमोहन सिंग यांचे सलोख्याचे संबंध होते. पण डॉ. सिंग यांना त्या दोघांचं वागणं दर खेपेस पसंत पडत असे, असं नाही. शरद पवार यांच्याबरोबर त्यांचे खास ऋणानुबंध होते. काँग्रेस पक्षाअंतर्गत डॉ. सिंग यांच्या धोरणावर कधीही टीका सुरू झाली की, पवार लगेच त्यांच्या पाठीशी उभे राहात, याची डॉ. सिंग यांना आठवण होती. केंद्रीय मंत्रीमंडळात अर्जुन सिंग, ए. के. अँटनी आणि वायलर रवी यांसारखे डॉ. सिंग यांचे जे टीकाकार होते, त्यांच्याविरुद्ध पवार नेहमी त्यांचे पाठीराखे म्हणून उभे राहत. वायलर रवी यांना युपीए सरकारमध्ये ठळक, नजरेत भरण्यासारखं स्थान कधी प्राप्त झालं नाही, परंतु अर्जुन सिंग आणि अँटनी हे सहकारी म्हणून त्रासदायकच होते. अर्जुन सिंग तर पंतप्रधानांना उघड-उघड विरोध करत, त्यांच्या धोरणांवर टीका करत. अँटनी लोकांसमोर बोलताना सावधगिरी बाळगत, पण खासगीत बोलताना मात्र काही पटवून घेत नसत. त्यांच्या परराष्ट्र, संरक्षणविषयक आणि आर्थिक धोरणांवर टीका करत.

एक दिवस शरद पवार ७ रेसकोर्स मार्गामध्ये एक तक्रार घेऊन आले. माध्यमांमध्ये ओळीनं काही दिवस पवार विरोधी बातम्या छापून येत होत्या. राष्ट्रीय पातळीवरील दैनिकांमध्ये तसंच मराठी वृत्तपत्रांमध्ये सुद्धा. त्यांचा स्त्रोत नक्की कोणता? याचा पवारांनी जेव्हा शोध घेतला, तेव्हा ही बातमी पंतप्रधान कार्यालयातून आल्याचं त्यांना कळलं. पंतप्रधानांनी त्यात लक्ष घालावं, असं पवारांचं म्हणणं होतं. ही अशी वृत्तं प्रक्षेपित करण्यामागे कुणाचा हात होता, हे पंतप्रधानांनी मला शोधून काढायला सांगितलं. मी हिंदी आणि मराठी माध्यमातील माझ्या ओळखीच्या काही लोकांकडे चौकशी केली, त्या सर्वांनी काही दिवसांतच मला एकच गोष्ट कळवली. पृथ्वीराज चव्हाण यांनीच या गोष्टी माध्यमांना पुरवल्या होत्या. डॉ. सिंग यांच्यासाठी ही फार नाजूक बाब होती. या संदर्भात कोणतीही कृती करणं, डॉ. सिंग यांच्यासाठी अवघड काम होतं. न जाणो पृथ्वीराज चव्हाण जर कदाचित पक्षनेत्यांच्या सांगण्यावरूनच हे करत असतील तर? सोनिया आणि पवार यांचं विशेष सख्य नव्हतं. १९९१मध्ये सोनियांनी शरद पवार यांच्याविरुद्ध पी. व्ही. नरसिंह राव यांना पाठिंबा दिला होता. सोनिया जन्मानं परकीय असल्याच्या मुद्यावर पवार पक्षातून वेगळे झाले होते, त्यांनी पक्षाचे तुकडे केले होते.

पृथ्वीराज चव्हाण हे महाराष्ट्रातील राजकारणी असून ते पवार यांचे राजकीय प्रतिस्पर्धी होते. पवारांचा राज्यातील प्रभाव कमी करण्यासाठी पृथ्वीराज यांनी काँग्रेस पक्षाला आनंदानं मदत केली असती, पण दुसरीकडे पंतप्रधान कार्यालयात पवार लोकप्रिय होते. कारण प्रणव मुखर्जी किंवा काँग्रेस पक्षातील इतर कुणीही पंतप्रधान बनण्यापेक्षा डॉ. सिंग हे पंतप्रधान असण्याला पवारांचा पाठिंबा होता.

अमेरिकेशी नागरी अणुऊर्जा करार करण्याच्या मुद्यावरून डाव्यांनी मनमोहन

सिंग यांच्याविरुद्ध जोरदार प्रचार सुरू केला होता. त्या वेळी पंतप्रधानांच्या काही टीकाकारांनी असं सुचवलं की, सरकार वाचवण्यासाठी पंतप्रधानपदावरून डॉ. सिंग यांना हटवावं आणि दुसऱ्या कुणालातरी पंतप्रधान करावं. राजकीय पत्रकार माझ्याकडे येऊन असं सांगत की, काँग्रेस पक्षातील सोनियांचे निकटवर्ती मानल्या जाणाऱ्या काही ज्येष्ठ पदाधिकाऱ्यांनी डॉ. सिंग यांच्याऐवजी पंतप्रधान म्हणून प्रणव मुखर्जी किंवा सुशीलकुमार शिंदे यांची नावे सुचवण्यास सुरुवात केली होती.

एक दिवस प्रफुल्ल पटेल यांनी माझ्या खोलीत येऊन मला असं सांगितलं की, काँग्रेस पक्षातील पडद्यामागून सूत्रं हलवणाऱ्या काही व्यक्तींनी प्रणव मुखर्जी यांच्याऐवजी सुशीलकुमार शिंदे यांच्या नावाचा गांभीर्यानं विचार करायला सुरुवात केली आहे. प्रफुल्ल पटेल नंतर मला असंही म्हणाले की, ''तुम्ही काळजी करू नका, डॉक्टर साहेबांची जागा दुसरं कुणीच घेऊ शकणार नाही. आम्ही दुसऱ्या कुणाला कधीही पाठिंबा देणार नाही.''

त्यामुळेच काँग्रेस पक्षानं डॉ. सिंग यांच्या बाजूनं असणाऱ्या पवारांसारखा कोणाला लक्ष्य बनवलं, तरीही डॉ. सिंग मात्र त्यांच्याशी आवर्जून चांगले संबंध ठेवत. ही अशी निर्माण झालेली स्नेहाची नाती हाच डॉ. सिंग यांच्यासाठी खरा ऊर्जास्त्रोत होता. राजकीय निरीक्षक आणि पत्रकार फक्त वरकरणी जे दृष्टीस पडेल, तेवढंच पाहून डॉ. सिंग हे सोनियांच्या हातातील कळसूत्री बाहुली असल्याचा समज करून घेत. परंतु आघाडीमध्ये जे सत्तेचं राजकारण चालायचं त्याचं सखोल ज्ञान ज्यांना होतं, त्यांना एक गोष्ट नक्की माहीत होती. आघाडीतील सहकारी पक्षांचा डॉ. सिंग यांना पाठिंबा होता. त्यांच्यातले काहीतर स्वत:च्या पक्षाच्या नेतृत्वापेक्षासुद्धा डॉ. सिंग यांच्याशी अधिक एकनिष्ठ होते. डॉ. सिंग यांची निवड जरी सोनियांनी केली असली, तरी ते युपीएचे पंतप्रधान झाले. आपण आघाडीचे नेते आहोत, एका एकसंध पक्षाचं नेतृत्व आपण करत नाही, याची तीव्र जाणीव डॉ. सिंग यांना होती. त्यामुळे आघाडीत सहभागी असलेल्या सर्वांशी ते उत्तम संबंध ठेवत असत.

✦

२००७मध्ये पुन्हा एकदा डावे आणि काही काँग्रेसजनांनी मनमोहन सिंग यांच्या विरोधात जोरात प्रचार सुरू केला. आता मनमोहन सिंग यांच्या जागी दुसरं कुणीतरी पंतप्रधान होणार, असे तर्क-वितर्क पुन्हा सुरू झाले. एका संध्याकाळी ७ रेसकोर्स मार्गाच्या बैठकीच्या खोलीत डॉ. सिंग मला एकटेच बसलेले आढळले. त्यांचा चेहरा गंभीर दिसत होता. ते काही कारणानं अस्वस्थ होते, हे माझ्या लक्षात आलं.

''हे असंच चालू राहणार असेल, तर आता मला नाही जमणार.'' ते म्हणाले.

त्यांचे डोळे किंचित ओलावले होते. ते डोळ्यांतील अश्रू परतवून लावत असल्याचा मला भास झाला. "काय झालं?" असं मी विचारलं, पण ते काही बोलले नाहीत. मी त्यांच्याबरोबर बसून काहीतरी कोटी करत वातावरणातला ताण कमी करण्याचा प्रयत्न केला. पंतप्रधान कधीही अस्वस्थ, खिन्न झालेले दिसले की, सुब्बू मला नेहमी बोलावून घेऊन म्हणत, "जा, त्यांचं मन रमेल असं बघा!" मी गमतीनं स्वत:ला 'राजदरबारातला विदूषक' असं म्हणायचो, राजाची कळी खुलवण्यासाठी विदूषकाला बोलावतात ना, तसं! मग त्यांच्या मंत्रीमंडळातील सहकाऱ्यांच्या कारवायांबद्दल माध्यमांकडून कानावर आलेल्या अफवांविषयी किंवा डॉ. सिंग यांना पदच्युत करून स्वत: पंतप्रधानपद मिळवण्यासाठी अडवानींनी केलेला काहीतरी नवीन खटाटोप याच्या गमती-जमती सांगून त्यांची करमणूक करत असे. हे असे किस्से ऐकून त्यांना नेहमी हसू फुटायचं.

या खेपेला परत एकदा डॉ. सिंग यांना पदावरून हटवून तिथे दुसरे पंतप्रधान आणण्याविषयीचे तर्क-वितर्क सुरू झालेले ऐकून ते खिन्न झाले होते. काँग्रेस पक्षातील एक ज्येष्ठ नेतेच या वावड्या उठवत होते. त्यांचं नाव एका राजकीय पत्रकारानं मला सांगितलं. त्याच आठवड्यात युपीएच्या समन्वय समितीची बैठक होती. या अशा पोकळ अफवांना आळा घालण्यासाठी मी लालू प्रसाद यादव यांना या बैठकीच्या वेळी डॉ. सिंग यांच्या नेतृत्वावर युपीएचा विश्वास असल्याचा पुनरुच्चार करण्याची विनंती केली. लालू प्रसाद यादव यांनी नेतृत्व बदलाची गोष्ट साफ धुडकावून लावली आणि समन्वय समितीच्या बैठकीत तशा अर्थाचं निवेदनही केलं. त्यानंतर मनाचा मोठेपणा दाखवून ते असंही म्हणाले, की, "पंतप्रधानांच्या नेतृत्वाची मी अधिकृतरित्या प्रशंसा करत असून ही गोष्ट आज येथे नोंदवून ठेवण्यात यावी." त्यानंतर इतरांनीही त्यांची 'री' ओढली आणि डॉ. सिंग यांच्या नेतृत्वाविषयी आपल्याला विश्वास वाटत असल्याचा पुनरुच्चार केला.

✦

युपीए आघाडीतील मुख्य दोष असा होता की, त्यांच्यापाशी 'सक्रिय समन्वय समिती' नव्हती. त्यांनी एखाद्या ज्येष्ठ नेत्याला आपला प्रवक्ता म्हणून नेमलेलं नव्हतं. याउलट राष्ट्रीय लोकशाही आघाडी (एनडीए) सरकारनं आघाडीसाठी प्रवक्ता नेमला होता. जॉर्ज फर्नांडिस यांनी ही भूमिका उत्कृष्ट निभावली होती. संयुक्त आघाडी आणि राष्ट्रीय आघाडीचा प्रवक्ता म्हणून जयपाल रेड्डी काम बघत होते. एनडीएमध्ये वाजपेयी आणि फर्नांडिस यांचे व्यक्तिगत मैत्रीचे संबंध असल्यानं फर्नांडिस आपली कामगिरी व्यवस्थित पार पाडू शकले. आघाडीच्या व्यवस्थापनासाठी एखाद्या ठोस यंत्रणेचा अभाव, आघाडीसाठी प्रवक्त्याची नियुक्ती न करणं, यामुळे युपीए सरकार

एनडीए इतकं एकसंध होऊ शकलं नाही. ही गोष्ट युपीए-२च्या कालावधीत ठळकपणे नजरेसमोर आली. आघाडीच्या व्यवस्थापनातील या त्रुटींची भरपाई करण्यासाठी डॉ. सिंग युपीएमधील नेत्यांना भविष्यात सरकार घेणार असलेल्या प्रत्येक महत्त्वाच्या निर्णयाची माहिती देत. सर्व नेत्यांना त्यामुळेच डॉ. सिंग हे आवडत असत. राजकीयदृष्ट्या कोणतीही महत्त्वाची गोष्ट ते इतरांच्या कानावर घातल्याखेरीज करत नसत. ते केवळ सोनियांनाच नव्हे, तर करुणानिधी, शरद पवार, लालू प्रसाद या सर्वांनाच ते ही माहिती देत असत. अनेक वेळा काँग्रेस पक्षाच्या 'कोअर ग्रुप'च्या आठवड्याच्या बैठकीत एखादा महत्त्वपूर्ण निर्णय घेण्यात आला की, डॉ. सिंग आधी आघाडीतील सहकारी पक्षाच्या या तीन नेत्यांना त्याची माहिती देत आणि मगच ही बातमी माध्यमांकडे उघड करण्याची परवानगी देत.

या दृष्टीनं पाहिलं, तर डॉ. सिंग हे खरोखरच सर्व सहमतीनं चालणारे पंतप्रधान होते. युपीए-१मध्ये त्यांना यश मिळण्याचं महत्त्वाचं कारण म्हणजे प्रत्येक राजकीय निर्णय घेण्याआधी तो निर्णय सर्वांच्या सहमतीनं घेता यावा म्हणून संबंधित लोकांची मनोभूमिका तयार करण्याच्या कामी ते पुष्कळ वेळ आणि ऊर्जा खर्च करत. एखादा निर्णय डॉ. सिंग यांनी कुणाशीही सल्लामसलत न करता घेतला, अशी टीका कधीतरी त्यांच्यावर होत असे. पण ती चुकीची असे. त्यांच्यात दोष काढायचाच झाला, तर तो इतकाच होता की, स्वत:ला जे योग्य वाटतं, ते करून त्यासाठी आघाडीकडून पाठिंब्याची मागणी करण्याऐवजी ते सर्वांची सहमती मिळवण्याच्या प्रयत्नातच जास्त वेळ खर्च करत.

सरतेशेवटी डॉ. सिंग यांना एका गोष्टीची जाणीव होती. पंतप्रधानपदासाठी सोनियांनी त्यांची निवड केली, हे जरी खरं असलं, तरी युपीए आघाडीमध्ये सहभागी असलेल्या सर्वांनी डॉ. सिंग हेच पंतप्रधानपदासाठी सर्वोत्कृष्ट असल्याचा एकमुखानं निर्वाळा दिल्यामुळेच आपली निवड झाली आहे, याची डॉ. सिंग यांना पूर्ण कल्पना होती. वेगळ्या शब्दांत सांगायचं तर, या पदावर ते सोनियांनी त्यांची निवड केल्यानं आलेले असले, तरी पंतप्रधान कार्यायलयात स्थिरस्थावर होऊन; सर्व युपीएच्या सहकारी पक्षांच्या इच्छेनंच ते इथला कारभार सांभाळत होते. विशेषत: करुणानिधी, पवार, लालू प्रसाद. इतकंच काय तर मार्क्सवादी कम्युनिस्ट पक्षाचा बंगाल गटसुद्धा डॉ. सिंग यांच्याच बाजूनं होता.

डॉ. सिंग यांचं नाव म्हणजे, एका बाजूला सोनिया आणि दुसऱ्या बाजूला पवार, करुणानिधी आणि सुरजित यांच्यात झालेली तडजोड होती. सोनियांनी पंतप्रधान होण्यास शरद पवारांचा विरोध असल्याचं त्यांनी स्पष्ट बोलूनच दाखवलं होतं. मुळात पवारांनी काँग्रेस सोडून जाण्याचं तेच तर कारण होतं. सोनियांनी पंतप्रधान होणं आपल्याला मान्य असल्याचा दावा मार्क्सवादी कम्युनिस्ट पक्षानं जरी

केला असला, तरी पुढे आय. के. गुजराल यांनी त्यांच्या आत्मचरित्रात तो फेटाळून लावला होता. त्यांनी असं म्हटलं आहे, १९९९मध्ये सोनियांनी जेव्हा सरकार स्थापन करण्याचा प्रयत्न केला, तेव्हा त्यांना पाठिंबा देण्यापासून मुलायम सिंह यांना सुरजित यांनी परावृत्त केलं. पण इ.स. २००४मध्ये मार्क्सवादी कम्युनिस्ट पक्षाचे महासचिव सुरजित यांनी पंतप्रधानपदासाठी डॉ. सिंग यांच्या नावाला उत्साहानं समर्थन दिलं. त्यामुळे युपीए-१मध्ये आपण केवळ सोनियांनी नाव सुचवल्यामुळे आलेलो नाही, तर सर्व आघाडीतील सहकारी पक्षांना आपलं नाव स्वीकारार्ह वाटल्यामुळे पंतप्रधानपदी आहोत, हे त्यांचं स्वत:विषयी असलेलं मत खरंच होतं.

पंतप्रधानांची निवड मूठभर राजकीय नेत्यांनी करणं किंवा अचानक कुणीतरी येऊन पंतप्रधानपदी बसणं, ही गोष्ट भारतीय राजकारणाला तशी नवीन नाही. लाल बहादूर शास्त्री, चरण सिंग, नरसिंह राव, देवेगौडा आणि आय. के. गुजराल हे पण अशाच प्रकारे नेत्यांनी त्यांचं नाव सुचवल्यामुळे पंतप्रधान झाले. नेहरूंच्या निधनानंतर जे तथाकथित 'सिंडीकेट काँग्रेस'चं सर्व कामकाज सांभाळत होतं, त्यांनीच पंतप्रधानपदासाठी इंदिरा गांधी यांचं नाव सुचवलं. परंतु इंदिरा गांधी आणि नरसिंह राव यांनी पक्षांतर्गत निवडणुकीद्वारे पक्षाध्यक्ष होऊन पक्षाच्या व्यवस्थापनाची सर्व सूत्रं स्वत:कडे घेतली. मधून-मधून पक्षाध्यक्ष आणि पंतप्रधान ही दोन्ही पदं वेगवेगळ्या व्यक्तींकडे सोपवण्याचा प्रयोग पक्ष करून पाहात असे. परंतु खरी सत्ता पंतप्रधानांकडेच असे, याविषयी कुणाच्याही मनात शंका नसे. इंदिरा गांधी जेव्हा पंतप्रधान होत्या, तेव्हा देवकांत बारुआ यांनी काढलेले कुप्रसिद्ध उद्‌गार होते, 'इंदिरा म्हणजेच इंडिया आणि इंडिया म्हणजेच इंदिरा.' पंतप्रधान पद आणि पक्षाध्यक्ष पद वेगवेगळ्या व्यक्तींकडे सोपवलं, तरी खरी सत्ता कुणाकडे असते, हेच या वाक्यातून स्पष्ट होतं.

ही पार्श्वभूमी लक्षात घेता, डॉ. सिंग हा केवळ मुखवटा असून खरी सत्ता काँग्रेस पक्षाच्या अध्यक्षांकडेच आहे, असा आरोप जेव्हा भाजपनं केला, तेव्हा सुरुवातीला अनेक लोकांचा त्यावर विश्वास बसला. २००४मध्ये यशवंत सिन्हा यांनी त्यांचा उल्लेख 'शिखंडी' असा केला. 'शिखंडी' ही महाभारतातील अर्धनारी-नटेश्वर अशी व्यक्तिरेखा असून भीष्माचार्यांनी शिखंडी स्त्री असल्याकारणानं त्याच्याशी लढण्यास नकार दिला होता. यशवंत सिन्हा यांनी वापरलेलं हे रूपक द्वर्थी आहे. पंतप्रधानांवर सोनिया गांधी यांचं नियंत्रण असल्याचं सुचित करणारं हे रूपक असून ते अत्यंत हानिकारक होतं. एक माध्यम सल्लागार या नात्यानं जनसामान्यांच्या मनावर डॉ. सिंग यांची गुणवत्ता आणि विश्वासार्हता ठसवणं, हे माझ्या समोरचं अत्यंत मोठं आव्हान होतं.

■

५
जबाबदारी... पण सत्तेविना

"मी एक अपघातानं झालेलो पंतप्रधान आहे."

– मनमोहन सिंग

आपल्याला हे खातं, हे मंत्रिपद पंतप्रधानांमुळे मिळालं आहे, असं डॉ. सिंग यांच्या मंत्रीमंडळातील एकाही मंत्र्याला वाटत नव्हतं. मूळ मंत्रीमंडळाच्या रचनेमध्ये डॉ. सिंग यांचा वाटा फारच थोडा होता, हे तर उघडच होतं. प्रत्येक खातेबदलाच्या वेळी त्यांचा सल्ला नेहमीच घेण्यात येई. पण तरीही त्या बाबतीतला अखेरचा शब्द मात्र आघाडीत सहभागी असलेल्या पक्षांच्या नेत्यांचा असे. देवेगौडांच्या वेळेपासूनच आघाडीचा कारभार हा असाच चालत असे. अध्यक्षीय राज्यपद्धतीत अध्यक्षांच्या हातात जसा सर्वाधिकार असतो, तसा संसदीय लोकशाहीमध्ये पंतप्रधानांच्या हातात कधीच नसतो. भारतामध्ये जवाहरलाल नेहरू यांनासुद्धा स्वत:च्या मनाप्रमाणे चाल खेळण्याचं स्वातंत्र्य नव्हतंच. त्यांच्या मुलीला म्हणजे इंदिरा गांधी यांनाही १९७१नंतरच स्वत:चं स्थान निर्माण करता आलं. बांग्लादेशच्या युद्धात भारताला विजय मिळाल्यावर झालेल्या निवडणुकीत इंदिरा गांधी प्रचंड बहुमतानं पुन्हा एकदा निवडून आल्यानंतर ते घडलं. इंदिरा गांधी यांच्या हत्येनंतर राजीव गांधी जेव्हा पंतप्रधान बनले, तेव्हा त्यांना संसदेत जवळपास चार-पंचमांश जागा मिळाल्या होत्या. त्यामुळे स्वत:च्या मंत्रीमंडळाची निवड करण्याच्या बाबतीत त्यांना भरपूर स्वातंत्र्य होतं. पण तरीही स्वत:ला पसंत नसलेल्या व्यक्तींचा त्यांना मंत्रीमंडळात समावेश करून घ्यावाच लागला. उदाहरणार्थ दिल्लीचे एच. के. एल. भगत त्याचप्रमाणे नरसिंह राव, वाजपेयी, देवेगौडा, गुजराल या सर्वांनाच राजकीय दबावापुढे नमतं घ्यावंच लागलं. वाजपेयींना या दबावामुळेच एका सहकाऱ्याला आपल्या टीममधून वगळावं लागलं, त्यांचं नाव सुरेश प्रभू. वाजपेयींच्या मनातून या सुरेश प्रभूंना खरंतर सामील करून घ्यायचं होतं.

१९९२मध्ये काँग्रेसचे अध्यक्ष म्हणून निवडून येऊन नरसिंह राव यांनी आपल्या टीमवर परत नियंत्रण मिळवलं. वाजपेयींनी पंतप्रधान झाल्यानंतर अगदी थोड्याच दिवसांत अणुविस्फोट चाचण्या करण्याचा निर्णय घेऊन स्वत:चं स्थान बळकट केलं. अणुचाचण्या करणं आणि भारत हे अण्वस्त्रसज्ज राष्ट्र असल्याचं घोषित करणं, ही राजनैतिक दृष्ट्या चतुराई होती. जगात सर्वत्र अणुप्रसाराच्या निषेधाची चर्चा सुरू होती, पण भारताच्या शेजारी काय घडत होतं, ते लक्षात घेता ते योग्यच होतं. शिवाय ते नुकतेच देशाचे पंतप्रधान झाले होते. त्यामुळे जगात नेता म्हणून स्वत:ची व देशाची मान उंचावण्याच्या दृष्टीनंही हे योग्यच होतं. वाजपेयींच्या टीमनं कामकाजाला सुरुवात तर केली, पण त्यांना हवा असलेला अर्थमंत्री मिळू शकला नाही. त्यांनी सुरुवातीला जसवंतसिंग यांचं नाव सुचवलं होतं, पण त्यांच्या पक्षानं ते नामंजूर केलं. मग त्यांना अर्थमंत्री म्हणून यशवंत सिन्हा यांची नेमणूक करणं भाग पडलं. मग नेता म्हणून आघाडीवर स्वत:चं वर्चस्व प्रस्थापित करण्यासाठी अडवानी आणि त्यांच्यासारख्या पंतप्रधानांच्या सत्तेला आव्हान देणाऱ्या इतरांना मागे टाकून ते चार पावलं पुढे निघून गेले आणि राष्ट्राचा महानायक बनले.

मनमोहन सिंग यांच्या बाबतीत जे घडलं, तेच वाजपेयी यांच्याही बाबतीत घडलं. त्यांचा उल्लेख 'एक मुखवटा' असा करण्यात येत असे. वाजपेयींना हे टोपणनाव भाजपचे एक ज्येष्ठ पदाधिकारी गोविंदाचार्य यांनी १९९०मध्ये बहाल केलं. त्यातून त्यांना खरी सत्ता इतरत्र असल्याचंच सुचवायचं होतं. ही सत्ता पक्षातील कट्टरपंथी लालकृष्ण अडवानी तसंच राष्ट्रीय स्वयंसेवक संघाच्या ताब्यात असल्याचं बोललं जात असे, परंतु वाजपेयी यांनी लवकरच आपण स्वत: 'फर्स्ट अमंग द ईक्वल्स' आहोत, आपल्याला पक्षात सर्वोच्च मान आहे, हे जगाला दाखवून दिलं. नाहीतरी संसदीय लोकशाहीत पंतप्रधान हाच सर्वेसर्वा असतो. स्वत:चं महत्त्व सिद्ध करण्यासाठी त्यांनी भारत हे अण्वस्त्रसज्ज राष्ट्र असल्याचं जगजाहीर केलं. त्याही आधी त्यांनी एक आणखी महत्त्वाचा निर्णय घेतला होता. स्वत:चे मुख्य सचिव म्हणून वाजपेयी यांनी ब्रजेश मिश्रा यांची नेमणूक केली होती. हे मिश्रा मध्य प्रदेशातील होते, वाजपेयींप्रमाणेच ब्राह्मण होते. हे वाजपेयींचे जवळचे मित्र होते. ब्रजेश मिश्र हे भारतीय जनता पक्षाच्या 'परराष्ट्र मंत्रालयाच्या सेल'चे अध्यक्ष होते. त्यामुळे त्यांचे पक्षातील नेत्यांशी उत्कृष्ट संबंध होते. त्याचबरोबर पक्षाबाहेरील जगातही त्यांच्या अनेक ओळखी आणि विविध क्षेत्रातील महत्त्वाच्या व्यक्तींशी, काही मान्यवर, ज्येष्ठ संपादकांशी घनिष्ठ संबंध होते.

युपीएमध्ये मात्र काँग्रेस पक्षाच्या प्रवक्त्यांनी सर्व संबंधितांच्या एक गोष्ट आवर्जून कानावर घातली होती, ती म्हणजे सोनिया जरी पंतप्रधान नसल्या तरी खऱ्या 'बॉस' त्याच असणार होत्या. त्यांनी पदाचा त्याग केला असला, तरी सत्ता

त्यांचीच असणार होती. डाव्या आघाडीतील नेते सीताराम येचुरी हे खरंतर त्यांच्या पक्षातील तर काही कट्टरपंथीयांइतके डॉ. सिंग यांचा द्वेष करत नसत. पण त्यांनीही राजकीय पत्रकारांशी बोलताना असे उद्‌गार काढले होते, "सरकारच्या प्रमुखापेक्षा पक्षाच्या प्रमुखाचं महत्त्व जास्त असण्याची ही काही पहिलीच वेळ नव्हे." यासाठी त्यांनी ज्योती बसू मुख्यमंत्री असतानाच्या सुरुवातीच्या काळाचं उदाहरण दिलं युपीए-१मध्येही जी व्यवस्था होती, त्याचा एक अर्थ असाही होता की, जेव्हा-जेव्हा काही चांगलं काम होईल, तेव्हा त्याचं श्रेय सोनियांकडे जाईल. पण कोणत्याही चुकीचं किंवा अपयशाचं खापर डॉ. सिंग यांच्या माथी फुटेल.

या राजकीय वास्तवाकडे डॉ. सिंग यांनी कधीही पाठ फिरवली नाही. त्यांच्या बाजूनं असलेल्या एखाद्या व्यक्तीनं किंवा इतर राजकीय पक्षाच्या नेत्यानं एखादी अवघड राजकीय मागणी केली, तर ते त्यांच्यासमोर सरळ कबूल करत की, या बाबतीत त्यांचा स्वत:चा शब्द अखेरचा मानला जाणार नाही. आपण अपघातानं पंतप्रधान बनलो असून, खरं काय ते सोनियांच्याच हातात आहे. राजकारणामध्ये आपली ही पडती बाजू आहे, याची पूर्ण कल्पना असूनही आपल्या खोडसाळ सहकाऱ्यांना सरळ करण्याचा ते नेहमीच प्रयत्न करत.

अनेक प्रशासकीय बाबींमध्ये त्यांना जरी हात बांधून बसावं लागत असलं, तरी त्यांनी एक स्पष्टच ठरवलं होतं, परराष्ट्र धोरणाच्या बाबतीत आपण फक्त स्वत:च्याच मर्जीनं वागायचं. परराष्ट्रमंत्री नटवरसिंग यांना या गोष्टीची जाणीव त्यांनी फार लवकर करून दिली. नटवरसिंग यांनी ११ जून, २००४ रोजी वॉशिंग्टन डीसी येथे माध्यमांना असं सांगितलं की, '२००३मध्ये सुरू झालेल्या इराक युद्धात अमेरिकन सैन्याच्या मदतीला भारत आपल्या तुकड्या पाठवणार की नाही? या प्रश्नावर नव्यानं विचार करण्यात येणार आहे.' भारतामध्ये त्या वेळी वाजपेयींच्या सरकारमध्ये या मुद्यावर दुमत होतं. एल.के. अडवानी आणि जसवंतसिंग हे भारतानं आपलं सैन्य पाठवावं, अशा मताचे होते. पण वाजपेयी आणि ब्रजेश मिश्रा यांचा त्या गोष्टीला विरोध होता. अखेर वाजपेयींनी सैन्य न पाठवण्याचा निर्णय घेतला. सुरुवातीला खुद्द अमेरिकेनं सैन्य पाठवण्याची भारताला विनंती केली असल्यामुळे हा राजकीय दृष्ट्या नाजूक मुद्दा होता. युपीए सरकारला मात्र संयुक्त राष्ट्रसंघाच्या (युएन) सुरक्षा परिषदेमध्ये झालेल्या ठरावाचा फायदा सहजच घेता आला असता आणि भारताची जर सैन्य पाठवण्याची इच्छा असती, तर ठरावाचा आधार घेऊन त्या कृत्याचं समर्थनसुद्धा करता आलं असतं.

भारतानं सैन्य पाठवावं या मताचे जे होते, त्यांनी ताबडतोब इतिहासाकडे बोट दाखवलं. विसाव्या शतकाच्या पूर्वार्धात भारताचे जवान इराकमध्ये लढायला गेले असल्याचा त्यांनी दाखला दिला. अनेक शतकं भारत आणि इराकचे अत्यंत घनिष्ठ

संबंध होते आणि दोन महायुद्धांच्या दरम्यान तर भारतीय रुपया हे इराकमध्ये मान्यताप्राप्त चलन होतं. काही लोकांचं असं मत होतं की, इराकमध्ये सैन्य पाठवल्यामुळे भारताच्या परराष्ट्र धोरणाच्या कक्षा रुंदावतील, व्याप्ती वाढेल. पण जे या निर्णयाच्या विरोधात होते, त्यांच्यामते मुस्लीम पंथीयांचे जे आपापसात झगडे चालू होते, त्यात भारत विनाकारण ओढला जाईल आणि इकडे आपल्या देशात त्याचे पडसाद निश्चित उमटतील. २००४ सालाप्रमाणे आत्ताही या निर्णयाच्या विरोधात असणाऱ्यांचाच विजय झाला.

इराकमध्ये सैन्य पाठवावं, असं डॉ. सिंग यांना तसंच काँग्रेस पक्षालाही वाटत नव्हतं. त्यामुळे नटवरसिंग यांचे उद्‌गार ऐकून दिल्लीमध्ये सर्वांना धक्का बसला. संसदेत या मुद्यावरून गदारोळ माजला. याबाबतीत आधी घेतलेल्या निर्णयावर फेरविचार चालू असण्याच्या वृत्ताचा सरकारनं साफ इन्कार केला. डॉ. सिंग यांनी सभागृहासमोर नटवर यांना आपले शब्द मागे घ्यायला लावले.

नटवर यांना सरळ करणं, ही तशी फार मोठी समस्या नव्हती. पण राजकीय महत्त्वाकांक्षा असलेले अर्जुन सिंग, डाव्या विचारसरणीकडे झुकलेले अँटनी किंवा पंतप्रधानपदाच्या प्रतीक्षेत असलेले प्रणव यांना सरळ करणं, हे मोठं आव्हान होतं. यांच्यातील प्रत्येकाला स्वतंत्र मत होतं, प्रत्येकाला आपली राजकीय प्रतिष्ठा, आपलं स्थान यांची जाणीव होती. प्रणव मुखर्जी यांना डॉ. सिंग यांच्या धोरणाच्या बाबतीत तत्त्वत: काही अडचण नव्हती. पण ते मनातून एका गोष्टीबद्दल नाराज होते. अनेक वर्षांपूर्वी जे आपल्या हाताखाली होते, त्यांच्या हाताखाली आता आपल्याला काम करावं लागत असल्याची खंत त्यांच्या मनात होती –१९८२-८४ या काळात डॉ. सिंग जेव्हा भारतीय रिझर्व्ह बँकेचे गव्हर्नर होते, तेव्हा प्रणव मुखर्जी अर्थमंत्री होते. २००४मध्ये युपीएच्या मूळ मंत्रीमंडळामध्ये अँटनी यांचा समावेश नव्हता. प्रणव यांनी जेव्हा परराष्ट्र खात्याची सूत्रं २००६मध्ये हाती घेतली, तेव्हा अँटनी संरक्षणमंत्री झाले. हे निर्णय मुख्यत: सोनियांचेच असत. कधीकधी डॉ. सिंग यांच्याशी सल्ला मसलत करून ते घेण्यात आलेले असत. असे असले तरी याबाबतीतल्या सोनियांच्या सूचना डॉ. सिंग स्वीकारत असत.

खातेवाटप डॉ. सिंग यांनी स्वत: केलेलं नसल्यामुळे स्वत:चं म्हणणं केंद्रीय मंत्रीमंडळावर लादणं, त्यांना जड जात असे. केंद्रीय मंत्रीमंडळाची आठवड्यातून एकदा बैठक होत असे. दर आठवड्यातील गुरुवारी सर्व जण एकत्र बसून साधक-बाधक चर्चा करत. परंतु चर्चेला योग्य दिशा देण्याचं, गरज पडली तर हस्तक्षेप करण्याचं काम डॉ. सिंग करत नसत. जर चर्चेच्या विषयांमध्ये स्वारस्य नसेल, तर काही मंत्री या बैठकांना अनुपस्थित सुद्धा राहत. पण डॉ. सिंग यांची जर एखाद्या विशिष्ट मुद्यावर ठाम मतं असलीच, तर मंत्रीमंडळाची बैठक होण्याआधीच ते

आपल्या मताला पाठिंबा मिळेल असं बघत किंवा कधीतरी ज्येष्ठ मंत्री पवार किंवा चिदंबरम यांना त्यांचे मुद्दे मांडायला लावत. त्यामुळे बैठकीपूर्वी केंद्रीय मंत्रीमंडळातील नेत्यांशी चर्चा करणं, हे मुख्य बैठकीपेक्षा अधिक महत्त्वाचं बनलं.

७ रेसकोर्स मार्ग येथे दर शुक्रवारी काँग्रेस पक्षाच्या 'कोअर ग्रुप'ची बैठक होत असे. त्यामुळे हा 'कोअर ग्रुप'च पक्षाच्या आणि सरकारच्या संचालक मंडळाचं काम करू लागला होता. त्यात आघाडीतील इतर सहभागी पक्षाच्या नेत्यांचा मात्र समावेश नव्हता. वर्षानुवर्षं चालत आलेल्या 'परंपरेनुसार राजकीय प्रकरणं हाताळणारी केंद्रीय समिती' (सीसीपीए – कॅबिनेट कमिटी ऑन पोलिटिकल अफेअर्स) अत्यंत महत्त्वपूर्ण असे धोरणात्मक निर्णय घेत असे. यात केंद्रीय मंत्रीमंडळातील ज्येष्ठ नेत्यांचा समावेश असे. मंत्रीमंडळ समितीचं स्वरूप कम्युनिस्ट पक्षाच्या मुख्य कार्यकारी समिती (पॉलिटब्यूरो)सारखं होतं. परंतु केंद्रीय मंत्रीमंडळात पंतप्रधानांना राजकीय महत्त्व नव्हतं. त्याचप्रमाणे सोनिया केंद्रीय मंत्रीमंडळात नसल्यामुळे त्याही या समितीच्या सदस्या नव्हत्या. त्यामुळे डॉ. सिंग यांच्या कारकिर्दीत केंद्रीय मंत्रीमंडळाच्या या महत्त्वाच्या गटाच्या फारशा बैठका झाल्याच नाहीत.

डॉ. सिंग यांनी एक वेगळ्याच पद्धतीचा अवलंब सुरू केला. वाजपेयी यांनी पहिल्यांदा या हत्याराचा वापर केला होता. धोरणात्मक निर्णय घेताना वरिष्ठ नेत्यांचा सहभाग हवा म्हणून त्यांनी 'मंत्र्यांचा गट' (जीओएम – ग्रुप ऑफ मिनिस्टर्स) तयार केला. छोट्या-छोट्या गटांमध्ये एकमतानं निर्णय घेतला जावा, यासाठी हा मंत्रीगट प्रयत्नशील असे. धोरणात्मक निर्णय घेण्याची जर वेळ आलीच, तर आघाडीतील प्रत्येक मोठ्या पक्षाचा एक तरी नेता त्या गटात असे. त्यामुळे कोणताही निर्णय केंद्रीय मंत्रीमंडळापुढे संमती मिळवण्यासाठी येण्याआधी आघाडीतील सहभागी पक्षांना चर्चेत भाग घेण्याची संधी मिळे. स्वत:चं खातं सोडून इतर मंत्रालयांशी संबंधित बाबींची सुद्धा चर्चा होत असे. अशा प्रकारचे अनेक मंत्रीगट (जीओएम) बनवण्यात आले. पवार, प्रणव, अँटनी, चिदंबरम हे एकेका गटाचे अध्यक्ष होते. २०१०मध्ये होणाऱ्या राष्ट्रकुल स्पर्धा संबंधीची चर्चा करण्यासाठी जो मंत्रीगट बनवण्यात आला, त्याचे अध्यक्ष अर्जुन सिंग हे होते. परंतु त्यांच्या बैठका होत नव्हत्या. त्यामुळे या स्पर्धांच्या तयारीचं काम रेंगाळणार अशी चिन्हं आधीपासूनच दिसत होती.

खरंतर हा मंत्रीगट (जीओएम) तयार करण्याची कल्पना उत्कृष्ट होती. पण डॉ. सिंग यांनी याच्याही एक पाऊल पुढे जाऊन 'सशक्त मंत्रीगटा'ची (एम्पॉवर्ड ग्रुप ऑफ मिनिस्टर्स – ईजीओएम) स्थापना केली. अत्यंत महत्त्वाच्या धोरणांसाठी, प्रकल्पांसाठी, मुद्द्यांसाठी वेगवेगळे सशक्त मंत्रीगट स्थापण्यात आले. परिणामी पंतप्रधानांचा अधिकार कमी-कमी होत गेला, कारण या गटांच्या अध्यक्षपदी ज्येष्ठ

नेते असत आणि पंतप्रधानांशी सल्लामसलत न करताच ते एखादं धोरण मंजूर करू शकत. विशेषत: प्रणव मुखर्जी यांच्या अध्यक्षतेखाली ज्या सशक्त मंत्रीगटाचं काम चालायचं त्यांच्या बाबतीत तर हे अटळच होतं. कारण केंद्रीय मंत्रीमंडळातील ते सर्वांत ज्येष्ठ मंत्री होते. मधूनच कधीतरी एखादा पत्रकार मला एकूण किती 'जीओएम' आणि 'ईजीओएम' आहेत, असं विचारत असे. मग मी केंद्रीय सचिवालयाकडे चौकशी केल्यावर मला जो आकडा कळत असे, त्यानं मला धक्का बसे. २००७मध्ये एकदा तर पन्नासहून अधिक मंत्रीगट होते. जसजसे दिवस जात होते, तसा हा आकडा वाढतच चालला होता.

हे सशक्त मंत्रीगट (ईजीओएम) एकतर प्रणव मुखर्जींसारख्या ज्येष्ठ सहकाऱ्यांना सत्तेमध्ये सहभागी करून घेण्याच्या उद्देशानं तरी बनवण्यात आले असावेत किंवा मग गुंतागुंतीच्या प्रकरणांमध्ये स्वत:ला निर्णय घ्यायचा नसेल, तर अशा निर्णयाची जबाबदारी इतरांवर टाकण्यासाठी बनवण्यात आले असावेत. पण वस्तुस्थिती अशी होती, पंतप्रधानांनी हे गट निर्माण करून स्वत:च्या हातानं स्वत:च्या अधिकारांना छेद दिला होता. डॉ. सिंग यांनी उचललेलं हे पाऊल पाहून मी कोड्यात पडलो; कारण ते आज इतकी वर्षं राजकारणात होते. त्यामुळे स्वत:चं क्षेत्ररक्षण कसं करायचं, हे त्यांना चांगलंच माहीत होतं. एकदा माझ्या मुलीची परीक्षा असल्यामुळे मला पंतप्रधानांसोबत परदेश दौऱ्यावर जाणं शक्य नव्हतं. मी त्यांना तसं सांगताच त्यांनी जी प्रतिक्रिया व्यक्त केली, ती त्यांच्या नेहमीच्या स्वभावाच्या विरुद्ध होती. ते मला स्मितहास्य करत म्हणाले, ''जर तुम्ही आला नाहीत, तर शेवटी दुसरं कुणीतरी तुमचं काम करू लागेल. आपली जागा कधी सोडू नये!''

✦

विविध विषयांसाठी नेमण्यात आलेल्या या खास गटांमध्ये मंत्री, अधिकारी आणि तज्ज्ञांचा समावेश असल्यामुळे धोरण बनवताना त्यात भरपूर बौद्धिक गुंतवणूक होत असे, त्याच प्रमाणे धोरणात्मक बाबींवर वेगवेगळ्या मंत्र्यांमध्ये आपापसात असलेले मतभेदसुद्धा चर्चेद्वारे दूर होण्यास मदत होत असे. ऊर्जेच्या संदर्भातील समस्या निर्माण होण्याचं मुख्य कारण म्हणजे ऊर्जास्रोत अनेक असल्यानं त्यांची हाताळणी करणारी अनेक मंत्रालयं होती. (खनिजतेल, वायू, वीज, कोळसा, अणु आणि अपारंपारिक ऊर्जा इत्यादी.) मग त्यावर उपाय म्हणून 'ऊर्जा समन्वय समिती' (ईसीसी – एनर्जी को-ऑर्डिनेशन कमिटी) स्थापन करण्यात आली. या समितीमध्ये अर्थमंत्र्यांचा समावेश होता. नागरी अणुऊर्जा विकासाच्या बाबतीत पंतप्रधानांचे जे प्रयत्न चालले होते, त्यांना सरकारमधील जास्तीत जास्त लोकांची सहमती मिळवण्याच्या

दृष्टीनं पंतप्रधानांना त्याचा उपयोग झाला होता. अणुऊर्जा विभागा (डीएइ – डिपार्टमेंट ऑफ ॲटोमिक एनर्जी)पेक्षा त्याची व्याप्ती कितीतरी जास्त होती. असेच आणखी दोन गट होते. 'कृषी समन्वय समिती', 'व्यापारी आणि आर्थिक संबंधविषयक समिती.' त्यामध्ये अनेक ज्येष्ठ मंत्री आणि नियोजन मंडळाचे सदस्य एकत्र आले आणि त्यांनी 'भारत-आसियान मुक्त व्यापार करारा'सारखे महत्त्वाचे प्रस्ताव स्वीकारण्याचे निर्णय घेण्यास मदत केली.

या विविध गटांच्या रचनेमधून डॉ. सिंग यांना कुणाबरोबर काम करणं अधिक सोयीचं वाटे, हे उघड झालं. युपीए-१मधील त्यांची 'अ' दर्जाची टीम कुठली असेल, तर ती पवार आणि चिदंबरम यांच्याबरोबरची होती. हे दोघंही नरसिंह राव यांच्या सरकारमध्ये डॉ. सिंग यांचे सहकारी होते. त्या दोघांचे नरसिंह राव यांच्या बरोबरचे संबंध फारसे चांगले नसले, तरीही डॉ. सिंग यांच्याशी त्यांचं चांगलं पटत असे. शिवराज पाटील आणि लालू प्रसाद यादव यांच्यासारख्या ज्येष्ठ सहकाऱ्यांशीही त्यांचे संबंध समाधानकारक होते. परंतु त्यांचे जुने टीकाकार अर्जुन सिंग आणि अँटनी यांच्यापासून ते चार हात दूरच असत. कमलनाथ, दयानिधी मारन, प्रफुल्ल पटेल यांच्यासारख्या तरुण लोकांशी डॉ. सिंग यांचं कधी सख्य असायचं, तर कधी नसायचं. त्यांच्या वागण्यातील चुका ते सौजन्यपूर्ण भाषेत, मृदू शब्दांत दाखवून देत. परंतु त्यांनी जर काही चांगली कामगिरी केली असेल, तर ते त्यांचं तोंड भरून कौतुक करत. डॉ. सिंग यांच्या बाजूचे आणखी जे काही लोक होते, त्यांच्यातील रघुवंश प्रसाद सिंग या राष्ट्रीय जनता दलाच्या ग्रामविकास मंत्र्यांविषयी त्यांना अत्यंत आदर होता. या मंत्र्यांनीच ग्रामीण रोजगार हमी योजना राबवली. युपीए-१च्या काळातील ही एक महत्त्वपूर्ण विकासयोजना होती. काँग्रेसमधील इतर ज्येष्ठ मंत्र्यांच्या प्रशासन कौशल्याविषयी डॉ. सिंग यांचं मत विशेष चांगलं नव्हतं.

गृहमंत्री शिवराज पाटील यांची अक्षम आणि प्रभावहीन मंत्री अशी जनमानसात प्रतिमा होती. परंतु डॉ. सिंग यांना त्यांच्याबरोबर सहजपणे काम करता येत असे. २००६मध्ये माध्यमांनी शिवराज पाटील यांच्यावर टीकेची झोड उठवली होती. दहशतवादी हल्ले आणि नक्षलवाद्यांच्या समस्या हाताळण्याच्या त्यांच्या पद्धतीवर जनतेत नाराजी व्यक्त करण्यात येत होती. डॉक्टर सिंग यांनी मला अशी विनंती केली की, शिवराज पाटील यांना भेटून माध्यमांशी कशा पद्धतीनं वागावं, यासंबंधी मी त्यांना चार गोष्टी सांगाव्या. मी पाटील यांना भेटल्यावर ते माझ्याशी अत्यंत सौजन्याने बोलले. मी मदतीचा हात पुढे केल्याबद्दल त्यांनी माझे अगदी मनापासून आभार मानले. पण त्यांची स्वत:हून काही करण्याची तयारी नव्हती. एकदा ७ रेसकोर्स मार्ग येथे आयोजित केलेल्या एका समारंभाला पाटील यांच्यावर नेहमी सडेतोड टीका करणारे 'इंडियन एक्सप्रेस' या वृत्तपत्राचे संपादक शेखर गुप्ता

उपस्थित होते. मग शिवराज पाटील यांनी त्या संधीचा फायदा घेऊन शेखर गुप्ता यांना जाऊन भेटावं, त्यांच्याशी आपुलकीनं गप्पा मारून त्यांचं मन जिंकावं, असं मी सुचवलं.

पण शिवराज पाटील यांनी त्यावर आपलं खास ठेवणीतलं उत्तर दिलं. ''त्यापेक्षा तुम्हीच त्यांना इकडे घेऊन या ना!'' मग मी त्यांना हाताला धरून शेखर गुप्तांकडे घेऊन गेलो.

या प्रसंगावरून एक लक्षात येतं की, श्रेष्ठ-कनिष्ठ या बाबतीतील वागण्याच्या संकेतांना आणि शिष्टाचारांना गृहमंत्र्यांच्या दृष्टीनं जास्त महत्त्व होतं. आपल्यावर टीका करणाऱ्याचं मन जिंकून घेणं, त्यांच्या दृष्टीनं तेवढं महत्त्वाचं नव्हतं. त्यांच्या दृष्टीनं हे पोकळ उपचार हे मूळ मुद्यापेक्षा जास्त महत्त्वाचे होते. याचमुळे दिवसाची कोणतीही वेळ असो, गृहमंत्री कायम टापटिपीत, नीटनेटक्या कपड्यांमध्ये व्यवस्थित तयार झालेले असायचे. गरज पडलीच, तर ते दिवसाकाठी अनेकदा कपडे सुद्धा बदलायचे. आम्ही उपहासानं म्हणायचो, ''गृहमंत्री असूनही कोणत्याही प्रसंगाला सामोरं जाण्याची क्षमता कदाचित त्यांच्याकडे नसेलही, पण कोणत्याही प्रसंगासाठी योग्य वेशभूषा मात्र त्यांच्याकडे नक्कीच असते.''

डॉ. सिंग यांनी सचिन पायलट, पुरंदेश्वरी, ज्योतिरादित्य सिंदिया आणि पल्लम राजू यांसारख्या कनिष्ठ मंत्र्यांशी सुसंवाद साधावा, असा मी आणि सुब्बू त्यांना नेहमी आग्रह करायचो. पण ते सहसा तसं कधी करत नसत. कदाचित आपण कनिष्ठ मंत्र्यांशी अधिक खेळमेळीनं वागलेलं आपल्या ज्येष्ठ सहकाऱ्यांना आवडणार नाही, असं त्यांना वाटत असावं. आपल्याला पुरेसं काम देण्यात येत नाही, अशी कनिष्ठ मंत्र्यांनी कधी तक्रार केली की, डॉ. सिंग केंद्रीय मंत्रीमंडळाच्या बैठकीच्या वेळी आपल्या ज्येष्ठ मंत्र्यांना त्यांच्याकडच्या काही जबाबदाऱ्या या कनिष्ठ मंत्र्यांवर सोपवण्याची विनंती करत आणि कनिष्ठ मंत्र्यांशी त्याच बैठकीत सुसंवाद साधून त्यांना प्रोत्साहन देण्याचा प्रयत्न करत. पण प्रत्यक्षात ज्येष्ठ मंत्र्यांकडून तर कधीच काही घडत नसे. पंतप्रधान कार्यालयातही असं घडत नसे. खुद्द पंतप्रधानांना आपल्या काही जबाबदाऱ्या राज्यमंत्री पृथ्वीराज चव्हाण यांच्याकडे सोपवणं अतिशय जड जात असे.

✦

खातेबदलाची प्रक्रिया खूप गुंतागुंतीची असे. मधून-मधून आपल्या मंत्रीमंडळातील मंत्र्यांचं कामकाज कसं चालू आहे, याविषयी डॉ. सिंग माहिती मागवून घेत असत. त्यांची ही पद्धत अनौपचारिक मूल्यांकनाची होती. ती शाळेच्या प्रगती पुस्तकासारखी

असेल, अशी जी माध्यमांची कल्पना होती, तसं काहीच नव्हतं. २००५ सालच्या मे महिन्यात युपीए सरकारचा पहिला वर्धापनदिन जवळ आलेला असताना पंतप्रधान आपल्या मंत्र्यांच्या कामकाजाचं परीक्षण करणार आहेत, अशी वृत्तं प्रक्षेपित होऊ लागली. ९ मे रोजी पंतप्रधान मॉस्कोच्या दौऱ्यावर असताना एनडीटीव्ही या वाहिनीवरून असं वृत्त प्रक्षेपित करण्यात आलं की, परराष्ट्रमंत्री नटवरसिंग यांना त्यांच्या 'प्रगतीपुस्तकात' पंतप्रधानांनी फारच कमी गुण दिलेले असून त्यांना केंद्रीय मंत्रीमंडळातून कमी करण्यात येण्याची शक्यता आहे. त्यामुळे नटवर अत्यंत दुःखी झाले आणि प्रकृती अस्वास्थ्याचं कारण सांगून एक दिवसाच्या रजेवर गेले. पंतप्रधान मॉस्कोमध्ये त्यांच्या हॉटेलमध्ये एका महत्त्वाच्या विषयावर माहिती घेत असतानाच ही बातमी त्यांच्या कानावर गेली. एनडीटीव्हीनं नक्की काय बातमी दिली आहे, ही माहिती त्यांनी मला मिळवायला सांगितली.

ती माहिती काढून मी त्यांना देताच ते संतापून म्हणाले, "प्रणयला अशा खोट्या बातम्या पसरवणं थांबवायला सांगा."

मग मी एनडीटीव्हीचे प्रमुख प्रणय रॉय यांना फोन लावला आणि त्यांच्याशी बोलायला सुरुवात केली, इतक्यात पंतप्रधानांनी माझ्याकडे माझा मोबाइल फोन मागितला आणि ते स्वतःच प्रणय रॉय यांच्याशी बोलले. एखाद्या शिक्षकानं आपल्या विद्यार्थ्यांचा समाचार घ्यावा, तसा पंतप्रधानांनी रॉय यांचा समाचार घेतला. ते म्हणाले, "हे बरोबर नाही तुम्ही या अशा बातम्या देता कामा नये." डॉ. सिंग आणि प्रणय रॉय यांचे संबंध पंतप्रधान आणि एक ज्येष्ठ माध्यम संपादक असे नव्हते. परंतु एक वरिष्ठ आणि त्यांच्या हाताखाली काम करणारा एक तरुण कनिष्ठ अधिकारी असे होते. याचं कारण असं की, प्रणय रॉय यांनी अर्थमंत्रालयात डॉ. सिंग यांच्या हाताखाली आर्थिक सल्लागार म्हणून काम केलं होतं. तो फोन झाल्यावर काही मिनिटांतच प्रणय रॉय यांचा मला परत फोन आला.

"तुम्ही अजून त्यांच्याबरोबरच आहात का?" प्रणय म्हणाले.

मी खोली बाहेर पडून त्यांना आता मी एकटाच असल्याचं सांगितलं.

"अरे बापरे! शाळेतून बाहेर पडल्यानंतर कधी ही इतकी बोलणी खाल्ली नव्हती. ते काही पंतप्रधान असल्यासारखं बोलत नव्हते! शाळेचे मुख्याध्यापक असल्यासारखं बोलत होते!" प्रणय कुरबुरत म्हणाले.

डॉ. सिंग यांच्या साहाय्यकाबरोबरच त्यांचं बोलणं संपल्यावर त्यांनी नटवर यांना फोन करून त्यांच्या प्रकृतीची चौकशी केली. "मला परत आल्यावर तुम्हाला भेटण्याची उत्सुकता आहे!" असं ते नटवर यांना म्हणाले.

डॉ. सिंग हे प्रणय रॉय यांच्यावर इतके का चिडले होते आणि ते नटवर यांच्याशी इतके मृदू का वागले, हे मला कळलं. आता नटवर त्यांच्या बाजूचे झाले

होते. २००५ सालच्या मे महिन्यात अमेरिकेबरोबर ते एक फार मोठं सहकार्याचं पाऊल उचलणार होते. त्या वेळी नटवर यांच्या पाठिंब्याची त्यांना गरज होती. आपल्या परराष्ट्रमंत्र्यांना दुखावणं त्यांना परवडण्यासारखं नव्हतं. पुढे नटवर एका प्रकरणात गुंतले होते. संयुक्त राष्ट्रसंघाच्या आयोगानं जो अहवाल प्रसिद्ध केला होता, त्या इराकच्या 'ऑइल फॉर फूड' (खनिज तेलाच्या मोबदल्यात अन्नधान्य व इतर दैनंदिन गरजेच्या वस्तू मिळवणे.) या उपक्रमाच्या अंमलबजावणीच्या वेळी सद्दाम हुसेन यांच्या सत्ताकालात ज्या संस्था अथवा व्यक्तींना फायदा झाला होता, अशांची नावं प्रसिद्ध करण्यात आली होती. त्या प्रकरणात त्यांचंही नाव उघडकीला आलं. डॉ. सिंग यांनी नटवर यांच्याकडे राजीनाम्याची मागणी केली. आपल्यावरील आरोपांची शहानिशा होईपर्यंत आपल्याला ठेवून घ्यावं, अशी नटवर यांनी विनंती करताच ती त्यांनी मान्य केली. डॉ. सिंग यांनी नटवर यांच्याशी यापेक्षा जास्त कडक वागायला हवं होतं, असं अनेकांना वाटलं होतं. अखेर नटवरसिंग जेव्हा सोडून गेले, तेव्हा परराष्ट्र खातं पंतप्रधानांनी स्वत:कडेच ठेवलं. परराष्ट्र खातं स्वत:च्या नियंत्रणाखाली ठेवणं, त्यांच्या दृष्टीनं किती महत्त्वाचं होतं, हेच त्यांनी दाखवून दिलं.

इराणच्या परमाणू कार्यक्रमाच्या विरोधात आंतरराष्ट्रीय अणुऊर्जा संस्थे (इंटरनॅशनल ॲटॉमिक एनर्जी असोशिएशन – आयएईए)मध्ये जेव्हा भारताला मतदान करण्याची वेळ आली, तेव्हा निर्माण झालेल्या पेचप्रसंगात नटवर हेच सिंग यांच्या उपयोगी पडले. इराणच्या परमाणू कार्यक्रमाविषयीचं मत हा फार अवघड राजकीय मुद्दा झाला. अमेरिकेनं जो पवित्रा घेतला होता, त्याला पाठिंबा देऊन भारतानं परमाणू प्रसार निर्बंधाच्या बाबतीतली स्वत:ची पात्रता सिद्ध करावी, असं अमेरिकेचं म्हणणं होतं. या परमाणू प्रसार निर्बंधावर भारतानं स्वाक्षरी केलेली नव्हती. परंतु या करारावर स्वाक्षरी करणाऱ्या राष्ट्रांचं म्हणणं असं होतं की, या एनपीटी करारामध्ये ज्या काही अटी घालून देण्यात आल्या होत्या, त्यांचा इराणनं मान राखला पाहिजे. तसं पाहायला गेलं, तर ही मागणी रास्तच होती. परंतु भारतामध्ये मात्र अमेरिका विरोधी शक्तींनी त्याचा अर्थ अमेरिकेच्या सार्वभौमत्वाला शरण जाणं असा लावला आणि भारतानं जर तसं केलं, तर त्यामुळे भारताचा मित्र असलेला इराण दुरावला जाईल. त्याचप्रमाणे भारतातील शिया पंथीय मुस्लीमही दुरावले जातील, असं त्यांचं म्हणणं होतं. तर अशा वरकरणी साध्या-सरळ वाटणाऱ्या मतदानाशी राजकीयदृष्ट्या संवेदनशील बरेच मुद्दे जोडले गेले होते. त्यामुळे डॉ. सिंग यांना सोनियांसह इतर सर्वच सहकाऱ्यांचा या निर्णयात सहभाग हवा होता.

एका रात्री नटवर यांचा मनमोहन सिंग यांना न्यू यॉर्कहून फोन आला. भारताचे राजदूत येथे नक्की कुणाच्या बाजूनं मतदान करायचं याविषयी पंतप्रधानांकडून

आदेश येण्याची वाट पाहात थांबले होते, असं त्यांनी सांगितलं. डॉ. सिंग त्या वेळी चंदीगढला होते. त्यांचं स्वत:चं याविषयीचं मत त्यांनी स्वत:कडेच ठेवलं. केंद्रीय सचिवालय सेवेमधील इतर सदस्यांचं याविषयी काय मत आहे, हे डॉ. सिंग यांनी नटवर यांना शोधून काढायला सांगितलं. नटवर यांनी प्रणव, चिदंबरम आणि शिवराज पाटील यांना फोन केला. तिघांनीही हेच सांगितलं की, संयुक्त राष्ट्रसंघ सुरक्षा परिषदेचे (युएनएससी – युनायटेड नेशन्स सिक्युरिटी कौन्सिल)चे इतर कायमस्वरूपी सदस्य जे करतील, तसंच भारतानं करावं. अखेर नटवर यांनी सोनियांना फोन केला. त्यांनी आपण याच विचाराशी सहमत असल्याचं सांगितलं. नटवर यांनी पंतप्रधानांना फोन करून हे सर्व सांगितलं. मग पंतप्रधानांनी नटवर यांना त्यांचं मत विचारलं. बाकीच्यांनी जे सांगितलं ते आपल्याला पटलं आहे, असं नटवर यांनी सांगताच पंतप्रधान म्हणाले, ''मग तसंच करा!''

पंतप्रधानांच्या सोबत या मुद्द्यावर काम करत असताना सुद्धा नटवर यांना आपण अलिप्त आहोत, डाव्या विचारसरणीकडे झुकणारे आहोत, ही गुणवैशिष्ट्यं सर्वांसमोर मांडायची होती. त्यामुळे माध्यमांसमोर आपण या बेताशी सहमत नसल्याचा आव त्यांनी आणला. एशियन एज वृत्तपत्रात पत्रकार सीमा मुस्तफा यांनी एक बातमी दिली होती. त्यात त्यांनी असं म्हटलं होतं की, भारतानं इराणच्या विरोधी मत द्यावं, असं पंतप्रधान मनमोहन सिंग यांनी नटवर यांना सांगितलं, स्वत: नटवर यांची तशी अजिबात इच्छा नव्हती. त्यानंतर मला त्या वृत्तपत्राच्या संपादकाला पत्र लिहून वस्तुस्थितीचा विपर्यास केल्याबद्दल त्यांची कानउघाडणी करावी लागली. परंतु माझं ते पत्र त्यांनी दुसऱ्या दिवशी त्यांच्या दैनिकात छापलं नाही. मग मी एक निवेदन तयार करून ते सर्व वृत्तपत्रांकडे पाठवून दिलं. या अशा वेळी आपली भूमिका जाहीर मांडण्याचा खूप फायदा झाला. त्यामुळे मंत्र्यांना एक गोष्ट कळून चुकली; आपण कधीही माध्यमांना चुकीची माहिती पुरवली, तर पंतप्रधान सत्य परिस्थिती जगजाहीर करण्यास अजिबात कचरणार नाहीत. मग त्यामुळे संबंधित मंत्र्याची नाचक्की झाली तरीही!

डॉ. सिंग यांच्या धोरणांचं समर्थन करत असताना माझे अनेकदा काँग्रेसजनांशी वादविवाद होत. एकदा मी पंतप्रधानांच्या बरोबर हवाईदलाच्या विमानातून प्रवास करत असताना मणी शंकर अय्यर अणुकराराच्या समस्यांविषयी विस्तारानं सांगत होते. अय्यर यांचा पाठिंबा कधीच नव्हता. ते तर काही पत्रकारांजवळ असेही म्हणाले होते की, जर या मुद्द्यावरून पंतप्रधानांनी राजीनामा देण्याची धमकी दिलीच, तर त्यांना जाऊ दिलं जाईल. या प्रवासात ते उघडपणे अमेरिकेवर टीका करत होते. ते स्वत: कम्युनिस्ट असल्याचा त्यांना अतिशय अभिमान होता आणि अमेरिकेशी मैत्री करण्यापेक्षा जुना सोव्हिएत संघ परत मिळाला, तर कितीतरी बरं होईल, असंही

मत त्यांनी व्यक्त केलं होतं.

त्या स्पष्टवक्त्या मंत्रिमहोदयांना अखेर मला असं सांगणं भाग पडलं की, ते जर स्टॅलिनच्या मंत्रीमंडळात असते, तर (गाइयासारख्या) माध्यम सल्लागारानं स्टॅलिनच्या विमानाचं दार उघडून त्यांना सरळ बाहेर फेकून दिलं असतं. मी त्यांना असंही सांगितलं की, ''पंतप्रधानांबरोबर त्यांच्या अधिकृत विमानातून जात असताना त्यांच्या तोंडावर तुम्ही टीका करण्याचं धाडस करत आहात, याचं कारण आपले पंतप्रधान सज्जन आहेत. ते हुकूमशहा पण नाहीत आणि पक्षाचे 'बॉस' पण नाहीत.''

खरंतर ही एक गोष्ट डॉ. सिंग यांचं बलस्थानही होतं आणि दुर्बलताही. त्यांचं मृदू बोलणं आणि पक्षातील खोडसाळ लोकांना जाब न विचारणं, त्यांना शिस्त न लावणं, या त्यांच्या स्वभाववैशिष्ट्यांमुळे पक्षातील अनेक लोक दोन्ही बाजूंनी बोलायचे. पण तरी ते त्यांना राजकीयदृष्ट्या मोकळीक देत, स्वातंत्र्य देत आणि त्यांचं मन जिंकून घेत. त्यामुळे अनेकदा ते लोकच मूर्ख ठरत.

डॉ. सिंग त्यांच्या मंत्र्यांना सहसा कधीही रागावत नसत. जर एखादी व्यक्ती कामचुकारपणा करत असेल, तर त्या व्यक्तीचे काम आपण स्वत: करायचं, हे त्यांचं धोरण होतं. जर समजा देशांतर्गत सुरक्षेची बाब शिवराज पाटील नीट हाताळत नसले, तर पंतप्रधान स्वत: मधे पडून गृहमंत्र्यांचं काम करत. पण ते गृहमंत्र्यांना रागावत नसत. एकदा दहशतवादी हल्ल्यानंतर पंतप्रधानांनी त्याची माहिती घेण्यासाठी बैठक बोलावली. गृहसचिव आणि गुप्तहेर खात्याचे प्रमुख ७ रेसकोर्स मार्गाला वेळेत पोहोचले. पण शिवराज पाटील यांना उशीर झाला. आम्ही टोमणा मारला, ''ते बहुधा कपडे बदलत असतील!'' शिवराज पाटील यांची वाट बघण्याऐवजी पंतप्रधानांनी बैठकीला प्रारंभ करण्याची सूचना केली. विश्वव्यापार संघटनेच्या ठिकाणी व्यापारविषयक वाटाघाटी करण्याची कमलनाथ यांची पद्धत त्यांना पसंत नसली, तर ते वाणिज्य सचिवांना बोलावून घेऊन एखाद्या विशिष्ट बाबींची हाताळणी कशी करायची हे समजावून सांगत, परंतु कमलनाथ यांच्याशी चर्चा करून स्वत:चं म्हणणं त्यांना पटवून देत नसत. एखाद्या मंत्र्यांच्या कामाविषयी ते नाखूश असले, तर ती नाराजी व्यक्त करण्याची त्यांची पद्धत म्हणजे ते काम स्वत: करून टाकायचं. पण ही पद्धत काही फारशी परिणामकारक नव्हती.

मी जेव्हा मंत्र्यांच्या खातेबदलाची चर्चा करण्यासाठी डॉ. सिंग यांच्याबरोबर बसायचो तेव्हा एखाद्या मंत्र्याविषयी त्यांचं मत काय आहे, हे मला कळायचं. मी कधी एखाद्या मंत्र्याला आहे, त्यापेक्षा जास्त चांगलं खातं देण्याविषयी किंवा त्याला वरची श्रेणी देण्याविषयी सुचवलं, तर त्यांचं त्या मंत्र्याविषयी खरं काय मत आहे, हे ते मला सांगायचे. कधीतरी त्यांच्या चेहऱ्यावरच्या हावभावांवरूनच मला त्यांची

नापसंती समजायची. काही दिवसांनंतर मला एक गोष्ट कळून चुकली, त्यांच्या मंत्रीमंडळातील अगदी थोडेच सदस्य त्यांना प्रशासकीयदृष्ट्या खरोखरच महत्त्वाचे वाटत. काँग्रेस पक्षात आणि आघाडीतील सहभागी पक्षांमध्ये प्रशासकीय गुणवत्ता असणाऱ्यांची कमतरता आहे, हे त्यांचं सततचं पालुपद असायचं.

कधीही खातेबदलाची चर्चा सुरू असली की, डॉ. सिंग खासदारांची यादी मागून घेत. त्यातील प्रत्येकाचा परिचय आणि त्यासंबंधी इतर माहितीपण मागवून घेत. राज्यातील सत्तेच्या समीकरणामध्ये जे बदल होत असत, त्याची माहिती त्यांना हवी असे. कारण त्यावरूनच वेगवेगळ्या राज्यातल्या आणि वेगवेगळ्या जाती-जमातीच्या मंत्र्यांचा राजकीय प्रभाव त्यांना समजून घेता येत असे. पंतप्रधान कार्यालयातील सुब्बू, नारायणन, नायर, मी आणि इतर अनेकांकडून ते ही माहिती घेत. त्यांची जातीय समीकरणांविषयीची समज चांगली होती, पण हाडाच्या राजकारण्याइतकी उत्तम नव्हती. कधीतरी मी एखाद्या प्रादेशिक भाषेतील नियतकालिकाच्या ज्येष्ठ संपादकांना पंतप्रधानांकडे घेऊन जात असे आणि त्या राज्याच्या स्थानिक राजकारणाची पंतप्रधानांना माहिती देण्याचं काम त्यांना सांगत असे.

✦

जर डॉ. सिंग यांच्या हातात अधिकार असते आणि त्यांची जास्त प्रयत्न करण्याची तयारी असती, तर प्रशासनात कितीतरी सुधारणा घडवून आणता आल्या असत्या आणि पंतप्रधान कार्यालय हे सरकारमध्ये सुधारणा घडवून आणण्याचं साधन बनवता आलं असतं. २००४ सालच्या जून महिन्यात देशाला उद्देशून केलेल्या त्यांच्या पहिल्या भाषणात ते म्हणाले, ''आपल्या हातात देशाच्या विकासासाठी जे साधन आहे, त्या साधनात सुधारणा केल्याशिवाय विकासाचा हेतू साध्य होऊ शकणार नाही, ते साधन म्हणजेच सरकार आणि सामाजिक संस्था. स्वाभाविकच सध्या माझ्या चिंतेचा मुख्य विषय हाच असणार आहे आणि येत्या काही दिवसांत माझ्यापुढचं आव्हानही तेच असणार आहे.'' पण या आश्वासनांची पूर्ती न होणं, ही युपीए-१चा एक मोठा कमकुवतपणा ठरला.

काही ठोस पावलंही उचलण्यात आली. उदाहरणार्थ २१ एप्रिल हा 'नागरीसेवा दिन' म्हणून घोषित करण्यात आला. देशभरातून उत्कृष्ट नागरी सेवा देणाऱ्या अधिकाऱ्यांचा शोध घेऊन त्यांना पंतप्रधानांच्या हस्ते पुरस्कार देण्यात आले. पण मोठ्या प्रमाणात प्रशासकीय सुधारणा घडवून आणण्यासाठी काहीही प्रयत्न झाले नाहीत. वीरप्पा यांच्या अध्यक्षतेखाली जी प्रशासकीय सुधारणा समिती स्थापन करण्यात आली होती, तिनं लांबलचक अहवाल सादर केले, पण त्यातून पुढे

काहीच निष्पन्न झालं नाही.

भारतीय राजकारणातील त्रुटीं विषयीची चिंता वाढत चालली होती. त्या संदर्भात परराष्ट्र सेवेमध्ये सुधारणा आणि सेनेचं आधुनिकीकरण घडवून आणण्यासाठी पंतप्रधानांनी एक उच्चस्तरीय समिती स्थापन करावी, अशी मी त्यांना सूचना केली होती. त्यांना ती कल्पना पसंत पडली. परंतु परराष्ट्र मंत्र्यांच्या सक्रिय सहकार्याशिवाय अपेक्षित परिणाम साध्य करता येतील की नाही, याविषयी त्यांना खातरी नव्हती. शिवाय पंतप्रधानांच्या मनात ज्या सुधारणा होत्या, त्या नटवर किंवा प्रणव यांना पसंत पडतील की नाही, अशीही त्यांना शंका होती.

यातली सर्वांत महत्त्वाची प्रशासकीय सुधारणा म्हणजे 'माहितीचा अधिकार' (आरटीआय – राइट टु इन्फर्मेशन) हीच होती हे उघड आहे. त्यामुळे केलेल्या प्रत्येक कृतीची सरकारला जबाबदारी घ्यावी लागणार होती. हा प्रस्ताव राष्ट्रीय सल्लागार समितीकडून आला होता. अनेक ज्येष्ठ तसेच निवृत्त अधिकाऱ्यांनी डॉ. सिंग यांना या आरटीआयच्या बाबतीत सावधगिरीच्या सूचना दिल्या होत्या. यामुळे सरकारमधील भ्रष्टाचार आणि दप्तर दिरंगाईत वाढच होईल, अधिकाऱ्याचं पुढाकार घेऊन उत्साहानं काम करणं कमी होईल आणि चालढकल करण्याची वृत्ती वाढेल, असं त्यांचं म्हणणं होतं.

माहितीचा अधिकार हे एक योग्य पाऊल होतं की नाही? त्याचा प्रशासनावर नक्की काही परिणाम झाला आहे की नाही? याविषयी जनतेचं म्हणणं काय आहे, हे अजून नीटसं कळलेलं नाही. त्यामुळे सरकारच्या कारभारात पारदर्शित्व आलं आहे का? सरकार स्वत:च्या वृत्तीची जबाबदारी घेत आहे का? का उलट त्यामुळे प्रशासकीय अधिकारी धोका पत्करण्यास मागे-पुढे पाहू लागले आहेत? ते अवघड निर्णय घेण्याची टाळाटाळ करू लागले आहेत? असे सर्व प्रश्न अजून अनुत्तरीत आहेत. युपीए-१मध्ये या माहितीच्या अधिकाराच्या बाबतीत प्रचंड उत्साह होता. त्यामुळे युपीए-२वर जेव्हा धोरणात्मक बाबतीत मरगळ आल्याचा आरोप करण्यात आला, तेव्हा मात्र राजकीय निरीक्षकांनी त्यासाठी या माहितीच्या अधिकारालाच जबाबदार धरलं.

या माहितीच्या अधिकाराच्या गुणांविषयी माझ्या मनात बराच अविश्वास होता. तो अविश्वास उघड बोलून दाखवणं काही शक्य नव्हतं. पंतप्रधान कार्यालयातील आणखी काही अधिकाऱ्यांचंही हेच मत होतं. पण या प्रस्तावाच्या बाबतीत सोनिया इतक्या आग्रही होत्या की, त्याला कुणी विरोध केला नाही. सरकारच्या अंतर्गत कामकाजात जो काही पत्रव्यवहार किंवा दळणवळण चालत असे ते पारदर्शी करून जनतेला ते खुलं केलं तरच सरकार जनतेच्या गरजांचा जास्त गंभीर विचार करू लागेल, असं मला वाटत नव्हतं. उत्तम प्रशासनासाठी सुद्धा या प्रकारच्या पारदर्शित्वाची

गरज आहे, असं मला वाटत नव्हतं. उत्कृष्ट प्रशासनासाठीही माझ्या मते ते आवश्यक नव्हतं. फारच कमी संस्था (यात बऱ्याचशा बिगरसरकारी, सेवाभावी संस्था आणि माध्यमं यांचाही समावेश होतो.) पारदर्शी होत्या. परंतु पारदर्शी नसलेल्या या संस्थासुद्धा आपलं काम जबाबदारीनं पार पाडतच होत्या.

आपण जनतेच्या नजरेत आहोत याची भीती भ्रष्ट, अकार्यक्षम अधिकाऱ्यांना वाटणारच नाही. ते आपल्या जुन्या कारवाया करतच राहणार, फक्त त्याच्या पद्धती बदलणार. परंतु जे प्रामाणिक अधिकारी असतील, ते मात्र आपले विचार लेखी मांडण्यास कचरतील. न जाणो पुढे जाऊन कोणी कधी आपल्या कृती मागच्या उद्देशाबद्दल शंका घेतली तर काय, अशी भीती त्यांना वाटू शकेल. मला वाटतं डॉ. सिंग यांना माझा हा दृष्टिकोन पटला असावा, फक्त त्यांनी उघडपणे तसं कधी बोलून दाखवलं नाही.

✦

प्रशासकीय सुधारणांना अपयश येण्याचं मुख्य कारण म्हणजे पंतप्रधान कार्यालय असमर्थ बनलं होतं. मुळात डॉ. सिंग यांची स्वत:च्या कामाचा जराही गवगवा न करता काम करण्याची पद्धत आणि त्या जोडीला त्यांचे मुख्य सचिव नायर हे अननुभवी होते. त्यांच्या आधी त्या पदावर काम करणारे जे होऊन गेले, त्यांच्या इतका आत्मविश्वास नायर यांच्या अंगी नव्हता. त्या लोकांनी स्वत:चे संपर्क सर्वत्र प्रस्थापित केले होते, संपर्काचं प्रचंड मोठं जाळं तयार केलं होतं, तसं नायर यांना जमलं नाही. पंतप्रधान कार्यालयाची ही एक पडती बाजू होतीच. त्याशिवाय सरकारवर कार्यालयाचा फारसा प्रभाव नव्हता, सत्ता नव्हती. पण तरीही आपल्या स्वत:च्या मर्यादित परिघात पंतप्रधान कार्यालयाचं कामकाज कार्यक्षमतेनं सुरळीतपणे चालू होतं.

राष्ट्रीय किमान समान कार्यक्रम (एनसीएमपी – नॅशनल कॉमन मिनिमम प्रोग्रॅम)च्या अंतर्गत जीजी आश्वासनं देण्यात आली होती, त्यांची पुलोक आणि त्यांचे साहाय्यक अमित अगरवाल यांनी एक यादी तयार केली होती. त्यांनी एक तक्ता बनवून त्यात कोणत्या मंत्रालयाला त्यातील कोणत्या गोष्टीची जबाबदारी दिली आहे, याची नोंद करून ठेवली होती. पंतप्रधान कार्यालय या प्रत्येक मंत्रालयाकडून वेळोवेळी अहवाल मागवून घेई व तो पंतप्रधानांना सादर करी. या वेळी पहिल्यांदाच 'सिंहावलोकन – पुनर्निरीक्षण पद्धती' कामकाजात आणण्यात आली आणि ती पद्धतशीर राबवण्यातही येऊ लागली.

अशा प्रकारे पंतप्रधान कार्यालयाच्या कामकाजावर नजर ठेवण्यात आल्यामुळे

तेथील लोकांना आपल्या कामाचं प्रयोजन लक्षात येऊ लागल्याचं स्पष्ट दिसू लागलं. पण त्यामुळे डॉ. सिंग हे राष्ट्रीय किमान समान कार्यक्रमाचं सिंहावलोकन करण्याच्या बैठकांचे अध्यक्षपद स्वत:कडे घेऊन व्यवस्थापनाच्या बारीक-सारीक बाबतीत जातीनं लक्ष घालू लागले. शिवाय इतर लोक काय करत आहेत, यावर नुसती नजर ठेवणं, ही एक बाब झाली. पण पंतप्रधानांना जे हवं, ते लोकांकडून करून घेणं, ही वेगळीच गोष्ट होती.

त्या वेळी एक गोष्ट माझ्या नीटशी लक्षात आली नव्हती. पंतप्रधानांचे मर्यादित राजकीय अधिकार आणि पंतप्रधान कार्यालयाचं कमकुवत असणं, या दोन्हीचा एकत्रित परिणाम असा झाला होता की, मंत्र्यांच्या गैरकृत्यांवर पंतप्रधान आणि त्यांच्या कार्यालयाचं काहीही नियंत्रण नव्हतं. कोणत्याही मंत्र्याच्या भ्रष्टाचाराविषयी विश्वासार्ह वार्ता मला समजली की, मी ती लगेच पंतप्रधानांच्या कानावर घालत असे. ते माझं म्हणणं नेहमी लक्षपूर्वक ऐकून घेत. यातल्या बऱ्याचशा गोष्टी ज्या मंत्र्यांच्या बाबतीत असत, ते मंत्री सहकारी पक्षांमधले असत. परंतु काही काँग्रेस पक्षाचेही असत. जे काही घडत होतं, ते जाणून घेण्याची डॉ. सिंग यांची इच्छा तर नक्कीच होती. मला असं वाटायचं की, ही माहिती पंतप्रधानांना असली, तर ते फाइल्सवर संमतीची सही करताना जास्त सावध राहू शकतील आणि गरज पडली तर संबंधित मंत्र्याला योग्य ती समज देतील.

आघाडी सरकार चालवणाऱ्या सर्वच पंतप्रधानांच्या अधिकाऱ्यांना राजकीय दबावामुळे मर्यादा पडत. पण त्यांच्यातल्या कुणीही डॉ. सिंग यांच्या एवढी जबाबदारी अंगावर घेत असताना इतकी कमी सत्ता गाजवली नसेल. आता मागे वळून पाहताना मला असं वाटतं की, यासाठी काही प्रमाणात डॉ. सिंग हे स्वत: सुद्धा जबाबदार होतेच. "आपली जागा कधी दुसऱ्याला घेऊ द्यायची नाही." हा उपदेश त्यांनी मला केला होता. पण ते स्वत:सुद्धा जर त्याला चिकटून राहिले असते, पंतप्रधान आणि त्यांच्या कार्यालयानं प्रत्येक निर्णय घेण्याच्यावेळी स्वत:ची भूमिका पार पाडली असती, मंत्रीमंडळाच्या रचनेच्या वेळी, राजकीय संपर्क साधण्याच्या बाबतीत जातीनं लक्ष घातलं असतं, तर पुढे त्यांना स्वत:च्या हातात फारशी सत्ता नसण्याची जी खंत वाटू लागली, तशी वेळ कदाचित त्यांच्यावर आली नसती.

सत्तेविना जबाबदारी आणि अधिकाराविना प्रशासन हे मुळातच घातक आहे. त्यामुळे आपल्या मंत्रालयातील भ्रष्टाचाराची जाणीव डॉ. सिंग यांना असूनही ते त्याला आळा घालू शकत नव्हते. कारण त्यांनी तसा प्रयत्न जर केला असता, तर ज्या राजकीय व्यवस्थेचे ते नामधारी प्रमुख होते, ती व्यवस्था कोलमडली असती. आघाडीच्या सहकारी पक्षांचे जे प्रमुख होते, त्यांच्या हाती राजकीय सत्ता होती आणि पंतप्रधान या नात्याने डॉ. सिंग स्वत:च्या मर्जीनुसार मंत्र्यांना काढून टाकू शकत

नव्हते. पण या मंत्र्यांना शिस्त लावण्यासाठी ते आणखी काहीतरी नक्की करू शकले असते. हे करण्याचा एक मार्ग होता, भ्रष्ट मंत्र्यांच्या हाताखाली सचिव म्हणून कर्तव्यदक्ष, सक्षम अधिकाऱ्यांची नेमणूक करणे. पण याही बाबतीत स्वत:चा आग्रह पंतप्रधानांनी चालवला नाही. मंत्र्यांनी आपापल्या मर्जीतल्या माणसांना आपापलं सचिव म्हणून नेमलं.

या सर्व गोष्टींचा परिणाम म्हणून पंतप्रधानांची अप्रतिष्ठा झाली. त्यांची स्वत:ची कारकिर्द स्वच्छ होती, चारित्र्य निष्कलंक होतं, निष्ठा वादातीत होती. पण तरीही हे घडलं! भ्रष्टाचाराचे जे आरोप त्यांचा पिच्छा पुरवू लागले, ज्या पद्धतीनं ते आरोप करण्यात आले आणि काही वर्षांच्या कालावधीत त्यांच्याविषयी जनमत जसं कलुषित करण्यात आलं, त्याची मी कधी कल्पनाच केली नव्हती. बराच काळ माध्यमांनी काही संशयास्पद निर्णयाच्या बाबतीत त्यांची बाजू घेतली, त्यांना संशयाचा फायदा मिळू दिला. त्यांच्या हातात राजकीय आधार नसल्यामुळेच ते आपल्या भ्रष्ट मंत्र्यांना वठणीवर आणू शकले नाहीत, हे माध्यमांनी मान्य केलं. परंतु जनतेसमोर जेव्हा भ्रष्टाचाराचा मुद्दा ठळकपणे उपस्थित झाला, तेव्हा जनतेनं पुन्हा-पुन्हा एकच प्रश्न विचारला, "पंतप्रधानांनी या सर्वांना वेळीच आळा का नाही घातला?" खरंतर इतर सत्तेच्या केंद्रांना पंतप्रधानांनी स्वत: बाजूला होऊन इतकी जागा व्यापू दिली होती की, काही ठोस कृती करण्यासाठी त्यांच्याकडे पुरेशी सत्ताच शिल्लक नव्हती. परंतु हा युक्तिवाद पुरेसा नव्हता.

■

६
'ब्रँड' मनमोहन

"सत्तेची दोन केंद्रं आहेत, या आरोपात काहीही तथ्य नाही. पंतप्रधान मीच आहे."

– मनमोहन सिंग, पहिल्या राष्ट्रीय पत्रकार परिषदेच्या वेळी ४ सप्टेंबर, २००४

मनमोहन सिंग यांच्या कारकिर्दीची सुरुवातच समस्येनं झाली. त्यांच्याआधी सुद्धा अनेक आघाडीची सरकारं आली. विविध गटातील सत्तेच्या दलालांनी समझोता करून बनवलेल्या आघाडीमुळे काही पंतप्रधान सत्तेवर आले. परंतु एका विशिष्ट व्यक्तीनं नाव सुचवल्यामुळे पंतप्रधान बनलेले, डॉ. सिंग हे एकमेव होते. लोकसभेच्याऐवजी राज्यसभेच्या मार्गानं येणारे डॉ. सिंग हे काही पहिलेच नव्हते. याआधीही अशाप्रकारे पंतप्रधान बनलेल्या व्यक्तींची अनेक उदाहरणं आहेत. पण त्यांच्याआधी राज्यसभेच्या मार्गानं पंतप्रधान झालेल्या इतरांनी मात्र त्यानंतर लोकसभेची निवडणूक लढवून विजय प्राप्त करणं पसंत केलं. डॉ. सिंग यांनी मात्र तसं केलं नाही.

राज्यसभेच्या अप्रत्यक्ष मार्गाने कुणी पंतप्रधानपदी येऊ नये, असा घटनेत नियम नसला तरीही आजवर बरेचसे पंतप्रधान लोकसभेची निवडणूक लढवून थेट राजमार्गानेच या पदावर आलेले आहेत. लोकसभेचे प्रतिनिधी लोकांनी थेट निवडून दिलेले असावे, असा जगभरातील सर्व संसदीय लोकशाही पद्धतींमध्ये संकेत आहे.

आधी मला असं वाटलं की, १९९९सालच्या निवडणुकीचा अनुभव लक्षात घेता, लोकसभेच्या निवडणुकीचा धोका पत्करण्याची डॉ. सिंग यांची इच्छा नव्हती. या खेपेला तर धोका बराच जास्त होता. ते काही केवळ काँग्रेस पक्षाचे नेते नव्हते, पंतप्रधान होते. त्यामुळे नंतर पश्चात्ताप करत बसण्यापेक्षा आधी सावधगिरी बाळगलेली बरी, असा विचार त्यांनी केला असणार, अशी माझी कल्पना होती. २००९ सालच्या सार्वत्रिक निवडणुकीत पंतप्रधानांनी उमेदवार म्हणून उतरू नये, हा निर्णय

डॉ. सिंग यांचा स्वतःचा होता की सोनियांचा, हे मला सांगता येणार नाही. परंतु त्या निर्णयाविषयी विचार केल्यावर आता असं वाटतं की, २००४मध्ये जेव्हा लोकसभेची निवडणूक न लढवता राज्यसभेच्या मार्गानं डॉ. सिंग पंतप्रधान झाले, ते केवळ धोका पत्करणं टाळण्यासाठी नव्हे. मी असा निष्कर्ष काढला की, जो काही समझोता करण्यात आलेला होता, त्याचं स्वरूपच असं होतं. २००४मध्ये डॉ. सिंग हे अपघातानं पंतप्रधान झाले होते, यात शंकाच नाही. परंतु युपीए-२मध्ये अशाच प्रकारची व्यवस्था त्यांना स्वतःला आणि सोनियांना कायम ठेवायची होती. अगदी सुरुवातीच्या काळात त्यांना मी बोलता-बोलता म्हणालो होतो, "तुम्ही लोकसभेची जागा मिळवण्याविषयी काय विचार केला आहे?" "त्यावर पक्षच काय तो निर्णय घेईल," असे उत्तर त्यांनी दिलं होतं. युपीए-१मध्ये हा प्रश्न मी परत कधीच विचारला नाही. परंतु २००९च्या सुरुवातीपासूनच त्यांनी लोकसभेची निवडणूक लढवावी म्हणून मी त्यांचा पिच्छा पुरवला होता. दुर्दैवानं त्यांनी माझा सल्ला मानला नाही,

उघडपणे सत्तेची दोन केंद्रे असून सुद्धा मी असाच दृष्टिकोन ठेवला की, भारतीय प्रशासन व्यवस्थेमध्ये पंतप्रधानांचं स्थान पवित्र असून देशाचा खरा नेता कोण? याविषयी लोकांच्या मनात कोणतीही शंका असणार नाही. सोनिया काँग्रेसच्या नेत्या होत्या आणि युपीएच्या अध्यक्षपदीही त्यांची नियुक्ती झालेली होती. परंतु माझ्या मते सरकारचे प्रमुख या नात्यानं आघाडीचे नेते मनमोहन हेच होते आणि त्यांची जनमानसासमोर अशीच प्रतिमा उभी करण्याचा माझा विचार होता.

एक पत्रकार म्हणून एक गोष्ट माझ्या लक्षात आली होती, नरसिंह राव आणि वाजपेयी हे दोघंही पंतप्रधान म्हणून त्यांचा अधिकार गाजवत असत. त्यांच्यापैकी एका पंतप्रधानांच्या कारकिर्दीची सुरुवात अल्पमतातील सरकारचे प्रमुख म्हणून, तर दुसऱ्यांची आघाडीचे प्रमुख म्हणून झाली. दोघांनाही गटबाजीला आणि आघाडीतील सहयोगी पक्षांना तोंड द्यावं लागत होतं. आपल्या हातातील सत्तेच्या मर्यादा दोघांनाही ठाऊक होत्या. पण तरीही आपणच देशाचे पंतप्रधान असल्याची प्रतिमा निर्माण करण्यात दोघंही यशस्वी झाले होते. त्यांनी आपल्या क्षेत्राचं डोळ्यात तेल घालून रक्षण केलं. पण आता पंतप्रधानांना त्यांच्याच पक्षासमोर तोफेच्या तोंडी न देता त्यांची ही पंतप्रधान म्हणून समाजात प्रतिमा मी कशी काय निर्माण करू शकणार होतो?

युपीएचं पहिलं संसदेतील सत्रच खळबळजनकरित्या सुरू झालं. पंतप्रधानांच्या दृष्टीनं ती एक दुःखाची गोष्ट होती. संसदेच्या इतिहासात पहिल्यांदाच एका नवनिर्वाचित पंतप्रधानांना त्यांच्या मंत्रीमंडळाची ओळख सभागृहापुढे करून देण्याची संधी मिळाली नाही.

त्याचप्रमाणे राष्ट्रपतींनी संसदेला उद्देशून केलेल्या अभिभाषणानिमित्त मांडलेल्या आभाराच्या प्रस्तावावरील चर्चेला उत्तर देण्याची संधीही डॉ. सिंग यांना नाकारण्यात आली.

नव्या संसदेच्या पहिल्याच सत्रामध्ये वाईटरितीने व्यत्यय आणण्यात आला. मुख्य विरोधक असलेला भारतीय जनता पक्ष या सार्वत्रिक निवडणुकीत झालेल्या अनपेक्षित पराभवाच्या धक्क्यातून अजून पुरता सावरला नव्हता. केंद्रीय मंत्रीमंडळात झारखंड मुक्ती मोर्चाच्या शिबू सोरेन त्याचप्रमाणे गुन्ह्याचे आरोप असणाऱ्या आणखी काहींचा परिचय करून देण्याच्या मुद्यावरून भाजपनं सभागृहात गोंधळ घातला. १० जून रोजी नव्या संसदेच्या उद्घाटन सत्राच्या शेवटच्या दिवशी सभापती सोमनाथ चॅटर्जी यांनी जेव्हा पंतप्रधानांना भाषण देण्यासाठी निमंत्रित केलं, तेव्हा विरोधी पक्षांनी ते होऊ दिलं नाही. डॉ. सिंग खूप अस्वस्थ झाले. भाजपला स्वत:चा पराभव स्वीकारता आला नाही. त्यामुळे नव्या पंतप्रधानांना संसदेत भाषण करू देण्याचं साधं सौजन्यही त्या पक्षानं दाखवलं नाही. याबद्दल मनमोहन सिंग अत्यंत चिडले होते, ते नाराज होते. अखेर अत्यंत असमाधानकारक अशी तडजोड करण्यात येऊन भाजपानं आभाराच्या प्रस्तावासाठी सभागृहाची संमती मागण्याची पंतप्रधानांना परवानगी दिली. अखेर चेहऱ्यावर नाराजीचे भाव घेऊन डॉ. सिंग उभे राहिले आणि व्यथित स्वरात त्यांनी निवेदन केलं.

> "माननीय सभापती महोदय,
>
> "मला असं समजलं आहे की, राष्ट्रपतींच्या भाषणानिमित्त आभारप्रदर्शनाच्या ठरावाबद्दल दोन्ही बाजूच्या राजकीय पक्षांमध्ये असा समझोता झाला आहे की, या ठरावावर मतदान घेण्यात येऊन तो एकमताने संमत करण्यात यावा. तरी, माननीय महोदय, मी तुम्हाला अशी विनंती करतो की, हा ठराव मतदानासाठी ठेवण्यात यावा. मी या निमित्तानं येथे उपस्थित असलेल्या लोकसभेच्या सर्व माननीय सदस्यांचे आभार मानतो."

डॉ. सिंग घडलेल्या घटनांमुळे अतिशय उद्विग्न मन:स्थितीत घरी परतले. मग असं ठरलं की, जे निवेदन ते संसदेत सादर करणार होते, तेच आता त्यांनी राष्ट्राला उद्देशून भाषणाच्या स्वरूपात टेलिव्हिजनवरून करावं. मणी दीक्षित यांना आणि मला त्या निवेदनात थोडेसे फेरफार करून पंतप्रधानांचं राष्ट्राला उद्देशून भाषण तयार करण्यास सांगण्यात आलं. त्या भाषणाचा साचा म्हणून राष्ट्रीय किमान समान कार्यक्रम घेण्यात आला होता. नवीन सरकारचा कार्यक्रम लिहून झाल्यावर मी त्याला आणखी एक परिच्छेद जोडला. "आपल्या हातात देशाच्या विकासासाठी जे साधन आहे, त्या साधनात सुधारणा केल्याशिवाय विकासाचा हेतू साध्य होऊ शकणार नाही. ते साधन म्हणजेच सरकार आणि सामाजिक संस्था. स्वाभाविकच सध्या माझ्या चिंतेचा मुख्य विषय हाच असणार आहे आणि येते काही दिवस माझ्या पुढचं आव्हानही तेच असणार आहे." यानंतरची कित्येक वर्षं अनेकांनी या एका

परिच्छेदाचा संदर्भ देऊन असं सांगितलं होतं की, त्यामुळे त्यांच्या मनात खूप आशा निर्माण झाल्या पण ही एकच गोष्ट पंतप्रधान करू शकले नाहीत.

आपलं परराष्ट्र धोरण आणि राष्ट्रीय संरक्षण या दोन मुद्यांविषयी या भाषणाद्वारे पंतप्रधानांनी वाजपेयी सरकारच्या वचनाचा पुनरुच्चार केला तो म्हणजे, 'अण्वस्त्रांचा वापर पहिल्यांदा आम्ही करणार नाही. भारत यापुढेही जागतिक आण्विक नि:शस्त्रीकरणासाठी प्रयत्नशील राहील. त्या भाषणातून त्यांनी असं सुचित केलं की, युपीए सरकार उच्च तंत्रज्ञानावरील औद्योगिक निर्बंध हटवण्याच्या बाबतीत अमेरिकेशी बोलणी सुरूच ठेवेल. हेच उद्दिष्ट मनात ठेवून स्वत:ला 'अण्वस्त्रसज्ज सत्ता' म्हणून घोषित करत वाजपेयी सरकारनं अमेरिकेशी बोलणी सुरू केली होती. लष्करी व्यूहरचनेतील भागीदारीच्या बाबतीत पुढचा टप्पा काय असेल, या विषयीची ती बोलणी होती. मणी दीक्षित आणि पंतप्रधान यांनीही बोलणी पुढे नेण्याचं पक्कं ठरवलं होतं.

पंतप्रधानांचं भाषण तयार झाल्यावर मी त्यांना टीव्हीवर भाषण कसं सादर करायचं, याचा सराव करण्याची सूचना दिली. त्यासाठी टेलेप्रॉम्प्टरचा उपयोग करण्याचं ठरलं. (वक्त्याच्या समोर पडद्यावर भाषणातील वाक्य उमटतात व ती त्याला भाषण केल्याच्या थाटात वाचून दाखवता येतात.) टेलिव्हिजन वरचं भाषण म्हणजे संसदेच्या सभागृहात देशाचं अंदाजपत्रक सादर करण्यासारखं नसतं, असं मी त्यांच्या लक्षात आणून दिलं. टीव्हीवरून जेव्हा भाषण प्रक्षेपित होतं, तेव्हा प्रेक्षकांशी जवळीक साधली जाते. देशभरातील असंख्य परिवार आपल्या घरातील बैठकीच्या किंवा झोपण्याच्या खोलीतून पंतप्रधानांचं भाषण ऐकत असतात. एखाद्या अत्यंत कुशल वक्त्याला सुद्धा जर टीव्ही या माध्यमाविषयीचं पुरेसं ज्ञान नसेल, तर तो अपयशी ठरू शकतो.

असा सराव करण्याची डॉ. सिंग यांनी तयारी दाखवली. ७ रेसकोर्स मार्ग कार्यालयात आम्ही एक टीव्ही कॅमेरा आणून बसवला. दुपारचं जेवण आणि वामकुक्षी झाल्यावर ते एक तास या कॅमेऱ्यासमोर भाषणाचा सराव करू लागले. दिवसभराचं कामकाज संपवून ते घरी जायला निघण्यापूर्वी मी त्यांना त्या दिवशीच्या भाषणाचं ध्वनिमुद्रण दाखवत असे. त्यात कुठे त्रुटी होत्या ते सांगून भाषण देण्याच्या पद्धतीत आणखी कुठे सुधारणा करता येईल, यासंबंधी त्यांच्याशी चर्चा करत असे. त्यांचा आवाज खूप मृदू होता. महत्त्वाच्या शब्दांवर जोर देत ठाशीव उच्चार करत भाषण देण्याचं वक्त्याचं कौशल्य त्यांच्या अंगी नव्हतं. एखादा अत्यंत महत्त्वाचा मुद्दा सांगून झाल्यावर क्षणभर थांबण्याऐवजी ते पुढच्या भाषणाला सुरुवात करत.

पुढे ते जेव्हा अमेरिकेच्या काँग्रेससमोर भाषण देण्याची तयारी करत होते, तेव्हा जनसमुदायाकडून कोणत्या वाक्यांवर टाळ्या पडू शकतील, कोणते मुद्दे श्रोते

डोक्यावर उचलून घेतील, याचा तर्क करून तेथे टाळ्या घेण्यासाठी त्यांनी थांबावं, म्हणून मी असे काही शब्द अधोरेखित करून ठेवले होते. कोणत्या शब्दांना उच्चारताना जास्त ठासून उच्चार करावा, याच्याही खुणा मी केल्या होत्या. अर्थात हे ठाशीव उच्चाराचं तंत्र त्यांना फारसं जमत नसे. ते कधीही टीव्हीसाठी मुलाखत देणार असतील, तेव्हा ती ध्वनिमुद्रित करण्याआधी कॅमेऱ्यांचा अँगल कसा असावा, हे मीच ठरवत असे. कधी गरज पडली, तर परत एकदा ध्वनिमुद्रण करायलाही लावत असे. पंतप्रधानांकडून काहीही चूक झालीतरी ती त्यामुळे सुधारता येई. एकदा मुलाखतीचं ध्वनिमुद्रण पूर्ण झाल्यावर मी ते तपासून पाहात असे व त्यानंतरच ते प्रक्षेपित करण्यात येई.

त्यांनी राष्ट्राला उद्देशून केलेल्या पहिल्या भाषणाच्या तयारीला तीन दिवस लागले. २४ जून रोजी ७ रेसकोर्स मार्गावरील 'पंचवटी' या परिषद रूममध्ये त्याचं ध्वनिमुद्रण करण्यात आलं आणि त्याच रात्री ते भाषण प्रक्षेपित करण्यात आलं. दुसऱ्या दिवशी सकाळी 'हिंदू' दैनिकात बातमी छापून आली. डॉ. सिंग यांचं राष्ट्राला उद्देशून केलेलं पहिलं भाषण धीरगंभीर आणि आशयघन होतं. त्यांचं वक्तृत्व अमोघ असून त्यांचं लेखन शैलीदार आहे, त्यांत कुठेही शब्दाचं अवडंबर माजवलेलं नव्हतं की ते भडकही नव्हतं. त्यातून पंतप्रधानांचं स्वत:च व्यक्तिमत्त्व प्रतिबिंबित होत होतं.

त्या भाषणात जो हिंदी भाग होता, तो उर्दू लिपीत लिहिलेला होता. डॉ. सिंग यांचा जन्म पश्चिम पंजाबमधला असून त्यांचं शिक्षणही तिथेच झालं. त्यामुळे त्यांना हिंदी लिहिता-वाचता येत नसे. पश्चिम पंजाब हा सध्याच्या पाकिस्तानात आहे. डॉ. सिंग यांची मातृभाषा पंजाबी असून तिची लिपी 'गुरुमुखी' आहे. शाळेतील शिक्षणाचं माध्यम उर्दू होतं. डॉ. सिंग यांचं केवळ उर्दू भाषा बोलण्यावरच प्रभुत्व नव्हतं, तर त्यांचा उर्दू साहित्य आणि काव्याचाही गाढा अभ्यास होता.

संसदेत जेव्हा कधी हस्तक्षेप करण्याची वेळ येई, तेव्हा डॉ. सिंग त्यांच्या उर्दू काव्याच्या ज्ञानाचा बराच उपयोग करीत. गालिब, फैज, फिराक अशा महान कवींच्या काव्यपंक्तींचा भला मोठा खजिनाच त्यांच्याकडे होता. मुझफ्फर रझमी या कवींचा एक शेर डॉ. सिंग यांना फार आवडायचा. त्यांनी तो अनेकदा संसदेतही उद्धृत केला होता आणि पाकिस्तानचे राष्ट्राध्यक्ष परवेझ मुशर्रफ यांच्यासमोर ही सांगितला होता. तो शेर असा होता :

ये जब्र भी देखा है।
तारीक की नजरोंने
लम्होंने खता की थी।
सदियोंने सजा पायी।

('इतिहासाच्या गाथेमध्ये आजवर खूप अन्याय घडला आहे. क्षणिक चुकीसाठी आम्हाला शतकानुशतकं शिक्षा मिळाली आहे.')

डॉ. सिंग यांचं स्वातंत्र्य दिनाचं भाषण नेहमी उर्दूतच लिहिलं जायचं. पण त्यांची काही हिंदीतली भाषणं कधीकधी गुरुमुखीतसुद्धा लिहिण्यात येत असत. सार्वजनिक ठिकाणी किंवा टीव्हीवर भाषण करताना आपलं भाषण अधिक परिणामकारक व्हावं, म्हणून डॉ. सिंग खूप मनापासून प्रयत्न करत. त्यांना वक्तृत्वकला सहज स्वाभाविकरित्या अवगत नव्हती. राजकारण्यांना नेहमी टीव्ही कॅमेऱ्यासमोर छापील हास्य करावं लागतं. पण डॉ. सिंग यांना कॅमेऱ्यासमोर असं स्मितहास्य करताना खूप अवघडल्यासारखं होई. कधीतरी मी त्यांच्या खूप जवळ जात असे. त्यांचे सुरक्षारक्षक त्यामुळे अस्वस्थ सुद्धा होत. मग मी हळूच त्यांच्या कानात कुजबुजत असे, "हसा!"

कधीतरी दहशतवादी हल्ल्याचा निषेध करण्यासाठी किंवा शोकसंदेश देण्यासाठी पंतप्रधानांना टीव्हीच्या कॅमेऱ्यासमोर यावं लागे. अशावेळी त्यांनी कागदावर लिहिलेलं भाषण वाचून दाखवू नये, असा माझा सल्ला असे. त्यांनी समोर कॅमेऱ्यात पाहून उत्स्फूर्तपणे बोलावं, अशी माझी सूचना असे. काही दिवसानंतर ते टेलेप्रॉम्प्टरवरून भाषण वाचण्यात पारंगत झाले. पण तरीही उत्कृष्ट वक्त्यांमध्ये त्यांची गणना कधी होऊ शकली नाही. सार्वजनिक सभांमध्येही नाही आणि टीव्हीवरही नाही.

✦

जुलै महिन्यात त्यांचा बँकॉक येथे माध्यमांशी वार्तालाप आयोजित करण्यात आला होता. त्याच्या जरा आधी त्यांना माध्यमांना सामोरं जाण्यापूर्वी ताजेतवानं व्हायचं आहे का, असं मी विचारताच ते हसून म्हणाले, "क्या शेर कभी अपने दात साफ करता है?" मी एका नव्या आत्मविश्वासानं परिपूर्ण अशा डॉ. मनमोहन सिंग यांच्या प्रतिमेचा पुरावा म्हणून माध्यमांना हा किस्सा सांगितला त्यांनी ही तो घाई-घाईने उचलला. पण संसदेच्या पुढच्या बैठकीच्या वेळी पुन्हा एकदा विरोधकांनी पंतप्रधान कमकुवत असल्याचा सूर लावला. शिवाय त्यांनी नियोजन मंडळाच्या उपाध्यक्षपदी आपल्या स्वतःच्या पसंतीच्या मॉन्टेक यांना आणलं. त्याला प्रत्युत्तर म्हणून सोनियांनी राष्ट्रीय सल्लागार समिती निर्माण करून त्यात केवळ मॉन्टेक यांचेच नव्हे, तर पंतप्रधानांचे टीकाकारही आणले. याचा परिणाम, पंतप्रधानांची प्रतिमा अधिकाधिक खालावण्यातच झाला.

आपणच 'बॉस' आहोत, हे दाखवण्यासाठी आता डॉ. सिंग यांच्या हातात करण्यासारखं काय होतं? आणि मुळात त्यांची त्यासाठी काही करण्याची तयारी तरी होती का? त्यांचा संकोची स्वभाव, मितभाषी, अंतर्मुख व्यक्तिमत्त्व हाच एक

त्यातला मोठा अडसर होता. केंद्रीय मंत्रीमंडळातील आपल्या सहकाऱ्यांवर अधिकार गाजवायला ते तयार नसत. त्यामुळे अर्थातच त्यांचे कनिष्ठ त्यांची प्रतिमा उंचावण्यासाठी फारसं काही करू शकत नसत. याशिवाय आणखीही एक समस्या होती. डॉ. सिंग हे लोकसभेचे सदस्य नसून राज्यसभेचे सदस्य असल्यानं ते उगाच इकडे लोकसभेत येऊन ढवळाढवळ करतात, असं विरोधकांनी त्यांचं चित्र रंगवण्यास सुरुवात केली होती. संसदेमध्ये ते प्रास्ताविक करण्यासाठी उभं राहिल्यावर भाजपानं त्यांचं भाषण उधळून लावलंच होतं. जुलैमध्ये जेव्हा पुन्हा लोकसभा सुरू झाली तेव्हाही भाजपानं पंतप्रधानांना सभागृहापुढे भाषण करू दिलं नाही.

डॉ. सिंग ज्या परिस्थितीत सापडले होते, त्याबद्दल त्यांना स्वत:ला काय वाटत होतं, हे स्पष्ट नव्हतं. ते स्वत:च्या मर्जीनुसार चालत नसल्यानं जर कधी कुणी सुचित केलं, तर ते चिडत. पण दुसऱ्या बाजूला ते स्वत:च खाली मान घालून वावरत. आपला अधिकार गाजवण्याचं टाळत. कधीतरी आपण स्वतंत्र बुद्धीनं चालत असल्याचं दाखवून देण्यासाठी ते मुद्दामच काही गोष्टी करत, काही विधानं करत. अगदी साधंच पण समर्पक उदाहरण द्यायचं झालं, तर त्यांनी पंतप्रधानपदाची सूत्रे हाती घेऊन थोडेच दिवस झाले होते. एका विशिष्ट प्रस्तावावर सोनियांची संमती घेतली आहे का, हा प्रस्ताव पुलोक यांच्या मार्फत त्यांच्याकडे पाठवण्याची गरज आहे का, असं मी विचारताच डॉ. सिंग रागावून म्हणाले, ''पंतप्रधान मीच आहे!''

२००४ सालच्या सप्टेंबर महिन्यात 'पंजाब केसरी' नावाच्या एका दैनिकात पहिल्या पानावर अशी ठळक बातमी छापून आली होती. 'संजय बारु की छुट्टी होगी।' लवकरच पंतप्रधान कार्यालयातून माझी गच्छंती होणार असल्याचं त्यात म्हटलं होतं. माझ्या कार्यपद्धती विषयी काँग्रेसचं नेतृत्व नाराज असल्याचं कारण त्यासाठी देण्यात आलं होतं. त्या वेळी डॉ. सिंग मला म्हणाले, ''तुम्ही सोनियांची भेट का नाही घेत? म्हणजे ती माणसं तुम्हाला त्रास देणार नाहीत.'' त्यांना अभिप्रेत असलेली 'ती माणसं' म्हणजे सोनियांच्या आवती-भोवती असणारी माणसं होती. हेच लोक माध्यमांना माझ्याबद्दल खोट्या-नाट्या गोष्टी पुरवत होते. पण एकदा मी सोनियांपर्यंत थेट पोहोचू शकतो, हे त्यांना कळलं असतं की, त्यांनी मला त्रास देणं थांबवलं असतं, असं पंतप्रधानांना सुचवायचं होतं.

त्यावर मी म्हणालो, ''मी त्यांना भेटावं, अशी जर तुमची इच्छा असेल, तर मी जाऊन भेटेन.'' त्यावर त्यांनी माझ्यासाठी सोनियांकडून भेटीची वेळ मागून घेण्याचं मला वचन दिलं. पण मग माझा विचार बदलला. मी तसं न करण्याचं ठरवलं. माझ्यावर कुणी टीकास्त्र सोडताच मी लगेच घाईनं सोनियांना जाऊन भेटणं, म्हणजे मी माझी नोकरी वाचवण्याची धडपड करण्यासाठीच हे करत आहे, असा त्याचा अर्थ झाला असता. मी पंतप्रधान कार्यालयात नोकरी पत्करली, कारण

पंतप्रधानांचीच तशी इच्छा होती. त्यामुळे जोपर्यंत ते स्वत: मला जायला सांगत नाहीत, तोपर्यंत मी जाणार नाही, असं मी त्यांना सांगितलं. 'मी आता सोनियांच्या आश्रयाला कशाला जाऊ?' असंही मी त्यांना म्हणालो. त्यावर ते काहीच बोलले नाहीत. हा विषय पुन्हा कधीच निघाला नाही. मी पंतप्रधान कार्यालयात काम करत असताना एकदाही सोनियांना भेटायला गेलो नाही.

त्यांनी सूत्रं हाती घेतल्यावर थोड्याच दिवसांनी एक किरकोळ प्रसंग घडला. पण त्यामुळे मी काळजीत पडलो. सोनियांच्या खास मर्जीत असलेल्या काही कनिष्ठ मंत्र्याशी वागताना डॉ. सिंग फार जास्त काळजी घेत. इतकंच नव्हेतर अशा मंत्र्यांवर काही भ्रष्टाचाराचे आरोप झाले, तर त्याकडे सुद्धा ते कानाडोळा करत. त्याप्रसंगातून हे स्पष्ट झालं. काँग्रेसच्या एक कनिष्ठ मंत्री रेणुका चौधरी यांनी भाजपाचे नेते जसवंत सिंग यांना ते संरक्षणमंत्री असताना पत्र पाठवून एका शस्त्रास्त्रांच्या व्यापाऱ्याच्या भेटीची वेळ मागून घेतली होती. पंतप्रधानांना या गोष्टीची कल्पना आहे का? आणि रेणुका चौधरी यांचं हे वागणं पंतप्रधानांना पटलं आहे का? असं एका तेलगू दैनिकाच्या पत्रकारानं मला विचारलं. त्याच्या या प्रश्नाचं उत्तर मिळवण्यासाठी मुद्दाम पंतप्रधानांकडे जाण्याची मला काही गरज वाटली नाही. त्यामुळे मी त्याला थातूर-मातूर उत्तर देऊन मोकळा झालो. पंतप्रधान सध्या कामात खूप व्यग्र असून या अशा बातम्या त्यांच्या नजरेखालून गेल्या नसल्याचं मी त्याला सांगितलं. एखाद्या खासदारानं शस्त्रास्त्रांच्या व्यापाऱ्याच्या भेटीची वेळ मागून घेणं पंतप्रधानांना कधीच पटणार नाही, असंही मी त्याला सांगितलं. खरंतर त्या वेळी मी तोंड बंद ठेवायला हवं होतं, पण मी कामाला सुरुवात करून फारच थोडे दिवस झाले होते.

रेणुका चौधरी यांनी शस्त्रास्त्रांच्या व्यवहारात रस घेतल्याबद्दल पंतप्रधानांनी नाराजी व्यक्त केल्याचं वृत्त दुसऱ्या दिवशी तेलगू माध्यमांनी दिलं. त्या संध्याकाळी रेणुका चौधरी यांचा मला फोन आला. मी ते निवेदन पंतप्रधानांच्या संमतीनं दिलं होतं का? असं त्यांनी मला विचारलं. मी पंतप्रधानांशी त्या बाबतीत बोललो नसून या अशा गोष्टी पंतप्रधानांना कधीच पसंत पडणार नाहीत, अशा अर्थाचं एक सर्वसामान्य विधान मी केलं असल्याचं त्यांना सांगितलं. आपण अशा प्रकारचं कोणतंही पत्र लिहिलेलं नसून कुणीतरी आपली बदनामी करण्याच्या हेतूनं मुद्दामच अशा वावड्या उठवत असल्याचं त्यांचं म्हणणं होतं. पंतप्रधान रेणुका चौधरी यांच्या विरुद्ध काहीही बोलले नसल्याचा खुलासा करणारं निवेदन मी प्रसिद्ध करावं, असं त्यांनी सांगितलं.

पंतप्रधानांनी मला अशा अर्थाचं निवेदन प्रसिद्ध करण्यास सांगितल्याशिवाय मी ते करणार नाही, असं मी रेणुका चौधरी यांना स्पष्ट सांगितलं. त्यावर आपण स्वत:च पंतप्रधानांना भेटून मला तसा आदेश द्यायला सांगू, असं त्यांनी सांगितलं. त्यानंतर

पंतप्रधानांचं बोलावणं कधी येतं, अशी मी वाट बघत बसलो. पण तसं काहीच झालं नाही. काही दिवसांनंतर डॉ. सिंग यांनी मला बोलावून नक्की काय घडलं, ते विचारलं. मी त्यांना सर्वकाही स्पष्ट करून सांगताच, ते रिगत हास्य करून म्हणाले, ''मग तुम्ही स्वत: जाऊन रेणुका चौधरींची समजूत घातली, तर बरं! त्या खूप चिडल्या आहेत!''

मी आश्चर्यानं थक्क झालो. जर समजा आपल्या हाताखालच्या अधिकाऱ्यानं रेणुका चौधरी यांना नाराज केलं असेल, तर स्वत: पंतप्रधानांनी चिंतित होण्याची काहीच गरज नव्हती. रेणुका चौधरी याकाही कॉँग्रेस पक्षातील फार ज्येष्ठ नेत्या नव्हत्या. मी पंतप्रधानांना म्हणालो की, जर मी रेणुका चौधरी यांची माफी मागितली, तर त्या गावभर असं सांगत फिरतील की, एका शस्त्रास्त्राच्या व्यापाऱ्याचं मन वळवायला त्या गेल्याबद्दल पंतप्रधानांनी त्यांच्यावर ताशेरे तर झोडलेच नाहीत, उलट पंतप्रधान कार्यालयानं त्यांच्यासारख्या एका कनिष्ठ मंत्र्याची माफी मागितली. त्या प्रकरणात उगीच पंतप्रधानांची प्रतिमा डागाळून जाईल, अशी मला भीती वाटली. मी त्यांना म्हणालो, ''पंतप्रधान आपल्या कनिष्ठ मंत्र्याचं असं वागणं खपवून घेत नसल्याचं पाहून माध्यमांना आनंदच वाटेल. त्यामुळे हा विषय आपण इथेच सोडलेला बरा!'' मग त्यांनी माझ्यावर दडपण आणलं नाही. दुसऱ्या दिवशी नायर यांनी मला गाठून विचारलं, ''तुम्ही रेणुका चौधरी यांना भेटून हा वाद मिटवणार आहात का?'' मी जरा वैतागलो. ''रेणुका चौधरी या इतक्या महत्त्वाच्या का आहेत?'' असं मी त्यांना विचारताच, ते म्हणाले, ''कारण त्या पक्षाच्या नेतृत्वाच्या जवळच्या आहेत.''

या अशा प्रसंगावरून पंतप्रधानांनी आपल्या अधिकाऱ्याच्या कक्षा स्वत:च संकुचित करून घेण्याची तयारी दाखवली, हेच स्पष्ट होतं. रेणुकांवर जी गोष्ट केल्याचा आरोप ठेवण्यात आला होता, ती गोष्ट करणं पंतप्रधानांना मंजूर होतं असं नव्हे. परंतु त्याबद्दल त्यांच्यावर जाहीर ताशेरे झोडण्याची त्यांची तयारी नव्हती. कारण रेणुका या सोनियांच्या खास मर्जीतल्या असल्याचं मानलं जाई. पंतप्रधानांची प्रतिमा समाजात उंचावण्याच्या बाबतीत ही एक मोठीच अडचण ठरणार आहे, हे मला कळून चुकलं. राजकारणामध्ये अत्यंत निष्कलंक, स्वच्छ चारित्र्य असणारी, निष्ठावान व्यक्ती ही त्यांची प्रतिमा होती.

अर्थातच त्यांच्या खासगी जीवनामध्ये ते अत्यंत सत्शील, चारित्र्यसंपन्न होतेच. त्याबद्दल कुणीही कधीच शंका घेतली नाही. राज्यसभेचे नेते असताना ते स्वत:ची मारुती८०० ही गाडी स्वत:च चालवत. ही गोष्ट दिल्लीच्या सर्व पत्रकारांना ठाऊक होती. अशीच आणखी एक गोष्ट प्रसिद्ध होती, ती म्हणजे आल्या-गेलेल्यांसाठी मिसेस कौर स्वत:च चहा घेऊन येत असत. ज्यांचा जावई किंवा मुलगा उद्योग-

व्यवसाय करणारा किंवा जमिनीचे व्यवहार करणारा नसलेले हे बहुधा एकमेव पंतप्रधान असतील. त्यांच्या मुली आणि जावई नोकरी करतात. त्यामुळेच कदाचित कोणत्याही प्रकारच्या घोटाळ्यात आपलं आणि आपल्या कुटुंबीयांचं नाव कधीच गोवलं जाणार नाही, अशी त्यांची खातरी असावी. त्यामुळेच त्यांनी ते थांबवण्यासाठी काहीच हालचाल केली नाही.

त्यांच्या या स्वच्छ, चारित्र्यसंपन्न प्रतिमेचा त्यांना सुरुवातीच्या काळात नक्की फायदा झाला. युपीए-१मध्ये त्यांची ही प्रतिमा टिकून राहिली. २००९ सालच्या निवडणूक प्रचाराची धामधूम चालू असताना उत्तर प्रदेशातील एका खेड्यातून 'द हिंदू' या दैनिकाच्या पत्रकार विद्या सुब्रमण्यम यांनी दिलेल्या वृत्तात असं म्हटलं होतं, 'कुणाला मत देणार?' असं मी अनेक गावकऱ्यांना विचारलं, त्यावर सगळे म्हणाले, 'काँग्रेसला! सरदारजींना!!' गरीब, साध्या माणसांना पंतप्रधान हे 'नेक आदमी' वाटत असल्याचंही त्यांनी पुढे म्हटलं होतं. आता त्यांच्या ह्या 'नेक आदमी' प्रतिमेचाच राजकीय फायदा करून घेणं गरजेचं होतं. ते स्वत:च्या मर्जीनं चालतात, हेही जगाला दाखवून देणं आवश्यक होतं. एक माध्यम सल्लागार म्हणून हे माझं काम होतं.

शारदा प्रसाद माझ्याशी सहमत होते. "ते म्हणाले पंतप्रधानांना राजकारणात सक्रिय व्हायला सांगा! एक पंतप्रधान म्हणून जे काही करणं गरजेचं असेल, ते त्यांना करायला सांगा! पक्षाध्यक्षांच्या अधिकाराला आव्हान न देताही, त्यांना हे करता येईल." पंतप्रधानांनी सर्व राज्याच्या मुख्यमंत्र्यांची भेट घ्यावी आणि राष्ट्रीयदृष्ट्या महत्त्वाच्या बाबींवर त्यांना पत्रं लिहावीत, असाही शारदा प्रसाद यांनी सल्ला दिला. पंतप्रधानांना स्वत:चं मत आहे, हे देशातील जनतेला कळलं पाहिजे. त्यासाठी तुम्ही पत्रकार परिषद आयोजित करा, त्यात पंतप्रधान राजकीय प्रश्नांना उत्तरं देतील, त्यांचा स्वत:चा दृष्टिकोन स्पष्ट करतील.

दुसऱ्या दिवशी माझ्यात आणि शारदा प्रसाद यांच्यात झालेल्या संभाषणाचा गोषवारा मी डॉ. सिंग यांना सांगितला. ते पत्रकार परिषद घेण्यासाठी लगेच तयार झाले. मला त्यासाठी त्यांचं मन वळवण्याची गरजसुद्धा पडली नाही. 'मनमोहन सिंग' हा एक विश्वसनीय 'ब्रँड' बनवण्याच्या दृष्टीनं पत्रकार परिषद ही एक क्लृप्ती होती. पंतप्रधान ही व्यक्ती नक्की कशी आहे, हे देशभरातील लोकांना जवळून समजल्याशिवाय ते स्वत:च्या मर्जीचे मालक आहेत, हे त्यांना पटणं शक्य नव्हतं.

आपल्या सरकारची आणि आपल्या देशाची विश्वासार्हता वाढवण्यासाठी पंतप्रधानांना त्याची वैयक्तिक विश्वासार्हता वाढवण्याची गरज होती. मी त्यांची उज्ज्वल प्रतिमा प्रस्थापित करण्याचं हे काम करत होतो, म्हणजे काही त्यांच्यावर उपकार करत नव्हतो. देशहितासाठी करावं लागणारं ते एक कर्तव्य होतं. प्रणव मुखर्जी यांनी खूप

वर्षांनंतर मला एकदा ठासून सांगितलं होतं, पूर्ण देशाची विश्वासार्हता ही पंतप्रधानांच्या विश्वासार्हतेवर अवलंबून असते. जर भारताचे पंतप्रधान एक 'कळसूत्री बाहुली' आहेत, असा जगाचा समज झाला, तर जगाची भारताविषयी काय कल्पना होईल?

यानंतर काही दिवसांतच २००४ सालच्या ऑगस्ट महिन्यात लालकृष्ण अडवानी आणि जॉर्ज फर्नांडिस यांनी एक चुकीचं पाऊल उचललं. पंतप्रधान हे कणखर असून स्वतंत्र बुद्धीनं चालणारे आहेत, हे जगाला दाखवून देण्याची आयती संधी चालून आली. अडवानी आणि फर्नांडिस राष्ट्रीय लोकशाही आघाडी (एनडीए)चं एक शिष्टमंडळ घेऊन अंदाजपत्रकात दुरुस्त्या सुचवण्यासाठी आले. त्या वेळी संतप्त झालेल्या डॉ. सिंग यांनी त्यांना बसण्याची देखील विनंती केली नाही; मग त्यांना चहापाणी विचारणं तर बाजूलाच राहिलं. ज्या विरोधकांनी त्यांच्या संसदेतल्या पहिल्या दिवसाची धूळधाण उडवली होती, त्यांना कनवाळूपणा दाखवण्याचा प्रश्नच येत नव्हता. ते शिष्टमंडळ पंतप्रधानांच्या कक्षात शिरल्यावर पंतप्रधानांनी उभ्या उभ्याच त्यांचं स्वागत केलं आणि शिष्टमंडळ बरोबर आणलेलं पत्र पंतप्रधानांना सादर करत असताना ते पूर्णवेळ उभेच राहिले. त्यांनी नंतर ती फाइल स्वीकारली आणि ती न वाचताच आपल्या टेबलावर टाकली. ते शिष्टमंडळ हतबुद्ध होऊन परत गेलं.

मग एनडीएच्या नेत्यांनी संसदभवनाच्या बाहेरच्या कॅमेऱ्यांसमोर जाऊन पंतप्रधानांनी आपला अपमान केल्याची तक्रार केली. पंतप्रधानांच्या संसदभवनातील कार्यालयामधून मला सुब्बूचा फोन आला. मी त्या वेळी साउथ ब्लॉकमध्ये होतो. जर माध्यमांनी याविषयी काही विचारणा केलीच, तर मला सगळं माहीत असावं, म्हणून सुब्बूनं मला घडलेल्या गोष्टी सांगितल्या. त्यानं मला स्पष्ट करून सांगितलं की, टीव्हीवरून जे काही सांगण्यात येत आहे, तशी पंतप्रधानांनी ती फाइल मुळीच फेकली नव्हती. त्यांनी ती फक्त टेबलावर टाकली होती. ते त्या वेळी टेबलापाशी उभे होते आणि टेबलाची उंची कमी होती. मग मी त्या संधीचा फायदा घेण्याचं ठरवलं. मी सुब्बूला म्हणाले, "आपण तरी असा बचावात्मक पवित्रा कशासाठी घ्यायचा? पंतप्रधानांचा विरोधी पक्षनेत्यांचा अपमान करण्याचा हेतू नव्हता आणि त्यांनी फाइल फेकली नव्हती, असं आपण तरी का स्पष्टीकरण द्यायचं? त्यापेक्षा त्यांच्यावर करण्यात आलेला आरोप खराच असल्याचं आपण मान्य करून टाकू. पंतप्रधान चिडले होते, वैतागले होते आणि विरोधकांच्या अशा विध्वंसक वृत्तीला ते कंटाळले होते, असंच आपण म्हणूयात ना!"

माध्यमांना ही कहाणी फारच आवडली. पंतप्रधान मनमोहन सिंग कोणाचाही आगाऊपणा खपवून घेणार नाहीत, हेच यातून सिद्ध होत होतं. 'आउटलुक' या नियतकालिकानं त्यावर अशी प्रतिक्रिया दिली: "आपल्या संकोची, सतत कामात व्यग्र असणाऱ्या आणि कडक 'बॉस'ना लोकप्रिय पंतप्रधानांच्या ढाच्यात घालून

घडवण्यासाठी धडपडणाऱ्या डॉ. मनमोहन यांच्या माध्यम सल्लागारांसाठी ही एक चांगली संधी चालून आली. अशा संधीची ते गेले तीन महिने वाट पाहात होते. घडलेल्या घटनेवर खोटा मुलामा चढवून ती झाकण्याचा प्रयत्न करण्याऐवजी त्यांच्या माध्यम सल्लागारांनी असं ठरवलं की, कदाचित एका नव्या, आत्मविश्वासपूर्ण, तणावमुक्त, आग्रही मताच्या, स्वत:च्या अधिकार गाजवणाऱ्या मनमोहन सिंग यांच्या या नव्या प्रतिमेला आता जन्म झाला असेल. कुणाच्याही छायेत न राहता स्वत:च्या मर्जीप्रमाणे चालणारे पंतप्रधान! खरंतर पंतप्रधानांची प्रतिमा निर्माण करू पाहणाऱ्या या किमयागारांना (स्पिन डॉक्टर्सना) पंतप्रधानांच्या रागाचा असा स्फोट कधी होतो, याचीच प्रतीक्षा होती.''

पंतप्रधानांची पत्रकार परिषद जशी जवळ येत होती, तशा आणखी काही घटना घडत होत्या. डॉ. मनमोहन सिंग यांनी राज्याच्या मुख्यमंत्र्यांना देशातील महत्त्वपूर्ण बाबींच्या संदर्भात पत्रं लिहावी, ही शारदा प्रसाद यांची सूचना त्यांनी मान्य केली. अशा प्रकारे राज्याच्या मुख्यमंत्र्यांना पंतप्रधानांनी पत्रं लिहिण्याचा पायंडा पंडित नेहरू यांनी पाडला. पण त्यांच्यानंतर आलेल्या पंतप्रधानांनी ही प्रथा पाळली नाही. पण पुन्हा एकदा ती पद्धत चालू करण्यामागे दोन कारणं होती – एक म्हणजे, बरेच मुख्यमंत्री हे एकतर स्थानिक पातळीवरील प्रादेशिक पक्षाचे होते किंवा भाजपचे होते. त्यामुळे अशा पत्राच्या माध्यमातून इतर राजकीय पक्षाच्या नेत्यांशी संपर्क साधणं पंतप्रधानांना सोयीचं पडणार होतं. दुसरं म्हणजे, या कृतीमुळे ते केवळ एका पक्षाचा नेता नसून एका देशाचे नेते आहेत, ह्या मुद्यावर आपोआपच जोर दिला जाईल. शिवाय सर्वच प्रादेशिक भाषेतून निघणारी वृत्तपत्रं पंतप्रधानांनी मुख्यमंत्र्यांना लिहिलेल्या पत्रांचा अनुवाद करून छापतील, त्या पत्रांना प्रसिद्धी देतील. देशातील लोकांशी संपर्क साधण्यासाठी हे आणखी एक क्षेत्र उपलब्ध होईल.

१८ जुलै, २००४ रोजी पंतप्रधानांनी मुख्यमंत्र्यांना पहिलं पत्र लिहिलं. त्याचा विषय होता 'सार्वजनिक सेवा जनतेपर्यंत पोहोचवणे.' या पत्राचं प्रसारमाध्यमांमधून स्वागत करण्यात आलं. पंडित नेहरू यांनी सुरू केलेल्या या प्रथेचं डॉ. सिंग यांनी पुनरुज्जीवन केल्याचा बऱ्याच वृत्तपत्रांनी उल्लेख केला होता. त्यांचं हे पत्र कोणत्याही एका पक्षासाठी नसून सर्व पक्षांसाठी असल्याचंही त्यांनी म्हटलं होतं. पंतप्रधान डॉ. सिंग हे 'पक्षपाती' नाहीत, अशीच त्यांची प्रतिमा मला उभी करायची होती. अखेर सोनिया तर काँग्रेस पक्षाच्या नेत्या असून त्या आपल्या नेतेपदाचा अधिकार व्यवस्थित गाजवत होत्या. डॉ. सिंग त्यांच्याशी त्या भूमिकेबद्दल स्पर्धा करू शकत नव्हते. त्यांना सर्व राज्यांच्या मुख्यमंत्र्यांशी थेट संपर्क साधून आपण नेता असल्याचं सिद्ध करण्याचा हा एक मार्ग पंतप्रधानांकडे होता. असं म्हटलं जात असे की, भारताच्या सत्तेच्या राजकारणात फक्त तीनच गोष्टींना महत्त्व असतं: पीएम, सीएम आणि

डीएम (पंतप्रधान, मुख्यमंत्री, जिल्हा न्यायाधीश अथवा जिल्हाधिकारी) अनेक मुख्यमंत्र्यांनी जिल्हाधिकाऱ्यांशी थेट संपर्क साधून आपलं राज्याच्या राजधानीतलं स्थान बळकट केलं होतं. ते प्रशासकीय अधिकारांची उतरंड पार करण्याच्या भानगडीत पडले नाहीत. पंतप्रधानांनी मुख्यमंत्र्यांशी थेट संपर्क प्रस्थापित करणं, हेसुद्धा असंच होतं.

पंतप्रधान अशी मुख्यमंत्र्यांना पत्रं लिहिण्याच्या बाबतीत उत्साही होते. पण या राजनीती मधला पुढचा टप्पा होता – एक एक मुख्यमंत्र्यांसोबत प्रत्यक्ष भेटून चर्चा किंवा ब्रेकफास्ट मीटिंग. याबाबत मात्र डॉ. सिंग यांनी विशेष उत्साह दाखवला नाही. पश्चिम बंगालचे मुख्यमंत्री बुद्धदेव भट्टाचार्य यांची त्यांनी अनेकदा भेट घेतली. त्यांना बुद्धदेव यांचा सहवास आवडायचा. त्यांच्या मनावर कोणताही ताण नसायचा. पण इतर मुख्यमंत्र्यांची अशी एकट्यानं भेट घेण्याची त्यांना इच्छा नव्हती.

डॉ. सिंग कधीही पक्षपाती वृत्तीचे नव्हते. पण क्वचित कधीतरी ते पक्षाची बाजू घेत. जी राज्यसरकारं विरोधकांच्या मार्फत चालवली जात होती, त्यांच्याशी वागताना ते अशी कणखर भूमिका घेत. एकदा भाजपाचा मित्रपक्ष असलेल्या ओरिसा सरकारच्या नवीन पटनाईक या मुख्यमंत्र्यांनी डॉ. सिंग यांची भेट घेतली. त्या वेळी बिहार राज्यात युपीएच्या मित्रपक्षाचं सरकार होतं. बिहार सरकारला ज्या आर्थिक सोयी-सवलती मिळाल्या तशाच ओरिसालाही मिळाव्यात, अशी पटनाईक यांनी मागणी करताच, डॉ. सिंग यांनी त्यांच्या मृदू स्वभावाला न शोभणाऱ्या कडक शब्दांत उत्तर दिलं. ''पैसे काय झाडाला लागतात का?'' मी ही गोष्ट माध्यमांपर्यंत पोहोचवली. जर गरज पडली तर सौजन्यशील स्वभावाचे डॉ. सिंग किती करारी बनू शकतात, याचंच हे उदाहरण होतं.

✦

पंतप्रधानांच्या पहिल्या राष्ट्रीय पातळीवरील पत्रकार परिषदेच्या दिवशी सकाळीच 'आउटलुक' या नियतकालिकानं त्यांच्या मुखपृष्ठासाठी डॉ. सिंग यांच्या नव्या, अधिकार गाजवणाऱ्या रूपाची गोष्ट घेतली होती. त्यासाठी त्यांनी डॉ. सिंग यांच्या अडवानी आणि फर्नांडिस यांच्या बरोबरच्या भेटीचा प्रसंग उदाहरण म्हणून घेतला होता. 'आउटलुक'नं पंतप्रधानांबद्दल बोलताना अधिक शक्तीशाली, खंबीर आणि करारी अशी विशेषणं वापरली होती. बातमीतील अधोरेखित मुद्दा होता : विरोधकांनी सावध व्हा! 'आउटलुक'च्या शीला रेड्डी यांनी लिहिलं होतं, संकोची, बिनव्यक्तिमत्त्वाच्या, कसलाही आग्रह न धरणाऱ्या मनमोहन सिंग यांचे दिवस संपले. आता इथून पुढे पंतप्रधान माध्यमांच्या जास्तीत जास्त संपर्कात येतील. आता जेव्हा गरज पडेल,

तेव्हा ते विरोधकांशी वागताना कणखर भूमिका घेतील. मंत्री जर मर्यादा सोडून वागू लागले, तर डॉ. सिंग ते सहन करणार नाहीत.''

या वृत्तात पुढे असंही म्हटलं होतं, मित्रपक्ष आणि डावे पक्ष यांच्या बाबतीत असलेले धोरणात्मक प्रश्न सोडवण्याची सोनियांनी त्यांना पूर्ण मोकळीक दिली आहे. डॉ. सिंग सोनियांच्या अनुपस्थितीत समन्वय समितीच्या बैठकांचे अध्यक्ष असतील. केवळ प्रशासकीय मुद्यांपुरतेच त्यांचं कार्यक्षेत्र मर्यादित न राहता, त्यात काश्मीर प्रश्नासारख्या मुद्यांचाही अंतर्भाव केला जाईल. ते 'राजकीय पंतप्रधान' असावेत, अशी सोनियांची इच्छा आहे, केवळ एक प्रशासक एवढीच मर्यादित भूमिका त्यांनी बजावावी, अशी सोनियांची अपेक्षा नाही. हे वृत्त जरासं सोनियांच्या बाजूनं लिहिण्याचा प्रयत्न केला गेला होता, असं माझ्या लक्षात आलं. सोनियांच्या मर्जीनंच पंतप्रधान आता आपले अधिकार गाजवू लागले होते. असं या ठिकाणी सुचित करण्यात आलं होतं. मला त्यात 'आउटलुक'चे मुख्य संपादक विनोद मेहता यांचा हात दिसला. 'काँग्रेस हायकमांड'ची नाराजी पत्करण्याची त्यांची इच्छा नव्हती.

या वृत्तात मार्क्सवादी कम्युनिस्ट पक्षाचे नेते डी. राजा यांच्या तोंडचे उद्‌गार दिले होते. ते असं म्हणाले होते, ''मनमोहन सिंग हे आता खरोखरीचे पंतप्रधान म्हणून उदयास येत आहेत. इतिहासानं त्यांच्याकडे ही नवी भूमिका सोपवली असून त्या भूमिकेत स्वत:ला नीट बसवण्यासाठी ते स्वत:त बदल घडवून आणत आहेत. राजकीय प्यादं किंवा दुसऱ्या व्यक्तीनं नियुक्त केलेलं पंतप्रधान, असं काही नसतं. ते आता एका सरकारचे मुख्य असून ते तसे वागत आहेत.'' मी राजा यांना फोन केला आणि पंतप्रधानांविषयी त्यांनी काढलेल्या या प्रसंशोद्‌गाराबद्दल त्यांचे आभार मानले.

ही पत्रकारपरिषद जशी जवळ आली तशी आणखी एक सकारात्मक गोष्ट घडली. आपण पक्षाच्या अध्यक्षा या नात्यानं अजूनही 'बॉस'च असलो, तरी पक्षातील ज्येष्ठ नेत्यांनी आणि मंत्र्यांनी जाहीरपणे डॉ. सिंग यांचा सर्वांत ज्येष्ठ नेते म्हणून स्वीकार करावा, असं सोनियांनी स्पष्ट केलं आणि त्यासाठी काही ठोस पावलं सुद्धा उचलली. त्यातील पहिली पायरी म्हणजे, डॉ. सिंग जेव्हा परदेश दौऱ्यावर निघाले, तेव्हा सोनियांनी संपूर्ण केंद्रीय मंत्रीमंडळाला त्यांना निरोप देण्यासाठी ७ रेसकोर्स मार्गाच्या बाहेर उभं राहण्यास सांगितलं. पंतप्रधानांविषयीचा जाहीरपणे आदर व्यक्त करण्यासाठी हे करण्यात आलं होतं. काँग्रेस पक्षातील काही ज्येष्ठ नेत्यांनी त्यांच्या बोलण्या-वागण्यातून डॉ. सिंग यांच्याविषयी अधिकाधिक आदर दाखवला पाहिजे, असं सोनियांनी सुचवलं.

उदाहरणार्थ सरकार स्थापन झाल्यानंतर सुरुवातीच्या काही दिवसांत परराष्ट्र मंत्री नटवर सिंग हे डॉ. सिंग यांचा नुसता 'मनमोहन' असा उल्लेख करत. पण हे समीकरण आता बदललेलं असल्याचं त्यांना हलके सुचवण्यात आलं. मानव

संसाधन विकास मंत्री केंद्रीय मंत्रीमंडळाच्या बैठकीच्या वेळी किंवा सार्वजनिक कार्यक्रमाच्या ठिकाणी पंतप्रधान मनमोहन सिंग यांचं आगमन झाल्यानंतर उभे राहत नसत. सोनियांच्या सूचनेनंतर त्यांनी जरा अनिच्छेनेच उठून उभं राहायला सुरुवात केली. सोनियांनी आणखी एक घोषणा केली, ती म्हणजे त्यांच्या स्वत:च्या अनुपस्थितीत पक्षाच्या आणि युपीए समन्वय समितीच्या बैठकांचे अध्यक्ष डॉ. सिंग हेच असतील. २००४ सालच्या ऑगस्ट महिन्यात अखिल भारतीय काँग्रेस समिती (एआयसीसी – ऑल इंडिया काँग्रेस कमिटी)च्या अधिवेशनात सोनिया यांनी डॉ. सिंग हेच 'सेकंड इन-कमांड' असल्याचं स्पष्ट केलं. त्या अधिवेशनासाठी मी पंतप्रधानांचं अत्यंत उघड-उघड राजकीय रंग असलेलं भाषण तयार केलं होतं. त्याच्या केवळ एक आठवडा आधीच त्यांनी लाल किल्ल्याच्या तटावरून पहिल्यांदाच स्वातंत्र्यदिनानिमित्त भाषण केलं होतं. आता या अखिल भारतीय काँग्रेस समितीच्या भाषणातून एक पंतप्रधान म्हणून त्यांची प्रतिमा दृढ होणार होती. स्वातंत्र्यदिनी केलेल्या भाषणात त्यांनी राष्ट्रीय किमान समान कार्यक्रम (एनसीएमपी – नॅशनल कॉमन मिनिमम प्रोग्राम)चं रूपांतर सात सूत्रांमध्ये केलं होतं. त्याचप्रमाणे ग्रामीण भारतासाठी असलेल्या नवीन योजनांबद्दल ते बोलले. त्यांनी त्या ठिकाणी असं जाहीर केलं : ''मी आश्वासनं देणार नसून आश्वासनं पाळणार आहे.'' त्यांच्या या विचारांचं सर्वत्र कौतुक झालं.

✦

सप्टेंबर, २००४मध्ये जी पत्रकार परिषद होणार होती, त्यासाठी डॉ. सिंग यांना तयार करण्याच्या कामी खूप कष्ट घेण्यात आले. पत्रकार परिषदेत पंतप्रधानांना कोणते प्रश्न विचारण्यात येतील आणि त्यांची काय उत्तरं असतील, याविषयी अनेक मंत्र्यांचा, वरिष्ठ अधिकाऱ्यांचा आणि संपादकांचा सल्ला घेण्यात आला. मी स्वत: अनेक मंत्र्यांशी आणि संपादकांशी बोललो. मणी, नायर आणि नारायणन यांनी पंतप्रधान कार्यालयातील अधिकाऱ्यांबरोबर बसून प्रश्नांचा एक संच तयार केला व त्याची उत्तरंही सुचवली. अखेर ७५ संभाव्य प्रश्न आणि त्यांची उत्तरं अशी यादी करण्यात आली. पुढच्या आठवड्यात डॉ. सिंग यांना अनेकदा भेटून त्यांच्याशी त्या प्रश्नांवर चर्चा करण्यात आली. या बैठकांमध्ये झालेली चर्चा अत्यंत उपयुक्त ठरली, कारण अनेक मुद्द्यांवर डॉ. सिंग यांनी त्यांचं स्वत:चं मत व्यक्त केलं होतं. संभाव्य प्रश्नांवरील त्यांच्या स्वत:च्या उत्तरांचा सराव केला होता. डॉ. सिंग यांच्या महत्त्वाच्या साहाय्यकंची आपापसात चर्चा झाली. कोणत्या प्रश्नावर डॉ. सिंग यांनी नेमकं काय उत्तर द्यावं, याविषयी ही चर्चा होती. पंतप्रधान कार्यालयात

धोरणाविषयी सूत्रबद्ध व्यवस्थित, अशी ही पहिलीच चर्चा होती.

माझं म्हणणं असं होतं की, पंतप्रधानांना आधी संभाव्य प्रश्न वाचून दाखवण्यात यावेत. त्यातील नेमक्या प्रश्नांची उत्तरं त्यांना पंतप्रधान कार्यालयाकडून हवी आहेत, हे त्यांनी सांगावं. माझ्या सहकारी सुजाता मेहता या परराष्ट्र मंत्रालयातील संयुक्त सचिव असून परराष्ट्र धोरणासंबंधी सर्व प्रश्नांची लेखी उत्तरं त्यांनी तयार केली होती. डॉ. सिंग यांनी माध्यमांसमोर काय बोलावं आणि काय बोलू नये, याविषयी आम्ही त्यांना नीट समजावून सांगावं, असं परराष्ट्र मंत्रालयानं आम्हाला सांगून ठेवलं होतं. डॉ. सिंग सुजाता मेहता याचं बोलणे शांतपणे ऐकून घेत आणि त्यांना जे काही हवं, तेच बोलत. कधीतरी डॉ. सिंग यांनी माध्यमांसमोर किंवा भेटीला आलेल्या पाहुण्यांसमोर काय बोलू नये, असं पंतप्रधान कार्यालयातील अधिकारी बोलू लागले की, डॉ. सिंग वैतागून म्हणत, ''मला कोणती गोष्ट माहीत असायला हवी, हे तुम्ही मला सांगा. मी काय करावं अथवा काय करू नये, हे तुम्ही मला सांगण्याची गरज नाही.''

ही पत्रकार परिषद विज्ञान भवनाच्या भल्या मोठ्या सभागृहात घ्यावी, असं मी ठरवलं. सर्व सरकारी परिषदा याच ठिकाणी भरत. ही पत्रकार परिषद सर्व मान्यता प्राप्त भारतीय आणि परदेशी पत्रकारांना खुली ठेवण्यात येणार होती. ही घटना सर्वसमावेशक बनवण्यासाठी पत्रकारांनी आधी निमंत्रणपत्रिका ताब्यात घेतल्यास त्यांना प्रवेश दिला जाणार होता. सभागृहात पाचशे पत्रकारांना बसवण्यात येणार होतं. त्यामुळे ते गच्च भरून गेलं असतं. ही पत्रकार परिषद सकाळच्या वेळी ठेवण्यात यावी, अशी डॉ. सिंग यांनी सूचना केली. मणी आणि विक्रम या दोघांनाही ती कल्पना पसंत पडली. डॉ. सिंग सकाळच्या वेळी ताजेतवाने, तरतरीत असतील, असं त्यांचं म्हणणं होतं. पण मी ते अमान्य केलं. सध्याच्या टेलिव्हिजनच्या युगात रविवार सकाळची वेळ 'प्राइम टाइम' या व्याख्येत बसत नव्हती. आपण जर हा कार्यक्रम दुपारच्या जेवणाच्या आधीच आटोपला, तर विरोधक संध्याकाळच्या टेलिव्हिजनच्या 'प्राइम टाइम'वर ताबा मिळवतील, असं मी त्यांना सांगितलं. त्यामुळे संध्याकाळच्या बातमी पत्रातील ठळक बातम्या पंतप्रधान काय म्हणाले, या बाबतच्या नसून त्यांचे टीकाकार काय म्हणाले, अशा असतील. मग हा कार्यक्रम संध्याकाळी ५ वाजता ठेवण्याचं पंतप्रधानांनी मान्य केलं. त्यामुळे टीव्हीच्या प्रतिनिधींना ठळक बातम्या तयार करण्यासाठी खाद्य मिळालं असतं आणि दैनिकांच्या पत्रकारांना दुसऱ्या दिवशीची बातमी तयार करण्यासाठी पुरेसा वेळ मिळाला असता.

पत्रकार परिषदेच्या दिवशी सकाळी माझ्या असं लक्षात आलं की, पंतप्रधान आणि पत्रकार यांच्यातील संवादासाठी फक्त अर्ध्याच तासाचा वेळ ठेवण्यात आला होता. मी खचलो. या पत्रकार परिषदेत काही गडबड होऊ नये म्हणून, तीस मिनिटंच पुरे, असा निर्णय मणी आणि नायर यांनी परस्पर घेऊन टाकल्याचं मला

समजलं. मी पंतप्रधानांकडे जाऊन गोष्टीचा कसा प्रतिकूल परिणाम होईल, हे सांगितलं. उपस्थित ५०० पत्रकारांपैकी किमान पन्नास पत्रकारांना तरी प्रश्न विचारायला मिळण्याची अपेक्षा असेल; हे मी त्यांच्या ध्यानात आणून दिलं. मग प्रत्येक प्रश्नाच्या उत्तराला किमान एक मिनिट लागणार असं म्हटलं तरीही पत्रकार परिषद एक तासाच्या वर चालणार. डॉ. सिंग यांना ते पटल्यामुळे मी सुटकेचा नि:श्वास टाकला. त्या संध्याकाळी कोणतीही बैठक न ठेवण्याची त्यांनी विक्रम दोरायस्वामी यांना सूचना केली. माध्यमांसोबत एक तासाहून अधिक काळ घालवण्यासाठी डॉ. सिंग तयार झाले, ही गोष्ट मला स्वागतार्ह वाटली. प्रत्यक्षात ही पत्रकार परिषद नव्वद मिनिटे चालली आणि एकूण बावन्न प्रश्न विचारण्यात आले.

पत्रकार परिषदेच्या दिवशी सकाळी मी माझे सहकारी मुथू कुमार यांच्याबरोबर विज्ञान भवन येथे गेलो. हे मुथू कुमार अत्यंत कुशल माहिती सेवा अधिकारी होते. दूरदर्शनमधील कामाचा त्यांचा अनुभव मोठा होता. त्यांच्याबरोबर मी रंगमंच व्यवस्था, व्यासपीठ आणि दूरदर्शन कॅमेरा यांची रचना, इत्यादी गोष्टी जातीनं लक्ष घालून करून घेतल्या. सभागृहात फक्त दूरदर्शनचेच कॅमेरे चित्रीकरणासाठी बसवण्यात येणार होते. इतर खासगी वाहिन्याला त्यांच्या मार्फत मोफत 'लाइव्ह फीड' मिळणार होता. यामुळे पंतप्रधानांच्या दृष्टीनं सर्वांत सोयीस्कर ठिकाणी मी कॅमेरे बसवून घेतले. खासगी वाहिन्यांना आत प्रवेशच दिला नाही. प्रेक्षकांना टीव्हीच्या पडद्यावर पंतप्रधानांचा चेहरा जवळून दिसणार होता आणि प्रेक्षकांनी गच्च भरलेल्या प्रेक्षागाराचा 'लाँग शॉट' दाखवण्यात येणार होता. पंतप्रधान बोलत असताना पाठीमागच्या बाजूला भारतीय गणराज्याची प्रतीकं तिरंगा आणि अशोक स्तंभाचे तीन सिंह झळकणार होते.

सर्व अधिकाऱ्यांना प्रेक्षागारात बसवण्यात येणार होतं. ही गोष्ट कानावर येताच, सूचना आणि प्रसारण खात्याचे मंत्री प्रियरंजन दासमुन्शी यांनी फोन करून नाराजी व्यक्त केली. आपल्या मंत्रालयानं अधिकृतरीत्या हा कार्यक्रम आयोजित केलेला असताना, या पत्रकार परिषदेला पंतप्रधानांच्या शेजारी व्यासपीठावर आपल्याला खुर्ची कशी काय देण्यात येणार नाही? असा त्यांचा प्रश्न होता. मी शारदा प्रसाद यांचा सल्ला घेतल्यानंतरच हा निर्णय घेतल्याचं त्यांना सांगितलं. इंदिराजी आणि राजीवजी सुद्धा अशा प्रकारे पत्रकार परिषदेच्या वेळी व्यासपीठावर एकटेच असत, असं मी त्यांना सांगितलं. मग काहीतरी पुटपुटत त्यांनी फोन ठेवून दिला.

सर्व पत्रकारांना गटागटानं बसवण्याची जबाबदारी मुथू यांनी घेतली. एका बाजूला इंग्रजी दैनिकांचे पत्रकार तर दुसऱ्या बाजूला भारतीय प्रादेशिक भाषांच्या पत्रकारांचा गट, टीव्हीचे पत्रकार एका बाजूला, हिंदी भाषक माध्यमांचे प्रतिनिधी एका बाजूला, अशी व्यवस्था करण्यात आली. उर्दू भाषेच्या पत्रकारांसाठी एक

स्वतंत्र रांग ठेवण्यात आली होती.

प्रत्येक प्रतिनिधीला एक-एक क्रमांक छापलेलं कार्ड देण्यात आलं होतं. मी प्रेक्षागारातील विविध विभागांमधून, विविध गटांमधून पत्रकारांचे क्रमांक घोषित करून एकेकाला प्रश्न विचारण्याची संधी देणार होतो. म्हणजे प्रत्येक विभागातील माध्यम प्रतिनिधींना संधी मिळाली असती. सूत्रसंचालन अत्यंत महत्त्वाचं होतं, यात तर शंकाच नाही. पण सर्वांत महत्त्वाची चाल ही होती की, डॉ. सिंग कोणत्याही प्रश्नाचं उत्तर उत्स्फूर्तपणे, संबंधित अधिकाऱ्यांच्या मदतीशिवाय देत असल्याचं सर्वांना दिसणं फार महत्त्वाचं होतं. असं केल्यानं धोरणात्मक बाबींच्या सर्वच पैलूंवर त्याचं नियंत्रण असल्याचं स्पष्ट होणार होतं. अणुविषयक धोरण असो नाहीतर नद्यांचा प्रश्न असो! त्यांना या प्रत्येकावर सारखीच माहिती आहे. शेतकऱ्यांचे प्रश्न, आर्थिक बाबी, काश्मीर आणि तेलंगणा या प्रत्येक गोष्टीचं त्यांना ज्ञान आहे, हे सर्वांना दाखवून देणं गरजेचं होतं. वेळेची बचत करण्यासाठी नेहमीच्या प्रास्ताविकाला फाटा देण्यात आला. युपीए सरकारनं आपल्या पहिल्या १०० दिवसांत काय-काय कामगिरी केली याचा १००० शब्दांचा छापील अहवाल उपस्थितांना वाटण्यात आला. पत्रकार परिषदेची सुरुवात थेट प्रश्नोत्तरांनी झाली.

शेवटी आमच्या अंदाज वर्तवण्याच्या कौशल्यावर मी खूश झालो. पत्रकार परिषदेत विचारण्यात आलेल्या बावन प्रश्नांपैकी एक्कावन प्रश्नांची आम्ही अपेक्षा केलीच होती. एकच अनपेक्षित प्रश्न 'हिंदुस्तान टाइम्स'चे जय रैना यांच्याकडून आला. पंतप्रधानांचं त्यांच्या 'स्पिन डॉक्टर्स'च्या कामाविषयी काय मत आहे?'' असा तो प्रश्न होता. पंतप्रधानांनी स्मितहास्य केलं. त्यांच्या चेहऱ्यावर प्रश्नचिन्ह होतं. प्रेक्षक जोरात हसले. पंतप्रधानांना 'स्पिन डॉक्टर' या वाक्प्रचाराविषयी माहिती नसावी. (स्पिन डॉक्टर – शब्दांची उलटापालट करण्यात कुशल असलेली व्यक्ती.)

पत्रकार परिषद समाप्त झाली, तेव्हा माध्यमप्रतिनिधी गार झाले होते. 'आउटलुक' नियतकालिकानं जे व्यक्त केलं होतं, ते डॉ. सिंग यांनी खरं करून दाखवलं होतं. ते कमकुवत वाटले नव्हते, उत्तरं देताना चाचरले नव्हते. कोणत्याही प्रश्नाचं उत्तर देण्यासाठी त्यांना इतरांची मदत घ्यावी लागली नव्हती. पत्रकार परिषदेत कुणीही गोंधळ घातला नव्हता, व्यत्यय आणला नव्हता. मनमोहन सिंग हे खरोखरच पंतप्रधान होण्यासाठी जन्माला आलेले आहेत, हे सिद्ध करण्यातील पहिलं पाऊल उचलण्यात आलं होतं.

त्या संध्याकाळी मणी दीक्षित यांनी त्यांच्या घरी स्नेहभोजन आयोजित केलं होतं. मी तिथे पोहोचल्यावर त्यांनी माझे हात हातात घेतले आणि मला थोपटून म्हणाले, ''मी उगीच काळजी करत होतो.'' या पत्रकार परिषदेच्या बाबतीत मी धोका पत्करण्याचं साहस केलं, ते योग्यच होतं, असं त्याचं मत झालं. मणी आणि

पंतप्रधान कार्यालयातील काही लोकांना आधी असं वाटलं होतं की, मी पंतप्रधानांना ज्या पद्धतीनं माध्यमांसमोर आणतोय, ती 'धोकादायक' आहे, कारण या परिषदेत राजकीय आणि धोरणात्मक बाबींवरचे जे प्रश्न विचारले जातील, त्यांची उत्तर देण्यात डॉ. सिंग हे जर असमर्थ ठरले, तर ते अत्यंत हानीकारक होईल.

"हा प्रयोग जर फसला असता, तर तुमचीच मान सुळावर ठेवण्यात आली असती." मणी म्हणाले, "चला, आत या! तुम्हाला आता 'ड्रिंक' घेण्याची गरज आहे."

त्या संध्याकाळी मला माध्यम प्रतिनिधींचे फोन येत राहिले. त्यांनी पंतप्रधानांचं अभिनंदन केलं आणि त्यांना माध्यमांशी संवाद साधण्यास उद्युक्त केल्याबद्दल माझे आभार मानले. मी आलेला प्रत्येक फोन घेतला. मी मणी यांच्या बैठकीच्या खोलीत पाऊल टाकताक्षणीच माझ्या मोबाइलवर रेसकोर्स मार्गाच्या एका नंबरवरून फोन आला. स्वत: डॉ. सिंग फोनवर होते.

"मी आत्ता टीव्ही बघत होतो." ते म्हणाले, मग त्यांच्या नेहमीच्या पद्धतीनं तोलून-मापून शब्द वापरत म्हणाले, "मला वाटतं, ते सगळे खूश होते. एकंदरीत अजून नकारात्मक प्रतिक्रिया तरी आलेली नाही."

पत्रकार परिषद उत्कृष्ट झाल्याचं मी त्यांना सांगितलं. संपूर्ण संध्याकाळ मला पंतप्रधानांचं अभिनंदन करणारे फोन येत होते, असंही सांगितलं. इतक्यात मणी यांनी माझ्या हातात भरलेला ग्लास आणून दिला. त्याक्षणी मला त्याची खरंच गरज होती.

✦

ही राष्ट्रीय स्तरावरची पहिली पत्रकार परिषद म्हणजे सरकारचं पारदर्शित्व आणि उत्तरदायित्व सिद्ध करण्यासाठी घेण्यात आलेला उपक्रम नव्हता. या निमित्तानं आम्हाला संपूर्ण देशाला आणि माध्यमांना हेच दाखवून द्यायचं होतं की, डॉ. सिंग यांना स्वत:चं स्वतंत्र मत आहे. ते काही पंतप्रधानाच्या नावाचा रबरी शिक्का नसून, त्यांनी खरोखरच पंतप्रधानपदाची धुरा स्वत:च्या खांद्यावर घेतलेली आहे आणि स्वत:च्या कामाविषयी त्यांना पूर्ण माहिती आहे. विविध राष्ट्रीय आणि आंतरराष्ट्रीय बाबींची एक पंतप्रधान म्हणून त्यांना पूर्णपणे जाण आहे. ते कुणी पुस्तकी पंडित असलेले अर्थतज्ज्ञ किंवा नोकरशाहीमधील फाइल्स पुढे सरकवणारे सरकारी अधिकारी नाहीत.

टेलिव्हिजनवर जी अनुकूल वृत्तं प्रक्षेपित झाली होती, त्यामुळे डॉ. सिंग प्रसन्न होते. दुसऱ्या दिवशी वृत्तपत्रांत ज्या बातम्या छापून आल्या, त्यामुळे तर ते अधिकच खूश झाले. पत्रकार परिषदेच्यामध्ये एका स्त्री पत्रकारानं विचारलेल्या शेवटच्या प्रश्नाला डॉ. सिंग यांनी जे उत्तर दिलं, त्याचा बऱ्याच दैनिकांनी आवर्जून उल्लेख केला होता. प्रश्न असा होता : माननीय पंतप्रधान महोदय, काही भागांमध्ये असं

बोललं जात आहे की, पंतप्रधान डॉ. सिंग यांना डाव्यांकडून किंवा विरोधी पक्षांपासून खरा धोका नसून, तो त्यांना स्वत:पासूनच आहे. एखाद्या कठीण पेचप्रसंगात सापडलात किंवा आघाडी एकसंध राखण्यासाठी तुम्हाला तुमच्या मनाविरुद्ध काही गोष्टी करणं भाग पडलं, तर कदाचित तुम्ही राजीनामा द्याल, असंही बोललं जातं. असं काही खरंच घडू शकेल?

त्यावर पंतप्रधानांनी आपलं म्हणणं मोकळेपणे, ठामपणे मांडलं. ते म्हणाले: मॅडम, आमचं सरकार पूर्ण पाच वर्षं टिकेल, असा मला विश्वास आहे, तेव्हा या बाबतीत कुणाच्याही मनात कोणताही संशय असू नये. त्यामुळे माझ्यावर कुणी दडपण आणल्यास मी हार मानेन, अशी जर कुणाची अपेक्षा असेल, तर ती पूर्ण होणार नाही.'' डॉ. सिंग यांनी परत एकदा जुना मुद्दा अधोरेखित केला, ''दोन स्वतंत्र सत्ताकेंद्र असल्याचा जो आरोप करण्यात येतो तो खरा नाही.'' चंदीगढमधून निघणारं 'ट्रिब्यून' दैनिक डॉ. मनमोहन सिंग यांचं आवडतं होतं. हे वाचतच ते लहानाचे मोठे झाले. सकाळी उठल्यावर हेच वर्तमानपत्र वाचत चहा पिण्याचा त्यांचा शिरस्ता होता. या दैनिकात छापून आलेल्या बातमीत म्हटलं होतं, ''काँग्रेस पक्षाध्यक्ष तसंच युपीएच्या अध्यक्षा सोनिया गांधींचं याच 'सुपर प्राइम मिनिस्टर' (महापंतप्रधान) असल्याचा विरोधकांचा आरोप निराधार असल्याचं सांगून पंतप्रधान मनमोहन सिंग यांनी तो फेटाळून लावला आहे. 'द हिंदू' या वृत्तपत्राचा मथळा मोजक्या शब्दांत खूपकाही सांगून गेला. येथे माझं नियंत्रण आहे आणि माझंच राहील.''

पंधरा दिवसांनी ते जेव्हा न्यू यॉर्कच्या दौऱ्यावर गेले, तेव्हा डॉ. सिंग यांच्या पंतप्रधानपदाबद्दल 'टाइम' या वृत्तपत्रानं जी कव्हर स्टोरी प्रसिद्ध केली, त्याच शीर्षक होतं : 'हिज ओन मॅन!' (स्वत:च्या मर्जीनं चालणारा माणूस.) हा संदेश जगभर सर्वत्र पोहोचला होता. अनेक बातम्या आणि संपादकीय भाष्य यांमधून या पत्रकार परिषदेचे तीन पैलू समोर आले होते. एक म्हणजे, ती सर्व समावेशक होती, तिची व्याप्ती बरीच मोठी होती. पंतप्रधानांनी प्रत्येक प्रश्नाचं उत्तर दिलं होतं. दुसरं म्हणजे, पंतप्रधानांचं राजकीय व्यक्तिमत्त्व त्यामधून खुलून आलं होतं. तिसरं म्हणजे त्यांनी ठरवलेला कार्यक्रम आणि त्यांच्या मनात कोणत्या गोष्टींना प्राधान्य आहे, याविषयीचे विचार सुस्पष्ट होते.

'मनमोहन हा ब्रँड' प्रस्थापित करण्यातील एक महत्त्वाची गोष्ट म्हणजे, ते स्वत:च्या प्रज्ञेनं चालणारे असल्याचं जगापुढे मांडणं. त्यांच्यामधला एकच दोष होता, तो म्हणजे त्यांचं सोनियांबरोबरचं समीकरण. आपण खरोखर स्वतंत्र मतानं चालणारे आहोत की सोनियांच्या हातातलं बाहुलं आहोत, हा प्रश्न त्यांना कायम सतावत असे. त्यांच्या कारकिर्दीच्या दोन्हीही कालावधीत (युपीए-१ आणि युपीए-२) त्यांच्यादृष्टीनं ही हाताळण्यास सर्वांत कठीण आणि सर्वांत नाजूक बाब होती.

त्यांनी पंतप्रधान म्हणून स्वत:चा जेव्हा-जेव्हा अधिकार गाजवला, त्या-त्या वेळी त्यांची प्रतिमा झळाळून उठली. जेव्हा-जेव्हा त्यांनी सत्ता गाजवली नाही, संकोचानं दूर झाले, तेव्हा-तेव्हा ती प्रतिमा झाकाळून गेली. त्यांची प्रतिमा तयार करणं, जनमानसात ती उंचावणं आणि ती तशीच राखणं, पण त्याच वेळी त्यांचे आणि सोनियांचे कुठेही जाहीर मतभेद होत नाही ना ते पाहाणं, सोनिया आणि पक्षातील इतर वरिष्ठ नेत्यांबरोबर कोणत्याही प्रकारचा सामना, तंटा वगैरे होऊ न देणं, हेच खरंतर त्यांच्या यशाचं आणि त्यांची सत्ता अबाधित राहण्याचं गमक होतं. आजूबाजूला सर्वत्र खोडसाळ लोकांची मुळीच कमतरता नव्हती. पंतप्रधानांची प्रतिमा आहे, त्या उंचीवरून न ढळू देण्यासाठी जागता पहारा ठेवण्याची आता गरज होती.

✦

डॉ. सिंग हे केवळ एका पक्षाचं राजकारण करणारे नेते नसून; ते एक राष्ट्रीय नेते आहेत, ही गोष्ट जनमानसासमोर आणणं, हे तर माझं काम होतंच. परंतु त्याचबरोबर ते सार्वमत घेऊन, सर्वांना बरोबर घेऊन जाणारे नेते आहेत, असंही जगाला दाखवून देणं गरजेचं होतं. यामागचं एक उद्दिष्ट असंही होतं की, ज्याप्रमाणे वाजपेयी आणि नरसिंहराव यांचा काँग्रेस पक्षातील सर्व गटांमधून आणि इतर राजकीय पक्षांकडून आपल्या धोरणांसाठी पाठिंबा मिळवण्याचा प्रयत्न असे, तसाच प्रयत्न डॉ. मनमोहन यांचाही असल्याचं मला सर्वांना दाखवून द्यायचं होतं. कधीतरी आपापसात भांडणाऱ्या गटांमध्ये डॉ. सिंग पंचाची भूमिका निभावत असत. चिदंबरम आणि कमलनाथ यांसारखे मंत्री, प्रणव मुखर्जी आणि आनंद शर्मा यांसारखे ज्येष्ठ आणि कनिष्ठ मंत्री किंवा आघाडीमधील सहकारी पक्षातील शरद पवारांसारखे नेते आणि त्यांच्याच पक्षाचे सदस्य पृथ्वीराज चव्हाण यांच्यामधले तंटे, डॉ. सिंग सोडवत. असा प्रसंग कधीही घडला की, मी लगेच पत्रकारांना आणि राजकीय निरीक्षकांना ही गोष्ट सांगत असे. पंतप्रधान असे तंटे कसे सोडवतात आणि सर्वांचं मत कसं विचारात घेतात, हे मी त्यांना दाखवून देत असे. डॉ. सिंग यांचे कट्टर टीकाकार असलेल्या डाव्यांच्या बाबतीत सुद्धा त्यांनी आपल्या कारकिर्दीच्या पहिल्या टप्प्याच्या अर्ध्या भागात समजूतदारपणाचा पवित्रा घेतला होता. डाव्या नेत्यांकडून कोणतीही मागणी आली, तरी पंतप्रधान कार्यालयातून त्यावर तातडीनं कारवाई झाली पाहिजे, हा त्यांचा कटाक्ष असे. मग ती एखाद्या डाव्या विचारसरणीच्या शिक्षणतज्ज्ञांची एखाद्या संस्थेवर पदाधिकारी म्हणून नियुक्ती असो, डाव्यांचा बालेकिल्ला असलेल्या पश्चिम बंगालमधील एखाद्या उपक्रमाला मान्यता देणं असो, नाहीतर डाव्यांच्या एखाद्या खासदाराला कुठल्यातरी विदेशी मेजवानीला पाठवायचं असो,

डॉ. सिंग त्यात जातीनं लक्ष घालून, ती गोष्ट करून घेत.

२००४ सालच्या सप्टेंबर महिन्यात संयुक्त राष्ट्रसंघाच्या वार्षिक सर्वसाधारण सभेला उपस्थित राहण्यासाठी डॉ. सिंग न्यू यॉर्कला रवाना झाले. एव्हाना एक व्यवहारदक्ष, सर्वांचं मत विचारात घेऊन पुढे जाणारे आणि सक्षम पंतप्रधान अशी त्यांची प्रतिमा बनली होती. सप्टेंबरमध्ये आयोजित करण्यात आलेल्या पत्रकार परिषदेचा हेतू पंतप्रधानांची जगापुढे प्रतिमा उभी करणं, हा नव्हता. त्या वेळी माझं सगळं लक्ष त्यांची आपल्या देशवासियांपुढे उज्ज्वल प्रतिमा उभी करण्याकडे होतं. पण मणी दीक्षित यांनी हा एक मुद्दा माझ्याजवळ उपस्थित केला. त्यांच्यामते आपण आपल्या स्वत:च्या देशात आपल्या पंतप्रधानांची उत्कृष्ट प्रतिमा उभी केली, तर त्यातून उर्वरित जगाला आपण आपोआपच एक संदेश देत असतो. तो संदेश म्हणजे, या पंतप्रधानांशी तुम्ही खुशाल कोणत्याही प्रकारचा व्यापार अथवा व्यवहार करू शकता. आपली संसदीय लोकशाही आहे. आपल्या पंतप्रधानांनी जर इतर कोणत्याही राष्ट्रप्रमुखांना काहीही आश्वासन दिलं, तर आपलं संपूर्ण सरकार त्यांच्या पाठीशी उभं आहे, हा विश्वास आपल्या पंतप्रधानांच्या बाबतीत इतर राष्ट्रप्रमुखांना वाटायला हवा, हे फार महत्त्वाचं आहे.

पहिली राष्ट्रीय पत्रकार परिषद झाल्यावर डॉ. मनमोहन यांना कळसूत्री बाहुलं किंवा नवखे, कमकुवत नेते, केवळ पुस्तकी पंडित किंवा नोकरशहा मानणारे असे फार लोक शिल्लक उरले नाहीत. अमेरिकेचे राष्ट्राध्यक्ष जॉर्ज बुश आणि पाकिस्तानचे राष्ट्राध्यक्ष परवेझ मुशर्रफ हे डॉ. मनमोहन यांना न्यू यॉर्कमध्ये भेटले. त्यांचं एकमेकांशी बरंच बोलणं झालं, या त्यांच्या बैठकांबद्दल आपण पुढे विस्तारानं बोलणारच आहोत. पण त्यानंतरच त्यांची आपल्या देशातील प्रतिमा बळकट झाली होती.

त्यांच्या बहात्तराव्या वाढदिवशी डॉ. सिंग विमानानं घरी परतत होते. एअर इंडिया-१ या विमानात ते खूप आनंदात होते. मनावरचा ताण हलका झाला होता. त्यांनी केक कापला आणि विमानात त्यांच्याबरोबर प्रवास करत असलेल्या माध्यम प्रतिनिधींनाही दिला. सुरुवातीला आलेल्या अडचणी दूर होऊन पुढचा मार्ग सुखकर झाला होता. आता पंतप्रधान म्हणून त्यांचं स्थान बळकट झालं होतं.

✦

मी याआधी दैनिकात अर्थविभागाचा संपादक म्हणून काम करत होतो. पण आता मात्र मला टीव्हीसाठी काम करणारे माध्यम प्रतिनिधी, राजकीय पत्रकार आणि भारतीय भाषांमधील पत्रकार या सर्वांचीच ओळख करून घ्यावी लागली. मी या कामाला सुरुवात केल्यावर अगदी थोड्याच दिवसांत मला एक गोष्ट कळून चुकली,

बहुतेक पत्रकारांची भूमिका व्यावसायिकाची असते. तुम्ही जर त्यांच्याशी सौजन्यानं वागलात, एखाद्या 'स्टोरी'चा पाठपुरावा करण्याची त्यांची गरज समजून घेऊ शकलात, तर ते नेहमी तटस्थ राहून जशी आहे, तशी बातमी देतात. पण या पत्रकारांमधली अजून एक जमात असते. त्यांना स्वत:चे कोडकौतुक पुरवून घ्यायचे असतात. त्यांच्याकडे जास्त लक्ष दिलं जावं, अशी त्यांची अपेक्षा असते. एखाद्या मेजवानीचं निमंत्रण, एखादी खास बातमी जर त्यांना पुरवली, तर ते खूश राहतात. तिसऱ्या प्रकारचे पत्रकार एखाद्या विशिष्ट पक्षाचे समर्थक असतात. भाजपचे समर्थक, डाव्यांचे समर्थक, सोनियांचे समर्थक, अर्जुन समर्थक, प्रणव समर्थक इत्यादी... या अशा लोकांना मी चार हात दूरच ठेवायचो. त्यामुळे काही लोक माझ्यावर वैतागले होते. विशेषत: जे सोनियांचे निकटवर्ती होते, त्यांना हे सरकार त्याचं स्वत:चंच वाटायचं. पंतप्रधान कार्यालयानं आपल्याला आदरानं वागवलं पाहिजे, अशी त्यांची अपेक्षा असे. याखेरीज काही व्हीआयपी पण होते. माध्यमांचे मालक, संपादक, कंपन्यांचे प्रमुख व्यवस्थापक, स्वत:चं खास 'ब्रँड नेम' असलेले स्तंभलेखक.

वाजपेयींच्या पंतप्रधान कार्यालयात विशेष सुरक्षा दलाकडे (एसपीजी) काही ज्येष्ठ संपादकांची यादी होती. या लोकांना काही खास सवलती होत्या. उदाहरणार्थ त्यांना स्वत:चे मोबाइल फोन्स साउथ ब्लॉकमध्ये बरोबर घेऊन जाण्याची मुभा होती. बाकी इतर सर्वसामान्य पाहुण्यांना सुरक्षेच्या कारणास्तव ही सवलत नव्हती. आणखीही काही विशेष सवलती होत्या. एकदा परदेश दौऱ्यावर पंतप्रधानांबरोबर असताना मी पाहिलं की, विमानतळावर एक मर्सिडीज गाडी उभी होती. एक संपादक महाशय त्यात बसून निघून गेले. इतर पत्रकारांसाठी मात्र बस आली होती. मी त्याबद्दल चौकशी करताच असं कळलं की, ती गाडी स्थानिक दूतावासानं पाठवली होती. वाजपेयींच्या काळात काही पत्रकारांना अशा सुविधा पंतप्रधानांबरोबर परदेश दौऱ्यावर गेल्यानंतर पुरवण्यात येत असत. मला असंही सांगण्यात आलं की, वाजपेयी यांचे जावई रंजन भट्टाचार्य यांची अनेक ज्येष्ठ संपादकांशी मैत्री होती. त्यामुळे अशांची नीट बडदास्त ठेवण्यात यावी, यासाठी ते जातीनं काळजी घेत. या अशा सर्व सवलती मी संपुष्टात आणल्या. त्यामुळे काहींचा रोषही पत्करला. मी पंतप्रधान कार्यालयात काम करत असताना एकच सवलत मी कायम केली होती, ती म्हणजे पंतप्रधानांबरोबर त्यांच्या विमानातून प्रवास करणाऱ्यांना उत्तम प्रतीचं मद्य पुरवण्यात येई.

२००४ सालच्या जुलै महिन्यात आम्ही जेव्हा पहिल्यांदाच बँकॉकला गेलो, तेव्हा विमानात मद्य पुरवलं जात नाही, हे माझ्या लक्षात आलं. पंतप्रधान कार्यालयाची अशी स्पष्ट सूचना आहे की, पंतप्रधानांच्या विमानात मद्य पुरवण्यात येऊ नये, असं मला सांगण्यात आलं. हे फार चमत्कारिक होतं. वाजपेयींच्या वेळी जे घडत होतं, त्याच्या अगदी विरुद्ध टोकाची ही परिस्थिती होती. एअर-होस्टेसकडे चौकशी

करताच विमानात मद्य असल्याचं समजलं. जर तसा आदेश मिळाला तर ते सर्वांना देता येईल, असंही तिनं सांगितलं. मणी दीक्षित यांना ही कल्पना काही रुचली नाही. विमानातून प्रवास करणाऱ्या नोकरशहांना समजावून सांगण्याच्या भानगडीत न पडता मी सरळ पंतप्रधानांच्या केबिनमध्ये शिरलो. माध्यम प्रतिनिधींना मद्य पुरवण्याच्या बाबतीत त्यांची काही हरकत नाही ना, असं सरळच त्यांना विचारलं. डॉ. सिंग काही महत्त्वाचे कागदपत्रं वाचण्यात गढून गेले होते. ते मान वर करून क्षणभर विचार करून म्हणाले, "तुम्हीच ठरवा!" अखेर जेव्हा बाहेर मद्य पुरवण्यात आलं तेव्हा अनेक सरकारी अधिकाऱ्यांनी आपल्या हातातले ग्लास उंचावून आनंद व्यक्त केला.

परदेश प्रवासाला सोबत आलेल्या पत्रकारांची डॉ. सिंग नेहमी जातीनं भेट घेत असत, त्यांची विचारपूस करत. प्रवासाच्या दरम्यान एक-दोन ज्येष्ठ पत्रकारांशी ते वेगळा वेळ काढून गप्पा सुद्धा मारत. या सवलतींबद्दल माध्यम प्रतिनिधी, विशेषत: प्रादेशिक भाषांचे पत्रकार अत्यंत खूश होत. आपल्या सोबत परदेश दौऱ्यावर आलेल्या पत्रकारांना, तर डॉ. सिंग आवर्जून भेटतच, पण त्याचबरोबर देशांतर्गत दौऱ्याच्या वेळी प्रत्येक राज्याच्या राजधानीत गेल्यावर तिथल्या प्रादेशिक भाषेच्या पत्रकारांनाही ते भेटत. एकंदरीत पंतप्रधान दौऱ्यावर असताना त्यांच्या मनावर विशेष ताण नसे, ते प्रसन्न असत. हे पाहिल्यावर पंतप्रधानांची मुलाखत घेण्यासाठी धडपडणाऱ्या 'इकॉनॉमिक टाइम्स'च्या एका पत्रकाराला मी वर्धा येथे गांधीजींच्या आश्रमात यायला सांगितलं. पंतप्रधान वर्धा येथे आश्रमाला भेट देणार होते, तेथील आश्रमवासियांबरोबर दुपारचं जेवण घेऊन वामकुक्षीनंतर संध्याकाळी नागपूरला रवाना होणार होते. एका साध्याशा कुटीत २००६च्या जुलै महिन्यातील उकाड्यात पंख्याखाली बसून डॉ. सिंग यांनी इकॉनॉमिक टाइम्सला खास मुलाखत दिली. एका भारतीय वृत्तपत्राला इतकी प्रदीर्घ मुलाखत देण्याची त्यांची ही पहिलीच वेळ होती आणि भारताच्या पंतप्रधानांनी गांधीजींच्या आश्रमात दिलेली ही पहिलीच मुलाखत होती.

मी स्वत: पूर्वाश्रमीचा संपादक असल्यानं बऱ्याच संपादकांशी माझी छान मैत्री जुळत असे. त्याचबरोबर बऱ्याच माध्यमांच्या मालकांशी सुद्धा माझी मैत्री झाली होती. मी त्यांना पंतप्रधानांबरोबर भेटीची वेळ मिळवून द्यायचो. त्यांना कधी एखाद्या मंत्रालयाकडून काही अडचण निर्माण झाली, तर मी त्यांना मदत करायचो. पण माझा बराचसा वेळ पत्रकारांशी गप्पा मारण्यात, त्यांच्या सोबत विशेष संबंध जुळवण्यात जायचा. लोकसभेचं सत्र सुरू असलं की, मी प्रेक्षकांच्या गॅलरीत मुद्दाम जायचो आणि तेथील पत्रकारांबरोबर गप्पा मारायचो. त्यांना बातम्यांसाठी खाद्य पुरवायचो आणि काही माहिती मिळत असली, तर ती गोळा करायचो. पंतप्रधानांच्या परदेश दौऱ्यावर असताना विमानात बरोबर आलेल्या चाळीस पत्रकारांबरोबर मी वेळ घालवायचो. केवळ पत्रकारच नव्हेत, तर दूरदर्शनचे कॅमेरामन, वायर-सर्व्हिस

रिपोर्टर्स अशा माध्यमांच्या उतरंडीमध्ये सर्वांत खालच्या श्रेणीत असलेल्या व्यक्तींचीही विचारपूस करायचो. आणीबाणीच्या परिस्थितीत किंवा कधी गरज पडली, तर या ओळखी उपयोगाला यायच्या. असे अनेक लोक होते, जे फक्त सवलती घ्यायचे पण स्वत: मात्र काही करायचे नाहीत. मैत्रीपूर्ण वागणूक, सौजन्यशीलता यांच्या जोरावर अशा लोकांचाही काही ना काही उपयोग करून घेता यायचा.

परिणामत: युपीए-१मध्ये डॉ. सिंग यांना माध्यमांकडून फार सहकार्य मिळालं. पण त्यांची मोठी समस्या हीच होती की, त्यांना माध्यमांमध्ये किंवा जनतेमध्ये सोनियांपेक्षा अधिक लोकप्रिय होण्याची इच्छाच नव्हती. एखाद्या टेलिव्हिजनच्या वाहिनीनं किंवा नियतकालिकानं जनमताचा कौल घेतला आणि त्यात त्यांची लोकप्रियता वाढताना दिसली, पण तरीही ती सोनियांपेक्षा जराशी कमी असली, तर त्यांना हायसं वाटे. ते खट्याळ स्मितहास्य करून म्हणत, ''छान!'' त्यामुळे त्यांच्या 'ब्रँड' बनवण्याला, प्रतिमा घडवण्याला मर्यादा पडल्या होत्या.''

युपीए-२मध्ये डॉ. सिंग यांचं हे मौन बाळगणं आणि प्रसिद्धीच्या झोतात न येणं, या दोन्ही गोष्टींवर वारंवार चर्चा झाली. युपीए-१मध्ये त्यांचं हे मान खाली घालून वावरणं एक स्वत:च्या बचावाचा पवित्रा असल्यासारखं वाटे. पण युपीए-२मध्ये मात्र त्यांचा पलायनवाद, जबाबदारी घेण्याची टाळाटाळ आणि पुढे होऊन सर्व सूत्रं हाती घेण्याची अनिच्छा असा अर्थ झाला. युपीए-१मध्ये त्यांचं असं संकोचून कोशात जाणं, हा गुण मानला जाई, पण युपीए-२मध्ये तो त्यांचा कमकुवतपणा ठरला.

■

७

मनमोहन सिंग यांचा 'किल्ला'

"सार्वजनिक कार्यालयात जनतेच्या खर्चानं शिकण्याची संधी मिळते."

– मनमोहन सिंग

२००५मध्ये भारत आणि आग्नेय आशियामधील उद्योगपतींची क्वालालंपूर येथे बैठक झाली. तेथे आसियानचे महासचिव ओंग केंग योंग यांनी डॉ. सिंग यांची जगातील सर्वाधिक उच्चविद्याविभूषित राष्ट्रप्रमुख अशी ओळख करून दिली. लोकांनी त्यावर उभे राहून टाळ्यांचा कडकडाट केला.

डॉ. सिंग यांचा शैक्षणिक आणि व्यावसायिक परिचय जगभरात इतका बहुचर्चित होता की, जगभरातील विचारवंतांची त्यांना भेटायची इच्छा होती. २००४ सालच्या डिसेंबर महिन्यात अहमदाबादमध्ये अखिल भारतीय विज्ञान परिषद भरली होती. त्या वेळी तसंच त्यानंतर दरवर्षी तिथे भरवण्यात येणाऱ्या मेळाव्यात नोबेल पुरस्कार विजेत्या लोकांना डॉ. सिंग यांच्याबरोबर स्वत:चा फोटो काढून घेण्याची इच्छा होती. जगभरातून भारत भेटीसाठी आलेले विद्वान लोक त्यांच्या भेटीची इच्छा व्यक्त करत. पंतप्रधान कार्यालयातील प्रथेनुसार पंतप्रधानांच्या भेटीला जेव्हा अधिकृत पाहुणे आलेले असतील, तेव्हा संबंधित संयुक्त सचिवाला भेटीच्या वेळी तिथे हजर राहावं लागतं. परंतु भेटीला आलेली व्यक्ती अधिकृत पण नसेल आणि वैयक्तिक ओळखीची पण नसेल, अशा वेळी मला तिथे बोलावून घेतलं जाई. अशा रीतीनं एरिक हॉब्जबॉम, नॉर्मन बोरलॉग, रॉड्रिक मॅकफर्कुहर, जॉर्ज सोरोस इत्यादी सुप्रसिद्ध व्यक्तींच्या आणि पंतप्रधानांच्या भेटीच्या वेळी तिथे हजर राहण्याचं भाग्य मला लाभलं.

डॉ. सिंग यांची शैक्षणिक पार्श्वभूमी किंवा शिक्षणक्षेत्राशी त्यांनी अजूनही कायम राखलेला संबंध हेच केवळ अनेक लोक त्यांच्याकडे आकृष्ट होण्यामागचं कारण नव्हतं. जगभरातील आणि देशभरातील विद्वान लोक डॉ. सिंग यांच्याकडे 'विचारवंतांचा नेता' म्हणून पाहत. स्वातंत्र्योत्तर काळात असे अनेक नेते भारतात आणि जगात

होऊन गेले. पंडित नेहरू हे असेच एक नेते होते. जगाच्या कानाकोपऱ्यांत असलेल्या छोट्या-छोट्या राष्ट्रांमध्येसुद्धा असे विचारवंत नेते होऊन गेले. लोक त्यांच्याकडे शिक्षक आणि विद्वान म्हणूनच पाहत. पण ते युग आता समाप्त झालं असून जास्त व्यवहारी, नीतिकुशल आणि चलाख राजकारणी पुढे आले आहेत.

नेहरूंच्या नंतर आपल्याकडे जे नेते होऊन गेले, त्यांच्यापैकी कुणालाही जगभरातील बुद्धिमंतांनी विचारवंत नेते म्हणून स्वीकारलं नाही. भारतातील बुद्धिमंतांचं मन जिंकण्याचा इंदिरा गांधी यांनी प्रयत्न करून पाहिला. पण आणीबाणीमुळे तो दुवा तुटला. पी. एन. हक्सर, पी. एन. धर यांसारख्या लोकांना इंदिरा गांधी यांच्या आतल्या वर्तुळातून जेव्हा बाहेर काढण्यात आलं, तेव्हा त्यांच्याजवळ येऊ पाहाणारे बुद्धिमंत त्यांना सोडून गेले. राजीव गांधी यांच्याबद्दल बुद्धिमंतांनी कधी गांभीर्यानं विचार केलाच नाही. नरसिंह राव हे खरंतर उच्चविद्याविभूषित, विद्वान होते. पण भारतातील नागरी बुद्धिमंतांच्या दृष्टीनं ते बाहेरचे 'आउटसायडर'च राहिले. आंध्र प्रदेशातील तेलगू भाषक बुद्धिमंत नरसिंह राव यांना 'अष्टावधानी' मानत. महान साहित्यिक मानत. परंतु दिल्लीच्या बुद्धिमान वर्तुळात मात्र राव यांना अनेक भाषा अवगत होत्या, हीच काय ती त्यांची गुणवत्ता, असं मानण्यात येई. वाजपेयींना एक कवी म्हणून प्रचंड मान होता. राव आणि वाजपेयी हे नेहमी बुद्धिमंतांच्या सहवासात असत. अनेक विद्वान प्राध्यापक त्यांचे मित्र होते. परंतु नागरी बुद्धिमंतांच्या अहंमन्य, शिष्ट लोकांनी भरलेल्या जगात या भारतातल्या विचारवंत राजकारण्यांपेक्षा डॉ. सिंग हे कितीतरी वरच्या श्रेणीचे आहेत, असं मानलं जाई.

एक पंतप्रधान म्हणून दैनंदिन जीवनातले जे काही चढ-उतार यायचे असतील ते येवोत, पण डॉ. सिंग यांना अशा बुद्धिमंतांच्या भेटीगाठी घेणं खूप आवडायचं. मधूनच कधीतरी ते मला बोलावून म्हणत. यासंदर्भात मी कोणत्या विद्वान माणसांचा सल्ला घेऊ? अनेक ख्यातकीर्त व्यक्ती डॉ. सिंग यांच्या भेटीची वेळ घेण्यासाठी धडपडत असत. काही तज्ज्ञांना मुद्दाम डॉ. सिंग यांना भेटण्यासाठी बोलावून घेतलं जात असे. याशिवाय शिक्षणक्षेत्रातले त्यांचे अनेक मित्र होते. ते अनेकदा त्यांना येऊन भेटत. त्यांच्या मित्रांची यादी मोठी होती. त्यात अमर्त्य सेन, जगदीश भगवती, पद्मा देसाई, आय. जी. पटेल, मेघना देसाई, एच. एम. सेठना, एम. एस. स्वामीनाथन, के. सुब्रमण्यम आणि व्ही.एस अरुणाचलम आदींचा समावेश होता. भारतात दुसरी हरितक्रांती आणण्याचं डॉ. सिंग यांचं स्वप्न होतं. त्यासाठी अमेरिकेचा पाठिंबा मिळवण्याच्या उद्देशानं डॉ. सिंग हे हरितक्रांतीचे प्रणेते नॉर्मन बोरलॉग यांना भेटले. कृषिसंशोधन आणि भारतानं बागायतीतील उत्पादन सुधारण्यासाठी कोणते प्रयत्न केले पाहिजेत, याविषयी दोघांची चर्चा झाली. डॉ. सिंग यांची शैक्षणिक पार्श्वभूमी जबरदस्त असल्यामुळे इतर क्षेत्रातील शैक्षणिक पार्श्वभूमी उत्कृष्ट असलेल्या

लोकांशी मैत्री करण्यात डॉ. सिंग यांना रस होता. ज्येष्ठ गणिततज्ज्ञ डॉ. एस. आर. श्रीनिवास वर्धन यांना जेव्हा 'एबल पुरस्कार' प्रदान करण्यात आला, (गणितात हा नोबल पुरस्कारासारखाच आहे.) तेव्हा डॉ. सिंग यांनी त्यांना ताबडतोब अभिनंदनाचं पत्र लिहिलं. डॉ. वर्धन यांना आश्चर्याचा धक्का बसला, कारण अशाप्रकारे देशाच्या पंतप्रधानांकडून त्यांना आजवर कधीच पत्र आलेलं नव्हतं. पंतप्रधानांनी आर्थिक सल्लागार मंडळ, विज्ञान सल्लागार मंडळ त्याचप्रमाणे अनेक आंतरदेशीय तसंच परराष्ट्र धोरणविषयक सल्लागार मंडळ अशा सरकारच्या विविध सल्लागार मंडळांवर विविध क्षेत्रांतील तज्ज्ञांना पाचारण केलं होतं. या तज्ज्ञांमध्ये सी. रंगाराजन, व्ही. एस. व्यास, सुरेश तेंडुलकर, ए. वैद्यनाथन, पल्ले रामा राव, सी. एन. आर. राव, आर. के. पचौरी, रोद्दम नरसिंह, व्ही. एस. अनंत, ॲन्ड्रे बेटले, पी. एम भार्गव आणि दीपक नय्यर यांचा समावेश होता. त्यांच्याबरोबर ते न कंटाळता कितीही वेळ बसत आणि विविध अभिप्राय व दृष्टिकोन लक्षपूर्वक ऐकून घेत. भारतातील वाघांची संख्या जेव्हा फार कमी झाली, तेव्हा त्यांनी तज्ज्ञांची खास समिती नेमली. त्यात वन्यजीवन तज्ज्ञ वाल्मिक थापर आणि विज्ञान व पर्यावरण केंद्राच्या सुनिता नारायण यांचा समावेश होता. त्या दोघांची या विषयावरील मतं भिन्नभिन्न असल्यामुळे त्यांची बरीच वादावादी झाली. डॉ. सिंग यांनी दोघांचंही म्हणणं अगदी शांतपणे ऐकून घेतलं. राष्ट्रीय ज्ञान आयोगाच्या बैठकीत डाव्या विचारसरणीचे शास्त्रज्ञ पी. एम. भार्गव आणि उदारमतवादी समाजशास्त्रज्ञ ॲन्ड्रे बेटले या दोघांचेही विचार ते सारख्याच उत्साहानं, समरसतेनं ऐकून घेत.

सोरोस यांनी पंतप्रधानांची भेटीची वेळ मागितली, तेव्हा त्यांना आपल्याशी नक्की कशाविषयी बोलायचं असेल, याविषयी डॉ. सिंग यांना कुतूहल वाटलं होतं. (सोरोस हा जन्मानं हंगेरियन असलेला, अमेरिकेतील बडा उद्योगपती होता.) सोरोस यांना भारतात गुंतवणूक तर करायची नसेल ना? त्यांना भारताची धोरणं समजावून घ्यायची असतील का? पण प्रत्यक्षात सोरोस यांच्या मनात यातलं काहीच नव्हतं. त्यांना भारताच्या पंतप्रधानांना भेटायचं नसून, डॉ. सिंग यांना भेटायचं होतं. डॉ. सिंग यांच्याबरोबर सोरोस यांना त्यांनी स्वत: लिहिलेल्या पुस्तकांवर चर्चा करायची होती. सोरोस यांची वैश्विकरण, भांडवलशाही आणि दहशतवाद या विषयांवरची पुस्तकं मला घाईनं वाचून काढावी लागली आणि त्यांतील प्रमुख मुद्द्यांविषयी पंतप्रधानांना माहिती द्यावी लागली. सोरोस खरोखर त्यांच्या पुस्तकांविषयीच बोलले. पण पंतप्रधानांच्या भेटीची वेळ मिळवण्यासाठी रुपर्ट मर्डोक यांनी एक वेगळीच युक्ती वापरली. पूर्वी एकदा डॉ. सिंग यांची भेट घेण्याचा त्यांनी प्रयत्न केला असता, त्यात त्यांना अपयश आलं होतं. मग दुसऱ्या खेपेला त्यांच्या भेटीची वेळ मागून घेताना त्यांनी आपल्याला पंतप्रधानांशी आपल्या माध्यमाच्या उद्योगाविषयी काहीही बोलायचं

नसल्याचं सांगितलं. आपल्याला चीनविषयी चर्चा करायची असल्याचं सांगून त्यांनी पंतप्रधानांना भेटीची वेळ मागितली. ते एकून पंतप्रधानांना गंमत वाटल्यामुळे त्यांनी वेळ दिली. मर्डोक यांनी आधी खरोखरच चीनबद्दल चर्चा केली. चीन देशाच्या भवितव्याबद्दलचा आपला दृष्टिकोन त्यांनी पंतप्रधानांना स्पष्ट करून सांगितला. पण ते जेव्हा जायला निघाले, तेव्हा भारत सरकार त्यांच्या माध्यम व्यवसायाच्या नव्या योजनांच्या बाबतीत चीनपेक्षा अधिक सहकार्य करेल, अशी त्यांनी आशा व्यक्त केली.

चीनच्या बाबतीत सगळं काही जाणून घेण्याची डॉ. सिंग यांची इच्छा असे. त्यांच्यासाठी चीन हे एक गूढ होतं; त्यामुळे त्या देशाविषयीची अधिक माहिती देऊ शकणाऱ्यांच्या ते नेहमी शोधात असत. सिंगापूरचे नेते ली क्वान यू यांच्या समवेत त्यांनी दोन तास घालवून चीनविषयी आणि तेथील नव्या पिढीच्या नेत्यांविषयी सगळं जाणून घेतलं. इतर बऱ्याच जागतिक नेत्यांपेक्षा ली यांना चीनविषयी कितीतरी जास्त माहिती होती. हार्वडचे प्राध्यापक रॉड्रिक मॅकफर्कुहर तसंच विरोधी पक्षातील राजकीय नेते आणि भारतातील चीनचे अभ्यासक व निरीक्षक सुब्रमण्यम स्वामी यांना बोलावून घेऊन डॉ. सिंग यांनी त्यांच्याशी प्रदीर्घ चर्चा केली.

त्यानंतर त्यांनी स्वत:सुद्धा त्या विषयाचा पुष्कळ अभ्यास केला. नेहरूंची सर्व कागदपत्रं त्यांनी मन लावून वाचली. त्यासाठी त्यांनी कित्येक तास खर्च केले. ''नेहरूंनी ज्या चुका केल्या, त्या मला करायच्या नाहीत. त्यामुळे मला नेहरूंची त्यावेळची मनोभूमिका समजून घ्यायची आहे.'' असं त्यांनीच मला एकदा सांगितलं होतं. १९५७ ते १९६२च्या दरम्यान चीन आणि भारतामध्ये काय घडलं, याच्या अधिकृत नोंदी असलेली कागदपत्रं त्यांनी बारकाईनं का वाचून काढली, त्याचं स्पष्टीकरण ते देत होते. त्यांच्या पंतप्रधानपदाच्या दुसऱ्या टप्प्यात त्यांनी चीनच्या नव्या नेतृत्वाविषयी बरंच जाणून घेतलं. एझ्रा व्होगेल यांनी लिहिलेलं डेंग झियाओपिंग यांचं चरित्र त्यांनी खूप रस घेऊन वाचलं. त्यांना पश्चिम आशियाची तसंच बऱ्याच प्रमाणात आग्नेय आशियाची माहिती होती. दक्षिण आयोगासाठी (साउथ कमिशन) काम करत असताना त्यांना विकसनशील राष्ट्रांबद्दल विशेषत: आफ्रिकेतील राष्ट्रांबद्दल फार चांगली अंतर्दृष्टी मिळाली होती. रशियाच्या दौऱ्यावर जाण्यापूर्वी अर्थतज्ज्ञ व रशियाच्या गाढ्या अभ्यासक पद्मा देसाई यांना त्यांनी बोलावून घेतले. डॉ. सिंग कोणत्याही महत्त्वाच्या जागतिक नेत्यांना भेटण्यापूर्वी त्यांच्याबद्दलची सर्व माहिती घेत, त्यांचं चरित्र वाचत. डॉ. सिंग यांची त्या नेत्याशी भेट होण्याआधी राजनीतिज्ञ त्यांच्याबद्दलची माहिती डॉ. सिंग यांना देतच असत. पण त्याहून कितीतरी जास्त माहिती, डॉ. सिंग यांनी स्वत: मिळवलेली असे. डॉ. सिंग यांना वाचनाचा प्रचंड नाद होता. त्यांच्या बैठकीच्या खोलीतल्या टेबलावर नवं पुस्तक नेहमी असायचं. ते शनिवार-रविवार नेहमी वाचनात घालवत.

पंतप्रधानांची भाषणं लिहिण्यासाठी मी अनेक विद्वानांचा, धोरणविषयक तज्ज्ञांचा सल्ला घ्यायचो. कधीतरी त्यांच्याकडून काही मजकूर लिहून घ्यायचो. मग मी त्या लोकांविषयी डॉ. सिंग यांना माहिती द्यायचो, त्यांची नावं सांगायचो. त्यांच्यात सी. एन. आर. राव, आर. एम. माशेलकर, एम.एस. स्वामीनाथन कूटनीतीचे गुरू के. सुब्रमण्यम, काश्मीर-तज्ज्ञ अमिताभ मट्टू, राजनीतिज्ञ गोपालकृष्ण गांधी, इतिहासकार व पत्रकार रुद्रांशु मुखर्जी आणि नरसिंह राव यांची भाषणं लिहिण्याचा अनुभव असलेले माझे वडील अशांचा समावेश होता. कधीतरी नामवंत शास्त्रज्ञ आणि विद्वान मंडळी पंतप्रधानांच्या भाषणासाठी जो मजकूर लिहून पाठवायची तो आत्मस्तुतीनं इतका भरलेला असायचा की, ते जवळपास त्यांचं स्वत:चं परिचयपत्रच असायचं. पंतप्रधानांनी ते वाचून दाखवावं, अशी त्यांची अपेक्षा असायची.

त्यांचं परदेशातलं पहिलं मोठं भाषण 'न्यू यॉर्कच्या कौन्सिल ऑन फॉरीन रिलेशन्स' (सीएफआर)मध्ये होतं. त्या वेळी भारत-अमेरिका संबंधांच्या सरकार व्यतिरिक्त इतरत्र कार्यरत असलेल्या अभ्यासकांचा मी सल्ला घ्यावा, असं त्यांनी सुचवलं. या अशा प्रकारच्या सभांशी जे परिचित होते, त्या लोकांना भेटून कशा प्रकारचा श्रोतृवर्ग तिथे उपस्थित असेल आणि श्रोत्यांच्या पंतप्रधानांकडून काय अपेक्षा असतील, याचीही त्यांनी माहिती मिळवायला सांगितली. त्यानुसार मी सुनील खिलनानी आणि फरीद झकेरिया यांच्याशी चर्चा केली. मणी दीक्षित यांना ती कल्पना अर्थातच पसंत पडली नाही. परंपरागत भारतीय विचारसरणीला अनुसरून ते म्हणाले, "पंतप्रधानांचं भाषण आपण नाही का लिहू शकत? त्यासाठी बाहेरच्यांचा सल्ला कशाला हवा?"

युपीए-१मध्ये डॉ. सिंग यांचा स्वत:चा विश्वासातल्या लोकांचा एक गट होता. जॉन केनेडी यांचंही असं एक बुद्धिमंतांचं वर्तुळ होतं. त्यात अमेरिकेच्या पूर्व किनाऱ्यावरील जॉन केनेथ गॅलब्रेथ, वॉल्ट रॉस्टो आणि ऑर्थर श्लेसिंगर अशा विद्वज्जनांचा समावेश होता. अशाच प्रकारचं बुद्धिमंतांचं वर्तुळ डॉ. सिंग यांनी स्वत:भोवती तयार केलं होतं. त्यांच्या युपीए-१च्या कालावधीच्या मध्यात भारतीय राजदूतांना हळूहळू पंतप्रधानांच्या व्यक्तिमत्त्वाची ही बाजू समजू लागली होती. त्यामुळे पंतप्रधानांच्या दौऱ्यांच्या वेळी ते मुद्दाम पंतप्रधानांसाठी थोडा वेळ राखून ठेवत असत आणि स्थानिक विद्वानांना, त्या समाजात बुद्धिमान गणल्या जाणाऱ्या व्यक्तींची ते डॉ. सिंग यांच्याशी भेट घडवून आणत. त्यांच्यात बरेच अर्थतज्ज्ञही असत. पॅरिसच्या दौऱ्यावर असताना त्यांनी दिवंगत डॅनिएल थॉर्नर यांची पत्नी ॲलिस थॉर्नर हिची मुद्दाम भेट घेतली. ते पती-पत्नी संशोधक होते व त्यांनी भारताविषयी सखोल संशोधन केलं होतं. न्यू यॉर्कच्या दौऱ्याच्या वेळी त्यांनी फेडरल रिझर्वचे माजी अध्यक्ष पॉल व्होल्कर यांची भेट घेतली, तर लंडनला गेल्यावर ते

अर्थतज्ज्ञ निक स्टर्न तसंच केंब्रिज आणि ऑक्सफर्डमधील काही विद्वान लोकांना भेटले.

डॉ. सिंग यांना भेटायला मित्र, चाहते, विद्यार्थी यांची रीघ लागलेली असे. रेसकोर्स मार्ग प्रतीक्षालयाचं जणू शाळेतच रूपांतर झालं होतं. तिथे बरंच काही शिकायला मिळायचं. डॉ. सिंग यांचे स्वत:चेच आवडते शब्द उद्धृत करून सांगायचं झालं तर, 'सार्वजनिक कार्यालयात जनतेच्या खर्चानं शिकण्याची संधी मिळते.'

✦

त्यांचा एकच दोष होता, तो म्हणजे ते कोणत्याही गोष्टीचा कधी पाठपुरावा करत नसत. 'राष्ट्रीय ज्ञान आयोगा'ची निर्मिती खरंतर भारतातील उच्च शिक्षणाचा दर्जा सुधारणं आणि देशभरातील सार्वजनिक वाचनालयांची यंत्रणा मजबूत करणं यासाठी झाली होती. पण त्या आयोगात खूप वाद-विवाद झाले. दोन सदस्य सोडून गेले आणि एक सदस्य सतत प्रत्येक सूचनेला विरोधच करायचा. त्यांनी अनिवासी भारतीय असलेले तंत्रज्ञ सॅम पित्रोदा यांची या राष्ट्रीय ज्ञान आायोगाच्या अध्यक्षपदी नियुक्ती केलेली ही शिक्षणक्षेत्रातील अनेक उदारमतवादी विद्वान मंडळींना रुचली नाही.

धोरणात्मक बाबींमध्ये लोकांनी दिलेल्या सल्ल्यांचा डॉ. सिंग निश्चितच आदर करत. परंतु अनेकदा राजकारणामधील वास्तवामध्ये केवळ पुस्तकी तोडग्यांचा उपयोग नसे. अशावेळी ते अस्वस्थ होत. पण पुस्तकी ज्ञान आणि प्रत्यक्ष धोरणांमध्ये निदान अर्थकारणाच्या क्षेत्रांत फार फरक नव्हता, याचा त्यांना आनंद वाटे. ते स्वत:सुद्धा प्रत्यक्ष अर्थकारणाच्या क्षेत्रात येण्याआधी शिक्षकी पेशातच होते. परंतु परराष्ट्र धोरणाच्या क्षेत्रात मात्र ही दरी फार मोठी होती. धोरणं तयार करणारे लोक विद्वानांशी सल्लामसलत करत नसत, माहितीची देवाणघेवाण करत नसत. २००६ सालच्या एप्रिल महिन्यात राजनीतीज्ञ जगत मेहता यांच्या पुस्तकाच्या प्रकाशन सोहळ्याच्या वेळी भाषण करताना डॉ. सिंग यांनी ह्या बाबतीत खंत व्यक्त केली. शिक्षणक्षेत्रातील विद्वान मंडळींना धोरणांविषयी समजून घेण्यासाठी प्रशासकीय सेवेतून निवृत्त झालेल्या लोकांच्या स्मरणशक्तीवरच अवलंबून राहावं लागतं. कारण या विद्वान लोकांना धोरणं बनवताना राजकारणी कधीच त्यात सहभागी करून घेत नाहीत, असं डॉ. सिंग यांचं म्हणणं होतं. "मला वाटतं, आता आपल्याकडे सुद्धा तीस वर्षांचा नियम जरी शक्य नसला तरी निदान पन्नास वर्षांचा नियम बनवण्याची वेळ आली आहे. त्यामुळे जी सरकारी कागदपत्रं गोपनीय असतील. त्यांना पन्नास वर्षं होऊन गेल्यानंतर संशोधकांना ती तपासून पाहण्यासाठी मुक्तद्वार मिळेल. मला या विषयात जास्त लक्ष घालून याबाबतीत लवकर निर्णय घ्यायचा आहे. यामुळे भूतकाळात ज्याकाही चुका घडल्या असतील त्यांपासून आपल्याला काहीतरी

शिकता येईल व भविष्यकाळात अधिक परिणामकारक निर्णय घेता येतील.''

दुसऱ्या दिवशी मी पंतप्रधानांच्या भाषणाची प्रिंट आउट काढून त्यावर एक छोटीशी चिठ्ठी लिहिली. त्यांनी भाषणात जे काही आश्वासन दिले होते, त्याचा आपल्या मुख्य सचिवांना पाठपुरावा करण्याचा आदेश द्यावा आणि हे नवीन धोरण राबवण्याच्या दृष्टीनं आवश्यक ती पावलं उचलावी, अशी आठवण मी त्यांना त्या चिठ्ठीत करून दिली होती. परंतु नंतर त्या बाबतीत पुढे काहीही घडल्याचं माझ्या कानावर आलं नाही. त्यानंतर कित्येक वर्षांनी, मी पंतप्रधान कार्यालय सोडून बाहेर पडल्यावर मी डॉ. सिंग यांच्याकडे तो विषय काढला. भाषणात त्यांनी दिलेल्या आश्वासनाचा पुढे पाठपुरावा का केला नाही, असं मी त्यांना विचारलं. त्यावर ते शांतपणे म्हणाले, ''ही गोष्ट भाजप सत्तेवर असताना त्यांनी करायला हवी होती. काँग्रेसपक्ष अजून हे पाऊल उचलण्यासाठी तयार नाही. त्यांच्या म्हणण्याचा मथितार्थ असा होता की, तीस वर्षांचा नियम लागू झाला आणि सरकारी गोपनीय कागदपत्रं खुली झाली, तर नेहरू आणि इंदिराजी सत्तेवर असतानाच्या काळावर प्रकाशझोत पडू शकेल.

✦

पंतप्रधानांनी त्यांच्या कारकिर्दीत जे दोन अत्यंत महत्त्वाचे प्रस्ताव मांडले, त्यासाठी त्यांनी तज्ज्ञांचा पद्धतशीर सल्ला घेतला होता. त्यांपैकी पहिला प्रस्ताव म्हणजे, पाकिस्तानचे राष्ट्राध्यक्ष परवेझ मुशर्रफ यांच्याशी जम्मू आणि काश्मीरबद्दल वाटाघाटी आणि दुसरं म्हणजे, अमेरिकेशी 'नागरी अणुऊर्जा करार.'

२००४च्या नोव्हेंबर महिन्यात डॉ. सिंग हे जम्मू काश्मीरच्या पहिल्या अधिकृत दौऱ्यावर जाणार होते. तत्पूर्वी २००४च्या सप्टेंबर महिन्यात ते न्यू यॉर्कमध्ये गेले असताना त्यांची पाकिस्तानचे राष्ट्राध्यक्ष मुशर्रफ यांच्याशी झालेली बैठक यशस्वी झाली होती. आता काश्मीरच्या संदर्भात काही नवीन प्रस्ताव मांडण्याची वेळ आली आहे, असं त्यांना वाटलं. 'काश्मीर इन्स्टिट्यूट ऑफ मेडिकल सायन्सेस' या संस्थेच्या प्राध्यापकांसमोर आणि विद्यार्थ्यांसमोर भाषण करताना त्यांनी त्यांच्या स्वप्नातल्या नव काश्मीरबद्दल (नया कश्मीर) सांगितलं. ते म्हणाले, ''काश्मीरसाठी एक नवीन रूपरेषा बनवण्याची वेळ आली आहे. काश्मीरसाठी आणि काश्मिरी जनतेसाठी एक नवे स्वप्न पाहाण्याची वेळ आली आहे. युद्धाची भीती, जीवनावश्यक गोष्टींची तूट आणि अत्याचार या सर्वांपासून मुक्त अशा काश्मीरचं स्वप्न.''

काश्मीर प्रश्नाचा जे बारकाईनं अभ्यास करत होते. त्यांना 'नव काश्मीर' आणि 'नवी रूपरेषा' या दोन्ही शब्दप्रयोगांचा अर्थ नीट उमगला. या नवीन रूपरेषा या

शब्दाचा संबंध 'मनमोहन-मुशर्रफ' सूत्राशी आहे. याचा ऊहापोह मी पुढील एका प्रकरणात करणार आहे. पंतप्रधानांचे हे भाषण मणी दीक्षित तसंच जम्मू युनिव्हर्सिटीचे उपकुलगुरू आणि स्वत: एक काश्मिरी पंडित असलेले अमिताभ मट्टू यांनी लिहून तयार केला होता. त्यानंतर काही आठवड्यांतच मणी यांचं निधन झालं. त्यानंतर मणीचं काम नारायणन यांच्याकडे सोपवण्यात आलं. यात काश्मीर प्रस्तावाच्या गतीला आळा बसला. पुढे २००५ सालच्या एप्रिल महिन्यात मुशर्रफ भारतभेटीला आल्यानंतर या मुद्यानं पुन्हा डोकं वर काढलं. श्रीनगर मुजफ्फराबाद बससेवा पुन्हा सुरू करण्यात आली. यामुळे या आत्मविश्वास दृढ करणाऱ्या नव्या प्रयोगामुळे पंतप्रधानांची 'नव काश्मीर'ची संकल्पना जगापुढे मांडण्यास मदत झाली. यामागची मुख्य कल्पना होती नियंत्रण रेषेच्या (एलओसी – लाइन ऑफ कंट्रोल) आरपार, इकडूनतिकडे मुक्त प्रवासाला परवानगी परंतु पंतप्रधानांनी हे एवढं मोठं पाऊल उचलल्यानंतर सुद्धा हुरियत आणि काश्मीरमधील फुटीरवाद्यांबरोबर समझोता करण्यात त्यांना यश आलं नाही. दोन्ही देशांतर्गत सुसंवाद साधण्यासाठी त्यांना एका साधनाची गरज होती. त्यांनी यापूर्वी जेव्हा मुशर्रफ यांच्याशी वाटाघाटी सुरू केल्या होत्या, तेव्हा सुद्धा त्यांना अशाच साधनाची गरज भासली होती.

डॉ. सिंग यांच्या 'नव काश्मीर' आणि 'नवीन रूपरेषा' या संकल्पनेच्या बाबतीत नारायणन यांचा नेमका काय दृष्टिकोन होता, याची मला कल्पना नव्हती. २००५ सालच्या ऑगस्ट महिन्यात मला पंतप्रधानांनी बोलावून घेऊन काश्मीरच्या बाबतीत कोणत्या विद्वानांचा सल्ला घ्यावा, याबाबत माझं मत विचारलं. सप्टेंबर, २००५मध्ये त्यांची आणि मुशर्रफ यांची तिसरी भेट होणार होती. त्याची ते तयारी करत होते.

मला एक जुनी आठवण झाली. मी 'फायनान्शियल एक्सप्रेस'चा संपादक असताना पत्रकार प्रेम शंकर झा यांच्या दिल्लीच्या गोल्फ लिंक्स भागात असलेल्या निवासस्थानी माझी आणि डॉ. सिंग यांची भेट झाली होती. त्या वेळी माझे पूर्वीचे 'इकॉनॉमिक टाइम्स'मधील सहकारी डेव्हिड देवदास यांनी काही हुरियत नेत्यांना तिथे चर्चेसाठी बोलावलं होतं. उत्तम दर्जाच्या काश्मिरी भोजनाचा (वझवान) आस्वाद घेत आमच्या गप्पा रंगल्या होत्या. त्यामुळे मी आत्ता पंतप्रधानांना प्रेम याचं नाव सुचवलं. त्याशिवाय या विषयाचं ज्ञान असणाऱ्या आणि या विषयात रस असणाऱ्या आणखी काही नावांची यादी मी बनवली. या यादीत धोरणात्मक बाबींमधले गुरू के. सुब्रमण्यम, माजी गृहसचिव व जम्मू आणि काश्मीर संबंधीचे सरकारचे विशेष प्रतिनिधी एन. एन. व्होरा, पत्रकार बी. जी. वर्गीस, मनोज जोशी (यांचं काश्मीरवरचं एक पुस्तक प्रसिद्ध आहे.) आणि भारत भूषण, काश्मिरी अर्थतज्ज्ञ हसीब द्राबू (हे त्या वेळी जम्मू काश्मीरच्या मुख्यमंत्र्यांचे सल्लागार होते.) आणि अमिताभ मट्टू या

सर्वांचा समावेश होता.

डॉ. सिंग यांनी मला या सर्वांची बैठक बोलावण्यास सांगितलं. मग त्या सर्वांनाच शनिवारी दुपारच्या जेवणाच्या आधी बैठकीसाठी बोलवायचं ठरलं. ही चर्चा जेवणाच्या दरम्यानही सुरूच राहणार होती. ते ऐकून नारायणन वैतागले. ''त्यांना इतक्या सगळ्या 'सेमिनारवाल्यां'ना इथे कशासाठी बोलावून घ्यायचं आहे?'' ते म्हणाले, ''आपल्याला माहीत नसलेलं असं काय मोठं, ते त्यांना सांगणार आहेत?''

त्यावर मी म्हणालो, ''पण सरकारमध्ये नसलेल्या काही बाहेरच्या लोकांचं मत पंतप्रधानांनी विचारायला काय हरकत आहे?''

त्यावर नारायणन चिडून म्हणाले, ''नाहीतरी या सगळ्या लोकांचे लेख ते वाचतातच!''

त्यानंतर त्या बैठकीच्या वेळी ते उदास चेहऱ्यानं बसून होते. ते निघण्यापूर्वी मला म्हणाले, ''मग, काही नवी कल्पना ऐकायला मिळाली का?'' मी स्वत: काही त्या विषयातला तज्ज्ञ नव्हतो. त्यामुळे त्या वेळी झालेल्या चर्चेतून काही नवा मुद्दा उपस्थित झाला की नाही, ते काही मला कळलं नाही, पण लवकरच डॉ. सिंग यांनी मला बोलावून घेऊन सांगितलं की, पंतप्रधानांनी जम्मू काश्मीरच्या भवितव्याविषयी एक 'गोलमेज परिषद' बोलवावी. व्ही. के. सुब्रमण्यम यांची सूचना त्यांना पसंत पडली होती. या गोलमेज परिषदेमध्ये एकूण एक दृष्टिकोनाला प्रतिनिधित्व देण्यात येणार होतं.

''ब्रिटिशांनीही हेच केलं!'' डॉ. सिंग आपला मुद्दा ठसवण्यासाठी म्हणाले. पण नारायणन यांना नेमक्या याच कारणासाठी तो 'गोलमेज परिषद' हा शब्द प्रयोग रुचला नव्हता. त्यांनी असं निदर्शनास आणून दिलं की, भारताला स्वातंत्र्य देण्याच्या प्रक्रियेची सुरुवात ब्रिटिशांनी या 'गोलमेज परिषदे'मध्ये केली होती. पंतप्रधानांना नक्की कोणता राजकीय संदेश यामधून द्यायचा होता? नारायणन यांना ती कल्पना मुळीच आवडली नव्हती.

डॉ. सिंग यांचा दृष्टिकोन यापेक्षा वेगळा होता. त्यांना वाटत होतं की, राज्यातील प्रत्येकानं स्वत:चं मत मोकळेपणे व्यक्त करण्याची वेळ जवळ आली होती. काही झालं तरी हुरियत आणि फुटीरवादी हे काही त्या राज्यात राहणाऱ्या बहुसंख्याकांचे प्रतिनिधी नव्हते. शिवाय 'आझादी' हा मुळी चर्चेचा विषयच नव्हता. फुटीरवादी हा जास्त आवाज करणारा आणि महत्त्वाचा अल्पसंख्याकांचा गट होता. मग त्यांना त्यांच्या लडाखी व काश्मिरी बांधवांच्या मेळाव्यात मुक्तपणे आपले विचार व्यक्त करू देत. मनमोकळ्या चर्चा घडू देत, असे डॉ. सिंग यांचं मत होतं. अखेर भारत आणि पाकिस्तान या दोन्ही देशांना काश्मीरमधील जनतेच्या कल्याणाचा विचार करून समझोता करावाच लागणार आहे.

सर्व राजकीय पक्षांना निमंत्रण पाठवण्यात आली. त्याच प्रमाणे बुद्धिमंत, विचारवंत, महत्त्वाच्या शिक्षणसंस्थांचे प्रमुख, बिगरसरकारी सेवाभावी संस्था आणि काश्मिरी फुटीरवादी या सर्वांनाच निमंत्रण गेली. २५ फेब्रुवारी, २००६ रोजी लोकसभेच अंदाजपत्रकाचं सत्र सुरू झाल्यावर ७ रेसकोर्स मार्ग येथे पहिल्या 'जम्मू-काश्मीर गोलमेज परिषदे'ला प्रारंभ झाला. राज्यातील प्रत्येक महत्त्वपूर्ण नेत्याला प्रत्यक्ष निमंत्रण पोहोचवण्यात आलं होतं. गुप्तहेरखात्याच्या अधिकाऱ्यांनी काही भूमिगत कार्यकर्त्यांचाही शोध घेऊन या परिषदेच्या निमंत्रणाचं पत्र त्यांना व्यक्तिश: नेऊन पोहोचवलं. आपल्याला निमंत्रण मिळालं नाही, असं कुणाला म्हणायला जागाच नव्हती.

ह्या 'गोलमेज परिषदे'ला मोठं यश मिळालं. अशा प्रकारची ही पहिलीच संवाद प्रक्रिया होती. सर्व स्तरांतील लोकांना आपली मतं मोकळेपणे मांडण्याची इथे संधी मिळाली होती. हुरियतनं या परिषदेवर बहिष्कार टाकला, परंतु पंतप्रधानांनी जी तळमळ दाखवली, त्यानं ते प्रभावित झालेले दिसले. कारण त्यानंतर ते पंतप्रधानांशी थेट चर्चेला तयार झाले. या एक दिवसीय 'गोलमेज परिषदे'च्या उद्घाटन प्रसंगी डॉ. मनमोहन सिंग म्हणाले :

> "गोलमेज परिषद ही सुसंवाद साधण्यासाठी असते. ते संभाषण असतं. हा कुणी एक जण उपदेश करत नाही की, कुणी नुसतं गप्प बसून ऐकत नाही. परस्पर सहकार्यानं काम करण्यासाठी कटिबद्ध असलेल्या समान पातळीवरील लोकांचं ते संभाषण असतं. पण याठिकाणी काश्मीरची सर्वमान्य अशी व्यावहारिक रूपरेषा आपण बनवण्याच्या प्रक्रियेला आज चालना देऊ शकलो, तर आपण काश्मीरच्या इतिहासात एक नवीन पान लिहू शकू. या दृष्टीनं आजचा हा क्षण ऐतिहासिक दृष्ट्या महत्त्वाचा आहे. आपल्या स्वत:च्या ध्येयधोरणांना मुरड न घालता परस्पर सहिष्णुता, तडजोडीची तयारी आणि समावेशक वृत्ती यातून आपण हे साध्य करू शकू."

ही संपूर्ण प्रक्रिया म्हणजे डॉ. सिंग यांनी बाहेरील जगातल्या के. सुब्रमण्यम प्रेम झा, अमिताभ मट्टू, हसीब द्रबू आणि इतर मान्यवरांच्या मदतीनं चाकोरीबाहेर पडून या इतके दिवस अनुत्तरित राहिलेल्या प्रश्नावर तोडगा काढण्याचा प्रयत्न कसा केला, याचं उत्तम उदाहरण आहे. त्याचप्रमाणे अमेरिकेशी नागरी अणुऊर्जा करार करण्याचा घाट घालून भारताला काही विशेष तंत्रज्ञानापासून जे वंचित राहावं लागत होतं, त्यापासून मुक्ती मिळवून देण्याचा त्यांनी प्रयत्न केला. यासाठी डॉ. सिंग यांनी भारतातील मोठ-मोठे धोरणात्मक बाबींविषयीचे तज्ज्ञ, आण्विक धोरण तसंच आंतरराष्ट्रीय संबंध या विषयांमधील तज्ज्ञ यांना पाचारण करून त्यांची मतं जाणून

घेण्यात खूप वेळ खर्च केला. तीन वर्षांच्या कालावधीत २००५च्या मध्यापासून २००८च्या मध्यापर्यंत ७ रेसकोर्स मार्गामध्ये असंख्य तज्ज्ञ आणि विश्लेषकांना बोलावून घेण्यात आलं. या अनेक तज्ज्ञांची भिन्न-भिन्न मतं आणि भिन्न-भिन्न विचार ऐकून घेऊन डॉ. सिंग यांनी स्वत:चं मत बनवलं, भारताचे अधिकृत धोरण बनवलं.

अनेक निवृत्त शास्त्रज्ञ अचानक पुढे सरसावले. त्या सर्वांना यात सल्लागार म्हणून सहभागी होण्याची इच्छा निर्माण झाली होती. एका ऐतिहासिक प्रक्रियेचा आपण हिस्सा व्हावं, असं वाटू लागलं होतं. अशाच एका ज्येष्ठ शास्त्रज्ञांनी मला त्यांचे परिचयपत्र पाठवून दिलं आणि स्वत:ची पंतप्रधानांचा सल्लागार म्हणून नियुक्ती करून घेण्यासाठी माझ्याकडे रदबदली सुरू केली. पण त्यातून काही निष्पन्न झालं नाही, मग या अणुकरारावर टीकास्त्र सोडलं.

याच्या नेतृत्वाची जबाबदारी के. सुब्रमण्यम यांच्यावर सोपवण्यात आली. बुश यांच्या कारकिर्दीत होत गेलेल्या अमेरिकेच्या जागतिक धोरणाचा दूरगामी परिणामांचा अभ्यास करण्यासाठी डॉ. सिंग यांनी एका सक्रिय गटाची नेमणूक केली. या गटानं आपला अहवाल सादर केला. त्याचं शीर्षक होतं, 'आव्हान : भारत आणि अमेरिकेचं नवीन जागतिक धोरण.' हा अहवाल पंतप्रधानांना २००६मध्ये सादर करण्यात आला. सुब्रमण्यम यांच्या नेतृत्वाखाली असलेल्या या अभ्यासगटात पी. रामाराव आणि एम. एस. अमरनाथ हे शास्त्रज्ञ, आर. के. पचौरी आणि अरविंद विरमणी हे अर्थतज्ज्ञ, व्यूहरचना विश्लेषक उदय भास्कर आणि अमिताभ मट्टू यांचा समावेश होता. खरंतर हा अहवाल जनतेसमोर ठेवण्याची सुब्रमण्यम यांची इच्छा होती, पण दुर्देवानं हा गुप्त ठेवण्यात आला.

✦

सामाजिक धोरणाच्या बाबतीत मात्र सक्रिय कार्यकर्त्यांचा आवाज तज्ज्ञांच्या आवाजापेक्षा वरचढ ठरला. विकासअर्थतज्ज्ञ जीन ड्रीझ आणि मिहीर शहा यांच्यासारखे काही तज्ज्ञ होते. यांच्यापैकी जीन ड्रीझ हे युपीए-१मध्ये राष्ट्रीय सल्लागार समिती (एनएसी)चे माजी सदस्य होते, तर मिहीर शहा हे युपीए-२मध्ये नियोजन मंडळाचे सदस्य होते. यांनी सक्रियता आणि सखोल संशोधन यांचा मेळ घातला. परंतु सामाजिक धोरण बनवणारे बरेच लोक, हे तज्ज्ञ नसून क्रियाशील कार्यकर्ते होते. यात बऱ्याच राष्ट्रीय सल्लागार समितीच्या सदस्यांचाही समावेश होता. हे प्रशासकांपैकी नव्हते. डॉ. सिंग यांनी या 'सामाजिक धोरण बनविण्या'मध्ये जीव ओतण्याचा प्रयत्न केला. पण बरेचवेळा त्यांच्या प्रयत्नांचा चुकीचा अर्थ लावला गेला. उदाहरणार्थ डॉ. सिंग यांचा ग्रामीण रोजगार हमी योजनेला कधीच विरोध नव्हता. परंतु या योजनेसाठी

सरकारी पैशांचा अपव्यय कमी करून जास्तीत जास्त फायदा कसा मिळवता येईल, याचं त्यांनी विश्लेषण करून घेतलं. काही क्रियाशील कार्यकर्त्यांनी त्यावरून डॉ. सिंग यांना या योजनेलाच विरोध असल्याचा समज करून घेतला.

सरकारी धोरणात्मक योजनांना विश्लेषणात्मक आधार असलाच पाहिजे, या आग्रहामुळे सरकार चालवताना डॉ. सिंग यांना अनेकदा वैफल्य येत असे. कारण लोकशाहीमध्ये सरकार करत असलेली प्रत्येक गोष्ट नेहमी कडक तत्त्वांच्या आधारे तोलता येईलच किंवा ती सुसंगत असेलच असं नाही. एकीकडे राजकारणात सक्रिय असलेले लोक डॉ. सिंग सर्वसामान्य जनतेचा विचार करत नसल्याची टीका करत, तर दुसरीकडे डॉ. सिंग यांचे विद्वान मित्र त्यांना राजकारणात कराव्या लागणाऱ्या बौद्धिक तडजोडींबद्दल नावं ठेवीत. त्यामुळेच तर डॉ. सिंग हे 'प्रथम दर्जाचे राजकारणी पण दुय्यम दर्जाचे अर्थतज्ज्ञ' असल्याचे खोचक टोमणे त्यांना मारण्यात येत. पण डॉ. सिंग यांना समाजजीवनाचा दीर्घकाळ अनुभव असल्यामुळे त्यांना एक गोष्ट पक्की ठाऊक होती. एखाद्या माणसाला राजकीय मुत्सद्दी म्हणून नाव मिळवण्यासाठी त्याला एक लोकप्रिय राजकीय नेता बनावं लागतं.

तसं बघायला गेलं, तर धोरण बनवत असताना तज्ज्ञांचं पुस्तकी ज्ञान किंवा तंत्र याचा फारसा उपयोग नसतो, असं मला ही वाटतं. लोकशाहीमध्ये अनेक पक्षाचं कडबोळं असलेल्या, एकमेकांशी सतत भांडणाऱ्या, भिन्न-भिन्न आदर्श बाळगण्याचा आघाडीचं बनलेलं युपीए सरकार जेव्हा सत्तेवर असतं, तेव्हा जनतेसंबंधीची धोरणं ही 'राजकीय हितसंबंध' आणि 'दबावगट' यांचाच विचार करून बनवली जातात.

परंतु डॉ. सिंग यांची विविध विषयांतील तज्ज्ञांचा सल्ला घेण्याची सवय, त्यांना त्यांच्या विचारप्रक्रियेत नक्कीच किफायतशीर ठरली. त्याचप्रमाणे त्यांच्या मनातील देशांतर्गत तसंच परराष्ट्र धोरणांचा पाठपुरावा करत असताना वाटेत येत असलेले सगळे राजकीय अडथळे पार करण्यासाठी सुद्धा त्यांची मदत झाली.

■

८

'प्रॉमिसेस टु कीप'

"भारत झळकावा असं आम्हाला वाटतं,
पण तो सर्वांसाठी झळकला पाहिजे."

– पहिली राष्ट्रीय पत्रकार परिषद
४ सप्टेंबर, २००४

डॉ. सिंग यांचं युपीए सरकारचे पंतप्रधान म्हणून सोनियांनी नाव सुचवण्याआधीच त्यांना माध्यमांशी बोलण्याची आणि शेअर बाजाराला शांत करण्याची विनंती केली होती. डाव्यांच्या पाठिंब्यावर काँग्रेस सरकार बनवण्याच्या विचारात आहे, अशी घोषणा होताच मुंबई शेअर बाजाराच्या निर्देशांकानं कोलांटी उडी मारली होती. आता गुंतवणूक दारांना शांत करणं, डॉ. सिंग यांच्याच हातात होतं. सुदैवानं १९९० ते २०००च्या दशकात डॉ. सिंग यांनी जी कामगिरी केली होती, त्यामुळे देशांतर्गत तसेच देशाबाहेरच्या भांडवली गुंतवणूक करू इच्छिणाऱ्यांना धीर मिळाला. वाजपेयी सरकारची कारकिर्द संपुष्टात येताना देशाची आर्थिक परिस्थिती खूपच सुधारली होती. शेवटच्या वर्षात तर आठ टक्के वाढ झाली होती. त्या वेळी समाजाच्या पायाभूत बांधणीसाठी आवश्यक सुविधांचा प्रचंड प्रमाणात विस्तार करण्यात आला होता. त्यांच्यानंतर येणाऱ्या सरकारसाठी देशाची अर्थव्यवस्था चांगली होती. खरंतर त्यामुळेच तेव्हाचे अर्थमंत्री जसवंतसिंग यांनी झळकणाऱ्या भारताचं 'इंडिया शायनिंग' हे घोषवाक्य प्रचलित केलं. परदेशी कंपन्यांना भारतीय बाजारपेठेत गुंतवणूक करण्यास आकृष्ट करण्यासाठीच हे घोषवाक्य बनवण्यात आलं होतं. विकासाचा दर वाढत होता, चलन फुगवट्याला आळा बसला होता आणि गेल्या कित्येक वर्षांत प्रथमच भारताकडे अतिरिक्त भांडवल होतं. १९९८मध्ये भाजप सरकारनं जेव्हा अणुविस्फोटाच्या चाचण्या केल्या तेव्हा जगानं त्यांच्याकडे संशयानं पाहिलं होतं, त्याच जगानं आता भारतावर विश्वास टाकला होता. त्यामुळे त्यानंतर सत्तेवर

आलेल्या युपीए सरकारचं पुढचं आव्हान होतं, शेतकऱ्यांचे प्रश्न सोडवणं, (विशेषत: दक्षिण भारतातील शेतकऱ्यांचे.) गुंतवणूकदारांना दिलासा देणं आणि विकास सर्वसमावेशक बनवणं.

पहिल्या स्वातंत्र्यदिनाच्या आपल्या भाषणात डॉ. सिंग यांनी आपल्या योजना जनतेपुढे मांडल्या. डॉ. सिंग यांनी असं सांगितलं की, सरकारच्या योजना आणि सरकार ज्यांना प्राधान्य देईल, अशा गोष्टी एकंदर तीन निवेदनांमधून सर्वांपुढे मांडण्यात येणार आहेत. एक म्हणजे राष्ट्रीय किमान समान कार्यक्रम (एनसीएमपी), राष्ट्रपतींचं संसदेला उद्देशून अभिभाषण आणि अर्थमंत्र्यांचा अंदाजपत्रक सादर करतानाचं भाषण या तीनही निवेदनांचा संदर्भ फार महत्त्वाचा होता. त्यातून एका मुद्यावर त्यांनी भर दिला होता की, सरकारची ध्येयधोरणं ही केवळ या राष्ट्रीय किमान समान कार्यक्रमामधूनच स्पष्ट होणार नव्हती, तर संसदेमध्ये राष्ट्रपतींनी आपल्या भाषणातून जे व्यक्त केलं. (राष्ट्रपतींचं हे भाषण पंतप्रधान कार्यालयानं, म्हणजे मीच लिहिलं होतं.) त्यातून, तसंच अर्थमंत्र्यांच्या अंदाजपत्रक सादर करताना केलेल्या भाषणातूनही मांडण्यात येणार होती.

पंतप्रधानांना आडून-आडून हेच सुचवायचं होतं की, एनसीएमपीमुळे देशाच्या विकासात कोणत्याही प्रकारची बाधा येणार नाहीतर सरकारच्या ध्येयधोरणांमधून त्याचा अन्वयार्थ लावण्यात येईल. खरंतर हा एनसीएमपी डाव्यांना काँग्रेस पक्षाबरोबर एकत्र काम करता यावं, यासाठी सीताराम येचुरी आणि जयराम रमेश यांनी घाईघाईनं बनवला होता. तो जाहीरनामा व्यवस्थित मांडण्यात आला नव्हता. अर्थातच या एनसीएमपीबद्दल डॉ. सिंग हे पूर्णतया समाधानी नव्हते. त्यांच्यामते डाव्यांकडून पाठिंबा मिळवण्याच्या घाईत काँग्रेसनं त्यांना फार जास्त सवलती दिल्या होत्या. त्यांना काळजी एकाच गोष्टीची वाटत होती, त्यात दिलेल्या सगळ्याच्या सगळ्या आश्वासनांची पूर्ती व्हावी, अशी अपेक्षा डाव्यांकडून तसेच काँग्रेस पक्षातील काही लोकांकडून करण्यात येईल आणि हीच गोष्ट सरकारसाठी फार कठीण होऊन बसेल. पक्षानं या बाबतीत सोपा मार्ग पत्करला होता. सगळ्याच गोष्टींना सरळ 'हो' म्हणून टाकायचं लेखी आश्वासनं द्यायची, पण कृतीतून काही करावं, अशी बंधनं सरकारवर घालायची नाहीत.

१९९१-९२ सालातील दु:स्वप्नांचा अनुभव डॉ. सिंग यांच्या पाठीशी होताच. नरसिंह राव यांच्या सरकारला ज्या खडतर आर्थिक संकटाचा सामना करावा लागला होता, त्या वेळी डॉ. सिंग यांनीच आर्थिक आणीबाणीतून मार्ग काढला होता. 'पैसे काही झाडाला लागत नाहीत.' ही डॉ. सिंग यांची आवडती उक्ती होती. त्यांच्यामते एनसीएमपीवर भरपूर आर्थिक भार होता. त्यातून विविध प्रकारच्या आर्थिक सवलती आणि नव्या योजना जाहीर करण्यात आल्या होत्या. त्यामुळे ह्या प्रोग्रॅमचा टिकाव

लागणं फार कठीण होतं. त्यामुळेच त्यांनी आपल्या भाषणातून असं व्यक्त केलं होतं की, खरोखर कोणत्या योजना प्रत्यक्षात येणं शक्य आहे, हे राष्ट्रपतींच्या आणि अर्थमंत्र्यांच्या भाषणातून अधिक स्पष्ट होईल. शिवाय अर्थमंत्र्यांच्या अंदाजपत्रकीय भाषणाचा आत्ता या ठिकाणी उल्लेख करून डॉ. सिंग यांनी सरकारला वेळोवेळी गरजेनुसार आपल्या धोरणांमध्ये बदल करण्याची एक प्रकारे मुभाच दिली होती. आता आपल्या भाषणातून पोकळ आश्वासनं देण्याची घाई त्यांना करायची नव्हती.

याचा अर्थ एनसीएमपीच्या मूलभूत तत्त्वांवर डॉ. सिंग यांचा विश्वास नव्हता, असा मात्र नाही. त्यांचा विश्वास होता. त्यांना असं नेहमीच वाटायचं की, आपण अर्थमंत्री असताना आरोग्य आणि शिक्षण या दोन क्षेत्रांसाठी पुरेसं काही करू शकलो नाही, त्यामुळे पंतप्रधान झाल्यावर या दोन गोष्टींना प्राधान्य देण्याचं त्यांनी ठरवलं होतं. त्यांना असंही वाटे की, एनडीएचा पराभव, विशेषत: आंध्र प्रदेशात चंद्राबाबू नायडू आणि त्यांच्या तेलगू देसम पक्षाचा पराभव होण्यामागे कृषी आणि ग्रामीण विकासाकडे दुर्लक्ष हेच मुख्य कारण होतं. २००४च्या सार्वत्रिक निवडणुकांपूर्वी भाजपने जेव्हा 'इंडिया शायनिंग'चा प्रचार सुरू केला तेव्हा त्याची टीका करणाऱ्यांमध्ये डॉ. सिंग पहिले होते. त्याच्या अनेक महिने आधी डॉ. सिंग आणि सोनिया यांनी समाज शास्त्रज्ञांबरोबर आणि सामाजिक कार्यकर्त्यांबरोबर एकत्र बसून चर्चा केली होती आणि सत्तेवर आल्यावर सरकारची काय ध्येयधोरणं असावी, यातील महत्त्वाच्या बाबी बारकाईनं समजून घेतल्या होत्या.

डॉ. सिंग यांचे टीकाकार आणि सोनियांचे चाहते नेहमी सिंग यांच्याविषयी असं म्हणत की, सामाजिक धोरणांबद्दल सोनियांची विचार करण्याची पद्धत डॉ. सिंग यांनी अगदी उशिरा म्हणजे गेल्या काही दिवसांतच आत्मसात केली होती. पण हे खरं नव्हतं, एनसीएमपीद्वारा व्यक्त करण्यात आलेल्या चिंता डॉ. सिंग यांच्या मनातही होत्या. स्वातंत्र्यदिनाच्या आपल्या भाषणात जेव्हा 'ग्रामीण भारतासाठी नवीन कार्यक्रम' आणि 'सात सूत्रं' या युपीएच्या उपक्रमांविषयी ते बोलले तेव्हा त्यांच्या या चिंता व्यक्त झाल्या. ही सात सूत्रं म्हणजे – कृषी, पाणी, शिक्षण, आरोग्य, रोजगार, नागरी नूतनीकरण आणि सामाजिक पायाभूत सुविधा अशी होती. हे भाषण त्यांनी स्वत:च लिहिलं होतं.

"ही सात सूत्रं हे विकासाच्या सेतूचे सात स्तंभ आहेत. आर्थिक विकास आणि सामाजिक व आर्थिक समतेकडे जाण्यासाठी आधी हा सेतू आपल्याला पार करावा लागणार आहे." डॉ. सिंग लाल किल्ल्याच्या तटावरून राष्ट्राला उद्देशून भाषण करताना म्हणाले.

या सात सूत्रांच्या साच्यावर सरकारची ध्येय धोरणं ठरवण्यात आली. युपीएचे फ्लॅगशिप प्रोग्रॅम्स पण ठरवण्यात आले. 'भारत निर्माण', 'महात्मा गांधी राष्ट्रीय

रोजगार हमी योजना', 'जवाहरलाल नेहरू राष्ट्रीय नागरी सुधार योजना', 'राष्ट्रीय ग्रामीण आरोग्य योजना', 'सर्व शिक्षा अभियान' आणि 'विस्तारित प्राधान्य भोजन योजना.'

या उपक्रमांपैकी काही उपक्रमांचा विकास करण्याच्या कामी वैचारिक पातळीवर एनएसीनं मदत केली. यांसाठी आवश्यकतेनुसार विधेयक बनवण्याचं काम पंतप्रधान कार्यालयानं केलं आणि या उपक्रमांची अमलबजावणी कशी करण्यात यावी, हे ठरवण्यासाठी सुद्धा मदत केली. त्यामुळे युपीएची सर्व विकासात्मक धोरण एनएसीनं बनवली. पंतप्रधान कार्यालय फक्त आर्थिक विकास आणि मुक्त अर्थव्यवस्थेकडे लक्ष घालत होतं, असं म्हणणं चुकीचं आहे. काँग्रेस पक्षातील काही लोक, डावे पक्ष आणि माध्यमं नेहमी अशा अर्थाचा उपहासात्मक प्रचार करत. परंतु हा अपप्रचार थांबवण्याचा डॉ. सिंग यांनी कधीच प्रयत्न केला नाही. त्यांनी तो प्रचार थांबवावा; हे माझं म्हणणं त्यांनी कधीच मानलं नाही. मी असं कधी सुचवलं, तर त्याचं उत्तर ठरलेलं असायचं, ''माझी कृतीच पुरेशी बोलकी असेल.''

ग्रामसुधार विकासाच्या कार्यक्रमाचा आराखडा पंतप्रधान कार्यालयातील संयुक्त सचिव दिवंगत आर. गोपालकृष्णन यांच्या पुढाकाराखाली पंतप्रधान कार्यालयातच बनवण्यात आला होता. मध्य प्रदेशामध्ये द्विग्विजय सिंग हे राज्यमंत्री असताना गोपालकृष्णन हे त्यांचे सचिव म्हणून काम करत होते. त्यामुळे विकासकामांमधला पायाभूत अनुभव त्यांच्या गाठीशी होता. गोपालकृष्णन हे प्रखर बुद्धिमान, महत्त्वाकांक्षी, जिज्ञासू आणि उत्साही असे सिव्हिल इंजिनीअर होते. सरकारी लाल फितीच्या कारभारात त्यांनी स्वत:ला कधीच जखडून घेतलं नाही.

'बिझिनेस गुरू' सी. के. प्रसाद यांनी समाजाच्या तळागाळातील लोकांमध्ये असलेल्या सुप्त उद्यमशीलतेबद्दल एक प्रबंध लिहिला होता. त्यामुळे गोपालकृष्णन अत्यंत प्रभावित झाले होते. त्यांच्या मते ग्रामविकास कामांमध्ये जर सरकारनं भांडवली गुंतवणूक केली, तर त्यापासून सर्वांचाच फायदा आहे. फक्त या गुंतवणुकीतून नवीन रोजगार निर्माण झाले पाहिजेत आणि ही गुंतवणूक किफायतशीर होऊन त्यातून नफा ही मिळाला पाहिजे. 'भारत निर्माण' म्हणजे ग्रामीण भागातील लोकांना सवलती देणारी, अनुदान जाहीर करणारी योजना नव्हती, तर तो ग्रामविकासाचा एक 'बिझिनेस प्लॅन' होता. या उपक्रमामध्ये ग्रामीण निवास, रस्ते, विद्युतीकरण, पिण्याचे पाणी, सिंचन आणि ग्रामीण दूरसंचार अशा अनेक योजना एकत्र आणण्यात येणार होत्या.

गोपालकृष्णन यांनी यासंबंधीचं एक 'पॉवर पॉइंट प्रेझेंटेशन' बनवून पंतप्रधानांना सादर केल्यानंतर त्यांच्या कक्षात एकदम उल्हासाचं वातावरण पसरलं. अशा प्रकारचे विकासाला प्राधान्य देणारे आणि रोजगार निर्माण करणारे कार्यक्रम डॉ. सिंग

यांना आवडत असत. गोपालकृष्णन यांनी या सर्व योजनांचं मिळून 'भारतनिर्माण' असं नामकरण करायचं सुचवलं, तेव्हा पंतप्रधानांनी हसून त्याला होकार दिला.

पंतप्रधान कार्यालयातील तरुण अधिकारी व्ही. विद्यावती आणि अमित अगरवाल यांना सुद्धा युपीएच्या विकासकार्यक्रमाविषयी प्रचंड तळमळ होती. पंतप्रधानांचे स्वीय सचिव सुब्बू यांनी आधी मध्य प्रदेशात दिग्विजय सिंग यांच्या सरकारमध्ये काम केलं होतं. मग ते छत्तीसगढला गेले. दोन्ही राज्यांमधील ग्रामविकासाच्या कामात त्यांनी खूप रस घेतला होता. त्याचप्रमाणे त्यांनी काहीकाळ मणिपूरमध्येही नोकरी केली होती, तेव्हा तेथील ग्रामविकासाच्या कामातही ते सहभागी झाले होते. विद्यावती हे आयएएसच्या कर्नाटक केडरचे तर अगरवाल हे छत्तीसगड केडरचे होते. या स्थायी समितीनं एनसीएमपीच्या अमलबजावणीमध्ये लक्ष घातलं.

ग्रामीण रोजगार हमी योजनेची कल्पना एनएसी आणि ग्रामविकास मंत्रालयाकडून पंतप्रधान कार्यालयाला सांगण्यात आली. डॉ. सिंग यांनी अत्यंत उत्साहानं ती उचलून धरली. महाराष्ट्रानं सुरुवातीला या संदर्भात जी पावलं उचलली होती, त्याची डॉ. सिंग यांना कल्पना होती. शरद पवार महाराष्ट्राचे मुख्यमंत्री असल्यापासूनच 'महाराष्ट्र रोजगार हमी योजना' (एमईजीएस – महाराष्ट्र एम्प्लॉयमेंट गॅरंटी स्कीम) राबवण्यात येत होती. खरंतर १९७७मध्ये वसंतदादा पाटील महाराष्ट्राचे मुख्यमंत्री असताना ही कल्पना मांडण्यात आली. पुढे १९७९मध्ये शरद पवार यांनी एमईजीएसची सुरुवात केली. १९८० ते ९०च्या दशकात डॉ. सिंग योजना आयोगाचे उपाध्यक्ष असताना त्यांनी या उपक्रमाचा अभ्यास केला होता. त्यामुळे ते प्रभावित झाले होते. त्यामुळेच ही योजना राष्ट्रीय पातळीवर राबवण्यास ते अनुकूल होते. महात्मा गांधी राष्ट्रीय ग्रामीण रोजगार हमी योजना (एमजीएनआरईजीए) म्हणजे खरंतर एमईजीएस या महाराष्ट्र राज्यातील योजनेचंच जरासं बदललेलं रूप होतं.

ही महात्मा गांधी राष्ट्रीय ग्रामीण रोजगार हमी योजना राबवण्यासाठी सरकारच्या तिजोरीवर किती भार पडेल, याच्या खर्चाच्या अंदाजाच्या बाबतीत थोडे मतभेद होते. पंतप्रधान कार्यालय आणि अर्थमंत्रालय एका बाजूला तर एनएसी दुसऱ्या बाजूला असे दोन पक्ष होते. पण त्यांच्यात राष्ट्रीय उत्पन्नाच्या एक टक्का खर्च होणार की तीन टक्का एवढ्याच मुद्यावर मतभेद होते. डॉ. सिंग आणि चिदंबरम यांची लागेल तो खर्च करू असं आश्वासन देण्याची तयारी नव्हती. कारण या योजनेतून मिळणारा लाभ हा व्यक्ती कोणता पर्याय निवडते, यावर अवलंबून होता. म्हणजे या एमजीएनआरईजीएमध्ये ज्या व्यक्तीनं नाव नोंदणी केली असेल, त्या व्यक्तीला काही विशिष्ट दिवसांसाठी रोजगार व ठराविक वेतन देण्यात येणार होतं. याचा अर्थ असा की, या योजनेचा लाभ घेण्यासाठी आपणहून किती व्यक्ती पुढे येणार आहेत, याची वर्षाच्या सुरुवातीला सरकारला काहीच कल्पना असणं शक्य नव्हतं.

ग्रामविकास मंत्री डॉ. रघुवंश प्रसाद सिंग हे एकेकाळचे पदार्थविज्ञान विषयाचे प्राध्यापक तसंच खरोखरच तळागाळातील लोकांसाठी काम करत वर आलेले राजकीय नेते होते. डॉ. सिंग यांना त्यांच्याविषयी नितांत आदर होता. त्यांनी आर्थिक बाबतीत परंपरावादी विचारसरणीचे लोक आणि लोकहितवादी विचारसरणीचे लोक यांच्यातला दुवा म्हणून काम केलं. रघुवंश प्रसाद हे रांगडं व्यक्तिमत्त्व होतं. वाढलेली दाढी, अस्ताव्यस्त कपडे, जुनाट, धुवट धोतर असा त्यांचा अवतार असे. राजकारण्यांसारखे पांढरे शुभ्र परीटघडीचे कपडे ते घालत नसत. त्यांचं इंग्रजीही यथातथाच होतं. पण त्यांच्या विषयाचं त्यांचं ज्ञान अफाट होतं.

आपापल्या मंत्रालयाच्या ध्येयधोरणांची पंतप्रधानांना माहिती देण्याचं काम बरेचसे केंद्रीय मंत्री आपल्या सचिवांवरच सोपवत असत. पण रघुवंश प्रसाद मात्र स्वत:च ही माहिती पंतप्रधानांपुढे सादर करत. पंतप्रधानांना आर्थिक बाबतीत वाटणाऱ्या चिंतेची त्यांना जाणीव होती. त्यामुळे कोणत्याही उपक्रमाच्या आखणीमध्ये ते आर्थिक बाजूचा सुद्धा पूर्ण विचार करत. २००९च्या आपल्या केंद्रीय मंत्रीमंडळात रघुवंश प्रसाद यांचा समावेश करायला डॉ. सिंग यांना नक्कीच आवडलं असतं. पण ते तसं करू शकले नाहीत. कारण कॉंग्रेस आणि लालू प्रसाद यादव यांच्या राष्ट्रीय जनता दल पक्षात दुरावा निर्माण झाला होता आणि रघुवंश प्रसाद हे त्यांचेच ज्येष्ठ नेते होते. अनेक वेळा कॉंग्रेस पार्टीतील प्रचारक या महात्मा गांधी राष्ट्रीय रोजगार हमी योजनेचं (एमजीएनआरईजीए) श्रेय राहुल गांधी आणि सोनिया गांधींच्या नावानं स्वत:च्या पक्षाकडे घेत. परंतु या योजनेसाठी रघुवंश प्रसाद यांनी जे प्रचंड काम केलं, त्याबद्दल त्यांना किंचितही श्रेय देत नसत. ते पाहून डॉ. सिंग यांना मनापासून संताप आल्याचं माझ्या लक्षात आलं होतं.

✦

या महात्मा गांधी राष्ट्रीय रोजगार हमी योजनेचं संपूर्ण श्रेय गांधी परिवाराला देण्याचा कॉंग्रेस पक्षानं इतका अतिरेक केला होता की, शेवटी त्या परिवारातल्या लोकांनाही त्याचा संकोच वाटू लागला असेल. मग मीच एकदा हा गैरसमज दूर करण्याचा प्रयत्न करायला गेलो आणि चांगलाच कचाट्यात सापडलो. २६ सप्टेंबर, २००७ रोजी राहुल गांधींची कॉंग्रेस पक्षाच्या महासचिवपदी नियुक्ती झाल्यानंतर काही दिवसांतच ते सर्वच पक्षांच्या महासचिवाचं शिष्टमंडळ घेऊन डॉ. सिंग यांना वाढदिवसाच्या शुभेच्छा देण्यासाठी आले. सुरुवातीचा चहापानाचा कार्यक्रम झाल्यावर शिष्टमंडळानं ध्येयधोरणांविषयी चर्चेला सुरुवात केली. त्यांची बैठक संपल्यावर सोनियांचे सचिव अहमद पटेल यांनी त्या बैठकी विषयीचं एक

लिखित निवेदन माझ्याकडे देऊन ते वृत्तपत्रांत प्रसिद्धीस देण्यास सांगितलं.

त्या निवेदनात असं लिहिण्यात आलं होतं की, राष्ट्रीय रोजगार हमी योजना (एनआरईजीए) या उपक्रमाची व्याप्ती वाढवून तो देशभरातील सर्व पाचशे ग्रामीण भागांपर्यंत नेण्यात यावा; अशी राहुल गांधी यांनी पंतप्रधानांकडे शिफारस केली आहे. (हा कार्यक्रम 'महात्मा गांधी राष्ट्रीय रोजगार हमी योजना' या नावाने प्रचलित होण्याआधीची ही गोष्ट आहे.) कारण तोपर्यंत तो फक्त अत्यंत मागासलेल्या २०० जिल्ह्यांतच राबवण्यात येत होता. त्यावर मी पटेल यांना सांगितलं की, पंतप्रधानांच्या भेटीला जे कुणी येतील, त्यांच्या वतीनं जाहीर निवेदन देण्याची पंतप्रधान कार्यालयाची पद्धत नाही. राहुल गांधी यांच्या नेतृत्वाखाली पक्षांच्या महासचिवांचं एक शिष्टमंडळ पंतप्रधानांना वाढदिवसाच्या शुभेच्छा देण्यासाठी आलं होतं, असं निवेदन मी प्रसिद्धीस देईन. परंतु त्यांच्या बैठकीत काय चर्चा झाली, या संबंधीचं एक स्वतंत्र निवेदन पक्षाच्या कार्यालयानं प्रसिद्ध करावं.

त्या संध्याकाळी 'इंडियन एक्सप्रेस' दैनिकाचे ज्येष्ठ पत्रकार शिशिर गुप्ता यांचा मला फोन आला. डॉ. सिंग यांनी राहुल यांची शिफारस मान्य केली का आणि आता एनआरईजीएचा विस्तार संपूर्ण देशात करण्यात येणार आहे का? अशी त्यांनी चौकशी केली. त्यावर मी त्यांना आठवण करून दिली की, पंतप्रधानांनी स्वातंत्र्यदिनाच्या आपल्या भाषणात ते स्पष्ट केलं होतं आणि आत्ता त्या संदर्भात पंतप्रधान कार्यालयाचं ग्रामविकास आणि अर्थमंत्रालयाबरोबर बोलणं चालू आहे.

त्या संध्याकाळी सर्व टीव्ही वाहिन्यांनी इमाने-इतबारे काँग्रेस पक्षाचं निवेदन प्रक्षेपित केलं की, राहुल गांधी यांनी एनआरईजीएचा पूर्ण देशभर विस्तार करण्याची पंतप्रधानांना विनंती केली आहे. दुसऱ्या दिवशी सकाळी सर्व वृत्तपत्रांमध्येही तसंच छापून आलं होतं. फक्त 'इंडियन एक्सप्रेस'नं मात्र त्याला आणखी एक पुष्टी जोडली होती : 'आमच्या खास सूत्रांकडून असं समजतं की, राहुल गांधी यांची पक्षाच्या महासचिवपदी नियुक्ती होण्याच्या आधीपासूनच ही बाब पंतप्रधान कार्यालयाचा दृष्टिपथात होती. पंतप्रधानांच्या प्रमुख सचिवांनी या बाबीवर अर्थमंत्रालय, ग्रामविकास मंत्रालय आणि नियोजन मंडळ यांच्याशी दोन आठवड्यांपूर्वीच चर्चा केलेली आहे.'

रोजगार हमी योजना देशभरात लागू करण्याबद्दल रघुवंश प्रसाद हे पहिल्यापासूनच उत्साही होते. काँग्रेस पक्षानं त्यांना बाजूला सारून ही राहुल यांची कल्पना असल्याचा प्रचार करायला सुरुवात केल्याची त्यांना फार गंमत वाटली. पण त्यांनी खिलाडूवृत्ती दाखवून काँग्रेस पक्षाला साथ दिली. फक्त त्यांनी त्यांच्या स्वत:च्या बिहार राज्यातील काही पत्रकारांना ही आपली कल्पना असून या कार्यक्रमाचा विस्तार संपूर्ण देशभरातील ग्रामीण भागापर्यंत व्हावा यासाठी अर्थमंत्रालय आणि नियोजन मंडळाचा पाठपुरावा करत असल्याचं सांगितलं.

एका पत्रकाराला या उपक्रमाच्या देशभरातील विस्तारविषयी जास्त माहिती हवी होती. मी त्याला गमतीत एक एसएमएस पाठवला. त्यात 'ही घोषणा म्हणजे पंतप्रधानांकडून स्वत:च्या वाढदिवसनिमित्त राष्ट्राला देण्यात आलेली भेट आहे.' असं मी लिहिलं होतं. जर सोनिया किंवा राहुल पंतप्रधान असते, तर पक्षानं लगेच या संधीचा फायदा उठवून असाच प्रचार केला असता.

माझा तो एसएमएस नंतर बऱ्याच ठिकाणी फिरत-फिरत अखेरीस तो पक्षनेतृत्वापर्यंत पोहोचला. एक वरिष्ठ काँग्रेस नेते एका ज्येष्ठ संपादकांना म्हणाले, ''तो बारु काय समजला? त्याला काय असं वाटतंय का की, डॉक्टरसाहेब आम्हाला निवडणुका जिंकून देणार आहेत? आम्हाला राहुल गांधींची चांगली प्रतिमा निर्माण करायची आहे. या अशा प्रकारच्या एसएमएसचा त्यासाठी काही उपयोग होणार आहे का?''

हे ऐकल्यावर आता आपण चांगलेच अडचणीत सापडल्याचं माझ्या लक्षात आलं. तसंच झालं! पंतप्रधानांनी मला त्यांच्या कक्षात बोलावून घेतलं. आता आपली कानउघडणी होणार, हे मला कळून चुकलं. मी त्यांच्या कक्षाला जोडून असलेल्या शेजारच्या खोलीत शिरलो, तेव्हा नारायणन, नायर आणि पुलोक बाहेर पडत होते. त्या सर्वांनीच जाणीवपूर्वक माझ्या नजरेला नजर देण्याचं टाळलं. तेव्हाच प्रकरण गंभीर आहे, हे माझ्या लक्षात आलं. मी आत शिरलो, तेव्हा डॉ. सिंग हाताची घडी घालून बसले होते. त्यांच्या चेहऱ्यावर राग स्पष्ट दिसत होता. ''एनआरईजीएचा विस्तार ही मी जनतेला माझ्या वाढदिवसानिमित्त दिलेली भेट होती. असा एसएमएस तुम्ही पत्रकारांना पाठवला होता?''

मी तो एसएमएस पाठवल्याचं कबूल केलं, पण तो असा अगदी सहजच, गमतीनं पाठवल्याचंही त्यांना सांगितलं. स्वातंत्र्यदिनाच्या भाषणातून त्यांनी या एनआरईजीएच्या विस्ताराचं वचन दिलेलंच होतं, याची मी त्यांना आठवण करून दिली. अगदी असं गृहीत धरलं की, राहुल यांनी हे लवकर करण्यात यावं अशी मागणी केली, असली तरीही हा निर्णय खरोखरच पंतप्रधानांच्या वाढदिवशी झालेला होता.

पंतप्रधान एखाद्या पुतळ्यासारखे नि:शब्द बसून होते. मग शांततेचा भंग करत मीच म्हणालो, ''या निर्णयाचं सगळं श्रेय पक्षाला राहुल गांधी यांना द्यायचंय. पण रघुवंश प्रसाद यांचं आणि तुमचंही तितकंच श्रेय आहे.''

''मला कसंलही श्रेय नको आहे.'' ते रागात म्हणाले. त्यांचा चेहरा रागानं लाल झाला होता.

''सर, तुमची उत्कृष्ट प्रतिमा जनमानसांसमोर उभी करणं, जे राजकीय श्रेय तुमचं आहे, ते तुम्हाला मिळवून देणं, हे माझं काम आहे. सोनिया आणि राहुल यांच्यासाठी काँग्रेस पक्षाला ते करू देत. मला हे तुमच्यासाठी केलं पाहिजे.''

''नाही!'' ते पुन्हा रागावून म्हणाले. ''तुम्ही माझी प्रतिमा वगैरे काही निर्माण करू नका.''

त्यानंतर खोलीत एक भयाण शांतता पसरली. त्या शांत खोलीत मी नुसता बसून होतो. काही मिनिटं तशीच गेली. मग डॉ. सिंग यांच्या चेहऱ्यावरचा ताण कमी झालेला दिसला. ते जरा निवांत टेकून बसले.

मग एखाद्या वडिलांनी मुलाला रागवावं तशा स्वरात मला म्हणाले, ''तुम्ही या अशा गोष्टी का करता?''

त्यावर मी काहीच बोललो नाही. बरीच मिनिटं शांततेत गेली. त्यानंतर पंतप्रधान म्हणाले, ''त्यांना जे काही श्रेय घ्यायचं ते घेऊ देत. मला त्याची काहीही गरज नाही. मी फक्त माझं काम करतो आहे. तुम्ही फक्त माझी भाषणं लिहा. मला माध्यमांसमोर माझी काहीही प्रतिमा वगैरे नको आहे.''

एवढं बोलून ते उठून उभे राहिले. मग मी तिथून बाहेर पडलो. मला त्यांच्याकडून अशी दुसऱ्यांदा समज मिळाली होती. 'इकॉनॉमिक टाइम्स'च्या विशेष पुरवणीच्या वेळी माझ्या हातून जी संपादकीय चूक घडली होती, त्या वेळी माझा त्यांनी जो खरमरीत समाचार घेतला होता, त्यानंतर जवळ-जवळ १५ वर्षांनी ही वेळ पुन्हा आली होती. पण यावेळेस प्रकरण गंभीर होतं. मला मुळात जे काम करण्यासाठी या नोकरीत घेण्यात आलं होतं, तेच काम करू नये, असं मला सांगण्यात आलं होतं. याचा अर्थ पक्षाकडून आणि पक्षाच्या खास परिवाराकडून भरपूर चिडचिड, रुसवा-फुगवा झाला असणार. त्यानंतर ही पंतप्रधानांची प्रतिमा उंचावण्याचा प्रयत्न मी चालूच ठेवला. घटनाच तशा घडत गेल्या, उदाहरणार्थ अणुकराराच्या वाटाघाटींमध्ये त्यांना मिळालेलं यश. परंतु हा प्रसंग घडल्यामुळे डॉ. सिंग यांच्यासाठी किमयागाराची कामगिरी निभावताना मला ज्या काही मर्यादा पडल्या होत्या, त्यांची मला जाणीव झाली. त्यानंतर मला पूर्वी इतका मोकळेपणा वाटेनासा झाला.

✦

एका जनहितासाठी मांडण्यात आलेल्या प्रस्तावाचं श्रेय मात्र डॉ. सिंग यांनी आनंदानं घेतलं. हा प्रस्ताव म्हणजे २००८मध्ये मांडण्यात आलेला शेतकऱ्यांच्या कर्जमाफीचा प्रस्ताव होता. २००८ सालच्या फेब्रुवारी महिन्यात अर्थमंत्री चिदंबरम यांनी आपल्या अंदाजपत्रकाच्या सादरीकरणाच्या वेळी देशभरातील छोट्या व अत्यल्प भूधारक शेतकऱ्यांच्या कर्जमाफीच्या योजनेची घोषणा केली होती. ती घोषणा करण्यापूर्वी त्यावर खूप विचारमंथन करण्यात आलं होतं. २००७मध्ये तसंच २००८ सालच्या सुरुवातीला डॉ. सिंग यांनी या मुद्याच्या बाबतीत खूप लढा दिला

होता. त्यांना एक गोष्ट नीट माहीत होती. काँग्रेस पक्ष जेव्हा सत्तेवर आला तेव्हा देशातील शेतकऱ्यांची परिस्थिती अतिशय दारुण होती. आंध्र प्रदेश आणि महाराष्ट्रातील कापूस पिकवणाऱ्या शेतकऱ्यांना साहाय्य करण्यासाठी अनेक पावलं उचलण्यात आली होती. या दोन राज्यांमध्ये शेतकऱ्यांनी आत्महत्या करण्याच्या असंख्य घटना घडल्या होत्या. ज्या शेतकऱ्यांनी आत्महत्या केल्या होत्या, ते काही अत्यंत हलाखीच्या परिस्थितीतले किंवा भूमिहीन शेतकरी नव्हते. ते कर्जाच्या ओझ्याखाली दबलेले भूधारक शेतकरी होते. पण दुसऱ्या बाजूला जे परंपरावादी विचारसरणीचे अर्थतज्ज्ञ होते, त्यांना अशा प्रकारची कर्जमाफी करण्यात फार मोठा नैतिक धोका दिसत होता. मधून-मधून अशाप्रकारे कर्जमाफी मिळण्याची जर कर्जदाराला सवय लागली, तर त्याची कर्ज बुडवण्याची प्रवृत्ती वाढीस लागू शकते, असं त्यांचं मत होतं.

परंतु डॉ. सिंग हे पुस्तकी पंडित असणारे अर्थतज्ज्ञ नव्हते. भारतातील कृषिविषयक अर्थकारणामधली त्यांची जाण अत्यंत सखोल होती. ही जाण सखोल बनवण्यामागे पंजाबातील शेतीचा प्रत्यक्ष अनुभव, जॉन मेनॉर्ड कीन्स आणि भारतातील के. एन. राज यांसारख्या अर्थतज्ज्ञांचा त्यांच्यावर असलेला प्रभाव आणि १९७०-८०च्या दशकात भारतीय हरितक्रांतीची ध्येयधोरणं बनवण्याच्या कामी त्यांचा सहभाग हे सगळंच होतं. ब्रिटिशांच्या काळातील फाळणीपूर्व पंजाब विषयी बोलताना, एक प्रख्यात प्रशासकीय अधिकारी माल्कम डार्लिंग यांनी १९२५मध्ये भारतीय शेतकऱ्याच्या दारुण परिस्थितीविषयी असे उद्‌गार काढले होते. 'भारतीय शेतकरी कर्जबाजारी म्हणूनच जन्माला येतो, कर्जबाजारी म्हणूनच जगतो आणि कर्जबाजारी म्हणूनच त्याचा अंतही होतो.'

२००७मध्ये संध्याकाळी उशिरा वरिष्ठ अधिकारी आणि मंत्र्यांबरोबरच्या एका निष्फळ चर्चेनंतर डॉ. सिंग हे ७ रेसकोर्स मार्गामध्ये त्यांच्या खासगी काम करण्याच्या जागी परतले. तिथे एका कोपऱ्यात एकांतात ते खिडकीबाहेर बघत बसून होते. समोर हिरवळीवर एक-दोन मोर फिरत होते. समोर ठेवलेल्या खाण्याकडेही डॉ. सिंग यांचं लक्ष्य नव्हतं. त्यांनी तिथे बसूनच भारतातील कर्जमाफीच्या इतिहासाविषयी मला एक भलं मोठं व्याख्यान दिलं. त्यांनी मला समजावून सांगितलं की, ग्रामीण भागातील शेतकऱ्याच्या कर्जबाजारी असण्याचं खरं स्वरूप ब्रिटिशांना समजलं होतं. पण शेतकऱ्यांना जिवंत ठेवणं किती महत्त्वाचं होतं, हेही त्यांना कळलं होतं. के. एन. राज यांनी त्यांना असं सांगितलं होतं की, ग्रामीण कर्ज हे समाजाच्या हितासाठी असतं. अर्थशास्त्रज्ञांनी समाजहिताची व्याख्या अशी केली आहे की, कोणतीही सेवा पुरवताना त्याचा लाभ घेणारे किंवा न घेणारे यांच्यात भेदभाव केला जात नाही. उदाहरणार्थ रस्त्यांचं विद्युतीकरण, हे असंच समाजहितासाठी दिल्या जाणाऱ्या सेवेचं उदाहरण आहे. सरकार रस्त्यांच्या विद्युतीकरणावर पैसे खर्च करतं आणि जे

कुणी त्या रस्त्याचा वापर करतात ते करदाता असोत अगर नसोत, नागरिक असोत की परदेशी पाहुणे, त्या सर्वांनाच या सेवेचा लाभ मिळतो. या अर्थानं पाहिलं, तर कर्जमाफी ही समाजहितासाठी नसून त्या शेतकऱ्यांच्या वैयक्तिक हितासाठी आहे, असं वरकरणी वाटतं. कारण त्याचा लाभ मुख्यत्वेकरून कर्जदाराला होत असतो. परंतु एखाद्या दारिद्रयानं गांजलेल्या कर्जात गळ्यापर्यंत बुडालेल्या शेतकऱ्याला जगवण्यासाठी त्याला कर्जमाफी देणं, शेतकऱ्यांच्या उदरनिर्वाहाची सोय करणं, ग्रामीण जीवनात स्थैर्य आणणं, या गोष्टीचे सामाजिक लाभही पुष्कळ आहेत. या अशा सामाजिक कारणांच्या आधारे अनेक विकसित देशांमध्ये सुद्धा या शेतीविषयक सवलतींचं समर्थन करण्यात येतं. कर्जमाफी हे एक अनुदान आणि एक समाजहिताची गोष्ट होती.

डॉ. सिंग यांना एका गोष्टीची आठवण झाली. सुमारे दर तीस वर्षांनी एकदा भारतात शेतकऱ्यांच्या कर्जमाफीची घोषणा होत आलेली आहे. शेवटची कर्जमाफी १९७९मध्ये चरण सिंग यांनी घोषित केली होती. कर्जाच्या वाढत जाणाऱ्या थकबाकीचं आणि शेतकऱ्यांच्या गाऱ्हाण्याचं हे चक्र थांबवण्याचा एक मार्ग म्हणजे सरसकट सर्व शेतकऱ्यांसाठी कर्जमाफी. २००७मध्ये परत एकदा शेतकऱ्यांची कर्जमाफी जाहीर करण्याची वेळ आली आहे, असं डॉ. सिंग यांना वाटत होतं.

या धोरणावर सरकारमध्ये त्यानंतरचे कित्येक महिने चर्चा चालू होती. कदाचित निर्णय घेण्याआधी त्यावर विचारविनिमय करण्याचं पक्षानं ठरवलं असेल किंवा कदाचित योग्य वेळ येण्याची सुद्धा पक्षातील लोक वाट पाहात असतील. पण त्या दिवशी मला मात्र असं वाटलं की, डॉ. सिंग यांच्या मनात निर्णय पक्का झालेला होता. शेतकऱ्यांना कर्जमाफी देण्याचं राजकीय महत्त्व ते अर्थातच ओळखून होते. अशा प्रकारचे धोरणात्मक निर्णय यापूर्वी सुद्धा घेण्यात आले असल्याचे दाखले त्यांना सहज देता आले असते. हा निर्णय केवळ सवंग लोकप्रियता मिळवण्यासाठी घेण्यात आला आहे, अशी टीका करणाऱ्याचं तोंड बंद करण्यासाठी त्यांच्याकडे पटेल असं सैद्धान्तिक स्पष्टीकरणही होतं. शिवाय सतत चार वर्षं चालू असलेल्या आर्थिक विकासामुळे असा एक सकारात्मक दृष्टिकोन तयार झालेला होता की, देशाला अशा तऱ्हेच्या योजना जाहीर करण्याची चैन परवडण्यासारखी होती.

अनेक महिन्यांच्या चर्चेनंतर, अर्थतज्ज्ञ आर. राधाकृष्ण यांच्या अध्यक्षतेखाली नेमण्यात आलेल्या तज्ज्ञांच्या समितीनं सादर केलेला अहवाल विचारात घेऊन डॉ. सिंग यांनी कर्जमाफीच्या योजनेला मान्यता दिली. २००८ सालच्या फेब्रुवारी महिन्यात चिदंबरम यांनी आपल्या अंदाजपत्रकीय भाषणातून ही योजना जाहीर केली. यात अनुसूचित वाणिज्य बँका, क्षेत्रीय ग्रामीण बँका, सहकारी ऋण समित्या यांच्यामार्फत ३१ मार्च, २००७अखेरपर्यंत देण्यात आलेल्या आणि ३१ डिसेंबर,

२००७अखेरपर्यंत देय असलेल्या शेतकी कर्जाचा समावेश होता. ज्या शेतकऱ्यांकडे दोन हेक्टर पेक्षा कमी जमीन होती, त्यांना इतर शेतकऱ्यांपेक्षा या योजनेतून जास्त लाभ होता. या योजनेद्वारा एकूण चार कोटी शेतकऱ्यांना फायदा होणार होता आणि सरकारी तिजोरीवर त्याचा ७२,००० कोटी रुपयांचा भार पडणार होता.

हा इतका जास्त खर्च होणार असूनसुद्धा डॉ. सिंग यांच्या मते 'शेतकी कर्जमाफी'चा हा प्रस्ताव म्हणजे सर्वसमावेशक विकासातला त्यांचा स्वत:चा सहभाग वाटत होता.

त्यांच्या पक्षाच्या इतर योजनांचं सर्व श्रेय राहुल गांधी, सोनिया, एनएसी आणि एनसीएमपीला देण्यात आलं होतं. पण डॉ. सिंग यांच्या मनात त्या सर्व योजनांपेक्षाही या प्रस्तावाचं स्थान खूपच वेगळं होतं. ऑक्सफर्डमध्ये शिक्षण प्राप्त केलेल्या या उच्च विद्याविभूषित अर्थतज्ज्ञाच्या मनात कुठेतरी अजूनही पंजाबमधला एक शेतकरी दडलेला होता. भारताच्या ग्रामीण भागात या योजनेचं नक्की सर्वत्र स्वागत झालं असतं. चिदंबरम यांच्या मार्च, २००८ अंदाजपत्रकाच्या सादरीकरणानंतर राष्ट्रपतींचे आभार मानण्याच्या प्रस्तावावरील चर्चेला डॉ. सिंग यांनी मोठ्या उत्साहानं उत्तर दिलं. त्या वेळी त्यांनी या निर्णयाचं श्रेय स्वत:कडे घेतलं. त्यांनी ऑलीव्हर गोल्डस्मिथ या सुप्रसिद्ध कवीच्या काव्यपंक्तीसुद्धा उद्धृत केल्या. त्या कवितेचं नाव होतं : The Deserted Village.

त्या काव्य पंक्ती अशा होत्या :

'Ill fares the land, to hastening ill a prey,
Where wealth accumulates, and men decay;
Princes and Lords may flourish, or may fade;
But a bold peasantry, their country's pride;
When once destroyed can never be supplied.'

२००८मध्ये सरकारची पाच वर्षांची मुदत पूर्ण होण्याची वेळ जवळ आली. या पाच वर्षांत आर्थिक विकासात 'न भूतो न भविष्यती' अशी ८ ते ९ टक्के वाढ झाली होती. आर्थिक परिस्थिती सुधारली होती. सरकारी महसूलात वाढ झाली होती. त्यामुळे बँकिंग क्षेत्रातील तज्ज्ञ आणि व्यावसायिक अर्थतज्ज्ञांचं मत जरी अनुकूल नसलं, तरीही हा खर्च देशाला नक्कीच परवडेल, असं डॉ. सिंग यांना वाटत होतं. सरकारनं फार जास्त नवी अनुदानं जाहीर केलेली आहेत, आर्थिक सवलती दिलेल्या आहेत, याची बऱ्याच लोकांना काळजी वाटत होती. ग्रामीण रोजगार हमी योजनेतून सुद्धा संपत्तीची निर्मिती होऊन कायमस्वरूपी उत्पन्न सुरू होईल आणि या योजनेचा खर्च त्यातून भरून निघेल, अशी शक्यता नव्हती. या कर्जमाफी योजनेविषयी डॉ. सिंग यांना कितीही उत्साह

असला, तरीही आर्थिक बोजाच्या स्वरूपात त्याची किंमत मोजावी लागणार होती, याची त्यांना पूर्ण कल्पना होती. पण युपीएचा नेता म्हणून त्यांची नजर आता पुढच्या निवडणुकांवर होती.

ग्रामीण भागातील पायाभूत सुविधा आणि विकास योजनांवर भारत निर्माण आणि इतर उपक्रमांद्वारे प्रचंड मोठी गुंतवणूक करण्यात आल्यावर लगेच काही दिवसांतच ही कर्जमुक्तीची योजना आली. त्याच्या जोडीनं गहू आणि तांदळासाठी द्याव्या लागणाऱ्या कायद्यानं घालून दिलेल्या किमान मूल्य दरात वाढ झाली. २००४ सालच्या स्वातंत्र्यदिनाच्या भाषणात डॉ. सिंग यांनी जी आश्वासनं दिली होती, त्या सर्वांची यामधून पूर्ती करण्यात आली होती. अशी सर्व ठोस पावलं उचलण्यात आल्यानंतर आता त्याचा निवडणुकीत फायदा करून घेणं काँग्रेस पक्षाच्याच हातात होतं. पक्षानं २००९च्या निवडणुकीत तसा फायदा करून घेतला.

✦

ग्रामीण विकास कार्यक्रम आणि कृषी अर्थव्यवस्था या गोष्टींवर फार मोठ्या सामाजिक, आर्थिक आणि राजकीय हेतूमुळे प्राधान्यानं भर द्यावा लागला असला, तरीही डॉ. सिंग यांचा हृदयाच्या सर्वांत जवळचा विषय म्हणजे, शिक्षणक्षेत्र. परंतु दुर्दैवानं मानव संसाधन विकास खातं डॉ. सिंग यांचे राजकीय हितशत्रू अर्जुन सिंग यांच्याकडे होतं. डॉ. सिंग यांची उदारमतवादी विचारसरणी किंवा त्यांना शिक्षणक्षेत्रात असणारा रस या दोन्ही गोष्टी अर्जुन सिंग यांच्याकडे नव्हत्या. अर्जुन सिंग यांना हे 'मानव संसाधन विकास खातं' देण्यात येण्याचं मुख्य कारण म्हणजे राजकीय दृष्ट्या रायसीना हिलच्या खालोखाल सर्वांत महत्त्वाचं हेच खातं मानण्यात येई.

रायसीना हिल येथे संरक्षण, अर्थ, गृह आणि परराष्ट्रखातं होतं. ज्या वरिष्ठ राजकीय नेत्यांना ही खाती मिळालेली नसत, त्यांना कृषी, रेल्वे किंवा शिक्षणखातं देण्यात येत असे. राजीव गांधी यांनी शिक्षण खात्याचं महत्त्व वाढवून त्यात प्राथमिक, माध्यमिक आणि तृतीय श्रेणी अशा शिक्षणाच्या सर्व पैलूंचा समावेश करून त्याचं रूपांतर एका 'महामानव संसाधन विकास खात्या'त केलं. राजीव गांधी यांचे पहिले मानव संसाधन विकासमंत्री नरसिंह राव यांना या विषयात खरोखरच खूप रस होता. त्यांनी आपल्या राजकीय कारकिर्दीची सुरुवात आंध्र प्रदेशाचे शिक्षणमंत्री म्हणूनच केली होती. परंतु राव यांच्यानंतर आलेल्या काही मंत्र्यांनी मात्र या खात्याचा उपयोग वैयक्तिक फायद्यासाठी करून घेतला. विशेषत: भाजपचे ज्येष्ठ नेते मुरली मनोहर जोशी यांनी आपला हिंदुत्वाचा कार्यक्रम पुढे रेटण्यासाठी त्याचा उपयोग केला. पुढे अर्जुन सिंग यांनी आपल्या मंत्रालयाचं शुद्धीकरण करून त्यात माजलेलं राष्ट्रीय स्वयंसेवक संघाचं तण

काढून टाकण्याचा विडाच उचलला. इतकंच नव्हे, तर डाव्या विचारसरणीच्या विचारवंतांचा आणि त्यांच्या सिद्धान्ताचा जोरदार पुरस्कार त्यांनी केला.

अर्जुन सिंग हे स्वत: काही डाव्या विचारसरणीचे नव्हते. त्यांच्या आजपर्यंतच्या राजकीय कारकिर्दीत कुठेही त्यांची डावी विचारसरणी प्रतिबिंबित झालेली नव्हती. मध्य प्रदेशाच्या राजकारणातील राजकीय 'खाद्यशृंखले'मधून हळूहळू वर चढत ते त्या राज्याचे मुख्यमंत्री झाले होते. त्यांच्यावर भ्रष्टाचाराचे असंख्य आरोप होते. १९८४ सालच्या भोपाळ गॅस गळती दुर्घटनेच्या बाबतीतील गैरव्यवस्थेचाही डाग त्यांच्या कारकिर्दीवर लागलेला होता. ह्या सर्व पार्श्वभूमीवरच ते दिल्लीला आले आणि त्यांनी एक बंडखोर म्हणून स्वत:ची प्रतिमा निर्माण केली. नरसिंह राव यांच्या आर्थिक धोरणाला त्यांनी विरोध केला, तसंच १९९२ सालच्या बाबरी मशीद प्रकरणाची योग्य हाताळणी न केल्याबद्दल नरसिंह राव यांच्या राजीनाम्याचा आग्रह धरून त्यांनी मुस्लीम समाजाची मर्जी संपादन करण्याचा प्रयत्न केला. हा त्यांचा एक राजकीय डाव होता. त्यांची धर्मनिरपेक्षता ही सर्वसामान्य काँग्रेसजनांएवढीच होती. अर्जुन सिंग यांची रणनीती सुद्धा डॉ. सिंग यांच्या इतर राजकीय हितशत्रूंसारखीच होती – डॉ. सिंग यांच्याहून आपण कितीतरी जास्त प्रमाणात डाव्या विचारसरणीचे आहोत, असं भासवत डाव्यांचा पाठिंबा मिळवण्याचा प्रयत्न करणं.

माध्यमांमधील राजकीय विश्लेषकांनी प्रणव मुखर्जी यांची पंतप्रधान होण्याची महत्त्वाकांक्षा, त्यांचे डाव्यांशी असलेले हितसंबंध आणि त्यांचे राजकीय डावपेच यांवरच आपलं सर्व लक्ष केंद्रित केलं होतं. परंतु पंतप्रधानांच्या पदाला धोका पोहोचवण्याच्या बाबतीत अर्जुन सिंग हे मुखर्जी यांच्यापेक्षा अधिक प्रयत्नशील होते. केंद्रीय मंत्रीमंडळातील चार मंत्र्यांपैकी (राहिलेले दोन मंत्री म्हणजे, नटवर सिंग आणि ए. के. अँटनी) अर्जुन सिंग यांना डॉ. सिंग यांचा पंतप्रधान म्हणून स्वीकार करण्यास सर्वांत जास्त वेळ लागला.

मानव संसाधन विकास मंत्रालयातील आपल्या स्थानाचा उपयोग अर्जुन सिंग यांनी आपण एक डाव्या विचारसरणीचे धर्मनिरपेक्ष राजकीय नेते आहोत, अशी स्वत:ची प्रतिमा निर्माण करण्यासाठी करून घेतला. ती प्रतिमा जपण्यासाठी त्यांनी अनेक विद्वानांना आणि त्यांच्या उपक्रमांना निधी सुद्धा दिला. अर्जुन सिंग यांचे मानवसंसाधन विकास मंत्रालयातून जे काही डावपेच चालत त्यांच्याविषयी डॉ. सिंग यांचं मत जाणून घेण्याचा एखाद्या ज्येष्ठ पत्रकारानं कधीही प्रयत्न केला, तर त्यावर सिंग यांचं उत्तर ठरलेलं असे. भारताला श्रेष्ठ दर्जा आणि गुणवत्ता या गोष्टींचा पुरस्कार करणारी शिक्षणव्यवस्था हवी आहे, एखाद्या विशिष्ट तत्त्वप्रणालीचा पुरस्कार करणारी नव्हे. डाव्या विचारसरणीच्या तसंच मुस्लिमांना धार्जिण्या असणाऱ्या विचारवंतांवर विविध प्रकारे कृपादृष्टी ठेवून अर्जुन सिंग यांनी पंतप्रधानांवर अमेरिका

धार्जिणं असल्याची टीका करणाऱ्यांचा पाठिंबा मिळवला. अमेरिकेचं आणि मुसलमानांचं वाकडं होतं. अर्जुन सिंग यांच्याभोवती गोंडा घोळणाऱ्या अशा लोकांचा इतका जबरदस्त गट होता की, अर्जुन सिंग मंत्रिपदावर असतानाच जमिया मिलिया विद्यापीठातील एका रस्त्याला त्यांचं नाव देण्यात आलं होतं.

अर्थातच डॉ. सिंग हे अर्जुन सिंग यांच्याबद्दल सावधगिरी बाळगून होते. खरंतर शिक्षण हा त्यांच्या अत्यंत आवडीचा विषय, पण शिक्षणक्षेत्राकडे आपलं स्वतःचं लक्ष केंद्रित करायला त्यांनी खूप वेळ लावला. २००६मध्ये मंत्रीमंडळाची पुनर्रचना करत असताना त्यांनी अर्जुन सिंग यांना मंत्रिपदावरून दूर करण्याचा गंभीरपणे विचार सुरू केला. अर्जुन सिंग यांना काढून टाकावं, असं मी पूर्वी एकदा नरसिंह राव यांना सुचवल्यानंतर त्यांनी मला जे काही सांगितलं होतं, ते मी डॉ. सिंग यांना सांगितलं. अमेरिकेचे राष्ट्राध्यक्ष लिंडन जॉन्सन यांना सुद्धा कुणीतरी त्यांचे एफबीआय मुख्य जे. एडगर हूव्हर यांना काढून का टाकत नाही, असं विचारलं होतं. कारण जे. एडगर हूव्हर हे खुद्द राष्ट्राध्यक्षांवर आणि त्यांच्या सहकाऱ्यांवरच पाळत ठेवत असत. त्यावर जॉन्सन यांनी असं उत्तर दिलं होतं, "हे पाहा त्यांना तंबूच्या आतल्या बाजूनं बाहेर लघवी करू दे. बाहेरून आत लघवी करू देण्यापेक्षा ते बरं!" नरसिंह राव यांनी तो किस्सा मला सांगितला होता.

डॉ. मनमोहन सिंग गालातल्या गालांत हसले आणि अर्जुन सिंगांची खुर्ची कायम राहिली.

मी या नोकरीत रुजू झाल्यापासून सुमारे वर्षभरातच माझा अर्जुन सिंग यांच्याशी आणि त्यांच्या खेळाशी चांगला परिचय झाला. एक दिवस पंतप्रधान कार्यालयात अर्जुन सिंग हे डॉ. सिंग यांना भेटून बाहेर येत असताना त्यांनी कॉरिडॉरमध्ये मला पाहिलं. ते थांबून माझ्याकडे पाहून हसले. मी त्यांना हात जोडून 'नमस्ते' म्हणालो.

"कधीतरी येऊन भेटा एकदा!" ते म्हणाले. मी जेव्हा हे डॉ. सिंग यांना सांगितलं, तेव्हा त्यांनी हसून मला खरंच एकदा मंत्रिमहोदयांची भेट घेण्यासाठी जायला सांगितलं. दुसऱ्याच दिवशी मी त्यांच्या शास्त्रीभवन येथील कार्यालयात गेलो. त्यांनी माझ्यासाठी चहा मागवला आणि ते खुर्चीत रेलून काही न बोलता बसून राहिले. त्यांच्याशी काय बोलावं, हे मला सुचेना. मग मी शांततेचा भंग करून हवा-पाण्याच्या गप्पा मारण्यास सुरुवात केली. या भेटीतून काहीच निष्पन्न होत नाही, असं लक्षात आल्यावर मी या संधीचा फायदा घेऊन एका महत्त्वाच्या धोरणात्मक मुद्याकडे मंत्रिमहोदयांचं लक्ष वेधण्याचं ठरवलं. भारताच्या आयआयएम या व्यवस्थापन शास्त्राच्या फार नावाजलेल्या संस्थेची एक शाखा सिंगापूरमध्ये उघडण्यात यावी व त्यासाठी जागा निश्चित करावी, असा प्रस्ताव त्या देशाच्या सरकारनं मांडला होता. पण मानव संसाधन विकास मंत्रालयाने त्याला विरोध केला होता. 'व्यवस्थापन गुरू'

रमा बिजापूरकर यांनी या मुद्याविषयी मला माहिती दिली होती. पण मंत्रालयाचा विरोध नक्की का होता, हे काही मला स्पष्ट झालं नव्हतं.

अर्जुन सिंग यांचं म्हणणं असं होतं की, भारतातील आयआयएम ही अत्यंत नावाजलेली शिक्षणसंस्था असून सिंगापूर किंवा इतर देशांमधील विद्यार्थ्यांनी तेथे यावं. आयआयएमनं सिंगापूरला जायची काय गरज आहे? त्यांचा मुद्दा मला कळला. पण मग मी त्यावर असा युक्तिवाद केला की, आपण आयआयएमचे विद्यार्थी गमावणार नाही. उलट संस्थेचं 'ब्रँड नेम' वृद्धिंगत होईल, संस्थेला अधिक कीर्ती मिळेल. मी त्यांना 'ब्रँड आणि ब्रँडिंग' या संकल्पना स्पष्ट करून सांगितल्या. मी असंही सांगितलं की, आयआयएममध्ये शिक्षण घेऊ पाहणाऱ्या विद्यार्थ्यांची संख्या इतकी प्रचंड होती की, त्या संस्थेच्या आणखी कितीही शाखा काढल्या असल्या, तरी त्या कमीच होत्या. त्यामुळे आपल्याकडील आयआयएममध्ये जागा रिकाम्या उरण्याची काही शक्यताच नव्हती. शिवाय जन्मानं भारतीय असणारे अनेक परदेशस्थ 'व्यवस्थापन गुरू' सिंगापूरच्या आयआयएममध्ये अध्यापन करण्यास जाण्याची शक्यता होती. पण ते काही भारतात येऊन राहिले नसते.

अर्जुन सिंग यांनी माझं बोलणं ऐकून घेतलं, पण त्यांच्या चेहऱ्यावर कंटाळा स्पष्ट दिसत होता. त्यांना माझ्या बोलण्यात काहीच रस नव्हता. मग मी परत जायला निघालो. साउथ ब्लॉकमध्ये येऊन मी घडलेली हकीकत पंतप्रधानांच्या कानावर घातली. त्यांनी माझं बोलणं फक्त ऐकून घेतलं आणि आपल्या कामात मग्न झाले.

दोन दिवसांनंतर मध्य प्रदेशातून प्रसिद्ध होणाऱ्या एका इंग्रजी दैनिकात प्रसिद्ध झालेलं वृत्त मला बघायला मिळालं, "पंतप्रधानांचा अर्जुन सिंग यांच्याशी सलोख्याचा प्रयत्न."

त्या वृत्तात असा आरोप करण्यात आला होता की, अर्जुन सिंग यांची समजूत काढण्यासाठी पंतप्रधानांनी मला पाठवलं होतं. त्यांचा पाठिंबा मिळवण्यासाठी आणि पंतप्रधानांच्या नेतृत्वावर त्यांचा विश्वास असल्याची खातरी पटवून घेण्यासाठी मी त्यांच्याशी बोलणी केली. त्या वृत्तात पुढे असंही म्हटलं होतं की, डॉ. सिंग यांना अर्जुन सिंग त्यांच्या बाजूनं हवे होते. अर्जुन सिंग यांनी पंतप्रधान डॉ. सिंग यांना त्यांच्या माध्यम सल्लागाराच्या (म्हणजे माझ्या) हाती असं कळवलं होतं की, मानव संसाधन विकासमंत्री आणि पंतप्रधान यांच्यात धोरणात्मक मुद्यांवरून मतभेद असल्याच्या बातम्या खोट्या होत्या. अर्जुन सिंग यांना आपला पंतप्रधानांना पूर्ण पाठिंबा असल्याची ग्वाही दिल्याचं सुद्धा त्या वृत्तात म्हटलं होतं.

मी त्या बातमीचं कात्रण पंतप्रधानांना नेऊन दाखवलं व आम्ही दोघं त्यावर खूप हसलो.

✦

युपीए-२मध्ये डॉ. सिंग यांनी आपलं लक्ष शिक्षणावर केंद्रित केलं. बाराव्या पंचवार्षिक योजनेचं त्यांनी 'राष्ट्रीय शिक्षण योजना' (नॅशनल एज्युकेशन प्लॅन) असं नामकरण केलं. या क्षेत्रासाठी त्यांनी जास्तीत जास्त निधी राखून ठेवला आणि ख्यातनाम वकील व काँग्रेसचे नेते कपिल सिब्बल यांना त्यांनी मानव संसाधन विकास मंत्री म्हणून नियुक्त केलं. अर्जुन सिंग यांना केंद्रीय मंत्रीमंडळातून काढून टाकण्यात आलं. युपीए-१मध्ये मुरली मनोहर जोशी यांच्या जागी मानव संसाधन विकास खात्याचे मंत्री म्हणून त्यांच्याइतकेच विक्षिप्त अर्जुन सिंग यांनी सूत्रं हाती घेतली असल्याने मुरली मनोहर जोशींच्या काळात मरणासन्न अवस्थेला जाऊन पोहोचलेलं हे खातं अर्जुन सिंग यांच्या राज्यातही पुनरुज्जीवित होऊ शकलंच नव्हतं.

परंतु ही मर्यादा असूनसुद्धा सरकारनं काही चांगले उपक्रम सुरू केले होते. 'सर्व शिक्षा अभियान' हा कार्यक्रम वाजपेयींच्या सरकारनं सुरू केलेला असला तरी डॉ. सिंग यांनी त्यासाठी अंदाजपत्रकात दहापटीनं जास्त तरतूद केली होती. २००४मध्ये या कार्यक्रमासाठी २००० कोटी रुपयांची तरतूद होती. ती वाढवण्यात येऊन २०१२मध्ये ती २०,००० कोटी करण्यात आली. अनेक नवीन केंद्रीय विद्यापीठं, आयआयटी, आयआयएम, विज्ञान शिक्षण व संशोधन संस्था सुरू करण्यासाठी त्यांनी निधी दिला. माझे सहकारी संजय मित्रा यांचा पंतप्रधान कार्यालयातील मानव संसाधन विभागाशी संबंध येत असे. त्यांनी या प्रस्तावाचं अतिशय उत्साहानं स्वागत केलं. मित्रा हे पश्चिम बंगाल केडरचे होते. त्यांनी ज्योती बसू यांच्याबरोबर काम केलं होतं. परंतु अर्जुन सिंग यांच्या मानव संसाधन विकास मंत्रालयावर त्यांचा प्रभाव नसल्यामुळे या उपक्रमांच्या बाबतीत पुढे जाऊन ते काही करू शकले नाहीत.

'साउथ एशियन युनिव्हर्सिटी' (एसएयू) हा डॉ. सिंग यांच्या हृदयाला अतिशय जवळचा असा एक उपक्रम होता. पण त्यांच्या संकल्पनेपासून अंमलबजावणीपर्यंत सर्वच बाबतीत तो प्रयोग फसला. शिक्षणक्षेत्रात डॉ. सिंग यांच्या कारकिर्दीला तो डागच लागला. ढाका येथे भरवण्यात येत असलेल्या सार्क परिषदेची (साउथ एशियन असोसिएशन फॉर रिजनल को-ऑपरेशन) तयारी करत असताना डॉ. सिंग यांना आंतरराष्ट्रीय विद्यापीठाची स्थापना करण्याची कल्पना सुचली. त्यामुळे दक्षिण आशियामधील बुद्धिमान तरुणांना त्यांची जडणघडणीची वर्षं एकत्र घालवता येणार होती. पण त्यांचं हे स्वप्न साकार होण्यासाठी दक्षिण आशियातील ख्यातनाम अध्यापकांची त्या विद्यापीठाला गरज होती. जर नोबेल पुरस्कार विजेते अमर्त्य सेन किंवा एबल पुरस्कार विजेते महान गणितज्ज्ञ श्रीनिवास वर्धन या विद्यापीठाचे संस्थापक कुलगुरू झाले असते तर? जर नामवंत भारत, पाकिस्तान, बांग्लादेश, श्रीलंका आणि दक्षिण आशियातील इतर विद्वान मंडळी या ठिकाणी अध्यापनाचं काम करण्यास राजी झाली असती, तर? डॉ. सिंग यांचं हेच स्वप्न होतं. पण ते

कधीच वास्तवात येऊ शकलं नाही. ही एसएयू (साउथ एशियन युनिव्हर्सिटी) या भागातील सर्वोत्तम शिक्षणसंस्था आणि उत्कृष्टतेचं केंद्र बनावं, अशी त्यांची इच्छा होती. या एसएयूचे पहिले उपकुलगुरू जी. के. चड्ढा हे पूर्वी जवाहरलाल नेहरू विद्यापीठाचे कुलगुरू होते. उत्कृष्ट प्रशासक म्हणून जरी त्यांचा नावलौकिक असला, तरी ते स्वत: विद्वान पंडित नव्हते. ते फक्त पंतप्रधानांचे पंजाबमधले मित्र होते. एसएयूच्या स्थापनेच्या काळापासूनच त्यात खूप अडचणी येत गेल्या. आंतरराष्ट्रीय कीर्तीची शिक्षणसंस्था म्हणून तिला कधीच मान्यता मिळाली नाही, इतकंच काय तर दक्षिण आशियातील एक नामांकित संस्था म्हणून ही ती नावारूपास येऊ शकली नाही. कमकुवत प्रारंभामुळे एका उत्तम संकल्पनेचा असा अंत झाला.

✦

शिक्षणक्षेत्रात आणखी एक पाऊल उचलण्याची डॉ. सिंग यांची तळमळ होती. सरकारतर्फे दिल्या जाणाऱ्या शिष्यवृत्तीची संख्या आणि व्याप्ती वाढवण्यासाठी त्याचे अविरत प्रयत्न चालू होते. डॉ. सिंग यांच्या कारकिर्दीत भारतात सरकारतर्फे दिल्या जाणाऱ्या शिष्यवृत्त्यांमध्ये सर्वांत जास्त वाढ झाली.

सरकारनं अनुसूचित जाती-जमातीच्या विद्यार्थ्यांसाठी नव्या आणि जास्त रकमेच्या शिष्यवृत्त्या सुरू केल्या. मुस्लीम विद्यार्थ्यांसाठी असलेल्या शिष्यवृत्त्यांमध्ये तिपटीनं वाढ करण्यात आली. मुलींसाठी देण्यात येणाऱ्या शिष्यवृत्त्यांमध्ये अनेक पटीनं वाढ करण्यात आली. त्याचप्रमाणे मॅट्रिकची परीक्षा उत्तीर्ण झालेल्या हुशार, गरीब व गरजू मुलांसाठी आर्थिकदृष्ट्या मागासलेल्या विद्यार्थ्यांसाठी नवीन योजना निर्माण करण्यात आली. युपीए-१च्या अखेरीस सुमारे दोन कोटी विद्यार्थ्यांनी याचा लाभ घेतला.

यांपैकी केवळ एकाच शिष्यवृत्तीला पंतप्रधानांनी आपलं नाव देण्याचं मान्य केलं. त्याचं शिक्षण जेथे झालं, त्या केंब्रिज येथील सेंट जॉन्स कॉलेजमध्ये अशी शिष्यवृत्ती सुरू करण्यात आली. पदवीपूर्व शिक्षण घेणाऱ्यांना तसंच संशोधन करणाऱ्या विद्यार्थ्यांना डॉ. मनमोहन सिंग शिष्यवृत्ती देण्यात येते. दरवर्षी या शिष्यवृत्तीचा लाभ घेणाऱ्या विद्यार्थ्याला पंतप्रधानांना प्रत्यक्ष भेटण्याची संधी मिळते. त्या विद्यार्थ्यांना या गोष्टीचा अतिशय आनंद होतो.

पंतप्रधानांना या शिष्यवृत्त्या सुरू करण्याची इतकी जिद्द असल्याचं कारण त्यांचं स्वत:चं आयुष्य घडलं, ते केवळ या शिष्यवृत्त्यांमुळेच. ते स्वत:च हे मान्य करतात. त्यांच्या घरची परिस्थिती बेताची होती. त्यांना जर शिष्यवृत्ती मिळाली नसती, तर त्यांना पदवीपूर्व आणि पदव्युत्तर शिक्षण घेताच आलं नसतं. भारतात त्याचप्रमाणे केंब्रिज आणि ऑक्सफर्डमध्ये शिक्षण घेणं, केवळ या शिष्यवृत्त्यांमुळेच

त्यांना शक्य झालं.

शिक्षणात घवघवीत यश संपादन केलेल्या बुद्धिमान विद्यार्थ्यांना पुरस्कार आणि प्रशस्तीपत्रक प्रदान करतानाची पंतप्रधानांची जी काही छायाचित्रं टिपण्यात आलेली आहेत, त्यांत त्यांच्या चेहऱ्यावरचं प्रसन्न हसू स्पष्ट दिसून येतं. एखाद्या तरुण, बुद्धिमान मुलाच्या उत्साहानं सळसळणाऱ्या चेहऱ्यात त्यांना स्वतःचं प्रतिबिंब दिसत असे आणि त्यांना त्याचा खूप आनंद होई.

✦

२००३-२००९ या कालखंडात 'न भूतो न भविष्यती' अशी आर्थिक प्रगती झाली त्यामुळेच युपीए-१ला खर्चात अशा प्रकारची वाढ करणं शक्य झालं, याची डॉ. सिंग यांना पुरेपूर जाणीव होती. भारताला स्वातंत्र्य मिळण्याच्या पन्नास वर्षं आधी, म्हणजे १८९० ते १९४० या कालखंडात ब्रिटिशांच्या राजवटीमध्ये भारताच्या राष्ट्रीय उत्पन्नात शून्य टक्क्यांहून थोडीशीच जास्त वाढ झाली होती. त्यानंतर १९५० ते १९८० या काळात राष्ट्रीय उत्पन्न दरवर्षी साडेतीन टक्क्यांनी वाढत होतं. १९८० ते २००० या काळात वाढीचा दर सरासरी दर साल साडेपाच टक्के झाला होता. २००३-२००८ या काळात हाच दर जवळपास नऊ टक्क्यांवर जाऊन पोहोचला होता. इतकी वाढ याआधी कधीच झाली नव्हती. भारताचा हा एवढा झपाट्यानं विकास होण्यामागे अनेक स्पष्टीकरणं देण्यात येतात. जगातील आर्थिक आणि धोरणात्मक वातावरण भारताला अनुकूल होतं. देशात गुंतवणुकीचे आणि बचतीचे दर झपाट्याने वाढले. शेतीचं उत्पन्न आणि उत्साहानं सळसळणाऱ्या सेवा-क्षेत्राचं उत्पन्नही मोठ्या प्रमाणात वाढलं. युपीए-१चं सरकार स्थिर होतं. डॉ. सिंग यांच्या आर्थिक धोरण बनवणाऱ्या टीमनं (यात पी. चिदंबरम यांचा समावेश होता.) देश-विदेशांमधील गुंतवणूकदारांच्या मनात एक नवा विश्वास उत्पन्न केला होता. त्यांच्या अपेक्षा वाढल्या आणि त्यामुळे विकासाला चालना मिळाली.

विकासाच्या वेगातील बाबींमुळे महसुलात वाढ झाली आणि सरकारच्या सामाजिक विकासाच्या योजनांना त्याचा फायदा झाला. भारत निर्माण, एनआरईजीए यांसारख्या उपक्रमांसाठी त्याचप्रमाणे शिक्षण आणि आरोग्याच्या सुविधांसाठी निधी उपलब्ध झाला. याकाळात ही ८-९ टक्के वाढ जर झाली नसती, तर सरकारला आपल्या विकासाच्या कार्यक्रमांसाठी पैसा उपलब्ध होऊ शकला नसता. याच आर्थिक पायावर सर्व समावेशक विकासाचं धोरण युपीए-१मध्ये तग धरू शकलं. पण जर हा विकासाचा दर कमी होत गेला असता तर? पंतप्रधानांना या गोष्टीची सतत चिंता वाटत असे. पण युपीए-१मध्ये सर्वकाही सुरळीत चाललेलं असल्यामुळे

विकासावर आर्थिक बंधन येऊ शकतील याची चिंता कुणालाच वाटत नव्हती. या विकासाच्या वाढीमुळे आर्थिक जबाबदारी व अंदाजपत्रकीय व्यवस्थापन कायद्याअन्वये सरकारवर हे बंधन घालण्यात आलं होतं. पंतप्रधानांच्या सल्लागारांपैकी रंगराजन आणखी इतर काहींना अशी काळजी वाटत होती की, सध्या सरकारच्या उत्पन्नात जी वाढ झाली होती. त्यातून भविष्यकालीन तरतूद केली जात नव्हती, अशा आर्थिक बाबतीतील बेजबाबदारपणाचे काय परिणाम होतील, याची त्यांना चिंता वाटत होती, पण युपीए-१मध्ये फारसं कुणी या गोष्टीकडे लक्षच दिलं नाही.

२००८ सालच्या ऑगस्ट महिन्यात जेव्हा मी पंतप्रधान कार्यालय सोडलं तेव्हा आर्थिक परिस्थितीचा मुद्दा इतका चिंताजनक बनला नव्हता.

गेल्या पाच वर्षांच्या प्रचंड मोठ्या विकासदराची पुण्याई आमच्या पाठीशी होती. तरीसुद्धा मोठी अंदाजपत्रकीय तूट आणि चलन फुगवट्याचा दर या दोन बाबी काळजी करण्यासारख्याच होत्या. परंतु सर्वंकष चित्र विचारात घेतल्यावर धीर आला. चिदंबरम यांनी अत्यंत अभिमानानं असं सांगितलं की, भारताच्या राष्ट्रीय उत्पन्नानं २००८मध्ये एक पद्म (एकावर अठरा शून्य) ही मर्यादा ओलांडली होती. गुंतवणुकीचा दर बराच जास्त असल्यामुळे 'एशियन टायगर्स' या नावानं ओळखल्या जाणाऱ्या हाँगकाँग, सिंगापूर, दक्षिण कोरिया आणि तैवान या राष्ट्रांशी भारत बरोबरी करू लागला होता आणि चीनसारखी भरीव कामगिरी करून दाखवण्याच्या दिशेनं पावलं उचलत होता.

मुंबई आणि दिल्ली येथे भरवण्यात आलेल्या परिषदांमधून भारताचं जागतिक सत्तेत रूपांतर होत असल्याची चर्चा होत होती. डॉ. सिंग देशातील उद्योगपतींना सामाजिक बांधिलकीची गरज असल्याचा उपदेश करत होते. भारतीय उद्योग संघाच्या मे, २००७मध्ये भरलेल्या वार्षिक मेळाव्यात बोलत असताना त्यांनी उद्योगांसाठी एक दहा सूत्री सामाजिक जाहीरनामा सुचवला. त्यात रोजगाराच्या बाबतीतील क्रियाशीलता, कामगारांच्या आरोग्याचा विचार, पैशाच्या उधळपट्टीला आळा घालणं तसेच व्यवस्थापकीय श्रेणीतील लोकांना प्रमाणाबाहेर जास्त वेतन न देणं, अशा गोष्टीचा अंतर्भाव होता. उद्योगविषयक माध्यमांनी डॉ. सिंग यांच्या अशा समाजवादी विचारसरणीवर टीका केली, परंतु नावाजलेल्या उद्योजकांनी खेळीमेळीच्या वातावरणात हे ऐकून घेतलं, कारण त्या वेळी त्यांची मनोभूमिका सकारात्मक होती.

या पार्श्वभूमीवर २००८ सालच्या सप्टेंबर महिन्यात 'लेहमान ब्रदर्स' प्रकरणाचा वॉल स्ट्रीटवर जोरदार आघात झाला. सातासमुद्रापलीकडील अर्थव्यवस्थांचं धाबं दणाणलं. गुंतवणूकदारांचा भरवसा जिंकण्यासाठी भारत सरकारनं तातडीनं पावलं उचलली. २६ नोव्हेंबर, २००८ रोजी मुंबईवर झालेल्या दहशतवादी हल्ल्यात १६०हून अधिक जणांचा हॉटेल्स, रेस्टॉरंट्स आणि रेल्वे स्टेशनवर मृत्यू झाला. असं असूनही जागतिक पातळीवरच्या आर्थिक मंदीपासून आपला देश तुलनेनं

सुरक्षित असल्याचा जनतेला विश्वास देण्यात सरकारला यश आलं. 'सत्यम घोटाळा' प्रकरणी एका मोठ्या सॉफ्टवेअर कंपनीनं आपल्या हिशोबात गडबड करून फसवणूक केल्याचं मान्य केलं. या वेळी सरकारनं केलेल्या तातडीच्या कृतीमुळे सरकारी धोरणावर गुंतवणूकदारांचा भरवसा टिकून राहिला. मुंबईच्या दहशतवादी हल्ल्यानंतर चिदंबरम यांनी अर्थखातं सोडून गृहखात्याची सूत्रं हाती घेतली. शिवराज पाटील यांच्यावर झालेल्या घणाघाती टीकेनंतर त्यांना गृहमंत्रिपद सोडणं भाग पडलं. असं असून सुद्धा अर्थमंत्रालय दक्ष होतं. आंतरराष्ट्रीय घडामोडींवर अर्थमंत्रालयानं योग्य तोच प्रतिसाद दिला. रिझर्व बँकेचे नवीन गव्हर्नर अजून पुरते रुळलेही नव्हते, पण त्यांनी दिल्लीशी सहकार्यानं काम करून आर्थिक घसरणीस आळा घातला.

जागतिक मंदीला भारतानं ज्या धीरानं तोंड दिलं, त्याची जगभरात प्रशंसा झाली. नव्यानं तयार झालेल्या जी-२० या २० राष्ट्रप्रमुखांच्या गटाच्या वॉशिंग्टन डीसी येथे भरलेल्या बैठकीत डॉ. सिंग यांच्या उपाययोजनेचं कौतुक झालं. या घडामोडींमुळे भारताची जगभरातील प्रतिमा उजळली आणि भारताच्या पंतप्रधानांनाही प्रतिष्ठा प्राप्त झाली. अशा रीतीनं युपीए-१ची मुदत संपली, तेव्हाचं चित्र आर्थिक बाबतीत समाधानकारक होतं. परंतु महसुलाच्या बाबतीतलं चित्र मात्र चिंताजनक होतं. सरकारच्या अनेक जनकल्याणकारी योजना आणि विकास कार्यक्रम, अनेक अनुदानाच्या योजना आणि शेती कर्जमाफी याचं सरकारी तिजोरीवर प्रमाणाबाहेर ओझं पडलं; जसा काळ जाईल तसं ते वाढतच गेलं. 'पैसे काय झाडाला लागतात का?' ही ज्या डॉ. सिंग यांची आवडती उक्ती होती, त्यांचंच सरकार आता पैसे झाडाला लागत असल्यासारखंच वागू लागलं होतं.

युपीए-१च्या आर्थिक व्यवस्थापनातील हा एक कमजोर भाग होता. त्यानंच युपीए-२मध्ये सरकारला पछाडलं. एकीकडे डॉ. सिंग हे अर्थव्यवस्थेतील प्रामाणिकपणाविषयी बोलत होते. १९९१-९३ या काळात देशाचे अर्थमंत्री असताना त्यांनी अंदाजपत्रकातील तूट कमी करून झपाट्यानं अर्थव्यवस्था सुधारली होती. पण असं असूनसुद्धा नानाविध उपक्रमांवर पैसा खर्च करण्याचं त्यांच्या सरकारला दडपण असल्यामुळे या काळात आर्थिकदृष्ट्या नियंत्रण नसलेल्या राजवटीचे ते प्रमुख बनले.

युपीए-१मध्ये त्यांचे आणि अर्थमंत्री प्रणव मुखर्जी यांचे संबंध अत्यंत औपचारिक होते. पण युपीए-१मध्ये मात्र त्या तुलनेत डॉ. सिंग आणि अर्थमंत्री पी. चिदंबरम यांचे संबंध अतिशय उत्तम होते. त्यांनी अंदाजपत्रकाच्या आखणीत खूप रस घेतला होता. प्रणव मुखर्जी यांनी मात्र आपल्या अंदाजपत्रकीय भाषणाचा कच्चा मसुदाही डॉ. सिंग यांना आधी दाखवला नाही.

आर्थिक धोरणं कसं असावं, या बाबतचा चिदंबरम अणि डॉ. सिंग यांचा

दृष्टिकोन साधारण एकसारखा होता. परंतु त्या दोघांतही थोडे मतभेद होते. त्यातले काहीतर चांगलेच व्यापक होते. २००७मध्ये ऊर्जा अनुदान कमी करण्याबाबत चर्चा करण्यासाठी एक बैठक बोलावण्यात आली होती. त्या वेळी अर्थमंत्री आपल्याच बाजूनं असणार हे त्यांनी गृहीत धरलं होतं. इंधन आणि नैसर्गिक वायू खात्याचे मंत्री मुरली देवरा यांना आपल्या बाजूला ओढून घेताना त्यांना फारसं जड गेलं नाही. (देवरा यांच्या आधी या खात्याचे मंत्री मणी शंकर अय्यर हे नेहमी वादविवाद करत असत.) या बैठकीच्या वेळी चिदंबरम यांनी स्वयंपाकाला लागणाऱ्या गॅसची किंमत वाढवल्यास मध्यमवर्ग कसा दुखावेल, या विषयावर एक व्याख्यानच दिलं होतं.

युपीए-१च्या आर्थिकदृष्ट्या बेजबाबदार वागण्यामुळे अखेर काही काळानंतर गुंतवणूकदारांच्या भावनेला धक्का पोहोचला. युपीए-१मध्ये पंतप्रधान डॉ. सिंग हे विकासावर भर देऊन तो अधिक सर्वसमावेशी करण्यात यशस्वी ठरले होते. परंतु त्यांना दिलेल्या सगळ्या आश्वासनांची पूर्तता करणं शक्य झालं नाही. त्याचप्रमाणे विकासाचा वेग पुरेसा राखून महसुलात वाढ करणं, त्यांना जमलं नाही. अधिक महत्त्वाकांक्षी झाल्यामुळे महसूलाच्या बाबतीत त्यांना अपयश आलं. परिणामी युपीए-२मध्ये विकासाचा वेग फार कमी झाला. अशा प्रकारे चालत्या गाडीला खीळ बसेल, असं कुणालाच वाटलं नव्हतं.

याचा बाजारातील गुंतवणुकदारांच्या संवेदनेवर जो मानसिक परिणाम झाला तो फारच वाईट होता. कारण देश-विदेशातले गुंतवणूकदार २००३ ते २००८ या काळात झालेला विकास त्याच वेगानं पुढे चालू ठेवणार, असं गृहीत धरून चालले होते. काँग्रेस पक्षानं भाजपचा 'इंडिया शायनिंग' प्रचार निकालात काढून त्याजागी भरमसाठ खर्चाच्या योजना राबवण्यास सुरुवात केली. भारताच्या आर्थिक प्रगतीची घोडदौड चालू आहे, असं त्यांनी ही गृहीत धरलं. त्यामुळे युपीए-२ला येत असलेल्या धोरणात्मक मरगळींची चाहूल लागून सुद्धा कुणी त्याकडे गंभीरपणे पाहिलं नाही. त्यातील एक म्हणजे, राष्ट्रीय महामार्गांच्या उभारणीच्या कार्यक्रमाला बसलेली खीळ. वाजपेयी सरकारनं या राष्ट्रीय महामार्गांच्या उभारणीच्या कार्यक्रमाची फार झपाट्यानं अंमलबजावणी होण्याकडे लक्ष पुरवलं होतं. परंतु युपीएनं डाव्यांच्या आणि एनएसीमधील आणखी काही कार्यकर्त्यांच्या मताच्या प्रभावाखाली येऊन रस्ते बांधणीचा उपक्रम हा थोरा-मोठ्यांची खुशमस्करी करण्यासाठी, मोटार मालकांना खूश करण्यासाठी असलेला उपक्रम आहे, असं मानलं. त्यामुळे या कामाची गती मंदावली. भाजपच्या सामाजिक क्षेत्रातील कामांमधून सरकारची भांडवली गुंतवणूक काढून घेण्याच्या किंवा अगदी कमी करण्याच्या धोरणाला खीळ बसली. आता नव्या भांडवली गुंतवणूक आयोगाची स्थापना करण्यात आली. उद्योगपती रतन टाटा त्याचे अध्यक्ष बनले. परंतु सरकारी भांडवली गुंतवणुकीत वाढ करण्याचं कोणतंही

सुसंगत धोरण बनवण्यात आलं नाही.

जोपर्यंत भारताच्या आर्थिक विकासाचा दर वाढत चालला होता, तोपर्यंत गुंतवणूकदारांना यातील कशानंही फरक पडणार नव्हता. २००८-२००९च्या जागतिक आर्थिक आणीबाणीचाही म्हणावा तेवढा वाईट परिणाम विकासकामांवर झाला नाही. १९९०-२०००च्या दशकाच्या पूर्वार्धात डॉ. सिंग यांच्या अर्थमंत्रालयातील टीममध्ये अर्थतज्ज्ञ शंकर आचार्य मुख्य अर्थविषयक सल्लागार म्हणून रुजू झाले. हे सातत्यानं सरकारच्या अर्थ व महसूल विषयक धोरणांवर टीका करत असत. २००८ सालच्या जागतिक मंदीच्या लाटेचा परिणाम भारताच्या अर्थव्यवस्थेवर होण्याच्या आधीपासूनच शंकर आचार्य भारत सरकारला सारखी सावधगिरीची सूचना देत होते की, सरकारच्या खर्चिकपणामुळे तसंच इतर काही धोरणात्मक निर्णयांमुळे सरकारला फार मोठा आर्थिक फटका बसणार आहे. प्रत्येक वेळी शंकर आचार्य यांचा लेख 'बिझिनेस स्टँडर्ड' या दैनिकात प्रसिद्ध झाला की, मी तो पंतप्रधानांना दाखवत असे. पण अनेक दिवस शंकर आचार्य हे निराशावादी असून ते उगाच सर्वांना घाबरवतात, असं मत प्रचलित झालं होतं. अखेर शंकर आचार्य यांचं म्हणणं खरं ठरलं व त्यामागे केवळ जागतिक मंदी एवढं एकच कारण नव्हतं.

२०१०-११मध्ये झालेल्या काही स्फोटक आर्थिक घोटाळ्यांमुळे जे राजकीय वादळ उठलं, त्यात युपीए-२ची प्रमाणाबाहेर हानी झाली. युपीए-१च्या लोकप्रियतेमागे पळण्याच्या धोरणामुळे अर्थव्यस्थेतले मुळातच कमकुवत असलेले दुवे अधिकच कमजोर होऊन बसले. यावेळेपर्यंत महसूल विषयक धोरणावरची तसंच इतर बऱ्याच गोष्टींवरची डॉ. सिंग यांची पकड सैल झाली होती. २०१२च्या मार्च महिन्यात राष्ट्रीय अंदाजपत्रक सादर होण्याच्या आदल्या दिवसापर्यंत डॉ. सिंग यांना हेही माहीत नव्हतं की, त्यांचे अर्थमंत्री प्रणव मुखर्जी हे एका नवीन 'निगमकर विषयक धोरणा' (कॉर्पोरेट टॅक्स पॉलिसी)ची घोषणा करणार आहेत. शिवाय ती गतकाळापासून लागू करण्यात येणार आहे, याचीही त्यांना कल्पना नव्हती. याचा गुंतवणूकदारांच्या भावनेवर फार प्रतिकूल परिणाम होणार होता.

ज्या डॉ. सिंग यांना १९७५ सालाच्या सुमारास तीव्र चलन फुगवट्यावर ताबा मिळवण्याबद्दल, १९९०-२०००च्या दशकाच्या पूर्वार्धात महसुलीच्या तुटीवर नियंत्रण करण्याबद्दल आणि २००५-२००६च्या दरम्यान विकासाचा वेग पुन्हा वाढवल्याबद्दल इतकी प्रसिद्धी मिळाली होती, तेच मनमोहन सिंग युपीए-२च्या अखेरीस चलन फुगवट्याशी झुंज देत होते, अजूनही महसुलातील तूट कमी करण्यासाठी प्रयत्नशील होते आणि विकासाचा वेग वाढवून त्याचं पुनरुज्जीवन करण्यासाठी धडपडत होते.

■

९

मनमोहन सिंग : सिद्धान्त

"भारताला या जगात त्याच्या योग्यतेचं, मानाचं स्थान पुन्हा प्राप्त होणार हे विधिलिखित आहे. परंतु ही गोष्ट लवकर घडून यायला हवी असेल, तर आपण इथे आपल्या देशात काय करतो, हे महत्त्वाचं आहे. आपण जगातील राष्ट्राशी एकमेकांचे स्वातंत्र्य अबाधित राखत सेतू बांधले पाहिजेत."

– मनमोहन सिंग, 'इंडिया टुडे कॉन्क्लेव्ह' येथे
फेब्रुवारी, २००५

केंद्र सरकारच्या मर्यादांकडे, विशेषत: पंतप्रधानांच्या अधिकारांकडे डॉ. सिंग यांना लक्ष वेधून घ्यायचं असलं की, ते नेहमी 'तेलगू देसम'चे संस्थापक नेते एन. टी. रामाराव यांची प्रसिद्ध उक्ती म्हणून दाखवत. 'केंद्र ही एक वैचारिक कपोलकल्पित कथा आहे!' (Centre is a conceptual myth) भारतीय राज्यघटनेनं केंद्राचे व राज्याचे अधिकार स्पष्ट शब्दांत दिले आहेत.

परंतु त्या दोहोंमधला तोल राजकीय व्यवस्था कशी आहे, त्यावर इकडे-तिकडे झुकतो. कधी केंद्राचं पारडं जड असतं, तर कधी राज्याचं. भारतामध्ये पूर्वीपासून वेळोवेळी सत्तेचं केंद्रीकरण आणि विकेंद्रीकरण असं दोन्हीही झालेलं आहे. त्यानुसार पंतप्रधानांची सत्ता कमी-अधिक झालेली आहे.

जेव्हा देशावर संकट येतं किंवा आणीबाणीची परिस्थिती ओढवते – यात आर्थिक संकट, युद्ध, नैसर्गिक आपत्ती यांचाही समावेश होतो – तेव्हा केंद्र सरकार सगळी सत्ता स्वत:कडे घेतं, मग त्या वेळी राज्याच्या हातातील सर्व सत्ता काढून घेण्यात येते. पण जेव्हा परिस्थिती सुरळीत असते, तेव्हा मात्र निधी व साधनसामुग्री, संरक्षण व्यवस्था आणि गुप्तहेर खातं यांचं नियंत्रण केंद्राकडे असतं. तेव्हा सुद्धा पंतप्रधानांना मंत्रीमंडळाच्या मर्यादा असतातच. त्यामुळे पंतप्रधानांचं स्थान तुल्यबळ

लोकांच्या गटाचा नेता (First among the equals) असं असतं. त्यात जर आघाडी सरकार असेल, तर मग पंतप्रधानांच्या अधिकारावर आणखी मर्यादा येतात. युपीएच्या बाबतीत तर काँग्रेस पक्षाचं नेतृत्व आणि पंतप्रधान यांच्यामध्ये सत्तेचं जे विशिष्ट तऱ्हेनं विभाजन झालं होतं, त्यामुळे पंतप्रधानांची सत्ता अधिकच संकुचित झाली होती.

या सर्व कारणांमुळे त्याचप्रमाणे २००४मध्ये देशाची आर्थिक स्थिती खूपच चांगली असल्यामुळे आणि लष्कराच्या बाजूनंही विशेष कोणतंच आव्हान नसल्यामुळे डॉ. सिंग यांनी सगळं लक्ष परराष्ट्र धोरणावर केंद्रित करायचं ठरवलं होतं. या एका बाबतीत पंतप्रधानांचा विशेषाधिकार सर्वाधिक होता. अगदी सर्वसाधारण परिस्थितीत सुद्धा अर्थ, गृह अथवा संरक्षण मंत्र्यांना जे अधिकार मिळू शकतात, तेवढे परराष्ट्र मंत्र्याला कधीच मिळू शकत नाहीत. याचं कारण असं की, परराष्ट्र धोरणासंबंधीचे बरेच प्रस्ताव सरकारचा नेता अथवा राष्ट्राचा प्रमुख यांच्या पातळीवरच संमत केले जातात.

डॉ. सिंग यांनी परराष्ट्र धोरण स्वत:च्या मनाप्रमाणे ठरवून त्यावर स्वत:चा ठसा उमटवण्याच्या मार्गात फक्त एकच अडचण होती. त्यांचे परराष्ट्र मंत्री हे एक निवृत्त राजकीय मुत्सद्दी होते व त्यांना स्वत:ची ठाम मतं होती. नटवर यांना महत्त्वाच्या परराष्ट्र धोरणविषयक मुद्यांबाबत स्पष्ट मतं तर होतीच, पण डॉ. सिंग हे राजकारणात अगदीच अननुभवी आणि परकीय मुद्द्यांच्या बाबतीत नवखे आहेत, असं त्यांचं ठाम मत होतं. शिवाय काँग्रेस पक्षाच्या अधिकारांच्या भल्या मोठ्या उतरंडीमध्ये आपलं स्थान डॉ. मनमोहन सिंग यांच्यापेक्षा उच्च आहे, कारण आपण नेहरू-गांधी परिवाराच्या आतल्या गोटातले आहोत, असाही त्यांचा समज होता. परंतु कोणत्याही एका व्यक्तीचा शब्द हा एखाद्या विषयाच्या बाबतीत अखेरचा, असं सोनिया गांधी यांनी कधीही होऊ दिलं नाही. सोनियांच्या सत्तेच्या प्रवासात त्यांनी वेळोवेळी पक्षातील अनेक लोकांकडे सल्ला मागितला. त्यात करणसिंग, मणी शंकर अय्यर, मणी दीक्षित यांच्याकडे त्यांनी परराष्ट्र धोरणाविषयी वेळोवेळी सल्ला मागितला. पण परदेश दौऱ्यावर जाताना परराष्ट्राच्या प्रमुखांची वा पदाधिकाऱ्यांची भेट घेण्यासाठी जाताना त्या नटवरसिंग यांना किंवा कधीकधी डॉ. मनमोहन सिंग यांना सुद्धा बरोबर घेऊन जात असत. त्याचप्रमाणे आर्थिक धोरणाच्या बाबतीत त्या डॉ. मनमोहन सिंग यांचा सल्ला नेहमीच ऐकत, पण त्याच बरोबर प्रणव मुखर्जी, चिदंबरम अशांसारख्यांचंही मत त्या ऐकून घेत.

सरतेशेवटी नटवरसिंग हे परराष्ट्रमंत्रीपदावर केवळ अठराच महिने टिकले पण तरीही त्यांनीच डॉ. मनमोहन सिंग यांना सर्वांत जास्त पाठिंबा दिला. त्यासाठी पंतप्रधानांना मुद्दाम जाणीवपूर्वक नटवरसिंग यांच्या दिशेनं मैत्रीचा हात पुढे करावा लागला. पण त्याचवेळी त्यांच्यावर प्रसंगी आपला अधिकार सुद्धा गाजवावा लागला. पूर्वी उद्‌धृत केलेल्या एका प्रसंगात भारतानं आपलं सैन्य इराकमध्ये

पाठवावं की नाही, या निर्णयाच्या बाबतीत नटवरसिंग यांनी आपली मर्यादा ओलांडली. याप्रसंगी मणी दीक्षित यांना परराष्ट्र खात्यामधल्या पंतप्रधान कार्याच्या भूमिकेचं महत्त्व स्पष्ट दाखवून देण्याची संधी मिळाली. अशीच एक संधी पंतप्रधानांना मिळाली. रोनाल्ड रेगन यांचं निधन झालं, तेव्हा आपल्याला राजकीय मुत्सद्यांनी दिलेला सल्ला डावलून स्वत:च्या मनाप्रमाणे वागण्याचा अधिकार पंतप्रधानांनी गाजवला. डॉ. सिंग यांना 'रूझवेल्ट हाउस' या दिल्ली येथील राजदूतांच्या निवासस्थानी स्वत: जाऊन स्वत:च्या हातानं शोकसंदेश लिहिण्याची इच्छा होती. दिवंगत राष्ट्राध्यक्ष रोनाल्ड रेगन यांच्याबद्दलचा आदर आणि अमेरिकेबद्दलचा स्नेहभाव दाखवण्याची ही उत्तम संधी होती. रेगन यांचे इंदिरा गांधी आणि राजीव गांधी यांच्याशी मैत्रीपूर्ण संबंध होते. पण पंतप्रधान कार्यालयातील परराष्ट्र खात्याच्या अधिकाऱ्यांनी असं सुचवलं होतं की, पंतप्रधानांनी राजदूतांच्या घरी स्वत: जाण्याऐवजी शोकसंदेशाची वही त्यांच्याकडे आणण्यात येईल.

आता काय करावं, राजकीय मुत्सद्यांचा सल्ला ऐकावा का स्वत:च्या मनाला पटेल ते करावं, अशी डॉ. सिंग यांची द्विधा मन:स्थिती झालेली पाहून मी त्यांना जवाहरलाल नेहरूंचं उदाहरण दिलं. कधीकधी जवाहरलाल नेहरू आपण होऊन 'रूझवेल्ट हाउस'मध्ये जॉन केनेथ गॅलब्रेथ यांना भेटायला जात असत आणि कॉफी घेत, दोघं गप्पा मारत बसत. त्याचप्रमाणे रॉबर्ट ब्लॅकविल हे अमेरिकेचे भारतातील राजदूत असताना ते आपल्या भेटीसाठी आलेल्या लोकांना बैठकीच्या खोलीतल्या एका कोपऱ्यात नेऊन बसवत आणि म्हणत, ''चला आता नेहरू आणि गॅलब्रेथ जसे इथे कॉफी घेत बसत, तसं आपण बसू या!'' त्यावर डॉ. सिंग यांनी 'रूझवेल्ट हाउस'मध्ये स्वत: जाऊन शोकसंदेश लिहिण्याचं ठरवलं. संसदेतून दुपारच्या जेवणासाठी घरी जात असताना वाटेत त्यांनी आपल्या सोबतचा मोटारींचा ताफा तिकडे वळवला आणि सर्वांना अचंबित केलं.

हळूहळू डॉ. सिंग यांनी परराष्ट्र बाबींमध्ये स्वत:चं मत ठामपणे नोंदवण्यास सुरुवात केली. देशांतर्गत धोरणं बनवण्याच्या वेळी ते स्वत:च्या मताचा विशेष आग्रह धरून बसत नसत. कारण त्यांच्या मंत्रीमंडळातील मंत्र्यांच्या निष्ठा इतर सत्ताकेंद्राशी निगडित आहेत, याची त्यांना कल्पना होती. पण ते परराष्ट्र बाबींच्या क्षेत्रावर कोणालाही अतिक्रमण करू देत नसत आणि निदान तिथेतरी स्वत:चा अधिकार गाजवण्याविषयी ते आग्रही असत. २००४मध्ये ते संयुक्त राष्ट्रसंघाच्या महासभेसमोर भाषण करण्यासाठी जेव्हा निघाले, तेव्हा त्यांचं परिस्थितीवर पूर्ण नियंत्रण होतं.

✦

परराष्ट्र बाबींमध्ये डॉ. सिंग हे काही नवशिके नव्हते. ते 'साउथ कमिशन'चे महासचिव असताना जिनिव्हात काम करत होते. त्या वेळी जागतिक पातळीवरील नेत्यांशी व्यवहार करण्याची तसंच जागतिक कामकाजाशी परिचय करून घेण्याची संधी त्यांना मिळाली. १९९०-२०००च्या दशकात भारताचे अर्थमंत्री असताना ते राजकीय मुत्सद्देगिरीचा वापर करून भारताची जगासमोरील आर्थिक प्रतिमा उज्ज्वल करण्याचा प्रयत्न करत. डॉ. सिंग यांनी भारताचे अर्थमंत्री म्हणून सूत्रं हाती घेतली, तो काळ शीतयुद्धाच्या समाप्तीचा होता. आंतरराष्ट्रीय कर्जफेडीच्या बाबतीत देशाची बिकट परिस्थिती होती. झपाट्यानं बदलत असलेल्या भू-राजनैतिक आणि भूआर्थिक वातावरणाशी मिळतं-जुळतं घेण्याचं आव्हान डॉ. सिंग यांना स्वीकारावं लागलं. अमेरिका, जपान, विशेषत: सिंगापूर आणि युरोपियन्सशी व्यवहार करण्याचा अनुभव त्यांच्या गाठीशी होताच. त्या वेळी घडलेल्या घटना त्यांना आजही आठवत होत्या. 'आर्थिक सहकार्य आणि विकास संस्था' (ऑर्गनायझेशन फॉर इकॉनॉमिक कोऑपरेशन ॲन्ड डेव्हलपमेंट) या संस्थेशी निगडित असलेल्या देशांचे जे त्यांच्यासारख्याच स्थानांवर असलेले पदाधिकारी होते, त्यांच्याबरोबर डॉ. सिंग यांनी एकत्र काम केलं होतं. त्यांच्यातले कितीतरी लोक आता निवृत्त झाले होते. ते कधीतरी मुद्दाम डॉ. सिंग यांच्या भेटीची वेळ घेऊन दिल्लीला त्यांना भेटायला येत किंवा डॉ. सिंग परदेश दौऱ्यावर असताना त्यांच्या शहरात गेले, तर ते त्यांना येऊन भेटत.

जुलै, १९९१मध्ये लोकसभेपुढे पहिल्यांदा अंदाजपत्रक सादर करत असताना डॉ. सिंग यांनी भारताची जगातील प्रतिष्ठा ही देशाच्या आर्थिक विकासाशी निगडीत असल्याचं प्रतिपादन केलं होतं. म्हणजेच एकप्रकारे त्यांनी त्यातून असंच सुचित केलं होतं की, आता शीतयुद्धाच्या समाप्तीनंतरच्या या काळात भारताचा परराष्ट्र धोरणविषयक दृष्टिकोन एकदम वेगळा असणार आहे. आंतरराष्ट्रीय कर्जफेड आणि महसूलाचं संकट हे त्यांच्यासमोरचे उभे असलेले प्रश्न होते, ते त्यांनी स्पष्ट करून सांगितले. त्यांनी त्यांच्या मनातले आर्थिक प्रस्ताव एक व्यापक रणनीती वापरून ठामपणे मांडले. भारताची जगामध्ये एक आर्थिक महासत्ता ही प्रतिमा निर्माण होण्यासाठीचा हा भक्कम पाया होता.

सहा वर्षांनंतर 'वर्ल्ड अफेअर्स'या नियतकालिकाला मुलाखत देत असताना डॉ. सिंग यांना त्या आपल्या जुन्या अंदाजपत्रकीय भाषणाची आठवण झाली. नरसिंह राव यांच्या सरकारनं ज्या नव्या आर्थिक धोरणाचा पुरस्कार केला, त्याचे परराष्ट्र धोरणाच्या बाबतीत जे परिणाम दिसून आले, ते आता डॉ. सिंग यांनी या मुलाखतींच्यावेळी अधोरेखित केले. सोव्हिएत संघराज्याचा पाडाव, नव्या चीनचा आणि पूर्व आशियायी अर्थव्यवस्थेचा १९८०-९०च्या दशकातील उदय अशा घटनांमुळे जागतिक अर्थकारणाला नवी दिशा मिळाली होती. भारताची ही नवी मुक्त अर्थव्यवस्था हा

त्याचाच एक भाग होता.

नरसिंह राव यांनीही या नव्या परराष्ट्र धोरणविषयक प्रस्तावांकडे याच पद्धतीनं पाहिलं. सप्टेंबर, १९९१मध्ये राव यांनी प्रसार माध्यमांना दिलेल्या पहिल्या-वहिल्या मुलाखतीच्या वेळी 'संडे' नियतकालिकाच्या प्रतिनिधीला सांगितलं. ''आता शीतयुद्ध समाप्त झालं आहे. आता परस्परांपुढे आव्हान बनून उभं ठाकण्याचं वातावरण राहिलेलं नसून परस्पर सहकार्याचं वातावरण तयार होत आहे. ही पूर्णपणे नवी परिस्थिती आहे. आपणही त्याला तसाच प्रतिसाद दिला पाहिजे. त्यामुळेच आपल्या देशहिताच्या दृष्टीनं काही नव्या दिशांनी पाऊलं उचलण्यात येतील, नव्या धोरणांचा अवलंब करण्यात येईल.''

१९९१मध्ये या 'देशहिता'चा विचार आर्थिक पातळीवर करण्यात आला होता. कारण देश आर्थिकदृष्ट्या संकटात होता. भारताला दिवाळखोरीपासून वाचवण्याची गरज होती. परंतु केवळ देशावर आलेल्या या संकटाला परतवून लावण्यापुरताच या नवीन परराष्ट्र धोरणाचा विचार झालेला नव्हता. अनेक अर्थतज्ज्ञांना या संकटाची आधीच चाहूल लागली होती. १९९०-९१च्या या आर्थिक संकटाच्या कितीतरी आधीपासूनच आर्थिक धोरणामध्ये कशाला प्राधान्य देण्यात आलं पाहिजे, यावर पुनर्विचार चालू होता. अशा प्रकारचा पुनर्विचार करण्यामागे पूर्व आणि आग्नेय आशियाच्या अर्थकारणाच्या विकासाचा आणि चीनच्या विकासाचा अनुभव – या दोन गोष्टी प्रामुख्यानं होत्या. चीननं एका दशकापूर्वीच आपलं चार पातळ्यांवरील आधुनिकीकरणाचं धोरण राबवण्यास सुरुवात केलेली होती.

१९९१ सालच्या फेब्रुवारी महिन्यात डॉ. सिंग यांनी मला 'इकॉनॉमिक टाइम्स'साठी जी मुलाखत दिली, त्यानंतर तीनच महिन्यांत त्यांनी भारताचे अर्थमंत्री म्हणून सूत्रं हाती घेतली होती. पूर्व आशियायी विकासाचा अनुभव भारताच्या बाबतीत कसा सुसंगत आहे, याविषयी डॉ. सिंग यांनी त्या मुलाखतीत सांगितलं होतं. त्यानंतर १९९५ सालच्या फेब्रुवारी महिन्यात अंदाजपत्रक सादर करत असताना परत एकदा त्यांनी हाच विषय पुढे नेला. ते म्हणाले, ''नव्यानं प्रगतीपथावर वाटचाल करत पुढे होऊन आशियातील आर्थिक महासत्ता बनू पाहणाऱ्या भारताचं स्वप्न आपण पाहू, कारण याच स्वप्नापासून स्फूर्ती घेऊन भारताचं आर्थिक धोरण बनलेलं आहे.''

भारताच्या आर्थिक क्षमतेचा भारताच्या जागतिक प्रतिमेशी आणि प्रभावाशी संदर्भ जोडत असताना डॉ. सिंग यांनी नेहरूंच्या वास्तववादाचा आधार घेतला. १९४७ सालच्या डिसेंबर महिन्यात परराष्ट्र धोरणाबद्दल संसदेसमोर आपल्या भाषणात परराष्ट्र धोरणाविषयी बोलताना जवाहरलाल नेहरूंनी असे विचार मांडले होते.

> परराष्ट्र धोरणाविषयी बोलत असताना सभागृहानं एक गोष्ट लक्षात

घेतली पाहिजे की, ही बुद्धिबळाच्या पटावरची चाल नाही. त्याच्यामागेही एक पद्धत आहे. 'परराष्ट्र धोरण' हे आर्थिक धोरणाचीच निष्पत्ती आहे. भारतानं आपलं आर्थिक धोरण जर नीट बनवलं नाही, तर मग भारताचं परराष्ट्र धोरण सुद्धा संदिग्ध, अपरिपक्व राहील. भारत अंधारात चाचपडत राहील. नुसतं आम्ही शेती आणि स्वातंत्र्याचा पुरस्कार करतो, असं म्हणण्याला काहीच अर्थ नाही. कारण हे म्हणायची तर प्रत्येकच देशाची तयारी असते. मग आम्ही नक्की कशाचं समर्थन करतो? खरंतर हा युक्तिवाद आर्थिक क्षेत्राच्या बाबतीतही करण्याची गरज आहे. तसं बघायला गेलं तर आपण काहीकाळ सरकार चालवत आहोत, आपल्या हातात अधिकार आहेत. पण तरीही आजपर्यंत आपण कोणतीही विधायक आर्थिक योजना किंवा आर्थिक धोरण बनवलेलंच नाही... एकदा आपण ते केलं की, त्यावरून आपलं परराष्ट्र धोरण बनेल. नुसती या सभागृहापुढे भाषणं देऊन काहीही होणार नाही.

नेहरूंच्या या भाषणाचा संदर्भ देऊन डॉ. सिंग पुढे जे काही बोलले, ते त्यांचं नेहरूंच्या वास्तववादावरचं भाष्यच होतं. ते म्हणाले, "आपण कोणतंही धोरण बनवलं, तरी सुद्धा परराष्ट्र बाबींविषयी आपण कसं वागायचं, हे ठरवत असताना आपल्या देशाला सर्वांत जास्त फायदे काय आहेत, हे आधी पाहिलं पाहिजे."

जगाकडे पाहण्याचा स्वत:चा दृष्टिकोन बनवत असताना डॉ. सिंग यांना या विचारांचा खूप उपयोग झाला. ५ नोव्हेंबर, २००४मध्ये झालेल्या 'हिंदुस्तान टाइम्स'च्या परिषदेत त्यांनी सर्वांसमोर हाच विचार ठेवला. २५ फेब्रुवारी, २००५मध्ये पुन्हा 'इंडिया टुडे कॉन्व्लेव्ह'च्या भाषणात सुद्धा त्यांनी त्याचा पुनरुच्चार केला. अत्यंत प्रभावशाली अशा या दोन भाषणांमधून डॉ. मनमोहन सिंग यांचा भारताच्या परराष्ट्र धोरणाकडे पाहाण्याचा दृष्टिकोन स्पष्ट झाला. ही भाषणं लिहिण्यापूर्वी खूप विचारमंथन करण्यात आलं. मी त्यासाठी डॉ. सिंग यांची अनेकदा भेट घेतली. डॉ. सिंग यांनी लिहिलेल्या भाषणात असंख्य दुरुस्त्या सुचवल्या.

या भाषणांमधून सहा अत्यंत महत्त्वपूर्ण घोषणा करण्यात आल्या होत्या.

एक भारताचे जगाशी असणारे संबंध : यामध्ये भारताच्या जगातील महासत्तांशी त्याचप्रमाणे आशियातील महत्त्वाच्या सत्तांशी असलेल्या संबंधांचा विचार होता. लोकशाहीच्या चौकटीत राहून आर्थिक विकास घडवून आणण्याच्या भारताच्या प्रयोगातून जगाला खूपकाही शिकायला मिळालं. पंतप्रधान त्याविषयी असं म्हणाले, जगाशी व्यापाराचे व्यवहार करताना त्यातला आपला हिस्सा आणि भांडवली त्रुटी कोणत्या, याचं मोजमाप अर्थतज्ज्ञ करतात. राजनैतिक मुत्सद्दी आपले लष्करी आणि राजकीय मित्र कोण, याचा विचार करतात. मी आता तुमच्यापुढे एक कल्पना

मांडली, त्यावर तुम्ही विचार करा. लोक जगाविषयीचा कल्पनेद्वारा विचार करत असतात. मग जगापुढे आपणही भारताबद्दलची कल्पनाच ठेवली पाहिजे. ही कल्पना म्हणजेच 'वसुधैव कुटुंबकम' ही पृथ्वी हे आपलं सर्वांचं एक कुटुंब आहे, अशी ही कल्पना आहे. अशी एक कल्पना आहे की, राष्ट्रांचे आपापसात झगडे झाले, तरी संस्कृती आणि परंपरा एकत्रितपणे सुखानं नांदतील.

सर्वांत शेवटचा मुद्दा असा की, एक लोकशाही राष्ट्र म्हणून स्थित्यंतरांमधून जात असणाऱ्या समाजांना साहाय्य करणं, ही भारताची जबाबदारी आहे. जशा अनेक विकसित औद्योगिक अर्थव्यवस्थांनी पुढे होऊन विकसनशील अर्थव्यवस्थांना मदत केली, तसंच केवळ केंद्राभोवती आखलेल्या अर्थव्यवस्थेतून मुक्त अर्थव्यवस्थेपर्यंतचा प्रवास करताना त्यांनी स्थित्यंतरांतून जात असणाऱ्या अर्थव्यवस्थांना मदत केली. तशाच प्रकारे लोकशाही भारताच्या अनुभवसंपन्नतेचा या स्थित्यंतरातून जात असणाऱ्या समाजांना एका खुल्या, सर्वसमावेशक, बहुविध लोकशाही समाजाकडे जाण्यासाठी उपयोग होईल.

डॉ. सिंग यांची ही जी परराष्ट्र धोरणाबद्दलची नवी संकल्पना होती, त्यावर भाष्य करत असताना सी. राजा मोहन यांनी हे सर्व मुद्दे घेतले आणि त्याचं 'डॉ. मनमोहन सिद्धान्त' असं नामकरण केलं.

सुरुवातीच्या काळात मनात आलेल्या विचारांमधूनच पुढील काही महिन्यांमध्ये डॉ. सिंग यांचं परराष्ट्र धोरण आकारास येऊ लागलं. भारताची एक बहुविध, धर्मनिरपेक्षता आणि लोकशाही राष्ट्र म्हणून जी गुणवत्ता होती, तीच जगापुढे भारताच्या परराष्ट्र धोरणाच्या स्वरूपात मांडून आंतरराष्ट्रीय क्षेत्रात भारताला पुढे आणण्याचं साहस बेधडकपणे करणारे ते बहुधा पहिलेच पंतप्रधान होते. स्वातंत्र्योत्तर काळाच्या सुरुवातीला आणि शीत युद्धाच्या प्रदीर्घ काळात भारत आपली वसाहतवादविरोधी, अलिप्त आणि समाजवादी राष्ट्र असल्याची भूमिका जगापुढे मांडण्यात जास्त मग्न होता. त्यामुळे एक 'लोकशाही राष्ट्र' ही भारताची गुणवत्ता जगापुढे आली नाही. डॉ. सिंग मात्र देशाबाहेर जाऊन मोठमोठ्या जागतिक परिषदांमध्ये बोलताना युपीएची सर्वसमावेशक विकासाची आपल्या देशात राबवण्यात येत असलेली कल्पना तेथे मांडत. त्याठिकाणी ते सर्वसमावेशी जागतिकीकरणाविषयी बोलले. हेही तसं नवंच होतं. भारतीय नेत्यांची नेहमी असंतोष व्यक्त करून धुमसत राहण्याची जी खोड होती, तसं जागतिकीकरणाविषयी धुमसत न राहता डॉ. सिंग यांनी अधिक सर्वसमावेशक रचनेचा आग्रह धरला. जागतिकीकरणामुळे सर्वांचाच फायदा होणार असून ती एक 'विन-विन सिच्युएशन' आहे, असं त्याचं मत होतं आणि आग्नेय आशिया यांच्या अर्थव्यवस्थेशी भारतीय अर्थव्यवस्थेचं एकीकरण व्हावं, यात त्यांना रस असल्यामुळे त्यातूनच 'दक्षिण आशियाई मुक्त व्यापार

करार'(साफ्टा – साउथ एशियन फ्री ट्रेड ॲग्रीमेंट) आणि 'आग्नेय-आशियाई राष्ट्र संघटना मुक्त व्यापार करार' (आसियान – असोशिएशन साउथ ईस्ट एशियन नेशन्स फ्री ट्रेड ॲग्रीमेंट) यांचा जन्म झाला. ऊर्जा संरक्षणावर लक्ष केंद्रित केल्यामुळे आपोआपच अणुकरारावर चर्चा करण्याचा मार्ग खुला झाला. परराष्ट्र धोरण ठरवताना नक्की कोणत्या गोष्टींना प्राध्यान्य द्यायचं, हे त्यांच्या मनात स्पष्ट होतं. भारताचा स्वत:चा आर्थिक विकास आणि प्रादेशिक संरक्षण यावरून या गोष्टी ठरल्या होत्या. जगातील सर्व महासत्तांशी विशेषत: अमेरिका आणि चीन यांच्याशी, भारताच्या सर्व आर्थिक बाबतीतील सहयोगी राष्ट्रांशी, विशेषत: पूर्व आणि आग्नेय आशियाई अर्थव्यवस्थांनी आणि भारताच्या शेजारी राष्ट्रांशी भारताचे संबंध वृद्धिंगत करण्याचा त्यांनी प्रयत्न केला.

पंतप्रधानांचे परदेश दौरे ठरले की, परराष्ट्र मंत्रालयाकडून पंतप्रधानांसाठी भाषणांचे मसुदे तयार करून पाठवण्यात येत. त्यात संयुक्त राष्ट्रसंघ सुरक्षा परिषदेचं (युएनएससी – युनायटेड नेशन्स सेक्युरिटी कौन्सिल) सदस्यत्व मिळवण्याच्या भारताच्या महत्त्वाकांक्षेचा हमखास उल्लेख असे. पण याबाबतीत डॉ. सिंग यांचं मत असं होतं की, भारताचा आर्थिक विकास होऊन त्याची प्रादेशिक आणि जागतिक पातळीवर उज्ज्वल प्रतिमा निर्माण झाली की, पुढे-मागे जेव्हा संयुक्त राष्ट्रसंघ सुरक्षा परिषदेच्या विस्ताराची वेळ येईल तेव्हा जगाला भारताला डावलणं शक्यच होणार नाही. त्यामुळे डॉ. मनमोहन सिंग यांच्या मते जगापुढे भारताचे पंतप्रधान म्हणून भाषण करत असताना त्या महत्त्वाकांक्षेचा पुन्हा विचार करण्याची काहीही आवश्यकता नाही. युपीए-१च्या पहिल्या तीन वर्षांत युएनएससीमध्ये भारताला सदस्यत्व मिळण्याच्या या मुद्याला डॉ. सिंग यांनी केवळ तीनदाच स्पर्श केला. त्यांनी संयुक्त राष्ट्रसंघाच्या महासभेत २००४ आणि २००९मध्ये भाषण केलं तेव्हा आणि त्यांनी अमेरिकेच्या काँग्रेसपुढे २००५मध्ये भाषण केलं तेव्हा! त्यानंतर कधीही परराष्ट्र मंत्रालयाकडून पंतप्रधान कार्यालयाकडे पंतप्रधानांच्या भाषणाचा मसुदा आला की, त्यातून भारताच्या यूएनएससी सदस्यत्वाच्या मागणीचा संदर्भ मला काढून टाकावा लागे.

✦

आणखी एका शब्दप्रयोगाचा वापर डॉ. सिंग यांनी आपल्या सुरुवातीच्या परराष्ट्र धोरणासंदर्भातील भाषणात कधीही केला नाही, ती म्हणजे 'अलिप्ततावाद.' २००६ सालच्या सप्टेंबर महिन्यात हवाना येथे भरवण्यात येणाऱ्या अलिप्त राष्ट्रांच्या शिखर परिषदेला उपस्थित न राहण्याचा खरंतर त्यांनी निर्णय घेतला होता. पण पक्षाच्या दबावामुळे त्यांना तसं करता आलं नाही. या अलिप्त राष्ट्र चळवळीच्या (एनएएम

– नॉन अलाइन्ड मुव्हमेंट) समारंभापासून दूर राहण्याच्या निर्णयामागे ते अमेरिकेच्या बाजूचे आहेत, हेच कारण असल्याचा आरोप डावे त्याच प्रमाणे काँग्रेसपक्षातील त्यांचे विरोधक करत असले, तरी ते अजिबात खरं नव्हतं. खरी गोष्ट अशी होती की, डॉ. मनमोहन सिंग हे कधी खोटं वागूच शकत नसत. ते त्यांच्या स्वभावातच नव्हतं. के. सुब्रमण्यम यांनी असं मत मांडलं होतं की, शीतयुद्धाच्यावेळी कोणत्याही एका पक्षाची बाजू न घेता सर्वांशीच चांगले संबंध ठेवण्याच्या उद्देशानं पंडित जवाहरलाल नेहरू यांनी भारत हे 'अलिप्त राष्ट्र' आहे, असं घोषित करण्याची मुत्सद्देगिरी दाखविली होती. भारताचा अलिप्ततावाद हा भारताच्या परराष्ट्र धोरणाचा प्रमुख आधारस्तंभ वगैरे काहीही नव्हता. परंतु इंदिरा गांधींच्या कारकिर्दीनंतर त्याच्याकडे अशा दृष्टिकोनातून पाहण्यात येऊ लागले. डॉ. सिंग यांना सुब्रमण्यम यांचं मत पटलं होतं. जेव्हा कधीही संकट ओढवलं, भारताची स्वत:ची सुरक्षा धोक्यात आली, तेव्हा इंदिराजींनी आणि नेहरूंनी या नाहीतर त्या बाजूशी संगनमत करण्यास मागे-पुढे पाहिलं नाही. १९६२मध्ये चीनशी सामना करण्याची वेळ येताच नेहरू अमेरिकेकडे झुकले आणि बांग्लादेशाच्या युद्धाच्यावेळी तर भारतानं सोव्हिएत राष्ट्रसंघाशी मैत्रीचा अधिकृत करारच केला. म्हणजेच भारताची 'अलिप्तता' ही एक क्लृप्ती होती, धोरण नव्हतं.

१९६०मध्ये काहीकाळ नियोजन मंडळामध्ये काम केलेल्या मिशाल कालेकी या एका नामवंत पोलिश मार्क्सवादी अर्थतज्ज्ञानं 'विकसनशील देशाच्या प्रगती'विषयी प्रचंड लेखन केलं आहे. त्यानं या अलिप्ततावादाचं फार सुंदर वास्तववादी विश्लेषण केलं आहे. त्याचा 'ऑब्झरव्हेशन्स ऑन सोशल अ‍ॅन्ड इकॉनॉमिक आस्पेक्ट्स ऑफ इन्टरमिजिएट रेजिम्स' हा शोधनिबंध फार प्रसिद्ध आहे. या निबंधावरून डॉ. सिंग यांचे मित्र आणि गुरू प्राध्यापक के. एन. राज आणि कम्युनिस्ट पक्षाचे नेते ई. एम. एस. नंबुद्रिपाद यांच्यात 'इकॉनॉमिक अ‍ॅन्ड पोलिटिकल वीकली' या साप्ताहिकाच्या स्तंभामधून चांगलाच वाद जुंपला होता. विशाल कालेकीने या अलिप्त राष्ट्रांना 'दोन गाईंचं दूध पिणाऱ्या हुशार वासराची' उपमा दिली होती. अमेरिका आणि सोव्हिएत संघ अशा दोन्ही डगरींवर हात ठेवणं, म्हणजे समोर चालून आलेल्या सुवर्णसंधीचा फायदा घेणं होतं. सध्याची भूराजकीय परिस्थिती पाहता, या 'द्विध्रुवी' जगात जो एक गट भांडवलशाही पण नव्हता आणि समाजवादी पण नव्हता, अशा राष्ट्रांच्या गटाला कालेकी यानं 'मध्यवर्ती शासन' (इन्टरमीजिएट रेजिम्स) असं संबोधलं होतं आणि या गटानं ताबडतोब आपला स्वत:चा विकास साधण्यासाठी ही संधी हेरली होती.

डॉ. सिंग यांनी अमेरिकेपुढे त्यांचे राजनैतिक प्रस्ताव ठेवत असताना परराष्ट्र धोरणाबद्दल देशात जो सर्वसंमत विचार आहे, त्याच्याशी फारकत घेतली असल्याची,

टीका त्यांच्यावर देशात होऊ लागली. त्या टीकेला उत्तर देण्यासाठी त्याचप्रमाणे अमेरिकेनं मांडलेल्या मैत्रीच्या प्रस्तावाला भारतानं नक्की कसा प्रतिसाद द्यावा, याचा आराखडा तयार करण्यासाठी पंतप्रधानांनी के. सुब्रमण्यम यांना बोलावून घेतलं. त्यांच्या अध्यक्षतेखाली एका समितीची स्थापना करण्यात आली. यात अनेक विषयांचे तज्ज्ञ होते. अमेरिकेची जागतिक राजनीती, नव्यानं उदयास येणाऱ्या विचारधारा आणि त्याचे दीर्घकालीन परिणाम, या विषयांवर ही समिती काम करणार होती. २००६ सालच्या जून महिन्यात या समितीनं आपला अहवाल सादर केला. शीतयुद्धाच्या समाप्तीनंतर जगात तयार झालेल्या सत्तांच्या राजकारणाच्या बाबतीत भारताची भूमिका नक्की काय असावी? या अहवालातून समितीनं जे मत मांडलं होतं, ते स्पष्ट होतं : भारतानं आपल्या अर्थव्यवस्थेचं जागतिक अर्थव्यवस्थेशी एकीकरण करण्याची आता वेळ आलेली आहे. त्यातूनच भारताला स्वत:चा विकास साधता येणार आहे. यासाठी विकसित देशांनी, विशेषत: अमेरिकनं देऊ केलेल्या संधींचा भारतानं उपयोग करून घेतला पाहिजे.

फेब्रुवारी, २००६मध्ये परराष्ट्र मंत्रालयाच्या नवीन कार्यालयाचा म्हणजेच जवाहरलाल नेहरू भवनाच्या पायाभरणी समारंभाच्या वेळी बोलताना डॉ. सिंग यांनी आपल्या परराष्ट्र धोरणामधील प्रमुख तत्त्वांचा उल्लेख केला. ते म्हणाले, "जगातील राष्ट्र परस्परावलंबी होत चालली आहेत. अशावेळी परराष्ट्र धोरणांच्या पर्यायाची योग्य निवड करण्याचं स्वातंत्र्य आपल्याला मिळेल, अशी परिस्थिती निर्माण करणं, हे भारतीय परराष्ट्र धोरणाचं उद्दिष्ट आहे. परराष्ट्र धोरण हे सतत बदलत असणाऱ्या जगाला अनुसरून बदलत राहिलं पाहिजे." भारताचं आर्थिक हित आणि भारताचे आशिया खंडातील त्याचप्रमाणे जगभरातील विकसनशील आणि विकसित अर्थव्यवस्थांशी असलेले संबंध विचारात घेऊनच भारताचं परराष्ट्र धोरण ठरलं पाहिजे, हे 'मनमोहन सिंग सिद्धान्ता'चं प्रमुख तत्त्व बनलं.

ऑक्टोबर, २००५मध्ये 'कम्बाइन्ड कमांडर्स परिषद'मध्ये बोलताना ते म्हणाले :

> "आपल्या राजनीतीचे तीन प्रमुख आधारस्तंभ असतील : एक, स्वत:ला आर्थिक आणि तंत्रवैज्ञानिकदृष्ट्या बळकट करणं. दोन, आपल्या सुरक्षिततेला धोका निर्माण करू पाहाणाऱ्यांचा प्रतिकार करण्याची क्षमता स्वत:मध्ये निर्माण करणं आणि तीन, राजनैतिक, आर्थिक आणि तंत्रवैज्ञानिक पातळीवर इतर देशांशी भागीदारी करणं. यातून आपल्या धोरणाची आणि विकासांच्या पर्यायांची व्याप्ती वाढेल."

त्याच्या पुढच्याच वर्षी या 'कम्बाइन्ड कमांडर्स परिषदे'मध्ये संरक्षणविषयक

धोरणाविषयी त्यांचे जे विचार होते, ते त्यांनी नवीन ठोस स्वरूपात, रचनात्मक पद्धतीनं मांडले.

> विदेशी व्यापार आणि आयातीसाठी आपण जे सागरी दळणवळणाचे मार्ग वापरतो, त्याचं रक्षण करण्याची आज आपल्याला गरज आहे. इतकंच नव्हेतर जगाशी संपर्क साधण्याच्या इतर मार्गांचंही संरक्षण करण्याची गरज आहे. पण हे साध्य करायचं असेल, तर समविचारांच्या सागरी किनारपट्टीवरील राष्ट्रांकडून आपण संरक्षणाच्या बाबतीत सहकार्य मिळवलं पाहिजे. आपण आपल्या शेजारी राष्ट्रांकडे पाहिलं तर आपल्या एक गोष्ट लक्षात येते की, भूमध्य समुद्र आणि पॅसिफिक समुद्र यांच्यामधली भारत ही एकमेव खुली, बहुविध लोकशाही समाजव्यवस्था आहे, एकमेव आधुनिक बाजारपेठ आहे. यामुळेच आपल्यावर एक खास जबाबदारी येऊन पडली आहे. ती म्हणजे, आपल्या स्वत:च्या नैतिक मूल्यांचं संरक्षण आणि सीमेवरील शांततेचं जतन. आजवर आपण आपल्या वचनबद्धतेची वर्तुळं वाढवणं स्वसंरक्षणासाठी महत्त्वाचं मानत आलो. आज पश्चिम आशिया असो, आखाती देश असोत, मध्य आशिया किंवा हिंदी महासागराचा प्रदेश असो, या सर्वांचीच आपल्याकडून राजकीय, आर्थिक आणि संरक्षणात्मक बाबतीत वचनबद्धतेची अपेक्षा आहे.

भारताचं समुद्रतटीय राजकारण ठरवत असताना हिंदी महासागराच्या आणि पॅसिफिक समुद्राच्या किनारी असलेल्या ज्या देशांशी आपले व्यापारी संबंध आहेत, त्यांच्याशी आपण आर्थिक संबंध अधिक मजबूत केले पाहिजेत, असं डॉ. सिंग याचं मत होतं. हे मत ते पुन:पुन्हा मांडत. हिंदी महासागर आणि पॅसिफिक समुद्र व त्यांना जोडणारा प्रदेश ही भारतासाठी राजनैतिकदृष्ट्या अत्यंत महत्त्वाची जागा होती. ऊर्जा आणि मालाच्या देवाण-घेवाणीसाठी याचं महत्त्व अनन्यसाधारण होतं. डॉ. सिंग यांच्या सागरी धोरणामध्ये हे स्पष्ट दिसून येत होतं. या प्रदेशावर विशेष लक्ष ठेवण्यासाठीच तर भारतानं अंदमान आणि निकोबार या सागरी तळाची स्थापना केली होती. 'इंडो-पॅसिफिक' प्रदेशाच्या राजनैतिक महत्त्वाविषयी अमेरिकेशी चर्चा करताना डॉ. सिंग यांच्या मनात हेच विचार होते. २००७मध्ये जपानचे पंतप्रधान शिन्जो आबे यांनी हे भारताच्या संसदेत भाषण करत असताना हेच विचार अधिक स्पष्ट शब्दांत मांडले. ते दोन सागरांच्या संगमाविषयी बोलले.

परंतु पंतप्रधानपदावर जास्त काळ नसल्यामुळे डॉ. सिंग यांच्या मनात जपानशी जे नवे राजनैतिक संबंध जुळवायचे होते, ते युपीए-१च्या काळात त्यांना जमलंच नाही. २०१२मध्ये शिन्जो पुन्हा सत्तेवर आले. भारत-जपान संबंधांना परत एकदा उजाळा मिळाला. युपीए-२मध्ये भारत आणि जपान मधले आर्थिक आणि संरक्षणाच्या

बाबतीतले संबंध दृढ करणं, ही युपीए-२च्या परराष्ट्र धोरणामधली एकमेव महत्त्वाची कामगिरी ठरली.

✦

भारताचे महत्त्वाचे सहकारी अमेरिका, रशिया, जपान, युरोपीयसंघ आणि आग्नेय आशियाई राष्ट्र संघटना (आसियान) त्याचप्रमाणे महत्त्वाचे शेजारी –चीन, पाकिस्तान आणि दक्षिण आशियाई देश या सर्वांसमोर आपले प्रस्ताव ठेवताना डॉ. सिंग यांच्या विचारांची बैठक हीच होती. 'नागरी अणुऊर्जा सहकार्य करार' हा केवळ भारताच्या अण्वस्त्रसज्जतेबद्दल नव्हता. त्याहूनही अधिक महत्त्वाची गोष्ट अशी होती की, उच्च तंत्रज्ञान आणि अणुऊर्जा हे दोन्ही भारताला उपलब्ध असलं पाहिजे. दुसरीककडे भारत-आसियान मुक्त व्यापार करार आणि दक्षिण आशियाई मुक्त व्यापार करार (साफ्टा) करण्याचा केवळ स्वत:साठी बाहेरील जगात नवीन बाजारपेठ मिळवणं किंवा आपल्या देशाची बाजारपेठ इतरांना खुली करणं, एवढाच मर्यादित उद्देश नव्हता. इतरांशी राजनैतिक सहकार्य आणि परस्परावलंबी संबंध प्रस्थापित करणं, हाही हेतू त्यामागे होता. २००६ सालच्या एप्रिल महिन्यात डॉ. सिंग यांनी सोनियांना लिहिलेल्या पत्रात या गोष्टीचा उल्लेख केला होता.

भारताचं भूराजकीय हित आणि आर्थिक हित याची परस्पर सांगड घालून डॉ. सिंग यांनी भारताची राजनीती निश्चित केली. ही गोष्ट त्यांना आपल्या पक्षाला आणि जनतेला समजावून सांगणं सोपं होतं. भारताचा पाश्चिमात्य देशांशी, विशेषत: अमेरिका आणि युरोपियन संघाशी तसंच नव्यानं औद्योगिकीकरणाच्या उंबरठ्यावर उभ्या असणाऱ्या आशिया आणि दक्षिणी राष्ट्रांशी जो संबंध होता, त्याचा संदर्भ त्या राजनीतीला होता. अर्थात अमेरिकेच्या बाबतीत बोलायचं, तर भारतातील आणि अमेरिकेतील जनमनात शीतयुद्धाच्या दरम्यान असलेल्या भिन्न दृष्टिकोनांचे अडथळे होतेच. ते पार करण्याची गरज होती. अमेरिकेचं स्टेट डिपार्टमेंट आणि वॉशिंग्टन डीसी येथील 'विचारवंतांच्या गटा'चा राष्ट्राध्यक्ष बुश यांच्या भारताबाबतच्या धोरणाला विरोध होता. अणुसज्ज झालेल्या भारताशी अमेरिकेनं संबंध प्रस्थापित करण्याच्या राष्ट्राध्यक्ष बुश यांच्या निर्णयाला अमेरिकेतून ज्यांचा विरोध होता, ते अजून भूतकाळातच जगत होते. भारतातून या संबंधांना विरोध होता, कारण डॉ. सिंग भारताला अमेरिकेच्या कळपात घेऊन चालले आहेत, अशी इथल्या लोकांची भावना होती.

पण तरीसुद्धा हे भू-आर्थिक परिमाण लक्षात घेऊन भारताचं परराष्ट्र धोरण पाकिस्तान आणि चीनच्या बाबतीत नव्यानं ठरवणं, हा खरोखर मोठा प्रश्न होता. भारताचा या दोन्ही देशांबरोबर सरहद्दीचा तंटा होता. पाकिस्तानशी असलेला प्रश्न

फार सखोल होता. खरं सांगायचं, तर या दोन्ही देशांशी संबंध प्रस्थापित कसे करायचे, हे सांगणारा भू-आर्थिक तोडगाच नव्हता. दोन्ही देशांचं एकमेकांवर आर्थिक बाबतीत अवलंबून राहणं जसं वाढेल तसं नव्या राजनीतीला आणि उच्च पातळीवरील राजकारणाला कुठेतरी संधी मिळेल. हा एकच मुद्दा होता. परस्परावलंबित्वाला सामंजस्याचं एक लोकाभिमुख परिमाण (पीपल-टू-पीपल डायमेन्शन) होतं.

डॉ. सिंग यांनी अमेरिका, चीन आणि पाकिस्तानच्या बाबतीत घेतलेल्या भूमिकेचं समर्थन करताना परस्पर सामंजस्याची लोकाभिमुख योजना (पीपल-टू-पीपल) आणि व्यापाराशी व्यापार (बिझिनेस-टू-बिझिनेस) अशा संबंधांचा आधार घेतला. हे संबंध नुसते दोन देशांच्या सरकारचे एकमेकांशी असलेले संबंध नव्हेत, असं त्यांनी स्पष्ट केलं. त्यांचं असं ठाम मत होतं की, जागतिक घडामोडींमध्ये भारताची भूमिका खूप महत्त्वपूर्ण बनणार आहे, हे तर विधिलिखितच आहे. पण त्यासाठी भारतानं आपल्या शेजारी राष्ट्रांशी असलेले संबंध दृढ केले पाहिजेत. स्वत:च्या सरहद्दीचं संरक्षण केलं पाहिजे आणि आपल्या दृष्टीनं महत्त्वाच्या असलेल्या देशांबरोबर परस्परावलंबित्व प्रस्थापित केलं पाहिजे. भारताचा विकास होण्यासाठी दक्षिण आशियामधल्या आपल्या शेजारी राष्ट्रांमध्ये स्थैर्य असणं, डॉ. सिंग यांना महत्त्वाचं वाटत होतं. जुन्या काळापासून चिघळत पडलेले सरहद्दीचे वाद आणि काश्मीर प्रश्न सोडवणं, हे भारताच्याच हिताचं होतं. हे प्रश्न सोडवण्यासाठी प्रयत्न करून भारत दुसऱ्या कुणावर उपकार करत नव्हता. ते देशाच्या उन्नतीच्या दृष्टीनं गरजेचं होतं.

पण मनमोहन सिंग यांचा हा सिद्धान्त केवळ देशहितापुरताच मर्यादित नव्हता. त्यामध्ये नीतिमत्तेची शिकवणही होती. भारताच्या समृद्ध सांस्कृतिक परंपरेचा आधार घेऊनच, डॉ. सिंग यांनी भारताचं परराष्ट्र धोरण जगापुढे मांडलं. राज्यशास्त्राचे गाढे अभ्यासक सॅम्युएल हंटिंगटन यांनी मांडलेला 'संस्कृतींमधील संघर्ष' (क्लॅश ऑफ सिव्हिलायझेशन्स) हा सिद्धान्त डॉ. सिंग यांनी खोडून काढला. भारत हा विभिन्न संस्कृतीचा संगम आहे, येथे विभिन्न संस्कृती एकोप्यानं नांदतात, असं ते वारंवार सांगत. 'वसुधैव कुटुंबकम्' या संकल्पनेचा ते नेहमीच पुनरुच्चार करत, 'संपूर्ण विश्व हेच एक कुटुंब आहे', असं सांगून ते या तत्त्वाची भारताच्या पुरातन वारश्याशी सांगड घालत.

डॉ. सिंग यांनी केवळ भाषणबाजी कधीच केली नाही. २००५मध्ये संयुक्त राष्ट्रसंघाचे महासचिव कोफी अन्नान यांनी सुरू केलेल्या 'संयुक्त राष्ट्रसंघ लोकशाही निधी'मध्ये ते सहभागी झाले. त्यांच्या सोबत अमेरिकेचे राष्ट्राध्यक्ष बुश हेही होते. निवडणुकांचं आयोजन करण्याच्या बाबतीत भारताकडे असलेलं विशेष कौशल्य आणि भारतानं विकसित केलेलं 'इलेक्ट्रॉनिक मतदान यंत्रांचं तंत्रज्ञान' या दोन्ही गोष्टींचा लाभ घेण्याची ज्या देशांची इच्छा असेल, त्यांना तो डॉ. सिंग यांनी देऊ

केला होता. शीतयुद्धाच्या काळात भारतानं अशा प्रकारचे लोकशाहीचा संदर्भ असलेले प्रस्ताव कधीच जगापुढे मांडले नव्हते, त्यामागे 'थर्ड वर्ल्ड' अर्थात तिसऱ्या जगातल्या विकसनशील देशांमधल्या काही विशिष्ट राजवटींना आपण दुखावू नये, हेच कारण होतं.

या सर्वच तत्त्वांचा अत्यंत ठामपणे उच्चार करत, २००५ सालच्या मे महिन्यात त्यांनी लोकसभेत केलेल्या आपल्या भाषणात एक घोषणा केली.

> आपण आत्तापर्यंत नेहमीच लोकशाहीची कास धरली. मानवाचे मूलभूत अधिकार, कायद्याचं राज्य यांचा आदर करणाऱ्या नानाविध धर्म, नानाविध संस्कृती, नानाविध भाषा, नानाविध सभ्यता यांनी नटलेल्या या लोकशाहीमुळे आपल्याला या युगात एक खास स्थान लाभलं आहे. माझा असा विश्वास आहे की, एक ना एक दिवस जगातील सर्वच राष्ट्रं या उदारमतवादी आणि बहुविध लोकशाहीचा स्वीकार करतील. आपल्या राष्ट्रीयतेची पाळंमुळं जोपासणं, त्यांना खतपाणी घालून त्यांचं संगोपन करणं, हे आपल्या सर्वांचं कर्तव्य आहे. भारताची 'प्रारब्धाशी गाठभेट' ठरलेली आहे. ती घडवून आणण्यासाठी आमचं सरकार कटिबद्ध राहील. (पंडित नेहरू यांनी स्वातंत्र्यप्राप्तीच्या घटकेला केलेल्या भाषणातील 'ट्रेस्ट विथ डेस्टिनी' हे शब्द डॉ. सिंग यांनी वापरले.)

डॉ. सिंग हे आसियान, सार्क, इब्सा (आयबीएसए – इंडिया, ब्राझिल, दक्षिण आफ्रिका) अशा सर्व परिषदांना उपस्थित राहिले. ते अलिप्त राष्ट्रांच्या परिषदेला सुद्धा गेले. तेथे त्यांनी आर्थिक सहकार्याचा प्रस्ताव मांडला आणि राष्ट्राच्या परस्परावलंबित्वाचा पुरस्कार केला. डॉ. सिंग यांना एका गोष्टीची कल्पना होती की, परराष्ट्र धोरणाविषयीच्या या जागतिक दृष्टिकोनाला एकट्या पाकिस्तानकडून विरोध होणार. भारत-पाकिस्तान संबंधाचा पायाच पूर्णपणे वेगळा आहे. अगदी भारत-बांग्लादेश संबंधापेक्षा सुद्धा तो वेगळा आहे. दोन्ही देश जरी आर्थिकदृष्ट्या एकमेकांवर अवलंबून राहिले, तरीही हे संबंध फारसे बदलू शकणार नाहीत, हे त्यांना माहीत होतं. पण तरीसुद्धा असं जर परस्परावलंबित्व वाढीस लागलं, तर हे संबंध सुरळीत होण्याच्या दृष्टीनं धोरण आखणं शक्य होईल, असं त्यांना वाटत होतं.

✦

भारताचे अमेरिका, चीन आणि पाकिस्तानशी असलेले संबंध, तसंच इतर महत्त्वाच्या धोरणात्मक बाबींच्या बाबतीत डॉ. सिंग आणि नटवर यांचं एकमत होतं.

पुढे जेव्हा कधीही काँग्रेस पक्षातील टीकाकारांचा सामना करण्याची वेळ आली, तर नटवर हे मनमोहन सिंग यांच्या पाठीशी उभे राहात. इराकच्या सद्दाम हुसेन यांच्याशी झालेल्या व्यवहारात काँग्रेसपक्ष आणि नटवर हे दोघंही दोषी असल्याचा अहवाल पॉल व्होल्कर समितीनं सादर केला. त्यांनी या व्यवहारात स्वत:चा आर्थिक फायदा करून घेतल्याचा ठपका नटवर यांच्यावर ठेवण्यात आल्यामुळे त्यांना आपल्या मंत्रिपदाचा राजीनामा द्यावा लागला. नटवर यांना जावं लागत असल्याचं पाहून डॉ. सिंग यांना मनापासून वाईट वाटलं. त्यांच्या जागी कोणाची नियुक्ती करायची, हे ठरवण्यासाठी त्यांनी बराच वेळ घेतला. २००५ सालच्या डिसेंबर महिन्यापासून ते २००६ सालच्या ऑक्टोबर महिन्यापर्यंत हे खातं त्यांनी स्वत:कडेच ठेवलं. त्यानंतर ते त्यांनी प्रणव मुखर्जी यांच्याकडे सोपवलं.

प्रणव मुखर्जी त्यांना बरेच त्रासदायक ठरले. नटवर यांचा कारभार पारदर्शी होता, पण प्रणव यांच्या मनात काय चाललेलं असायचं, हे एक गूढच होतं. हा फरक दाखवून देणारे दोन प्रसंग मला आठवतात : डिसेंबर, २००४मध्ये डॉ. सिंग हे संयुक्त राष्ट्रसंघाच्या महासभेपुढे प्रथमच भाषण देण्यासाठी गेले होते. त्यानंतर लगेच एक पत्रकार परिषद होणार होती. त्या वेळीही ते बोलणार होते. ही पत्रकार परिषद सुरू होण्याच्या काही क्षण आधी मला नटवर यांचा फोन आला.

''बारु, तुम्ही या पत्रकार परिषदेत माझ्यासाठी खुर्ची ठेवलेली नाही?''

त्यावर मी त्यांना असं स्पष्ट केलं की, त्याच महिन्याच्या सुरुवातीला दिल्लीतील विज्ञान भवनात आयोजित करण्यात आलेल्या पत्रकारपरिषदेतही डॉ. सिंग एकटेच व्यासपीठावर बसले होते आणि त्यांचे सहकारी माध्यमांच्या प्रतिनिधींसोबत प्रेक्षागारात पुढच्या रांगेत खुर्चीवर बसले होते. न्यू यॉर्कमध्ये भरवण्यात येणाऱ्या पत्रकार परिषदेच्या वेळीही मी असंच करणार असल्याचं मी त्यांना सांगितलं.

''पण हे तर काहीतरी विचित्रच आहे. हे बघा, बारु, तुम्ही नवीन आहात. तुम्हाला एक गोष्ट माहिती पाहिजे की, ही अगदी पंडितजींच्या काळापासून चालत आलेली प्रथा आहे. परराष्ट्रमंत्री हा संयुक्त राष्ट्रसंघात पत्रकारपरिषदेच्या वेळी व्यासपीठावर पंतप्रधानांच्या सोबतच बसतो. जा, पंतप्रधानांना जाऊन सांगा की, माझी त्यांच्या शेजारी व्यासपीठावर बसण्याची इच्छा आहे.''

मी तातडीनं ही गोष्ट पंतप्रधानांच्या कानावर घातली. त्या वेळी त्यांच्या सोबत मणी दीक्षित होते. ते मला मध्येच थांबवत म्हणाले, ''नटवरना सांगा, पंतप्रधान एकटेच बसणार आहेत.''

डॉ. सिंग यांनी मणी यांच्याकडे पाहात हातानंच 'जाऊ द्या हो!' अशी खूण केली. मग माझ्याकडे वळून हसून बघत त्यांनी मान हलवली. नटवर यांच्यासाठी व्यासपीठावर एक खुर्ची ठेवण्यात यावी, असं त्यांनी मला सुचवलं. नटवर यांनी

पंतप्रधानांच्या या कृतीला प्रतिसाद देण्यासाठी माध्यमांपुढे असं सांगितलं की, पंतप्रधानांची राष्ट्राध्यक्ष बुश व राष्ट्राध्यक्ष मुशर्रफ यांच्याबरोबर अत्यंत समाधानकारक चर्चा झाली. खरं म्हणजे भिंतिआड त्या बैठकीत काय घडलं, ते नटवर यांना माहीत होतं. (पण नटवर यांना असलेल्या जनतेच्या जबरदस्त पाठिंब्याचा नक्की उपयोग झाल्याशिवाय राहायचा नाही.)

प्रणव मात्र इतके पारदर्शी नव्हते. ते आपला पाठिंबा अथवा विरोध यांपैकी काहीच मोकळ्या मनानं व्यक्त करत नसत. प्रणव वॉशिंग्टन डीसीचा तीन दिवसांचा महत्त्वपूर्ण दौरा करून परत आल्यावरही पंतप्रधानांना भेटायला, दौऱ्याविषयीची माहिती द्यायला आले नाहीत. त्यांनी सोनिया गांधींची भेट घेतली, पण पंतप्रधानांच्या भेटीची वेळ मागून घेतली नाही. प्रणव यांनी राष्ट्राध्यक्ष बुश आणि कोंडोलिसा राईस यांची भेट घेतली होती, तेव्हा त्या भेटीत नक्की काय बोलणं झालं, असा प्रश्न मी डॉ. सिंग यांना तिसऱ्या दिवशी विचारला. ते विषादानं म्हणाले, ''मला नाही माहीत!''

मला आश्चर्याचा धक्का बसला. परराष्ट्र मंत्र्यांनी दौऱ्याहून परत आल्यावर लगेच पंतप्रधानांना माहिती कशी काय दिली नाही? डॉ. सिंग यांनी परराष्ट्र मंत्र्यांना ताबडतोब बोलावून घेऊन त्यांच्याकडून सगळी माहिती मागून घ्यावी, असं मी त्यांना सुचवलं. त्यानंतर प्रणव यांना खरोखरच बोलावून घेण्यात आलं का ते स्वत:हूनच भेटायला आले, ते काही मला माहीत नाही. पण दुसऱ्याच दिवशी ते पंतप्रधानांच्या भेटीला आले. अशाच प्रकारे डाव्यांबरोबर झालेल्या चर्चेत काय झालं, याची माहिती पंतप्रधानांना द्यायला प्रणव 'विसरत' असत. प्रणव यांच्या व्यक्तिमत्त्वामधली अजून एक विचित्र गोष्ट म्हणजे, त्यांचे राज्यमंत्री आनंद शर्मा यांना ते फारसं काही कामच देत नसत. शर्मा साउथ ब्लॉकमधील कार्यालयामध्ये रिकाम्या टेबलामागे बसून असत. टेबलावरची डायरी रिकामीच असे. त्यात एकही भेटीची वेळ लिहिलेली नसे. आपल्याला असं वाळीत टाकलंय, आपल्या हातात कसलीच सत्ता नाही, याचं त्यांना वाईट वाटायचं. शर्मा यांच्या परदेश दौऱ्याचा प्रस्ताव प्रणव नेहमीच फेटाळून लावत आणि त्यांच्याऐवजी एखाद्या कनिष्ठ मंत्र्याला पाठवत.

आनंद शर्मा माझ्याकडे नेहमी तक्रार करायचे, ''तुम्ही जरा पंतप्रधानांना सांगा ना! लोकसभेत प्रश्नांना उत्तर देण्याची मला परराष्ट्र मंत्रालय परवानगीच देत नाही.'' जेव्हा लोकसभेत अणुकरारावर चर्चा सुरू होती, तेव्हा आनंद यांना लोकसभेत बोलण्याची संधी मिळवण्यासाठी खूप धडपड करावी लागली. अखेर पंतप्रधानांनी हस्तक्षेप केल्यावर त्यांना संधी मिळाली. आनंद शर्मा यांना त्यांच्या वरिष्ठांकडून ही अशी वागणूक मिळत असे, त्याची भरपाई करण्यासाठी पंतप्रधान कधीकधी त्यांना स्वत:सोबत परदेश दौऱ्यावर घेऊन जात असत.

अणुकराराचा मुद्दा काँग्रेसपक्षाला चांगलाच अडचणीत आणणारा झाला होता.

मग पक्षातले काही लोक या करारासाठी काँग्रेसपक्ष पंतप्रधानांइतका उत्सुक नसल्याचा काही पत्रकारांजवळ गौप्यस्फोट करत. त्यासाठी नेहमीच अल्पसंख्याकांच्या मतांची सबब पुढे करण्यात येई. भारतात अल्पसंख्याक म्हटलं की, फक्त मुस्लीम, हाच अर्थ ध्यानात घ्यावा लागतो. अणुकराराच्या मुद्यावरून भाजप आणि डाव्यांनी जेव्हा आरडाओरडा करायला सुरुवात केली, तेव्हा काँग्रेस पक्षाच्या लोकांनी अगदी चाचरत पंतप्रधानांना कसाबसा पाठिंबा दिला. अखेर स्वत:ची बाजू त्यांना स्वत:च मांडावी लागली.

या प्रकरणाच्या अगदी सुरुवातीच्या काही दिवसांतच २००५ सालच्या जुलै महिन्यात डॉ. सिंग विमानानं अमेरिकेला निघाले होते. तेव्हा बरोबर आलेल्या एका पत्रकारानं त्यांना एक प्रश्न विचारला, ''तुम्ही अमेरिकेशी संबंध जुळवू पाहात आहात, त्यामुळे परराष्ट्र धोरणाविषयी देशात जे सार्वमत आहे, त्यापासून तुम्ही दूर जात असल्याची तुमच्यावर टीका होत आहे. याविषयी तुमची काय प्रतिक्रिया आहे?'' त्यावर शांत, सौम्य स्वभावाचे डॉ. सिंग सुद्धा चिडले. ते म्हणाले, ''कोणताही पंतप्रधान मुद्दाम किंवा चुकून आपल्या देशाला विक्रीला काढेल असं तुम्हाला वाटलं तरी कसं? भारताला कुणीच विकू शकत नाही. आम्ही भारत काही विकायला काढलेला नाही. देशभक्तीचे धडे आम्हाला कुणी शिकवायला येऊ नये.''

भारत-अमेरिका संबंधांचं समर्थन डॉ. सिंग यांना एकट्यांनाच करावं लागत होतं, पण चीन आणि पाकिस्तानच्या बाबतीत त्यांनी जी काही पावलं उचलली होती, त्याबद्दल त्यांना त्यांचा पक्षातून भरपूर पाठिंबा मिळाला होता. या दोन्ही शेजाऱ्यांशी सुरळीत संबंध असावे आणि सीमाप्रश्नावर तोडगा निघावा, असं सर्वांनाच वाटत होतं. पण या दोन शेजारी राष्ट्रांबरोबरचे संबंध सुधारायचे असतील, तर आधी पाश्चिमात्य राष्ट्रांबरोबर फार चांगले संबंध प्रस्थापित करण्याची गरज आहे, ही गोष्ट फारच थोड्या लोकांना समजली होती. चीन, पाकिस्तान आणि उर्वरित जगाशी असलेले संबंध सुधारण्यासाठी अमेरिकेबरोबरचे संबध सुधारणं, हीच 'गुरुकिल्ली' होती. सुब्रमण्यम यांनी ही गोष्ट डॉ. सिंग यांच्या मनावर उत्तम रीतीनं ठसवली होती. पण सिंग यांच्या टीकाकारांच्या ती लक्षातच येत नव्हती.

✦

२००८च्या नोव्हेंबर महिन्यात मुंबई शहरावर झालेल्या दहशतवादी हल्ल्याच्या मुद्यावरून डॉ. सिंग यांच्या सरकारवर संरक्षण आणि परराष्ट्र धोरणाच्या बाबतीत टीकेची झोड उठली. डॉ. सिंग यांना आणखी एका क्षेत्रामध्ये प्रचंड रस होता. ते म्हणजे, आंतरराष्ट्रीय आर्थिक धोरण. त्याही बाबतीत खूप मोठं आव्हान त्यांच्यासमोर आलं.

'जी-२०' या नव्यानं निर्माण झालेल्या 'नेतृत्व परिषदे'त भारताला प्रवेश मिळणं, हा युपीए-१मध्ये भारताच्या राजनीतीचा विजय होता. या जी-२०नं अमेरिका आणि युरोपीय संघाला चीनशी व्यापार करण्यासाठी जगातील प्रमुख अर्थव्यवस्थांचं व्यासपीठच उपलब्ध करून दिलं होतं. सोव्हिएत संघाचं विघटन होऊन रशियाचा पश्चिमेशी समझोता झाल्यानंतर जी-७नं रशियाला सामावून घेऊन त्यापासून जी-८ तयार झाला होता. २००८मध्ये लेहमन प्रकरणानंतर जगावर जे आर्थिक संकट कोसळलं, त्यातून स्वत:ला सावरण्यासाठी आपल्याला चीनच्या सहकार्याची गरज भासणार, हे अमेरिका आणि युरोपीय संघाच्या लक्षात आल्यावर सुद्धा असंच काहीतरी घडलं असणार.

वॉशिंग्टन डीसीमधील 'पीटरसन इन्स्टिट्युट फॉर इंटरनॅशनल इकॉनॉमिक्स'चे फ्रेड बर्गस्टन यांनी एका शोधनिबंधातून असं सुचवलं होतं की, अमेरिका आणि चीननं एकत्र येऊन जी-२ तयार करावं आणि जगावर कोसळलेल्या या आर्थिक मंदीच्या संकटाचं निवारण करावं. त्यामुळे फ्रान्सचे राष्ट्राध्यक्ष निकोलस सार्कोझी हादरले. ते ताबडतोब बुश यांना भेटायला गेले. त्यांनी असं सुचवलं की, जी-२० अर्थमंत्र्यांच्या गटानं राष्ट्रप्रमुखांची भेट घेऊन जगावर ओढवलेल्या संकटाविषयी चर्चा करावी.

गेल्या दशकात २००८ सालानंतर नंतर जी-८नं नव्यानं उदयास येणाऱ्या अनेक अर्थव्यवस्थांच्या नेत्यांना आपल्या परिषदेस निमंत्रित करण्यास सुरुवात केली. त्यामध्ये ब्राझिल, चीन, भारत, मेक्सिको आणि दक्षिण आफ्रिकेचा समावेश झाला. सार्कोझी यांनी बुश यांना असं पटवून दिलं की, जी-८ अधिक जी-५ अशी परिषद भरवण्याऐवजी एक नवीन व्यासपीठ बनवून त्याचं 'जी-२०' असं नामकरण करावं, बुश यांना ती कल्पना पसंत पडली. चीनशी व्यवहार करताना आपल्या सोबत मेक्सिको, भारत, इंडोनेशिया, ऑस्ट्रेलिया, सौदी अरेबिया आणि इतर काही देश असलेले बरे, असं त्यांना वाटलं.

पहिल्या दोन जी-२० परिषदांमध्ये डॉ. सिंग यांनी महत्त्वाची भूमिका बजावली. (या अनुक्रमे नोव्हेंबर, २००८ आणि २००९मध्ये पार पडल्या.) २००४ ते २००८ या काळात भारताच्या अर्थव्यवस्थेचा फार चांगल्या पद्धतीनं विकास झाला होता. शिवाय जगावर ओढवलेल्या लेहमन घोटाळ्याच्या संकटाला भारतीय अर्थव्यवस्थेनं खूप धैर्यानं तोंड दिलं होतं. त्यामुळे जगासमोर भारताची आणि डॉ. सिंग यांची प्रतिमा उंचावली होती. लंडन येथे झालेल्या जी-२० परिषदेनंतर अमेरिकेचे राष्ट्राध्यक्ष बराक ओबामा जेव्हा जर्मनीला गेले, तेव्हा तेथील एका तरुण विद्यार्थ्यानं त्यांना प्रश्न केला, "जगातील कोणत्या राजकीय नेत्याविषयी तुम्हाला सर्वांत जास्त आदर वाटतो?" त्यावर एका क्षणाचाही विलंब न लावता बराक ओबामा उत्तरले,

"भारताचे पंतप्रधान डॉ. मनमोहन सिंग!"

युपीए-१मध्ये मोठ्या प्रमाणात घडून आलेल्या आर्थिक विकासामुळे डॉ. सिंग यांना धोरण ठरवताना स्वातंत्र्य मिळाले त्यामुळे आर्थिक परस्परावलंबित्व देशांमधील सरहद्दींची निरर्थकता आणि राजनैतिक भागीदारीचं महत्त्व या आपल्या कल्पना आणि त्यावर आधारित आर्थिक हित ह्यांचं डॉ. सिंग समर्थन करू शकले होते. सातत्यानं होत राहिलेल्या आर्थिक विकासाचा नक्की कोणता फायदा होतो, ह्याकडेही सुब्रमण्यम् यांच्या समितीनं लक्ष वेधलं.

भारताची जी 'प्रारब्धाची गाठभेट' ('Tryst with Destiny') होणार होती, त्यासाठी अत्यंत महत्त्वाचा मुद्दा होता – गरिबी, अज्ञान आणि रोगराई याचं निर्मूलन. १९४७मध्ये पंडित नेहरू यांनी आपल्या भाषणामधून देशाला याच गोष्टीची आठवण करून दिली होती. दुसरा महत्त्वाचा मुद्दा म्हणजे, जागतिक अर्थकारणाशी स्पर्धा करू शकेल, अशी मजबूत अर्थव्यवस्था उभी करणं. डॉ. सिंग 'इंडिया टुडे कॉन्क्लेव्ह'मध्ये याच मुद्याचा उल्लेख करून म्हणाले, "तसं केल्यानं जगाला जोडणारे परस्परवलंबित्वाचे सेतू बांधता येतील." थोडक्यात सांगायचं झालं, तर भारताला जगाशी आत्मविश्वासानं व्यवहार करायचा असेल, तर त्यासाठी आपल्या देशात जे काही करण्याची गरज आहे, ते सर्वकाही आपण केलं पाहिजे.

युपीए-१च्या काळात भारत नेमकं हेच करत आहे, असा जगाला विश्वास वाटला. पण जशी आपली अर्थव्यवस्था कमकुवत होऊ लागली आणि सरकार अस्थिर बनलं, तशी पंतप्रधानांची प्रभा झाकोळून गेली. यातून एक गोष्ट स्पष्ट झाली : मनमोहन सिंग यांच्या सिद्धान्ताचा पाया म्हणजे झपाट्यानं विकसित होत जाणारी देशांतर्गत अर्थव्यवस्था. ही अर्थव्यवस्था अष्टपैलू असली पाहिजे, देशात तिच्यापुढे जी आव्हानं उभी ठाकतील, त्यांचा तिनं सामना केला पाहिजे, देशाबाहेर आंतरराष्ट्रीय स्पर्धेला तिनं तोंड दिलं पाहिजे आणि जागतिक अर्थकारणाशी तिची नाळ जोडली गेली पाहिजे.

■

१०

हव्या अर्थहीन सरहद्दी...

"मी अशा दिवसाचं स्वप्न पाहातो, 'जेव्हा आपण आपली राष्ट्रीय ओळख कायम ठेवून अमृतसरमध्ये नाश्ता, लाहोरमध्ये दुपारचं आणि काबूलमध्ये रात्रीचं भोजन घेऊ शकू. माझे पूर्वज असेच राहात होते. आपल्या नातवंडांनी पण अशाच जगात राहावं, ही माझी इच्छा आहे."

– मनमोहन सिंग, 'फेडरेशन ऑफ इंडियन चेंबर्स ऑफ कॉमर्स अॅन्ड इंडस्ट्री'च्या वार्षिक सर्वसाधारण सभेत, ८ जानेवारी, २००५

पूर्व आणि पश्चिम आशियाच्या मधोमध भारतीय उपखंड वसलेला आहे. जगज्जेते, प्रवासी, व्यापारी आणि गुरू या सर्वांनीच आधी भारताच्या भूमीवर पाऊल ठेवलं किवा नांगर टाकला आणि मगच पुढे ते आशियाच्या प्रवासाला निघाले. भारतीय संस्कृतीची व अर्थकारणाची व्याप्ती भूमध्य समुद्राच्या किनाऱ्यापासून पॅसिफिक सागरापर्यंत, पूर्व आफ्रिकेची किनारपट्टी आणि पर्शियन आखातापासून व्हिएतनाम आणि इंडोनेशियाच्या किनाऱ्यापर्यंत आहे. गंगा आणि सिंधूच्या खोऱ्यांमधून जाणाऱ्या प्रवाशांच्या लोंढ्यामुळे भारत समृद्धही झाला, तसाच गरीबही झाला.

भारताची हीच प्रतिमा डॉ. सिंग यांच्या मनात होती. त्याच आधारे त्यांनी भारताचे शेजारी राष्ट्रांशी कसे संबंध असावेत, याची कल्पना मांडली. त्यात त्यांचं जन्मस्थळ पाकिस्तानचाही समावेश होता. १९४७मध्ये भारताची फाळणी होऊन पाकिस्तानचा जन्म झाला. काळाची चक्र उलटी फिरवणं, तर आता शक्य नव्हतं. पण या राजकीय सरहद्दी आजच्या युगातील प्रवासी, व्यापारी आणि अध्यापक यांच्या आड का याव्यात? पूर्वी तर कधी त्यांचा अडसर आला नव्हता. डॉ. सिंग सरहद्दीच नसलेल्या उपखंडाविषयी बोलले होते. पाकिस्तानचे राष्ट्राध्यक्ष परवेझ

मुशर्रफ यांच्याशी याच मुद्याविषयी बोलत असताना ते म्हणाले, "जिथे सरहद्दी म्हणजे फक्त कागदावरच्या रेषा असतील."

भारत-पाकिस्तान संबंधाची स्थिती आणि जम्मू-काश्मीर प्रश्नावर तोडगा काढण्याची गरज या दोन गोष्टींचा विचार डॉ. सिंग यांच्या मनात सतत असे. ते पंतप्रधान होण्याच्या आधीपासूनच या गोष्टींमध्ये त्यांना रस होता आणि जम्मू-काश्मीर मधल्या घडामोडींवर त्यांची बारीक नजर असे. २००४च्या सप्टेंबर महिन्यात पंतप्रधान जेव्हा संयुक्त राष्ट्रसंघाच्या महासभेला जाण्याची तयारी करत होते, तेव्हा त्यांची परवेझ मुशर्रफ यांच्याबरोबर भेट ठरली होती. त्या भेटीची पूर्वतयारी करण्यात डॉ. सिंग यांनी बराच वेळ खर्च केला.

या बैठकीचा प्रारंभ प्रसन्न सकारात्मक वातावरणात होण्याच्या उद्देशानं डॉ. सिंग यांनी उभयपक्षी व्हिसा देण्याचे नियम शिथिल करण्यात यावेत, अशी अपेक्षा व्यक्त केली. भारतात पाकिस्तानी विद्वज्जन, शिक्षण क्षेत्रातील मंडळी, उद्योजक आणि साठ वर्षांवरील माणसांना व्हिसा मिळणं सोपं करण्यात येत असल्याची घोषणा केली. काश्मीर मुद्यावर याआधी वेगळ्या मार्गानं नक्कीच त्या दोघांची काहीतरी चर्चा झाली असणार, कारण परवेझ मुशर्रफ यांनी या वादग्रस्त मुद्याचा त्यांच्या भाषणात उल्लेखही केला नाही. त्याचप्रमाणे डॉ. मनमोहन सिंग यांनी आपल्या आधीचे पंतप्रधान वाजपेयी यांनी पाकिस्तानशी सुरू केलेली मैत्रीपूर्ण चर्चा आपण पुढे चालू ठेवणार असल्याची घोषणा त्यांच्या भाषणातून केली. या चर्चेतून काहीतरी उपयुक्त आणि दोन्ही बाजूंना पटणारा तोडगा निघेल, अशी आशाही त्यांनी व्यक्त केली.

२४ सप्टेंबर, २००४ रोजी न्यू यॉर्कच्या रूझवेल्ट हॉटेलमध्ये या दोन्ही नेत्यांची भेट होणार होती. ती कशी होईल, याचा साधारण सूर त्या दोघांच्या आधीच्या भाषणांमधून लक्षात आला होता. डॉ. सिंग या भेटीसाठी जाताना सोबत एक शिष्टमंडळ घेऊन गेले होते. त्यात परराष्ट्रमंत्री नटवरसिंग यांचा समावेश होता. पण चर्चेच्या वेळी मात्र या दोन नेत्यांनी इतर कुणालाही तिथे न घेता दोघांमध्येच चर्चा करण्याचं ठरवलं. ती चर्चा सुमारे तासभर चालू होती. पूर्वी असं ठरलं होतं की, चर्चा संपल्यावर दोन्ही नेते माध्यम प्रतिनिधींना भेटणार नाहीत, त्याऐवजी एक प्रवक्ता माध्यमांना माहिती पुरवेल. पण प्रत्यक्षात मात्र त्यांच्यातील चर्चा समाप्त झाल्यावर त्या दोघांनीही एकत्रच माध्यम प्रतिनिधींशी बोलण्याची इच्छा व्यक्त केली.

चर्चा संपल्यानंतर काही मिनिटांतच सुमारे पन्नास-साठ प्रतिनिधींना सुरक्षा व्यवस्थेमधून त्यांना हॉटेलच्या लॉबीमध्ये सोडण्यात आलं. हॉटेलमध्ये हवीतशी कॉन्फरन्स रूम नसल्यामुळे हे दोन्ही नेते ज्या खोलीत चर्चेसाठी बसले होते, त्या खोलीच्या दारासमोरच लांबुळक्या कॉरिडॉरमध्ये उभे राहिले. टीव्हीचे कॅमेरे सज्ज झाले. इतक्यात एक गंमत घडली. दोन्ही नेते 'एक्झिट' असं लिहिलेल्या पाटीखाली

उभे असल्याचं लक्षात आलं, मग हॉटेलच्या कर्मचाऱ्याकडून घाईघाईनं ती पाटी काढून घेण्यात आली.

त्या दोघांनी मिळून एकत्रच एक मोघम निवेदन सादर केलं. त्या दोघांच्या साहाय्यकांनी ते घाई गडबडीनं तयार केलं होतं. दोन्ही देशांच्या सरकारमध्ये परस्परांवरील विश्वास वृद्धिंगत करण्याच्या दृष्टीनं पावलं उचलण्यात येतील व व्यवहार्य शक्यता विचारात घेतल्या जातील, असं त्या निवेदनात म्हटलं होतं. पण त्या दोघांमध्ये बरीच विस्तृत चर्चा झाली असणार. मुशर्रफ मायदेशी परतल्यावर सुमारे एक महिन्यानंतर २७ ऑक्टोबर, २००४ रोजी 'ट्रिब्युन' वृत्तपत्राच्या इस्लामाबाद येथील प्रतिनिधीनं असं वृत्त दिलं होतं : 'काल येथे काश्मीर मुद्यावर बोलत असताना परवेझ मुशर्रफ यांनी असं सुचित केलं की, भारत आणि पाकिस्तान हे दोन्ही देश काश्मीरमधील नियंत्रणरेषेच्या ('लाईन ऑफ कंट्रोल') दोन्ही बाजूंकडील काही विशिष्ट प्रदेशांमधून आपापली सेना हटवून त्या प्रदेशांना स्वनियंत्रित करण्याचा, दोघांच्या एकत्रित नियंत्रणाखाली आणण्याचा अथवा राष्ट्रसंघाच्या अधिकाराखाली आणण्याच्या पर्यायांचा विचार करत आहेत.'' या वृत्तात पुढे पाकिस्तान सरकारच्या पीटीव्ही या वाहिनीचा संदर्भ देऊन असं म्हटलं होतं, ''काश्मीरच्या या दीर्घकाळ रेंगाळणाऱ्या प्रश्नावर सार्वमत घेऊन किंवा नियंत्रण रेषेचं कायमस्वरूपी सरहद्दीत रूपांतर करून काहीच तोडगा निघणं शक्य नाही.''

न्यू यॉर्कमध्ये दोन नेत्यांमध्ये जे काही संभाषण झालं, त्याचा अन्वयार्थ भारत सरकारनं साफ फेटाळून लावला. परंतु मुशर्रफ यांच्या विचारांच्या फायद्या-तोट्यांवर भारतीय जनतेमध्ये सर्वत्र चर्चा सुरू झाली. अखेर ही कल्पना मुळात डॉ. मनमोहन सिंग यांनी मांडली होती. २००४ सालच्या मे महिन्यात पंतप्रधानपदाची सूत्रं हाती घेण्याच्या आदल्या दिवशी डॉ. सिंग यांनी 'स्टेट्समन' या वृत्तपत्राचे पत्रकार जॉन ब्रायन पॉवर यांच्याशी मनमोकळ्या गप्पा मारल्या होत्या. त्या वेळी ते 'ऑफ द रेकॉर्ड' जे काही बोलले होते, ते पॉवर यांनी त्यांची परवानगी न घेताच प्रसिद्ध केलं. ''भूप्रदेशाचे दोन तुकडे करणं किंवा नवीन सरहद्द आखणं एवढं सोडून बाकी काही करायला भारत तयार होईल. दरम्यान आपल्याला या सरहद्दी इतक्या पक्क्या न ठेवता थोड्या नरम बनवायला हव्यात. म्हणजे मग सरहद्दीचं इतकं जास्त महत्त्व राहत नाही.''

सप्टेंबर, २००४ ते फेब्रुवारी, २००५ या दरम्यान दोन देशांमध्ये झालेल्या संपर्कातून बरंच काही घडलं होतं. त्यामुळे ही चर्चा पुढे नेण्याची मुशर्रफ यांनी तयारी दाखवली. त्यांनी पुढाकार घेऊन ही चर्चा लवकर घडून यावी, यासाठी त्या वर्षीच्या उन्हाळ्यात भारतात होणार असलेल्या एक दिवसीय क्रिकेट सामन्याला उपस्थित राहण्याची इच्छा जाहीर केली. मुशर्रफ यांनी असं उघड बोलावणं लावून धरल्यावर सुद्धा नवी दिल्लीकडून त्यावर मौन पाळण्यात आलं.

भारतीय माध्यमं काहीकाळ शांत राहिली, पण त्यानंतर अस्वस्थ होऊन भारताची प्रतिक्रिया जाणून घेण्याची मागणी करू लागली. अनेक पत्रकारांनी माझ्याशी संपर्क साधून पंतप्रधानांना मुशर्रफ यांनी जाहीरपणे व्यक्त केलेल्या इच्छेबद्दल माहिती आहे का, असं विचारलं. पंतप्रधान मुशर्रफ यांना क्रिकेटचा सामना पाहायला येण्याचं निमंत्रण देणार आहेत का? हे जाणून घेण्याची सर्वांना उत्सुकता होती. मी पंतप्रधानांच्या साउथ ब्लॉकमधील कक्षात शिरून त्यांनाच हा प्रश्न केला.

पंतप्रधान म्हणाले, "सध्या आपलं अंदाजपत्रकीय सत्र चालू असल्यामुळे परवेझ मुशर्रफ यांच्या भारत भेटीसाठी ही वेळ योग्य नसल्याचा मला सल्ला देण्यात आला आहे. परराष्ट्र मंत्रालय पाकिस्तानला कळवेल की, ही भेट पुढे कधीतरी होईल."

"याविषयी उद्या वृत्तपत्रात काय मथळा छापून येईल, याचा तुम्ही व तुमच्या राजकीय सल्लागारांनी विचार केला आहे ना?" मी म्हणालो. "उद्या बातमी छापून येईल – मुशर्रफ यांना भारतात क्रिकेटचा सामना पाहायला यायचं आहे, पण भारत नाही म्हणाला!"

पंतप्रधान जोरात हसून म्हणाले, "मग तुम्हाला काय वाटतं? आपण काय केलं पाहिजे? मुशर्रफ जर भारतात आले, तर ते काही केवळ क्रिकेटचा सामना पाहायला येणार नाहीत, औपचारिक चर्चेसाठीच येतील, हे तुमच्या लक्षात येतंय का?"

"ते तर खरंच आहे, पण निदान आत्तातरी मुशर्रफ फक्त सामन्याला येण्याचंच निमंत्रण मागत आहेत." मी म्हणालो. मुशर्रफ यांची भेट घ्यावी आणि सप्टेंबर, २००४मध्ये सुरू केलेली चर्चा पुढे न्यावी, असं पंतप्रधानांच्याही मनात होतं, हे त्यांच्या चेहऱ्यावरून स्पष्टच दिसत होतं. आम्ही हे बोलत असतानाच त्यांनी परराष्ट्र सचिव श्याम सरन आणि राष्ट्रीय संरक्षण सल्लागार नारायणन या दोघांनाही तिथे बोलावून घेतलं. ते तातडीनं आले. "संजय यांचं म्हणणं आहे, मी मुशर्रफ यांना निमंत्रण द्यावं." पंतप्रधान त्या दोघांना म्हणाले. ते दोघं बुचकळ्यात पडून काय बोलावं हे न सुचल्यामुळे नुसते थांबले. मुळात अशा घाईगर्दीनं बोलावण्यात आलेल्या बैठकीला मी उपस्थित असावं, हेच त्यांना रुचलं नव्हतं. आपल्याला जे काही म्हणायचंय, ते दुसऱ्याच्या तोंडून वदवून घेण्याची ही पंतप्रधानांची जुनीच क्लृप्ती होती. ज्या लोकांना त्यांची ही पद्धत माहीत नव्हती, ते स्वत:च वेगळं मत व्यक्त करत. पण डॉ. सिंग यांची शैली ज्यांना पूर्णपणे ठाऊक होती, त्यांना कळलेलं असायचं की, पंतप्रधान स्वत:चं मतच दुसऱ्याच्या नावानं बोलून दाखवत आहेत, पण त्याचबरोबर स्वत:साठी बाहेर जायची वाटही मोकळी ठेवत आहेत. नारायणन आणि श्याम या दोघांनाही त्यांची ही सवय बहुधा ठाऊक असावी. पण दोघांनी जराही न कचरता माझ्या त्या मताला विरोध केला. श्याम यांचं बऱ्याचशा परराष्ट्र

धोरणांवर पंतप्रधानांशी एकमत होत असे. पण पाकिस्तानच्या बाबतीत मात्र ते नेहमी घारीची नजर ठेवून असत. पाकिस्ताननं भारताशी संबंध सुधारण्याची जी तयारी दर्शवली होती, त्याबद्दल श्याम आणि नारायणन या दोघांच्याही मनात शंका होती. जरा वेळात नायर आणि पुलोक हे दोघंही तिथे आले. त्या दोघांनी माझ्या मताला दुजोरा दिल्यावर मला बरं वाटलं. पंतप्रधानांनी श्याम सरन यांना मुशर्रफ यांना पाठवण्याच्या निमंत्रणपत्राचा मसुदा तयार करण्यास सांगितलं. ही बैठक तिथेच संपली.

राजकीय मुत्सद्यांनी या भेटीची तारीख, वार, वेळ, ठिकाण असं सर्वकाही पक्कं करून पाकिस्तानला निमंत्रण पाठवल्यानंतर इस्लामबादकडून त्याची स्वीकृती येईपर्यंत प्रसारमाध्यमांच्या कानावर ही गोष्ट जाता कामा नये, असं मला सांगण्यात आलं. त्यानंतर दोन दिवस मलाही काहीच कळलं नाही. माध्यमांचे प्रतिनिधी तर मला भंडावून सोडत होते. "पंतप्रधान मुशर्रफना निमंत्रण देणार का?" असं सारखं विचारत होते. मला माझ्याच एका सहकाऱ्यानं असं सांगितलं की, मुशर्रफ यांना नक्की कोणता सामना पाहाण्यासाठी निमंत्रण द्यायचं, विशाखापट्टण येथे होणारा की कोची येथे होणारा? याविषयी श्याम आणि नारायणन या दोघांची राज्य सरकारांशी चर्चा चालू होती.

मी जेव्हा हे ऐकलं, तेव्हा माझातर माझ्या कानांवर विश्वासच बसेना. मग मी पंतप्रधानांशी बोलायचं ठरवलं. मी ३ रेसकोर्स मार्गाला जाऊन त्यांची भेट घेतली. हा मुशर्रफ यांना दिल्लीपासून दूर ठेवायचा डाव आहे, असा माध्यमं या गोष्टीचा अर्थ लावतील, असं मी त्यांना सांगितलं. मुशर्रफ यांनी आत्ता भारतभेटीसाठी येण्याच्या कल्पनेस सरकारमधूनच खूप विरोध असल्याचं पंतप्रधानांनी सुचित केलं. त्या मागचं मुख्य कारण लोकसभेचं सत्र चालू असताना इतकी महत्त्वपूर्ण व्यक्ती भेटीला यावी, ही कल्पना कुणाला पसंत पडली नव्हती. मग आपण सुद्धा ही भारतभेट अनौपचारिक स्वरूपाची असून मुशर्रफ खरोखरच केवळ क्रिकेटचा सामना पाहायला येत असल्यासारखं का वागू नये? युरोपात राष्ट्रप्रमुख एकमेकांच्या राजधानीच्या शहरांना अगदी सहजपणे, फारसा बडेजाव न करता भेटी देतात. प्रत्येक वेळी दक्षिण आशियाचे दोन राष्ट्रप्रमुख जर एकमेकांना भेटले, तर लगेच दोघांकडून एकत्रित निवेदनाची अपेक्षा का असावी, असा मी युक्तिवाद केला. मला एक गोष्ट स्पष्टपणे जाणवत होती. मुशर्रफ यांना भारतभेटीचं निमंत्रण देण्याची डॉ. सिंग यांची खरोखरच इच्छा होती. पण नेहमीच्या कार्यालयीन दिरंगाईमुळे आणि राजनैतिक संकेतांच्या बंधनांमुळे त्याला विलंब लागत होता. मी त्यांना एक उपाय सुचवला. दुसऱ्याच दिवशी लोकसभेत होणाऱ्या चर्चेच्यावेळी ते बोलणारच होते. मग त्याचाच एक भाग म्हणून त्यांनी राष्ट्राध्यक्ष मुशर्रफ यांना जाहीर निमंत्रण द्यावं. त्यावर त्यांनी मला त्याचा मसुदा बनवायला सांगितलं.

दुसऱ्या दिवशी १० मार्च, २००५ रोजी मी ३ रेसकोर्स मार्गावर जाऊन डॉ. सिंग घरातून निघण्यापूर्वी तो निमंत्रणाचा मसुदा लिहिलेला कागद त्यांना दिला. त्यांनी तो वाचून घडी करून नेहमीप्रमाणे खिशात ठेवून दिला. ते जाता-जाता म्हणाले, "मी विचार करीन." नंतर जरा वेळानं मी त्यांचं भाषण ऐकण्यासाठी लोकसभेत गेलो. ते सुमारे अर्धा तास बोलत होते. चर्चेच्यावेळी अनेक सदस्यांनी उपस्थित केलेल्या सर्व मुद्यांचा त्यांनी परामर्श घेतला, त्यांना उत्तरं दिली. परराष्ट्र धोरणाविषयी बोलताना ते काय सांगतात, याची मी वाट पाहात होतो.

परराष्ट्र धोरणाचाही त्यांनी व्यवस्थित ऊहापोह केला. अखेर त्यांचं बोलून संपल्यावर कोटाच्या खिशात हात घालून त्यांनी कागदाची घडी बाहेर काढली. त्यांनी कागदावरचा मजकूर वाचून दाखवला.

> "माननीय सभापती महोदय, मला येथे या सभागृहाला सांगण्यास अत्यंत आनंद होत आहे की, मी पाकिस्तानचे राष्ट्राध्यक्ष परवेझ मुशर्रफ यांना आपल्या दोन्ही देशांच्या संघात होणारा क्रिकेटचा सामना पाहण्यासाठी निमंत्रण देण्याचं ठरवलं आहे. माझी अशी मनापासून इच्छा आहे की, आपल्या शेजारी देशातील लोकांना तसंच त्यांच्या नेत्यांना आपल्या देशाच्या भेटीला यावंसं वाटेल, तेव्हा ते मोकळेपणे इथे येऊ शकले पाहिजेत. मग तो क्रिकेटचा सामना पाहण्यासाठी असो, खरेदीसाठी असो, नाहीतर मित्र परिवाराला भेटण्यासाठी असो. भारत हा एक 'मुक्त समाज' असून त्याचा आम्हाला अभिमान आहे. राष्ट्राध्यक्ष मुशर्रफ आणि त्यांचे कुटुंबीय आपल्या देशात भेटीसाठी आल्यावर त्यांना खूप आनंद वाटेल, अशी मी आशा करतो."

सभागृहातील उपस्थित सदस्यांनी बाकं वाजवून या निर्णयाचं स्वागत केलं. पंतप्रधानांच्या अधिकाऱ्यांनी आणि राजकीय मुत्सद्यांनी मुशर्रफ यांच्या निमंत्रणाचं पत्र बनवून त्यांच्या हातात ठेवण्यापूर्वीच पंतप्रधानांनी लोकसभेच्या व्यासपीठावरून तोंडी निमंत्रणाचा उच्चार करून लगेच त्याला सभागृहाची संमती सुद्धा मिळवली होती. गॅलरीत माझ्या आजूबाजूला बसलेले अधिकारी आणि राष्ट्रीय सुरक्षा सल्लागार सुद्धा अचंबित झाले होते. नायर यांनी माझ्याकडे पाहून डोळे मिचकावले. मी हळूच उठून बाहेर पडलो आणि पंतप्रधानांच्या कक्षात जाऊन टीव्ही लावला. टीव्ही वाहिन्या काय 'ब्रेकिंग न्यूज' देतात ते पाहण्यासाठी!

✦

मुशर्रफ यांची भेट त्यानंतर सुमारे एक महिन्यानं एप्रिलच्या मध्यात ठरली होती. डॉ. सिंग यांनी ताबडतोब तयारी सुरू केली; पुढची पावलं उचलली. ४ एप्रिल रोजी त्यांनी उच्चस्तरीय कृती समितीची नेमणूक केली. पंतप्रधानांच्या आर्थिक सल्लागार समितीचे अध्यक्ष डॉ. सी रंगाराजन यांच्या नेतृत्वाखाली या समितीला जम्मू-काश्मीरच्या विकासाचा आराखडा बनवण्यास सांगण्यात आलं. या कृती समितीमध्ये काश्मिरी अर्थतज्ज्ञ हसीब द्रबू, उद्योगपती सुनील मित्तल, सुनील मुंजाळ आणि अनालजित सिंग, सार्वजनिक क्षेत्रात कार्यरत असलेले मूसा रझा आणि टी. एन. ठाकूर आणि दुव्वरी सुब्बाराव यांचा समावेश होता.

त्यानंतर डॉ. सिंग यांनी ७ एप्रिल, २००५ रोजी नियंत्रण रेषा पार करून जाणाऱ्या श्रीनगर मुजफ्फराबाद बस सेवेच्या उद्घाटनाचा कार्यक्रम निश्चित केला. ६ एप्रिल रोजी दहशतवाद्यांनी श्रीनगरच्या राज्य पर्यटन केंद्रावर हल्ला केला. नवीन बस सेवेला याच ठिकाणाहून सुरुवात होणार होती. पंतप्रधान दुसऱ्याच दिवशी श्रीनगरला जाणार होते. राष्ट्रीय संरक्षण आणि गुप्तहेर खात्याच्या अधिकाऱ्यांनी पंतप्रधानांना ती भेट रद्द करण्याचा सल्ला दिला. जवानांनी त्यातल्या दोन दहशतवाद्यांना गोळ्या घालून ठार मारलं असलं, तरी एक सुटला होता. गृहमंत्री शिवराज पाटील, नारायणन, गुप्तहेर खात्याचे प्रमुख ई. एस. एल. नरसिंहन आणि इतर लोकांनी पंतप्रधानांना हा दौरा रद्द करण्याचा सल्ला दिला. या दौऱ्यावर पंतप्रधानांच्या बरोबर सोनियाही जाणार होत्या. 'तुमचा जो काही निर्णय असेल तो मला मान्य आहे,' असं सोनियांनी त्यांना सांगितलं.

तो दिवस खूप धावपळीचा होता. रात्री नऊ वाजता शेवटची बैठक आटोपली पंतप्रधानांनी हा दौरा रद्द करावा, असंच सर्वांनी सांगितलं. डॉ. सिंग खिन्नपणे बसले होते. त्यांच्या चेहऱ्यावर संताप आणि चिंता या दोन्ही भावना स्पष्ट उमटल्या होत्या. अचानक अंगात चैतन्याचा संचार झाल्यासारखे उठून ते म्हणाले, "मी जाणार!"

७ रेसकोर्स मार्गामधून बाहेर पडत असलेल्या अधिकाऱ्यांना परत बोलावण्यात आलं. पंतप्रधानांनी सोनियांना फोन करून आपला श्रीनगरला जाण्याचा निर्णय झाल्याचं सांगितलं. सोनियांनी डॉ. सिंग यांच्या निर्णयाला दुजोरा देऊन आपणही बरोबर येत असल्याचं त्यांना सांगितलं. दुसऱ्या दिवशी सुरक्षा रक्षकांच्या कडक व्यवस्थेत दोघं श्रीनगरला रवाना झाले. तिथून त्यांनी पहिल्या बसला हिरवं निशाण दाखवलं.

श्रीनगरच्या मध्यवर्ती ठिकाणी कार्यक्रम चालू होता. डॉ. सिंग भाषणात म्हणाले, "शांततेच्या लांबलचक मार्गावरचं हे पहिलं पाऊल आहे."

डॉ. सिंग यांच्या या राजकीय साहसी कृत्यामुळे काश्मीर खोऱ्यात तसंच देशभरात त्यांची प्रतिष्ठा वाढली. पुढच्याच आठवड्यात मुशर्रफ भारतभेटीला येणार होते. त्याची बैठक तयार झाली.

मुशर्रफ यांच्या भेटीची तयारी करणाऱ्या अधिकाऱ्यांना फक्त एकाच गोष्टीची चिंता होती. २००१ सालच्या जुलै महिन्यात आग्रा शिखर परिषदेच्या वेळी जे घडलं, त्याची पुनरावृत्ती आता होऊ नये, असं सर्वांनाच वाटत होतं. त्या परिषदेविषयी सर्वांची अशीच भावना होती की, मुशर्रफनं त्या वेळी धूर्तपणानं जी खेळी खेळली त्यामुळे भारताची मान खाली झाली. डॉ. मनमोहन सिंग यांनी पंतप्रधानपदाची सूत्रं हाती घेऊन फारच थोडे दिवस झाले होते. इतक्यातच परराष्ट्र धोरणाच्या बाबतीत असा काही घोटाळा होऊ नये, असं अधिकाऱ्यांचं म्हणणं होतं. यातून सकारात्मक निष्पन्न व्हावं म्हणून राजकीय मुत्सद्दी कंबर कसून कामाला लागले होते. प्रसार माध्यमांना हाताळणं आणि आग्र्याच्या परिषदेच्या वेळी झाला तशा प्रकारचा गडबड-घोटाळा या खेपेस होऊ नये, याची काळजी घेणं, अशा दोन जबाबदाऱ्या पंतप्रधानांनी माझ्यावर सोपवल्या होत्या. ही एक अत्यंत धाडसी राजनीती होती. या भेटीला प्रसार माध्यमांमधून उत्तम आणि सकारात्मक प्रसिद्धी द्यावी, त्याचप्रमाणे मुशर्रफ यांनी माध्यमांसमोर कोणतंही नवीन नाटक रचू नये, ही काळजी घेताना माझ्या हातून समजा कुठे थोडीजरी चूक झाली असती, तर सर्व वरिष्ठ अधिकारी माझ्यावर नुसता ठपका ठेवून गप्प बसले नसते. त्यांनी मला चक्क उलटं टांगलं असतं. मी प्रसारमाध्यमांसमोर मुशर्रफ यांच्या भेटीविषयीचा पंतप्रधानांचा दृष्टिकोन जेव्हा मांडला तेव्हा सर्वांनीच मला पाठिंबा व्यक्त केला, अगदी नारायणन यांनीसुद्धा!

खरंतर मला काळजी करण्याचं काहीच कारण नव्हतं. एप्रिल, २००५च्या त्या मुशर्रफ यांच्या भारतभेटीनंतर डॉ. सिंग राजकीय आणि राजनैतिक दृष्ट्या अधिक कणखर बनले. त्याचा एक फायदा असा झाला की, ते आता अधिक आत्मविश्वासानं, अधिकारवाणीनं वागू लागले.

✦

दिल्लीच्या फिरोजशहा कोटला मैदानात क्रिकेटचा सामना पाहून डॉ. सिंग आणि मुशर्रफ हे दोघं हैदराबाद हाउसमध्ये औपचारिक वाटाघाटींसाठी गेले. या सामन्यात पाकिस्ताननं उत्तम कामगिरी बजावल्यामुळे मुशर्रफ खूश होते. पाकिस्तान हा सामना काहीही झालं तरी जिंकणारच, अशी ग्वाही मुशर्रफ यांना त्यांच्या साहाय्यकानं दिली होती. (अखेर विजय पाकिस्तानचाच झाला.) मुशर्रफ चर्चेला सुरुवात करून म्हणाले, "डॉक्टर साब, आपण दोघांनी जर ठरवलं तर दुपारच्या जेवणाच्या आत सगळे तंटे मिटवून टाकू आणि जेवणानंतर सामना पाहायला जाऊ."

त्यावर डॉ. सिंग म्हणाले, "जनरल साहेब, तुम्ही सैनिक आहात आणि पुष्कळ

तरुण आहात. पण तुम्ही माझ्या वयाचा विचार केला पाहिजे. मी एक-एक पाऊल टाकत चालतो.''

डॉ. सिंग समाजात वावरताना नेहमी संकोचलेले, अवघडलेले असत. पण अघळ-पघळ बोलणाऱ्या, मिळून-मिसळून वागणाऱ्या लोकांच्या सहवासात ते खुलत असत. असे बडबडे लोक स्वत:च भरपूर बोलत आणि डॉ. सिंग शांतपणे त्याचं बोलणं ऐकत बसत. त्यांच्या कोट्यांना खळखळून हसून दाद देत. मुशर्रफ निश्चितच डॉ. सिंग यांच्याहून खूपच बोलके होते. तसे तर हमीद करझाई, जॉर्ज बुश, टोनी ब्लेअर आणि महमूद अहमदिनेजाद हेही बोलके होते. पण डॉ. सिंग त्यांच्याच सारख्या मितभाषी लोकांच्या सहवासात आले की, ते फारसे खूश नसत. जसे की, गॉर्डन ब्राऊन आणि हू जिंताओ यांच्या सहवासात ते विशेष खुलत नसत.

सत्तरी ओलांडलेले अर्थतज्ज्ञ आणि एकसष्ट वर्षांचे जनरल यांनी चर्चेमध्ये जे काही ठरवलं त्याप्रमाणे त्यांनी नंतर कृती सुद्धा केली. पुढच्या दोन वर्षांत त्यांनी काश्मीर प्रश्नावरच्या ठरावासाठीचा आराखडा तयार केला. डॉ. सिंग यांची प्रसिद्ध उक्ती, 'सरहद्दी बदलत्या आल्या नाहीत, तरी त्या निरर्थक बनवता येतात.' (Borders can not be changed, but they can be made irrelevant.) हा या ठरावाचा पाया असणार होता. या ठरावाची सैद्धान्तिक पूर्वतयारी दोन्ही देशांच्या विचारवंतांनी राजनैतिक 'मागच्या दारानं' केली. पाकिस्तानात मुशर्रफ यांचा खास विश्वासातला दूत म्हणजे तारिक अझीझ. हे पूर्वाश्रमीचे आयकर अधिकारी असून मुशर्रफ यांचे जवळचे मित्र होते. मुशर्रफ यांनी त्यांची राष्ट्रीय सुरक्षा समितीचे सचिव म्हणून नियुक्ती केली होती.

अझीझ यांनी मुशर्रफ आणि वाजपेयी यांच्यामधील दूताची कामगिरी बजावली होती. ब्रजेश मिश्रा आणि अझीझ या दोघांचेही एक सामाईक मित्र होते, 'ऑब्जर्व्हर रीसर्च फाउंडेशन'चे दिवंगत आर. के. मिश्रा. त्यांच्यामार्फत निरोपांची देवाण-घेवाण चालत असे. कारगीलचं युद्ध चालू असताना आर. के. मिश्रा आणि अझीझ हे गुप्तपणे एकमेकांना भेटून वाजपेयी आणि मुशर्रफ यांच्या निरोपांची देवाण-घेवाण करत. मिश्रा हे रिलायन्स इंडस्ट्रीजच्या धीरुभाई अंबानींचे साहाय्यक सुद्धा होते. त्यामुळे रिलायन्सच्या जामनगर येथील कारखान्यावर पाकिस्ताननं बॉंब टाकू नये, असं वचन मिश्रा यांनी पाकिस्तानकडून घेतलं होतं.

पूर्वी इस्लामाबादमध्ये भारताचे राजदूत म्हणून काम करत असलेले सतिंदर लांबा हे आता डॉ. सिंग यांच्यातर्फे मागील दारानं याच प्रकारचं काम करत होते. लांबा हे अत्यंत कुशल राजनीतीज्ञ होते. तोंडातून अक्षरही न काढता गुपचूप कुणाच्याही नजरेत न भरता कामगिरी कशी पार पाडावी, हे त्यांना चांगलं ठाऊक होतं. ७ रेसकोर्स मार्गामध्ये त्यांच्या आणि डॉ. सिंग यांच्या गुप्त बैठका चालत. डॉ.

सिंग यांच्या रोजच्या कार्यक्रमामध्ये त्यातल्या कोणत्याही बैठकीची नोंद नसे, कारण अशी नोंद केल्यास ती गोष्ट सर्वांसमोर उघड होण्याचा धोका होता. त्या गुप्त बैठकीविषयी केवळ चौदा अधिकाऱ्यांच्या नावे लेखी पत्रं छापली जात आणि ती त्यांना पाठवली जात. त्यात पंतप्रधान कार्यालयातील उच्चाधिकारी, संरक्षण व्यवस्था पाहणारे कर्मचारी आणि गुप्तहेर खातं एवढ्यानाच त्या बैठकांची माहिती असे. पण जर त्या चौदा अधिकाऱ्यांना सुद्धा बैठकीविषयी कळू नये असं पंतप्रधानांना वाटलं, तर मग त्या बैठकीचा कुठेही लेखी उल्लेख नसायचा. कारण चौकस पत्रकारांना कुठूनतरी त्या गुप्त बैठकीचा सुगावा लागण्याचा धोका असे. त्यामुळे लांबा आणि पंतप्रधानांच्या गुप्त बैठकीचा शक्य तो कुठेही लेखी उल्लेख नसे.

लांबा हे अझीझ यांची पाकिस्तानात, भारतात किंवा दुबईसारख्या वेगळ्याच ठिकाणी भेट घेत. त्यांच्या मदतीला पंतप्रधानांचे दुसरे स्वीय सचिव जयदीप सरकार हेही असत. ते टिपणं काढण्याचं काम करत. कधीतरी अचानक जयदीप रजा घ्यायचे, आपल्या मुलाच्या परीक्षेचं कारण सांगून गैरहजर राहायचे. अशावेळी ते सतिंदर लांबा यांच्याबरोबर असणार, हे मला समजायचं. लांबा आणि अझीझ या दोघांनी मागील दारानं संपर्कात राहून परस्पर सहकार्यानं जे काम केलं, त्यामुळे शिखर परिषदेची पूर्वतयारी झाली. मुशर्रफ आणि सिंग ज्या करारावर स्वाक्षऱ्या करणार होते, त्याचा आराखडा तयार झाला.

दोघांचं एका बाबतीत एकमत झालं, ते म्हणजे 'नियंत्रण रेषा' ही केवळ नकाशावरची एक रेष असली पाहिजे. हाच दृष्टिकोन डोळ्यांसमोर ठेवून नियंत्रण रेषेच्या अलीकडे-पलीकडे जाणं-येणं आणि व्यापार खुला करण्यात यावा, असं ठरलं. याचा अर्थ असा की, आत्ता काश्मीरमध्ये नियंत्रण रेषेच्या दोन्ही बाजूंना राहणारे लोक पलीकडच्या भागातील खेड्यात राहणाऱ्या आपल्या नातेवाइकांना भेटायला जाऊ शकणार होते. जसं फाळणी पूर्वी त्यांचं आयुष्य होतं, तसंच यापुढे असणार होतं. जणूकाही सरहद्दी अस्तित्वाच नसल्यासारखं.

त्याच्या पुढची पायरी म्हणजे, नियंत्रण रेषेच्या दोन्ही बाजूंच्या स्थानिक स्वराज्य संस्थांचं मजबुतीकरण. काश्मीरच्या लोकांनी स्वत:चं सरकार स्वत:च निवडणं, गरज पडली तर आंतरराष्ट्रीय देखरेखेखाली हे काम करणं, अशी कल्पना होती.

तिसरी पायरी मात्र जरा कठीण होती. त्यामध्ये काश्मिरी नेत्यांच्या नेतृत्वाखाली एकत्र, परस्परसहकार्यानं संस्था स्थापन करायच्या आणि त्यांच्याद्वारे सामाईक हिताची धोरणं समन्वयानं ठरवायची होती. परराष्ट्र धोरण आणि संरक्षण वगळता बाकी सगळ्या गोष्टींसाठी स्थानिक प्रशासन असावं आणि या दोन गोष्टी मात्र नवी दिल्ली आणि इस्लामाबाद यांनी हाताळाव्या, असाही यात विचार होता. जर हे सर्वकाही यशस्वीरित्या केल्यावर शांतता प्रस्थापित झालीच, तर या शांततेच्या

सूत्रामधलं चौथं सूत्र म्हणजे परस्पर सामंजस्यानं दोन्ही बाजूंची सैन्य माघार घेऊन परत जातील.

डॉ. सिंग यांनी जून, २००५मध्ये सियाचीन हिमनदीला भेट दिली. सियाचिन हे संघर्षाचं प्रतिक नसून शांतीचं प्रतीक असेल, असं त्यांनी घोषित केलं. १९८४ सालापासून ज्या बर्फाच्छादित भूप्रदेशाच्या मालकी हक्काबद्दल भारत आणि पाकिस्तानात अधून-मधून झगडा सुरूच होता, त्या भागाविषयी असं बोलणं फारच आशावादी होतं.

डॉ. सिंग यांचं बोलणं ऐकत तिथे उभं असलेल्या गणवेशधारी सैनिकांना ते म्हणाले, ''नव्या सरहद्दी आखण्याचा प्रश्नच उद्भवत नाही. शांतीच्या शोधात निघाल्यावर अस्तित्वात असलेल्या सरहद्दीत बदल घडवता येणार नाही. कारण त्या आपल्याच संरक्षणासाठी आहेत आणि त्यांचा संबंध देशाच्या आत्मसन्मानाशी आहे.''

डॉ. सिंग यांनी सियाचीन विषयी जो प्रस्ताव मांडला होता, त्यावर देशातून खूप टीका झाली. परंतु ज्या-ज्या निवृत्त लष्करी जनरल्सनी सियाचीन येथील लष्करी तुकड्यांचे प्रमुख म्हणून काम केलं होतं, त्या सर्वांशी सल्लामसलत करून मगच डॉ. सिंग यांनी ह्या कल्पनेचा पाठपुरावा केला होता. त्यातील प्रत्येक कमांडरनं असंख्य शिपायांचं दुर्दैवी मरण स्वत:च्या डोळ्यांनी पाहिलं होतं. तेथे सैन्य तैनात करण्याचा खर्च किती प्रचंड होता, ह्याचीही त्यांना कल्पना होती. त्यामुळेच डॉ. सिंग यांनी सियाचिन आणि काश्मीरच्या प्रश्नावर कायमस्वरूपी तोडगा काढावा, अशीच त्या सर्वांची इच्छा होती. त्यांचा डॉ. सिंग यांना पूर्ण पाठिंबा होता.

डॉ. सिंग यांचा हा काश्मीर प्रश्नावरचा 'शांतता तोडगा' (पीस फॉर्म्युला) मुशर्रफ यांनी स्वीकारावा आणि त्याचा प्रचार करावा, अशी त्यांची इच्छा होती. मग त्यासाठी त्याला 'मनमोहन-मुशर्रफ फॉर्म्युला' असं नाव न देता, त्यांनी नुसतं 'मुशर्रफ फॉर्म्युला' असं जरी म्हटलं असतं, तरी त्याला डॉ. सिंग यांची हरकत नव्हती. डॉ. सिंग यांच्यामते त्यांना त्यासाठी भारतातून जनतेचा पाठिंबा मिळवणं त्यामानानं इतकं कठीण नव्हतं. पण मुशर्रफ यांना पाकिस्तान्यांना ही कल्पना पटवून देणं अधिक कठीण होतं. अर्थात अशा प्रकारचा 'शांतता तोडगा' जरी अंमलात आणला असता, तरी त्यानं काही वस्तुस्थिती बदलणारच नव्हती. नियंत्रण रेषेच्या इकडचा काश्मीरचा हिस्सा भारताच्या मालकीचा आणि तिकडचा हिस्सा पाकिस्तानच्या मालकीचा, ही गोष्ट तशीच राहणार होती.

पाकिस्तानमध्ये मुशर्रफ यांना राजकीय पक्ष, धार्मिक गट आणि लष्कर या सर्वांनाच तोंड द्यावं लागणार होतं. डॉ. सिंग यांच्यामते भारतात त्यांना खूप मोठ्या प्रमाणावर जनतेचा, मतदारसंघांचा पाठिंबा मिळाला असता, काँग्रेस पक्षातील अनेकांचा, अनेक प्रादेशिक पक्षांचा आणि डाव्यांचा सुद्धा पाठिंबा मिळाला असता, फक्त भाजपकडूनच काय तो विरोध झाला असता, अशी त्यांची कल्पना होती.

पण प्रत्यक्षात तसं घडलं नाही. कदाचित आपल्याच पक्षाकडून या प्रस्तावाला विरोध होईल, अशी त्यांना अपेक्षा नसावी. प्रणव आणि अँटनी हे एकापाठोपाठ एक असलेले युपीए-१चे संरक्षणमंत्री या सियाचीन समझोत्याविषयी फारसे उत्साही नव्हते. सोनियांनी मात्र या 'शांतता तोडग्या'ला शुभेच्छा दिल्या होत्या. लष्करामध्ये या बाबतीत दुमत होतं. जे जनरल्स सियाचीनमधून निवृत्त झाले होते, त्यांना वाटत होतं की, इतक्या दुर्धर प्रदेशात हालअपेष्टा सहन करत सैन्यानं आता राहू नये. परंतु जे जनरल्स सेवेत होते, त्यांचा पाकिस्तानवर विश्वास नव्हता. ते कोणताही करार पाळतील, याची त्यांना खातरी नव्हती.

अँटनी हे मनमिळावू आणि प्रेमळ स्वभावाचे, सरळ मनाचे होते. पण त्यांना ही गोष्ट पडवून देणं फार कठीण होतं. माझं आणि त्यांचं जमायचं कारण विद्वान प्राध्यापक के. एन. राज यांचा मी विद्यार्थी होतो. माझी पत्नी केरळची आहे, हे कळल्यापासून मला अँटनी 'केरळचा जावई' म्हणत. पण धोरणाची बाब आली की, मग या वैयक्तिक स्नेहबंधनांना काही महत्त्व नसे. अँटनी राजकारणात परंपरावादी होते. त्यांना धोका पत्करणं आवडत नसे. विषयांचा बिलकूल अनुभव नसलेल्या प्रशासकीय अधिकाऱ्यांवर ते सल्लामसलतीसाठी फार जास्त अवलंबून राहात. संरक्षण खात्यात त्यांच्या काम करण्याच्या पद्धतीवरून बरीच टीका व्हायची.

भरीत भर म्हणून संरक्षण खात्यातील नेतृत्वाकडून डॉ. सिंग यांच्या प्रत्येक सूचनेला विरोध होत असे. आता तर हा विरोध सर्वांच्या नजरेत भरेल अशा उघडपणे होऊ लागला होता. चीफ जनरल जे. जे. सिंग हे सियाचीन प्रकरणाबाबतीत जसे वागले त्यावरून तर ते व्यवस्थित लक्षात आलं. बंद खोलीत बैठकीच्यावेळी जनरल जे. जे. सिंग सियाचीन करार होणं शक्य आहे असं कबूल करत. परंतु संरक्षण मंत्रालयानं सिंग यांच्या प्रस्तावाला विरोध केला की, लगेच जनरलही सर्वांसमोर अँटनी यांना पाठिंबा देत आणि डॉ. सिंग यांना विरोध करत. नरसिंह राव यांच्या सरकारमध्ये असताना सुद्धा अँटनी हे सरकारच्या आर्थिक धोरणांवर टीका करत. केरळमधील राजकारणात असल्यापासून अँटनींची डावीकडे झुकणारी विचारसरणी होती. ते जुन्या मताचे काँग्रेस कार्यकर्ते होते. तेव्हा ते राव सरकारच्या आर्थिक आणि परराष्ट्र धोरणांवर सतत टीका करायचे आणि आता डॉ. सिंग यांच्या धोरणांवरही ते टीका करायचे. अँटनी आणि सोनिया या दोघांनीही सिंग यांच्या पाकिस्तानसोबतचे संबंध सुरळीत करण्याच्या प्रस्तावाला पाठिंबा दिला असला, तरीही अँटनी डॉ. सिंग यांच्या सियाचीन विषयक प्रस्तावाबद्दल साशंक होते.

अँटनींचा हा असा दृष्टिकोन नक्की कशामुळे होता, हे मला कधी समजलंच नाही. डॉ. सिंग यांच्या सियाचीन प्रस्तावाला त्यांचा खरोखरच विरोध होता की, ते केवळ नेहरू-गांधी परिवाराची 'री' ओढून डॉ. सिंग यांना काश्मीर प्रश्न सोडवण्यास मनाई

करत होते? काश्मीरच्या सगळ्या प्रश्नांचं मूळ खरंतर नेहरूंच्या धोरणातच होतं. इंदिराजी आणि राजीव या दोघांनीही हा प्रश्न सोडवण्याचा प्रयत्न केला, पण त्यात त्यांना अपयश आलं. आता सोनियांनी पाकिस्तानबरोबर शांततेचे संबंध प्रस्थापित करण्याच्या डॉ. सिंग यांच्या प्रयत्नांना पाठिंबा तर दिला होता. मग आता डॉ. सिंग यांनी खरंच तो प्रश्न सोडवून नवा इतिहास घडवण्याचं ठरवलं, तर सोनिया त्यांना ते करू देतील? मला याबद्दल शंका वाटत होती. राहुल पंतप्रधान होईपर्यंत सोनिया थांबतील, म्हणजे सर्व श्रेय राहुल यांना मिळेल, असा माझा कयास होता. पण मी अशी शंका उपस्थित करून सुद्धा डॉ. सिंग यांचा उत्साह अजिबात मावळला नाही. कधीतरी संधी चालून येईल, यश मिळेल, अशी त्यांची धारणा होती.

✦

दोन्ही देशातील संबंध सुरळीत होण्यास, दोन्ही देशातल्या धार्मिक कट्टरवाद्यांचा विरोध होता. त्यानंतर लगेच काश्मीरवर आणि भारताच्या इतर भागात जे दहशतवादी हल्ले झाले, ते जातीय दंगली पेटवण्याच्या उद्देशानंच. भारत आणि पाकिस्तानचं काश्मीरच्या मुद्यावर एकमत होऊन त्यांची दिलजमाई होऊ नये, म्हणूनच.

२९ ऑक्टोबर, २००५ रोजी दिल्लीवर लागोपाठ बाँब हल्ले झाले. सरोजिनीनगर आणि पहाडगंजच्या गर्दीनं भरलेल्या बाजाराला लक्ष्य बनवण्यात आलं. तो संपूर्ण दिवस डॉ. सिंग अगरताळ्यात थांबून रात्र कोलकात्यात घालवणार होते. त्या दिवशी हिंदू दैनिकात 'ऑइल-फॉर-फूड' या घोटाळ्याविषयी व्होल्कर समितीचा अहवाल छापून आला होता. त्याच विचारात ते मग्न होते. विमानानं अगरतळ्याला जाताना त्यांनी 'हिंदू'मध्ये छापून आलेला वृत्तान्त पूर्ण वाचून काढला आणि मला त्याच्या परिणामांवर चर्चा करण्यासाठी आपल्या केबिनमध्ये बोलावून घेतलं. दुपारच्या जेवणाच्या वेळी काँग्रेसच्या प्रवक्त्या अंबिका सोनी यांनी माध्यमांना दिलेलं निवेदन त्यांनी टीव्हीवर पाहिलं. अंबिकांनी त्या 'ऑइल-फॉर-फूड' घोटाळ्याच्या संदर्भात अत्यंत काळजीपूर्वक फक्त काँग्रेस पक्षाची बाजू मांडली आणि त्या प्रकरणात अडकलेले नटवर सिंग हे त्यांची बाजू स्वत:च मांडतील, असं स्पष्ट केलं. यानंतर जे घडणार होतं, ते अटळच होतं. त्यामुळे अगरतळ्याहून विमानानं परत येत असताना त्यांनी परराष्ट्रमंत्री होऊ शकतील, अशांची नावं सुचवायला सांगितली. मग आम्ही प्रणव मुखर्जी, करण सिंग आणि एस. एम. कृष्णा अशी तीन नावं काढली. या प्रत्येक नावापुढे मी त्यांना हे पद देण्याचे फायदे आणि तोटे लिहून काढत असतानाच विशेष सुरक्षा दलाचे मुख्य भारत वांछू दिल्लीच्या बाँबस्फोटांची बातमी सांगण्यासाठी केबिनमध्ये आले.

ती बातमी ऐकताच आता थेट दिल्लीला जायचं आणि वाटेत कोलकात्याला अगदी थोडावेळ केवळ तांत्रिक कारणापुरतं थांबायचं, असं पंतप्रधानांनी सांगितलं. त्या रात्री त्यांनी आयत्या वेळी टीव्हीवर एक निवेदन दिलं. सणासुदीचे दिवस जवळ आलेले असताना विविध जाती-धर्माच्या समाजात मुद्दाम असंतोष पसरवण्याचा हा हेतुपुरस्सर प्रयत्न असल्याचं ते म्हणाले.

२००२मध्ये गोध्रामध्ये जे घडलं त्याची पुनरावृत्ती आता होऊ नये, अशी त्यांची इच्छा होती. अशा प्रत्येक दहशतवादी हल्ल्यानंतर नेहमीच जातीय-दंगे होऊन न देण्याला त्यांचं प्राधान्य असे.

याबाबतीत सरकारला यश आलं. तरीसुद्धा अशा दहशतवादी हल्ल्यामुळे भारत-पाक संबंध सुरळीत होण्याची प्रक्रिया थोडीतरी मंदावत असे. प्रत्येक वेळी त्या प्रक्रियेत काहीतरी विघ्न आलं की, त्यानंतर डॉ. सिंग काहीकाळ जाऊ देत आणि परत मागील पानावरून पुढे जाण्याचा प्रयत्न करत. २००६ सालच्या मार्च महिन्यात म्हणजे मुशर्रफ यांच्याशी झालेल्या चर्चेनंतर सुमारे एक वर्षानं, दिल्ली बाँबस्फोटांचा परिणाम थोडासा थंडावल्यावर, पंतप्रधानांच्या मनातून हा काश्मीरचा मुद्दा कायमचा गेल्याची अनेकांची खातरी पटल्यावर डॉ. सिंग यांनी पुन्हा एकदा प्रयत्न सुरू केले.

अमृतसरमध्ये एका प्रचंड मोठ्या मेळाव्यासमोर त्यांनी पंजाबीत भाषण केलं. त्यांच्या त्या भाषणाचं टेलिव्हिजनवरून थेट प्रक्षेपण होणार होतं. ते लाहोरमध्येही लोक ऐकणार होते. डॉ. सिंग अमृतसरमध्ये त्या मेळाव्यात बोलत असताना मी दिल्लीतून ते भाषण सर्व टेलिव्हिजन वाहिन्यांवरून व्यवस्थितपणे थेट प्रक्षेपित व्हावं, याची व्यवस्था बघत होतो. टेलिव्हिजनवर त्या भाषणातील प्रमुख मुद्दे बातम्यांच्या स्वरूपातही देण्यात येतील, अशी मी व्यवस्था केली होती. डॉ. सिंग यांनी आजतागायत भारत-पाक संबंधांवर आणि काश्मीर प्रश्नावर केलेलं ते सर्वांत धाडसी भाषण होतं. तेही त्यांनी पंजाबीमधून एका अतिभव्य मेळाव्यासमोर केलं होतं. दोन्ही देशांनी या संदर्भात आपापल्या देशाच्या हद्दीतील संबंधित जनतेशी चर्चा सुरू करावी, त्या परिसरातील प्रशासन सुधारून त्यांना सन्मानानं आयुष्य जगण्याची संधी द्यावी, असं डॉ. सिंग म्हणाले.

ते पुढे म्हणाले :

> ''मी अनेकदा असं म्हटलं आहे की, सरहद्दी नव्यानं आखणं शक्य नाही. पण त्यांना निरर्थक कसं बनवता येईल, हे आपण पाहिलं पाहिजे. नियंत्रण रेषेच्या दोन्ही बाजूंकडील लोकांना एकमेकांशी मोकळेपणे व्यापार, व्यवहार करता आले पाहिजेत. मी डोळ्यांसमोर अशा एका परिस्थितीची कल्पना करतो, जिथे काश्मीरच्या दोन भागांनी भारत आणि पाकिस्तान सरकारच्या

प्रोत्साहनानं व परस्परांशी सल्लामसलत करून एक यंत्रणा प्रस्थापित केली पाहिजे आणि त्या यंत्रणेद्वारा त्या प्रदेशाच्या सामाजिक व आर्थिक विकासाचे जास्तीत जास्त प्रयत्न कसे करता येतील, हे पाहिलं पाहिजे.''

डॉ. मनमोहन यांनी त्यांच्या 'मनमोहन-मुशर्रफ फॉर्म्युला'चा अशाप्रकारे सर्वांत प्रथम उच्चार केला. त्यांचं हे निवेदन संपूर्ण जगानं ऐकलं. पुढे दोघा नेत्यांची पुन्हा २००६ सालच्या सप्टेंबर महिन्यात हवाना येथे भेट झाली. ते अलिप्त राष्ट्र चळवळीच्या शिखर परिषदेच्या तिथे गेले होते. दोन्ही देशांकडून सुरू करण्यात आलेली ही प्रक्रिया दरम्यानच्या काळात झालेल्या दहशतवादी हल्ल्यांना तोंड देत तग धरून सुरू होती. अगदी थोड्याच दिवसांपूर्वी २००६च्या जुलै महिन्यात मुंबईत जागोजागी बॉंबस्फोट झाले होते.

✦

१४ सप्टेंबर, २००६ रोजी हवानात आल्यावर पुलोक आणि मी क्युबन सिगार्स विकत मिळतात का, ते पाहायला बाहेर पडलो. जरा गल्ल्याबोळांमधून फिरल्यावर आम्हाला सिगार्सचा काळाबाजार करणारी वस्ती आढळली. हवानामधील सरकारनं चालवलेल्या दुकानांमध्ये सिगारची जी काही किंमत होती, ती मुळात युरोपमधील ड्युटी फ्री दुकानांपेक्षाही कमी होती. पण या वस्तीत तर असली माल सरकारी दुकानांच्या एक-दशांश किमतीला उपलब्ध होता. भारतीय राजदूतांना आम्ही नुसता हवाना सिगार्सची बॉक्स मागवून द्यायला सांगितली असती, तरीसुद्धा ते चाललं असतं. पण आम्हालाच नसतं धाडस करण्याची हौस होती. आमची सिगार्सची खरेदी झाल्यावर आम्ही बारमध्ये 'मोहितो' हे ड्रिंक घेत बसलो. तेथे पंतप्रधानांच्या सोबत या दौऱ्यावर आलेले अनेक माध्यम प्रतिनिधी भेटले. तेथे भरपूर वेळ घालवून आम्ही हॉटेलमध्ये परत आलो.

तिथे येताच पंतप्रधानांनी तातडीनं भेटायला बोलावल्याचा निरोप मिळाला. मी घाईघाईनं माझ्या खोलीत जाऊन तोंड, चेहरा धुतला. वास येऊ नये म्हणून थोडा परफ्यूम लावला आणि घाईनं डॉ. सिंग यांना भेटायला गेलो. तिथे ते नारायणन आणि शिवशंकर मेनन यांच्या सोबत बसले होते.

दुसऱ्या दिवशीच्या चर्चेनंतर डॉ. सिंग आणि मुशर्रफ एकत्रितपणे एक निवेदन करणार होते. डॉ. सिंग यांनी मला ते लिहायला सांगितलं. शिवशंकर यांनी त्यांच्या पाकिस्तानच्या परराष्ट्र खात्यातील समान श्रेणीच्या अधिकाऱ्यांबरोबर बसून एक निवेदन बनवलं होतं आणि ते इस्लामाबादमधून पंतप्रधानांना दाखवायला आणलं

होतं. मी ते निवेदन नीट वाचलं. त्यात दोन्ही पक्षांना मान्य होईल, अशी एखादी दहशतवाद विरोधी यंत्रणा शोधून काढून दहशतवादाचा सामना करावा व दहशतवादाचा शोध घ्यावा, असं म्हटलं होतं.

"तुम्हाला काय वाटतं? या कल्पनेवर आपल्या देशात काय प्रतिक्रिया होईल?" डॉ. सिंग म्हणाले. मला असं जाणवलं की, या मुद्यावर त्यांची नारायणन आणि शिवशंकर यांच्याशी प्रदीर्घ चर्चा झाली होती आणि नारायणन व शिवशंकर याचं त्याबाबतीत एकमत नव्हतं. नारायणन यांचा चेहरा गंभीर आणि खिन्न दिसत होता, हे चिन्ह काही चांगलं नव्हतं. शिवशंकर मात्र चांगले मुरलेले राजकीय मुत्सद्दी असल्यानं त्यांचा चेहरा निर्विकार होता. एक स्पष्ट होतं, शिवशंकर यांनी सुचवलेल्या कल्पनेला नारायणन यांनी विरोध केला असणार. मग आता दोघांपैकी कुणाची तरी एकाची बाजू मी घेणं आणि पंतप्रधानांच्या मनात जे होतं, तिकडे माझ्या निर्णयाचं पारडं झुकणं अपेक्षित होतं.

भाजप यावर टीका करेल पण काँग्रेस पक्ष आणि डावे नक्की पाठिंबा देतील, असं मी त्यांना सांगितलं. इतर आघाड्यांवर पुढे जाण्यासाठी पंतप्रधानांना त्यांच्या पाठिंब्याची गरज लागणार होती. डॉ. सिंग यांच्या पाकिस्तानविषयीच्या धोरणाबद्दल ज्येष्ठ काँग्रेस नेत्यांमध्ये दुमत होतं. पण त्यांना सोनियांचा मात्र पाठिंबा होता. डॉ. सिंग यांच्या शांतता प्रस्थापित करण्याच्या प्रस्तावाला डाव्यांचा संपूर्ण पाठिंबा होता, यात काहीही शंका नव्हती. डावे डॉ. सिंग यांच्या अमेरिकेच्या संदर्भातील धोरणावर इतकी कडाडून टीका करत की, कधीतरी दुसऱ्या एखाद्या मुद्याला त्यांचा पाठिंबा मिळणं खूप महत्त्वाचं होतं. राजकीय विरोधाला तोंड देणं आपल्याला शक्य आहे, असं मी डॉ. सिंग यांना सांगितलं. माझ्या बोलण्यामुळे त्यांचं समाधान झालेलं दिसलं. त्यांनी मेनन यांना पाकिस्तानातील अधिकाऱ्याबरोबर एकत्रित निवेदन बनवण्यास सांगितलं.

आम्ही खोलीबाहेर पडत असताना नारायणन माझा हात घट्ट पकडून म्हणाले, "तुम्ही माझ्या पाठीत खंजीर खुपसलात."

"अजिबात नाही!" मी चेहऱ्यावर हसू आणून म्हणालो. मला त्यांची मुळीच भीती वाटत नव्हती. मी तुमच्या समोरच तुमच्या म्हणण्याला विरोध केला. तेव्हा मी तुमच्या पाठीत नव्हेतर पोटात खंजीर खुपसला, असं तुम्ही म्हणू शकता." जरा वेळापूर्वी बारमध्ये पोटात गेलेल्या 'मोहितो' ड्रिंकचा प्रभाव जरासा शिल्लक होता.

✦

या शिखर परिषदेसाठी क्युबामध्ये एक व्हिला उपलब्ध करून देण्यात आला होता. इतर अनेक राष्ट्रप्रमुखांप्रमाणे मुशर्रफ हेही डॉ. सिंग यांच्यापेक्षा कितीतरी

तणावमुक्त आणि मोकळे वाटत. समाजात वावरताना ते सहजतेनं वावरत. पण हवानामध्ये मात्र दोघंही तसेच सहजतेनं वागत होते. त्या दोघांनी एकमेकांना भेटताच संभाषण सुरू केलं. दोन्ही बाजूंची शिष्टमंडळ नुसती बघत उभी होती. अचानक जणूकाही आधी ठरवल्यासारखे दोघंही शेजारच्या खोलीत गेले. सुरक्षा रक्षकानं दार लावून घेतलं. पाकिस्तानचे परराष्ट्रमंत्री खुर्शीद कसुरी आणि नारायणन 'आ' वासून एकमेकांकडे पाहात राहिले. दोघांनाही प्रचंड धक्का बसला होता, हे उघड होतं. त्या दोघांनाही जाणीवपूर्वक बाहेर ठेवण्यात आलं होतं, हे उघड होतं. नारायणन जिथे होते तिथेच खिळून उभे राहिले, पण कसुरी मात्र घाईघाईनं त्या खोलीच्या दारापाशी गेले. पण त्यांना सुरक्षा रक्षकानं अडवलं. कुणालाही आत सोडायचं नाही, असा आदेश असल्याचं त्यानं सांगितलं.

दोन्ही शिष्टमंडळं चहापानासाठी स्थानापन्न झाली. अशा ठिकाणी नेहमी भारतीय आणि पाकिस्तानी अधिकाऱ्यांच्या एकमेकांशी मनमोकळ्या गप्पा होतात. बोलण्यासारखं खूपकाही असतं. क्रिकेट, बॉलीवूड, लाहोर किंवा दिल्लीमध्ये उत्कृष्ट कबाब कुठे मिळतात, सामाईक मित्रमंडळी आणि त्यांची मुलंबाळं. डॉ. सिंग आणि मुशर्रफ सुमारे तासभर त्या खोलीत चर्चा करत होते. दोन्ही देशांचे अधिकारी एकमेकांशी गप्पा मारत होते. नारायणन अजून अस्वस्थच दिसत होते. पण कसुरी मात्र धक्क्यातून सावरले होते. त्यांचा चेहरा पूर्णपणे निर्विकार दिसत होता.

दहशतवादाचा सामना करण्यासाठी एकत्र यंत्रणा बनवण्याच्या मुद्यावर भाजपकडून प्रचंड टीका झाली. माध्यमांनी याबाबतीत पंतप्रधानांनाच पाठिंबा द्यावा, यासाठी मला खूप मेहनत घ्यावी लागली. त्याचं मुख्य कारण असं की, अनेक निवृत्त राजनैतिक, भारतीय गुप्तहेर खात्याचे सदस्य आणि संरक्षण संस्थांनी एकत्र येऊन पंतप्रधानांवर टीका करणारं एक निवेदन प्रसिद्ध केलं होतं. मग मी काही संपादकांना जाऊन भेटलो. पाकिस्तानच्या दिशेनं हे एक ठोस पाऊल उचलण्यात आलेलं आहे, अशी मी त्यांची खातरी पटवून दिली. त्याचा बराच उपयोग झाला.

आजपर्यंत या विषयाच्या बाबतीत एवढी प्रगती कधीच झालेली नव्हती. उभयपक्षी चर्चा आणि वाटाघाटींची रूपरेषा आता पक्की झाली होती. त्याहूनही महत्त्वाचं म्हणजे सियाचीन प्रश्नावर लवकरात लवकर तोडगा काढण्याविषयी दोन्ही बाजूंचं एकमत झालं होतं. दोन्ही देशांच्या तज्ज्ञांच्या समितीनं मनात कोणताही पूर्वग्रह न बाळगता, सर क्रीक आणि त्याला संलग्न असलेल्या प्रदेशाची एकत्रित पाहाणी करावी, असंही ठरलं होतं. ही पाहाणी नोव्हेंबर, २००६मध्ये करण्यात यावी, असा निर्णय झाला होता. सर क्रीक हा कच्छच्या रणातील वादग्रस्त पाण्याचा पट्टा आहे. सागरी सरहद्दींविषयी तज्ज्ञांनी एकत्र चर्चा करावी, असंही ठरलं.

दोन्ही पक्षात असाही समझोता झाला की, करारामध्ये ज्या गोष्टी ठरल्या होत्या

त्यांची अंमलबजावणी खरोखर होते की नाही, हे दोन्ही पक्षांनी पाहावं. जम्मू आणि काश्मीरमधील नियंत्रणरेषेच्या दोन्ही बाजूंनी बस सेवा, ट्रक सेवा सुरळीत चालू ठेवणं, सरहद्द पार करणं, या बाबतीत परस्परांवरील विश्वास अधिक दृढ करण्यासाठी प्रयत्न व्हावेत.

✦

२० डिसेंबर रोजी डॉ. सिंग अमृतसरला आणखी एका सार्वजनिक सभेत भाषण करण्यासाठी गेले. परत एकदा पंजाबीत बोलले. आपण पाकिस्तानशी संबंध सुधारण्याचे प्रयत्न करत आहोत, कारण दोन्ही देशाचं भवितव्य एकमेकांत गुंतलेले आहे, असं डॉ. सिंग यांनी स्पष्ट केलं. भारतानं आता भूतकाळात घडलेल्या गोष्टींमध्येच गुंतून न पडता भविष्यकाळावर नजर ठेवून पुढे वाटचाल केली पाहिजे, असं त्यांनी सांगितलं. त्यानंतर त्यांनी त्यांच्या स्वप्नाविषयी खुलासेवार सांगितलं. मितभाषी आणि अबोल असलेल्या डॉ. सिंग यांनी अशा तऱ्हेनं मोकळेपणानं बोलण्याचे प्रसंग तसे दुर्मीळच असायचे.

> भारत आणि पाकिस्तानबद्दल माझं एक स्वप्न आहे. माझी अशी प्रामाणिक इच्छा आहे की, या दोन देशांमध्ये इतकं मनमोकळं वातावरण निर्माण झालं पाहिजे, परस्परांविषयीचा विश्वास इतका दृढ झाला पाहिजे की, उभय देशांमध्ये शांतता, सुरक्षितता आणि मित्रत्वाचा करार झाला पाहिजे... अशा करारानं आपल्या मार्गात येणारे सर्व अडथळे आपण दूर करू शकू, अशी मला खातरी आहे. आपलं सामाईक नशीब उजळण्यासाठी आपल्याला या साधनांचा उपयोग होईल, त्याचप्रमाणे या प्रदेशात कायमस्वरूपी शांतता प्रस्थापित होऊन इथली भरभराट होण्याच्या दृष्टीनं हा करार नक्की पायाभूत ठरेल.

१९७२मध्ये इंदिरा गांधी आणि झुल्फिकार अली भुट्टो यांची सिमला येथे भेट झाली होती. त्यानंतर भारतीय पंतप्रधानांनी उचललेलं, हे पहिलंच पाऊल होतं. भारताच्या पंतप्रधानांनी पाकिस्तानपुढे शांतता, मैत्री आणि सुरक्षिततेचा करार करण्याचा प्रस्ताव ठेवला होता. परंतु त्यानंतर ज्या घटना घडल्या त्यांनीच या दोन्ही नेत्यांचा ताबा घेतला. मुशर्रफ पाकिस्तानात फार मोठ्या संकटात सापडले. २००७ सालच्या पूर्वार्धात पाकिस्तानातील न्यायसंस्थेशी मुशर्रफ यांचे खटके उडाल्यानं ते चांगलेच अडचणीत सापडले. मुशर्रफ यांची राजवट कमकुवत बनली. त्यामुळे डॉ. सिंग सतर्क झाले. २००७ सालच्या जूनच्या मध्यात त्यांनी सुरू केलेली उभय देशांमधली प्रक्रिया

अचानक थांबली; कारण मुशर्रफ यांची राजकीय प्रतिष्ठा संपुष्टात आली होती.

सप्टेंबर, २००७मध्ये डॉ. मनमोहन सिंग यांनी संयुक्त राष्ट्रसंघाच्या महासभेला उपस्थित राहण्यासाठी न्यू यॉर्कला जायचं नाही, असं ठरवलं. भारत-पाकिस्तान यांच्यामधली चर्चा पुन्हा नव्यानं सुरू करण्यासाठी भारतानं थोडं थांबायचं ठरवलं. राष्ट्राध्यक्ष मुशर्रफ यांचं नक्की काय होतं, ते पाहावं लागणार होतं. बेनझीर भुट्टो यांनी या 'मनमोहन-मुशर्रफ फॉर्म्युला'साठी अनुकूलता दर्शवली होती. त्यामुळे डॉ. सिंग यांनी बेनझीर यांच्या सुद्धा संपर्कात राहण्याचं ठरवलं. २००७ सालच्या अखेरीस बेनझीर भुट्टो यांची हत्या झाली. त्याची बातमी डॉ. सिंग यांना गोवा येथील राजभवनामध्ये असताना समजली. ती ऐकून ते खचून गेले. मुशर्रफ आणि त्यांची आपापसात काय चर्चा झाली, याची बेनझीर यांना कल्पना होती. त्या आपल्या प्रस्तावाला नक्की पाठिंबा देतील आणि पाकिस्तानच्या जनतेचा सुद्धा पाठिंबा मिळवून देतील, याची त्यांना खातरी होती. ती सर्व संध्याकाळ ते टेलिव्हिजनवर त्या हत्येच्या बातम्या पाहात बसले होते.

२००८च्या अखेरीस मुशर्रफ यांची सत्ता संपून नवीन सरकार आलं होतं. आता 'मनमोहन-मुशर्रफ फॉर्म्युला' धुळीला मिळाला होता. आता त्याचं पुनरुज्जीवन कधी करता येईल, या प्रतीक्षेत डॉ. सिंग होते. डॉ. सिंग यांनी गेल्या काही वर्षांत भारतीय उपखंडात शांतता प्रस्थापित करण्याचं आपलं स्वप्न अनेकदा बोलून दाखवलं होतं. एप्रिल, २००५मध्ये त्यांनी मुशर्रफ यांच्यासाठी एक खास मेजवानी आयोजित केली होती. त्या वेळी त्यांनी जे स्वागतपर भाषण केलं, त्यात ते म्हणाले :

> ''आपण भूतकाळ तर काही पुन्हा लिहू शकत नाही, पण आपण एक नवा सुरक्षित भविष्यकाळ घडवू शकतो. दक्षिण आशियातील राजकीय नेतृत्वाविषयी लोकांच्या मनातील विश्वास वाढीला लागेल, याची आपण काळजी घेऊ शकतो. आपल्यामध्ये असलेले सर्व प्रश्न आपण समजुतीनं, व्यावहारिक मार्गानं आणि वास्तवाचा विचार करून कसे सोडवायचे, याचा मार्ग शोधू शकतो. आपली जनता आणि आपलं सामाईक भवितव्य यासाठी आपल्याला लवकरात लवकर या प्रश्नावर कायमस्वरूपी तोडगा काढण्याच्या दृष्टीनं पावलं टाकली पाहिजेत.
>
> ''जागतिकीकरणाच्या प्रक्रियेमध्ये देशादेशांमधील एकात्मता, एकरूपता वाढीस लागून जग जवळ आलं आहे. जगभरात बऱ्याच ठिकाणी सरहद्दींना काही अर्थच उरलेला नाही. शांतता प्रस्थापित करण्याची प्रक्रिया टप्प्याटप्प्यानंच पार पाडली पाहिजे. पण त्या मार्गावरून जायला तर हवंच आहे. पूर्वी म्हणत त्याप्रमाणे चालल्यानंच तर वाट तयार होते.''

नशीब भारताच्या बाजूनं असल्याची डॉ. सिंग यांची खातरी पटली होती. भारताचा जगातील सर्वांत मोठी लोकशाही आणि आर्थिक महासत्ता म्हणून उदय होण्याचा काळ होता. पण भारताचं शेजारील राष्ट्र अस्थिर असण्यानं या चालत्या गाड्याला खीळ पडणार होती. उपखंडातील सर्वांची उन्नती एकदमच झाली पाहिजे, असं त्यांचं मत होतं. भारताच्या प्रगतीकडे एक 'विन-विन गेम' (ज्यात दोन्ही बाजूंचा विजय होतो, असा खेळ!) म्हणून शेजारी राष्ट्रांनी पाहावं, असं डॉ. सिंग यांना वाटे. त्या राष्ट्रांचा सुद्धा यातून फायदा झाला पाहिजे, अशी त्यांची धारणा होती. पण आपण भारताच्या प्रगतीच्या मार्गात अडथळे आणल्यानं भारताची प्रगती थोडीशी मंदावली तरी आपण जगाच्या क्षितिजावर भारताचा उदय होणं कधीच थांबवू शकणार नाही, हे या शेजारी राष्ट्रांनी सुद्धा ध्यानात घेण्याची गरज होती.

म्हणूनच कितीही अडथळे आले तरी डॉ. सिंग यांनी त्यांचे प्रयत्न थांबवले नाहीत. २००८मध्ये मुंबईवर महाभयंकर दहशतवादी हल्ले होऊन सुद्धा डॉ. सिंग यांनी हार मानली नाही. मुशर्रफ यांच्या नंतर आलेले राष्ट्राध्यक्ष असिफ झरदारी आणि पंतप्रधान सईद युसुफ रझा गिलानी यांच्याबरोबर त्यांनी खंडित पडलेली चर्चा पुन्हा सुरू केली.

२००९ सालच्या सार्वत्रिक निवडणुकांमध्ये डॉ. सिंग यांनी प्रभावी यश मिळवलं. आता पाकिस्तानशी चर्चा परत सुरू करणं, तसंच मुशर्रफ यांच्याबरोबर जवळपास शेवटचा टप्प्यापर्यंत येऊन पोहोचलेला करार आता पुढच्या लोकशाही पद्धतीनं निवडून आलेल्या पाकिस्तानच्या नेत्यांशी करण्यासाठी लागणारं राजकीय स्वातंत्र्य डॉ. सिंग यांच्याकडे होतं. बेनझीर यांची हत्या होण्यापूर्वी त्यांनी डॉ. सिंग यांच्या प्रस्तावाला पाठिंबा दिला होता. आणि आता बेनझीर यांचे पतीच पाकिस्तानचे राष्ट्राध्यक्ष होते. २००९मध्ये त्यांची आणि झरदारींची भेट झाली. ही भेट रशियातील येकाटरीनबर्ग येथे पार पडली; परंतु त्यातून काहीच निष्पन्न झालं नाही. कारण २००८च्या दहशतवादी हल्ल्यानंतर पाकिस्तानी नेत्यांना भेटायची ही त्यांची पहिलीच वेळ होती. परंतु त्यानंतर एक महिन्यानं अलिप्त राष्ट्रांच्या शिखर परिषदेच्या वेळी शर्म अल्-शेख या शहरात डॉ. सिंग यांची पाकिस्तानचे पंतप्रधान गिलानी यांच्याशी भेट झाली, तेव्हा डॉ. सिंग बरीच पूर्वतयारी करून गेले होते.

डॉ. सिंग शर्म अल्-शेखला जायला निघण्याच्या दोन दिवस आधी त्यांची आणि माझी भेट झाली. त्या वेळी मी सिंगापूरला राहात होतो. मी सिंगापूरहून भारतात कधी परत येणार याची त्यांनी चौकशी केली. त्यानंतर त्यांनी मला विचारलं, "मी पंतप्रधान गिलानी यांच्याशी काय बोलू? तुम्हाला काय वाटतं?" त्यांनी आपल्या पंतप्रधानपदाच्या कारकिर्दीच्या दुसऱ्या टप्प्याची सुरुवात पाकिस्तानवर लक्ष केंद्रित करण्यापासून करू नये, असं मला वाटत होतं. त्या झरदारी-गिलानी

जोडीला पाकिस्तानात व्यवस्थित रूळू दे, असं मी सुचवलं. डॉ. सिंग यांनी निदान पहिले सहा महिने तरी आपल्या देशाच्या अर्थव्यवस्थेवर लक्ष केंद्रित करावं, असं मला वाटत होतं. जागतिक पातळीवर सुद्धा आर्थिक स्थिती तशी डळमळीतच होती. जी-२० प्रस्तावामुळे बाजारपेठेत जराशी शांतता आली होती, वातावरण थोडं स्थिर झालं होतं, पण तरीही दृष्टिकोन अजूनही नकारात्मकच होता. त्यांना निवडणुकीत जे अभूतपूर्व यश मिळालं आहे, त्याचा उपयोग त्यांनी देशात सुधारणा घडवून आणून आर्थिक तोटा कमी करण्यासाठी केला पाहिजे, असं मला वाटत होतं. पण डॉ. सिंग यांना मात्र पाकिस्तानशी चर्चा करायचीच होती. अणुकरार तर पार पडलाच होता. आता धोरणामधली पुढची बाब म्हणजे पाकिस्तानशी असलेले संबंध सुधारणं. एकीकडे अशीही अफवा होती की, डॉ. सिंग यांच्या पंतप्रधानपदाचा दुसरा टप्पा अर्ध्यात असतानाच त्यांच्याकडून नेतृत्व काढून घेतलं जाईल आणि त्यांच्या जागी राहुल गांधी यांना पंतप्रधान बनवण्यात येईल. कदाचित या अफवेमुळे सुद्धा डॉ. सिंग यांना घाईनं हा प्रश्न निकालात काढायचा असेल. आणखी किती दिवस आपण पंतप्रधान राहू, असा विचार त्यांच्या मनात आलासुद्धा असेल.

कदाचित याच सगळ्या घाईगडबडीत डॉ. सिंग यांनी गिलानी यांच्यासोबत प्रसिद्ध केलेल्या एकत्रित निवेदनात बलुचिस्तानचा संदर्भ येऊ दिला असावा. पुढच्या महिन्यात संसदेत पंतप्रधानांनी दोन वेळा त्या निवेदनाचं समर्थन केलं, पण काँग्रेस पक्षानं ते ताबडतोब फेटाळून लावलं. तरीही एप्रिल, २०१०मध्ये थिंफू येथे होणाऱ्या सार्क परिषदेत पुन्हा एकदा भारत-पाक चर्चेला गती देण्याचा प्रयत्न करण्याचं त्यांनी मनाशी ठरवलं होतं. परंतु काही महिन्यांत त्यांना देशांतर्गतच इतक्या राजकीय अडचणींना तोंड द्यावं लागलं की, त्यांच्या मनात जो उपक्रम हाती घेऊन पुढे न्यायचा होता, त्याविषयी ते काहीच करू शकले नाहीत. त्यांना तर त्यांच्या जन्मगावी गाह येथे सुद्धा जाता आलं नाही.

आपण जी प्रक्रिया सुरू केली, ती पूर्णत्वाला नेऊ शकलो नाही, ही खंत त्यांच्या मनात नेहमीच राहील, पण भविष्यात पुढे जेव्हा कधी या दोन देशांना आपल्या समस्यांवर काहीही कायमस्वरूपी तोडगा सापडेल, त्याला नक्कीच डॉ. सिंग यांनी मुशर्रफ यांच्याबरोबर बसून पाहिलेल्या स्वप्नाचा आधार असेल, यात मलातरी काही शंका नाही.

■

११
अणुविषयक वर्णभेदाचा अंत

*"मला जो धोका पत्करावा लागणार आहे, त्याची मला जाणीव आहे.
टी. टी. कृष्णम्माचारी हे एकदा मला म्हणाले होते की,
'दिल्लीच्या रस्त्यांवर वाघ दबा धरून बसलेले असतात.'
मला संभाव्य धोक्याची कल्पना आहे, पण भारताच्या कल्याणासाठी
मी तो धोका पत्करण्यास तयार आहे."*

*– मनमोहन सिंग राज्यसभेत बोलताना
१७ ऑगस्ट, २००६*

२००४ जानेवारीमध्ये अटलबिहारी वाजपेयी यांनी मुशर्रफ यांच्याशी नव्यानं चर्चेला सुरुवात केली होती. काश्मीर प्रश्न कायमचा सोडवावा, हा त्यांचा त्या मागचा उद्देश होता. त्यांनी सुरू केलेलं हे काम पार पाडण्याची जबाबदारी डॉ. सिंग यांच्या खांद्यावर येऊन पडली. त्याच महिन्यात वाजपेयी यांनी अमेरिकेशी राजनैतिकदृष्ट्या महत्त्वाच्या वाटाघाटींना सुरुवात केली होती. राजनैतिक भागीदारीच्या दृष्टीनं त्यांनी एक पाऊल उचललं होतं. जगात अणुविषयक वर्णभेदाचं वातावरण असून त्यात भारतावर अन्याय होत असल्याचं भारतातील अनेकांचं मत होतं. हा अन्याय संपवण्याच्या दृष्टीनं वाजपेयींनी ते पाऊल उचललं होतं. ही प्रक्रिया सुद्धा डॉ. सिंग यांनीच पुढे न्यावी, हे विधिलिखित होतं.

१९७४मध्ये भारतात पोखरण येथे अणुविस्फोट चाचण्या करण्यात आल्या होत्या. भारतानं 'गैर परमाणू अप्रसार संधी' (एनपीटी – नॉन प्रॉलिफरेशन ट्रीटी)वर स्वाक्षरी करण्यास नकार दिला होता. त्यामुळे अमेरिकन सरकारनं अमेरिकन कंपन्यांवर निर्यातविषयक निर्बंध घालून भारताला दुहेरी वापराचं अत्याधुनिक उच्च तंत्रज्ञान उपलब्ध होणार नाही, अशी व्यवस्था केली होती. त्यामुळे अशा तंत्रज्ञानापासून भारताला वंचित राहावं लागणार होतं. हे तंत्रज्ञान दुहेरी वापरासाठी होतं, याचा अर्थ

असा की, नागरी त्याचप्रमाणे लष्करी आणि राजनैतिक वापरासाठी त्याचा वापर करणं शक्य होतं. भारताची तक्रार एकच होती – चीन हे अण्वस्त्रसज्ज राष्ट्र बनलं होतं. कारण त्यांनी एनपीटीवर स्वाक्षरी करण्यापूर्वीच अणुचाचण्या केल्या होत्या. पण केवळ काही वर्षांच्या फरकामुळे भारताची ही संधी हुकली होती. त्यामुळे भारताच्या दृष्टिकोनातून जगाचे दोन भाग झाले होते. अण्वस्त्रसज्ज राष्ट्र आणि अण्वस्त्रसज्ज नसलेली राष्ट्र. इस्त्रायल, उत्तर कोरिया आणि पाकिस्तान यांच्यासोबत भारतालाही असं अण्वस्त्रसज्ज नसलेल्या राष्ट्रांच्या पंक्तीत जाऊन बसावं लागलं होतं.

१९९८मध्ये पोखरण येथे 'शक्ती' या अण्वस्त्राची चाचणी करण्यात आली आणि परत एकदा भारतावर नव्यानं बंधनं घालण्यात आली. १९९८मध्ये घालण्यात आलेले हे निर्बंध २००४ सालापर्यंत थोड्याफार प्रमाणात कमी करून घेण्यात भारताला यश आलं होतं. पण १९७४ सालचे जे निर्बंध होते त्यामुळे अमेरिकेला भारताशी अणुविषयक व्यापार-व्यवहार करता येत नव्हते. हे निर्बंध मात्र अजूनही तसेच होते. हे निर्बंध हटवण्यासाठी अमेरिकेच्या कायद्यांमध्ये दुरुस्ती करावी लागणार होती.

भारतावर अन्याय होत असल्याची जाहीर कबुली देणारे पहिले राष्ट्राध्यक्ष जॉर्ज बुश हे होते. अमेरिकेनं चीनसारख्या साम्यवादी विचारप्रणालीच्या देशाशी उच्चतंत्रज्ञानाच्या क्षेत्रात व्यापार व्यवहार करावे आणि भारतासारख्या लोकशाही देशावर मात्र निर्बंध घालावे, ही गोष्ट विसंगत आहे, हे त्यांना पटलं होतं. चीननं हे निर्बंध घालून घेणं यशस्वीरित्या टाळलं, कारण एनपीटीवर स्वाक्षरी करण्याच्या आधीपासून तो अण्वस्त्रसज्ज देश होता.

जगानं २१व्या शतकात प्रवेश केला. अमेरिका भारत यांच्यात जवळिकीचे संबंध प्रस्थापित करण्यासाठी अनुकूल अशा बऱ्याच गोष्टी घडल्या होत्या. १९९०-२०००च्या दशकात भारताची आर्थिक स्थिती खूप सुधारली होती. भारतानं खुल्या अर्थव्यवस्थेचा अंगीकार केला होता. दुसरं म्हणजे सहस्त्रकाच्या शेवटी संगणक क्षेत्रात जो 'Y2K' प्रश्न उद्‌भवला होता, त्यामध्ये भारतानं अमेरिकेची मदत केल्यामुळे माहिती व तंत्रज्ञान क्षेत्रातील भारताचं प्रभुत्व सर्वांनाच मान्य होतं. तिसरं म्हणजे इस्लामी मूलतत्त्ववादाचा प्रसार आणि चीनचा उदय, या दोन गोष्टींविषयी अमेरिका सचिंत होती. भारतालाही याच दोन गोष्टींची चिंता भेडसावत असल्यानं हे प्रश्न सोडवण्याच्या बाबतीत भारत आणि अमेरिका यांची भागीदारी होऊ शकेल, असं अमेरिकेला वाटत होतं. याशिवाय अमेरिकास्थित भारतीयांचा एक मोठा गट होता. हे सधन, बुद्धिमान आणि स्वमत-प्रदर्शन करणारे लोक परस्परसहकार्यानं राहात होते. अमेरिकेचे कायदे बनवणाऱ्यांवर प्रभाव पाडण्याची त्यांची ताकद होती. कोंडोलिसा राईस यांनी 'राष्ट्रहिताचा पुरस्कार' या त्यांच्या प्रभावशाली निबंधात या सर्व मुद्यांचा ऊहापोह केला होता. त्यात त्यांनी काही मुद्दे मांडले होते. आशिया

खंडात समतोल प्रस्थापित करण्यामध्ये भारताची जी भूमिका आहे, त्याकडे अमेरिकेनं बारकाईनं लक्ष ठेवावं. भारत आणि पाकिस्तान यांचा नेहमी एकत्र विचार करण्याचं धोरण सोडून भारताचा स्वतंत्र विचार करावा. (अमेरिका नेहमी भारत-पाकिस्तान असा एकत्र उच्चार करते, त्याचा भारताला संताप येतो.) अमेरिकेनं चीनच्या हिशोबातला एक भाग भारत हाही आहे, हे लक्षात घ्यावं. कोंडोलिसा राईस या अमेरिकेचे राष्ट्राध्यक्ष जॉर्ज बुश यांच्या एक प्रभावशाली सल्लागार होत्या. पुढे तर त्या त्यांच्या 'संरक्षणविषयक सल्लागार' आणि 'सेक्रेटरी ऑफ स्टेट' झाल्या. त्यांनी या निबंधात असं म्हटलं होतं : भारत आत्ता या क्षणी जरी एक महासत्ता नसला, तरी एक महासत्ता म्हणून उदयास येण्याची भारताची क्षमता नक्कीच आहे. अमेरिकेनं भारताला पुढे आणण्यात मदत करावी, असंही त्यांनी सुचवलं होतं.

याच पार्श्वभूमीवर बुश यांच्या सरकारनं 'धोरणात्मक सहभागात पुढचं पाऊल' (एनएसएसपी-नेक्स्ट स्टेप इन स्ट्रॅटेजिक पार्टनरशिप) हा कार्यक्रम बनवला. नागरी आण्विक क्रिया, नागरी अंतराळविषयक उपक्रम आणि उच्च तंत्रज्ञान विषयक व्यापार-व्यवहार या गोष्टींना प्रोत्साहन देणं, हा त्यामागचा उद्देश होता. अमेरिकेला अण्वस्त्र प्रसाराच्या बाबतीत भारताविषयी ज्या काही चिंता वाटत होत्या, ज्या शंका होत्या, त्याचं भारतानं निरसन केलं आणि एकीकडे अमेरिकेनंही निर्यातीवरील निर्बंध काही प्रमाणात शिथिल केले. भारताच्या अंतराळ कार्यक्रमासाठी तसंच नागरी अणुकार्यक्रमांसाठी जे उच्च श्रेणीचं तंत्रज्ञान आवश्यक होतं, त्यातील व्यापार-व्यवहार त्यामुळे सुलभ झाले. पण जेव्हा दिल्लीत सरकार बदललं तोपर्यंत या बाबतीत फार मोठा बदल झालेला नव्हता.

डॉ. सिंग यांनी या वाटाघाटी आणखी पुढे नेण्याचं ठरवलं. २४ जून, २००४ रोजी राष्ट्राला उद्देशून केलेल्या आपल्या पहिल्या भाषणात डॉ. सिंग म्हणाले, 'भारत आणि अमेरिका या दोन्ही देशांमधील परस्पर सहकार्याचा विस्तार झाला पाहिजे, दोघांनाही लाभदायक अशा नव्या क्षेत्रांचा त्यात समावेश झाला पाहिजे, विशेषत: उच्च श्रेणीच्या तंत्रज्ञानाचा समावेश झाला पाहिजे.' 'उच्च श्रेणी'चं तंत्रज्ञान या शब्दयोजनेतून त्यांना अणुविषयक तंत्रज्ञानच सुचित करायचं होतं. त्याबरोबरच अंतराळ, संरक्षण आणि संगणक क्षेत्रातील तंत्रज्ञानाचाही त्यांनी उल्लेख केला. बुश सरकारचे प्रतिनिधी केन जस्टर (हे अमेरिका भारत उच्च तंत्रज्ञान सहकार्यासाठी बनवलेल्या समितीचे अमेरिकेचे प्रतिनिधी होते.) आणि रिचर्ड आर्मिटेड (हे अमेरिकेचे संरक्षण साहाय्यक सचिव होते.) हे दोघं जेव्हा दिल्लीच्या भेटीला आले होते, तेव्हा मणी दीक्षित यांनी अशा प्रकारच्या संभाषणाला सुरुवात केली होती. मणी दीक्षित यांनी अमेरिकेशी व्यवहार करणारे संयुक्त सचिव एस. जयशंकर यांना अमेरिकेशी बोलणी करून हा प्रश्न धसास लावण्यास सांगितलं. जयशंकर वॉशिंग्टन डीसीला

गेले. सप्टेंबरच्या मध्यात त्यांनी आणि तिथले भारताचे राजदूत रोनेन सेन यांनी अमेरिकेशी या एनएसएसपीच्या बाबतीत समझोता केला. त्याच्या पुढच्याच महिन्यात संयुक्त राष्ट्रसंघाच्या महासभेच्या वेळी बुश आणि पंतप्रधान डॉ. सिंग यांची न्यू यॉर्क येथे भेट होईल, अशी अधिकृत घोषणा करण्यात आली.

न्यू यॉर्कमध्ये बुश आणि डॉ. सिंग यांच्यात झालेली ही बैठक अपेक्षेपेक्षा फारच चांगली झाली. त्या दोघांची बैठक चालू असताना मणी दीक्षित यांनी नटवर सिंग यांना शेजारच्या खोलीत थांबवून ठेवलं होतं. त्या वेळी मला असं वाटलं की, मणी यांनी राजकीय किंवा तात्त्विक कारणासाठी नटवर यांना त्या चर्चेपासून दूर ठेवलं असावं; कारण नटवर हे अमेरिकेशी संबंध सुधारण्यास फारसे उत्सुक नव्हते. पण नंतर मला कळून चुकलं की, त्या दोघांमध्ये आपापल्या क्षेत्राचं रक्षण करण्याची जी सततची चुरस लागलेली असे त्याचाच हा एक भाग होता. त्या दोघांचीही युपीएच्या परराष्ट्र धोरणाला आकार देण्यासाठी अहमहमिका लागलेली असे. मणी यांच्या मृत्यूनंतर नारायणन अमेरिकेच्या संदर्भातील मुद्यांशी परिचित होईपर्यंत नटवर यांनी फार विधायक कामगिरी बजावली. पंतप्रधान डॉ. सिंग २००९ सालच्या जुलै महिन्यात वॉशिंग्टन डीसीला गेले, तोपर्यंत ही गोष्ट चांगली स्पष्ट झाली होती. आपल्यापेक्षा वयानं मोठ्या असलेल्या डॉ. सिंग यांचं बुश यांनी अत्यंत आदरानं स्वागत केलं, त्यांचा सन्मानपूर्वक 'सर' असा उल्लेख केला आणि दोघं एकमेकांच्या सहवासात तणावमुक्त वाटत होते.

२९ सप्टेंबर, २००४ रोजी राष्ट्राध्यक्ष बुश आणि डॉ. सिंग यांची भेट झाल्यानंतर अमेरिकन सरकारनं एनएसएसपीच्या संदर्भात आणखी एक घोषणा केली. त्यांनी त्याला एनएसएसपीचा पहिला टप्पा असं म्हटलं होतं. त्या घोषणेप्रमाणे दुसऱ्या टप्प्यात अमेरिका आणि भारत आधीच्या टप्प्यात निश्चित करण्यात आलेल्या क्षेत्रांमध्ये आणखी जास्त जवळ येऊन काम करणार होते. त्यानंतर २००४च्या डिसेंबर महिन्यात अमेरिकेचे संरक्षण सचिव डोनाल्ड रम्सफेल्ड यांची भारतभेट हा या वाटचालीतला एक मैलाचा दगड होता. त्यावरून एक गोष्ट सिद्ध होत होती. अमेरिकेच्या 'स्टेट डिपार्टमेंट'मध्ये भारताच्या बाबतीत ज्या काही शंकाकुशंका काढल्या जात होत्या, त्याकडे दुर्लक्ष करून बुश यांचे एक अत्यंत महत्त्वाचे साहाय्यक भारताशी जवळचे राजनैतिक संबंध प्रस्थापित करण्याच्या कामी मदत करण्यास सज्ज झाले होते. रम्सफेल्ड यांच्या भारतभेटीनंतर थोड्याच दिवसांत नाताळच्या सणाच्या आदल्या दिवशी भारताच्या किनारपट्टीला सुनामीचा तडाखा बसला होता. त्या निमित्तानं दोन्ही राष्ट्रांची नौदलं एकत्रितपणे त्याचा सामना करण्यासाठी जवळ आली.

२००५मध्ये मणी याचं निधन झाल्यामुळे ह्या प्रक्रियेला जरा खीळ बसली.

भारताच्या अणुकार्यक्रमातील बारीकसारीक तपशिलांविषयी नारायणन तसे अनभिज्ञच होते. उच्चपदस्थ अधिकाऱ्यांमध्ये त्यातल्या त्यात सर्वांत जास्त माहिती अमेरिकेतील भारताचे राजदूत असलेल्या रोनेन सेन यांनाच होती. त्यांनी परमाणू ऊर्जा आयोगा (ॲटॉमिक एनर्जी कमिशन)चे सचिव म्हणून काम पाहिलं होतं त्यामुळे भारताच्या अणुविषयक धोरणाची त्यांना साद्यंत माहिती होती. परंतु भारतातील नोकरशाही कशी चालते हे लक्षात घेता आणि पंतप्रधान कार्यालयाला विषयात स्वत:चीच हुकमत गाजवण्याची इच्छा असल्यामुळे इतक्या लांब अमेरिकेत काम करत असलेल्या सेन यांना या प्रक्रियेत इतक्या सहजासहजी कोण सामावून घेणार? त्यात भारताच्या राजनैतिक आणि वैज्ञानिक जगतात शीतयुद्धाच्या काळापासूनच अमेरिकेच्या खांद्याला खांदा लावून काम करण्यासाठी बराच विरोध होता.

१९६२मध्ये चीननं भारतावर आक्रमण केल्यावर काहीकाळ भारत-अमेरिका यांचं सहकार्य सुरू झालं होतं. परंतु पुढे बांग्लादेशाच्या स्वातंत्र्य चळवळीनंतर व स्वतंत्र बांग्लादेशच्या निर्मितीच्या सुमारास मात्र या देशांमध्ये चांगलंच वितुष्ट आलं. भारताच्या अणुविषयक कार्यक्रमात काम करणाऱ्यांच्या मनात तर अमेरिकेविषयीची ही शत्रुत्वाची भावना सर्वांत जास्त प्रबळ होती आणि ती सकारणही होती. अमेरिकेनं 'गैर परमाणू अप्रसार संधी' (एनपीटी)च्या माध्यमातून चीनचं अण्वस्त्रसज्ज सत्तेचं स्थान कायदेशीररित्या संमत करण्यास मदत केली होती. शिवाय चीननं पाकिस्तानला अण्वस्त्रसज्ज राष्ट्र होण्यास जेव्हा हेतुपुरस्सर मदत केली, तेव्हा अमेरिकेनं तिकडे कानाडोळा केला.

उच्च तंत्रज्ञान आणि संरक्षण सामग्रीची भारताला विक्री करण्याबाबत अमेरिकेनं अत्यंत कठोर निर्बंध लागू केले होते. भारताच्या अणुशास्त्रज्ञांच्या अनेक पिढ्यांनी भारताची अणुक्षमता वाढवण्यासाठी अविरत परिश्रम घेतले होते. अमेरिकेनं लादलेल्या निर्बंधांचा सामना करत त्यांनी प्रगती केली होती. त्यामुळे भारताच्या अणुसज्ज होण्याच्या महत्त्वाकांक्षेविषयी अमेरिकेचा जो अधिकृत दृष्टिकोन होता, त्याबद्दल भारतीय शास्त्रज्ञांच्या मनात कटुता होती. अमेरिकन राजकीय मुत्सद्दी भारतीय मुत्सद्यांशी उद्दामपणे वागत, भारतीय मुत्सद्दी हे ढोंगी, दिखाऊ आहेत अशी अमेरिकनांची समजूत होती. त्यांच्या अशा वागण्यामुळे भारतीय परराष्ट्र सेवेतील अनेकांचे अहंकार दुखावले गेले होते.

२००५ सालच्या मे महिन्यात मात्र एक मोठा बदल घडून आला. अमेरिकेच्या 'सेक्रेटरी ऑफ स्टेट' कोंडोलिसा राईस या आशियाच्या दौऱ्यावर निघालेल्या असताना त्या पहिल्या प्रथम दिल्लीला थांबल्या. त्यांनी उभयपक्षी सहकार्याचा एक नवा कार्यक्रम भारतासमोर ठेवला. त्यात त्यांनी संरक्षण आणि ऊर्जा यांचाही समावेश केला होता. यामुळे भारत-अमेरिका संबंधात एक नवा टप्पा सुरू झाला.

२००५च्या एप्रिल महिन्यात डॉ. सिंग यांनी नटवर सिंग आणि मॉन्टेक यांना वॉशिंग्टन डीसीला पाठवलं. नटवर यांनी बुश यांची भेट घेतली. भारत अमेरिका संबंध सुधारत असल्याबद्दल बुश यांनी समाधान व्यक्त केलं, असं नटवर यांनी भारतात परत आल्यावर सांगितलं.

ऊर्जा सुरक्षेच्या बाबतीत अमेरिकेनं सहकार्याचा हात पुढे केल्याचं कोंडोलिसा राईस यांनी त्यांच्या भारतभेटीत स्पष्ट केलंच होतं. पुढे दुसऱ्या महायुद्धाच्या '६०व्या विजयदिन समारंभाला डॉ. सिंग आणि बुश यांची क्रेमलिन येथे भेट झाली. त्या वेळी त्यांच्या बोलण्यातील मुख्य मुद्दा तोच होता. डॉ. सिंग आणि मिसेस कौर या समारंभाच्यावेळी सैन्याच्या कवायतीचं प्रदर्शन पाहात असताना बुश तेथे आले. त्यांच्यासोबत त्यांच्या पत्नी लॉरा याही होत्या.

"लॉरा, तू भारताच्या पंतप्रधानांना भेटायलाच हवंस!" बुश आपल्या पत्नीकडे पाहून म्हणाले. "भारत ही शंभर कोटीहून अधिक लोकसंख्या असलेली लोकशाही आहे. त्यात अनेक धर्मांचे, विविध भाषा बोलणारे लोक आहेत. त्यांची अर्थव्यवस्था वेगानं विकास पावत आहे आणि डॉ. सिंग त्या लोकशाहीचं नेतृत्व करत आहेत."

त्यानंतर ते डॉ. सिंग यांच्याकडे वळून म्हणाले, "भारताला हा विकास असाच कायम राखण्यासाठी ऊर्जेची सातत्यानं गरज पडेल. तुम्ही जेव्हा उन्हाळ्यात अमेरिका भेटीसाठी याल तेव्हा आपण याविषयी सविस्तर चर्चा करू."

पुढील टप्प्यात अणुऊर्जेचा विकास करण्यासाठी अमेरिका भारताला सक्रिय साहाय्य करणार आहे, असा विश्वास मनात बाळगून डॉ. सिंग भारतात परत आले. ४ जून रोजी ते मुंबईच्या भाभा अणु संशोधन केंद्राला भेट देण्यासाठी गेले असता, अणुऊर्जा सहकार्याच्या या वाटाघाटींमध्ये पुढचं पाऊल उचलण्याविषयी त्यांनी आपल्या भाषणात ऊहापोह केला. भारताच्या शास्त्रज्ञांच्या अपूर्व सहभागाबद्दल त्यांनी गौरवोद्‌गार काढले. डॉ. सिंग पुढे म्हणाले, "ऊर्जा विस्तार कार्यक्रमाची फळं चाखण्याचे दिवस आता जवळ येत चालले आहेत. २०२०मध्ये भारताकडे २०,००० मेगावॅट अणुऊर्जेची निर्मिती करण्याइतकी क्षमता असेल, परंतु यासाठी भारताला अणुइंधन आणि तंत्रज्ञान हे दोन्ही उपलब्ध व्हायला पाहिजे, या क्षेत्रातील व्यापार-व्यवहारावर जे निर्बंध आहेत, तेही उठले पाहिजेत. "डॉ. सिंग यांनी भारत ही एक अत्यंत जबाबदार अणुसत्ता असल्याचं प्रतिपादन केलं. ते म्हणाले, "आपल्याकडे उपलब्ध असलेले नागरी आणि राजनैतिक उच्चतंत्रज्ञान वापरण्याचा तर आमचा निर्धार आहेच. पण त्या जोडीला आंतरराष्ट्रीय समाजाशी विधायक चर्चा करून अणुइंधन, तंत्रज्ञान आणि ज्ञान याची मुक्त देवाणघेवाण घडवून आणण्यासाठीही आम्ही प्रयत्नशील राहू."

जगासाठी आणि विशेषत: अमेरिकेसाठी हा उघड संदेश होता की, भारताची

व्यापार-व्यवहार करण्याची इच्छा आहे. भारतातील ज्या कुणाचा याला विरोध होता, त्यांची मनं वळवण्याची जबाबदारी डॉ. सिंग यांची होती. भारताच्या धोरणकर्त्यांमध्ये अजूनही काही अमेरिकाविरोधी मंडळी होतीच. परंतु मुस्लीम जगताचा अमेरिकन प्रशासनावर खास रोष असताना अमेरिकेशी जवळीक प्रस्थापित करण्याची काँग्रेस पक्षातील काही लोकांनाही विशेष उत्सुकता नव्हतीच. जनमताचा कौल घेण्यात आल्यावरही असं लक्षात आलं होतं की, राष्ट्राध्यक्ष बुश आणि अमेरिका हा देश असे दोन्ही जरी इथल्या जनतेत लोकप्रिय असले, तरीही येथील मुस्लीम अल्पसंख्याकांमध्ये ते मुळीच लोकप्रिय नव्हते.

आणखी अत्यंत महत्त्वाचा मुद्दा तर युपीएच्या अस्तित्वाशीच निगडीत होता. युपीए सरकार डाव्यांच्या पाठिंब्यावर उभं होतं आणि भारतातील डावे अमेरिका विरोधी होते. थोडक्यात व्यापक राजकीय संदर्भ लक्षात घेता, परिस्थिती भारतानं अमेरिकेशी जवळकीचे सबंध प्रस्थापित करण्यास अनुकूल नव्हती. भारतानं जर या संबंधासाठी आपण होऊन पुढाकार घेऊन मैत्रीचा हात पुढे केला नसता, तर कोणत्या सरकारनं भारतावर एवढं मोठे उपकार करून सगळे निर्बंध उठवण्याची तयारी दाखवली असती?

बुश यांनी सूत्र हाती घेतल्यानंतर अमेरिकेचे भारतातील राजदूत रॉबर्ट ब्लेक यांनी दिल्लीतील त्यांच्या निवासस्थानी, 'रूझवेल्ट हाउस' येथे झालेल्या गोलमेज परिषदेत एक गोष्ट साररूपात सांगितली. "भारताला संयुक्त राष्ट्रसंघाच्या सुरक्षा समितीचं सदस्यत्व, काश्मीरचा मुद्दा, स्वत:चं एक अणुसत्ता हे जगातील स्थान, स्वत:च्या आर्थिक स्थितीचं आणि संरक्षण क्षमतेचं आधुनिकीकरण या सर्व बाबतीत अमेरिकेचा पाठिंबा हवा आहे. पण मग भारत त्या मोबदल्यात अमेरिकेला काय देणार?"

अमेरिकेशी अशी देवाणघेवाण करण्याची अजून भारतीय राजकारण्यांना आणि राजकीय मुत्सद्यांना सवय नव्हती. बुश सरकारला आपल्याकडून परतफेडीची अपेक्षा असणार हे आता त्यांच्या ध्यानात आलं होतं, पण काहीतरी घवघवीत देण्यासारखं आपल्याकडे काय आहे, हेच त्यांच्या लक्षात येत नव्हतं. केवळ अमेरिकेकडेच नव्हे, तर सर्वच पाश्चिमात्य राष्ट्रांकडे एक प्रकारच्या सावधगिरीनेच पाहण्याची भारतातील लोकांना सवय लागली आहे. त्याची डॉ. सिंग यांना कल्पना असल्यामुळे त्यांनी या चर्चेत थोडं बौद्धिक वजन आणण्याचं ठरवलं. २००५ सालच्या जून महिन्यात डॉ. सिंग यांच्या अमेरिका भेटीच्या आदल्या दिवशी ऑक्सफर्ड युनिव्हर्सिटीत झालेल्या त्यांच्या विशेष पदवीदान सोहळ्याच्या प्रसंगी भाषण करताना त्यांनी मुद्दामच 'भारताचे पश्चिमेशी संबंध' असा व्यापक विषय निवडला होता.

ऑक्सफर्डच्या सतराव्या शतकातील वैभवशाली अशा पदवीदान सभारंभात बोलत असताना डॉ. सिंग यांनी आपल्या जगाकडे पाहण्याच्या दृष्टिकोनाला पुष्टी

देण्यासाठी रविंद्रनाथ टागोर यांच्या काव्याचा आधार घेतला. टागोरांनी त्यांच्या नोबेल पुरस्कार विजेत्या 'गीतांजली' या काव्यसंग्रहात म्हटलं होतं :

The west has today opened its door
There are treasures for us to take
We will take and we will also give
From the open shores of India's immense humanity

या काव्यपंक्ती उद्धृत करत डॉ. सिंग म्हणाले, "भारत-ब्रिटन यांच्यातील सबंध देवाण-घेवाण अशा स्वरूपाचे आहेत, असा दृष्टिकोन त्या काळात बाळगणं हे अत्यंत धैर्याचं आणि राजकीय मुत्सद्देगिरीचं लक्षण होतं. शिवाय ती एक मोठी द्रष्टेपणाची कृती होती. आज आपण जर मागे वळून पाहिलं; तसंच भविष्यात डोकावून पाहिलं, तर भारत-ब्रिटन यांच्या संबंधांतही ही देवाण-घेवाण आहे. आज आपण सर्व जण परस्परावलंबी आणि विश्वव्यापी जगात राहात असताना या दोघांनाही किफायतशीर असणाऱ्या संबंधाचा सदुपयोग करून घेणं, हे खरंतर आपल्या पुढचं आव्हान आहे."

श्रोत्यांमध्ये बसलेल्या अनेकांनी या भाषणानंतर त्यांनी मांडलेल्या विचाराबद्दल त्यांचं अभिनंदन केलं. त्यात 'द हिंदू' या वृत्तपत्राचे मुख्य संपादक एन. राम हेही होते. परंतु 'टाइम्स ऑफ इंडिया'चा लंडनस्थित पत्रकार ते भाषण ऐकण्यासाठी त्या ठिकाणी उपस्थितही नसताना त्यानं 'टाइम्स ऑफ इंडिया'ला जी बातमी बनवून पाठवली, ती दुसऱ्या दिवशी ठळक मथळ्यानिशी 'टाइम्स ऑफ इंडिया'च्या पहिल्या पानावर छापून आली. त्यात त्यानं डॉ. सिंग यांच्यावर ब्रिटिश साम्राज्यासमोर गुडघे टेकल्याचा आरोप केला होता. त्याबरोबर भाजप आणि कम्युनिस्टांनी डॉ. सिंग यांच्यावर लगेच हल्ला चढवला. 'द हिंदू'चे संपादक एन. राम यांनी डॉ. सिंग यांची प्रशंसा केली होती. त्यामुळे पंतप्रधानांनी भाषणातून मांडलेल्या कल्पना त्यांना प्रशंसनीय का वाटल्या होत्या, हे त्यांनी आपल्या संपादकीयातून स्पष्ट करावं, अशी मी त्यांना विनंती केली. पण दुसऱ्या दिवशी त्यांनी मला फोन करून असं सांगितलं की, मार्क्सवादी इतिहासकार इर्फान हबीब यांनी पंतप्रधानांविरूद्ध इतका घणाघाती हल्ला चढवला होता की, तो परतवून लावणं त्यांना शक्य नव्हतं. राम हे इर्फान आणि प्रभात यांच्यासारखेच मार्क्सवादी कम्युनिस्ट पक्षाचे सदस्य होते. एवढंच काय पण काँग्रेस पक्षाच्या प्रवक्त्यानं सुद्धा पत्रकारांसमोर असं निवेदन दिलं की, डॉ. सिंग यांनी आपल्या विधानाच्या पुष्टी दाखल महात्मा गांधी, जवाहरलाल नेहरू आणि रविंद्रनाथ टागोर यांची उदाहरणं दिली असली, तरीसुद्धा त्यांनी असं विधान करायला नको होतं.

परंतु त्या इतक्या मोठ्या धक्क्यानंतरही डॉ. सिंग यांनी हार मानली नाही. भारताच्या पश्चिमी राष्ट्रांशी असलेल्या संबंधाचा नव्यानं विचार करण्याची वेळ आली आहे, हा त्यांचा दृष्टिकोन त्यांनी कायम ठेवला. के. सुब्रमण्यम यांनी ज्या गोष्टीचा वर्णद्वेषी वागणूक असा उल्लेख केला होता, तिला आता पूर्णविराम देण्याचा त्यांनी ठाम निर्धार केला होता. या प्रक्रियेत भारताला महत्त्वाची भूमिका बजावयाची होती. त्यावर्षी संरक्षण व्यवस्थेचा प्रबंध आणि वापर याबाबतीत अमेरिकेनं भारताशी सहकार्य करण्याचं मान्य केल्यामुळे दोन्ही देशांमधील संबंध अधिक दृढ होण्यास मदत झाली. कोंडोलिसा राईस यांनी मार्च महिन्यातील भारतभेटीच्या वेळी जो प्रस्ताव पुढे ठेवला होता, त्याचा पाठपुरावा त्याच वर्षीच्या जून महिन्यात आपल्या वॉशिंग्टन दौऱ्याच्या वेळी संरक्षण मंत्री प्रणव मुखर्जी यांनी केला. त्यांनी भारताबरोबर संरक्षणरचनेविषयी एक करार करून जुलै महिन्यातील पंतप्रधानांच्या अमेरिका भेटीसाठी व्यासपीठ तयार केलं.

परंतु अणुकराराविषयी भारत सरकारमध्ये दुफळीच राहिली. एकूण दोन ठिकाणांहून त्याला विरोध होता. अणुऊर्जा विभागाकडून होणारा विरोध समजण्यासारखा होता. अणुसज्ज राष्ट्रांच्या खास गटातून भारताला एवढी वर्षं दूर ठेवल्यावर अचानक अमेरिकेनं असा मैत्रीचा हात पुढे करणं, त्यांना संशयास्पद वाटत होतं. भारताच्या अणुकार्यक्रमावर टीकेची झोड उठवणाऱ्या अमेरिकनांना सुब्रमण्यम यांनी 'अयातुल्लाज ऑफ न्युक्लीअर नॉन प्रॉलिफरेशन' अशी उपाधी दिली होती. अशा तऱ्हेचा विरोध संपवून टाकण्याच्या बुश यांच्या प्रामाणिक प्रयत्नांवर आता सुब्रमण्यम यांचा हळूहळू विश्वास बसू लागला होता. परंतु अणुऊर्जा विभागातील लोकांच्या मनातील संशय काही दूर होत नव्हता. भारताला आपल्या जाळ्यात ओढून भारताला स्वत:वर तांत्रिकदृष्ट्या अवलंबून ठेवण्याचा हा अमेरिकेचा डाव असून त्यामुळे भारताची राजनैतिक स्वायत्तता धोक्यात येईल, असं त्यांचं म्हणणं होतं. जुलै, २००५मध्ये विमानानं वॉशिंग्टन डीसीला जात असताना अणुऊर्जा विभागाचे सचिव अनिल काकोडकर यांनी मला अमेरिकेच्या विश्वासघातकी वृत्तीबद्दल भलं-मोठं भाषण दिलं. ते अतिशय ठामपणे म्हणाले, "मी त्या अमेरिकनांवर कधीही विश्वास ठेवणार नाही." त्यांचा हा राग आणि संशय समजण्यासारखा होता. परंतु भारताला जे एकटं टाकण्यात आलं होतं, ती परिस्थिती बदलण्याची ही संधी डॉ. सिंग यांना हातची सोडायची नव्हती. भारताचा अणुऊर्जा कार्यक्रम त्यांना विकसित करायचा होता; परंतु भारताच्या धोरणात्मक कार्यक्रमावर त्याचा काही परिणाम होऊ द्यायचा नव्हता. हाच प्रस्ताव ते घेऊन निघाले होते. दुसरा विरोध करणारा गट शीतयुद्धांच्या अभ्यासकांचा होता. शीतयुद्धानंतर अमेरिका भागीदाराच्या शोधात होती आणि अशा प्रकारच्या भागीदारीतून भारताला खरोखर काही फायदा मिळणार होता, हे त्यांना

अजिबात पटत नव्हतं. अमेरिका कधीच भारताला स्वत: एक अणुसत्ता म्हणून उदय होऊ देणार नाही, असं त्यांचं ठाम मत होतं. सरकारमधून पुढे आलेल्या या दोन्ही मतप्रवाहांचा डाव्या आघाडीनं आणि भाजपनं पंतप्रधानांवर सतत जनतेसमोर टीका करण्यासाठी उपयोग करून घेतला. हे अणुऊर्जा विभागातील शास्त्रज्ञ तसंच परराष्ट्र मंत्रालयातील राजकीय मुत्सद्दी स्वत:ची पायरी सोडून बोलत असून लोकशाहीमध्ये सर्व धोरणं ही राजकीय नेतृत्वाकडून बनवण्यात येतात, अधिकाऱ्यांकडून नव्हे, असं मी काही पत्रकारांशी बोलताना सांगितलं. त्यावर त्या शास्त्रज्ञांपैकी काहींनी मलाच दूषणं द्यायला सुरुवात केली. मला कुठे, कधी आणि काय बोलावं, हे कळत नसल्याची त्यांनी पंतप्रधानांपाशी तक्रार केली.

भारताच्या बाजूनं अणुऊर्जा विभागातील, परराष्ट्र मंत्रालयातील आणि पंतप्रधान कार्यालयातील अधिकारी तसंच अमेरिकेच्या बाजूनं स्टेट डिपार्टमेंट आणि व्हाइट हाउसचे अधिकारी यांच्यात वाटाघाटी चालू होत्या. त्याचवेळी जुलै महिन्याच्या पूर्वार्धात स्कॉटलंडमधील ग्लॅनईगल्स येथे भरलेल्या 'जी-८+५' शिखर परिषदेच्या वेळी डॉ. सिंग आणि बुश यांनी एकमेकांची भेट घेऊन चर्चा केली. पण भारताच्या बाजूनं अजूनही अधिकाऱ्यांचं आपापसात दुमत होतं. एअरइंडिया-१ या पंतप्रधानांच्या खास विमानातून प्रवास करत असताना सुद्धा परराष्ट्रमंत्रालयाच्या आणि अणुऊर्जा विभागाच्या अधिकाऱ्यांची एकमेकांशी भांडणं चालू होती. पंतप्रधानांसोबत आम्ही सर्व जण दिल्लीहून वॉशिंग्टन डीसीला निघालो होतो.

विमान फ्रँकफर्ट येथे काहीकाळ विश्रांतीसाठी थांबलेलं असताना समोर उभ्या ठाकलेल्या आव्हानांवर विचार करत डॉ. सिंग बसून होते. मुळात आपण जर आपल्या लोकांचं या मुद्यावर एकमत बनवू शकलो नाही, तर अमेरिकेच्या बाजूनं या कराराला विरोध करणारी मंडळी टपलेलीच आहेत. त्यांचा मुकाबला आपण कसा काय करणार, असा त्यांच्यापुढे प्रश्न होता. परंतु विमान जेव्हा वॉशिंग्टन डीसीला पोहोचलं तेव्हा पंतप्रधानांच्या स्वागताला आलेल्या नटवर सिंग यांच्या चेहऱ्यावर उत्साह दिसत होता. ते पाहून पंतप्रधानांना जरा बरं वाटलं. नटवर सिंग डॉ. सिंग यांना हा व्यवहार पूर्ण करत असताना मदत करण्यासाठी उत्सुक होते. कोंडोलिसा राईस यांच्याबरोबर चर्चा झाल्यावर नटवर हे डॉ. सिंग यांना माहिती देण्यासाठी समोरच असलेल्या 'ब्लेअर हाउस' येथे गेले. त्यांनी चांगली बातमी आणली होती. भारताला वाटणाऱ्या काही चिंतांचं निराकरण करण्याची अमेरिकेनं तयारी दाखवली होती. त्याहूनही अधिक महत्त्वाचं म्हणजे डॉ. सिंग यांची ही भेट सुफल झालीच पाहिजे, असं बुश यांनी आपल्या अधिकारी वर्गाला सांगून ठेवलं होतं. भारतीय शिष्टमंडळानं रात्री उशिरापर्यंत अमेरिकन अधिकाऱ्यांशी वाटाघाटी केल्या. पण त्यांच्यातले मतभेद तसेच राहिले.

दुसऱ्या दिवशी सकाळी लवकर कोंडोलिसा राईस पंतप्रधानांच्या भेटीसाठी आल्या. वाटाघाटींना जी खीळ पडली होती, ती दूर करण्याच्या प्रयत्नात त्या होत्या. त्यानंतर त्या बुश यांच्याबरोबर चर्चा करण्यासाठी व्हाइट हाउसला गेल्या. पण कोंडोलिसा यांच्या प्रयत्नांना यश आलं नाही. दोन्ही बाजूच्या या मुद्याच्या विरोधात असलेल्या लोकांमुळे करार होऊ शकत नव्हता. राष्ट्राध्यक्ष बुश आणि पंतप्रधान डॉ. सिंग ह्यांची ओव्हल रूममध्ये भेट झाली. त्यांची तेथे विविध विषयांवर सखोल चर्चा झाली, तरीही त्यांच्या अधिकाऱ्याचं कराराच्या मसुद्यावर एकमत होत नव्हतं. दुपारी पत्रकारांना बोलावून माहिती द्यायची होती, कारण भारतातील वृत्तपत्रांसाठी ती वेळेत पोहोचणं गरजेचं होतं.

ओव्हल रूममधून बाहेर पडून पंतप्रधान डॉ. सिंग पत्रकारांच्या प्रश्नांची उत्तरं देण्यास जाण्यापूर्वी मी त्यांना एकच सल्ला दिला. "तुमच्या देहबोलीतून तुमचा आत्मविश्वास व्यक्त झाला पाहिजे; तुम्हाला जे पाहिजे होतं ते साध्य झालं असल्याचं त्यांना त्यामधूनच कळलं पाहिजे. आता चेहऱ्यावरचं हसू मावळू न देता आत्मविश्वास दाखवलात की तेवढं पुरेसं आहे." त्यानंतर पंतप्रधानांच्या सन्मानार्थ स्टेट डिपार्टमेंटमध्ये मेजवानीचं आयोजन करण्यात आलं होतं. ते तिकडे जाण्यासाठी निघणार होते. आतापर्यंत तर काहीच तोडगा निघालेला नसल्यामुळे तसं मोघमच निवेदन पत्रकारांना द्यावं लागणार होतं. जसं यश मिळायला हवं होतं, तसं मिळालं नसल्याचं माध्यमांनी बरोबर ताडलं.

आम्ही व्हाइट हाउसमधून स्टेट डिपार्टमेंटकडे निघालो असताना जयशंकर पळत हाताचा अंगठा वर करून माझ्यापाशी येऊन म्हणाले, "काम फत्ते!"

वाटाघाटी यशस्वी झाल्याचे संदेश पाठवण्यात आले होते. दोन्ही नेत्यांनी आपापल्या अधिकाऱ्यांना आपापसातले मतभेद ताबडतोब मिटवून दोन्ही पक्षांना मान्य होईल, असं संयुक्त निवेदन दिवस मावळण्याच्या आत तयार करण्याचे स्पष्ट आदेश दिले होते. दोन्ही पक्षांमधल्या नोकरशहांवर आणि तांत्रिक अडचणी आणणाऱ्यांवर नेतृत्वानं आपला अधिकार गाजवला होता आणि त्यामुळेच सर्वकाही शक्य झालं होतं.

दुपारच्या जेवणानंतर दोन्ही पक्षांच्या अधिकाऱ्यांमध्ये अजून एक चर्चेची फेरी होऊन त्यानंतरचं संयुक्त निवेदन बनवण्यात यावं, असं ठरलं. तोपर्यंत कुणीही याविषयावर बोलायचं नव्हतं. पण मला भारतातील वृत्तपत्रांना वेळेत बातमी पोहोचते की नाही, याची चिंता वाटत होती. भारतात मध्यरात्र होण्याचा सुमार होता. थोड्याच वेळात वृत्तपत्र छपाईला गेली असती. भारतातील लोकांनी सकाळी उठून वृत्तपत्र उघडलं की, त्यांना आमची बातमी वाचायला मिळावी, अशी आमची इच्छा होती. पत्रकारांना माहिती पुरवण्यासाठी मी पंतप्रधानांची परवानगी मिळवली. 'द हिंदू'चे एन. रवी, 'इंडियन एक्सप्रेस'चे सी राजा मोहन यांना विश्वासात घेऊन त्यांना बातमी

बनवून तयार ठेवायला सांगितली आणि भारतातील संपादकांना छपाईचं काम थोड्या वेळापुरतं पुढे ढकलण्यास सांगा, अशीही त्यांना विनंती केली. आमच्याकडून हिरवं निशाण मिळेपर्यंत या बातमीची कुठेही वाच्यता करू नका, असंही त्यांना सांगितलं.

ही व्यवस्था उपयुक्त ठरली. जेव्हा संयुक्त निवेदन प्रसिद्धीसाठी तयार झालं, तेव्हा बऱ्याच वृत्तपत्रांना ते छपाईसाठी वेळेत मिळू शकलं. १८ जुलै रोजी सकाळच्या बातमीपत्रात वृत्तवाहिन्यांना ही बातमी देता आली. 'द हिंदू' वृत्तपत्राच्या रूढीप्रिय पत्रकारांनी बातमीला चुरचुरीत मथळा न देता मोघमपणे इतकंच म्हटलं होतं, 'चर्चेविषयी मनमोहन सिंग यांनी समाधान व्यक्त केलं.' पण रवी यांना आतून बातमी असल्यामुळे त्यांनी अगदी साद्यंत वृत्त दिलं.

> अमेरिकेतील व्हाइट हाउसमध्ये पंतप्रधान डॉ. मनमोहन सिंग यांची अमेरिकेचे राष्ट्राध्यक्ष जॉर्ज बुश यांच्याशी चर्चा झाल्यानंतरच्या विशेष घडामोडींमध्ये अमेरिकेनं भारत ही अण्वस्त्रसज्ज सत्ता असल्याचं मान्य केलं; त्याचप्रमाणे नागरी अणुऊर्जा क्षेत्रात भारताला सहकार्य करण्याचं मान्य केलं. चर्चेनंतर जे संयुक्त निवेदन जाहीर करण्यात आलं, त्यात हे स्वच्छ शब्दांत व्यक्त करण्यात आलं असल्याचं उच्चपदस्थ सरकारी सूत्रांनी सांगितलं.

डॉ. सिंग यांनी नक्की कोणतं यश संपादन केलं होतं? त्या संयुक्त निवेदनात अमेरिकेनं 'भारत हे एक प्रगत आण्विक तंत्रज्ञान अवगत असलेलं जबाबदार राष्ट्र' असल्याचं मान्य केलं होतं. भारताला अण्वस्त्रसज्ज सत्ता असं थेट न म्हणता, भारताची आण्विक क्षमता मान्य करण्यासाठी ही शब्द योजना करण्यात आली होती. त्याचबरोबर भारताला इतर अशा देशांसारखेच लाभ व हक्क मिळाले पाहिजेत, असंही त्यात स्पष्ट म्हटलेलं होतं.

अमेरिकेनं भारताचा अणुऊर्जा उद्योग विकसित करण्यात भारताला मदत करण्याचं आश्वासन दिलं होतं, त्यासाठी काँग्रेसची संमती मिळवून कायद्यात आवश्यक ते बदल घडवून आणण्याचंही वचन दिलं होतं. तसं झालं की, अमेरिकन कंपन्या भारताला आण्विक इंधन आणि तंत्रज्ञान पुरवू शकणार होत्या. तारापूर आण्विक ऊर्जा केंद्राला इंधन पुरवठा करण्याबाबतचे निर्बंध शिथिल करण्याचं तर अमेरिकेनं मान्य केलंच होतं. पण इतर देशांकडून भारताला पुरेसं युरेनियम उपलब्ध व्हावं, यासाठी सुद्धा प्रयत्न करण्याचं अमेरिकेनं वचन दिलं होतं. म्हणजे अणुइंधन पुरवठा करणाऱ्या देशांच्या गटावर (एनएसजी)वर जी बंधनं घालण्यात आली होती, ती ही आता शिथिल करण्यात येणार होती.

या मोबदल्यात भारतानं असं मान्य केलं होतं की, उच्च आण्विक तंत्रज्ञान

असलेल्या प्रगत देशांनी ज्या जबाबदाऱ्या उचलल्या होत्या, त्याच भारतही उचलेल, तशाच कार्यपद्धती राबवेल आणि त्या देशांना जे काही लाभ आणि फायदे मिळणार असतील, तेच भारताला सुद्धा मिळतील. भारताकडून असं वचन घेण्यात आलं होतं की, नागरी आणि लष्करी अणुकार्यक्रम हे एकमेकांपासून दूर ठेवण्यात येतील. त्यातील नागरी अणुसुविधा या आंतरराष्ट्रीय अणुऊर्जा संघा (इंटरनॅशनल ॲटॉमिक एनर्जी एजन्सी)नं घालून दिलेल्या नियमांचं पालन करूनच बनवण्यात येतील. १९९८मध्ये वाजपेयी सरकारनं जे वचन दिलं होतं, त्याचा भारतानं पुनरुच्चार केला. भारत इथून पुढे कधीही आण्विक चाचण्या करणार नाही, हे ते वचन होतं.

याच अनुषंगानं भारतानं आणखी काही वायदे केले होते. एक 'बहुपक्षीय आण्विक सामग्री बंद करार' (फिसाइल मटेरियल कट ऑफ ट्रीटी) करण्याच्या दृष्टीनं पावलं उचलणं आणि ज्या देशांकडे उच्च तंत्रज्ञान नाही, अशा देशांना आण्विक सामग्रीच्या शुद्धीकरणाचं तंत्रज्ञान न पुरवणं, त्याचबरोबर भारतानं 'क्षेपणास्त्र तंत्रज्ञान नियंत्रण व्यवस्था' (एमटीसीआर – मिसाईल टेक्नॉलॉजी कंट्रोल रेजीम) गटात सहभागी होण्याचं आणि 'आण्विक पुरवठादार गटा'च्या मार्गदर्शक तत्त्वांचा आदर करण्याचं मान्य केलं. खरंतर भारताचा परमाणू प्रसार न करण्याच्या बाबतीतला पूर्वेइतिहास अत्यंत स्वच्छ होता. त्यामुळे भारताचं जे आधीचं कर्तव्यदक्ष वागणं होतं, तेच पुढे चालू ठेवायचं होतं. त्यानंतर पुढची पायरी म्हणजे अमेरिकेच्या सरकारनं काँग्रेसची संमती मिळवून कायद्यात आवश्यक ते बदल घडवून आणायचे. त्यानंतर अमेरिका भारताला दुहेरी वापरासाठी उच्च श्रेणीचं तंत्रज्ञान पुरवू शकणार होती. यासाठी भारताला '१२३ करारा'वर स्वाक्षरी करावी लागणार होती त्यानंतरच अमेरिकेच्या काँग्रेसला कायद्यात बदल घडवणं शक्य झालं असतं.

१८ जुलैला करण्यात आलेल्या संयुक्त निवेदनामुळे या वाटाघाटींचा मार्ग मोकळा झाला. डॉ. सिंग यांनी इतिहास घडवला होता. आम्ही सर्व जण अत्यंत आनंदात होतो. परंतु या चालू झालेल्या प्रक्रियेला केवळ एकोणचाळीस महिन्यांतच खीळ बसेल, अशी आम्हाला मुळीच कल्पना नव्हती. जगभर सर्वत्र झालेल्या वाटाघाटी, आपल्या संसदेत अनेक तास चालू असणारे वादविवाद आणि युपीए आघाडीची पुनर्रचना या सर्व घटनानंतर ते झालं.

✦

व्हाइट हाउसमध्ये जी शिखर परिषद झाली त्याच्या दुसऱ्याच दिवशी अमेरिकन काँग्रेसच्या संयुक्त सत्रात पंतप्रधान डॉ. सिंग यांचं भाषण झालं, ते भाषण मॉन्टेक यांनी आणि मी अत्यंत काळजीपूर्वक लिहून काढलं होतं. जयशंकर यांनीही आयत्या

वेळी सूचना केल्या होत्या. डॉ. सिंग यांनी या भाषणाचा अत्यंत मेहनत घेऊन सराव केला होता. अमेरिकेच्या श्रोत्यांना पांडित्यपूर्ण भाषणं ऐकायला आवडतात. त्यामुळे महत्त्वाचे मुद्दे, टाळ्यांची वाक्यं अधोरेखित करण्यात आली होती. अमेरिकन श्रोते आवडलेल्या वाक्याला टाळ्या वाजवतात, त्यामुळे नक्की केव्हा थांबायचं, याचा ही सराव करण्यात आला होता.

डॉ. सिंग यांनी सभागृहात प्रवेश करताच श्रोत्यांनी उभं राहून टाळ्यांचा कडकडाट केला. ते प्रेक्षागारातून व्यासपीठाकडे जात असताना अनेकांनी त्यांना थांबवून त्यांच्याशी हस्तांदोलन केलं. सिनेटर हिलरी क्लिंटन यांनी, तर डॉ. सिंग यांच्याशी दीर्घकाळ हस्तांदोलन केलं. डॉ. सिंग यांच्या अंगी वक्तृत्वकलेचा गुण खरंतर नाही. आत्तापर्यंत त्यांनी फक्त भारताच्या स्वातंत्र्यदिनी केलेल्या भाषणांत योग्य मुद्यांवर भर देऊन, आत्मविश्वासानं भाषण केलं होतं. परंतु आज अमेरिकेच्या काँग्रेससमोर त्यांना जे भाषण करायचं होतं, ते ऐतिहासिक दृष्ट्या महत्त्वाचं होतं. अत्यंत महत्त्वाच्या श्रोतृवर्गापुढे त्यांना भारताच्या परराष्ट्र धोरणाविषयी बोलायचं होतं. ज्या आण्विक कराराविषयी त्यांचं आणि राष्ट्राध्यक्ष बुश यांचं एकमत झालं होतं, त्याला हे प्रेक्षागृहात बसलेले स्त्री-पुरुषच मान्यता देणार होते. त्यांच्या आजच्या भाषणाचा उद्देश त्या लोकांची मनं जिंकणं हा होता. त्यांनी तो उद्देश सार्थ केला.

नंतर मी आणि जयशंकर त्या भाषणाची लेखी प्रत घेऊन बसलो होतो. ज्या वाक्यांना टाळ्या पडल्या होत्या, ती मी अधोरेखित केली होती. आमच्या असं लक्षात आलं की, डॉ. सिंग यांच्या भाषणात दर मिनिटाला टाळ्या पडत होत्या. एकूण तीसपेक्षा अधिकवेळा टाळ्यांचा कडकडाट झाल्यामुळे त्यांना भाषण मध्येच थांबवावं लागलं होतं. भाषण ३००० शब्दांचं होतं. पंतप्रधान पदावर आल्यावर डॉ. सिंग सुरुवातीच्या काळात एका मिनिटात शंभर शब्द वाचत असत. वयानुसार वाचनाचा वेग कमी होऊन ते एका मिनिटात पंचाहत्तर ते ऐंशी शब्द वाचू लागले होते. या हिशोबानं त्यांचं भाषण सरळ तीस मिनिटांत वाचून झालं असतं. पण याखेपेस ते ४५ मिनिटं चाललं, कारण लोक सारखे टाळ्यांचा कडकडाट करत होते. कधी पाच ते दहा सेकंदासाठी किंवा कधी त्याहूनही जास्त वेळ हा कडकडाट चालत होता. मध्येच कधीतरी लोक उठून उभेसुद्धा राहत होते.

त्या प्रेक्षागृहात भारताबद्दलचा संशय मनात बाळगणारे असंख्य लोक त्या वेळी उपस्थित असतीलही. पण त्या दिवशी त्या युएस काँग्रेसच्या सभागृहात एका प्रामाणिकपणे, मनमोकळेपणे बोलणाऱ्या माणसानं भारताला एका नव्याच प्रकाशझोतात त्यांच्यापुढे सादर केलं होतं. टाळ्यांचा तो कडकडाट त्या माणसासाठी, भारताचे पंतप्रधान डॉ. मनमोहन सिंग यांच्यासाठी होता.

भाषणाचा समारोप करताना ते म्हणाले, ''भागीदारी ही दोन प्रकारची असते.

''एक प्रकारची भागीदारी ही तत्त्वांवर आधारित असते, तर दुसऱ्या प्रकारची व्यावहारिकतेवर आधारित असते. मला वाटतं आपण एका अशा जागी येऊन उभे आहोत की, आपली ही भागीदारी तत्त्वांची आणि व्यावहारिकतेची सांगड घालणारी असेल.''

जसा टाळ्यांचा कडकडाट होत चालला होता, तसा त्यांच्या बोलण्यातला आत्मविश्वास वाढत चालला होता, त्यांचा आवाज अधिक धीरगंभीर येत होता, उच्चार अधिक सुस्पष्ट येत होते. ती लहानखुरी, संकोची स्वभावाची, फेटा घातलेली व्यक्ती इथं उभं राहून जगातील सर्वांत मोठ्या लोकशाहीचं प्रारब्ध बदलण्याच्या प्रयत्नात होती.

✦

हा दुसरा कालखंड असता, इंदिरा गांधी किंवा राजीव गांधींसारखे दुसरे कुणी पंतप्रधान असते, तर काँग्रेसपक्षानं एवढा इतिहास रचणाऱ्या आपल्या पंतप्रधानांच्या स्वागतासाठी आपल्या पक्षाचे सदस्य दिल्लीच्या रस्त्यावर त्यांच्या स्वागताला उभे केले असते. पण तसं घडायचं नव्हतं. पंतप्रधानांनी अमेरिकेबरोबर केलेल्या या कराराचे तपशील सर्वांना नीट स्पष्ट करून सांगण्याआधीच भाजपनं आणि डाव्या आघाडीनं त्याबद्दल इतका आरडाओरडा केला होता की, त्यामुळे काँग्रेस पक्षाचे लोक बिथरले होते. त्यात पंतप्रधानांचं जॉर्ज बुश यांच्याशी इतकं सूत जुळल्यामुळे काँग्रेस पक्षाचे मुस्लीम उमेदवार काँग्रेसपासून दूर जातील, अशी भीती काँग्रेस पक्षाला वाटत होती. शिवाय डाव्यांचा तर पूर्वीपासूनच अमेरिकेला विरोध होता. तेव्हा आता ही संधी साधून ते सरकारला डळमळीत करतील की काय, अशीही भीती होती.

अमेरिकेसोबत डॉ. सिंग यांनी उघडपणे केलेल्या कराराबरोबरच त्यांचा काहीतरी गुप्त समझोता झाला आहे, ही भीती काँग्रेसजनांना वाटत होती. परंतु मायदेशी परत आल्यावर दहा दिवसांनी डॉ. सिंग यांनी संसदेत एक निवेदन करून ती दूर केली. भारतानं आणि अमेरिकेनं एकत्र येऊन चीनच्या विरोधात लष्करी समझोता केला असल्याच्या आरोपाचं त्यांनी खंडन केलं. अमेरिकेशी अणुकराराविषयी ज्या काही वाटाघाटी झाल्या आहेत, त्यामुळे कुठेही भारताच्या राजनैतिक आण्विक कार्यक्रमात बाधा येणार नाही, याची त्यांनी सभागृहाला खातरी दिली. माध्यमांनी डॉ. सिंग यांच्यावर विश्वास ठेवला, पण भाजप आणि डाव्यांनी मात्र ठेवला नाही. डाव्यांचा विरोध तात्त्विक मुद्द्यावर होता, कारण त्यांचं अमेरिकाविरोधी धोरण परंपरागत होते. भाजपनं केलेला विरोध मात्र नैतिकदृष्ट्या अनुचित पण केवळ पंतप्रधानांवर हल्ला चढवण्याची संधी साधण्यासाठी होता; कारण मुळात हा करार घडून येण्यासाठी

वाजपेयी सरकारनं अमेरिकेशी सुरू केलेली बोलणीच पायाभूत ठरली होती.

अमेरिकेशी सुरू असलेल्या वाटाघाटी पुढे सरकत असतानाच डॉ. सिंग यांना इकडे देशात अनेकांचे अहंकार सांभाळावे लागत होते. अणुकरारावरच्या वादामधली गुंतागुंत वाढत गेली. एकीकडे डॉ. सिंग यांना काँग्रेस पक्षातील विरोधकांशी आणि विरोधी पक्षांशी सामना करावा लागत होता. दुसरीकडे मंत्रालयामध्ये आपापसात मारामारी चालूच होती. अणुऊर्जा विभाग आणि परराष्ट्रमंत्रालयाची अधिकारक्षेत्रासाठी चुरस चालू होती.

हा करार काँग्रेसपक्षाच्या नेतृत्वाला आणि विरोधी पक्षाला नीट समजावून देण्यात डॉ. सिंग यांचा बराच वेळ वाया गेला. त्यांना स्वत:च्या सरकारमधूनच होणाऱ्या विरोधाला, विशेषत: ऊर्जा विभागाकडून होत असणाऱ्या विरोधाला तोंड द्यावं लागत होतं. अमेरिकेनं आजवर भारतावर इतके निर्बंध घातले होते, त्यामुळे ऊर्जा विभागाचा अमेरिकेवर विश्वासच बसत नव्हता. शिवाय त्यांचा पंतप्रधानांवरही विश्वास नव्हता. डॉ. सिंग हे शांततावादी विचारसरणीचे असल्यामुळे त्यांचा अण्वस्त्रांना विरोध असून ते अमेरिकेला भारत देश विकणार, असा अर्थ डॉ. सिंग यांच्या टीकाकारांनी काढला.

डॉ. सिंग यांच्या काही टीकाकारांनी अशाही अफवा पसरवण्यास सुरुवात केली होती की, अर्थमंत्री असताना डॉ. सिंग यांनी वार्षिक अंदाजपत्रकात अणुऊर्जा विभागासाठी केल्या जाणाऱ्या वार्षिक तरतुदीस कात्री लावली होती, त्याचप्रमाणे १९९५ सालच्या हिवाळ्यात होणाऱ्या अणुविस्फोट चाचण्यांना विरोध केला होता. पण हे केवळ अर्धसत्य होतं. १९९५मध्ये अणुविस्फोट चाचण्या करण्याविषयी पंतप्रधान पी. व्ही. नरसिंह राव यांनी विचार केला होता, परंतु तशा चाचण्या केल्यानंतर विकसित देश भारतावर जी बंधनं घालतील त्यामुळे देशाच्या अर्थव्यवस्थेवर प्रमाणाबाहेर ताण येऊन ती कोलमडून पडेल, असा अहवाल अर्थमंत्रालयानं दिला होता. पुढे १९९८मध्ये वाजपेयींनी सुद्धा अशा प्रकारच्या चाचण्यांना किती खर्च येईल, याचा हिशेब केला होता. त्यानंतर भारतावर इतर देशांकडून लादण्यात येणाऱ्या बंधनांचा परिणाम कसा कमी करता येईल, याची पद्धतशीर आखणी केली होती. पुढे असं लक्षात आलं की, तो बोजा जेवढा आधी वाटला होता, तेवढा जास्त नव्हता. त्याचं एक कारण असं होतं की, १९९५मध्ये भारताची जी आर्थिक स्थिती होती, त्यापेक्षा १९९८मध्ये बरीच मजबूत होती. पण या अणुकरारावर टीकेची झोड उठवण्यासाठी टपून बसलेल्यांनी या सर्व महत्त्वपूर्ण बाबी विचारात न घेताच डॉ. सिंग यांच्यावर हल्ला चढवला.

आपल्याला सरकारकडून याबाबतीत पाठिंबा हवा असेल, तर आपण आपल्या मुद्याचं समर्थन करणाऱ्यांची पक्षातली संख्या वाढवली पाहिजे आणि अणुऊर्जा

विभागाला याबाबतीत शिरजोरी करू द्यायची नाही, हे डॉ. सिंग यांना कळून चुकलं होतं. त्याच उद्देशानं त्यांनी 'ऊर्जा समन्वय समिती' (ईसी – एनर्जी को-ऑर्डिनेशन कमिटी)ची जुलै, २००५मध्ये स्थापना केली. त्यात ऊर्जेशी संबंधित सर्व मंत्रालयांचा समावेश करण्यात आला होता. त्यामुळे अर्थमंत्री चिदंबरम आणि ऊर्जामंत्री सुशीलकुमार शिंदे या दोन्हीही राजकीय दृष्ट्या प्रभावशाली मंत्र्यांचं पंतप्रधानांना समर्थन मिळालं. ऊर्जाविषयक धोरणाशी ज्या अनेक विभागांचा संबध होता, त्यातला एक अणुऊर्जा विभाग होता. या भल्यामोठ्या गटाला आता ऊर्जाविषयक धोरणाची एक व्यापक चौकट बनवण्याचं काम सोपवण्यात आलं. त्याद्वारे देशांतर्गत राजकारण्यांना अमेरिकेशी चालू असलेल्या वाटाघाटींचं स्वरूप तपशिलवार समजावून सांगणं शक्य होतं. परंतु पुढे काही दिवसांत अणुऊर्जा विभागानं या कराराचा कडाडून निषेध केला त्याचा अस्वीकार केला.

ईसीसीची पहिली बैठक ६ ऑगस्ट, २००५ रोजी पार पडल्यानंतर पंतप्रधान कार्यालयानं माध्यमांना एक निवेदन प्रसिद्ध केलं. त्यात म्हटलं होतं :

> भारतानं आण्विक ऊर्जेत गुंतवणूक केली पाहिजे, असं पंतप्रधान म्हणाले. याबाबतीत जगानं भारताला एकटं टाकलेलं आहे. ते संपवण्याच्या दृष्टीनं संमिश्र अर्थव्यवस्थेमध्ये सर्वांगीण ऊर्जेमधला आण्विक ऊर्जेचा हिस्सा वाढवण्यात आला पाहिजे. तसा वाढवण्यासाठी त्यांनी काही ठोस पावलं उचलली आहेत. अणुऊर्जा विभागाचे सचिव डॉ. अनिल काकोडकर यांनी भारतातील आण्विक ऊर्जा उत्पादनाची गरज भागवण्यासाठी आपल्याला युरेनियमची आयात करावी लागेल, हे स्पष्ट केलं. आपल्याला भारतातही युरेनियमच्या खाणींमध्ये गुंतवणूक करावी लागेल, असं सांगून त्यांनी देशांतर्गत उत्पादन झालेल्या युरेनियमपेक्षा आयात केलेल्या युरेनियमची किंमत चार ते पाच पटीनं जास्त असते, हेही निदर्शनास आणून दिलं. अमेरिकेशी अशा प्रकारचा लाभदायक करार यशस्वीपणे पार पाडल्याबद्दल अनेक सहकाऱ्यांनी पंतप्रधानांची प्रशंसा केली. यामुळे आण्विक ऊर्जा प्रकल्पांसाठी लागणारं युरेनियम आता भारताला आयात करता येईल.

या कराराविषयी समाजाला जागृत करणं, तसंच राजकीय वर्तुळातून याविषयी अनुकूल मत तयार करणं, या कामांच्या बाबतीत पंतप्रधान कार्यालयानं जराही बेपर्वाई केली नाही. डॉ. सिंग यांनी संसदेच्या दोन्ही सभागृहांमध्ये तपशिलवार भाषण केलं. जयंत प्रसाद आणि एस. जयशंकर या दोघाही राजकीय मुत्सद्यांना या अणुकराराची अगदी जवळून माहिती होती. त्यांनी यासंबंधी एक सचित्र माहितीपुस्तिका बनवण्याच्या कामी मला मदत केली. या पुस्तिकेचं नाव होतं, 'नागरी अणुऊर्जेच्या

बाबतीत आंतरराष्ट्रीय सहकार्य मिळवण्यासाठी भारतानं उचललेली पावलं.' ह्या पुस्तिकेचं पुढे सर्व भारतीय भाषांमध्ये भाषांतर करण्यात आलं. जाहिरात आणि दृश्यमान प्रसिद्धी संचलनालय (डीएव्हीपी) या माहिती आणि प्रसारण खात्याच्या अंतर्गत येणाऱ्या विभागानं ही माहिती पुस्तिका प्रसिद्ध केली. या करारामधला सर्वांत महत्त्वाचा राजनैतिक मुद्दा असा होता की, पूर्वी जसा आंतरराष्ट्रीय आण्विक सत्तांपेक्षा भारत वेगळा पडला होता. ती स्थिती आता या करारानंतर संपुष्टात येणार होती. सर्वसामान्य जनतेला या करारामुळे देशांतर्गत ऊर्जाव्यवस्थापनाची परिस्थिती बरीच सुधारेल, असे आश्वासन देण्यात आलं होतं. देशभरातील सामान्य जनतेला हा मुद्दा सहज पटण्यासारखा होता. कारण देशात वीजपुरवठा अनियमित होता.

ऑगस्ट, २००५ ते फेब्रुवारी, २००६ या काळात या वाटाघाटीच्या केंद्रस्थानी लष्करी आणि नागरी अणुऊर्जा प्रकल्पांना एकमेकांपासून वेगळं करणं, हा विषय होता. २००५मध्ये भारतात एकूण बावीस अणुऊर्जा प्रकल्प होते. त्यांपैकी भारतानं चार प्रकल्प या राजनैतिक कार्यक्रमासाठी वेगळे राखून ठेवावे, असं अमेरिकेनं सुचवलं. पण बावीसपैकी आठ प्रकल्प राखून ठेवण्याची भारताची इच्छा होती. त्यात दोन अणुभट्ट्या संशोधनाच्या कामासाठी वापरात होत्या. राहिलेल्या चौदा प्रकल्पांना 'नागरी प्रकल्प' म्हणून 'आंतरराष्ट्रीय आण्विक ऊर्जा एजन्सी'नं घालून दिलेली मार्गदर्शक तत्त्वं बंधनकारक राहणार होती. परत या बाबतीतल्या वाटाघाटी पुढचे सात महिने चालल्या, पण दोन्ही पक्षांचं एकमत झालंच नाही.

✦

२ मार्च रोजी अमेरिकेचे राष्ट्राध्यक्ष जॉर्ज बुश हे भारत भेटीला येणार होते. त्यांच्या दौऱ्याला केवळ पंधरा दिवस राहिलेले असतानासुद्धा दोन्ही पक्षांचं एकमत झालेलंच नव्हतं. नागरी आणि लष्करी प्रकल्पांच्या विभाजनाची योजना सादर केल्याशिवाय हा प्रस्ताव अमेरिकेच्या काँग्रेससमोर संमतीसाठी ठेवताच येत नव्हता. अमेरिका आणि भारत या दोन्ही देशांचं त्या बाबतीत एकमत झाल्याशिवाय समझोता होत नव्हता. त्यामुळे बुश यांच्या भेटीच्यावेळी वाक्पांडित्य जास्त आणि निष्पन्न काही नाही, अशी स्थिती निर्माण होण्याची वेळ आली होती.

२२ फेब्रुवारीला, बुधवारी मी आणि माझी पत्नी रमा आंध्र भवनमध्ये रात्रीच्या जेवणासाठी गेलो होतो. आमचं जेवण जेमतेम अर्ध झालं असेल, तोच माझा मोबाइल फोन वाजला, पंतप्रधान स्वत:च फोनवर होते. ३ रेसकोर्स मार्गाचाच नंबर होता. त्यांनी मला घरी बोलावून घेतलं. जेवणानंतर काही गोड न मागवताच मी आणि रमा थेट त्यांच्या घरी गेलो.

दुसऱ्या दिवशी लोकसभेमध्ये राष्ट्रपतींच्या अभिभाषणावरील आभाराच्या प्रस्तावावरील चर्चेला डॉ. मनमोहन सिंग यांना उत्तर द्यायचं होतं. मला वाटलं त्याच्या पूर्व तयारीसाठीच त्यांनी मला इतक्या तातडीनं बोलावून घेतलं असेल. फोनवर त्यांच्या आवाजात मला अधिरता जाणवली होती. मी त्यांना देण्याचं उत्तर लिहून तयारच ठेवलं होतं. मला वाटलं, त्यांतील काही मुद्यांवर त्यांना बोलायचं असेल. रेसकोर्स मार्गाला गाडी थांबल्यावर रमानं गाडीतच थांबणं पसंत केलं. मी आत जाऊन थोड्याच वेळात परत येईन, असं तिला वाटलं.

मी पंतप्रधानांच्या निवासस्थानी पोहोचलो, तर ते सचिंत मुद्रेनं दिवाणखान्यात बसले होते. ''अजून आपलं एकमतही झालेलं नाही आणि जॉर्ज बुश पुढच्या आठवड्यात इकडे येत आहेत. हा अणुकरार काही आता होत नाही, असंच मला वाटतंय.'' ते म्हणाले.

हे असं काही ऐकण्याची मी तर अपेक्षाच केली नव्हती. वाटाघाटी कुठपर्यंत पोहोचल्या आहेत, याविषयी मला माहिती पुरवण्यात आली नव्हती. या वाटाघाटी फिसकटण्याच्या मार्गावर असल्याची मला कल्पना नव्हती. भारताला नागरी आणि लष्करी प्रकल्पाचं विभाजन अनुक्रमे १४:८ असं हवं होतं, पण अमेरिकेनं ते १८:४ हवं, असा हट्ट धरला होता आणि अमेरिका त्यापासून तसूभरही मागे हटायला तयार नव्हती. भारताला संशोधनासाठी राखून ठेवलेल्या दोन अणुभट्ट्या आयएईएच्या मार्गदर्शक तत्त्वांपासून दूर ठेवायच्या होत्या. आपल्या सरकारनं विचारपूर्वक अत्यंत संतुलित प्रस्ताव अमेरिकेपुढे ठेवला आहे, असं पंतप्रधानांचं आग्रही मत होतं आणि ते माघार घेण्यास तयार नव्हते. आता याच्याशी सहमत होणं न होणं, पूर्णपणे अमेरिकेच्या हातात होतं. पण समझोता जर झाला नसता तर त्याचे परिणाम महाभयंकर झाले असते. पंतप्रधानांनी त्यांची सगळी राजकीय ताकद पणाला लावलेली होती. त्यामुळे अर्थातच ते चिंतित होते.

हे गाडं केवळ वाटाघाटींमधील अटींच्या मुद्यांपाशी अडकलेलं होतं, याची पंतप्रधानांना पूर्ण कल्पना होती. जर आपण जॉर्ज बुश यांच्या कानावर ही परिस्थिती घातली, तर ते त्यांच्या अधिकारांना थोडं समजुतीनं घ्यायला लावतील आणि भारताच्या अटी मान्य करायला लावतील, असं डॉ. सिंग यांना वाटत होतं. ''आम्हाला कोणत्या गोष्टी मंजूर होण्यासारख्या आहेत, हे मी बुश यांना अगदी स्पष्ट करून सांगितलं होतं आणि त्या वेळी त्यांनी ते मान्य सुद्धा केलं होतं, असं डॉ. सिंग पुन्हा-पुन्हा म्हणत होते. भारताची राजनैतिक क्षमता गमावण्याचा आपला मुळीच उद्देश नसल्याचं, ते मला सारखं सांगत होते. ते म्हणाले, ''अमेरिकन लोक १८च्या आकड्यावर का अडून बसले आहेत? बुश यांची याला संमती असेल, असं मला मुळीच वाटत नाही. केवळ त्याच कारणानं हे घोडं अडून बसलं आहे, याची

बुश यांना जर कल्पना देण्यात आली, तर ते त्यांच्या लोकांच्या वागण्यात नक्की हस्तक्षेप करतील.''

या प्रकरणात माझी काही मदत होण्यासारखी आहे का, हे डॉ. सिंग यांना जाणून घ्यायचं होतं. त्यांनी वाटाघाटी करणाऱ्या इतर काही मध्यस्थांकडेही मदतीसाठी विचारणा केली असेल, याची मला कल्पना होतीच. माझा एक मित्र होता, ॲश्ली टेलिस. त्याच्या व्हाइट हाउसमध्ये काम करणाऱ्या काही लोकांशी ओळखी होत्या. काहीतरी प्रयत्न नक्की करण्याचं आश्वासन देऊन मी बाहेर पडलो. कारमध्ये बसून मी ॲश्लीला फोन केला. दुसऱ्या दिवशी सकाळी आम्ही तो राहत असलेल्या हॉटेलात भेटायचं ठरवलं.

ॲश्लीची आणि माझी पहिली भेट झाली, तेव्हा तो 'इंडिया-युएस ट्रॅक टू ग्रुप'च्या एका गटाचा सदस्य होता. 'कॉन्फेडरेशन ऑफ इंडियन इंडस्ट्री' आणि 'अस्पेन स्टेटेजी ग्रुप' यांनी ग्रुपला साह्य केले होते. ॲश्ली हा गोव्याचा इंडियन-अमेरिकन होता. परराष्ट्र धोरण या विषयात त्यानं पुष्कळ नाव कमावलं होतं. 'पोखरण'च्या आण्विक चाचण्यानंतर त्यानं भारताच्या आण्विक धोरणावर अधिकारवाणीनं एक पुस्तक लिहिलं होतं. अमेरिकेचे भारतातील राजदूत रॉबर्ट ब्लॅकवेल यांनी ॲश्लीला दिल्लीतील दूतावासात स्वत:चा सल्लागार म्हणून नियुक्त केल्यानंतर भारतातल्या धोरणकर्त्या वर्तुळाचं त्याच्याकडे लक्ष वेधलं गेलं. दोन्ही यंत्रणा कशा चालतात, याची त्याला पूर्ण कल्पना होती. दोन्ही लोकशाहींमध्ये उत्तम संबंध राहावे, यासाठी तो प्रयत्नशील होता. एक अमेरिकन विश्लेषक म्हणून त्यानं नाव कमावलं होतं. केवळ विश्वासाच्या आधारे त्याने भारतात अनेकांशी मैत्रीचं नातं जोडलं होतं. मी त्याच्यावर विश्वास टाकू शकतो, याबद्दल माझी पूर्ण खातरी होती.

नाश्ता करत असताना मी आणि ॲश्ली यानं दोन्ही बाजूंच्या अटींवर सविस्तर चर्चा केली. लष्करी आणि नागरी प्रकल्पाच्या संख्येचं विभाजन काय पद्धतीनं व्हावं, यावर एकमत होत नव्हतं. डॉ. सिंग यांच्या मनातील १४:८ हा आकडा मी ॲश्लीच्या कानावर घातला. भारताची ही मागणी बुश नक्कीच मान्य करतील, अशी डॉ. सिंग यांना खातरी असल्याचं सांगितलं. ॲश्ली म्हणाला, अमेरिकन काँग्रेसमधले जे लोक या कराराच्या विरोधात असतील, त्यांना हे पटवून देणं फार कठीण जाईल. त्यापेक्षा जर पहिल्या फेरीत भारतानं १४ या आकड्याला मान्यता दिली, तर कदाचित पुढे जाऊन काही विशिष्ट मुदत उलटून गेल्यावर, म्हणजे २०१४ किंवा २०१६ साली १८ या आकड्याला अमेरिका मान्यता देऊ शकेल, असं त्याचं मत होतं. महाशक्तिशाली प्रजनन अणुभट्ट्या 'नागरी श्रेणी'च्या बाहेर ठेवण्याच्या भारताच्या मागणीला अमेरिका मान्यता देईल, ही गोष्ट त्याला थोडी कठीण वाटत होती.

ॲश्लीनं त्याचं स्वत:च मत मला सांगितलं आणि डॉ. सिंग यांचा निरोप

व्हाइट हाउसमधील त्याच्या ओळखीच्या लोकांपर्यंत पोहोचवण्याचं त्यानं मला वचन दिलं. मी ३ रेसकोर्स मार्ग येथे पंतप्रधानांच्या निवासस्थानी जाऊन माझ्यामधलं आणि अॅश्ली मधलं संभाषण त्यांच्या कानावर घातलं. ते ऐकून डॉ. सिंग जरा खट्टू झाले. "हे काही होणार नाही." असं ते पुटपुटले. ते बहुधा रात्रभर झोपलेच नसावेत.

त्यानंतर ते राष्ट्रपतींच्या अभिभाषणावरील आभाराच्या प्रस्तावाच्या चर्चेला उत्तर देण्यासाठी संसदभवनाकडे गेले. त्या चर्चेमध्ये उपस्थित झालेल्या प्रत्येक मुद्यावर ते विस्तारानं बोलले. पण नवल असं की, भारत-अमेरिका अणुकराराचा त्यांनी उल्लेखही केला नाही. चार दिवसांनंतर बुश यांची भेट होणार असल्याचा किंवा त्या भेटीबद्दल आपल्या काय अपेक्षा आहेत, याचाही त्यांनी उच्चार केला नाही. त्यांनी आयत्या वेळी मनापासून केलेल्या त्या लांबलचक भाषणाचा समारोप करताना त्यांनी भारताच्या परराष्ट्र धोरणा बद्दलचं त्यांचं मत मांडलं आणि शेवटी म्हणाले :

> "महोदय, परराष्ट्र धोरण राबवताना, राष्ट्रीय संरक्षणाची हमी घेताना आणि आपल्या आर्थिक विकासाचा पुरस्कार करताना आमचं सरकार सदोदित फक्त राष्ट्रहिताचाच विचार करेल, असं मी या सभागृहाला प्रामाणिकपणे वचन देतो. भारतीय जनतेचा आमच्यावर विश्वास आहे, असं मला वाटतं."

त्यानंतर चार दिवसांनी, २७ फेब्रुवारी रोजी डॉ. सिंग यांनी संसदेत एक प्रदीर्घ निवेदन स्वत:हूनच केलं. या अणुकराराच्या बाबतीत भारताच्या काय अटी असतील, हे त्यांनी स्पष्ट केलं. या कराराचे देशांतर्गत जे टीकाकार होते, त्यांना शांत करणं आणि भारतानं अमेरिकेच्या कोणत्या अटी मान्य केल्या आहेत, याविषयी जनतेला काय सांगायचं ते ठरवणं, असा त्यामागचा हेतू होता. त्यांच्या त्या लांबलचक भाषणानंतर देशातील विविध भागांतून आणि देशाबाहेरूनही अनेक लोकांच्या प्रतिक्रिया अपेक्षित होत्या. नागरी आणि लष्करी प्रकल्पांच्या विभाजनाच्या मुद्याबाबत ते म्हणाले :

> आपण विभाजनाची जी योजना बनवली आहे, ती आपल्याला टप्प्याटप्प्यांनी पार पाडायची आहे. आपल्याकडील काही औष्णिक अणुभट्ट्यांचं 'नागरी प्रकल्प' असं वर्गीकरण करून त्यांना आयएइएनं बनवलेली मार्गदर्शक तत्त्वं लागू करण्यात येतील. ही गोष्ट टप्प्या-टप्प्यानं होऊन विभाजन योजनेच्या अखेरच्या टप्प्यात देशात असलेल्या अणुऊर्जा क्षमतेपैकी ६५ टक्के क्षमता 'नागरी' या श्रेणीमध्ये मोडेल. नागरी प्रकल्पाच्या या यादीमध्ये अणुऊर्जा विभागाच्या अखत्यारित असलेल्या आणखी काही प्रकल्पांचा नंतर समावेश करण्यात येईल. त्यांनाही आयएईएची मार्गदर्शक तत्त्व लागू

पडतील. आपल्याकडून आणखी एक वचन त्यांना देण्यात येईल, ते म्हणजे आण्विक क्षमता नसलेल्या अविकसित देशांना आपण आपल्या नागरी प्रकल्पांसाठी राखून ठेवलेली अणुसामग्री पाठवू शकणार नाही.

यामध्ये त्यांनी जी टक्केवारी मांडली होती, त्याप्रमाणे विभाजनासाठी केवळ १४ प्रकल्पांचा प्रस्ताव ठेवण्यात येणार होता. ॲश्ली यानं सुचवलेला हा दुसरा पर्याय अणुऊर्जा विभागानं अर्थातच फेटाळून लावला आणि भारतानं या बाबतीत कोणत्या आकड्याला राजी व्हायचं, हे पंतप्रधानांना संसदेत स्पष्ट शब्दांत सांगायला लावलं. थोडक्यात अणुऊर्जा विभागाच्या लोकांनी कोणत्याही प्रकारच्या वाटाघाटींना वावच ठेवला नाही. 'घ्यायचं तर घ्या नाहीतर जा', असाच पवित्रा त्यांनी कायम ठेवला. बोलणी करणाऱ्यांमधले अमेरिकेच्या बाजूचे मुत्सद्दी यामुळे संतप्त झाले. अगदी शेवटच्या क्षणापर्यंत ते स्वत:चं मत बदलण्यास राजी नव्हते.

✦

१ मार्च या दिवशी संध्याकाळी पालम विमानतळावर अमेरिकेचे राष्ट्राध्यक्ष बुश यांचं पंतप्रधान डॉ. सिंग यांनी स्वागत केलं. गाडीत बसल्यावर बुश एम. के. नारायणन यांच्याकडे वळून म्हणाले, "मला हा करार व्हायला हवा आहे." हे बोलत असताना त्यांनी आपला हात नारायणन यांच्या खांद्यावर टाकला होता. ते नारायणन यांच्याकडे रोखून पाहात उपस्थित सर्वांनी ऐकावं, यासाठी मुद्दाम मोठ्यांदा बोलले.

दोन्ही बाजूंच्या बोलणी करणाऱ्या अधिकाऱ्यांनी त्यातून जो बोध घ्यायचा, तो घेतला. बुश यांनी त्यातून दोन्ही बाजूच्या मुत्सद्यांना एक गोष्ट स्पष्ट केली की, त्यांच्यात जे काही मतभेद होते, ते त्यांनी रात्रभरात मिटवून टाकावे. दुसऱ्या दिवशी ते आणि डॉ. सिंग करारावर स्वाक्षऱ्या करणारच होते, त्याआधी कराराचा मसुदा तयार असणं, त्यांना अपेक्षित होतं.

भारतीय आणि अमेरिकन मुत्सद्यांनी रात्री जागून आपापसातील मतभेद मिटवण्यासाठी प्रयत्नांची पराकाष्ठा केली. दुसऱ्या दिवशी सकाळी त्यांना समझोता झाल्याचं आपापल्या नेत्यांना जाऊन सांगायचं होतं. २ मार्च रोजी सकाळी साडेआठ वाजता मी राष्ट्रपतीभवनाच्या प्रांगणात आलो. राष्ट्राध्यक्ष बुश यांचं स्वागत करण्यासाठी सेनेची दलं सज्ज झाली. उच्च पदस्थ अधिकारी येऊन आपापल्या राखीव आसनांवर बसले. रोनेन सेन यांनी माझ्याजवळ येऊन बरेचसे मतभेद संपुष्टात आल्याचं मला सांगितलं. त्यांचं तेव्हाचे संरक्षणमंत्री प्रणव मुखर्जींशी बोलणं झालं होतं. तो पर्यंततरी संरक्षण मंत्र्यांनी या कराराला आपला पूर्ण पाठिंबा असल्याचं जाहीर केलं

नव्हतं. संरक्षण मंत्र्यांचा उल्लेख पंतप्रधान कार्यालयात आरएम (रक्षा मंत्री) असा करण्यात येत असे. रोनेन सेन म्हणाले, "मी आरएमशी बोललो. आता त्यांचा पाठिंबा आहे. हा करार होणं किती महत्त्वाचं आहे, हे आता त्यांना समजलं आहे. तो करार जर होऊ शकणार नसेल, तर त्याचे परिणाम किती वाईट होतील, हेही त्यांच्या लक्षात आलं आहे. ते आता आपल्या बाजूचे आहेत."

काही लोकांच्या मते मार्क्सवादी कम्युनिस्ट पक्षाची मर्जी संपादन करण्यासाठीच आधी प्रणव मुखर्जी या कराराला विरोध करत होते. पश्चिम बंगालमधून पुन्हा लोकसभेवर निवडून येण्यासाठी त्यांना डाव्यांच्या पाठिंब्याची गरज भासणार होती. पण रोनेन सेन मुद्दाम प्रणव मुखर्जींशी बोलले, त्यांनी त्यांची समजूत घातली, त्याचा खूप उपयोग झाला.

पंतप्रधानांच्या मोटारींचा ताफा राष्ट्रपतीभवनाकडे येताना मला दिसला. मी डॉ. सिंग यांच्याजवळ गेलो. ते विचारमग्न होते, सर्व मंत्रिगणांचं औपचारिक स्वागत केल्यावर ते माझ्याकडे वळून म्हणाले "मग?" त्यावर मी त्यांना नुकत्याच घडलेल्या ताज्या घडामोडींचा अहवाल देणं अपेक्षित होतं. रोनेन सेन यांच्याकडून जे काही कळलं होतं, ते मी त्यांना सांगितलं.

"त्यांच्यावर भरवसा टाकता येईल का?" डॉ. सिंग संरक्षणमंत्री प्रणव मुखर्जींबद्दल बोलत होते. माझ्या मते प्रणव यांना रोनेन सेन यांच्याशी खोटं बोलण्याचं काहीच कारण नव्हतं. म्हणजे ही गोष्ट खरीच असणार. त्यांनी रोनेन यांच्यापाशी आपल्याला सहकार्य करण्याचं वचन दिलं असेल, तर मग आपण त्यांच्यावर विश्वास टाकला पाहिजे, असं मी म्हणालो, परंतु हैदराबाद हाउसमध्ये अधिकृत बैठकीला जाण्याआधी पंतप्रधानांनी एकदा स्वत:च प्रणव यांच्याशी बोलून घेतलेलं बरं, असं मी सुचवलं.

राष्ट्रपती अब्दुल कलाम यांच्या मोटारींचा ताफा येऊन दाखल झाला. बंदुकांची सलामी झडली. राष्ट्राध्यक्ष बुश यांच्या आगमनाची घोषणा करण्यात आली. सर्व औपचारिकता पूर्ण होऊन दोघा नेत्यांनी एकमेकांचा निरोप घेतला. डॉ. सिंग प्रणव मुखर्जी यांच्यापाशी चालत गेले आणि ते दोघं एकत्रच साउथ ब्लॉककडे गेले.

हैदराबाद हाउसमध्ये डॉ. सिंग आणि बुश बंद दरवाज्याआड तीस मिनिटं चर्चा करत होते. दुसऱ्या कक्षात दोन्ही पक्षांचे अधिकारी संयुक्त निवेदनाच्या तपशिलांवर चर्चा करत बसले होते. अखेर दोन्ही शिष्टमंडळांची भेट झाली, तेव्हा सुरुवातीला कोंडोलिसा राईस बोलल्या. बुश यांना त्या म्हणाल्या "एकमत झालं!" हवेतला सर्व ताण एकदम नाहीसा झाला. बुश अत्यंत प्रसन्न झाले, हास्यविनोद करू लागले. डॉ. सिंग यांचा चेहराही स्मित हास्यानं उजळून निघाला.

२ मार्च, २००६ रोजी भारतानं सुचवलेल्या दुरुस्त्यांसह (आणि अॅश्ली यांच्याहाती एक आठवड्यापूर्वी दिलेल्या निरोपाप्रमाणे.) अमेरिकनं करार मान्य

केला. भारताच्या केवळ चौदा अणुभट्ट्यांनाच आयएईएची मार्गदर्शक तत्त्वं लागू होणार होती. २०१४ सालापर्यंत याची औष्णिक विद्युत क्षमता वाढत जाऊन एकूण क्षमतेच्या ६५ टक्के होणार होती. त्याचप्रमाणे भारतानं 'कल्पकम' येथे संशोधनासाठी सुरू केलेल्या दोन महाशक्तिशाली प्रजनन अणुभट्ट्यांना ही मार्गदर्शक तत्त्वं लागू होणार नव्हती. असंही ठरलं की, नेमके कोणते प्रकल्प 'नागरी' या श्रेणीखाली घ्यायचे, हे ठरवण्याचा पूर्ण अधिकार भारताचा असेल. हे दोन प्रकल्प राजनैतिक कार्यक्रमासाठी मुद्दाम वेगळे काढण्यात येतील. बुश आणि पंतप्रधानांनी अणुऊर्जा विभागाचं पूर्ण समाधान केलं होतं.

बुश यांची ही भारतभेट पूर्णतया यशस्वी झाली. ही भेट डॉ. सिंग यांच्यासाठी अत्यंत प्रेरणादायी ठरली. बुश यांची राजकीय प्रतिमा काहीही असो, व्यक्तिगत पातळीवर ते प्रेमळ आणि मनमोकळे होते. डॉ. सिंग स्वत: संकोची स्वभावाचे आणि मितभाषी असल्यामुळे अशा मनमोकळ्या, गप्पिष्ट लोकांच्या सहवासात ते नेहमी खुलत असत. त्यांना बुश आवडले. २००४ सालच्या सप्टेंबर महिन्यात जेव्हा त्या दोघांची प्रथम भेट झाली, तेव्हा बुश डॉ. सिंग यांच्याशी अत्यंत आदरानं वागले. बुश हे डॉ. सिंग यांना 'सर' म्हणून संबोधत होते. अमेरिकेच्या राष्ट्राध्यक्षांनी कुणाला इतका आदर दाखवणं, ही गोष्ट तशी अपवादात्मक असते. पुढे मार्च, २००६मध्ये जेव्हा त्या दोघांची दिल्लीमध्ये भेट झाली, तोपर्यंत ते एकमेकांचे चांगले मित्र बनले होते. ते दोघं बाहेर पडून माध्यमांना सामोरे जात असताना बुश यांनी डॉ. सिंग यांच्या खांद्यावर हात टाकला होता, या गोष्टीवर काही भारतीय राजकीय मुत्सद्द्यांनी आणि पत्रकारांनी नाकं मुरडली. बुश डॉ. सिंग यांच्याशी वागताना मोठेपणाचा आव आणत असल्याबद्दल त्यांनी नाराजी व्यक्त केली. पण मी त्या दोघांना जवळून पाहात होतो, तेव्हा मला त्या दोघांमधलं नातं अत्यंत सहज स्वाभाविक आणि मैत्रीपूर्ण वाटलं. त्याचं एकमेकांशी खूप सख्य जुळलं होतं. हा अणुकरार यशस्वी होण्यामागे तेही एक मोठं कारण होतं.

नंतरच्या काही महिन्यांत भारताच्या अधिकाऱ्यांना अमेरिकेपुढे अणुप्रकल्पाच्या लष्करी आणि नागरी अशा विभाजनाची योजना सादर करायची होती. म्हणजे अमेरिकन सरकारला काँग्रेसच्या संमतीने कायद्यात योग्य ते फेरबदल घडवून आणता येणार होते. डिसेंबर, २००६च्या हेन्री जे. हाईड कायद्यान्वये अमेरिकन अणुऊर्जा कायद्यात बदल घडवून आणण्यात आले. त्यानंतर अमेरिका आणि भारत यांच्यात '१२३ करार' झाला. त्यामुळे अमेरिका आणि भारत यांच्यात आण्विक इंधन आणि तंत्रज्ञानाचा व्यापार सुरू झाला. पण या सगळ्या प्रदीर्घ मुदतीच्या प्रक्रियेमध्ये अनेकदा वादग्रस्त मुद्दे उपस्थित झाले. दोन्ही पक्षांकडच्या नकारात्मक मनोवृत्तीच्या लोकांनी हा करार हाणून पाडण्यासाठी असंख्य प्रयत्न केले.

अमेरिकेतील कायद्याची प्रक्रियासुद्धा भारताइतकीच कटकटीची होती. अमेरिकेचे कायदे बनवणाऱ्यांपैकी अनेकांना अमेरिकेनं भारताशी केलेल्या या खास कराराविषयी खूप शंका होत्या. अशानं इतर देश अण्वस्त्रांचा प्रसार करू लागतील, अशी भीती त्यांना वाटत होती. भारतात डावे पक्ष आणि भाजप यांनी तर डॉ. सिंग यांच्या विरुद्ध मोहीमच उघडली. अनेकांनी या अवघड परिस्थितीचा फायदा करून घेण्याचाही प्रयत्न केला.

मधूनच कुणीतरी मला भेटायला येई आणि डॉ. सिंग यांच्या अमेरिकेशी हा करार करण्याच्या हट्टापायी काँग्रेसची नाचक्की झाली असून त्यांना पंतप्रधान पदावरून दूर करण्याचा बेत शिजत असल्याचं, मला सांगे. कधीतरी केंद्रीय मंत्रीमंडळातले मंत्रीसुद्धा माझ्या खोलीत येऊन माझ्या कानाला लागत. पंतप्रधानांविषयी बाहेर काय वावड्या पसरल्या आहेत, हे मला सांगत आणि मी त्या गोष्टी पंतप्रधानांपर्यंत पोहोचवाव्या अशी इच्छा व्यक्त करत.

या अणुकरार प्रकरणी अमेरिकेनं असा हट्ट धरला होता की, अमेरिकेला भारताविषयी वाटत असणाऱ्या चिंता भारतानं दूर कराव्या. त्यामुळे या कराराचं राजकारण फारच गुंतागुंतीचं होऊन बसलं होतं. अमेरिका भारतासाठी जे काही करणार आहे, त्या बदल्यात भारत अमेरिकेसाठी काय करणार? हा मोठा प्रश्न उपस्थित झाला होता. जॉन केनेडी यांची एक सुप्रसिद्ध उक्ती आहे. ''तुमचा देश तुमच्यासाठी काय करणार आहे, ते विचारू नका. तुम्ही तुमच्या देशासाठी काय करणार ते सांगा!'' यातील मर्म राहुल गांधी यांना चांगलं उमगलं होतं. २००८ सालच्या जुलै महिन्यात लोकसभेत डॉ. मनमोहन सिंग यांच्याबद्दल विश्वासदर्शक ठरावावर चर्चा चालू असताना राहुल गांधी म्हणाले होते : ''जगाचा आपल्यावर काय प्रभाव पडेल, याची चिंता करणं आता आपण सोडलं पाहिजे... आपण स्वत: बाहेर पडून आपला स्वत:चा जगावर काय प्रभाव पाडू शकतो, हे पाहिलं पाहिजे.'' सध्या अमेरिका नेमका हाच प्रश्न विचारत होती. भारत आपल्या सभोवतालच्या जगावर स्वत:चा कोणता प्रभाव पाडणार होता? या करारामुळे अमेरिकेचा काय फायदा होणार होता?

इराणच्या अणुकार्यक्रमावर भारताची भूमिका काय असणार, यावर या 'प्रेमा'चा कस लागणार होता. अमेरिकेतील माध्यमांशी याबाबत बोलताना डॉ. सिंग यांनी भारताची भूमिका स्पष्ट केली होती. गैर परमाणू अप्रसार संधी (नॉन प्रॉलिफरेशन ट्रीटी)वर स्वाक्षरी करणाऱ्या देशांमध्ये इराणचा समावेश होता. त्यामुळे त्या कराराच्या अटी इराणनं पाळल्या पाहिजेत, असं भारताचं म्हणणं होतं. इराण हे अण्वस्त्र सज्ज राष्ट्र नसल्यामुळे एनपीटी कराराचे लाभ इराणला मिळत होते. त्यामुळेच या कराराच्या अटींचंही पालन इराणनं करणं अपेक्षित होतं. इतर अटी तर होत्याच. पण

मुख्य अट ही होती की, आपल्या नागरी अणुकार्यक्रमाबद्दल इराणनं पारदर्शकता बाळगणं, आयएईच्या मार्गदर्शक तत्त्वाचं आणि संकेतांचं बंधन मान्य करणं, त्यांच्या तपासणीला सामोरं जाणं अपेक्षित होतं.

भारताची ही भूमिका इराणविरोधी नव्हती. ज्या गोष्टी उघड होत्या त्याच भारतानं मांडल्या होत्या. परंतु अमेरिकेतील कायदे बनवणाऱ्यांना आणि माध्यमांना डॉ. सिंग यांच्या तोंडून याहून स्पष्ट शब्दांत भारताची भूमिका वदवून घ्यायची होती. अखेर डॉ. सिंग यांनी त्यांची इच्छा पूर्ण केली. त्यांनी माध्यमांना स्पष्टच सांगितलं की, भारताची स्वतःच्या आसपास आणखी अण्वस्त्रसज्ज सत्ता पाहण्याची मुळीच इच्छा नव्हती. भारताच्या शेजारी राष्ट्रांमध्ये अणुसत्ता निर्माण होणं, हे भारताच्या दृष्टीनं हिताचं नव्हतं. इराणच्या अणुकार्यक्रमाविषयी डॉ. सिंग यांनी भारताची भूमिका स्पष्ट केली, तेव्हाही देशहिताचा विचार करूनच केली. अमेरिकेच्या बाजूनं काहीतरी करायचं म्हणून नव्हे. त्यामुळे या त्यांच्या भूमिकेला भारतातील कोणत्याच पक्षाचा विरोध असण्याचं खरंतर कारण नव्हतं. पण तरीही भारतातून त्यांच्यावर टीका झाली, विशेषतः डाव्यांकडून. पंतप्रधानांच्या त्या उद्‌गारांवर बोट ठेवून त्यांनी अमेरिकेपुढे नाक घासल्याचं डावे बोलू लागले.

EU-3 म्हणजेच जर्मनी, फ्रान्स आणि ब्रिटन या राष्ट्रांनी आयएईए पुढे एक ठराव मांडला होता. त्या ठरावावर डॉ. सिंग यांना मत द्यायचं होते, ते या अशा पार्श्वभूमीवर. या ठरावात असं म्हटलं होतं की, इराणनं आयएईएच्या मार्गदर्शक तत्त्वांचा भंग केलेला होता, त्यामुळे या बाबतीत इराणला समज देण्यात यावी. त्याचप्रमाणे आयएईएमध्ये हा प्रश्न धसास लावण्यात यावा. भारतानं या ठरावाला तत्त्वतः मान्यता दिली परंतु याबाबत आपली स्वतःची स्वतंत्र भूमिका असल्याचं दाखवून देत ठरावातील काही मुद्यांवरून हरकत घेतली.

भारताची ही स्वतंत्र भूमिका मुळात तयार कशी झाली, त्या मागचं राजकारण समजून घेणं फार महत्त्वाचं आहे. २४ सप्टेंबर रोजी जेव्हा EU-3 ठराव मतदानासाठी सादर करण्यात आला, तेव्हा डॉ. सिंग हे चंदीगढमध्ये होते. भारताने या ठरावावर नक्की कोणत्या पक्षाच्या बाजूनं मत द्यावं, यासाठी डॉ. सिंग यांना नटवर सिंग यांचा फोन आला. नटवर त्या वेळी न्यू यॉर्कमध्ये संयुक्त राष्ट्रसंघातच होते. त्याचं स्वतःचं मत असं होतं की, बहुमत ज्या बाजूनं असेल त्याच बाजूनं भारताने मत द्यावं. डॉ. सिंग यांनी ते मान्य केलं, पण नटवरसिंग यांनी याबाबतीत सोनिया आणि केंद्रीय सचिवालय सेवेतील इतर सदस्यांचं मत घ्यावं, असं सुचवलं. हे सदस्य म्हणजे प्रणव, चिदंबरम आणि शिवराज पाटील हे सगळे आपल्या पाठीशी आहेत, अशी नटवर सिंग यांनी डॉ. मनमोहन यांना ग्वाही देताच सिंग यांनी हा दृष्टिकोन आयएइएमधील भारताच्या राजदूतांना समजावून सांगण्याची नटवर यांना सूचना केली.

या EU-3 ठरावाच्या बाजूनं बावीस देशांनी मत दिलं; केवळ व्हेनेझुएलानंच त्याच्या विरोधात मत दिलं. भारत बहुमताच्या पक्षात गेला. सर्वांत महत्त्वाची गोष्ट म्हणजे केंद्रीय सचिवालय सेवेतील सर्वांचं या वेळी एकमत झालं. पण तरीही माध्यमांसमोर असंच भासवण्यात आलं की, आयएईएमध्ये इराणच्या विरोधात मत नोंदवण्याचा निर्णय डॉ. सिंग यांनी एकट्यांनी घेऊन टाकला होता. डाव्यांनी लगेच त्याची 'री' ओढली. कारण जे काही घडत होतं, त्याचा त्यांनी लावलेला जो अन्वयार्थ होता, त्या दृष्टीनं ते सोयीचंच होतं. काही महिन्यांनी हा मामला संयुक्त राष्ट्रसंघाच्या सुरक्षा समितीकडे नेण्याचं आयएईएनं ठरवलं. रशिया आणि चीन यांनी सप्टेंबरमध्ये आपलं मत राखून ठेवलं होतं. पण आता त्यांनीही बहुमताच्या पक्षातच मत नोंदवलं. त्यांनीही भारताचीच भूमिका उचलून धरली.

या इराणच्या मुद्यावर भारताने काय भूमिका घ्यावी, याचा संबंध भारताच्या परराष्ट्र धोरणाशी विशेष नव्हताच. इराणमध्ये शिया मुस्लिमांचं वर्चस्व होतं. भारतातील शिया पंथीय समाज त्यामुळे इराणच्या पक्षात होता. भारतानं अशी इराणविरोधी भूमिका घेतली, तर त्याचा भारतातील शिया पंथीयांवर काय परिणाम होईल, हा मुद्दा येथे उपस्थित झालेला होता. परंतु जी भूमिका भारताच्या राष्ट्रहिताच्या विचार करून घेतलेली आहे, त्याला भारतातील शिया पंथीय विरोध करतील, हेच मुळी डॉ. सिंग यांना मान्य नव्हतं. भारतात राहणारे हे शिया मुस्लीमही आधी भारतीय होते, राष्ट्रप्रेमी होते, असं त्यांना वाटे. त्यामुळे भारतातील शिया पंथीयांचा सरकारच्या भूमिकेला विरोध असेल असा मुद्दा जर कुणी उपस्थित केला, तर त्याला डॉ. सिंग हेच उत्तर देत. कारत हे भारताच्या परराष्ट्र धोरणामध्ये उगाच जातीयवाद आणत होते, असं डॉ. सिंग यांना वाटत होतं आणि ते करायला त्यांचा विरोध होता.

✦

२००६मध्ये अमेरिका भारत वाटाघाटीचा वेग अगदी कमी होता. १७ ऑगस्ट, २००६ रोजी डॉ. सिंग यांनी संसदेत आत्तापर्यंतचं सर्वांत सुंदर भाषण केलं. अणुकरारावर एक प्रदीर्घ चर्चा झाली. त्या चर्चेच्या शेवटी डॉ. सिंग यांनी स्वत:ची बाजू मांडली. डाव्यांनी या कराराविषयी काही चिंता व्यक्त करून त्यात काही दुरुस्त्याही सुचवल्या होत्या. त्यांचा उल्लेख, 'सीताराम येचुरीज रेड लाइन्स' असा करण्यात येई. डॉ. सिंग यांनी या सर्व तत्त्वांचा कराराच्या अंतिम मसुद्यात समावेश करण्यात येईल, अशी ग्वाही लोकसभेमध्ये दिली. या करारामुळे भारताच्या राजनैतिक स्वायत्ततेमध्ये कोणतीही बाधा येणार नाही, असा त्यांनी शब्द दिला. परंतु भारताला आपले हक्क पदरात पाडून घेण्यासाठी ज्या काही वाटाघाटी कराव्या लागल्या,

त्यात थोडीफार देवाण-घेवाण तर करावीच लागणार, असं त्यांनी सभागृहाला सांगितलं. नाहीतरी वाटाघाटींमध्ये दोन्ही पक्षांकडून देवाण-घेवाण अभिप्रेतच असते.

२००४ च्या सप्टेंबर महिन्यात त्यांच्या वाढदिवसाला मी त्यांना मॅकियाव्हेली या सुप्रसिद्ध लेखकाचं 'द प्रिन्स' हे पुस्तक भेट दिलं होतं. त्याचा संदर्भ देऊन ते म्हणाले :

> "या जगामध्ये चालू स्थितीत बदल घडवून आणण्याएवढी अवघड आणि यशाची खातरी नसलेली तसेच धोकादायक गोष्ट दुसरी कुठलीच नसेल. जुन्या व्यवस्थेमुळे ज्या कुणाचा फायदा होत असतो, त्या सर्वांचाच त्या व्यवस्थेत सुधारणा घडवून आणणाऱ्यास विरोध असतो. पण नव्या व्यवस्थेनंतर ज्या कुणाचा फायदा होणार असतो, असे लोक काही त्या सुधारणा करणाऱ्याचं जोरदार समर्थन करायला कधी पुढे होत नाहीत. ते आपलं जमेल तसं थोडं फार समर्थन करतात, याचं कारण त्यांना त्यांच्या विरोधकांची भीती वाटत असते. कारण सद्य:स्थितीतील कायदे त्या विरोधकांच्या बाजूचे असतात. शिवाय एखाद्या बदलापासून आपल्याला स्वत:ला खरोखर चांगला अनुभव येत नाही, तोपर्यंत त्या बदलावर विश्वास टाकायचा नाही, हा तर मनुष्यस्वभाव आहे. त्यामुळेच समाज सुधारकांवर हल्ला चढवण्याची वेळ येताच विरोधक विभाजनवाद्यांच्या उत्साहानं त्यांच्यावर तुटून पडतात आणि बाकीचे त्या वेळी त्यांच्या समर्थनार्थ पुढे येतंही नाहीत, त्यामुळे त्या सुधारकांची कात्रीत सापडल्यासारखी परिस्थिती होते."

डॉ. सिंग यांनी असंही कबूल केलं की, हा करार करताना त्यांनी काही प्रमाणात धोका पत्करला होता, पण त्यापासून मिळणारा लाभ खूपच मोठा होता. ते सभागृहासमोर म्हणाले, "यातील संभाव्य धोक्यांची मला कल्पना आहे. तरीही ते पत्करण्यास मी तयार आहे."

त्यांच्या या साहसपूर्ण कृत्यामुळे आणि धीरगंभीर भाषणामुळे सभागृहात टाळ्यांचा उत्स्फूर्त कडकडाट झाला. अखेर डॉ. सिंग काय करू पाहात होते, ते माध्यमांना उमगलं. हा उपक्रम अत्यंत महत्त्वाचा असून डॉ. सिंग यांना आपल्या पाठिंब्याची गरज आहे, हे त्यांच्या लक्षात आलं. त्यानंतर टीव्ही वाहिन्यांनी आणि नियतकालिकांनी घेतलेल्या जनमताच्या चाचण्यांवरून जनतेचा पंतप्रधानांना पाठिंबा असल्याचं लक्षात आलं." भारत-अमेरिका संबंध सुधारावे, असं जनतेलाही वाटत होतं. त्यानंतरच्या आठवड्यांमध्ये वाटाघाटींना वेग आला.

२००६ सालच्या अखेरीस परराष्ट्र मंत्रालयात दोन मोठे बदल घडून आले. त्या वेळचे भारताचे पाकिस्तानातील उच्चायुक्त शिवशंकर मेनन यांनी परराष्ट्र सचिव

म्हणून सूत्रं हाती घेतली आणि त्यानंतर एक महिन्यानं जयशंकर यांची भारताचे सिंगापूरमधील उच्चायुक्त म्हणून बदली झाली. शिवशंकर यांची नियुक्ती फार नाट्यपूर्ण रीतीनं झाली. अगदी शेवटच्या घटकेपर्यंत मला असंच वाटत होतं की, श्याम सरन यांना मुदतवाढ मिळेल.

परंतु ३० ऑगस्ट, २००६ रोजी पुलोक चटर्जी यांनी अचानक माझ्या खोलीत येऊन अशी चौकशी केली की, एखादी अधिकृत घोषणा करण्यासाठी किती वेळ लागेल? त्याचवेळी मला याची कुणकुण लागली.

"दोन मिनिटं!" असं मी त्यांना म्हणालो. पण त्यांना ते पटलं नाही. मग मी त्यांना स्पष्ट करून सांगितलं की, मी जर कोणत्याही टीव्ही वाहिनीला मोबाइलवरून एसएमएसच्या स्वरूपात एखादं निवेदन पाठवलं, तर ते पुढच्याच मिनिटाला 'ब्रेकिंग न्यूज' म्हणून जाहीर होतं, त्यावर त्यांचं समाधान झालं. आता पंतप्रधानांची संबंधित फाइलवर स्वाक्षरी झाली की, आपल्याला एक महत्त्वपूर्ण घोषणा करायची असल्याचं त्यांनी मला सांगितलं. मी जर जेवणासाठी बाहेर पडणार असलो, तर तसं मी त्यांच्या कानावर घालावं, असंही त्यांनी मला सांगून ठेवलं. दुपारच्या जेवणानंतर पुलोक मला परत भेटायला आले. शिवशंकर यांची पंतप्रधानांच्या संमतीनं परराष्ट्र सचिव म्हणून नेमणूक पक्की झाल्याचं त्यांनी मला सांगितलं. त्यानंतर मी तीन इंग्रजी वृत्तवाहिन्यांना एसएमएस पाठवला. 'सीएनएन-आयबीएन'चे राजदीप सरदेसाई, 'एनडीटीव्ही'च्या बरखा दत्त आणि 'टाइम्स नाउ'च्या नविका कुमार. तीनही वृत्तवाहिन्यांवर हे वृत्त ताबडतोब झळकलं. त्यानंतर काही क्षणांतच या बातमीचा खरेपणा पडताळून पाहाण्यासाठी परराष्ट्र मंत्रालयाचे प्रवक्ते नवतेज सरन यांचा मला फोन आला. मी बातमी खरी असल्याचं त्याना सांगितलं. पण ती घोषणा या अशा पद्धतीनं नक्की का करण्यात आली, ते काही मला कळलं नाही. काही लोकांच्या म्हणण्याप्रमाणे मेनन यांची नियुक्ती करत असताना ज्या अधिकाऱ्यांना डावलण्यात आलं होतं, ते न्यायालयात जाऊन या नियुक्तीवर तहकुबीचा आदेश आणतील, या भीतीनं या संदर्भात एवढी गुप्तता बाळगण्यात आली होती. सर्वसाधारणपणे मंत्रीमंडळातील 'नियुक्ती समिती'च्या सर्व सदस्यांनी त्या कागदपत्रावर सह्या केल्यावरच, अशा तऱ्हेची घोषणा करण्यात येते. पण आत्ता मात्र त्या कागदपत्रांवर सदस्यांच्या सह्या झाल्याच नव्हत्या. कदाचित घोषणेपूर्वी कोणत्याही प्रकारचे वाद उपस्थित होऊ नयेत म्हणून पंतप्रधान कार्यालयानं तसं केलं असेल.

परंतु शिवशंकर यांच्या नियुक्तीची घोषणा ज्या पद्धतीनं करण्यात आली, त्यातून वाद उत्पन्न झालाच. शिवशंकर यांची नियुक्ती करताना आपली ज्येष्ठता डावलण्यात आल्याची तक्रार एका आयएफएस अधिकारी महिलेनं केली. तिनं त्याविरुद्ध मध्यवर्ती प्रशासकीय न्यायाधिकरणाकडे धाव घेतली आणि सरकारकडे

त्याचं स्पष्टीकरण मागितलं. पंतप्रधान कार्यालयानं ३१ ऑगस्ट, २००६ रोजी शिवशंकर यांच्या नियुक्तीची घोषणा केली. त्या वेळी त्याला मंत्रीमंडळाच्या नियुक्ती समितीची संमती मिळायची होती. ती संमती पुढे ४ सप्टेंबर, २००६ रोजी घेण्यात आली. ही नियुक्ती ज्या पद्धतीनं करण्यात आली, ती पद्धत तसंच नियुक्तीची घोषणा करण्याची पद्धत या दोन्हीसही त्या महिलेनं हरकत घेतली होती. असा प्रकार यापूर्वी कधीच घडलेला नाही, असं तिनं त्या तक्रारअर्जात म्हटलं होतं. सरकारनं अर्जदाराला 'स्पष्टीकरण द्यावं' ही त्या महिलेची मागणी केंद्रीय सूचना आयोगानं मान्य केली, पण शेवटी तो तक्रार अर्ज मात्र फेटाळून लावला. हा मुद्दा पंतप्रधानांच्या विशेषाधिकाराखाली येतो, असं कारण देण्यात आलं.

भारत-अमेरिका अणुकराराच्या बाबतीत डाव्यांना ज्या चिंता होत्या, त्यांची डॉ. सिंग यांना जाणीव होती. कदाचित त्याच कारणास्तव त्यांनी परराष्ट्र सचिव श्याम सरन यांना मुदतवाढ देणं टाळलं असेल. श्याम सरन हे या कराराच्या वाटाघाटींकडे लक्ष पुरवत होते. डॉ. सिंग यांनी किमान डझनभर परराष्ट्र सेवेतील अधिकाऱ्यांचा हक्क डावलून शिवशंकर मेनन यांची श्याम सरन यांच्या जागी नियुक्ती केली. शिवशंकर यांचे डाव्यांशी फार जवळचे संबंध होते. अनेक डाव्या नेत्यांशी त्यांचे कौटुंबिक पातळीवर संबंध होते. डावे त्यांच्याकडे एक मित्र म्हणून पाहात असत.

एकीकडे परराष्ट्रमंत्रालयातील लोकांच्या अशा बदल्या होऊन, त्या जागी नवीन लोक येणं चालू असताना वाटाघाटीची प्रक्रिया जरा रेंगाळली होती. २००७ सालच्या मध्यापर्यंत भारतीय आणि अमेरिकी अधिकाऱ्यांमधील चर्चा फारच धीम्या गतीनं पुढे सरकत होती. अणुऊर्जा विभागातील अधिकाऱ्यांचा उल्लेख माध्यमं 'शास्त्रज्ञ' असा करत. त्यामुळे त्यांना इतर मंत्रालयांमधील नोकरशहांच्या मानानं माध्यमांमध्ये आपोआपच उच्चस्थान प्राप्त झालं होतं. त्यांचे स्वत:चे डावपेच चालूच होते.

उत्तर प्रदेशातील विधानसभेच्या निवडणुका घोषित झाल्यानंतर अणुऊर्जा विभागातील काही अधिकाऱ्यांनी मुद्दामच या कामात चाल-ढकल करण्यास सुरुवात केली. या निवडणुकीत मुलायम सिंग यादव आणि त्यांच्या समाजवादी पक्षाचा विजय होईल, असं त्यांनी गृहीत धरलं होतं. मुलायम सिंग या अणुकरारावर सडकून टीका करत असत. त्यामुळे डॉ. सिंग त्यापुढे कमजोर पडतील, असा त्यांचा कयास होता. डाव्यांचा जसा या अणुकराराला तात्त्विक विरोध होता, तसाच मुलायम सिंग यांचाही असेल, असं हे अधिकारी गृहीत धरून चालले होते. पण प्रत्यक्षात मुलायम सिंह यांनी हे शस्त्र सरकारशी सौदा करताना वापरण्याचं अस्त्र म्हणूनच ठेवलं होतं. एका अणुऊर्जा विभागाच्या शास्त्रज्ञ-प्रशासकाची तर इतकी मजल गेली होती की, तो आढ्यतेनं असंही म्हणाला होता की, 'मुलायम सिंग यांचा विजय म्हणजे अणुकराराचा

आणि डॉ. सिंग यांचा शेवट.'

खरंतर या करारामुळे भारताच्या अणुविषयक कार्यक्रमामध्ये पूर्ण बदल घडून येणार होता. त्याचा आपापल्या क्षेत्रावर काय परिणाम होणार, याची भीती सर्व तंत्रज्ञांना व शास्त्रज्ञांना वाटत होती. या अणुऊर्जा विभागाच्या संपूर्ण व्यवस्थेचा नारायणन यांना आवाका येण्यास जरा वेळ लागला. एक वेळ तर अशी आली की, डॉ. सिंग यांना अणुकराराची प्रक्रिया पुढे नेण्यासाठी नारायणन यांची कानउघडणी करावी लागली. ते म्हणाले, ''एम. के, खरंतर हा करार माझ्यापेक्षाही तुम्हाला अधिक महत्त्वाचा वाटला पाहिजे. १९९१मध्ये आपण ज्या आर्थिक सुधारणा राबवल्या, तेव्हा मी माझ्या पाऊलखुणा उमटवून ठेवलेल्या आहेत. एक पंतप्रधान म्हणून मी फार काही साध्य करू शकलो नाही, तरीही एक अर्थमंत्री म्हणून जी काही कामगिरी केली, त्याबद्दल मी लोकांच्या स्मरणात राहीन. पण तुमचं काय? गुप्तहेरखात्याचे अधिकारी म्हणून जन्मभर तुम्ही काय केलं, हे कुणाला माहीत आहे? पण हा करार जर तुम्ही यशस्वीरित्या करून दाखवलात, तर तुम्ही काय यश मिळवलं, हे सर्व जनतेला दाखवू शकाल.''

अणुऊर्जा खात्याच्या अधिकाऱ्यांची काही कटकारस्थानं उघडकीला आणण्याचा मी प्रयत्न करताच एका अणुशास्त्रज्ञानं प्रसारमाध्यमांद्वारे माझ्याविरुद्ध आघाडीच उभारली. गमतीची गोष्ट अशी की, हाच शास्त्रज्ञ पंतप्रधान कार्यालयात सल्लागार म्हणून काम करू इच्छित होता. त्यासाठी तो मला अनेकदा येऊन भेटला होता. २००७च्या जून महिन्यात अमेरिकेच्या बाजूनेसुद्धा खूप अडचणी निर्माण झाल्या होत्या. जर्मनी येथील हाईलिगनडाम येथे झालेल्या जी-८ शिखर परिषदेत डॉ. सिंग यांनी बुश यांच्यापाशी तो मुद्दा उपस्थित केला. बुश यांनी आपल्या राष्ट्रीय संरक्षण सल्लागाराला बोलावून घेतलं आणि 'वॉशिंग्टनमध्ये जाऊन काहीही करा, लोकांची डोकी फोडा, पण हा करार पूर्णत्वाला न्या' असं त्याला सांगितलं. पंतप्रधान कार्यालयाचं या वाटाघाटींवर काहीच नियंत्रण नसल्याची डॉ. सिंग यांना काळजी वाटत होती. त्यामुळे त्यांनी एक वेगळंच पाऊल उचललं. सिंगापूरमध्ये भारताचे उच्चायुक्त म्हणून काम करणाऱ्या जयशंकर यांना या वाटाघाटीच्या प्रक्रियेत डॉ. सिंग यांनी पुन्हा समाविष्ट करून घेतलं.

अखेर ३ ऑगस्ट, २००७ रोजी सरकारनं '१२३ करार' जनतेपुढे ठेवला. त्या कराराचा मसुदा वाचल्यावर 'द हिंदू'चे संपादक आणि या कराराचे टीकाकार एन. राम यांनी एक पानभर संपादकीय लिहिलं ''१२३ करार म्हणजे एक सन्माननीय करार'' असा त्याचा मथळा होता. त्यांनी त्यात त्याविषयी अतिशय उत्साहानं लिहिलं होतं.

'हा एक उत्तम आणि सन्माननीय करार आहे. २००६मध्ये मनमोहन सिंग यांच्या सरकारनं दिलेल्या आश्वासनांची पूर्तता केलेली आहे,' असं त्या संपादकीयात

म्हटलं होतं. याविषयी पूर्ण माहिती करून न घेताच भाजपनं जो गोंधळ माजवला होता, त्याबद्दल या लेखात कोरडे ओढण्यात आले होते. 'गेल्या ३३ वर्षांपासून भारताच्या अणुविषयक कार्यक्रमांवर जी बंधने घालण्यात आली आहेत, त्या शृंखलांचं बंधन तोडून टाकण्याची क्लृप्ती मनमोहन सिंग यांच्या सरकारनं आता मिळवली आहे.''

ते संपादकीय वाचल्यावर मी राम यांना फोन करून डॉ. सिंग यांच्या वतीनं त्यांचे आभार मानले. ते खूप उत्साहात होते. त्यांनी पंतप्रधानांविषयी गौरवोद्गार काढले. ''पंतप्रधानांनी इतिहास रचला आहे.'' असं ते म्हणाले.

ही गोष्ट त्यांनी स्वत:च पंतप्रधानांना सांगावी, असं मी सुचवलं. राम यांनी त्याच दिवशी विमानानं चेन्नईहून दिल्लीला येण्याचं मान्य केलं. डॉ. सिंग यांच्या परवानगीनं मी दुसऱ्या दिवशी त्यांना पंतप्रधानांसोबत चहापानासाठी बोलावलं. राम यांनी पंतप्रधानांसोबत सुमारे तासभर वेळ घालवला. त्यांनी या कराराचं त्या वेळी खूप कौतुक केलं. भारतासाठी हे फार मोठं यश आहे आणि पंतप्रधानांनी बजावलेली ही फार मोठी कामगिरी आहे, असं ते म्हणाले.

राम निघून गेल्यावर पंतप्रधान स्वत:च्या खुर्चीत रेलून बसले. त्यांच्या चेहऱ्यावर समाधान दिसत होते. 'आता येथून मागं फिरणं नाही', असा त्यांचा निर्धार झाला होता. राम हे प्रकाश कारत यांचे घनिष्ठ मित्र होते; तसेच ते स्वत:सुद्धा मार्क्सवादी कम्युनिस्ट पक्षाचे जुने सदस्य होते. तेव्हा राम यांनी या कराराची इतकी स्तुती करणं, हे आता डाव्यांकडून आणखी काही हल्ले होणार नसल्याचंच चिन्ह होतं. मी डॉ. सिंग यांना इतक्या आनंदात असलेलं कधीच पाहिलं नव्हतं. त्या दिवशी ते अतिशय शांत आणि समाधानी होते.

त्यानंतर सुमारे एक तासानं राम यांनी मला माझ्या साउथ ब्लॉकवरील कार्यालयामध्ये फोन केला. त्या दिवशी पंतप्रधानांबरोबर चहापान झाल्यानंतर राम हे सरळ कारत यांना भेटायला गेले होते. ''संजय, एक वाईट बातमी आहे. डाव्यांनी १२३ कराराला पाठिंबा देण्याचं नाकारलंय. ते सरकारला या वाटाघाटी स्थगित करण्यास सांगणार आहेत.'' ते म्हणाले.

हा फारच मोठा धक्का होता. राम यांनी सुद्धा ते मान्य केलं. 'आपण कारत यांना त्या कराराचे फायदे पटवून देण्याचा खूप प्रयत्न केला, पण त्यांना ऐकून घेण्यात स्वारस्य नव्हतं', असं राम यांनी सांगितलं.

''कारत यांचा हा निर्णय राजकीय आहे.'' राम म्हणाले, ''यात करार किती उत्कृष्ट आहे, लाभदायक आहे याचा काही प्रश्नच नाही, हे सगळं राजकारण आहे. तुम्ही पंतप्रधानांना सांगून हा करार थोपवा. कारत लवकरच सरकारला एक निवेदन सादर करून हा करार करू नये, असं सांगणार आहेत.''

मी तातडीनं रेसकोर्स मार्गाला पंतप्रधानांना हा निरोप द्यायला गेलो. तिकडे गाडीनं जात असतानाच वाटेतून मी सीताराम येचुरींना फोन करून याचं स्पष्टीकरण विचारलं. राम यांच्याकडून मिळालेली माहिती खरी असल्याचं त्यांनी सांगितलं. हा निर्णय कारत यांचा असून त्यावर मुख्य कार्यकारी समितीची संमती मिळवावी लागेल, असंही ते म्हणाले. येचुरी नाराज होते. त्यांचाही नाइलाज झाला होता. सरकारनं करारात कोणत्या दुरुस्त्या केल्या म्हणजे तो डाव्यांना स्वीकारार्ह वाटेल, हे त्यांनीच राज्यसभेत वाचून दाखवलं होतं. त्यांनी हे पण मान्य केलं की, या '१२३ करारा'मध्ये डाव्यांनी तसंच अणुऊर्जा विभागाच्या अधिकाऱ्यांनी उपस्थित केलेल्या सर्व शंकाचं निराकरण करण्यात आलं होतं. पण कारत यांचा निर्णय झाला होता. आता राम यांची मैत्री, शिवशंकर यांचे वैयक्तिक संबंध किंवा येचुरींचे प्रयत्न या कशानंही तो निर्णय बदलणार नव्हता.

कारत यांच्या निर्णयाबद्दल येचुरी नाराज होते, हे तर स्पष्टच होतं. ७ रेसकोर्स मार्गाला पोहोचल्यावर मी राम यांचा निरोप व येचुरींचं भाष्य जसंच्या तसं पंतप्रधानांच्या कानावर घातलं. ते अतिशय संतापले. डाव्यांनी त्यांची घोर निराशा केली होती.

डाव्यांनी '१२३ करार' नाकारल्यानंतर त्याला जाहीर प्रतिसाद देण्यासाठी डॉ. सिंग यांनी काही दिवसांनी डाव्या पक्षाच्या नेत्यांना कराराविषयी माहिती देण्यासाठी आणि चर्चा करण्यासाठी बोलावलं. अणुऊर्जा विभागाच्या आणि पंतप्रधान कार्यालयाच्या अधिकाऱ्यांनी या कराराचे सर्व तपशील त्यांच्यासमोर सादर केले. ते सादरीकरण झाल्यावर अधिकारी निघून गेले. त्यानंतर डाव्यांनी एका पत्रकारपरिषदेमध्ये तो करार फेटाळून लावला.

कारत यांची पत्रकारपरिषद चालू असताना पंतप्रधान ती टीव्हीवर पाहात होते. मार्क्सवादी कम्युनिस्ट पक्षाचे नेते कारत यांच्या शब्दांत विखार भरला होता. ते ऐकून मी थक्क झालो. भारताचं स्वतंत्र परराष्ट्र धोरण सोडून दिल्याचा त्यांनी सरकारवर आरोप केला. एका भांडवलशाही साम्राज्याचे आपण मांडलिक होत आहोत, अशा शब्दांत त्यांनी सरकारची निर्भत्सना केली.

"या लोकांनी जेव्हा पंडितजी आणि इंदिराजींवर हल्ला चढवला होता, तेव्हा त्यांनी याच स्वतंत्र परराष्ट्र धोरणाचा धिक्कार केला होता," कारत यांचं ते संतापानं धुमसत चाललेलं विखारी बोलणं ऐकून डॉ. सिंग उपहासानं म्हणाले. ती पत्रकार परिषद संपताच ते खिन्न झाले आणि संतप्तही झाले.

खूप वेळ तसाच गेला. मग ते उठून रात्रीच्या जेवणासाठी घरी गेले. जाण्यापूर्वी त्यांनी शेवटची काही वाक्यं उच्चारली, "डाव्यांना जेव्हा सोयीस्कर वाटलं, तेव्हा त्यांनी काँग्रेसच्या परराष्ट्र धोरणाची निंदा केली. त्यांनी पंडितजी, इंदिराजी, नरसिंह राव या सर्वांवर टीकास्त्र सोडलं. त्यांना सोयीचं होतं, तेव्हा त्यांनी अलिप्ततावादावर

टीका केली आणि नंतर आपल्या सोयीनं त्याचं समर्थनही केलं. जोपर्यंत मी पंतप्रधान आहे, तोपर्यंत मी परराष्ट्र धोरणाच्या बाबतीत या कम्युनिस्टांची हुकूमशाही मुळीच चालवून घेणार नाही.''

✦

काही आठवड्यानंतर पंतप्रधानांच्या संसदभवनातील कक्षात 'टेलीग्राफ' या कोलकात्यातील दैनिकाच्या मानिनी चटर्जी डॉ. सिंग यांना येऊन भेटल्या. त्यांनी नुकतीच दिल्लीच्या 'टेलीग्राफ'च्या कार्यालयाची सूत्रं हाती घेतली होती आणि त्यांना पंतप्रधानांची भेट घ्यायची होती. त्या खरंतर नुसत्या भेटायला म्हणून आल्या होत्या, पण त्या भेटीचं मुलाखतीत रूपांतर झालं. पंतप्रधान अजूनही संतप्तच होते. त्यांना खूपकाही बोलायचं होतं. त्यांनी मानिनी चटर्जी यांच्या प्रश्नांना मोकळेपणानं उत्तरं दिली. त्यांनी पंतप्रधानांना डाव्यांनी केलेल्या मागणी विषयी विचारलं. पंतप्रधानांची उत्तरं अधिकाधिक तिखट होत गेली, तशी आपल्या हातात सनसनाटी बातमी आल्याचं चटर्जी यांनी ताडलं. पंतप्रधानांचं बोलणं जसंच्या तसं छापण्याची आणि त्यांच्या विचारांना प्रसिद्धी देण्याची चटर्जी यांनी परवानगी मागितली. डॉ. सिंग यांनी माझ्याकडे पाहिलं. मी त्यांना असं सांगितलं की, त्यांना खरोखरच असं वाटत असेल, तर आपले विचार देशातील जनतेपुढे मांडणं, हे त्यांचं कर्तव्य आहे. हा अत्यंत महत्त्वाचा मुद्दा होता आणि त्यांचे टीकाकार कसलाही विधिनिषेध न बाळगता टीका करत होते. मग त्यांनी तरी गप्प का राहायचं? मी त्यांना तसं सांगितलं.

आपले विचार जसेच्या तसे प्रसिद्ध करण्याची डॉ. सिंग यांनी मानिनी चटर्जी यांना परवानगी दिली. फक्त मानिनी चटर्जी यांनी ती मुलाखत ध्वनिमुद्रित केली नव्हती, त्यामुळे त्यांनी ती मुलाखत एकदा लिहून तयार केली की, प्रसिद्ध करण्याआधी मला दाखवावी, असं पंतप्रधानांनी त्यांना सांगितलं. मानिनी आणि मी शेजारच्या खोलीत बसून आम्ही दोघांनी काढलेली, त्या मुलाखतीची टिपणं एकमेकांना दाखवली. मग त्यांनी कार्यालयामध्ये जाऊन ती मुलाखत तयार करून ती ई-मेल करून मला पाठवली. त्यांनी सगळं काही जसंच्या तसं लिहिलं होतं. मी त्यांना हिरवं निशाण दाखवलं.

दुसऱ्या दिवशी शनिवार, दि. ११ ऑगस्ट रोजी 'टेलीग्राफ'मध्ये ठळक मथळ्यासह बातमी छापून आली.

'त्रस्त पंतप्रधानांची डाव्यांना सूचना : पाठिंबा काढून घ्यायचा असेल, तर खुशाल घ्या.'

त्या वृत्तात म्हटलं होतं, 'डाव्या पक्षांच्या सततच्या कठोर टीकेला कंटाळलेल्या

पंतप्रधानांनी डाव्यांना नुसतं भुंकण्यापेक्षा लचका तोडण्याचं आव्हान दिलं. नुकतीच अमेरिका-भारत अणुकरारावर डाव्या पक्षांनी टीकेची झोड उठवली होती. डॉ. सिंग त्या अणुकराराविषयी बोलताना जे काही म्हणाले होते, ते त्या वृत्तात जसंच्या तसं, त्यांच्याच शब्दांत छापलं होतं : 'मी त्यांना सांगितलं की, वाटाघाटी पूर्ण झाल्यावर आता त्या कराराच्या बाबतीत माघार घेता येणार नाही. हा करार सन्माननीय आहे. मंत्रीमंडळाची त्याला संमती आहे. आता डाव्या पक्षांना त्याबाबत काय करायचं ते करू देत. आता त्यांना पाठिंबा काढून घ्यायचा असेल, तर खुशाल घेऊ देत.'

हे वृत्त प्रसिद्ध झाल्यावर दिल्लीमध्ये सर्वांनाच धक्का बसला. नारायणन आणि नायर यांनी मला फोन करून ही बातमी खरी आहे का? याची चौकशी केली. पंतप्रधान आणि मानिनी चटर्जी यांची भेट झाल्याची त्यांना कल्पना नव्हती. ही भेट संसदभवनमध्ये झाली होती. त्या वेळी ते दोघं साउथ ब्लॉकमध्ये होते. कदाचित असंही असेल की, पंतप्रधान किती संतापलेले, दुखावलेले आहेत याची मला जेवढी कल्पना होती, तेवढी त्यांना नसेल. काँग्रेस पक्षाची नेतेमंडळी त्यामुळे नाराज होती आणि कदाचित डॉ. मनमोहन सिंग यांना त्या मुलाखतीत जे काही छापून आलं होतं, ते नाकारण्यास सांगितलं जाईल, असं त्यांनी मला सांगितलं. पंतप्रधानांची ती मुलाखत ध्वनिमुद्रित केलेली नसल्यानं ती नाकारणं इतकं काही कठीण जाणार नाही, असं नारायणन यांचं म्हणणं होतं. त्यांचा तो युक्तिवाद ऐकून मी स्तंभित झालो. पण मी गप्प राहिलो. माझ्या मनात असं आलं की, काँग्रेस पक्षातील इतरांशी चर्चा करून त्यांनी पंतप्रधानांना ह्या मुलाखतीचं खंडन करायला सांगण्याचा निर्णय आधीच घेतलेला असेल आणि मानिनी यांनी जे काही लिहिलं होतं, त्या सगळ्याचा ठपका माझ्यावर ठेवण्याचा त्यांचा बेत असेल. पंतप्रधान कदाचित पक्षाच्या दबावाखाली येतील, असंही मला वाटलं. ते आता नक्की काय करतील, हे मलाही कळेना. मी माझ्या खोलीत जाऊन माझी टिपणं परत एकदा चाळली आणि पंतप्रधान नक्की काय म्हणाले, याची खातरी करून घेतली. मी त्यांच्याकडून कधी बोलावणं येतं, याची वाट बघत बसलो.

अनेक पत्रकारांनी मला फोन करून असं सांगितलं की, काँग्रेस पक्ष या वृत्ताचं खंडन करायच्या बेतात आहे. डॉ. सिंग यांनी डाव्या पक्षांना असं निर्वाणीचं काहीही सांगितलेलं नाही, असं पक्ष म्हणणार आहे. एक पत्रकार तर मला फोन करून असंही म्हणाले, "अहमद पटेल मला काय म्हणाले ठाऊक आहे का? डॉक्टरसाहेब डाव्या पक्षांना उद्देशून असं निर्वाणीचं कसं काय बोलले? मुळात डाव्यांना या आघाडीत त्यांनी आणलेलंच नाही, त्यामुळे डाव्यांना जायला ते कसं काय सांगू शकतात?"

गी दिवसभर डॉ. सिंग यांच्याकडून बोलावणं येण्याची वाट पाहिली. ते जे काही बोलले होते, त्याचा त्यांना पश्चात्ताप होत असेल का? आपण असं काही

म्हणालोच नव्हतो, असं सांगून ते मला या वृत्ताचं खंडन करायला सांगतील का? पण फोन वाजलाच नाही आणि पंतप्रधानांनी त्या वृत्ताचं खंडनही केलं नाही. इकडे दिल्लीच्या राजकीय वर्तुळात तर्कवितर्क चालूच होते.

मंगळवार, दि. १४ ऑगस्ट रोजी स्वातंत्र्यदिनाच्या आदल्या दिवशी मला सुब्बूनं जे सांगितलं, ते ऐकून मला धक्का बसला. दुसऱ्या दिवशी लाल किल्ल्याच्या तटावरून राष्ट्राला उद्देशून भाषण करताना डॉ. सिंग या '१२३ करारा'चा उल्लेख करणार नव्हते. त्यांनी भाषणातून त्या विषयीचे सर्व संदर्भ वगळले होते. पंतप्रधानांच्या ज्या कामगिरीबद्दल त्यांची सर्वत्र वाहवा झाली होती, त्या त्यांच्या यशाबद्दलचा अत्यंत प्रभावशाली परिच्छेद त्या भाषणात होता. पण शेवटच्या क्षणी तो वगळण्यात आला. इतर कोणत्याही पंतप्रधानांनी लाल किल्ल्यावरून अत्यंत अभिमानानं या गोष्टीचा उल्लेख केला असता. ज्या कामगिरीनं देशाची मान उंचावणार होती, तिचं श्रेय नक्की घेतलं असतं. त्यांनी एक 'अणुसत्ता' म्हणून भारताला जगात प्रतिष्ठा मिळवून दिली होती. गेल्या वर्षभरात सरकारनं केलेल्या इतर अनेक गोष्टींबद्दल ते विस्तारानं बोलले, पण स्वत:च्या या सर्वांत मोठ्या कामगिरीचा त्यांनी उल्लेखही केला नाही.

समारंभ संपल्यावर परत निघालेल्या मंत्र्यांच्या, अधिकाऱ्यांच्या आणि राजकीय मुत्सद्यांच्या चेहऱ्यावर एक प्रश्नचिन्ह होतं. मी डॉ. सिंग यांची भाषणं लिहित असल्याचं ज्यांना ठाऊक होतं, त्यांनी या भाषणात '१२३ करारा'चा उल्लेख सुद्धा कसा नाही, असं मला विचारलं. त्यावर माझ्याकडे उत्तर नव्हतं.

✦

राजकीय मुत्सद्यांनी एक ऐतिहासिक करार करून जगात भारताची मान उंचावली होती, पण देशातल्या राजकारण्यांनी मात्र भारताला निराश केलं होतं. 'हिंदू' वृत्तपत्रातून स्वत: आधी केलेल्या भाष्यावर उलट प्रतिक्रिया देण्याची वेळ राम यांच्यावर आली होती आणि त्यावरूनच डाव्यांचा ढोंगीपणा उघड झाला होता. '१२३ करार' अत्यंत उत्तम आणि सन्माननीय करार आहे, असं प्रशंसोद्‌गार आपल्या संपादकीयातून काढल्यावर काही दिवसांतच त्यांनी आणखी एक संपादकीय लिहून त्यात कारत यांचीच 'री' ओढली. सरकारनं हा करार इतक्यातच करण्याची घाई करू नये, थोडे दिवस थांबावं, असा सल्ला दिला. पंतप्रधानांनी जे काही साध्य केलं होतं, त्याबद्दल खासगीरीत्या येचुरींनी जरी त्यांना पाठिंबा दिला असला, तरीही त्यांनी जाहीरपणे त्यांच्यावर टीका केली होती.

डाव्यांचा हा विरोध सुरुवातीला जरी तत्त्वाच्या मुद्द्यावरून असला, तरी हळू-हळू कारत त्यांनी त्याला वेगळा रंग दिला. डाव्या पक्षांमध्ये जे कुणी पंतप्रधानांच्या

बाजूचे होते, त्यांना हळूहळू बाजूला सारून त्यांचे अधिकार कमी करण्याचा कारत यांचा हा डावा होता. सुरजित, ज्योती बसू, बुद्धदेव आणि येचुरी हे पक्षातले मवाळ, शांत, संयमी लोक होते. सुरजित यांना बाजूला सारून, अणुकराराला विरोध करून कारत यांनी मार्क्सवादी कम्युनिस्ट पक्षात स्वत:चं स्थान बळकट केलं. कम्युनिस्ट पक्षाच्या (सीपीआय) लोकांमध्ये कारत यांच्या हटवादी धोरणामुळे अस्वस्थता आली होती. 'सीपीआय'चे नेते डी. राजा आणि एस. सुधाकर रेड्डी यांची माझ्याशी चांगली ओळख होती. रेड्डी यांना तर मी हैदराबादच्या कॉलेजच्या दिवसांपासून ओळखत होतो. ते मोहित सेन यांचे शिष्य होते. ते मुद्दाम माझ्या घरी भेटायला आले. कारत यांच्या ह्या कराराच्या विरोध करण्याच्या धोरणाबद्दल 'सीपीआय'चे नेते पण नाराज असल्याचं त्यांनी मला सांगितलं, पण त्यांचाही नाइलाज होता. सरकार डळमळीत करण्याची 'सीपीआय'ची अजिबात इच्छा नव्हती पण ते कारत यांचं मन वळवू शकले नव्हते.

भाजपमध्ये सुद्धा या विषयावर दुमत होतं. वाजपेयींसारखे मवाळ नेते, अरुण जेटलींसारखे तरुण नेते काही या कराराच्या इतके ठामपणे विरोधात नव्हते. कारत यांनी या कराराला विरोध करून त्या निमित्तानं स्वत:च्या पक्षात स्वत:ला पाठिंबा देणाऱ्यांचा जमाव गोळा केला होता, हे उघड होतं. एल. के. अडवानी यांनी पण या कराराला तीव्र विरोध करून वाजपेयींची भूमिका डावलली आणि नेता म्हणून पक्षात स्वत:चं स्थान बळकट केलं.

डॉ. सिंग यांनी पक्षनेत्यांना या '१२३ करारा'चे तपशील स्पष्ट करून सांगण्यासाठी जी बैठक बोलावली होती, त्याचवेळी भाजपमधील ही मतभिन्नता उजेडात आली होती. अडवानी त्या वेळी दिल्लीत नव्हते. पण या बैठकीला वाजपेयी, जसवंत सिंग, यशवंत सिन्हा, अरुण शौरी आणि ब्रजेश मिश्रा उपस्थित होते. सिन्हा आणि शौरी यांनी शास्त्रज्ञ, राजकीय मुत्सद्दी आणि पंतप्रधान कार्यालयाचे अधिकारी या सर्वांनाच खोदून-खोदून प्रश्न विचारले. भारतानं यातून काय मिळवलं, याविषयी शंका व्यक्त केल्या. पण जसवंत सिंग यांनी त्यांच्या नेहमीच्या धीरगंभीर स्वरात अधिकाऱ्यांची पाठ थोपटली. ते म्हणाले, "लोकहो, तुम्ही जे काम करून दाखवलं आहे, त्याबद्दल देशाला तुमचा अभिमान वाटेल."

बैठक चालू असताना एका क्षणी ब्रजेश मिश्रा यांनी उठून वाजपेयींच्या जवळ जाऊन त्यांच्या हातात एक चिठ्ठी दिली. वाजपेयींनी चिठ्ठीवर एक नजर टाकून तो कागद घडी करून खिशात टाकला. डॉ. सिंग यांनी वाजपेयींकडे वळून त्यांना विचारलं, "तुम्हाला काही बोलायचंय का?" त्यावर वाजपेयी केवळ स्मितहास्य करून गप्प राहिले. यशवंत सिन्हा, शौरी आणि ब्रजेश उत्सुकतेनं वाजपेयींकडे पाहात होते. वाजपेयी आता काहीतरी बोलतील, अशी सर्वांनाच आशा वाटत होती.

पण तरीही वाजपेयी काहीच बोलले नाहीत. बैठक समाप्त झाली. सर्व जण उठले आणि एकएक करत खोलीच्या दारातून बाहेर पडून कॉरिडॉरमध्ये आले. वाजपेयी मात्र सावकाश उठून उभे राहिले. खोलीला अजून एक दार होतं, तिथून कारपार्कला जायला जवळचा रस्ता होता. पंतप्रधान उठून वाजपेयींपाशी गेले आणि त्यांच्याबरोबर त्या दारानं बाहेर पडले. मी डॉ. सिंग यांच्या मागेच होतो. वाजपेयींनी आपल्या गाडीजवळ पोहोचताच थांबून डॉ. सिंग यांचे दोन्ही हात हातात घेऊन स्मितहास्य केले. ते काही बोलले नाहीत, पण त्यांनी केवळ हसून मान डोलावली. 'तुम्ही खूप चांगलं काम केलं आहेत', असंच जणू त्यांनी त्यातून पंतप्रधानांना सुचवलं.

"तुम्ही जे काही सुरू केलं होतं, तेच मी पूर्ण केलं, इतकंच!" डॉ. सिंग वाजपेयींना म्हणाले. वाजपेयींनी परत एकदा मान हलवून स्मितहास्य केलं. ते कारमध्ये बसून निघून गेले.

पुढच्या काही आठवड्यांमध्ये जे काही घडत होतं, ते एक राजकीय गूढच होतं. आता पुढे काय होणार, हे काहीच कळत नव्हतं. सरकारनं मात्र याबाबत डाव्यांशी चर्चा चालू असल्याचा आव आणला होता. मधूनच कधीतरी डॉ. सिंग राजीनामा देणार असल्याच्या वावड्या उठत. एका ज्येष्ठ पत्रकारांनी सोनियांच्या खास मर्जीतल्या एका काँग्रेस नेत्यांना ही बातमी खरी आहे का? असं विचारताच ते नेते रागानं म्हणाले, "त्यांना द्यायचा तर देऊ देत राजीनामा! आमच्या इथे अनेक लोक पंतप्रधान व्हायला तयार आहेत. त्यांच्यापैकी कुणीही इतकंच उत्तम काम करू शकेल."

✦

१२ ऑक्टोबर, २००७ रोजी 'हिंदुस्थान टाइम्सच्या शिखर परिषदे'त सोनिया गांधी आणि डॉ. सिंग हे दोघंही बोलले. त्यात 'हिंदुस्थान टाइम्स'चे संपादकीय संचालक वीर संघवी यांनी सोनियांना प्रश्न विचारले. ते संघवींनी सोनियांना आधीच दाखवून त्यांची संमती घेतली होती. सोनियांनी सांगितलं की, 'सरकार टिकणं हे अणुकरारापेक्षा महत्त्वाचं आहे. काँग्रेस अजूनही डाव्यांशी चर्चा करून त्यांचं मन वळवायचा प्रयत्न करणारच आहे, पण ह्या मुद्याबाबत आग्रह धरून डाव्यांपासून वेगळं होण्याचा धोका सरकारला पत्करायचा नाही.'

७ रेसकोर्स मार्गामध्ये डॉ. सिंग यांनी सोनियांच्या त्या मुलाखतीचं टीव्हीवरील थेट प्रक्षेपण पाहिलं. सोनियांचं सत्र संपलं. डॉ. सिंग यांच्या मोटारींचा ताफा ताज पॅलेस हॉटेलकडे निघाला. यानंतर डॉ. सिंग तेथे बोलणार होते.

'हिंदुस्तान टाइम्स'चे वीर संघवी यांनी डॉ. सिंग यांना मुद्दामच प्रश्न केला, "तुम्ही एका वृत्तपत्राला दिलेल्या मुलाखतीत जे विधान केलं होतं, ते तुमच्या

नेहमीच्या स्वभावाला अनुसरून नव्हतं. त्या विधानातूनच सगळा वादविवाद सुरू झालेला आहे. तुम्हाला असं नाही का वाटत की, तुम्ही तुमची मर्यादा जराशी ओलांडली आहे?''

या वेळी मात्र डॉ. सिंग यांनी अत्यंत ठाम निर्धारानं उत्तर दिलं, ''मी मर्यादेचं उल्लंघन केलं आहे, असं मला अजिबात वाटत नाही. चार डाव्या पक्षांनी जाहीरपणे जे निवेदन केलं, त्यावर मी माझी प्रतिक्रिया व्यक्त केली आणि त्यात मी मर्यादा मुळीच ओलांडलेली नाही. माझ्या जबाबदाऱ्या काय आहेत, याची मला पूर्णपणे जाणीव आहे. कुठे काय बोलावं आणि काय बोलू नये, हे मला व्यवस्थित समजतं.''

सोनिया आपल्या आधी याच व्यासपीठावरून काय बोलल्या आहेत, याची त्यांना पूर्ण कल्पना असल्यामुळे त्यांनी अणुकराराविषयी बोलणं टाळलं. आपल्या सरकारपुढे हा एवढा एकच मुद्दा नाही, असं ठामपणे सांगून ते पुढे असंही म्हणाले की, ''काही निराशाजनक गोष्टींचा माणसाला स्वीकार करावाच लागतो. समजा तो करार होऊ शकला नाही, तरी त्यानं काही जगबुडी येणार नाही.''

ते अत्यंत निराश मन:स्थितीत घरी परतले. मी त्यांचा निरोप घेत असताना ते म्हणाले, ''तुमच्या ओळखीची कुणी विद्वान माणसं आहेत का, मला सल्ला द्यायला?''

त्यावर मला अशा फक्त दोनच विद्वान व्यक्ती माहीत असल्याचं मी त्यांना सांगितलं. एक म्हणजे, माझे वडील. ते त्या दिवशी दिल्लीतच होते. दुसरे म्हणजे माझे गुरू, के. सुब्रह्मण्यम. डॉ. सिंग यांनी त्या दोघांचीही भेट घेण्याची इच्छा व्यक्त केली आणि त्याप्रमाणे दोघांना वेगवेगळ्या वेळी भेटले. दोघांनीही त्यांना स्वत:च्या मताशी ठाम राहण्याचा सल्ला दिला. त्यांनी जे काही केलं होतं, ते केंद्रीय मंत्रीमंडळाच्या संमतीनंच केलं होतं. आता कम्युनिस्टांच्या दडपणाखाली भारतानं नमतं घेणं, जगापुढे चांगलं दिसलं नसतं. देशाची मान खाली झाली असती. जर पक्षानं पाठिंबा दिला नाही, तर डॉ. सिंग यांनी पद सोडावं, असंही त्यांनी सांगितलं.

त्या दोघांशी डॉ. सिंग वेगवेगळ्या वेळी बोलले. पण त्या दोघांनाही त्यांनी एक गोष्ट बोलून दाखवली, ''त्यांनी (सोनियांनी) मला निराश केलं,'' त्यांच्या आवाजात रागापेक्षा दु:ख जास्त होतं.

दुसऱ्या दिवशी डॉ. सिंग नायजेरियाच्या दौऱ्यावर गेले. मी बरोबर होतोच. मी माझ्या हॉटेलच्या खोलीत जरा स्थिरस्थावर होतो ना होतो, तोच सुब्बू यांचा फोन आला, ''पंतप्रधानांना तुमच्याशी महत्त्वाचं बोलायचंय तुम्ही लगेच त्यांच्या खोलीत येऊ शकाल का?''

त्यांच्या स्वरातील तातडी माझ्या लक्षात आली आणि मी तत्काळ जसा होतो तसाच त्यांच्या खोलीत गेलो. आत शिरताच मी पाहिलं, तर खोलीच्या मध्यभागी डॉ. सिंग बसले होते त्यांच्या एका बाजूला मिसेस कौर आणि दुसऱ्या बाजूला सुब्बू

बसले होते. सुब्बूनी उठून स्वत:ची खुर्ची मला दिली. डॉ. सिंग यांचा चेहरा गंभीर दिसत होता.

''तुम्ही अमेरिकेच्या राजदूतांना काय सांगितलं?'' ते म्हणाले.

त्यांच्या त्या प्रश्नाचं आणि त्यांच्या स्वराचं मला आश्चर्य वाटलं. मी अमेरिकेच्या राजदूतांना काय सांगितलं? माझं तर त्यांच्याशी काहीच बोलणं झाल्याचं मला आठवत नव्हतं. ''कशाच्या संदर्भात?'' मी विचारलं.

''तुम्ही अणुकराराच्या बाबतीत काहीतरी बोलल्याचं माझ्या कानावर आलंय तुम्ही काय म्हणालात?''

त्या क्षणी मला सगळं आठवलं, आम्ही नायजेरियाला जायला निघण्याच्या आदल्या दिवशी मी साउथ ब्लॉकमधल्या माझ्या कार्यालयात थोडी आवराआवर करून निघत असताना मला अमेरिकन दूतावासातील एक राजकीय मुत्सद्दी टेड ऑसियस यांचा फोन आला होता. त्यांनी मला हे सांगायला फोन केला होता की, 'हिंदुस्तान टाइम्स'च्या शिखर परिषदेत पंतप्रधानांनी जे भाषण केलं होतं त्याची एक प्रत त्यांना मिळाली होती. पण अणुकराराच्या भवितव्याविषयी पंतप्रधान जे काही म्हणाले होते, ते त्यामध्ये नव्हतं. मग वृत्तपत्रांनी पंतप्रधानांच्या तोंडची वाक्ये कशी काय छापली होती?

त्यावर मी त्यांना सांगितलं की, वीर संघवी यांनी पंतप्रधानांना आयत्या वेळी जे प्रश्न विचारले होते, त्याची तिथल्या तिथे पंतप्रधानांनी उत्तरं दिली होती आणि त्या मुलाखतीची संहिता पंतप्रधान कार्यालयाच्या वेबसाइटवर उपलब्ध होती. त्यावर टेड ऑसियस यांनी मला असं सांगितलं की, अमेरिकेचे राजदूत डेव्हिड मलफोर्ड यांना पंतप्रधान त्या वेळी नक्की काय म्हणाले, ते वाचण्याची इच्छा होती, म्हणजे त्यांना पंतप्रधानांचे विचार समजले असते. मी त्यांना पंतप्रधानांची विधानं स्पष्ट करून सांगावी, अशी त्यांची मागणी होती.

मी त्या वेळी सामान आवरून निघण्याच्या गडबडीत होतो. स्पष्टीकरण म्हणून मी त्यांना नक्की काय सांगावं, याबाबत मलाच खातरी नव्हती, मग मी इतकंच म्हणालो होतो, ''पंतप्रधान म्हणाले 'Que Sera Sera.'

मला ते माझं बोलणं आठवलं, मी पंतप्रधानांना ही सर्व हकीकत सांगताच; ते म्हणाले, 'Que Sera Sera'चा अर्थ काय?''

मला त्यावर जोरात हसू फुटलं. मी डॉ. सिंग यांना म्हणालो, ''मी काहीतरी सांकेतिक भाषेत त्यांच्याशी बोलल्याचं तुमच्या कानावर आलंय का?'' मला हसू आवरेना. माझं बोलणं चोरून ऐकणाऱ्या त्या माणसाला त्या शब्दप्रयोगाचा अर्थ पंतप्रधानांना समजावून सांगता आला नव्हता. मिसेस कौर हसल्या. मला काय म्हणायचं होतं, ते त्यांच्या लक्षात आलं होतं.

'Que Sera Sera' या स्पॅनिश वाक्प्रयोगाचा अर्थ आहे, 'Whatever will be, will be', म्हणजे जे काही व्हायचं ते होईल.''

'The man who knew too much' हा आल्फ्रेड हिचकॉकचा चित्रपट पंतप्रधानांनी पाहिलेला नव्हता. मिसेस कौर यांनी तो पाहिला होता. त्या म्हणाल्या, ''हो मला तो चित्रपटही आठवतोय आणि ते गाणंही.'' ते गाणं डोरिस डेनं म्हटलंय, अशी मी कौर यांना आठवण करून दिली. मी ते गाणं गुणगुणून दाखवताच सुब्बू यांना हसू फुटलं. डॉ. सिंग मात्र हसत नव्हते. ते विषादानं माझ्याकडे पाहात होते.

''मी त्यांना आणखी काय सांगणार?'' मी म्हणालो. केवळ अमेरिकेचे राजदूतच नव्हे, तर माध्यमांमध्ये आणि जनतेमध्ये सर्वत्र हीच चर्चा चालू होती. ज्याच्या-त्याच्या तोंडी हाच प्रश्न होता. ''सरकारपुढे हा एवढा एकच मुद्दा नाही आणि काही निराशाजनक गोष्टींचा माणसाला स्वीकार करावाच लागतो. समजा तो करार होऊ शकला नाही, तरी त्यानं काही जगबुडी येणार नाही.'' या पंतप्रधानांच्या विधानांचा अर्थ काय, हे सगळेच विचारात होते.

तो करार होणारच नव्हता का? मला काय बोलायचं हेच कळत नव्हतं, त्यामुळे मी अमेरिकेच्या त्या राजकीय मुत्सद्याला 'Que Sera Sera' (के सेरा सेरा) असं उत्तर दिलं, हे मी डॉ. सिंग यांना पटवून दिलं.

अखेर डॉ. सिंग हसले. त्यांनी नंतर सांगितलं की, त्यांना प्रणव मुखर्जींचा फोन आला होता. अमेरिकन राजदूत मलफोर्ड यांनी त्यांच्याशी संपर्क साधून त्यांना 'हिंदुस्तान टाइम्स शिखर परिषदे'मध्ये सोनिया आणि पंतप्रधान डॉ. सिंग यांनी केलेल्या विधानाचं स्पष्टीकरण मागितलं होतं. सरकारनं ह्या कराराविषयीच्या वाटाघाटींना स्थगिती दिली आहे का, अशी चौकशी केली. प्रणव यांनी त्यांना काहीतरी स्पष्टीकरण देण्याचा प्रयत्न केला. त्यावर मलफोर्ड त्यांना म्हणाले, ''माझ्या एका सहकाऱ्यांनी पंतप्रधान कार्यालयाला याचं स्पष्टीकरण मागताच त्याला 'Que Sera Sera' असं उत्तर देण्यात आलं. तुम्हाला काय वाटतं, त्या पंतप्रधान कार्यालयातल्या माणसाला नक्की काय म्हणायचं होतं?''

त्यानंतर काही दिवसांनी दिल्लीला परत आल्यावरची गोष्ट. स्वित्झर्लंडचे राष्ट्राध्यक्ष भारतभेटीला आले असता, त्यांच्या सन्मानार्थ राष्ट्रपती भवनमध्ये आयोजित केलेल्या एका मेजवानीला मी उपस्थित होतो. राष्ट्रपती भवनमधील मेजवानीमध्ये अनेक वेळा वाद्यवृंद असतो. संगीत चालू असतं. सर्व निमंत्रितांच्या टेबलावर मेन्यू कार्डच्या सोबत एक दुसरं कार्ड असतं. त्या कार्यक्रमात कोणकोणत्या गाण्यांची धून वाजवण्यात येणार आहे, ही यादी त्यात असते. त्या वेळी पहिल्या गाण्याची धून वाजत होती. दुसऱ्या क्रमांकाचं गाणं होतं डोरिस डेचं 'Que Sera Sera....'

मी त्या गाण्याभोवती पेननं वर्तुळ काढलं आणि ते कार्ड डॉ. सिंग ज्या टेबलापाशी बसले होते, तिथे पाठवून दिलं. त्यांनी ते हातात घेऊन पाहिलं आणि माझ्याकडे पाहिलं. मी त्यांचं लक्ष हातानं त्या वाद्यवृंदाकडे वेधलं आणि माझ्या उजव्या हाताच्या बोटानं वाद्यवृंदाचं संचालन करत असल्याचा अभिनय केला. डॉ. सिंग हसले. ते गाणं वाजू लागलं. डॉ. सिंग हिचकॉकच्या चित्रपटातील त्या अप्रतीम सुंदर गाण्याची धून आयुष्यात प्रथमच ऐकत होते.

त्या संध्याकाळी मला असं वाटलं की, डॉ. सिंग यांची स्वत:ची ओळख निर्माण करणाऱ्या त्या अणुकरार प्रस्तावाला सुद्धा डॉ. सिंग नशिबावर सोडणार होते. जे काय व्हायचं ते होईल, असा विचार करणार होते. आजवर इतर अनेक मुद्यांबाबत त्यांनी ते केलेच होतं. त्यांच्या या अशा गोष्टी नशिबावर सोडून देण्याच्या भूमिकेचा मला कधीकधी खूप त्रास होई. विशेषत: त्यांचे साहाय्यक राजकीय अस्तित्व टिकवण्याच्या नावाखाली त्या दृष्टिकोनाचं समर्थन करत, तेव्हा तर मला खूपच त्रास होत असे. पण मग कधीतरी मी जरा तटस्थतेनं त्यांच्या या भूमिकेकडे बघत असे. त्यांच्या या दृष्टिकोनापासून काही शिकता येईल का, असा विचार करत असे. पण निदान या अणुकराराच्या बाबतीत तरी ते दैववादी असल्याप्रमाणे न वागता राजनीतीज्ञाप्रमाणे वागले होते. पुढच्या आठवड्यात त्यांनी त्यांच्याकडचे पत्ते एक-एक करून खुले करायला सुरुवात केली. अत्यंत सावकाश एक-एक चाल करायला सुरुवात केली. अखेर सोनियांना आपल्या बाजूला वळवण्यासाठी त्यांनी हुकुमाचा पत्ता बाहेर काढला – राजीनाम्याची धमकी!

■

१२
'सिंग इज किंग'

"जग भारताला अण्वस्त्रसज्जतेच्या बाबतीत जी वर्णद्वेषी वागणूक देत आहे, ती संपवण्यासाठी आपण पाऊल उचलणं फार महत्त्वाचं आहे."

– मनमोहन सिंग आयएफएसच्या विद्यार्थ्यांना
१२ जून, २००८

'हिंदुस्तान टाइम्स'च्या २००७ सप्टेंबरमधील शिखर परिषदेत सोनिया गांधींनी अशा वाटाण्याच्या अक्षता लावल्यानंतर डॉ. सिंग यांनी अणुकराराविषयी मौन बाळगण्यास सुरुवात केली. युपीए आणि डावे यांच्या सदस्यांची एक पंधरा सदस्यांची समिती अणुकरारावर चर्चा करण्यासाठी बनवण्यात आली होती. याविषयी अजून चर्चा चालूच असल्याचं ढोंग काँग्रेस पक्षातील लोक आणि डावे जगाला दाखवण्यापुरतं करत होते. काँग्रेस पक्षातील मातब्बर मंत्री प्रणव मुखर्जी, कपिल सिब्बल, पृथ्वीराज चव्हाण आणि इतर मंडळी कारत, येचुरी, ए. बी. वर्धन, डी. राजा आणि इतरांबरोबर चर्चा करण्यासाठी एकत्र जमत आणि डाव्यांनी उपस्थित केलेल्या शंकांना सरकार अजून उत्तर देत आहे, अशी मूर्खपणाची विधानं करत, त्या बैठकांमधून बाहेर पडत.

सप्टेंबर ते नोव्हेंबर, २००७ या दरम्यान अशा सहा बैठका झाल्या. डाव्यांचा असा दावा होता की, या करारातून बाहेर पडण्यासाठी आपण सरकारला एक सोयीचा मार्ग (ऑनरेबल एक्झिट रूट) दाखवत आहोत आणि २००९ सालच्या सार्वत्रिक निवडणुका होईपर्यंत हा करार होऊ नये, अशी डाव्यांची इच्छा आहे. जोपर्यंत बुश अमेरिकेचे राष्ट्राध्यक्ष आहेत, तोपर्यंत हा करार घडूच नये, असंही त्यांचं म्हणणं होतं.

डाव्यांचा एवढा विरोध असूनसुद्धा सरकारनं डाव्यांची परवानगी मिळवली आणि मग भारताची आणि आयएईएची भेट ठरली. आयएईएच्या मार्गदर्शक

तत्त्वांचा भारताच्या बाबतीत वेगळा विचार होऊन भारतासाठी मार्गदर्शक तत्त्वं बनवण्यात यावी, याबाबतीत त्यांच्यात चर्चा होणार होती. डाव्यांनी ही बोलणी करायला परवानगी दिली पण त्याआधी अशी अट घातली की, अशाप्रकारे भारतासाठी वेगळी मार्गदर्शक तत्त्वं आयएईएनं बनवण्याची जरी तयारी दाखवली, तरी त्यानंतर पुढचं पाऊल उचलण्यापूर्वी डॉ. सिंग यांना डाव्यांची पुन्हा परवानगी घ्यावीच लागेल. हे पुढचं पाऊल उचलणं म्हणजेच '१२३ करारा'वर सही करणं, हे होतं. एकदा त्यावर भारतानं स्वाक्षरी केली की, त्यानंतरच अमेरिकेच्या राष्ट्राध्यक्षांना या अणुकरारावर त्यांच्या काँग्रेसची संमती मिळवता येणार होती.

'हिंदुस्तान टाइम्स'च्या त्या शिखर परिषदेनंतर पहिल्यांदाच १७ नोव्हेंबर, २००७ रोजी अखिल भारतीय काँग्रेस समितीमध्ये बोलत असताना डॉ. सिंग यांनी अणुकराराचा विषय काढला. देशांतर्गत वीजपुरवठ्याचा तुटवडा आणि देशाची वीज उत्पादनक्षमता वाढवण्याच्या संदर्भात ते बोलत होते.

> ''अमेरिकेशी एक ऐतिहासिक करार करण्याची प्रक्रिया चालू आहे. त्या करारामुळे आपली अणुऊर्जा उत्पादनाची क्षमता निश्चितपणे वाढेल. या कराराबद्दल अनेकांच्या मनात शंका आहेत, चिंता आहेत. नागरी अणुकराराच्या माध्यमातून बंद दरवाजे उघडण्याचा हा प्रयत्न आहे, तसं झालं तर आपल्याला इतर देशांकडून अणुइंधन आणि तंत्रज्ञान मिळू शकेल. असे देश म्हणजे अमेरिका, रशिया, फ्रान्स....''

हे भाषण त्यांनी वाचून दाखवलं. आजपर्यंत हे मुद्दे त्यांनी इतके वेळा समजावून सांगितले होते, तरी पुन्हा एकदा आयत्या वेळी ते उत्स्फूर्तपणे बरंच काही बोलले.

> ''या कराराचा संबंध फक्त अणुऊर्जेच्या नागरी बाजूशीच आहे. आपल्या राजनैतिक कार्यक्रमावर त्याचा काहीही परिणाम होणार नाही. त्या कार्यक्रमात कोणत्याही प्रकारचा आंतरराष्ट्रीय हस्तक्षेप होणार नाही. परराष्ट्र धोरण ठरवताना आपला सारासार विचार आणि आपली विवेक बुद्धी यांच्यावर कोणताच प्रभाव पडणार नाही. हे सर्व वास्तव तुम्ही आधी समजून घेतलं पाहिजे आणि मग ते जगाला समजावून सांगितलं पाहिजे.''

त्यांच्यानंतर सोनियांनी भाषण केलं, त्यासुद्धा या अणुकराराविषयी सकारात्मक बोलल्या. त्या पुढे असंही म्हणाल्या, ''आघाडीबरोबर काम करणं, याचा अर्थ काँग्रेसनं आपलं राजकीय स्वत्व कायमचं गमावावं असा होत नाही.'' त्यांचे हे शब्द ऐकून या कराराचे जे समर्थक होते, त्यांचा उत्साह वाढला. मला जे-जे पत्रकार भेटत ते सारखं असंच विचारत असत की, हा अणुकरार होणार की नाही? त्यातले

काहीतर माझ्याच खोलीत बसून याबाबतीत पैजा सुद्धा लावत. पण त्या वेळी सोनियांचं भाषण ऐकून त्याचा अर्थ त्यांची अणुकराराबद्दलची भूमिका बदलली असा लावावा की नाही, असा मला प्रश्न पडला किंवा कदाचित डॉ. मनमोहन सिंग यांची सर्वांसमोर नाचक्की होऊ नये, म्हणून तर त्या असं बोलल्या नसतील, असंही माझ्या मनात येऊन गेलं. त्या एकीकडे खासगीत मनमोहन सिंग यांना त्यांचा हट्ट सोडायला तर लावणार नाहीत ना? त्या सभेनंतर डॉ. मनमोहन सिंग यांनी या विषयावर पुन्हा मौन बाळगलं, त्यामुळे तीच शक्यता वाटू लागली.

चार महिन्यांनी राष्ट्रपतींनी संसदेत केलेल्या अभिभाषणाबद्दल त्यांचे आभार मानण्याच्या प्रस्तावावरील चर्चेला उत्तर देताना ५ मार्च, २००८ रोजी डॉ. सिंग यांनी पुन्हा एकदा या अणुकराराचा उल्लेख केला. पुन्हा एकदा या कराराच्या दिशेनं पावलं उचलण्याचा त्यांनी मनात दृढ निश्चय केला असेल, असं मला वाटलं. कारण या अनंत काळ चालू असलेल्या चर्चा आणि वादविवादांमधून आम्ही एक महत्त्वाचं वळण नुकतंच पार केलं होतं.

२० फेब्रुवारी, २००८ रोजी अमेरिकेचे एक सिनेटर आणि 'युएस सिनेट कमिटी ॲन्ड फॉरिन रिलेशन्स'चे अध्यक्ष जॉन केरी नवी दिल्ली येथे आले. त्यांच्यासोबत त्यांचे एक सहकारी जोसेफ बिडेन हेही होते. (हे पुढे अमेरिकेचे उपराष्ट्राध्यक्ष बनले.) याशिवाय त्यांच्याबरोबर चक हेगलसुद्धा अफगाणिस्तानमधील परिस्थितीवर चर्चा करण्यासाठी भारतात आले होते. पण या चर्चेतून पुढे अणुकराराच्या भवितव्याचा विषय निघाला. भारतात त्याविषयी जी परिस्थिती होती, ती डॉ. सिंग यांनी त्यांना समजावून सांगितली. आपण सध्या देशातील सार्वमत आपल्या बाजूनं वळवण्याच्या प्रयत्नात आहोत आणि एकदा ते साध्य झालं की, आपल्याला अमेरिकेशी वाटाघाटी पूर्ण करता येतील, असंही त्यांनी स्पष्ट केलं. त्या तिघांनी डॉ. सिंग यांना मनमोकळेपणे सल्ला दिला.

त्यांनी एका मुद्यावर बराच भर दिला. हा करार करण्याआधी ज्या काही आवश्यक बाबी होत्या, त्यांची पूर्तता भारतानं जुलैअखेरपर्यंत करणं अत्यंत महत्त्वाचं होतं. कोणत्याही परिस्थितीत अमेरिकेच्या राष्ट्राध्यक्षांच्या निवडणुकीपूर्वी अमेरिकन काँग्रेसकडून या करारावर संमती मिळवावी लागणार होती. "तसं झालं नाहीतर –" केरी सावधगिरीची सूचना देत म्हणाले, "काँग्रेसला त्या कराराला मंजुरी देणं फार कठीण होऊन बसेल. जुलै अखेरपर्यंत त्याला आमच्या काँग्रेसची संमती मिळाली नाही, तर मग कसलीच आशा नाही." केरी पुढे म्हणाले, "हा करार जर अमेरिकन काँग्रेसकडून जुलै अखेरीस संमत करून घ्यायचा असेल, तर तो मे अखेरपर्यंत त्यांच्यापुढे मांडावा लागेल, तेव्हा मला वाटतं, येत्या काही आठवड्यांत तुमच्याकडून निर्णय झाला तर बरं!"

केरींचा असा सल्ला होता की, जोवर अमेरिकेचे राष्ट्राध्यक्ष रिपब्लिकन पक्षाचे होते आणि सिनेटमध्ये रिपब्लिकन पक्ष बहुमतात होता, तोपर्यंत कराराची सर्व प्रक्रिया पार पाडणं गरजेचं होतं. त्यांच्या अंदाजाप्रमाणे पुढच्या निवडणुकीनंतर डेमोक्रॅटिक पक्ष सत्तेवर आला असता आणि डेमॉक्रॅटिक पक्षाकडून या कराराला पाठिंबा मिळणं फारच कठीण होतं. या मुद्यावर त्या तिघांचंही एकमत झालं. गमतीची गोष्ट अशी की, केरी आणि बिडेन हे दोघंही डेमोक्रॅटिक पक्षाचे होते आणि हेगल हे त्या वेळी रिपब्लिकन पक्षाचे होते. २००८ सालच्या फेब्रुवारी महिन्यात राष्ट्राध्यक्षपदासाठी डेमोक्रॅटिक पक्षाचं नामांकन बराक ओबामा यांना मिळणार की हिलरी क्लिंटन यांना, हे अजून स्पष्ट झालेलं नव्हतं. अजून प्राथमिक फेरीमध्ये त्यांच्यात चुरस चालू होती. (अमेरिकेच्या माध्यमांमध्ये अशी चर्चा होती की, जर बराक ओबामा यांना नामांकन प्राप्त झालं, तर बिडेन हे त्यांचे 'सेक्रेटरी ऑफ स्टेट' होतील. परंतु जर हिलरी क्लिंटन यांचं नामांकन झालं, तर त्यांचे 'सेक्रेटरी ऑफ स्टेट' केरी असतील. अखेर प्रत्यक्षात बिडेन हे ओबामांचे उपराष्ट्राध्यक्ष झाले; केरी हे त्यांचे 'सेक्रेटरी ऑफ स्टेट' झाले आणि ओबामा जेव्हा दुसऱ्यांदा निवडून आले, त्यानंतर हेगेल हे त्यांचे 'सेक्रेटरी ऑफ डिफेन्स' झाले.)

अमेरिकेच्या विधिमंडळाच्या वेळापत्रकासंबंधीच्या कोणत्या अटींची पूर्तता करावी लागेल, याकडेही सर्वांनी लक्ष केंद्रीत केलं. केरी यांनी आणखी एक पाऊल पुढे टाकून, डॉ. सिंग यांचं लक्ष आणखी एका गोष्टीकडे वेधलं. डेमोक्रॅटिक पक्षामध्ये 'परमाणू प्रसार निरोधाचं समर्थन' करणाऱ्यांचा एक मोठा गट होता. (के सुब्रमण्यम यांनी त्यांना 'द आयातुल्लाज ऑफ न्युक्लीअर नॉन प्रॉलिफरेशन' अशी उपाधी दिली होती.) केरी यांनी डॉ. सिंग यांना सावधगिरीची सूचना दिली. राष्ट्राध्यक्ष जॉर्ज बुश यांनी भारतासाठी जे काही करण्याची इच्छा आणि तयारी दाखवली होती, ते दुसरा कुणी राष्ट्राध्यक्ष करेलच असं नाही. ओबामा वा हिलरी क्लिंटन यांच्यापैकी कुणीच त्या गटाला आव्हान द्यायला जाणार नाही आणि त्या पक्षाच्या कठोर अशा भारत विरोधी पवित्र्यालाही ते दोघं आव्हान देणार नाहीत, हे त्यांनी स्पष्ट केलं. पुढे ही असंच घडलं. सिनेटमध्ये हिलरी क्लिंटन किंवा ओबामा या दोघांपैकी कुणीच '१२३ करारा'च्या बाजूनं मत दिलं नाही.

डॉ. सिंग यांना खूप पूर्वीपासूनच जे माहिती होतं, तेच ते तिघं अमेरिकन नेते त्यांना परत सांगत होते. भारताला हा अणुकरार करण्याची संधी जर मिळणारच असेल, तर ती केवळ बुश सत्तेवर असतानाच मिळू शकेल, अन्यथा नाही. कारण बुश हे भारतासाठी ही गोष्ट मनापासून करू इच्छित असल्याचं डॉ. सिंग यांना माहीत होतं. बुश यांच्या मनात भारताविषयी फार खास काही प्रेम होतं, असं नाही. ९/११ला अमेरिकेवर झालेल्या दहशतवादी हल्ल्यानंतर अमेरिकेवर 'जिहादी दहशतवादा'ची

प्रेतकळा पसरली होती. भारतीय नेते अमेरिकन नेत्यांना या 'जिहादी दहशतवादा'शी लढण्याबद्दल कधीपासून सांगत होते; ते आता कुठे अमेरिकन नेत्यांना नीट समजलं होतं. शिवाय चीनची जी वेगानं भरभराट झाली होती, त्यामुळे केवळ आशियातीलच नव्हेतर जगातील सत्तेचा समतोल ढळू पाहात होता. अशावेळी भारतासारख्या लोकशाही राष्ट्राला मजबूत बनवण्यामध्ये अमेरिकेचा असा फायदा होता की, इस्लामी कट्टरवाद आणि चीनचा उदय या दोन्ही आघाड्या सांभाळण्यात भारताची अमेरिकेला मदतच झाली असती. त्यामुळे हा करार यशस्वीरित्या पार पाडणं, अमेरिकेच्याही हिताचं होतं. शिवाय बुश यांना स्वत:ला परमाणूप्रसार निरोधाचं समर्थन करणाऱ्या गटाच्या टीकेची फारशी तमा नव्हती. पण अमेरिकेतील इतर राजकीय नेते मात्र बुश यांच्याशी फारसे सहमत नव्हते.

या वाटाघाटींच्या प्रक्रियेत समाविष्ट असलेल्या प्रत्येकाला एक गोष्ट कळून चुकली होती की, राष्ट्राध्यक्ष बुश यांनी या ठिकाणी जातीनं लक्ष घातल्यामुळेच या वाटाघाटी आज इतक्या पुढे जाऊ शकल्या होत्या. '१२३ करार' हा उत्तम आणि सन्माननीय होण्यामध्ये केवळ भारतीय मुत्सद्यांचंच कौशल्य होतं असं नाहीतर, बुश यांची भारताशी न्याय्य पद्धतीनं व्यवहार करण्याची इच्छाही त्यामागे तेवढीच कारणीभूत होती. भारत आपल्या बाजूनं आहे, अशी त्यांची भावना होती. (बुश यांच्यावर टीका करणारे भारतातील लोक बुश यांच्या जगाकडे बघण्याच्या दृष्टिकोनाला त्यांचा 'काउबॉय व्ह्यू' असं म्हणत. म्हणजे त्यांना जग हे केवळ सज्जन आणि दुर्जन लोकांचं बनलेलं आहे, असं वाटे. मला मात्र असं वाटत होतं की, ज्या माणसाच्या नजरेत भारत सज्जन देश आहे, त्या माणसावर आपण टीका कशासाठी करायची?)

बिडेन, हेगल आणि केरी पंतप्रधानांबरोबरची बैठक संपवून बाहेर पडले. ७ रेसकोर्स मार्गाच्या बाहेर माध्यम प्रतिनिधी प्रतीक्षा करत उभेच होते. केरी यांनी स्वत:च त्यांचं पंतप्रधानांशी जे काही बोलणं झालं; त्याची त्या पत्रकारांना माहिती द्यावी, असं मी सुचवलं. त्यांना ते पटलं आणि त्यांनी लगेच पत्रकारांशी वार्तालाप केला. बिडेनसुद्धा त्यांच्याशी बोलले. ते म्हणाले, "१२३ कराराच्या बाजूनं मतदान करण्यासाठी अमेरिकेचे बरेच सिनेटर तयार आहेत, परंतु ते त्यांच्या अपेक्षेइतकं चांगलं नाही, असं त्यांचं मत आहे." बिडेन पुढे म्हणाले, "त्या '१२३ करारा'मधील मसुद्यात त्यांना जरी काही त्रुटी आढळल्या असल्या, तरी भारत-अमेरिका संबंधांवर त्यांचा विश्वास असल्याकारणानं त्यांचं मत अनुकूल आहे." कॅरी यांनी भारत हे अण्वस्त्रप्रसार करणारं राष्ट्र नसल्याची आपली पूर्ण खातरी असल्याचं पत्रकारांना सांगितलं.

या बैठकीत जे बोलणं झालं, त्यामुळे डॉ. सिंग यांचं विचारचक्र सुरू झालं. २००७मध्ये या वाटाघाटी जणूकाही धोरणांच्या 'ट्रेडमील'वर येऊन थांबल्यासारख्या म्हणजे, नुसता पुढे चालत असल्याचा आभास पण प्रत्यक्ष बोलणी पुढे सरकतच

नव्हती. त्यामुळे हा करार कधी प्रत्यक्षात येऊ शकेल, असा डॉ. सिंग यांना विश्वासच वाटत नव्हता. २००८मध्ये जेव्हा त्यांनी या कराराला पाठिंबा देणाऱ्या व्यक्तींशी संपर्क साधण्यास सुरुवात केली, तेव्हा ब्रजेश मिश्रा यांनी पुढे होऊन पाठिंबा जाहीर केला. त्यामुळे डॉ. सिंग यांना आश्चर्याचा सुखद धक्का बसला.

१८ जुलै, २००५ रोजी जेव्हा या कराराचा विषय निघाला होता, तेव्हा सर्वांत प्रथम ब्रजेश मिश्रा यांनीच त्यावर कडाडून टीका केली होती. त्यांनी सुरुवातीलाच केलेला हा विरोध सरकारला फार महागात पडला, कारण ते राष्ट्रीय संरक्षण सल्लागार होते आणि धोरणात्मक निर्णयाबाबत पुढचं पाऊल (एनएसएसपी)चा प्रस्ताव अमेरिकेपुढे त्यांनीच ठेवला होता. डॉ. सिंग जो करार करू पाहात होते, त्याच्या आधीचा हा टप्पा होता. डॉ. सिंग यांनी पुन्हा एकदा त्या दिशेनं हालचाली सुरू केल्याचं ब्रजेश मिश्र यांच्याकडून परराष्ट्र सेवेतील लोकांच्या कानावर येताच त्यांनीसुद्धा ब्रजेश मिश्रा यांची 'री' ओढून ताबडतोब डॉ. सिंग यांचा प्रयत्न हाणून पाडला. अनेक मध्यस्थांनी पंतप्रधानांच्या वतीने ब्रजेश मिश्रांशी बोलणी करून त्यांची समजूत घालण्याचा प्रयत्न केला. अखेर डॉ. सिंग यांनी मिश्रा यांच्याशी स्वत: संपर्क साधला. २००८ सालचा फेब्रुवारी महिना उजाडेपर्यंत मिश्रा जाहीरपणे या कराराचं समर्थन करण्यास तयार होत नव्हते. पण केरी यांच्या भारत दौऱ्यानंतर मात्र ते तयार झाले. हा करार भारताच्या हिताचा असल्यानं त्यांनी जाहीररीत्या मान्य केलं. मी करण थापर यांना त्यांची मुलाखत घेऊन त्यांच्या तोंडून ते वदवून घेण्याची विनंती केली.

मिश्रा यांनी त्या मुलाखतीत करण थापर यांना स्पष्ट सांगितलं की, 'आता अमेरिकेशी हा करार करण्यापासून भारतानं माघार घेतली, तर भारताची जगभरात नाचक्की होईल.' त्यांनी असंही सांगितलं की, 'सरकारच्या अनेक उच्च पदस्थ प्रतिनिधींबरोबर तसंच काही शास्त्रज्ञांबरोबर त्यांचं याविषयाबाबत बोलणं झालं होतं.' हा करार केल्यानंतरही भारताच्या राजनैतिक धोरणावर काहीही विपरीत परिणाम होणार नसल्याची त्यांची पक्की खातरी पटली होती. 'या करारानंतर सुद्धा आपलं राजनैतिक धोरण आहे तसंच पुढे चालू राहील.' ब्रजेश मिश्रा म्हणाले. त्यावर भारतानं हा करार पक्का करण्यासाठी योग्य वेळ कुठली असं करण थापर यांनी विचारताच ब्रजेश मिश्रा म्हणाले, "आत्ता या क्षणी, लगेच!"

डॉ. सिंग यांना फार आनंद झाला. त्यांनी लोकसभेत हा विषय काढला. ते म्हणाले, "सर, माजी राष्ट्रीय संरक्षण सल्लागार ब्रजेश मिश्र यांनी जाहीरपणे 'अणुसहकार करारा'चं समर्थन केलं, या गोष्टीचा मला विशेष आनंद वाटत आहे."

दुसरी गोळी सुब्रमण्यम यांच्या बंदुकीतून सुटली. 'इंडिया ॲब्रॉड न्यूज सर्व्हिस' (आयएएनएस)मध्ये १६ मार्च, २००८ रोजी त्यांनी एक लेख लिहिला. 'अखेर अणुकरार पुढे सरकणार का?' या शीर्षकाच्या त्यांच्या लेखात सुब्रमण्यम यांनी

काँग्रेस पक्षाला स्वतंत्र परराष्ट्र धोरण राबवण्याचं आव्हान केलं होतं. स्वतंत्र याचा अर्थ डाव्यांचा प्रभावापासून दूर असलेलं, असं त्यांनी स्पष्ट केलं होतं. काँग्रेसच्या तोंडाला काळं फासण्याची डाव्यांची राजनीती असल्याचं त्यांनी पुढे म्हटलं होतं. असं करण्यामागचा त्यांचा हेतू तिसऱ्या आघाडीच्या त्यांच्या मित्रपक्षांनी काँग्रेसचा सहजासहजी स्वीकार करू नये हाच आहे, असं मत सुब्रमण्यम यांनी व्यक्त केलं.

अनेक पत्रकारांनी नंतर त्यांचीच 'री' ओढली. परिणामत: डॉ. सिंग यांनी अणुकरारासंदर्भात पुढची पावलं उचलावी, या भूमिकेचं समर्थन करण्यासाठी माध्यमं पुढे सरसावली. 'द हिंदू', 'एशियन एज' आणि 'डेक्कन क्रॉनिकल' (एशियन एज व डेक्कन क्रॉनिकल ही दोन एकाच छत्राखाली निघणारी वृत्तपत्रं असून त्यांचे संपादकही एक होते.) आणि काही उर्दू वृत्तपत्रं वगळता बहुतेक महत्त्वाच्या इंग्लिश, हिंदी आणि इतर प्रादेशिक भाषांमधली वृत्तपत्रं आणि टीव्ही वृत्तवाहिन्यांनी पंतप्रधानांना पाठिंबा दिला. 'इंडिया टुडे', 'आउटलुक', 'सीएनएन' आणि 'टाइम्स ऑफ इंडिया'च्या जनमत चाचण्यांमधून पंतप्रधानांना आणि अणुकराराला जनतेचा भरघोस पाठिंबा असल्याचं स्पष्ट झालं.

माध्यमांकडून समर्थन मिळाल्यामुळे पंतप्रधानांचा आत्मविश्वास वाढला आणि त्यांनी त्या दृष्टीनं वेगानं काम करण्यास सुरुवात केली. २४ मार्च रोजी दिल्लीच्या बवाना विद्युत् प्रकल्पाच्या पायाभरणी समारंभाच्या वेळी बोलत असताना पंतप्रधानांनी भारताची अणुऊर्जा क्षमता वाढवण्याची गरज असल्याचं जाहीरपणे सांगितलं. पंतप्रधान कार्यालयात आम्ही 'न्युक्लीअर पॉवर कॉर्पोरेशन'कडून या संदर्भातील माहिती मागवून घेण्यात व्यग्र होतो. युरेनियम या इंधनाच्या तुटवड्यामुळे सर्व अणुऊर्जा प्रकल्पांची क्षमता पुरेशी वापरली जात नव्हती. या कारणामुळे काही अणुऊर्जा प्रकल्प नीट चालत नव्हते. अणुऊर्जा विभागानं पूर्वी असा दावा केला होता की, भारताच्या ईशान्येकडे युरेनियमचे पुरेसे साठे असल्यानं आपल्याला युरेनियमची आयात करण्याची कधीही गरज भासणार नाही. परंतु पर्यावरणवादी गटांनी त्या भागातील युरेनियमच्या खाणींवर बंदी घातल्यानं तेथील उत्पादन थांबलं. युरेनियमची आयात करता येत नसल्यामुळे आता अणुऊर्जा प्रकल्पाचं काम ठप्प होत चाललं होतं.

ही सर्व वस्तुस्थिती जनतेसमोर मांडल्यामुळे जनमत अनुकूल झालं. पण अजूनही सरकारनं आंतरराष्ट्रीय अणुऊर्जा संस्थेमध्ये जाऊन नवीन मार्गदर्शक तत्त्वं निश्चित करण्याच्या वाटाघाटी करायला जाऊ नये, असा डाव्यांचा हेका चालूच होता. युपीए आणि डाव्यांनी मिळून समिती तयार केली होती. पण आता त्या समितीवरच बहिष्कार टाकण्याची धमकी डावे देऊ लागले. आपल्याला आता युपीएला पाठिंबा देण्याविषयी फेरविचार करावा लागेल, अशा अर्थाची निवेदनं काही

डाव्या नेत्यांनी प्रसिद्ध केली. अर्थातच यामुळे डॉ. सिंग यांच्या उत्साहावर विरजण पडलं आणि ते त्यांच्या वागण्या-बोलण्यातून जाणवू लागलं. २२ मे, २००८ रोजी युपीएच्या वार्षिक स्नेहसंमेलनात वार्षिक अहवाल सादर करताना डॉ. सिंग यांनी हा विषय काढलाच नाही. ७ रेसकोर्स मार्ग येथे वर्धापनदिनाचं वार्षिक स्नेहभोजन आयोजित करण्यात आलं होतं. त्या वेळी सर्व डावे नेते उपस्थित होते. पण पंतप्रधानांनी व्यासपीठावरून आपल्या भाषणात अणुकराराचा साधा उल्लेखही केला नाही, त्यामुळे उपस्थित पत्रकारांनी हा करार होणार नसल्याचं गृहीत धरलं.

परंतु पंतप्रधानांनी मात्र या कराराच्या बाबतीत अजून हार मानली नव्हती. त्यानंतर पंधरा दिवसांतच तेलाच्या किमती इतक्या वाढल्या की, सरकारला डीझेल, पेट्रोल केरोसिन आणि घरगुती वापराच्या गॅसच्या किमतीत वाढ करणं भाग पडलं. डॉ. सिंग यांनी ४ जून रोजी देशाला उद्देशून भाषण करण्याचा निर्णय घेतला. टीव्हीवरून हे भाषण करत असताना सरकारला सरसकट सर्व इंधनांच्या दरात वाढ का करावी लागत आहे, हे त्यांनी तपशिलवार स्पष्ट केलं. भाषणाचा समारोप करताना ते ठामपणे म्हणाले, ''आपल्याला पर्यायी ऊर्जा स्त्रोतांचा विचार करावा लागेल. मग तो स्त्रोत कोणताही असो. या अस्थिर बाजारपेठेच्या आणि अपुऱ्या, अनिश्चित पुरवठ्याच्या जाळ्यात आपण अडकून राहणं योग्य नव्हे. आपल्याला अक्षय ऊर्जा स्त्रोतांचा, अणुऊर्जेचाही विचार केला पाहिजे.''

सरकारनं जर इंधनाच्या किमती खाली आणल्या नाहीत, तर सरकारमधून बाहेर पडण्याची धमकी डाव्यांनी दुसऱ्याच दिवशी दिली. २३ जूनला एक बैठक घेऊन आपण राजकीय स्थितीचा व युपीए बरोबरच्या संबंधांचा आढावा घेणार असल्याचंही त्यांनी घोषित केलं.

९ जून रोजी नि:शस्त्रीकरण या विषयावरील एका आंतरराष्ट्रीय परिषदेचं डॉ. सिंग यांनी उद्‌घाटन केलं. राजीव गांधी यांनी संयुक्त राष्ट्रसंघाच्या महासभेत 'अण्वस्त्रमुक्त जगाकडे' या विषयावर भाषण केलं होतं. त्याला आता २० वर्षं झाली होती. त्याचं स्मरण म्हणून पुन्हा त्याच विषयावर परिषद भरवण्यात आली होती. डॉ. सिंग यांचं ते भाषण पंतप्रधान कार्यालयातील एका अधिकाऱ्यानं लिहिलं होतं. त्यात या विषयावरील सरकारचा एकंदरीत दृष्टिकोन पुन्हा एकदा मांडण्यात आला होता. मला ते भाषण ऐकून असं वाटलं की, एकदा रीतीनुसार निश:स्त्रीकरणाच्या संकल्पनेला डॉ. सिंग यांनी मनोभावे प्रणाम करून पुन्हा भारताला अण्वस्त्रसज्ज सत्ता म्हणून मान्यता मिळवण्याच्या दृष्टीनं एक अखेरचा प्रयत्न केला.

दोन दिवसांनी ११ जून रोजी डॉ. सिंग अगदी मनापासून बोलले. भारतीय परराष्ट्र सेवे (इंडियन फॉरीन सर्व्हिस)च्या विद्यार्थ्यांच्या सभेत ते अखंड एक तास उत्स्फूर्तपणे बोलत होते. भारतीय परराष्ट्र आणि राजनैतिक धोरणाविषयी ते बोलले.

७ रेसकोर्स मार्गामधील 'पंचवटी' सभागृहात ही सभा भरली होती. तेथे ध्वनिमुद्रणाची सोय उपलब्ध असल्यामुळे पुढे त्यांचं हे भाषण लिखित स्वरूपात पंतप्रधान कार्यालयाच्या संकेतस्थळावर प्रसिद्ध करण्यात आलं. भारताच्या परराष्ट्र धोरणासमोर असलेल्या आव्हानात्मक बाबींविषयी ते बोलले. त्यात हवामानातील बदल, तौलनिकदृष्ट्या नवीन असलेलं आव्हान म्हणजे 'हार्ड पॉवर'* आणि 'सॉफ्ट पॉवर'*, अलिप्ततावाद आणि आघाडी तयार करणं, शेजारी राष्ट्रांशी संबंध, महासत्ता अशा प्रमुख बाबींचा समावेश होता.

"जग हा काही नैतिकतेचा खेळ नसतो." डॉ. सिंग समोर बसलेल्या तरुणांना म्हणाले, "जगातील राजकीय आणि आर्थिक यंत्रणा हा सत्तेचा खेळ असतो आणि ज्यांच्या हातात जास्त सत्ता असते, त्याचा ते स्वत:च्या फायद्यासाठी वापर करतात. सामुहिक राजनीतीचा वापर करून, विकसित देशांच्या विविध आघाड्यांशी सहकार्य करून, कधीतरी समविचारी राष्ट्रांचा गट तयार करून आपल्याला एक असं वातावरण तयार करायचं आहे, जिथे सत्तेचा मुद्दा आपल्याला हानिकारक ठरणार नाही."

भारताच्या परराष्ट्र धोरणाचा तो एक अचूक अभ्यास होता आणि त्या तरुणांना पंतप्रधानांच्या दृष्टिकोनातून त्याकडे पाहाण्याची संधी मिळाली. त्यानंतर अगदी शेवटी त्यांनी त्या मुद्याला परत एकदा स्पर्श केला. त्याआधीचे कित्येक आठवडे त्यांनी त्याविषयी एक शब्दही उच्चारला नव्हता. ते आत्मविश्वासानं म्हणाले :

> आपलं राजनैतिक हित साधण्यासाठी आपल्याकडे अणुऊर्जेची क्षमता असणं, ही आपल्यासाठी राष्ट्रहिताची गोष्ट आहे. त्याचबरोबर नागरी सहकार्याच्या नव्या संधीही त्यामुळे खुल्या होतात आणि मला वाटतं त्याशिवाय दुहेरी तंत्रज्ञानाची व्यापार-व्यवहार – यात संवेदनशील आणि अद्ययावत तंत्रज्ञानही आलंच – ही गोष्ट प्रत्यक्षात येऊ शकणार नाही. पण आपल्या देशांतर्गत राजकारणामुळे आपल्याला यात पुढे जाता येत नाहीये. येत्या काही महिन्यांत या बाबतीत प्रगती होईल, असं मला वाटतं. पण त्यासाठी जगानं भारताच्या बाबतीत जे अणुविषयक वर्णद्वेषाचं धोरण अवलंबलं आहे, त्याचा आधी अंत केला पाहिजे. हा करार जर होऊ शकला, तर त्यामुळे सहकार्याच्या नवनवीन संधी आपल्याकडे चालून येतील. केवळ अमेरिकेच्याच बाबतीत नव्हे तर रशिया, फ्रान्ससारख्या अणुसत्तांशीही आपले सहकार्याचे संबंध

**हार्ड पॉवर : आंतरराष्ट्रीय राजकारणात दडपशाहीसाठी लष्करी व आर्थिक मार्गांचा वापर.*

**सॉफ्ट पॉवर : आंतरराष्ट्रीय राजकारणात सौम्य मार्गाने (सांस्कृतिक व आर्थिक उपाययोजनांच्या द्वारे) मन वळवण्याचा प्रयत्न.*

प्रस्थापित होतील. भारतानं 'नागरी अणुऊर्जा सहकार्या'साठी पात्र व्हावं, अशी या सर्वच राष्ट्रांची इच्छा आहे.

पंतप्रधान आता अजून एकच शेवटचा प्रयत्न करणार हे उघड होतं. आश्चर्याची गोष्ट अशी की, डॉ. सिंग यांच्या भाषणाविषयीचं वृत्त वृत्तपत्रात छापून आल्याच्या दुसऱ्याच दिवशी सोनिया गांधी आसाममधील शेतकरी मेळाव्यात बोलताना अणुऊर्जेच्या महत्त्वाविषयी बोलल्या. इंधनाच्या किमतीमधील वाढीसंदर्भात त्या बोलत होत्या. जणूकाही वरकरणी शांत पृष्ठभागाखाली काहीतरी खदखदत होतं.

✦

बुधवारी, १८ जूनला सकाळी साडेनऊच्या सुमारास मी कार्यालयात पोहोचलो तेव्हा ७ रेसकोर्स मार्गाच्या आवारात काही गाड्या उभ्या होत्या. पोलिसांच्या गाड्या फाटकाबाहेर रस्त्यावर उभ्या होत्या. पंतप्रधानांना भेटण्यासाठी आलेल्या व्यक्तीला जर पोलीस संरक्षण असेल, तर हे असं दृष्य पाहायला मिळायचं. पोलिसांच्या गाड्या नेहमीच ७ रेसकोर्स मार्गाच्या आवाराबाहेर उभ्या केलेल्या असत. पण त्या दिवसभराचा पंतप्रधानांचा कार्यक्रम मला पक्का ठाऊक होता, त्यामुळे आत्ता इतक्या सकाळी त्यांना भेटायला कोण आलं असावं आणि या भेटीची त्यांच्या कार्यक्रमाच्या यादीत नोंद कशी नाही, असं माझ्या मनात आलं.

मी मोबाइलवरून सुब्बू यांना फोन करून चौकशी केली. त्यांनी सांगितलं की, सोनिया गांधी पंतप्राधानांना भेटायला आल्या होत्या आणि नंतर तिथे प्रणव मुखर्जी पण आले होते. त्या तिघांमध्ये काहीतरी अत्यंत महत्त्वाच्या विषयावर चर्चा होत असणार, याबाबतीत माझं आणि सुब्बूचं एकमत झालं. सुब्बूनं फोन करून काय ती माहिती मिळवून मला कळवण्याचं वचन दिलं. मी साउथ ब्लॉकमधल्या माझ्या खोलीत फोनची प्रतीक्षा करत बसून होतो. नंतर सुब्बूंचा फोन आला. त्यांनी सांगितलं की, पंतप्रधानांची प्रकृती बरी नसल्यामुळे त्यांनी दिवसभराचे सर्व कार्यक्रम रद्द केले होते. सुब्बू तेलगूमध्ये कुजबुजले "तुम्ही स्वत:च एकदा रेसकोर्स मार्गाला येऊन पाहात का नाही?"

मी तिकडे जाऊन सुब्बूंना भेटलो. त्या तिघांच्या बैठकीत नक्की काय झालं, ते कुणालाच माहीत नव्हतं. पण सुब्बू यांना एक माहीत होतं. आज सकाळच्या या गुप्त बैठकीपूर्वी काल रात्री पंतप्रधान सोनियांशी बोलले होते. या अणुकराराबाबत इतकी तणावपूर्ण परिस्थिती होती की, आता कुठल्याही क्षणी आग भडकेल, याची आम्हाला खातरी होती. माझ्या 'बॉस'नं राजीनामा दिला असणार.

पण ह्या गोष्टीचा खरे-खोटेपणा पडताळून पाहाण्याचा काही मार्गच नव्हता. पंतप्रधानांनी त्यांचे दिवसभराचे सगळे कार्यक्रम रद्द केले होते. त्यांच्या स्वत:च्या कर्मचाऱ्यांना भेटण्यासाठी सुद्धा ते उपलब्ध नव्हते. आज डॉ. सिंग पंतप्रधान कार्यालयातील कुणासही भेटणार नसल्याचं मला तसंच नारायणन आणि नायर यांना सांगण्यात आलं. मी साउथ ब्लॉकला परत येऊन पुढचे काही तास माध्यमांच्या प्रतिनिधींच्या फोनला उत्तर देत होतो. पंतप्रधानांचे दिवसभराचे सर्व कार्यक्रम रद्द करण्यात आल्याचं ज्या पत्रकारांच्या कानावर आलं होतं, त्यांना संशय आल्यामुळे ते चौकशीसाठी मला फोन करत होते. पंतप्रधानांची प्रकृती बरी नसल्याचं मी सर्वांना सांगितलं.

दुपारी उशिरा 'सीएनएन-आयबीएन'च्या राजदीप सरदेसाईंचा मला फोन आला. त्यांना खातरीलायक सूत्रांकडून डॉ. सिंग यांनी राजीनामा दिला असल्याचं समजलं होतं. आपल्या वाहिनीवरून हे वृत्त प्रक्षेपित होणार असल्याचं त्यांनी मला सांगितलं. त्यावर माझी प्रतिक्रिया काय, हे विचारण्यासाठी मला त्यांचा फोन आला होता. मी त्यांना थोडं थांबण्याची विनंती केली. "मी जरा वेळात तुमच्याकडे माझी प्रतिक्रिया देतो." असं आश्वासन त्यांना देऊन मी फोन ठेवला. मी सुब्बू यांना फोन करून चौकशी करताच त्यांनी मला ७ रेसकोर्स मार्गाला फोन करून थेट पंतप्रधानांशीच बोलण्यास सांगितलं. पंतप्रधान फोनवर येताच राजदीप सरदेसाईंशी जे काही बोलणं झालं होतं, ते मी त्यांच्या कानावर घातलं. आधी डॉ. सिंग काहीच बोलले नाहीत. मग जरा वेळाने म्हणाले, "तुम्ही काहीच बोलू नका!" ते झालं होतं; हे मला आता कळून चुकलं.

मी नंतर राजदीप यांना फोनही केला नाही आणि त्यांचा फोन येताच तो घेतलाही नाही. काहीतरी गडबड आहे, हे त्यांच्या अर्थातच लक्षात आलं. मग त्यांनी विश्वसनीय सूत्रांकडून समजलेली ती बातमी प्रक्षेपित केली. अर्थात या बातमीत पंतप्रधानांनी राजीनामा दिला असल्याची शक्यता व्यक्त करण्यात आली होती. ठामपणे कोणतंही विधान करण्यात आलं नव्हतं. मी माझा मोबाइल बंदच करून ठेवला. कारण प्रसारमाध्यमाचे लोक आता मला फोन करून हैराण करणार होते, याची मला कल्पना होती.

काही मिनिटांतच मला पंतप्रधानांचं बोलावणं आलं. मी त्यांच्या घरी त्यांना भेटायला गेलो, तर कधी नव्हे ते अत्यंत प्रसन्न मन:स्थितीत होते. त्यांच्या खांद्यावरचं ओझं उतरलं होतं. आदल्या दिवशी सोनियांना फोन करून त्यांनी आता आपल्याला पंतप्रधानपदावर राहाण्यात काहीच स्वारस्य नसल्याचं कळवलं होतं. राजीनामा देण्यामागे जी काही कारणं होती, ती त्यांनी सोनियांना नीट स्पष्ट करून सांगितली होती. भारतानं आता आंतरराष्ट्रीय अणुऊर्जा संस्थेकडे भारतासाठी खास बनवण्यात येणाऱ्या मार्गदर्शक तत्त्वांविषयीच्या वाटाघाटी करण्यास जाण्याची

तयारी सुरू केली होती. पण डावे असा हट्ट धरून बसले होते की, अशा प्रकारचा कोणताही करार भारतानं करण्याआधी कच्चा मसुदा आपल्याला दाखवण्यात यावा. हे अशक्य होतं, हे डॉ. सिंग यांनी सोनियांना स्पष्ट करून सांगितलं. आंतरराष्ट्रीय अणुऊर्जा संस्थेबरोबर मार्गदर्शक तत्त्वांसंबंधीचा करार पूर्ण करून त्यावर स्वाक्षऱ्या होण्याआधी सरकार बाहेरील कोणालाही तो दाखवणं शक्य नव्हतं. कराराची अटच तशी होती. शिवाय डाव्या पक्षांच्या या आडमुठ्या धोरणामुळे भारतानं जर आंतरराष्ट्रीय अणुऊर्जा संस्थेबरोबर वाटाघाटी करण्याच्या बाबतीत टाळाटाळ सुरू केली असती, तर त्यानं भारताचीच मान खाली झाली असती. आंतरराष्ट्रीय अणुऊर्जा संस्थेचे प्रमुख मोहम्मद एलबरदाई यांनी भारतीय अधिकाऱ्यांना भारताला अनुकूल असा करार करण्याचं आश्वासन खासगीत दिलं होतं. त्यामुळे इतकं सगळं झाल्यावर जर भारत आंतरराष्ट्रीय अणुऊर्जा संस्थेकडे वाटाघाटी करण्यासाठी जाऊ शकत नसला, तर आपल्याला राजीनामा देण्यावाचून पर्याय नाही, असं मनमोहन सिंग यांनी सोनियांना स्पष्ट सांगितलं.

आता त्या युपीए आणि डाव्या पक्षांच्या संयुक्त समितीमध्ये चालणाऱ्या तथाकथित चर्चेत भाग घेण्यात मनमोहन सिंग यांना काहीच रस नव्हता. डावे पक्ष या अणुकराराच्या बाबतीत सरकारला कधीच पाठिंबा देणार नाहीत, हे त्यांना आता कळून चुकलं होतं. डॉ. सिंग यांच्या मते आता सरकारसमोर दोनच पर्याय होते. एक तर डाव्यांकडे दुर्लक्ष करून पुढे जायचं किंवा डाव्यांचं ऐकून स्वस्थ बसायचं, हे सर्व सोनियांना स्पष्ट करून डॉ. सिंग यांनी असंही सांगितलं की, जर युपीएनं ह्यातला दुसरा पर्याय निवडला, तर त्यांना आघाडीचं नेतृत्व करण्यासाठी दुसऱ्या कुणाला तरी पंतप्रधान म्हणून नेमावं लागेल. त्यावर सोनियांनी डॉ. सिंग यांना या निर्णयावर एक रात्र विचार करण्याची विनंती केली. दुसऱ्या दिवशी जेव्हा त्या दोघांची भेट झाली, तेव्हा डॉ. सिंग खरोखरच राजीनामा देण्याचा विचार करत असल्याचं सोनियांना कळून चुकलं. त्याबरोबर त्यांनी तातडीनं प्रणव मुखर्जी यांना बोलावून घेतलं. त्या दिवशी सकाळी मी ७ रेसकोर्स मार्गाला येऊन दाखल झालो, तेव्हाही ही बैठक चालूच होती.

त्या दिवशी सकाळी ७ रेसकोर्स मार्गामधून बाहेर पडून प्रणव मुखर्जी कारत आणि येचुरी यांना भेटून त्यांना घडलेली हकीकत सांगण्यासाठी गेले. त्याच्या दुसऱ्या दिवशी, म्हणजे १९ जूनच्या 'द हिंदू' या दैनिकात ठळक मथळ्यासह बातमी छापून आली.

'अणुकरारामुळे काँग्रेस व डाव्यांमध्ये फूट पडण्याची शक्यता.' त्यांनी इतर बरंच काही लिहिलं होतं, पण मुख्य म्हणजे त्या बातमीत सरळ-सरळ असं म्हटलं होतं की, युपीए आणि डाव्या पक्षांची १८ जून रोजी संध्याकाळी होणारी बैठक पुढे

ढकलण्यात आली, कारण आपल्याला अणुकरार करण्यापासून थांबवण्यात आल्यास राजीनामा देण्याची धमकी पंतप्रधानांनी दिली आहे. यानंतरचे दोन दिवस प्रचंड धामधूळीत गेले.

दुसऱ्या दिवशी एका राजकीय पत्रकाराकडून मला असं समजलं की, मॉन्टेक सोनियांना भेटायला गेले होते. बहुतेक सोनियांनीच त्यांना बोलावून घेऊन पंतप्रधानांचं मन वळवण्याची विनंती केली असावी, असा मी अंदाज केला. मला साउथ ब्लॉकमध्ये मॉन्टेक दिसताच मी त्यांना माझ्या खोलीत बोलावून त्यांच्यात आणि सोनियांमध्ये काय बोलणं झालं, हे विचारलं. सोनियांच्या आणि आपल्या भेटीविषयी याला (म्हणजे मला) माहीत आहे, हे पाहून मॉन्टेक यांना आश्चर्य वाटलं. 'तुम्हाला हे कुठून कळलं? डॉ. सिंग यांनी सांगितलं का?' असं त्यांनी मला विचारलं. त्यांच्या त्या प्रश्नातूनच एक गोष्ट स्पष्ट झाली की, डॉ. सिंग यांचं मन वळवून त्यांना राजीनामा परत घ्यायला लावण्याची जबाबदारी सोनियांनी मॉन्टेक यांच्यावर टाकली होती.

मॉन्टेक यांनीही ते कबूल केलं. डॉ. सिंग यांनी राजीनामा देऊ नये म्हणून त्यांचं मन वळवण्याची जबाबदारी सोनियांनी खरोखरच मॉन्टेक यांच्यावर टाकली होती. "मग पंतप्रधान काय म्हणाले?" मी विचारलं. पण अर्थातच मॉन्टेक यांनी त्या प्रश्नाचं उत्तर देणं टाळलं, पण 'बॉस'नं याबाबतीत घाईनं निर्णय घेऊ नये, असं मत व्यक्त केलं. त्यांनी असा युक्तिवाद केला की, २००९मध्ये अमेरिकेच्या निवडणुका पार पडल्यानंतर सुद्धा डॉ. मनमोहन सिंग हेच भारताचे पंतप्रधान असतील. त्यांचं असं म्हणणं होतं की, व्हाइट हाउसमध्ये जर एखादी डेमोक्रॅटिक पक्षाची व्यक्ती सत्तेवर असेल, तर काँग्रेस पक्षाला या कराराच्या वाटाघाटी करणं नक्कीच सोपं पडेल. त्यावर केरी यांनी डॉ. सिंग यांना दिलेल्या सल्ल्याची मला आठवण झाली. झालं तर आत्ताच होईल, नाहीतर पुन्हा होणार नाही, असं त्यांनी सांगितलं होतं. स्वाभाविकच मॉन्टेक यांना माझ्याशी या विषयावर जास्त चर्चा करायची नव्हती. त्यांनी माझं म्हणणं मान्य केलं आणि त्यांच्या नेहमीच्या पद्धतीनं खळखळून हसले. "बॉसना निर्णय घेणं कठीण जाणार!" असं म्हणून ते माझ्या खोलीतून निघून गेले.

मी चिंताग्रस्त होऊन नुसता बसून राहिलो. जर डॉ. सिंग यांचं मन वळवायला सोनियांनी मॉन्टेक यांना पाठवलं, तर त्या नक्की इतरांना सुद्धा पाठवतील. स्वत: मनमोहन सिंग तर धोका पत्करणाऱ्या वृत्तीचे नव्हतेच. पण त्यांच्या आजूबाजूचे तर त्यांच्याएवढाही धोका पत्करण्यास तयार नसणारे होते. म्हणजे सगळे मिळून मनमोहन यांना पंतप्रधानपदावर कायम राहण्याचा सल्ला देणार, त्यांची पंतप्रधानपदाची मुदत सन्मानानं पूर्ण करण्याचा सल्ला देणार. उगाच अध:पतनाचा धोका कशाला पत्करायचा, असाही युक्तिवाद करणार. मग अशा सगळ्या उपदेशाच्या भडिमाराला टक्कर देत, डॉ. सिंग त्यांच्या निर्णयाशी ठाम राहू शकतील? असा विचार माझ्या

मनात आला.

सोनिया कोणत्याही परिस्थितीत पंतप्रधानांना आपल्या पदाचा त्याग करू देणार नाहीत, ह्या माझ्या मताशी सुब्रमण्यमसुद्धा सहमत होते. अशावेळी पंतप्रधानांनी ठाम राहायला हवं, यासाठी तुम्ही त्यांच्या मनाची तयारी करा, असं सुब्रमण्यम मला म्हणाले. त्यांना सांगा, ''सोनियांना आत्ता तुम्हाला गमावणं परवडण्यासारखं नाही. त्यामुळे त्यांना तुम्हाला पाठिंबा द्यावाच लागेल. फक्त तुम्ही तुमच्या मताशी ठाम राहा!'' असं म्हणून ते मला पुढे म्हणाले, ''डॉ. सिंग यांना फक्त तुम्हीच ही गोष्ट पटवून देऊ शकाल.'' मी स्वत: त्या वेळी सुब्रमण्यम यांचा सल्ला घ्यायला गेलो असताना आमच्यात हे बोलणं झालं.

त्यानंतर मी ३ रेसकोर्स मार्गावर डॉ. सिंग यांच्या निवासस्थानी त्यांना भेटायला गेलो. ते स्वत: आणि मिसेस कौर दिवाणखान्यात बसल्या होत्या. दोघंही पुस्तक वाचत होते. हे दृश्य मला अगदी परिचित होतं. मी अनेकदा त्या दोघांना शेजारी-शेजारी शांतपणे एकमेकांच्या सोबतीनं पुस्तक वाचत बसलेलं पाहिलं आहे.

''सोनियांनी मॉन्टेक यांना तुमचं मन वळवायला पाठवलं होतं ना?'' असं मी त्यांना सरळच विचारलं. त्यांनी होकार दिला. सोनियांनी आपल्याला थोडं थांबण्याची विनंती केली असल्याचं त्यांनी मला सांगितलं. त्यावर मी त्यांना म्हणालो, ''तुम्ही जर आत्ताच कृती केली नाहीत, तर तुमची राहिलेली मुदत वाया जाईल. त्यामुळे डाव्यांना आपला विजय झाल्यासारखं वाटेल. डावे कदाचित नेतृत्व बदलाची सुद्धा मागणी करतील.'' डाव्यांनी यापूर्वी असं करून दाखवलेलं असल्याची, मी त्यांना आठवण करून दिली. १९७८मध्ये व्यापार-उद्योगाला अनुकूल असलेल्या मोरारजी यांना पदावरून हटवून तिथे शेतकऱ्यांना अनुकूल असलेल्या चरण सिंग यांना पंतप्रधानपदी बसवल्याचं श्रेय डावे पक्ष नेहमी घेत. पुढे १९८९मध्ये त्यांनी व्ही. पी. सिंग यांना पद सोडायला भाग पाडून तरुण नेते चंद्रशेखर यांना पंतप्रधानपदी बसवलं. पुढे १९९७मध्ये त्यांनी नरसिंह राव यांना अनुकूल असलेल्या देवेगौडा यांना हटवून तेथे डाव्या विचारसरणीच्या आय. के. गुजराल यांना बसवलं होतं. त्यामुळे आता नवमतवादी उदारपंथी मनमोहन सिंग यांना पदावरून दूर करून त्याजागी धर्मनिरपेक्ष अर्जुन सिंग किंवा बंगाली प्रणव मुखर्जी (कारण मार्क्सवादी कम्युनिस्ट पक्ष मूळचा बंगालचा होता.) अथवा डाव्या विचारसरणीचे ए. के. अँटनी (हे केरळ मधले डाव्यांचे पूर्वीपासूनचे मित्र होते.) यांना बसवण्याचा डाव्या पक्षांचा नक्कीच डाव असणार, असं मी डॉ. सिंग यांना स्पष्ट सांगितलं.

डॉ. सिंग हसले, ''मी तर जायला तयारच आहे. त्यांच्यापैकी कुणाला पंतप्रधान करा ना! का नाही?'' ते म्हणाले.

मला अतीव दु:ख झालं, त्यांना जर असं राजीनामा देण्यास भाग पाडण्यात

आलं, तर पंतप्रधान म्हणून त्यांच्या नावावर काय जमा राहील? आधीच त्यांनी करून दाखवलेल्या प्रत्येक चांगल्या कामाचं श्रेय घेण्यासाठी काँग्रेस पक्ष टपूनच बसला होता. जे काही चांगलं काम झालं होतं, ते सोनियांनी आणि एनएसीनं केलं होतं, असा ते दावा करत. ''म्हणजे मग तुम्ही पंतप्रधान म्हणून काहीच केलं नाहीत, असा त्याचा अर्थ होईल!'' मी म्हणालो, ''ही एक गोष्ट तुमची आणि फक्त तुमची आहे. ही तुमची ओळख आहे. हा प्रस्ताव जर तुम्ही पार पाडला नाहीत, तर तुमचा वारसा कशाला म्हणायचं?''

त्यावर डॉ. सिंग शांतच राहिले. पण मिसेस कौर यांनी संमतीदर्शक मान हलवली. मग मी जो युक्तिवाद केला, तो मिसेस कौर यांना नक्की पटेल, असं मला वाटलं.

''मॅडम त्यांनी जर आता खंबीरपणे तोंड दिलं नाही, तर ते सुद्धा आणखी एक गुजराल बनून राहतील,'' मी म्हणालो. मिसेस कौर हसल्या.

''गुजराल हे पंतप्रधान होते, हे सर्वांनाच माहीत आहे. पण त्यांनी काय कार्य केलं?'' मी पुढे म्हणालो, ''तसं पाहायला गेलं तर देवेगौडांनी तरी काय करून दाखवलं? व्ही. पी. सिंग यांनी कोणतं यश मिळवलं? पण निदान त्यांच्यातल्या प्रत्येकाकडे अशी सबब होती की, सगळे केवळ वर्षभरासाठीच या पदावर होते. पण चार वर्षं सत्तेवर राहून पंतप्रधानांनी काय केलं? कारण त्यांनी जे काही केलं, त्याचं सगळं श्रेय तर त्यांना (सोनियांना)च दिलं गेलं. आता हा करार तेवढा बाकी आहे.''

''हो!'' मिसेस कौर म्हणाल्या. त्यांना माझं बोलणं पटलं होतं. डॉ. सिंग मात्र शांतच बसून होते.

मी असं निर्भीडपणे बोलत असलेलं पाहून डॉ. सिंग यांना काय वाटलं देव जाणे, पण मला त्याची फारशी चिंता वाटत नव्हती. मी माझ्या वैयक्तिक कारणासाठी राजीनामा देऊन सिंगापूरला जायचं ठरवलेलंच होतं आणि त्याची मी पंतप्रधानांना कल्पनासुद्धा दिली होती. मला ते का करावं लागतंय, हे डॉ. सिंग यांना माहीत होतं. डॉ. सिंग यांनी आत्ता आपल्या भूमिकेला ठाम राहावं, हा सल्ला त्यांना देण्यात माझा वैयक्तिक स्वार्थ काहीच नव्हता.

✦

एकीकडे डाव्या पक्षाचं हटवादी धोरण कायम होतं. तर दुसरीकडे सोनियांना डॉ. सिंग यांना जाऊ द्यायचं नव्हतं. अखेर सोनिया गांधीनीच निर्णय घेतला. सरकारला आंतरराष्ट्रीय अणुऊर्जा संस्थेकडे जाऊन मार्गदर्शक तत्त्वांसंबंधीच्या वाटाघाटी करण्याची परवानगी द्यायची, असं त्यांनी ठरवलं. आता डाव्यांची समजूत घालून त्यांना सरकारचा पाठिंबा काढून घेण्यापासून परावृत्त करण्याचं काम सोनियांनी प्रणव मुखर्जी यांच्यावर

सोपवलं. ही कामगिरी ते पार पाडू शकतात की नाही? असा प्रश्न होता.

आधीच्या इतक्या धावपळीच्या दिवसानंतर २१ जून शनिवार हा जरा शांत दिवस होता, मी दुपारचं जेवण करून निवांत वामकुक्षी घेत असताना माझा मोबाइल फोन वाजला. समाजवादी पक्षाचे नेते अमर सिंग यांचा एक मित्र फोनवर होता.

''मि. बारु, एक निरोप आहे!'' ते म्हणाले, ''माझे मित्र अमर सिंग कोलोरॅडोमधील एका हॉस्पिटलमध्ये आहेत. तुम्ही कृपया पंतप्रधानांना त्यांचा एक निरोप सांगा. अमेरिकेतील डॉक्टर्स खूप चांगले असून ते अमर सिंग यांची चांगली काळजी घेत आहेत. ते स्वत: तिथे खूप खूश आहेत. त्यांचं म्हणणं असं आहे की, अमेरिकन लोक इतके प्रेमळ आणि चांगले आहेत. आपले त्यांच्याशी चांगले संबंध राहिले पाहिजेत.''

अमर सिंग हॉस्पिटलमध्ये असल्याचं मला माहीत नव्हतं. त्यामुळे मी त्यांच्या प्रकृतीची विचारपूस केली आणि मी पंतप्रधानांना हा निरोप देण्याचं वचन दिलं. ''तुम्ही हा निरोप त्यांना अगदी तातडीनं दिलात, तर बरं होईल.'' फोनवरचे गृहस्थ म्हणाले. ''कदाचित अमर सिंग यांची तब्येत झपाट्यानं सुधारावी यासाठी पंतप्रधानांना अमर सिंग यांना शुभेच्छा द्याव्याशा वाटतील.''

त्या दुपारी मी पंतप्रधानांना भेटून अमर सिंग यांचा हा उघड-उघड राजकीय संदेश दिला. त्यांनी एका दूताकरवी या अणुकरारासाठी समाजवादी पक्षाचा डॉ. सिंग यांना पाठिंबा असल्याचा निरोप दिला होता. कदाचित अमर सिंग यांची पंतप्रधानांशी थेट बोलण्याची इच्छा असेल, असं वाटून मी त्यांना अमर सिंग यांना फोन करण्याची विनंती केली. अमर सिंग हॉस्पिटलमध्ये उपचार घेत होते, हे निमित्त साधून पंतप्रधानांनी त्यांना शुभेच्छा देण्यासाठी फोन करणं, ही अगदी पटण्यासारखीच सबब होती. शिवाय त्या दोघांची ओळख नव्हती असंही नाही. डॉ. सिंग आणि अमर सिंग दोघंही राज्यसभेचे सदस्य असून दोघांचं एकमेकांशी चांगलं जुळत असे. अर्थात दोघांची किर्ती आणि स्वभाव अगदीच दोन टोकांचे होते, ही गोष्ट वेगळी. अमर सिंग अनेकदा पंतप्रधानांच्याबद्दल प्रेम आणि आदरभाव व्यक्त करत. संसदेमध्ये अनेकदा अशा विचित्र, एकमेकांमध्ये काहीच समान गुणधर्म नसलेल्या लोकांची मैत्री झाल्याचं पाहायला मिळे.

हा अणुकरार पार पडल्याचं सर्व श्रेय अमर सिंग यांनी स्वत:कडे घेतलं. त्यानंतर काही महिन्यांनी म्हणजे २००८च्या अखेरीस अमर सिंग हे सिंगापूरमधील हॉस्पिटलमध्ये असताना त्यांनी मला फोन करून जेवायला बोलावून घेतलं. मी त्यांना भेटायला गेलो. मी हॉस्पिटलच्या खोलीच्या दारात पोहोचलो आणि खोलीतून अमिताभ, जया आणि त्यांचे कुटुंबीय बाहेर पडले. ''मग, हा अणुकरार अखेर कुणी साकार केला? तुमचं काय मत आहे?'' ते मला म्हणाले. मी त्यावर काही उत्तर

देण्याआधीच ते म्हणाले, "तुम्ही म्हणाल जॉर्ज बुश आणि मनमोहन सिंग. पण मी तुम्हाला सांगू? खरंतर जॉर्ज बुश आणि अमर सिंग."

अमर सिंग यांच्या त्या फोनवरील निरोपानंतर पुढे पंतप्रधानांनी नक्की काय केलं, हे काही मला माहीत नाही. पण काही दिवसांत वृत्तपत्रात बातम्या छापून येऊ लागल्या. अणुकराराविषयी मुलायम सिंग यादव हे स्वत:च्या भूमिकेविषयी पुनर्विचार करत असल्याचं, त्या वृत्तात दिलेलं होतं. त्यानंतर कारत यांनी भांबावून यादव यांच्याशी संपर्क साधला. २५ जून रोजी युपीए आणि डाव्या पक्षांच्या संयुक्त बैठकीच्या काही तास आधी मुलायम यांचे पुत्र अखिलेश यादव यांच्या दिल्लीतील निवासस्थानी कारत आणि यादव भेटले. कारत यांना अणुकराराबद्दल मुलायम सिंग यांची भूमिका बदलली तर नाही ना, याची खातरी करून घ्यायची होती. पण मुलायम यांनी त्यांना ठाम काहीही सांगितलं नाही. आपण ३ जुलैला आपल्या पक्षाची बैठक बोलावली असून त्या वेळी काय तो निर्णय घेऊ, असं त्यांनी कारत यांना सांगितलं. कारत १ जुलै रोजी परत यादव यांना भेटले. एव्हाना अमर सिंग परत आले होते. त्यांनी पत्रकारांना बोलावून असं सांगितलं की, सर्व धर्मनिरपेक्ष शक्तींनी एकत्र असलं पाहिजे, असं समाजवादी पक्षाचं मत होतं. "धर्मनिरपेक्ष पक्षांमध्ये फूट पडणं, हे देशाच्या दृष्टीनं हानिकारक आहे." ते म्हणाले.

युपीएला यामुळे स्पष्ट संदेश मिळाला. सर्व धर्मनिरपेक्ष मुद्यांनी एकत्र असायला हवं, असा युक्तिवाद करून समाजवादी पक्ष डाव्यांची साथ सोडून अणुकराराच्या बाबतीत काँग्रेसची साथ द्यायला तयार होता. दुसऱ्या दिवशी २ जुलैला नारायणन यांनी यादव आणि अमर सिंग या दोघांशी संपर्क साधला आणि त्यांना अणुकराराचे सर्व तपशील सांगितले. ३ जुलैला राष्ट्रीय संयुक्त पुरोगामी आघाडीनं यादव यांच्या नेतृत्वाखाली एक बैठक भरवली. अणुकराराला पाठिंबा द्यावा का नाही, हा निर्णय घेण्यासाठी आधी तज्ज्ञांचा आणि शास्त्रज्ञांचा सल्ला घ्यावा, असं बैठकीत ठरलं. यादव आणि अमर सिंग या बैठकीनंतर सरळ माजी राष्ट्रपती ए पी जे अब्दुल कलाम यांना भेटण्यासाठी गेले. कलाम यांनी या अणुकराराचं समर्थन करणारं एक निवेदन तातडीनं प्रसिद्ध केलं. यादव यांनी या बाबतीत सरकारला पाठिंबा द्यावा, असंही आवाहन त्यांनी केलं. कलाम हे नाणावलेले शास्त्रज्ञ, भारतरत्न, माजी राष्ट्रपती आणि शिवाय मुस्लीमही होते. मुलायम सिंह यादव यांना स्वत:ची जुनी भूमिका बदलून सरकारला अणुकरारासाठी पाठिंबा देताना अशा प्रकारच्या राजकीय समर्थनाची गरजच होती. हे सर्वकाही आधीच ठरलेलं होतं आणि ते शिस्तबद्ध रीतीनं पार पडलं.

त्या दुपारी नारायणन यांनी अमर सिंग यांची आणि समाजवादी पक्षाचे खासदार रामगोपाल यादव यांची भेट घेतली. रामगोपाल यादव यांचीही डॉ. सिंग यांच्याशी

वैयक्तिक ओळख होती व चांगले संबंध होते. अर्थात ही भेट माध्यमांच्या नजरेआड एका गुप्त ठिकाणी झाली. बऱ्याच लोकांच्या मते दिल्लीच्या ल्यूटन्स भागातील गुप्तहेर खात्याच्या मालकीच्या एका ठिकाणी ही भेट घडून आली. या भेटीनंतर नारायणन यांनी मला एक तपशिलवार निवेदन देऊन ते प्रसिद्ध करण्यास सागिंतलं. समाजवादी पक्षाचं समाधान व्हावं, यासाठी पूर्वी सरकारनं दिलेल्या अनेक वचनांचा या निवेदनात पुनरुच्चार करण्यात आला होता. अमेरिकेशी हा करार केल्यानंतरही भारताच्या स्वतंत्र परराष्ट्र धोरणात किंवा राजनैतिक स्वायत्ततेत काहीही बदल होणार नाही, भारताच्या इराणबरोबरच्या संबंधांना काहीही हानी पोहोचणार नाही, इत्यादी आश्वासनं जाहीररीत्या पंतप्रधान कार्यालयानं द्यावी, असा अमर सिंग आणि मुलायम सिंह यांचा आग्रह होता. पक्षाला मुस्लिमांचा फार मोठा पाठिंबा असल्यामुळेच त्यांनी ही मागणी केली होती.

नारायणन यांनी या प्रकरणात बराच पुढाकार घेऊन मोठी कामगिरी बजावली होती. एकदा डॉ. सिंग यांनीच त्यांच्यावर टीका केली होती. डॉ. सिंग त्यांना म्हणाले होते, ''तुम्ही गुप्तहेर खात्याचे अधिकारी म्हणून जन्मभर काय काम केलंत, ते कुणाला ठाऊक आहे? इतिहासात तुमच्या नावाची नोंद व्हावी, असं तुम्ही काय साध्य केलं आहे?'' कदाचित त्या उद्‌गारांमुळेच काहीतरी करून दाखवण्याची नारायणन यांना जिद्द वाटली असेल. शिवाय नारायणन यांना सर्वांना परत एकदा असं म्हणण्याची संधी हवी असेल की, ''माझ्याकडे तुमच्याबद्दलची एक फाइल भरलेली आहे.'' नारायणन यांच्या मर्जीतले वाटाघाटी करणारे अनेक मुत्सद्दी होते. दर खेपेला ते त्यांचा उपयोग पक्षासाठी आणि स्वत:च्या वरिष्ठांसाठी करत असले, तरी या खेपेला ते देशहितासाठी त्यांचा उपयोग करणार होते.

८ जुलै रोजी पंतप्रधान जी-८ 'आउटरीच मीटिंग'मध्ये सहभागी होण्यासाठी जपानला रवाना झाले. मी घरीच होतो. मला बरीच कामं पार पाडायची होती. मी माझा राजीनामा आधीच दिला होता.

मी जुलैअखेर सिंगापूरला जाणार होतो. जपानच्या प्रवासात डॉ. सिंग त्यांच्याबरोबर निघालेल्या काही माध्यम प्रतिनिधींशी विमानात वार्तालाप करत होते. त्या वेळी बोलताना ते असं म्हणाले की, आता सरकार लवकरच 'आंतरराष्ट्रीय अणुऊर्जा संस्थेच्या मार्गदर्शक तत्त्वां'बद्दल करार करण्यासाठी जाणार आहे. दिल्लीमधील अनेकांना आश्चर्य वाटलं. मी जयदीप सरकार यांना फोन केला. ते त्या वेळी डॉ. सिंग यांच्यासोबत होते. ''हो! त्यांनी ते केलं आहे.'' जयदीप म्हणाले. दिल्लीहून विमान सुटलेलं होतं, आता या पुढच्या प्रवासात त्यांना आडकाठी करणारं कुणीच नव्हतं. तेव्हा डॉ. सिंग यांनी ते शेवटचं पाऊल उचललं.

संसदेत जरी विश्वासदर्शक ठराव करण्याची वेळ आली, तरी मुलायम आणि

त्यांचे एकोणतीस खासदार आपल्या बाजूचे असल्यामुळे आपल्याला काहीच अडचण येणार नाही, असा डॉ. सिंग यांना विश्वास वाटत होता. काँग्रेस पक्षाकडचे लोक कावरेबावरे झाले होते. त्यांना काय बोलावं, तेच सुचत नव्हतं. पत्रकार त्यांच्यामागे प्रतिक्रियेसाठी हात धुऊन लागले होते. पण काय प्रतिक्रिया द्यायची, हेच त्यांना कळत नव्हतं.

दुसऱ्या दिवशी, ९ जुलैला डाव्यांनी अपेक्षेप्रमाणेच युपीए सरकारचा पाठिंबा काढून घेत असल्याचं जाहीर केलं. त्याबरोबर प्रणव मुखर्जींनी तोफ डागली. त्यांनी असं निवेदन केलं की, सरकार आधी संसदेत विश्वासदर्शक ठराव संमत करून घेईल आणि नंतरच आंतरराष्ट्रीय अणुऊर्जा संस्थेकडे वाटाघाटींसाठी जाईल. तिकडे डॉ. सिंग यांच्या मनात काय चाललं होतं, याची प्रणव मुखर्जी यांना काही कल्पना नव्हती. दूरदेशात, जपानच्या सापोरो शहरात पंतप्रधान अखेर स्वत:च्या मर्जीनं वागत होते. मुखर्जींनी विश्वासदर्शक ठराव संमत करून घेऊन मगच सरकार आंतरराष्ट्रीय अणुऊर्जा संस्थेकडे वाटाघाटींसाठी जाईल, असं छातीठोकपणे सांगितलं. त्याच्या दुसऱ्याच दिवशी मुखर्जींचं ते वचन सोडून सरकारनं आंतरराष्ट्रीय अणुऊर्जा संस्थेकडे जाण्याचा निर्णय घेतला.

१० जुलै रोजी परत आल्यावर डॉ. सिंग यांनी राष्ट्रपती प्रतिभा पाटील यांना सांगितलं की, ते संसदेत त्या महिनाअखेरीस विश्वासदर्शक ठराव संमत करून घेतील. माध्यमांमध्ये सर्वत्र चर्चेचं आणि विश्लेषणाचं पेव फुटलं होतं. भाजप आणि डाव्यांनी या अणुकराकरावर जोरदार विरोध प्रदर्शन चालू ठेवलं होतं. काँग्रेस पक्ष संभ्रमित झाला होता. पक्षातले सर्व जण गप्प होते. डॉ. सिंग यांनी इलेक्ट्रॉनिक माध्यमांच्या काही ज्येष्ठ संपादकांची भेट घेण्याचं मान्य केलं, कारण टीव्हीच्या माध्यमातून जनमतावर फार मोठ्या प्रमाणात परिणाम घडून येत होता. शिवाय बऱ्याच वृत्तवाहिन्या पंतप्रधानांना पाठिंबा देत होत्या. वृत्तपत्रं आणि नियतकालिकांवर जुन्या पिढीतील पत्रकारांचं राज्य होतं. एकतर त्यांच्या मनात अमेरिकेविषयी संशय होता किंवा मग ते भाजपला अनुकूल नाहीतर डाव्यांना अनुकूल होते. परंतु टीव्हीवरील पत्रकार तरुण, मोकळ्या मनाचे होते. आधुनिक दृष्टिकोन बाळगणारे होते आणि राजकारणाच्या बाबतीत त्यांचं कुणा एका पक्षाकडे झुकतं माप नव्हतं. खरंतर माझ्या अगदी थोड्याशा प्रयत्नांनंतर जवळपास प्रत्येक टीव्ही वाहिनी पंतप्रधानांना पाठिंबा द्यायला तयार झाली.

एकदा विश्वासदर्शक ठरावाची तारीख ठरल्यावर डॉ. सिंग मतं जमा करू लागले. ते सर्व युपीए नेत्यांशी बोलले आणि जेवढ्या खासदारांना भेटायची गरज होती, तेवढ्यांना भेटले. विविध प्रसंगी डॉ. सिंग यांच्या बाजूनं बोललेल्या खासदारांची यादी त्यांनी मागवली आणि आठवणीनं त्यांच्यातील प्रत्येकाला त्यांनी फोन केला.

संसदेमधील चर्चा व्यापक स्वरूपाची झाली. अनेकांच्या अमोघ वक्तृत्वाचं दर्शन घडलं, काही भावनापूर्ण प्रसंगही होते. बरंच नाट्यही होतं. दिखाऊपणा होता. अमेरिकेशी राजनैतिक बाबतीत कोणत्याही प्रकारचा समझोता करणं, म्हणजे देशातल्या मुस्लीम समाजाचा रोष पत्करून घेण्यासारखं आहे, हा युक्तिवाद तर विविध पक्षातील मुस्लीम खासदारांनी सपशेल खोडून काढला. त्यामध्ये 'ऑल इंडिया मजलिस-ए-इत्तेहसूल मुस्लिमीन'चे असदुद्दिन ओवैसी, 'नॅशनल कॉन्फरन्स'चे ओमर अब्दुल्ला, 'पीपल्स डेमोक्रॅटिक पार्टी'च्या मेहबूबा मुफ्ती, ही सर्व मंडळी डॉ. सिंग यांच्या बाजूनं बोलली. यानंतर मतदानातून जो काय निर्णय लागणार होता, ती गोष्ट वेगळी. पण या सर्व चर्चेनंतर सभागृहात उपस्थित असलेल्या प्रत्येकाला या कराराविषयीच्या बारीकसारीक तपशिलांची ओळख झाली व त्यांच्या सर्व शंकांचं निरसन झालं.

२१ जुलै या चर्चेच्या पहिल्या दिवशी मला घरी पोहोचायला उशीर झाला. मी घाईनं टीव्ही लावला आणि जरा निवांत बसलो. एका वाहिनीवर एका आगामी चित्रपटातील गाण्याची धून वाजत होती. चित्रपटाचं नाव होतं, 'सिंग इज किंग.' गाण्याचा ताल आणि लय सुरेख होती. अंग हलवून जोरजोरात नाचावं, असं वाटण्यासारखी होती. डॉ. सिंग यांनी जर विश्वासदर्शक ठरावामध्ये पुरेशी मतं मिळवली, तर टीव्ही वाहिन्या याच गाण्याची धून वाजवतील, या विचारानं मला हसू आलं. मी त्याच विचारात झोपी गेलो.

✦

मंगळवार २२ जुलै हा दिवस तणावपूर्ण होता. काँग्रेस पक्षनेते आणि नारायणन पंतप्रधानांना भेटले. सरकारकडे पुरेशी मतं असल्याचं त्यांनी पंतप्रधानांना आश्वासन दिलं. डॉ. सिंग प्रसन्न दिसत होते. त्यांच्या चेहऱ्यावर आत्मविश्वास होता. पण कुठेतरी अस्वस्थतेची छटा अधूनमधून चमकून जात होती. दुपारच्या भोजनापर्यंत सर्वकाही व्यवस्थित चालू होतं. दुपारी चार वाजता भाजपच्या काही सदस्यांनी लोकसभेच्या महासचिवांसमोर एक नोटांचा जुडगा ठेवला आणि सरकारला पाठिंबा देण्यासाठी आपल्याला पैसे देण्यात आल्याचा त्यांनी आरोप केला. वरिष्ठ भाजप नेत्यांनी असं सांगितलं की, एका टीव्ही वाहिनीनं एक 'स्टिंग ऑपरेशन' केलेलं असून ही लाच कशी देण्यात आली, याचं चित्रीकरण टीव्हीवर लवकरच प्रक्षेपित करण्यात येईल. त्या वेळी मी साउथ ब्लॉकमध्ये होतो. मी तातडीनं संसद भवनमध्ये गेलो. तिथे डॉ. सिंग यांची सोनिया गांधी, प्रणव मुखर्जी आणि इतर वरिष्ठ नेत्यांबरोबर बंद दाराआड बैठक चालू होती. जरा वेळात पृथ्वीराज चव्हाण खोलीतून

बाहेर आले. त्यांनी 'सीएनएन-आयबीएन'च्या राजदीप सरदेसाईंना फोन केला. याच वाहिनीनं 'स्टिंग ऑपरेशन' करून त्या तथाकथित लाच प्रकरणाचं चित्रीकरण केलं होतं. वाहिनीनं त्या चित्रीकरणात काही खोटेपणा केला असला, बनावट चित्रफीत बनवली असली, तर त्यांच्यावर कायदेशीर कारवाई करण्यात येईल, अशी धमकी त्यांनी सरदेसाई यांना दिली.

सोनिया गांधी आणि इतर नेते पंतप्रधानांच्या कक्षातून बाहेर पडताच मी आत शिरलो. पंतप्रधानांचा चेहरा विदीर्ण झाला होता. ते खूप अशक्त आणि आजारी दिसत होते. ते कोणत्याही क्षणी जमिनीवर कोसळतील किंवा त्यांचा बांध फुटून त्यांच्या डोळ्यांतून अश्रू वाहू लागतील, असं वाटत होतं. मी त्यांना आजवर असं कधीच पाहिलेलं नव्हतं. ते शांत, निश्चल, आतून हादरलेले आणि दुःखाच्या आघातानं खचून गेल्यासारखे बसले होते. आजच्या दिवसाचा शेवट हा असा होईल, असं त्यांना स्वप्नातसुद्धा कधी वाटलं नसेल. या संपूर्ण प्रकरणाचा हा असा विचका होईल, अशी त्यांनी कधीच कल्पना केलेली नसणार. डॉ. सिंग यांनी उचललेलं हे सर्वांत महत्त्वाचं राजकीय पाऊल होतं. गेली तीन वर्षं त्यांना त्यासाठी झगडावं लागलं होतं. आता ते विजयाच्या सर्वोच्च शिखरावर होते. डाव्यांनी विश्वासघात केल्यावरसुद्धा हार न मानता त्यांनी आघाडीला एकत्र बांधून ठेवलं होतं. आपल्या विजयाच्या आनंदाला हे अशा प्रकारचं गालबोट लागेल, अशी त्यांना कल्पनाच नव्हती.

त्यांना तसं शांत बसलेलं पाहून त्यांच्या मनात नक्की कसले विचार चालू असतील, ते मला समजलं. आदल्या दिवशी २१ जुलै रोजी त्यांच्यावर विश्वासदर्शक ठरावासाठी मतांची जमवाजमव करण्यासाठी त्यांनी लाचलुचपत केल्याचा त्यांच्यावर जेव्हा आरोप करण्यात आला, तेव्हा त्यांनी तो फेटाळून लावला होता. त्यांनी विरोधी पक्षाला पुरावा सादर करण्यास सांगितलं. अशा प्रकारचा काहीही पुरावा त्यांना आणताच येणार नाही, अशी डॉ. सिंग यांना पक्की खातरी होती. आता अडवानी टीव्हीच्या पडद्यावरून आव्हान देत होते. ''काल त्यांनी आमच्याकडे पुरावा मागितला. आज आम्ही तो आणला आहे.'' ते म्हणाले.

परंतु यादव अथवा दुसऱ्या कोणत्याही राजकीय पक्षाशी बोलणी चालू असताना पंतप्रधानांनी कधीही त्यांना मतांच्या बदल्यात लाच देण्याची संमती कुणालाच दिलेली नव्हती. राजकीय पाठिंबा दिल्यास मंत्रिपद देण्याचं गाजर त्यांच्यापुढे धरण्यासाठी डॉ. सिंग यांनी मनाची तयारी केली होती. यादव यांना सिंग यांनी फक्त तेवढंच देऊ केलं होतं. लोकशाहीच्या राजकारणात अशा तऱ्हेची सौदेबाजी होतच असते. जगातील सर्वच लोकशाही राष्ट्रांमध्ये पाठिंबा देऊन त्या बदल्यात मंत्रिपद मिळवणं चालूच असतं. इतर सरकारी सोयीसवलती देऊ करणंही गैर मानलं जात नाही. भारतातसुद्धा या आधी ज्या काही आघाड्या होऊन गेल्या, त्या तशाच होत्या. डॉ. सिंग यांनी बेकायदेशीर काहीही

केलेलं नव्हतं आणि मुलायम यांनी पाठिंबा देण्याची तयारी दर्शवली होती. मग हे 'नोटांच्या बदल्यात व्होट' प्रकरण कसं काय उद्‌भवलं होतं?

पक्षातील कुणी अतिउत्साही काँग्रेस नेत्यानं काही लाचलुचपतीचा प्रकार केला असेल का? पंतप्रधानांची प्रतिमा डागाळण्यासाठी कुणीतरी मुद्दामच हे उपद्‌व्याप केले असतील? डॉ. सिंग यांचे डाव्यांशी मतभेद होऊन सरकार कोसळण्याच्या बेतात आल्यामुळे त्यांच्यावर चिडलेल्या कुणीतरी हे कृत्य केलं असेल का? किंवा डॉ. सिंग यांनी राजीनामा द्यावा आणि त्या जागेवर दुसरं कुणी यावं, डाव्यांशी संबंध पूर्ववत सुरळीत व्हावे, या आशेनं कुणी हे केलं असेल का? माझ्या मनात कटकारस्थानांच्या या अनेक शक्यता चमकून गेल्या. विजय प्राप्त होण्याच्या केवळ काही तास आधी हार मानून खचून बसलेल्या त्यांच्या चेहऱ्याकडे मी पाहत राहिलो.

✦

लोकसभेचं सत्र पुन्हा सुरू झाल्यावर आपल्याला बोलण्याची संधी मिळेल, असं डॉ. सिंग यांना वाटत होतं. पण त्यांचा तो हक्क डावलण्यात आला. विरोधी पक्षानं तेवढंही सौजन्य न दाखवता आरडाओरडा आणि गडबड-गोंधळ करून सगळं सत्र उधळून लावलं. आधीच्या आठवड्यात या भाषणाची तयारी करण्यात त्यांनी खूप वेळ घालवला होता. मॉन्टेक, नारायणन आणि मी मिळून हे भाषण तयार केलं होतं. खुद्द डॉ. सिंग यांनी त्यात कितीतरी मुद्दे वाढवले होते. डाव्यांनी त्यांच्या प्रस्तावाला आधी पाठिंबा देण्याचं कबूल करून नंतर पाठीत कसा खंजीर खुपसला होता, हे सभागृहाला स्पष्ट करण्यासाठी ते असं सांगणार होते :

> मी डाव्यांना फक्त इतकंच म्हटलं होतं की, 'या वाटाघाटींची प्रक्रिया पूर्ण करण्याची आम्हाला परवानगी द्या आणि अणुकरार पक्का करण्याआधी मी संसदेपुढे पुन्हा एकदा तो आणीन. कोणत्याही सरकारचं कामकाज सुरळीत चालण्यासाठी हे साधं सौजन्य लोकांनी दाखवणं अपेक्षित असतं. विशेषतः तुम्ही परराष्ट्र धोरणाच्या बाबतीत काही करत असता, तेव्हा ते महत्त्वाचं असतं. पण हे साधं सौजन्य, हा साधा शिष्टाचार या डाव्या पक्षांनी पाळला नाही. या वाटाघाटीतल्या प्रत्येक टप्प्याच्या बाबतीत त्यांना स्वतःचा हेका चालवायचा होता. हे तर कुणीही मान्य करणं शक्यच नाही. मी त्यांच्या गुलामासारखं वागावं, अशी त्यांची अपेक्षा होती.'

एवढं बोलून झाल्यावर डॉ. सिंग यांनी थोडं वैयक्तिक पातळीवरही बोलण्याचं ठरवलं होतं. त्या भाषणात एक परिच्छेद त्या दृष्टीनं लिहिण्यात आला होता.

मी आजवर अनेकदा हे सांगितलेलं आहे की, 'मी केवळ अपघातानं पंतप्रधान झालो आहे. मी अध्यापक होतो, भारत सरकारमध्ये अधिकारी होतो, अतिशय उत्कृष्ट अशा संसदेचा सदस्य होतो. एका आठवळणाच्या खेड्यात घालवलेलं बालपण मी कधीही विसरलो नाही. मी पंतपधानपदावर आल्याच्या क्षणापासून दररोज एका गोष्टीची मनात आठवण काढतो की, माझ्या आयुष्यातली दहा वर्षं मी एका दरिद्री खेड्यात काढली आहेत. तिथं पिण्याच्या पाण्याची सोय नव्हती, वीज नव्हती, हॉस्पिटल नव्हतं, चांगले रस्ते नव्हते, आधुनिक राहणीमानासाठी आवश्यक असणारी एकसुद्धा गोष्ट तिथे नव्हती. शाळेत जाण्यासाठी मला कित्येक मैल पायी चालावं लागे, रॉकेलच्या कंदिलाच्या मिणमिणत्या प्रकाशात मला अभ्यास करावा लागे. या देशानं मला ही एक संधी दिली. पुढच्या पिढ्यांमधील मुलांचं आयुष्य हे असं होऊ नये, यासाठी काम करण्याची संधी मला मिळाली. सर, मी या पदावर आल्यापासून प्रत्येक दिवशी त्या खेड्यात वाढलेल्या लहान मुलाचं स्वप्न पूर्ण करण्यासाठी झटत आहे.'

पण हे भाषण करण्याची त्यांना संधीच मिळाली नाही. ते भाषण पुढे ढकलण्यात आलं आणि माध्यमांना त्याची लेखी प्रत देण्यात आली. त्या दुपारी लोकसभेचे सभापती सोमनाथ चटर्जी (हे मार्क्सवादी कम्युनिस्ट पक्षातून आले होतं.) यांनी आम्हाला खासगीत माहिती असलेल्या गोष्टी जनतेसमोर जाहीर केल्या. प्रकाश कारत यांनी जी राजकीय कारस्थानं करण्यास सुरुवात केली होती, त्याबद्दल त्यांनी संताप व्यक्त केला. त्यांनी स्वत: जी आघाडी उभी करण्यासाठी इतके कष्ट घेतले होते, तीच आता कारत मोडू पाहत होते, याचा त्यांनी निषेध केला. मार्क्सवादी कम्युनिस्ट पक्षानं युपीएचा पाठिंबा काढून घेतलेला असल्यामुळे आता सोमनाथ चटर्जी यांनी लोकसभेच्या सभापती पदाचा राजीनामा द्यावा, ही पक्षाची मागणी त्यांनी फेटाळून लावली. डाव्यांनी युपीएला पाठिंबा देताना सोमनाथ चटर्जी यांना सभापती बनवण्यात यावं, ही अट घातली होती. २२ जुलै रोजी संसदेमध्ये सोमनाथ चटर्जी यांच्या अध्यक्षतेखाली राजकीय पक्षांची एक बैठक झाली. या 'नोटांसाठी व्होट' प्रकरणाचा छडा लावण्यासाठी ही बैठक झाली होती. त्यानंतर लोकसभेचं सत्र सुरू होऊन विश्वासदर्शक ठरावावर मतदान झालं. दुसऱ्या दिवशी मार्क्सवादी कम्युनिस्ट पक्षाच्या मुख्य कार्यकारी समितीची बैठक होऊन सोमनाथ चॅटर्जींचं पक्षसदस्यत्व रद्द करण्यात आलं. पण चॅटर्जींच्या मनावर त्याचा काहीही परिणाम झाला नाही. त्यांनी कारत यांच्या कृत्याचा जाहीर निषेध तर केलाच, पण त्याचबरोबर पंतप्रधानांना आणि अणुकराराच्या प्रस्तावाला उघड पाठिंबा व्यक्त केला.

सोमनाथ चॅटर्जी यांना डॉ. सिंग यांच्याविषयी अत्यंत आदर होता. ते काही काळ राज्यसभेचे सदस्य असताना त्यांची चांगली मैत्री झाली होती. डॉ. सिंग एक आठवण नेहमी काढत असत. सोमनाथ चॅटर्जी यांचे वडील निर्मलचंद्र चॅटर्जी हे विख्यात कायदेतज्ज्ञ आणि विचारवंत होते आणि अखिल हिंदू महासभेचे ते माजी अध्यक्षही होते. १९५०मध्ये मनमोहन सिंग यांना अमृतसर हिंदू कॉलेजमध्ये पहिला क्रमांक प्राप्त केल्याबद्दल निर्मलचंद्र चॅटर्जी यांच्या हस्ते मानपत्र मिळालं होतं. परंतु सोमनाथ चॅटर्जी यांनी १९९२मध्ये लोकसभेच्या सभागृहात 'इकॉनॉमिक टाइम्स' या वृत्तपत्राची प्रत हातात घेऊन त्या वेळी अर्थमंत्री असलेल्या डॉ. सिंग यांनी भारताचं अंदाजपत्रक संसदेत सादर होण्याआधीच त्याचे तपशील आंतरराष्टीय नाणेनिधी समोर उघड केले असल्याचा आरोप केला होता. त्या घटनेला पंधरा वर्षांपेक्षा जास्त काळ लोटल्यावर डॉ. सिंग यांच्या आयुष्यातील कसोटीच्या क्षणाला ते लोकसभेचे सभापती होते आणि डॉ. सिंग यांच्या विजयाची घोषणा त्यांनीच केली होती. तो दिवस फारच लांबलचक होता. बऱ्याच सदस्यांनी इलेक्ट्रॉनिक मतमोजणी यंत्रावर मतदान करण्याऐवजी कागदाच्या मतपत्रिकांवर मतदान करणं, पसंत केलं होतं. अर्थातच मतमोजणीला वेळ लागला. मतमोजणीनंतर सोमनाथ यांनी असं जाहीर केलं की, २७५ खासदारांनी सरकारच्या बाजूनं मत दिलं होतं, तर २५६ खासदारांनी सरकारविरुद्ध मत दिलं होतं. दहा लोकांपैकी काहींनी मतदान न करण्याचा निर्णय घेतला, तर काही अनुपस्थित राहिले.

विजयाची घोषणा होताच सभागृहात एकच गोंधळ माजला. मी माझ्या मोबाइलवरून अनेक पत्रकारांना एसएमएस पाठवला. 'सिंग इज किंग.' मी त्या रात्री घरी उशिरा पोहोचलो. टीव्ही लावला तर, प्रत्येक वाहिनीवर त्याच चित्रपटातील गाणं वाजत होतं, 'सिंग इज किंग.' अतिशय दमलेले पंतप्रधान हाताच्या बोटांनी 'व्ही फॉर व्हिक्टरी'ची खूण करून टीव्ही कॅमेऱ्यासमोर उभे होते.

■

१३

श्रेय नाकारलं

"सत्तेची दोन केंद्रं असू शकत नाहीत,
त्यामुळे गोंधळ निर्माण होतो. पक्षाध्याक्ष हेच सत्तेचं केंद्र आहे,
ह्या गोष्टीचा मला स्वीकार केलाच पाहिजे."

– डॉ. मनमोहन सिंग, २००९

६ सप्टेंबर, २००८ हा दिवस होता. संध्याकाळची वेळ होती. मी सिंगापूरमध्ये होतो. तेथील विद्यापीठात मी अध्यापनाचं काम करत होते. मी तिकडेच निघालेलो असताना माझा मोबाइल वाजला. पंतप्रधानांचे स्वीय सचिव जयदीप सरकार होते. 'एनएसजी (न्युक्लीअर सप्लायर्स ग्रुप)नं भारतावरचे निर्बंध उठवले!' ते म्हणाले. पंतप्रधान प्रसन्न झाले होते. नारायणन यांचा आनंद तर गगनात मावत नव्हता, असंही त्यांनी मला सांगितलं. भारत-अमेरिका अणुकराराच्या संदर्भातला हा एक महत्त्वाचा टप्पा पार पाडण्यात आल्यामुळे पंतप्रधान कार्यालयात सर्वत्र आनंदाचं वातावरण होतं.

एनएसजीनं त्याच दिवशी बाराच्या सुमारास भारताशी व्यापार करण्याच्या बाबतीतले निर्बंध उठवले होते. आता इतर देशांकडून भारताला आण्विक साधन सामग्री, इंधन आणि उच्चतंत्रज्ञान विकत घेता येणार होतं. डॉ. सिंग यांनी इतिहास घडवला होता. आमच्या सर्वांच्या अपेक्षा त्यांनी पूर्ण केल्या होत्या. दिल्लीला डॉ. सिंग दुपारच्या चहा घेत असताना त्यांच्या कानावर ही बातमी आली होती. सिंगापूरमधून मी सर्व घटनांवर बारीक लक्ष ठेवून होतो. जयदीप मला सर्व माहिती पुरवत होते. हा निकाल लागण्यापूर्वी पुष्कळ नाटकं झाली होती. एनएसजीच्या सदस्यांनी बराच वाद घातला होता. अखेर अमेरिकेचे राष्ट्राध्यक्ष बुश यांनी दिलेलं वचन पाळलं होतं. चीननं भारताच्या बाजूनं मत द्यावं, यासाठी त्यांनी चीनची गळचेपी केली होती. मी मोबाइल फोन खिशात ठेवून बसमधून बाहेर पाहिलं.

सिंगापूरच्या रस्त्याच्या कडेला हिरवीगार झाडी होती. माझ्या डोळ्यांत पाणी तरळलं.

मला संसदेच्या सभागृहातले वादविवाद, चर्चा आणि संघर्ष आठवले. सरकारमधील नेत्यांचे आपापसात वाद, अमेरिकेशी वाटाघाटी, माझी माध्यमांशी याबाबत झालेली चर्चा, सहकाऱ्यांशी झालेले वाद, राजकारण्यांशी झालेले वाद हे सगळं डोळ्यांसमोर तरळलं. तीन वर्षं सतत माझा या सर्वांत सहभाग होता. पण जेव्हा करार झाला, तेव्हा मात्र मी परमुलखात, परक्या विद्यापीठाच्या आवारात होतो.

मी माझ्या मित्रांना फोन केले. जयशंकर हे आता भारताचे सिंगापूरमधील उच्चायुक्त होते. राजा मोहन हे या कराराचे विश्लेषक आणि माध्यम समालोचक होते. आता तेही माझ्यासारखेच सिंगापूर विद्यापीठात प्राध्यापक होते. माझे गुरू के. सुब्रमण्यम यांचे पुत्र जयशंकर, राजा आणि मी असे आम्ही सर्व जण १८ जुलै, २००५ रोजी वॉशिंग्टन डीसीमध्ये होतो. याच दिवशी अमेरिकेनं भारत ही 'अणुसत्ता' असल्याचं उघडपणे मान्य केलं होतं. त्यानंतर तीन वर्षं ज्या घटना घडत होत्या. त्यांचे आम्ही तिघंही साक्षीदार होतो. प्रत्येकाचा आपापल्या परीनं या प्रकरणाशी संबंध आलेला होता.

जयशंकर यांची सिंगापूरला बदली झाल्यावरसुद्धा पंतप्रधानांनी त्यांना वाटाघाटी करण्यासाठी 'मध्यस्थ' म्हणून नेमलं होतं. राजा अजूनही वृत्तपत्रात स्तंभलेखन करत होते. मीसुद्धा सिंगापूर विद्यापीठात शिकवणं, घरी आल्यावर स्वत:चा स्वयंपाक करणं, इत्यादी सांभाळून पंतप्रधानांची भाषणं लिहून ती ईमेलनं त्यांना पाठवत होतो. आम्ही तिघांनी (मी, राजा आणि जयशंकर यांनी.) दुसऱ्या दिवशी पंतप्रधानांचा हा विजय एकत्र साजरा करण्यासाठी भेटायचं ठरवलं.

बुकित तिमाह पार्कपाशी उतरून मी फेरफटका मारायला गेलो. माझ्या मनात दिल्लीतील जल्लोषाचेच विचार चालू होते. जयदीप सरकार यांना मी माझ्या वतीनं पंतप्रधानांचं अभिनंदन करण्यासाठी सांगितलं. ते माझा निरोप डॉ. सिंग यांना सांगतील, अशी माझी खातरीच होती. पण तरीही मला डॉ. सिंग यांच्याशी बोलावं, त्यांचा आवाज ऐकावा, त्यांच्या आनंदात सहभागी व्हावं, असं वाटत होतं. पंतप्रधानांशी बोलण्याची इच्छा मी जर व्यक्त केली असती, तर जयदीप यांनी तसा प्रयत्न केलाही असता. पण पंतप्रधान अतिशय गडबडीत असणार, हे मला माहीत होतं. मग जयदीपनं मला त्यांच्याशी 'नंतर' फोन जोडून देण्याचं आश्वासन दिलं असतं. मग त्याऐवजी मी माझी 'हॉटलाइन' वापरायचं ठरवलं. ती म्हणजे, मुरलीधरन, पंतप्रधानांचे स्वीय साहाय्यक. त्यांच्यामार्फत मला पंतप्रधानांशी लगेच संपर्क साधता आला असता.

मुरली हे नेहमी पंतप्रधानांच्या आजूबाजूला जवळच उभे असत. मला जेव्हा कधीही तातडीनं पंतप्रधानांशी बोलायचं असेल, तेव्हा मी त्यांच्या दोन्ही खासगी

सचिवांपैकी कुणालाही फोन न लावता सरळ मुरली यांच्या मोबाइलवर फोन लावत असे. मुरली जवळच असलेल्या पंतप्रधानांना तो फोन देत. आत्ता सिंगापूरच्या सुंदर उद्यानातून फेरफटका मारत असताना मी थेट मुरली यांच्या मोबाइलवर फोन लावला. मला जसं वाटलं तसंच घडलं. डॉ. सिंग यांनी फोन घेतला.

"हॅलो!" ते नेहमीच्या शांत, सौम्य स्वरात म्हणाले.

"सर, हार्दिक अभिनंदन! तुम्ही ते करून दाखवलंत! " मी म्हणालो.

"आपण सर्वांनी मिळून केलं." ते म्हणाले, कधी नव्हे तो त्यांच्या स्वरात उत्साह जाणवत होता. मी दिल्लीत आलो आहे का, अशी त्यांनी चौकशी करताच मी सिंगापूरहून फोन करत असल्याचं त्यांना सांगितलं.

"मग तुम्ही इकडे परत कधी येताय?" ते म्हणाले.

"सर, आता आमचं सत्र चालू आहे. मी डिसेंबरमध्ये दिल्लीला येणार आहे. तेव्हा मी तुम्हाला भेटायला येईन."

"बरं!" ते म्हणाले. त्यानंतर मला आश्चर्याचा मोठा धक्का देत म्हणाले, "मी अजून तुमच्या जागी दुसऱ्या कुणाची नेमणूक केलेली नाही."

मी बुचकळ्यात पडलो. ते मला तातडीनं का परत बोलावत होते? मी विद्यापीठात शिकवत असल्याचं त्यांना माहीत होतं. ते स्वत: एकेकाळी प्राध्यापक होते. शैक्षणिक सत्राच्या मध्यात कोणीही प्राध्यापक नोकरी सोडून जाऊ शकत नाही, याची त्यांना नक्कीच कल्पना असणार. आणखी एक म्हणजे हा करार यशस्वी होताच मी तत्काळ परत यावं, असं त्यांना का बरं वाटत होतं? आता त्यांनी राजकीय दृष्ट्या आपले पाय घट्ट रोवले असतील का? आपला सध्याचा कार्यकाल यशस्वी पूर्ण करून आपण परत एकदा पंतप्रधान म्हणून सत्तेवर येऊ असा त्यांना विश्वास वाटत असेल का? त्यासाठी तर ते मला ताबडतोब परत येण्यास सांगत नसतील ना?

पंतप्रधानांनी माझ्या जागी नवीन माध्यम सल्लागाराची नियुक्ती केली नव्हती, हे खरंच होतं. पण सरकारमध्ये असलेल्या लोकांचीच ते या बाबतीत मदत घेत असत. मी ऑगस्टमध्ये जेव्हा नोकरी सोडली, तेव्हा पंतप्रधान कार्यालयातील गोपालकृष्णन यांना त्यांनी माध्यमांशी व्यवहार करण्याचं जास्तीचं काम दिलं होतं. डिसेंबरमध्ये सरकारचे मुख्य माहिती अधिकारी दीपक संधू यांना ती जबाबदारी देण्यात आली. पंतप्रधानांची भाषणं लिहिण्याचं काम मात्र नंतरसुद्धा मीच करत राहावं, असं आमचं ठरलं होतं. त्यांनी पूर्वी अनेकदा मला सांगितलंच होतं की, त्यांना त्यांची भाषणं लिहिणाऱ्याची गरज होती. त्यांना स्वत:ला माध्यमांमधून प्रसिद्धी तर नकोच होती. मग आता त्यांचं हे मत बदललं की काय, असं माझ्या मनात आलं. आता एकदा हा अणुकरार पार पडल्यानंतर 'माध्यम सल्लागार' म्हणून काम करताना ते मला पूर्वीपेक्षा जास्त स्वातंत्र्य देतील का? त्यांना स्वत:चं राजकीय

बळ वाढवायचं असेल का?

माझ्या मनातले हे असे अनेक प्रश्न अनुत्तरित असले, तरीसुद्धा डॉ. सिंग यांनी आपल्याला परत बोलावलं, या गोष्टीचा मला खूप आनंद झाला. मी त्यांचं निमंत्रण स्वीकारण्याचं त्यांना आश्वासन दिलं. मी त्यांना शक्य तेवढ्या लवकर परत येण्याचं वचन दिलं. पण त्याचबरोबर हेही स्पष्ट केलं की, अंगावर घेतलेली जबाबदारी पार पडेपर्यंत मला येता येणार नाही, त्यामुळे सार्वत्रिक निवडणुकांपूर्वी मी काही परत येऊ शकणार नाही. मग त्यांनी व्हिएन्ना येथे संपादन केलेल्या विजयाबाबत मी त्यांच्याशी बोललो. आता तुम्ही धोरणात्मक पातळीवर तुम्हाला जे हवं ते करू शकाल, असं मी त्यांना सुचवलं. या अणुकराराच्या वाटाघाटी त्यांनी यशस्वी करून दाखवल्यामुळे राजकारणातलं त्यांचं स्थान आता मजबूत झालं आहे, असं मी त्यांना सांगितलं. "आता हे जे स्वातंत्र्य तुम्हाला मिळालेलं आहे, त्याचा उपयोग तुम्ही स्वत:चे निर्णय घेण्यासाठी करा!" मी पंतप्रधानांना म्हणालो, "हीच वेळ आहे! तुम्ही तुमच्या टीकाकारांना आव्हान द्या आणि तुमचा अधिकार गाजवा."

"बरं, बघू काय ते!" असं ते विचारमग्न स्वरात म्हणाले आणि संभाषण संपलं.

✦

मी डिसेंबरमध्ये जेव्हा दिल्लीला आलो होतो. तेव्हा मी त्यांना जाऊन भेटलो. त्या वेळी त्यांच्या मनावर बरंच ओझं होतं. २६ नोव्हेंबरला मुंबईवर झालेला दहशतवादी हल्ला आणि लेहमन ब्रदर्सच्या घोटाळ्यामुळे जगावर ओढवलेलं आर्थिक संकट या दोन्ही गोष्टींमुळे ते थकलेले, चिंताग्रस्त दिसत होते. या दोन आपत्तींचा परिणाम त्यांच्या प्रकृतीवर झाला होता. ते फार काही बोलले नाहीत. त्यांनी माझ्या घरच्यांची चौकशी केली. मी सिंगापूरमध्ये खूश आहे का, हे त्यांनी पुन्हा एकदा विचारलं. सिंगापूरचे संस्थापक राजनीतिज्ञ ली क्वान यू यांच्याबरोबरच्या गप्पांची डॉ. सिंग यांना आठवण झाली. त्या गप्पांमधून आपल्या चीनविषयी आणि तिथल्या नेतृत्वाविषयी बरंच काही शिकायला मिळालं, असं डॉ. सिंग मला म्हणाले.

मी सिंगापूरला परत गेलो आणि काही दिवसांतच पंतप्रधानांचा हृदयरोग बळावल्याची बातमी माझ्या कानावर आली. जानेवारी अखेर त्यांच्यावर एक मोठी शस्त्रक्रिया करण्यात आली. त्यांची खुशाली मला मुरली नियमितपणे कळवत होते. त्यांना हॉस्पिटलमधून घरी सोडण्यात आलं असून, ते घरी विश्रांती घेत असल्याचं कळताच मी दिल्लीला त्यांना भेटायला जाण्याचं ठरवलं. फेब्रुवारी महिन्यात सकाळी दिल्लीला पोहोचताच मी विमानतळावरूनच जयदीप आणि इंदू यांना फोन

केला. डॉ. सिंग सध्या ५ रेसकोर्स मार्ग येथे विश्रांती घेत असल्याचं मला सांगण्यात आलं. तिथे त्यांच्यासाठी एक लहानसं हॉस्पिटलच थाटण्यात आलं होतं. त्यांच्यावर २४ तास डॉक्टरांचं लक्ष होतं. अजून कुणालाही त्यांना भेटण्याची परवानगी नव्हती. नंतर मला असं समजलं की, त्यांची प्रकृती म्हणावी तितकी झपाट्यानं सुधारत नसल्यामुळेच ही सगळी बंधनं घालण्यात आली होती.

मग मी मिसेस कौर यांची भेट घेऊन सिंगापूरला परत जायचं आणि डॉ. सिंग यांना भेटायची परवानगी मिळेल तेव्हाच परत येऊन त्यांची भेट घ्यायची, असं ठरवलं. मी मुरली यांना फोन करून मिसेस कौर यांच्या भेटीची वेळ मागून घेतली. मिसेस कौर यांनी फोन करून मला बोलावून घेतलं. मी ३ रेसकोर्स मार्गाला त्यांना भेटायला गेलो, तेव्हा त्यांनी मला ५ रेसकोर्स मार्गापाशी बोलावलं असल्याचा निरोप मिळाला. मी ५ रेसकोर्स मार्गामध्ये तात्पुरत्या थाटलेल्या हॉस्पिटलपाशी गेलो. पोर्चमध्ये मिसेस कौर थांबल्या होत्या. त्या मला आत घेऊन गेल्या. प्रतीक्षा कक्षात डॉक्टरांची मोठी तुकडी बसून होती. मी बूट काढून हात धुतले आणि आत गेलो. डॉ. सिंग शांत झोपले होते.

''संजय बारु भेटायला आले आहेत.'' मिसेस कौर त्यांच्या कानात हलके कुजबुजल्या. किंचित डोळे उघडून ते हसले आणि त्यांनी परत डोळे मिटले. मिसेस कौर पुन्हा हलकेच म्हणाल्या, ''चहा घेणार का?'' त्यांनी डोळे उघडून माझ्याकडे पाहिलं. मग मिसेस कौर म्हणाल्या, ''मी त्यांच्यासाठी चहा मागवते आणि तुम्ही पण थोडा घ्या.''

महत्प्रयासानं त्यांनी पुन्हा डोळे उघडले. मिसेस कौर यांनी त्यांना गादीवर उठून बसवलं आणि आधाराला उशी दिली. मग त्यांनी चहा आणि त्याबरोबर बिस्कीट मागितलं. लगेच त्यांची आवडती मारी बिस्किटं आणि चहा आला. मिसेस कौर यांनी त्यांना सावकाश चहा पाजला. त्यानंतर डॉ. सिंग यांनी माझी पत्नी रमा, मुलगी तन्विका आणि माझ्या वडिलांची चौकशी केली. आम्ही अगदी थोडा वेळच बोललो. त्यानंतर श्रीनाथ रेड्डी तिथे आले. पंतप्रधानांची काळजी घेणाऱ्या डॉक्टरांच्या तुकडीचे ते प्रमुख होते. ते माझे शाळेतले आणि कॉलेजातले मित्र होते. आमची हैदराबादच्या दिवसांपासूनची मैत्री होती. डॉ. सिंग यांना विश्रांतीची गरज असल्याने श्रीनाथनं मला जायला सांगितलं.

मी बाहेर निघाल्यावर श्रीनाथकडूनच मला असं कळलं की, पंतप्रधानांचे कुटुंबीय, राष्ट्रीय सुरक्षा संस्था आणि थोडे लोक वगळता डॉ. सिंग यांना ऑपरेशननंतर कुणीही भेटू शकलेलं नाही. मला डॉ. सिंग यांची भेट घेऊ दिल्याचं मी कुणालाही सांगू नये, अशी मुरली यांनी मला विनंती केली. कारण राष्ट्रपती प्रतिभा पाटील आणि सोनिया गांधी या दोघींनीही डॉ. सिंग यांना भेटण्याची परवानगी मागितली

होती. पण ती अजूनही त्यांना देण्यात आली नव्हती. त्यामुळे त्यांना डावलून मला परवानगी मिळाली, हे त्यांच्या कानावर जाणं योग्य नव्हतं. मी भारतात आलो आहे, हे माझ्या घरच्या मंडळींशिवाय इतर कुणालाही माहीतसुद्धा नसल्याचं मी मुरली यांना सांगितलं, त्याचप्रमाणे मी लगेच सिंगापूरला परत जात असल्याचंही सांगितलं.

डॉ. श्रीनाथ म्हणाले, ''ते अजूनही खूप अशक्त आहेत. त्यांची प्रकृती नाजूक आहे. ते याला तोंड देतात की नाही, अशीच आम्हाला काळजी वाटत होती. ते नीट जेवत नाहीत. त्यांनी खरं आता उठून थोडं-थोडं चालायला हवं. त्यामुळे तुम्ही इथे आल्याचं कळल्यावर मिसेस कौर यांना वाटलं की, कदाचित तुम्हाला भेटून डॉ. सिंग यांना प्रसन्न वाटेल आणि खरोखर तसंच झालं. पूर्ण दिवसभरात ते एक शब्दही बोलले नव्हते. आता तुमच्याशी ते जे काही बोलले. ते आजच्या दिवसभरातलं त्यांचं पहिलंच बोलणं होतं.''

मी विमानातळाकडे निघाल्यावर त्यांच्या बोलण्याचा पुन्हा-पुन्हा विचार करत राहिलो.

७ रेसकोर्स मार्गामध्ये डॉ. सिंग यांनी माझ्या 'निरोप समारंभा'निमित्त एक मेजवानी आयोजित केली होती. माझा निरोप समारंभ अत्यंत यथास्थित पार पडला पाहिजे, असा त्यांचा आग्रह असल्याचं मला जेव्हा कळलं, तेव्हा मला फार आनंद झाला होता. त्यांनी मॉन्टेक, रंगराजन, पंतप्रधान कार्यालयातील सर्व वरिष्ठ अधिकारी, पृथ्वीराज चव्हाण, नारायणन, नायर, मंत्रीमंडळाचे सचिव के. एम. चंद्रशेखर, परराष्ट्र सचिव शिवशंकर मेनन, अर्थ सचिव दुव्वरी सुब्बाराव यांना तर निमंत्रण होतंच, त्याशिवाय माझ्या इच्छेसाठी आणखी दोन बाहेरच्या पाहुण्यांना बोलावण्यात आलं होतं. एक म्हणजे माझे गुरू के. सुब्रमण्यम आणि रिझर्व बँक ऑफ इंडियाचे माजी गव्हर्नर बिमल जालान.

मेजवानीची बैठक व्यवस्था कोणत्याही अधिकृत सरकारी मेजवानीच्या संकेतांना आणि शिष्टाचारांना धरूनच करण्यात आली होती. पंतप्रधान आणि मी एकमेकांच्या समोर बसलो होतो. बाकीचे सर्व जण त्यांच्या श्रेणीनुसार राखून ठेवलेल्या आसनांवर बसले होते. जेवण चालू असताना आमच्यातल्या अनेकांनी पंतप्रधान कार्यालयात काम करत असताना घडलेले किस्से सांगितले, अडचणीचे प्रसंग तसेच आनंदाचे प्रसंगही वर्णन करून सांगितले. डॉ. सिंग यांनी माझ्या कामाबद्दल माझे आभार मानले आणि तुमची आठवण मला सतत येईल, असं पण आवर्जून सांगितलं.

मग टेबलाभोवती बसलेल्या सर्वांकडे पाहात ते म्हणाले, ''आम्ही दोघं 'पाटनर्स' होतो.''

ती दुपार भारलेली होती. आम्हा दोघांमधलं गुंतागुंतीचं नातं त्या क्षणांमध्ये प्रतिबिंबित झालं होतं. मी त्यांचा 'माध्यम सल्लागार' म्हणून काम करू लागण्याआधी एक पत्रकार म्हणून मी त्यांना ओळखत होतो. पण आमच्यात जवळीक नव्हती.

पंतप्रधान कार्यालयातला डॉ. मनमोहन सिंग यांच्या सगळ्यात जवळचा माणूस म्हणजे मणी दीक्षित. पण मणी दीक्षित यांच्या निधनानंतर डॉ. सिंग यांच्या आयुष्यात निर्माण झालेली पोकळी थोड्या फार प्रमाणात का होईना, मी भरून काढली होती. ते मला विश्वासात घेऊन कितीतरी गोष्टी सांगत, मन मोकळं करत. कधीतरी त्यांची एखादी गुप्त कामगिरी मी या कानाचं त्या कानाला कळू न देता पार पाडत असे. अणुकराराच्या वाटाघाटीत सर्व वेळ मी सतत त्यांच्या बरोबर होतो. माझ्या या नोकरीनं मला दिवसाचे चोवीस तास आणि आठवड्याचे सात दिवस नुसतं पछाडलं होतं. त्याबद्दल कधीतरी मी माझ्या पत्नीचा रोषसुद्धा पत्करला होता. मी घरातल्या कामांपैकी फक्त एकच काम नित्यनेमानं करत असे, ते म्हणजे माझ्या मुलीला शाळेच्या बसस्टॉपपाशी सोडणं. मी आणि डॉ. सिंग उघडपणे या बाबतीत कधीही बोललो नसलो, तरी मला एक गोष्ट माहीत होती. काँग्रेस पक्षाकडून मला कामावरून काढून टाकण्याची अनेकदा मागणी होत असे आणि त्या प्रत्येक वेळी डॉ. सिंग माझी बाजू घेत. मी नोकरी सोडण्याचा निर्णय घेतल्यावर डॉ. सिंग यांना नक्कीच वाईट वाटलं असेल. मी त्यांची निराशा केल्यासारखंही त्यांना वाटलं असेल; पण ते त्यांनी कधी चेहऱ्यावर दाखवलं नाही. घरातील एखाद्या वडीलधाऱ्या माणसाला जशी काळजी वाटेल तशी त्यांना माझी काळजी वाटायची. माझ्या कौटुंबिक जीवनातील जबाबदाऱ्यांची त्यांना जाणीव होती. पंतप्रधानपदाच्या एका संपूर्ण कार्यकालामध्ये आम्ही एकत्र होतो. त्या दरम्यान घडलेल्या घटना, चढ-उतार एकत्रच अनुभवले होते. त्यामुळेच आमच्यातला हा अनुबंध पक्का झाला होता. तरीसुद्धा त्यांनी सर्वांसमोर आम्ही 'पार्टनर्स' असल्याचा उल्लेख केल्यामुळे मी चकित झालो. त्यांचे ते शब्द माझ्या हृदयाला स्पर्शून गेले.

जेवण झाल्यावर मी जेव्हा त्यांचा निरोप घेण्यासाठी त्यांच्याजवळ गेलो, तेव्हा त्यांनी पुढे होऊन मला घट्ट मिठी मारली.

नंतर आम्ही कारपार्ककडे निघालो असताना मॉन्टेक मला म्हणाले, ''पंजाबीमध्ये याला 'झप्पी' असं म्हणतात!''

✦

निवडणुका जाहीर झाल्यानंतर मार्चअखेरीस मी पुन्हा दिल्लीला डॉ. सिंग यांना भेटायला गेलो. डॉ. सिंग आता पूर्ण बरे झाले होते. ते स्वत: आणि मिसेस कौर आनंदात दिसत होत्या. ३ रेसकोर्स मार्गाच्या बैठकीच्या खोलीत आम्ही बसलो होतो. नेहमीप्रमाणे टेबलावर पुस्तकं होती. बहुधा ते दोघं पुस्तकं वाचत असावेत. नेहमीप्रमाणे भेट होताच डॉ. सिंग यांनी माझ्या घरच्यांची खुशाली विचारली.

आता निवडणुका घोषित झालेल्याच आहेत, तर डॉ. सिंग यांनी लोकसभेसाठी उभं राहायला हवं, असं मी त्यांना सुचवलं. जर काँग्रेस पक्षाचा निवडणुकीत विजय झाला, तर पुन्हा पंतप्रधानपदावर तेच येणार होते, "मग या वेळी लोकसभेची जागा जिंकूनच यावं," असं मी म्हणालो. समजा जरी पक्षाला निवडणुकीत विजय मिळाला नाहीतरी निवडणुकीतून लोकसभेची जागा जिकल्याचं समाधान मनमोहन सिंग यांना नक्की मिळालं असतं, असा मी युक्तिवाद केला. स्वत:ची राजकीय कारकिर्द अशा रीतीनं पंतप्रधानांनी एका उंचीवर नेऊन पदाला पूर्णविराम दिला असता. १९९९मध्ये डॉ. सिंग यांना साउथ दिल्ली येथून लोकसभेच्या निवडणुकीला उभं राहिल्यानंतर पराभव पत्करावा लागला होता. त्यामागे खुद्द काँग्रेसपक्षातील लोकांचीच कटकारस्थानं होती, असं त्यांच्या घरचं आणि मित्रमंडळींचं म्हणणं होतं. पण त्या पराभवाच्या अनुभवापासून डॉ. सिंग यांच्या मनात या विषयाबद्दल कटुता होती.

डॉ. सिंग तर त्यावर काहीच बोलले नाहीत. मिसेस कौर यांनी स्मितहास्य करत प्रश्नार्थक मुद्रेनं त्यांच्याकडे पाहिलं. मी आग्रह चालूच ठेवला. त्यांनी आसाम आणि अमृतसर अशा दोन जागांवरून निवडणूक लढवावी, असं मी सुचवलं. १९९१ सालापासून राज्यसभेवर त्या राज्याचं त्यांनी प्रतिनिधित्व केलं होतं. त्यामुळे तिथल्या लोकांसाठी हे करणं, त्यांचं कर्तव्य होतं. त्याचबरोबर त्यांनी त्यांच्या स्वत:साठी अमृतसरहून निवडणूक लढवायलाच हवी होती. कारण तेही एक कर्तव्यच होतं. अमृतसर हे मिसेस कौर याचं माहेर आणि मनमोहन सिंग यांना अत्यंत प्रिय असलेलं शहर होतं. "तुम्ही दोन्ही ठिकाणांहून नक्की निवडून याल!" मी म्हणालो. त्यानंतर त्यातली कुठली जागा ठेवायची, हे त्यांना नंतर ठरवता आलं असतं.

"माझ्या प्रकृतीमुळे मला प्रचार करता येणार नाही." ते म्हणाले, "शिवाय काय तो निर्णय पक्ष घेईल."

पण मी हार मानली नाही. मी त्यांच्याशी वाद घातला. त्यांना प्रचाराची चिंता करण्याची काहीच गरज नव्हती. त्यांनी नुसत्या थोड्या भाषणांच्या डीव्हीडीज ध्वनिमुद्रित केल्या असत्या की, त्यांच्या प्रचारयंत्रणेची व्यवस्था बघणाऱ्यांनी त्या सर्वत्र पोहोचवल्या असत्या. शिवाय त्यांच्यासाठी काही ठिकाणी मिसेस कौर जरी प्रचाराला गेल्या असत्या, तरी भागलं असतं. मी त्यांना म्हणालो, "मॅडमच्या सभांना आसाम आणि अमृतसरमध्ये प्रचंड गर्दी होईल. लोक त्यांना पाहायला गर्दी करतील. त्या नक्कीच भाषण करून तुमच्यासाठी लोकांची मतं खेचून आणतील."

ह्यावर दोघंही हसले. "हाऽ हाऽ हाऽ का नाही? मला येतं सभेत भाषण करता, मी करीन!" त्या हसून म्हणाल्या. त्यांच्या चेहऱ्यावर आत्मविश्वास दिसत होता. त्यांना ती कल्पना पसंत पडलेली दिसत होती.

संधी आलीच आहे, तर त्यांचं सोनं करून घेण्यासाठी मी माझं घोडं पुढे

दामटलं, "त्यांनी तुम्हाला परत राज्यसभेतच ठेवण्याचा निर्णय घेतला, तर मग पंतप्रधान पदावर राहाण्याचं मान्य करू नका. ह्या गोष्टीचा निर्णय तुम्ही पक्षावर का सोडता? तुम्ही त्यांना ही अट घाला. काहीही झालंतरी आपल्याला लोकसभेच्या निवडणुकीला उभं राहायचंच आहे, असा हट्ट धरा. २००४मध्ये तुम्ही 'अपघातानं पंतप्रधान' झालात. पण २००९मध्ये तुम्हाला तुम्ही करून दाखवलेल्या कामगिरीमुळे या पदावर पुन्हा येण्याचा अधिकार प्राप्त झालेला आहे. तुम्ही पक्षाला पाच वर्षं सत्ता दिलीत. तुम्ही आघाडीचं व्यवस्थापन केलंत, अणुकराराचं सगळं प्रकरण तुम्ही निभावून नेलंत. यशस्वी करून दाखवलंत. डाव्यांनी इतके खोडे घालूनसुद्धा अर्थव्यवस्था नीट चालली आहे. आर्थिक प्रगती झाली आहे. तुम्ही अर्थव्यवस्थेला संकटापासून वाचवलं आहेत."

डॉ. सिंग यांचा पक्ष त्यांच्या नावे मतं गोळा करून त्यांना परत एकदा पंतप्रधानपदावर आणण्याचा प्रयत्न करत होता, याची मी त्यांना जाणीव करून दिली. "मी तुम्हाला एक सावधगिरीची सूचना देतो, सर!" मी म्हणालो, "तुमचा पक्ष हरला ना, तर काँग्रेसचे लोकं अपयशाचं खापर तुमच्या माथी फोडतील. ते असंच म्हणतील की, तुमच्या धोरणांमुळे त्यांचा पराभव झाला. त्यामुळे जर पक्षाचा विजय झालाच, तर निदान त्यांचं श्रेय तरी तुम्ही घ्या सर, तुम्ही लोकसभेची निवडणूक लढवा!"

न मागताच त्यांना हा सल्ला देऊन मी परत फिरलो आणि सिंगापूरला गेलो. डॉ. सिंग लोकसभेच्या निवडणुकीला उभे राहिलेच नाहीत. त्यांनी उभं राहण्याची इच्छा व्यक्त करूनही पक्षानं त्यांची ही इच्छा डावलली होती का पक्षाचा निर्णय मान्य करून त्यांनी राज्यसभेचं सदस्य राहाणं पसंत केलं होतं, हे मी त्यांना नंतर कधीच विचारलं नाही.

✦

मी सिंगापूरला परत आल्यावर मध्येच कधीतरी मला एखाद्या पत्रकाराचा ईमेल किंवा फोन येत असे. त्यांच्याकडून मला निवडणुकीसंबंधीच्या ताज्या बातम्या आणि इतर राजकीय अफवांविषयीची माहिती मिळत असे. अनेकांचं तर असंच मत होतं की, पक्षाच्या जाहीरनाम्यात आणि निवडणुकांच्या पत्रकांवर मुद्दामच डॉ. सिंग यांचं नाव आणि फोटो छापण्यात याला होता. म्हणजे जर पराभव झालाच असता, तर तो डॉ. सिंग यांच्यामुळेच असं म्हणता आलं असतं. राहुल गांधी यांचा फोटो मुद्दामच जाहीरनाम्यावर किंवा पत्रकांमधून झळकत नव्हता. त्यामुळे नवीन नेतृत्व म्हणून त्यांना नंतर पुढे आणता आलं असतं. एका ज्येष्ठ पत्रकारानं त्यांचं अहमद पटेल यांच्याशी

झालेलं बोलणं माझ्या कानावर घातलं. या निवडणुकीत जर पक्षाचा पराभव झाला असता, तर विरोधी पक्ष नेतेपदी येण्याचं राहुल गांधी स्वप्न बघत होते. त्यामुळे त्यांच्या परिचयात एक नवी भर पडली असती. शिवाय आपण डॉ. सिंग यांच्यापेक्षा किती वेगळे आहोत, हे दाखवून देण्याची त्यांना संधी मिळाली असती. या खेपेला काँग्रेस पुन्हा सत्तेवर येईल, असं तर कुणालाच वाटत नव्हतं. डॉ. सिंग जनतेत किती लोकप्रिय आहेत, याचा पक्षातील कुणाला अंदाज नव्हता. भाजपच्या पंतप्रधान पदासाठी घोषित करण्यात आलेल्या उमेदवाराचं म्हणजे लालकृष्ण अडवानी यांचं लोकांच्या मनात नेमकं काय स्थान आहे, याचाही त्यांना अंदाज नव्हता.

निवडणुकीचा निकाल जेव्हा घोषित झाला, तेव्हा युपीएला स्पष्ट बहुमत प्राप्त झालं होतं. युपीए-१मध्ये काँग्रेस पक्षाला केवळ १४५ जागा होत्या, त्यामध्ये आत्ता वाढ होऊन त्या २०६ झाल्या होत्या. तशी मतांच्या प्रमाणात मोजकीच वाढ झाली होती. काँग्रेसला मिळालेली मतं गेल्या खेपेपेक्षा २.०२ टक्क्यांनी वाढली होती. शहरांमधून काँग्रेसला जास्त पाठिंबा मिळाला होता. युपीएला सर्व प्रमुख शहरातल्या जवळपास सगळ्याच जागा प्राप्त झाल्या होत्या. फक्त याला बंगळुरूचा तेवढा अपवाद होता. काँग्रेसच्या शहरी मतांमध्ये १९ टक्के वाढ, तर ग्रामीण मतांमध्ये १४ टक्के वाढ झाली होती. १९९९मध्ये काँग्रेसला लोकसभेत ११४ जागा होत्या. त्यानंतर सोनियाजींच्या प्रयत्नांनी २००४मध्ये त्यांची संख्या १४५ झाली. पण २००९मध्ये मात्र डॉ. सिंग यांनी युपीए-१मध्ये करून दाखवलेल्या कामगिरीमुळेच काँग्रेस पक्षाला २०६ जागा मिळू शकल्या होत्या. १९८९मध्ये राजीव गांधीनी ५ वर्षांच्या कार्यकालावधीनंतर पक्षाला १९७ जागा मिळवून दिल्या होत्या. त्यापेक्षा डॉ. सिंग यांनी आत्ता नऊ जागा जास्त मिळवल्या होत्या. पंजाबमध्ये काँग्रेससाठी अकरा टक्के मतदान झालं होतं. म्हणजे संपूर्ण देशभरात काँग्रेसच्या बाजूनं जेवढं मतदान झालं होतं, त्यांच्या पाच पट जास्त मतदान एकट्या पंजाबमधून झालं होतं. याचाच अर्थ जर डॉ. सिंग यांनी पंजाबमधून निवडणूक लढवली असती, तर ते नक्की विजयी झाले असते. डॉ. सिंग यांनी पाच वर्षांत नऊ टक्के विकास घडवून आणला होता. देशहिताचं रक्षण करण्यासाठी त्यांनी डाव्यांचं आव्हान पेललं होतं. शिवाय भाजपच्या अडवानींच्या नेतृत्वावर जनतेचा विश्वास नव्हता. त्याचमुळे शहरातील मतदार काँग्रेसकडे वळला होता.

एकदा अणुकरार झाला की, भारतातील मुस्लीम मतदारांची निराशा होऊन ते काँग्रेसपासून दूर जातील, ही काँग्रेसची भीतीसुद्धा खोटीच ठरली होती. सरकारच्या रोजगार हमी योजनेमुळे ग्रामीण मतं काँग्रेसच्या पदरात पडतील, हा सिद्धान्तही खोटा ठरला होता. कारण देशातील जास्त मागास राज्यामधील जनतेनं भाजपला मत दिलं होतं, तर उत्तर प्रदेशचा पश्चिम भाग, आंध्र प्रदेश आणि इतर मूठभर नागरी

केंद्रांकडून काँग्रेससाठी मतदान झालं होतं. 'द हिंदू' या दैनिकाच्या विद्या सुब्रमण्यम यांनी ग्रामीण तसंच मुस्लीम जनतेला प्रश्न केला होता. तुमचं मत कुणाला? त्यावर त्यांनी एकमुखानं उत्तर दिलं होतं, "काँग्रेसको! सरदारजी को!!" ते सर्व जण पंतप्रधानांना 'नेक आदमी' संबोधत असत.

मतदारांनी दिलेला हा कौल इतिहास घडवणारा होता. सत्तेवर असलेले पंतप्रधान स्वत:ची पाच वर्षांची मुदत तर पूर्ण करतातच, पण त्यानंतर बहुमतानं निवडून येतात, हे १९६२ सालानंतर आता प्रथमच घडत होतं. इंदिरा गांधींनी पंतप्रधान पदाची अर्धी मुदत संपल्यानंतर मध्येच सूत्रं हाती घेतली आणि त्यानंतर १९७१मध्ये पाकिस्तानशी युद्धात विजय मिळवल्यानंतर त्या पुन्हा निवडून आल्या. म्हणजेच लागोपाठ दोन वेळा पूर्ण कालावधीसाठी त्या पंतप्रधानपदी नव्हत्या. नेहरूंच्यानंतर कोणत्याही पंतप्रधानाला पाच वर्षं पदावर राहिल्यानंतर परत निवडून येणं जमलंच नव्हतं. १९९९मध्ये वाजपेयी पुन्हा निवडून आले, पण त्यानंतर त्यांचं सरकार मुदत संपण्यापूर्वीच पडलं. डॉ. सिंग यांच्या विजयानंतर मात्र राजकारणाच्या खेळाचे नियमच बदलून गेले.

✦

निवडणुकांचे निकाल घोषित होत असताना मी घरी लॅपटॉपवर 'सीएनएन-आयबीएन'च्या बातम्या पाहात होतो. युपीएचा हा दणदणीत विजय मनमोहन सिंग यांच्यामुळे आहे का, अशी चर्चा टीव्हीवर चालू होती. थोड्या वेळात वाहिनीच्या राजकीय वृत्तप्रतिनिधी पल्लवी घोष पडद्यावर आल्या. त्या काँग्रेस पक्षाच्या कार्यालयासमोर होत्या. त्यांच्याबरोबर पृथ्वीराज चव्हाण हेही होते. "मग आता या विजयाचे शिल्पकार कोण, सोनिया गांधी की मनमोहन सिंग?" पल्लवी घोष त्यांना म्हणाल्या.

पृथ्वीराज चव्हाण यांना पंतप्रधान कार्यालयात आपले राज्यमंत्री म्हणून डॉ. सिंग यांनीच आणलं होतं. त्यांनी विशेष काहीही कामगिरी बजावून दाखवलेली नसतानासुद्धा डॉ. सिंग यांनी पूर्ण पाच वर्षं त्यांना त्या पदावर राहू दिलं होतं. पण तेच पृथ्वीराज चव्हाण राजनैतिक चतुराई दाखवून उत्तरले, "दोघंही!" त्यानंतर तर त्यांनी संभ्रमात टाकणारं उत्तर दिलं. ते म्हणाले, "हा विजय म्हणजे मतदारांनी राहुल गांधींच्या दिशेनं दिलेला कौल आहे. राहुल गांधीनी केलेल्या कार्यामुळे आज आम्हाला हा विजय मिळवणं शक्य झालं आहे."

पुढे हाच मंत्रघोष सर्वत्र सुरू झाला. प्रत्येक पक्ष कार्यकर्त्यानं पुन्हा-पुन्हा हेच सांगितलं, २००९च्या निवडणुकांमधील यशाचं श्रेय राहुल गांधीचं आहे. ज्या माणसानं आपल्या अथक परिश्रमांच्या जोरावर अशक्य गोष्ट शक्य करून दाखवत; हा एवढा

मोठा विजय मिळवला, त्या विजयाचं श्रेय त्याला कधीच देण्यात आलं नाही.

त्यावरून मला एक गोष्ट कळून चुकली, जर या निवडणुकीत काँग्रेसचा पराभव झाला असता, तर त्या पराभवाची जबाबदारी पूर्णपणे पंतप्रधानांच्या खांद्यावर येऊन विसावली असती. पंतप्रधानांच्या अणुकरार करण्याच्या हट्टाग्रहापायी डाव्यांची आणि मुस्लिमांची मतं काँग्रेसला मिळू शकली नाहीत, त्या पराभवाचं कारण देण्यात आलं असतं. त्यांच्या नवउदारमतवादी आर्थिक धोरणांमुळे गरीब जनता त्यांच्यापासून दूर गेली असल्याचा ओरडा करण्यात आला असता. पंतप्रधानांवर त्या पराभवाचा दोषारोप करण्यासाठी शेकडो कारणं शोधून काढण्यात आली असती. पण आता काँग्रेस परत एकदा आघाडीसह सत्तेत होता. पक्षातील कुणीही अंदाज केला नसेल, इतक्या जास्त जागा मिळाल्या होत्या. त्यामुळे या यशाचं सगळं श्रेय पक्षाच्या 'फर्स्ट फॅमिली'ला म्हणजे गांधी घराण्याकडे जायलाच हवं. अखेर गांधी घराण्याचे युवा वंशज हेच भावी नेते होते ना! त्यामुळे हा विजय राहुल यांचा होता. मनमोहन यांचा नव्हे!

निवडणुकांच्या निकालानंतर डॉ. मनमोहन यांनी थोड्याफार प्रमाणात स्वतःचा अधिकार गाजवण्यास सुरुवात केली होती. केंद्रीय मंत्रीमंडळात कोण असावं, कोण नसावं, याबद्दल त्यांनी स्वतःचं मत मांडलं होतं. द्रविड मुन्नेत्र कळघम (डीएमके) पक्षाचे ए. राजा आणि टी. आर. बालू यांचं नाव बदनाम असल्यामुळे त्यांना मंत्रिपद देऊ नये, असंही त्यांनी सुचवलं होतं. मी डॉ. सिंग यांच्या हालचालींवर बाहेरून नजर ठेवून होतो. त्यांच्यावर पक्षाकडून येत असलेल्या सततच्या दडपणामुळे ते निराश होऊ नयेत किंवा मोडून जाऊ नयेत, अशी मी आशा करत होतो. डॉ. सिंग यांनी कसाबसा एक दिवस स्वतःच्या मताचा आग्रह धरला. त्यांनी बालू यांना मंत्रीमंडळाबाहेर ठेवलं, पण स्वतःच्याच पक्षाच्या दडपणामुळे त्यांनी राजा यांचा मंत्रीमंडळात समावेश करून घेतला. परत एकदा हा विजय मनमोहन सिंग यांचा नसून गांधी परिवाराचा होता, हेच पक्षानं यातून स्पष्ट केलं.

✦

२ जून, २००९मध्ये मी दिल्लीला जाऊन डॉ. सिंग यांची भेट घेतली. आधी मला ते ७ रेसकोर्स मार्ग येथे भेटतील, असं सांगण्यात आल्यामुळे मी तिथे गेलो. तिथे गेल्यावर ते त्यांच्या निवासस्थानी ३ रेसकोर्स मार्गाला आहेत, असं कळलं. मग मीसुद्धा चालतच त्यांच्या घरी निघालो. आजूबाजूला विस्तीर्ण पसरलेले हिरवळीचे पट्टे आणि हिरवीगार झाडी असलेल्या वाटेवरून चालत निघालो. इतक्यात मी डॉ. सिंग यांना भेटायला आल्याचं कळल्यामुळे ते चालत ७ रेसकोर्स मार्गाच्या दिशेनं

निघाले होते. आमची दोघांची ५ रेसकोर्स मार्गापाशी रस्त्यात गाठ पडली. ती जून महिन्याची सुरुवात होती. सकाळचे दहा वाजले होते. तापमान इतक्या सकाळीच ३६ अंश सेल्सियसवर जाऊन पोहोचलं होतं. प्रचंड गरम होत होतं. ''इतक्या उन्हात तुम्ही चालत कशाला निघालात?'' असं मी त्यांना विचारलं.

''अहो, हे तर काहीच नाही!'' ते ६ रेसकोर्स मार्गाच्या दिशेनं चालता-चालता म्हणाले. ''मी प्रचारासाठी याहूनही कितीतरी जास्त उन्हातून हिंडलोय.''

मी सिंगापूरमध्ये असताना त्याविषयी वाचलं होतं. फेब्रुवारीमध्ये इतकी मोठी शस्त्रक्रिया झाल्यानंतर एप्रिल-मेमध्ये ते प्रचार करत हिंडत होते. आत्तासुद्धा चालताना डॉ. सिंग माझ्यापुढे होते. मुरली आणि मी त्यांच्या मागोमाग चालत होतो. आमच्या मागे थोडं अंतर ठेऊन सुरक्षा रक्षक चालत होते.

त्यांनी किंचित मागे वळून माझ्याकडे पाहिलं. त्यांचा चेहरा अभिमानानं उजळून निघाला होता. ते म्हणाले, ''हा विजय मिळवण्यासाठी तर मी माझ्या प्राणाची बाजी लावली होती.''

इथून पुढे माझा काय बेत आहे, याची त्यांनी चौकशी केली. माझ्या करारानुसार मला दोन महिन्यांची आगावू सूचना देणं भाग आहे, असं मी त्यांना सांगितलं. मी जर त्याच दिवशी राजीनामा दिला असता, तर मला १ ऑगस्टला रुजू होता आलं असतं. पण मी त्यांना एक गोष्ट स्पष्ट सांगितली, मला परत 'माध्यम सल्लागार' म्हणून भारतात येण्यात काहीही स्वारस्य नव्हतं. त्यांच्या माध्यम सचिव दीपक संधू या होत्या व त्या त्यांचं काम उत्तम रितीनं सांभाळत होत्या. मी जर परत आलो असतो, तर दीपक संधू यांना मदत केली असती, गरज पडेल तिथे त्यांच्या पाठीशी उभा राहिलो असतो, पण तरी त्या आत्ता जे काम करत होत्या, ते त्यांनीच पुढे चालू ठेवणं योग्य होतं. मी पंतप्रधानांचा सल्लागार म्हणून येण्यास तयार होतो. पंतप्रधान जे काही सांगतील, ते काम मी केलं असतं.

''तुम्ही पंतप्रधानांचे सचिव म्हणून या! धर साहेबांचा हुद्दासुद्धा हाच होता,'' डॉ. सिंग म्हणाले.

प्राध्यापक पी. एन. धर हे दिल्ली स्कूलचे अर्थतज्ज्ञ होते. ते पुढे इंदिरा गांधींच्या पंतप्रधान कार्यालयात पी. एन. हक्सर यांच्या खांद्याला खांदा लावून काम करू लागले. माझी तुलना डॉ. सिंग यांनी धर यांच्याशी केल्यावर मला मनातून खूप आनंद झाला. मला धर यांच्याविषयी अत्यंत आदर होता. मी 'टाइम्स ऑफ इंडिया'च्या संपादकीय पानाचा संपादक म्हणून काम करत असताना आमची दोघांची मैत्री झाली होती. १९७२मध्ये इंदिरा गांधी आणि झुल्फिकार अली भुट्टो यांची सिमला येथे भेट झाली होती. त्या भेटीला आता २५ वर्षं होऊन गेली होती. त्या भेटीत नेमकं काय घडलं, ह्याचा वृत्तान्त धर यांनी लिहावा, यासाठी मी त्यांचा

पिच्छा पुरवला होता. धर यांच्या म्हणण्याप्रमाणे त्या शिखर परिषदेत भुट्टो हे काश्मीर प्रश्न सोडवण्यास राजी झाले होते. परंतु त्या कराराच्या अटींचं पाकिस्तानात गेल्यावर समर्थन करणं भुट्टो, यांना फार जड गेलं असतं. हे उत्कृष्ट राजकीय मुत्सुद्दी असलेल्या इंदिराजींनी ओळखलं होतं. अखेर धर यांनी तो लेख लिहिला. तो प्रकाशित झाल्यावर भारतात आणि पाकिस्तानात त्याचा बराच बोलबाला झाला. माझी आणि धर यांची त्यावर अनेकदा चर्चा होत असे. त्या चर्चेतूनच मला इंदिराजींमध्ये आणि त्यांच्यामध्ये असलेल्या खास स्नेहाविषयी कळलं. ते इंदिराजीचे सल्लागार असले, तरी त्यांची पार्श्वभूमी राजकीय नसून शैक्षणिक होती.

त्यामुळे अर्थातच डॉ. सिंग यांनी धर यांच्याशी माझी तुलना करताच मला अत्यंत आनंद झाला. धर जे काम करत होते, तशा प्रकारचं काम पंतप्रधान कार्यालयात मी करण्याची कल्पना मला पसंत पडली. पण मी स्वत:ला पंतप्रधान कार्यालयातील सचिव म्हणून घेण्यास तयार नव्हतो. मी जर आता 'सचिव' म्हणून काम करण्यास सुरुवात केली असती, तर मला मुख्य सचिवांच्या हाताखाली काम करावं लागलं असतं. मी जेव्हा 'माध्यम सल्लागार' होतो, तेव्हा मी थेट पंतप्रधानांच्या हाताखाली काम करत होतो. त्यामुळे त्यांनी मला 'सचिव' म्हणून कामावर नेमण्याऐवजी सल्लागार म्हणून नेमावं, अशी मी त्याना विनंती केली. ती त्यांनी मान्य केली. त्यानंतर मी सिंगापूरला परत गेलो.

३ जून रोजी मी ज्या 'ली क्वान यू स्कूल ऑफ पब्लिक पॉलिसी' या कॉलेजात शिकवत होतो, त्याच्या प्राचार्यांकडे माझा राजीनामा दिला. मी नेमका का राजीनामा देत आहे, हे मी प्राचार्य किशोर महबूबानी यांना स्पष्ट करून सांगितलं. परंतु ही गोष्ट गुप्त ठेवण्याची त्यांना विनंती केली. काही दिवसानंतर www.whisperinthecorridors.com या संकेतस्थळावर मी पंतप्रधान कार्यालयात परत रुजू होत असल्याची बातमी प्रसिद्ध झाली. हे वृत्त कुठून आणि कसं पसरलं असावं, तेच मला कळेना. कुणीतरी बुद्धिमान माणसानं तर्क केला असावा, असंच मी मानलं. या संकेतस्थळावर नेहमी सचिवालयातील कर्मचारी आणि पत्रकारांकडून मिळालेल्या बातम्या येत असतात, कुणीतरी मला रेसकोर्स मार्गावरच्या कार्यालयात पाहून अंदाज केला असणार.

काही दिवसांनंतर 'बिझिनेस स्टँडर्ड'या दैनिकाचे टी. एन. निनान यांनी मला फोन करून असं सांगितलं की, त्यांच्या पत्रकारानं एक बातमी बनवली आहे. मी पंतप्रधान कार्यालयात परत येणार असून युपीएच्या सर्वात महत्त्वाच्या कार्यक्रमांच्या अमलबजावणीवर मी नजर ठेवणार असल्याचं, त्या बातमीत म्हटलं होतं. मला यातलं काहीही ठाऊक नसल्याचं मी त्यांना स्पष्ट सांगितलं. त्यावर ही बातमी त्या पत्रकाराला खुद्द पृथ्वीराज चव्हाण यांच्याकडून कळली असल्याचं सांगून, निनान

म्हणाले, ''तुम्ही जर या वृत्ताचा इन्कार करत नसाल, तर 'बिझिनेस स्टँडर्ड' ही बातमी छापणार आहे.'' त्यावर माझा असाच समज झाला की, पंतप्रधानांनी पृथ्वीराज चव्हाण यांना ही माहिती पुरवली असून मग त्यांनी ती त्या पत्रकाराला सांगितली असणार. त्यामुळे मी निनान यांच्यापाशी त्या बातमीचा इन्कार केला नाही. पण त्यांनी परत एकदा पंतप्रधान कार्यालयाकडून त्याची खातरी करून घ्यावी, असं त्यांना सुचवलं. त्या वेळी मला थोडी सुद्धा कल्पना नव्हती की, मी पंतप्रधान कार्यालयात परत येऊ नये, यासाठी मुद्दामच या अशा तऱ्हेच्या अफवा पसरवण्यात आल्या होत्या.

'बिझनेस स्टँडर्ड'मध्ये ती बातमी प्रसिद्ध झाल्यावर जयदीप यांनी मला फोन करून त्या बातमीनं पक्षात खूपच प्रश्न निर्माण झाल्याचं मला कळवलं. त्यामुळे माझं रुजू होणं थोडं लांबवण्यास पंतप्रधानांनी सांगितलं होतं. पण मी जिथे शिकवत होतो, तिथे मी राजीनामा दिलेला होता. आता त्यानंतर पंतप्राधान कार्यालयाकडून नक्की तारीख कळेपर्यंत तिथे वेळ काढूपणा करत थांबणं बरं दिसलं नसतं, असं मी जयदीप यांना स्पष्ट करून सांगितलं. मला एकतर ठरलेल्या बेतानुसार १ ऑगस्टला येता आलं असतं. नाहीतर पुढचं सत्र संपवून १ जानेवारीला येता आलं असतं. त्यावर मी दिल्लीला येऊन पंतप्रधानांची गाठ घ्यावी, असं जयदीप यांनी सुचवलं.

पण त्या वेळी मला तेवढ्यासाठी दिल्लीची खेप करणं शक्य नव्हतं. माझं अध्यापनाचं काम चालू होतं, इतरही अनेक जबाबदाऱ्या होत्या. ज्या गोष्टी माझ्या पाठीमागे दिल्लीत घडल्या होत्या, त्यामुळे मी चिडलो होतो. अगदी खरं सांगायचं, तर एवढा मोठा विजय प्राप्त केल्यावरसुद्धा पंतप्रधानांनी इतकं कणाहीन असल्यासारखं वागावं, हे पाहून मी निरुत्साही, हताश झालो होतो. आपल्या स्वत:च्या कार्यालयातील नियुक्तीच्या बाबतीतसुद्धा जर त्यांचा अधिकार चालत नसेल, तर त्यांनी फारच लवकर माघार घेतल्याचं ते लक्षण होतं. आपली जागा दुसऱ्या कुणाला घेऊ न देण्याचा सल्ला मला देणाऱ्या पंतप्रधानांनी आता स्वत:च तसं केलं होतं. ह्यांनी नेमकी आत्ता का माघार घेतली? मला नोकरीवर घेऊ नये, यासाठी त्यांच्यावर दडपण आणण्यात येत होतं, हे मला ठाऊक होतं. पण त्यापुढे त्यांनी हात का टेकले, हे मला समजत नव्हतं. पंतप्रधानांना नामोहरम करण्यासाठी पक्ष कोणत्या थराला जाईल, याची मला अजून नीटशी कल्पना नव्हती.

मी नुकताच स्वखर्चानं विमानाचं तिकीट काढून दिल्लीची एक खेप करून सिंगापूरला परत आलो होतो. आता मला परत तिकीट काढून दिल्लीला येणं परवडणार नाही, असं मी जयदीप यांना सांगितलं. त्याऐवजी मी जुलैच्या सुरुवतीला 'एशियन डेव्हलपमेट बँके'(एडीबी)च्या खर्चानं काही कामासाठी काठमांडूला येणारच होतो. त्या वेळी दिल्लीला येऊन पंतप्रधानांना भेटण्याचं मी आश्वासन दिलं. मी त्या

वेळी एडीबीसाठी सार्कचा अहवाल बनवत होतो. ११ जुलैला मी ठरल्याप्रमाणे काठमांडूहून दिल्लीला गेलो आणि त्याच दिवशी पंतप्रधानांची भेट घेतली.

''ठीक आहे, मग तुम्ही ठरल्याप्रमाणे ऑगस्टमध्ये या! इकडचं मी बघतो!'' पंतप्रधान म्हणाले.

या बाबतीत इतकंच बोलणं झालं. त्यानंतर सरकारपुढील नवीन उद्दिष्टांचा विषय निघाला.

पाकिस्तानच्या बाबतीत पुढचं पाऊल टाकायचं झालं तर काय करावं, यासाठी त्यांना नवीन कल्पना हव्या होत्या. कारण काही दिवसांतच ते शर्म अल्-शेख येथे पाकिस्तानच्या सईद युसफ रझा गिलानी यांना भेटणार होते. त्यांनी आर्थिक बाबतीत नेमक्या कोणत्या गोष्टींना प्राधान्य द्यावं, नवीन राष्ट्राध्यक्षांच्या नियुक्तीनंतर आता अमेरिकेचे त्यांचे संबंध कशा प्रकारचे राहतील, या विषयी आम्ही बोललो. अमेरिकेचे नवे राष्ट्राध्यक्ष बराक ओबामा यांनी अणुकराराच्या विरोधात मत दिलं होतं. मी डॉ. सिंग यांना हेही सांगितले की, युपीए पुन्हा सत्तेवर आल्यावर आता भाजप त्यांच्यावर अधिक त्वेषानं टीकास्त्र सोडणार, कारण त्या पक्षाला २००४ पेक्षाही २००९च्या निवडणुकांमध्ये जास्त अपयश मिळालं होतं. आमचं संभाषण अशा वेगवेगळ्या दिशांना भरकटलं. त्यानंतर माझी निघण्याची वेळ झाली.

मी १ ऑगस्टला ठरल्याप्रमाणे दिल्लीला परतलो आणि पंतप्रधानांची ३ ऑगस्टची भेटीची वेळ मागितली. पण ४ दिवस लोटले तरीही पंतप्रधान कार्यालयाकडून काहीच फोन आला नाही, तेव्हा कुठेतरी पाणी मुरतंय, हे कळून चुकलं. अखेर ८ ऑगस्ट रोजी ५ वाजता मला पंतप्रधानांची भेट घ्यायला जाण्याची सूचना मिळाली. मला त्यांनी ३ रेसकोर्स मार्गावर बोलावलं होतं.

मी जेव्हा तिथे पोहोचलो तेव्हा नायर त्यांच्यासोबत होते. मला बाजूच्या खोलीत बसवण्यात आलं. त्यांच्या बोलण्याचे आवाज माझ्या कानावर येत होते. त्यानंतर शांतता पसरली. मुरली यांनी दार उघडून मला आत बोलावलं. नायर बाजूच्या दरवाज्यानं निघून गेले होते. डॉ. सिंग एकटेच सोफ्यावर बसून होते. त्यांचा चेहरा फिका पडला होता. चेहऱ्यावर चिंता स्पष्ट दिसत होती. याआधी जेव्हा श्रीनगरवर दहशतवादी हल्ला झाला होता, त्या वेळी त्यांची ही अशी अवस्था झालेली मी पाहिली होती. आपल्या अधिकाऱ्यांचा उपदेश झुगारून देऊन दुसऱ्या दिवशी श्रीनगर-मुजफ्फराबाद बस सेवेचं उद्‌घाटन करायला जावं की नाही, अशा पेच प्रसंगात ते सापडले होते.

मी त्यांच्या समोर बसलो. मी नेहमीप्रमाणे काहीही औपचारिक हवापाण्याच्या गप्पा किंवा ख्याली-खुशाली विचारायच्या भानगडीत न पडता त्यांच्या बोलण्याची वाट पाहात राहिलो. ते निश्चल बसून होते. बाहेर नीरव शांतता होती. बाहेरून मोरांचे

आवाजही ऐकू येत नव्हते. अखेर त्यांनीच त्या शांततेचा भंग केला.

"मी तुम्हाला पंतप्रधान कार्यालयात परत घेऊ शकत नाही. तुम्ही सध्यापुरते नियोजन मंडळाचे सदस्य का नाही होत? मग नंतर काही दिवसांनी तुम्हाला इकडे कसं आणायचं ते बघता येईल."

मी हे असंच काहीतरी ऐकावं लागण्याची अपेक्षा केली होती. पण अचानक असं काय घडलं, हे विचारून त्यांना संकटात टाकायची माझी इच्छा नव्हती. पक्षानं त्यांच्या स्वातंत्र्यावर घाला घालण्यासाठी हा आणखी एक प्रयत्न केल्याचं माझ्या लक्षात आलं किंवा कदाचित त्यांच्या आजूबाजूला असलेल्या काही लोकांचं हे कृत्य असेल. मी पंतप्रधान कार्यालय सोडून गेल्याबद्दल या लोकांना आनंद झाला असेल आणि आता मी परत इथे यावं, हे कदाचित त्यांना रुचलं नसेल. मी पंतप्रधानांच्या अडचणी सोडवण्यासाठी धावून येणारा आणि युपीए-१च्या कारभारात अडथळे आणणारा, अशी माझी ख्याती होतीच. मी पक्षाच्या 'हाय कमांड' पुढे मान तुकवण्यास नकार दिला होता, माझ्या सहकाऱ्यांनाही माझ्या अधिकारांवर कधी अतिक्रमण करू दिलं नव्हतं. अणुकराराच्या बाबतीत मी पंतप्रधानांच्या पाठीशी भक्कमपणे उभा होतो. मी सोनिया किंवा राहुल यांना प्रसिद्धी देण्याऐवजी पंतप्रधानांची प्रतिमा सर्वत्र उंचवावी, यासाठी सतत धडपड केली होती. त्यामुळे मी मनात जे काही ठरवून इथे आलो होतो, तेच पंतप्रधानांच्या कानावर घालत होतो.

"सर, २००४मध्ये मी तुमच्यासाठी काम करण्यास सुरुवात केली, ती तुमची तशी इच्छा होती म्हणून. मला स्वत:ला कधीही सरकारी नोकरी करण्याची इच्छा नव्हती. आता मला कामावर घेण्यात तुम्हाला अडचणी असतील, तर मी बाहेर कुठेतरी काम बघेन!"

टी. एन. निनान यांनी माझ्यापुढे एक प्रस्ताव ठेवलेलाच होता. त्यांच्यानंतर 'बिझिनेस स्टँडर्ड' दैनिकाचं संपादन मी करावं, अशी त्यांची इच्छा होती. मी ते काम घेईन, असं मी डॉ. सिंग यांना सांगताच त्यांचा मनावरचा ताण जरा कमी झाला. ते खुर्चीत आरामात टेकून बसले.

"अरे वा! हे काम तर नियोजन मंडळापेक्षाही कितीतरी चांगलं आहे!" ते म्हणाले.

मी त्यांचा निरोप घेऊन बाहेर पडलो आणि अर्धा किलोमीटर चालत कार पार्ककडे गेलो.

✦

त्यानंतर कित्येक आठवड्यांनी मी 'बिझिनेस स्टँडर्ड' दैनिकात काम करण्यास

सुरुवात केली. त्यानंतर एका कार्यक्रमासाठी मला ६ रेसकोर्स मार्गाकडून निमंत्रण आलं होतं. मला पाहून डॉ. सिंग उठून माझ्या जवळ आले. मी अनेक दिवसांत त्यांना भेटायला गेलो नव्हतो. त्यांनी त्याचं कारण विचारलं. मग दुसऱ्याच दिवशी मी फोन करून त्यांच्या भेटीची वेळ घेऊन त्यांना भेटायला गेलो. आम्ही आधी विविध विषयांवर गप्पा मारल्या. अखेर आमच्या दोघांच्याही मनावर ज्या विषयाचं ओझं होतं, तो विषय त्यांनीच काढला.

ते म्हणाले, ''जे काही घडलं, त्याबद्दल मला फार वाईट वाटतं. तुम्ही एक गोष्ट लक्षात घ्या. मी तर आता त्याचा स्वीकार केलेलाच आहे. 'कुठेही दोन सत्ताकेंद्रं असू शकत नाहीत.' त्यामुळे गडबड, गोंधळ निर्माण होतो. सरकारला पक्षाला उत्तर द्यावं लागतं.''

मी त्यांना विरोध केला नाही की, त्यांचं म्हणणं खोडून काढलं नाही. पंतप्रधानांना संसदेमध्ये उत्तर द्यावे लागतं आणि सरकार घटनेनुसार चालतं. पक्षाध्यक्ष हे केवळ त्या पक्षाचे नेते असतात. पंतप्रधान हे संपूर्ण देशाचे नेते असतात आणि संपूर्ण सरकारचे ते प्रमुख असतात... असे किती मुद्दे सुचवता आले असते. पण त्यासाठी ही वेळ योग्य नव्हती आणि हे स्थळही योग्य नव्हतं. आपल्यापैकी प्रत्येक जण जे काही करतो किंवा करत नाही, त्याची प्रत्येक जण कारणमीमांसा करतच असतो. त्यांना त्यांची कारणं सापडली होती.

■

उपसंहार

मनमोहन यांचा वारसा

"मी अडचणीत सापडणार आहे का?"

– मनमोहन सिंग, ऑक्टोबर, २०१०

२ जून, २००९ या दिवशी डॉ. सिंग ज्या प्रकारे बसले होते, ती त्यांची प्रतिमा जणू माझ्या मनावर कायमची कोरली गेलेली आहे. एका हळव्या क्षणी भावनावश होऊन त्यांनी मला सांगितलं होते की, विजय मिळवण्यासाठी त्यांना आपल्या आयुष्याचा त्याग करावा लागला असता, तरी तो त्यांनी केला असता. नेहमी ते जेव्हा खुर्चीत बसायचे तेव्हा ते अवघडून बसत; औपचारिकतेनं ताठ बसत. त्यांचे हात खुर्चीच्या हातांवर टेकलेले किंवा मांडीवर एकमेकांवर अलगद ठेवलेले असत. एखाद्या परदेशी सन्माननीय पाहुण्यांशी बोलताना तर त्यांच्या बसण्याच्या पद्धतीतून ही औपचारिकता फारच जाणवत असे. पण त्या दिवशी आम्ही निवडणुकीच्या निकालाची चर्चा करत असताना मात्र ते आरामात रेलून बसले होते. त्यांनी डावा पाय सरळ पुढे घेऊन उजवा पाय त्यावर ठेवला होता. उजव्या पायाचा घोटा डाव्या गुडघ्यावर विसावला होता. त्यांच्या त्या बसण्यातून त्यांचा आत्मविश्वास प्रकट होत होता. त्याक्षणी तरी आजूबाजूच्या सर्व परिस्थितीवर त्यांचं पूर्ण नियंत्रण असल्यासारखं वाटत होतं. अशा प्रकारे तणावमुक्त, आरामात बसलेलं मी त्याआधी त्यांना फक्त एकदाच पाहिलं होतं. ते म्हणजे, २००७मध्ये '१२३ करार' पूर्ण झाल्यानंतर...

तो अणुकरार म्हणजे मनमोहन सिंग यांच्या पंतप्रधान म्हणून पहिल्या कार्यकालातील त्यांच्या शिरपेचामधला मानाचा तुरा होता. नरसिंह राव यांचे अर्थमंत्री असताना त्यांनी भारतात मुक्त अर्थव्यवस्था आणून नवा इतिहास रचला होता. आता पुन्हा एकदा भारताला जगात सत्तास्थान मिळवून देऊन त्यांनी नवा इतिहास रचला होता. पंतप्रधान म्हणून त्यांचं स्वतःचं जे अधिकारक्षेत्र होतं, त्यातला बराचसा भाग त्यांनी सोनियांच्या आणि इतर वरिष्ठ नेत्यांच्या स्वाधीन करून टाकला होता. 'परराष्ट्र

धोरण' हे एकच क्षेत्र त्यांनी स्वत:साठी राखून ठेवलं होतं आणि ते त्याची डोळ्यांत तेल घालून जपणूक करत होते. एक गोष्ट खरी होती, चिदंबरम आणि मॉन्टेक यांच्याद्वारे अजूनही आर्थिक धोरणावर ते त्यांचा स्वत:चा प्रभाव टिकवून होते. पण परराष्ट्र धोरण हे मात्र त्यांचं स्वत:चं क्षेत्र होतं. युपीए-१मध्ये ते तसंच राहावं, यासाठी त्यांनी खूप प्रयत्न केले. या बदलत्या जगामध्ये भारताची प्रतिमा काय असावी, याबद्दलचे त्यांचे विचार ते मोकळेपणाने बोलून दाखवू शकत. त्यांचं स्वत:चं व्यक्तिमत्त्व त्या वेळी खुलून येत असे. काँग्रेस अध्यक्षांचं प्राधान्य कशाला आहे, या गोष्टीचा अडसर त्या वेळी येत नसे.

या अणुकराराला जर कुणी विरोधच केला नसता, तर त्यांच्या टीकाकारांना त्यांच्यावर टीकेची झोड उठवून त्यांची प्रतिमा डागाळण्याची संधी मिळाली नसती. पण त्याचबरोबर एक राजकीय मुत्सद्दी म्हणून त्यांच्या व्यक्तिमत्त्वाला देशाबाहेर आणि देशात जी झळाळी प्राप्त झाली, ती सुद्धा प्राप्त होऊ शकलीच नसती. यदाकदाचित जर या दिशेनं प्रयत्नांना पहिल्यांदा आपणच सुरुवात केली असं सांगत भाजपनं याचं श्रेय लाटण्याची धडपड केली असती किंवा या कराराचा जो अंतिम निर्णय झाला त्यात आमचा मोलाचा सहभाग होता, असं म्हणत डाव्यांनी पुढे होऊन स्वत:ची टिमकी वाजवली असती, तर मग या अणुकराराचे अनेक जनक निर्माण झाले असते. सोनियांनी जर डॉ. सिंग यांना बिनशर्त पाठिंबा दिला असता, तर या कराराचं श्रेय लाटायला काँग्रेस पक्ष पुढे आला असता. खरंतर भारताच्या अणुविषयक कार्यक्रमाची सुरुवात पंडित नेहरू यांनी केली, असे डांगोरे पिटण्यासही त्यांनी मागे-पुढे पाहिलं नसतं. इंदिराजींनी पहिली अणुचाचणी घडवून आणली आणि सशस्त्रीकरणाला राजीव गांधी यांनी संमती दिली, हे मुद्देही पुढे आले असते.

पण यातलं काहीही घडलं नाही. डॉ. सिंग यांना लोकांनी मोकळं सोडलं आणि त्यांनी स्वत:च्या मर्जीप्रमाणे जे करायचं ते केलं. अणुप्रकल्पांना आणि त्यांची व्यवस्था पाहणाऱ्यांना त्यांनी सरळ केलं. शिस्त लावली. नारायणन यांनी करार पूर्णत्वाला न्यावा, म्हणून डॉ. सिंग यांनी त्यांच्यावर दडपण आणलं. परराष्ट्र खात्यामधल्या अणुकराराबद्दल शंका उपस्थित करणाऱ्या खोडसाळ लोकांकडे त्यांनी दुर्लक्ष केलं. करारावर विश्वास ठेवणाऱ्यांना त्यांनी मजबूत केलं. या कराराला अमेरिकेमध्ये त्याचप्रमाणे जगासमोर पाठिंबा देण्यात केवळ भारताचाच नव्हे, तर अमेरिकेचा सुद्धा किती आणि कसा फायदा आहे, हे त्यांनी जॉर्ज बुश यांना पटवून दिलं. त्यांनी स्वत: ट्रॉम्बे येथे जाऊन शास्त्रज्ञांसमोर भाषण केलं. वॉशिंग्टन डीसीला जाऊन त्यांनी तिथे अमेरिकेच्या काँग्रेसपुढे भाषण केलं. त्यांनी चीन आणि पाकिस्तानशी संपर्क प्रस्थापित करून त्यांच्या भूमिकेत थोडी नरमाई आणली. त्यांनी संसदेत या विषयावर अनेकदा भाषण केलं. अत्यंत त्वेषानं, दीर्घकाळ बोलून त्यांनी जनमत

बदलण्याचा प्रयत्न केला.

या अणुकराराला पाठिंबा देताना सोनियांनी धरसोड वृत्ती दाखवली, तेव्हा डॉ. सिंग यांनी धैर्यानं तोंड दिलं. त्यांनी आपलं राजकीय महत्त्व अधोरेखित केलं. त्यानंतर सोनिया त्यांना पंतप्रधान पदावरून दूर करून तिथे दुसऱ्या कुणाची तरी नियुक्ती करतील, असं पक्षातील डॉ. सिंग यांच्या टीकाकारांना आणि डाव्या आघाडीला वाटत होतं. पण त्याऐवजी सोनियांनी अणुकराराला पाठिंबा दिला. डॉ. सिंग यांच्या एवढी सक्षमता आणि समजूतदारपणा पक्षातील इतर कुणाच्याही अंगी नव्हता. प्रणव मुखर्जी यांना पंतप्रधान किंवा उपपंतप्रधान नेमण्याची सोनियांची मुळीच तयारी नव्हती.

अखेर मनमोहन सिंग यांनी या कराराच्या वेळी जी राजकीय कौशल्यं दाखवली, ती त्यांच्या अंगी आहेत, अशी कुणालाही कल्पना नव्हती. डाव्यांनी सरकारचा पाठिंबा काढून घेतल्यावर त्यांनी अमर सिंग आणि मुलायम यांच्याशी मैत्री करून आपलं सरकार मजबूत केलं. डॉ. सिंग यांच्या परराष्ट्र धोरणात ढवळाढवळ करून त्यांचा अणुकराराबाबतचा प्रयत्न हाणून पाडण्याचं जे राजनैतिक षड्यंत्र रचण्यात आलं, त्याचा त्यांनी नेटानं प्रतिकार करून आपलं सामर्थ्य दाखवून दिलं. त्यामुळे त्यांना बरीच प्रसिद्धी मिळाली. त्यांचं नाव सर्वतोमुखी झालं. ज्या शहरी मध्यमवर्गीयांनी १९९९मध्ये काँग्रेसला सोडून भाजपची कास धरून अटल बिहारी वाजपेयींना निवडून दिलं होतं, त्याच मध्यमवर्गीयांनी आता २००९मध्ये पुन्हा काँग्रेसला साथ दिली.

निवडणुकीत असा विजय प्राप्त करून, डॉ. सिंग यांनी याही बाबतीत एक नवा इतिहास घडवला. पूर्ण पाच वर्षं सत्तेवर राहून पुन्हा एकदा दुसऱ्या खेपेला पंतप्रधान झालेले पंडित नेहरूंनंतरचे हेच पंतप्रधान. शिवाय दुसऱ्या खेपेस निवडून येताना पक्षाच्या बहुमतात उल्लेखनीय वाढ झाली होती. नेहरूंना १९५७मध्ये ते जमलं होतं, पण १९६२मध्ये मात्र जमलं नव्हतं. डॉ. सिंग यांनी स्वत: २००९ची लोकसभेची निवडणूक लढवली नाही. पण नवीन सरकारमध्ये पंतप्रधान पदासाठी परत एकमतानं त्यांचंच नाव सुचविण्यात आलं. त्यांचं पंतप्रधानपद कुणीच काढून घेऊ शकलं नाही, अगदी सोनियासुद्धा नाही. लोकशाहीच्या राजकारणात खऱ्या कसोटीला उतरायचं असेल, तर निवडणुकीमध्ये विजय मिळवून दाखवावा लागतो. २००९मध्ये डॉ. सिंग या कसोटीला उतरले होते. त्यामुळे त्या दिवशी त्यांच्या अंगात आत्मविश्वासाचा संचार झाला होता. पण हा विजय आपला आहे, असं मानण्याची फार मोठी चूक त्यांनी केली होती.

त्या दिवशी त्यांनी मला सिंगापूरची नोकरी सोडून भारतात परत येऊन पंतप्रधान कार्यालयात पुन्हा रुजू होण्याविषयी विचारलं होतं. त्या वेळी आमच्यात जे संभाषण झालं होतं, त्याचा मी पुन्हा नव्यानं जेव्हा विचार केला, तेव्हा मला असं वाटलं की,

त्यांनी जेव्हा माझी पी. एन. धर यांच्याशी तुलना केली, तेव्हा खरं म्हणजे मनोमन ते स्वत:ला १९७१ सालच्या विजयी होऊन आलेल्या इंदिराजींच्या जागी कल्पत होते. या खेपेला आपण पंतप्रधान बनलो आहोत, ते स्वकर्तृत्वानं; सोनियांमुळे नव्हे, असं त्यांनी स्वत:ला नक्की सांगितलं असणार.

अगदी थोड्याच आठवड्यांत लोकांनी त्यांचे पंख छाटण्यास सुरुवात केली. आपल्याला आपल्या मंत्रीमंडळात जे मंत्री घ्यायचे आहेत, त्यांची निवड आपण स्वत: करू शकू, असं त्यांना वाटलं होतं. पण सोनियांनी त्यांची ती स्वप्नं धुळीला मिळवली. डॉ. सिंग यांचा साधा सल्लासुद्धा न घेता अर्थखातं प्रणव मुखर्जींना देऊनही टाकलं. पंतप्रधानांच्या मनात आपले प्रमुख अर्थविषयक सल्लागार सी. रंगराजन यांची नियुक्ती करायची होती. १९९१-९२च्या आंतरराष्ट्रीय कर्जफेडीच्या संकटाच्या वेळी डॉ. सिंग यांनी जी आव्हानं पेलली होती, त्यात त्यांना रंगराजन यांनीच साथ दिली होती, डीमके पक्षाच्या ए. राजा यांच्या नियुक्तीला डॉ. सिंग यांनी सर्वशक्तिनिशी विरोध केला होता. (टू जी घोटाळा जरी पुढे २०१०मध्ये उघडकीला आला, तरी त्या प्रकरणी ए. राजा हे गुंतलेले आहेत, याची डॉ. सिंग यांना कदाचित आधीपासून कल्पना असेल.),पण डॉ. सिंग यांचा हा विरोध कसाबसा चोवीस तास टिकला. स्वत:च्या पक्षाच्या आणि डीएमके पक्षाच्या दडपणापुढे त्यांचं काही चाललं नाही.

त्यानंतर ती शर्म अल्-शेखची घटना घडली. निवडणुकीत भाजपच्या वाट्याला आलेल्या दारुण पराभवाच्या जखमा अजून ताज्या होत्या. त्यामुळे भारतीय आणि पाकिस्तानी पंतप्रधानांनी सादर केलेल्या संयुक्त निवेदनावरून भाजपनं रान उठवलं आणि डॉ. सिंग यांच्या योजनांच्या अक्षरश: चिंधड्या उडवल्या. विरोधी पक्षाकडून तर हे अपेक्षितच होतं. डॉ. सिंग यांनी संसदेत स्वत:ची बाजूसुद्धा व्यवस्थित मांडली. पण त्यांच्या पक्षानंच त्यांची बाजू घेण्याऐवजी त्यांच्या नेत्यावरच टीका केली.

डॉ सिंग यांनी हताश आणि निराश होऊन पंतप्रधानपदाचा राजीनामा द्यायचं ठरवलं. मला पंतप्रधान कार्यालयात घेणं, त्यांना शक्य नसल्याचं जेव्हा त्यांनी मला सांगितलं, तेव्हा त्यांनी एक गोष्ट मनातून स्वीकारली होती की, 'सत्तेची दोन केंद्रं असू शकत नाहीत.' त्यातला सुप्त अर्थ असा होता की, त्यांनी मला पंतप्रधान कार्यालयात परत घेण्याची इच्छा प्रदर्शित करणं म्हणजे, एक प्रकारे स्वत: पंतप्रधान असल्याचा अधिकार गाजवण्यासारखं होतं. पण ते हार मानून बाजूला झाले. २००९ सालच्या उन्हाळ्यात विजय मिळवून प्रसन्नपणे हसणारे पंतप्रधान हेच का ते? मधल्या पावसाळ्यानं त्यांची ती प्रसन्नता कुठल्या कुठे पळून गेली होती. ते खिन्न, विषण्ण, उदास झाले होते. त्यांच्या अंगातलं चैतन्य लोप पावलं होतं.

डॉ. सिंग यांच्या हातून असे अधिकार हिसकावून घेण्यात आल्यानंतर ते त्यातून पुन्हा कधी सावरलेच नाहीत. त्यामुळे प्रशासनाच्या अनेक क्षेत्रांवर त्या

गोष्टींचा प्रतिकूल परिणाम झाला. युपीए-२च्या प्रारंभीच्या काळात देशाची आर्थिक स्थिती खरंतर उत्तम होती. २०११ सालापर्यंत मात्र तिला उतरती कळा लागली होती. वॉशिंग्टन डीसीमध्ये बराक ओबामा यांची सत्ता येऊन जॉर्ज बुश यांच्या काळातले खेळीमेळीचे, मैत्रीचे दिवस संपुष्टात आले होते. ओबामा स्वत: त्यांच्या देशातील आर्थिक संकटाला तोंड देण्यात गुंतले होते. त्यात जगभरात जी आर्थिकदृष्ट्या आणीबाणीची परिस्थिती ओढवली होती, त्याचा सामना करण्यासाठी अमेरिका चीनवर अवलंबून असल्यामुळे दिल्लीच्या मानानं बीजिंगचं महत्त्व जास्त वाढलं होतं. शिवाय ओबामा आणि त्यांच्या 'सेक्रेटरी ऑफ स्टेट' हिलरी क्लिंटन यांनी अणुकराराच्या बाजूनं मत दिलं नव्हतं. ओबामा यांनी अफगाणिस्तानमधून सैन्य काढून घेण्याचा निर्णय घेतल्यामुळे पेंटॅगॉनच्या (अमेरिकन लष्कराच्या) दृष्टीनं पाकिस्तानचं महत्त्व खूप वाढलं होतं. त्याचा वाईट परिणाम अमेरिकेच्या भारत आणि दक्षिण आशियाबद्दलच्या भूमिकेवर झाला.

त्यात युपीए-२नं 'नागरी परमाणु दायित्व विधेयक' (सिव्हिल न्युक्लीअर लायबिलिटी बिल)ची हाताळणी व्यवस्थित केली नाही. त्याचा जो मूळ मसुदा होता, त्यानुसार भारताला अणुइंधन आणि सामग्रीचा पुरवठा करणाऱ्या देशांबरोबर व्यापार-व्यवहार करण्याची मुभा होती. त्याचप्रमाणे भारतातील अणुऊर्जा उद्योगांना जागतिक बाजारपेठेत प्रवेश करता येणार होता. परंतु त्याची हाताळणी कौशल्यानं करण्यात आली नाही. तशात भारतीय जनता पक्षानं डाव्यांशी संगनमत केलं आणि दोघांनी मिळून सरकारनं बनवलेल्या मूळ मसुद्यात दुरुस्त्या सुचवल्या. त्या दुरुस्त्या आंतरराष्ट्रीय उत्पादकांना तसंच भारतीय उत्पादकांनाही रुचल्या नाहीत. युपीए-१च्या काळातील सन्माननीय यश मानण्यात आलेल्या अणुकराराची अशी चिरफाड करण्यात आली. पण तरीही अत्यंत तळमळीच्या पक्ष कार्यकर्त्याप्रमाणे डॉ. सिंग यांनी आपलं काम चालूच ठेवलं.

भारत अमेरिकेतील मैत्री हळूहळू कमी होत गेल्यावर या भागातील राष्ट्रांच्या भूमिकेत हळूहळू बदल दिसून येऊ लागला. चीन शिरजोर बनला. अनेक वर्षांनंतर चीननं भारताच्या सरहद्दीवर कुरापती काढण्यास सुरुवात केली. पाकिस्तानातील लष्करी राजवटीनं काश्मीर बाबतचा 'मुशर्रफ-मनमोहन फॉर्म्युला' धुडकावून लावला. पंतप्रधान त्यानंतर कधीच पाकिस्तानला जाऊ शकले नाहीत. त्यांच्या 'गाह' या जन्मगावाला भेट द्यायलाही ते गेले नाहीत.

देशात तर संकटांवर संकटं येत होती. डॉ. सिंग यांच्या मंत्रीमंडळातील सहकाऱ्यांवर जेव्हा भ्रष्टाचाराचे आरोप ठेवण्यात आले, तेव्हा निर्णय घेण्यात डॉ. सिंग यांची नक्की भूमिका काय होती, याचं पटेल असं स्पष्टीकरण ते देऊ शकले नाहीत. युपीए-१मध्ये विरोधी पक्षांनी पंतप्रधानांच्या निष्ठेवर शंका घेण्याचाही डाव खेळून पाहिला. पण त्यात त्यांना यश आलं नाही. युपीए-२मध्ये त्यांनी परत एकदा

हल्ला चढवून आता मात्र चांगलं रक्त काढलं.

युपीए-१च्या काळात सोनिया आणि काँग्रेसपक्षासमोर दुसरा पर्याय उपलब्ध नव्हता. राहुल अजून पंतप्रधानपद सांभाळण्यायोग्य झाले नव्हते आणि सोनियांचा डॉ. सिंग सोडून इतर कुणावरही विश्वास नव्हता. युपीए-२मध्ये मात्र पर्याय उपलब्ध झाला होता. राहुल आता पंतप्रधान होण्यासाठी तयार झाले होते. परंतु उत्तर प्रदेश आणि बिहार विधानसभांच्या निवडणुकीमध्ये काँग्रेस पक्षाला अपयश आल्यामुळे राहुल यांचा म्हणावा तेवढा प्रभाव पडू शकला नाही. तरीही राहुल गांधी यांचे समर्थक त्यामुळे निराश झाले नाहीत. त्यांनी आणि काँग्रेस पक्षातील डॉ. सिंग यांच्या टीकाकारांनी नेतृत्त्व बदलाची ओरड सुरू केली. युपीए-१मध्ये डॉ. सिंग आणि सोनिया यांच्यातले संबंध भक्कम आणि विश्वासावर आधारलेले होते. पण आता युपीए-२मधील इतक्या तणावपूर्ण परिस्थितीमध्ये त्या विश्वासाचा आणि मैत्रीचा कसा टिकाव लागणार होता, यांची मला आणि देशातील इतर अनेकांना काळजी लागून राहिली होती.

वातावरण गढूळ झालं होतं. सगळं ठीकठाक नसल्याची चर्चा सर्वत्र होती. राहुल गांधी यांचा एक घनिष्ठ मित्र होता. दोन्ही कुटुंबांचे चांगले जवळचे संबंध होते. हा एका परदेशी कन्सल्टिंग कंपनीमध्ये नोकरीला होता. त्यानं सरळ असं नमूद केलं होतं की, 'डॉ. सिंग हे सरकारच्या गळ्यातलं लोढणं होऊन बसले आहेत.' हे ऐकल्यावर दिल्ली दरबारात तर तर्कवितर्कांना उधाणच आलं. हा संदेश गांधी परिवाराकडून तर पसरवण्यात येत नव्हता ना? इतरही अनेक अपमान डॉ. सिंग यांच्या वाट्याला आले. सगळं झाल्यावर ते पदापासून दूर का होत नाहीत, असा प्रश्न अनेकांना सतावत होता. कोणत्याही परिस्थितीत पंतप्रधानपदाची पाच वर्षांची ही मुदत पार करायचीच, असा डॉ. सिंग यांचा हेका होता का? आपल्या परिश्रमामुळे आपण हे पद प्राप्त केल्यामुळे आता पाच वर्षं या पदावर राहण्याचा आपला हक्क आहे, असं त्यांना वाटत होतं का? डॉ. सिंग यांच्या बाजूनं विचार करायचा झाला, तर त्याचं या संदर्भात ज्या कुणाशी बोलणं झालं होतं, त्या प्रत्येकाला त्यांनी हेच सांगितलं होतं की, त्यांना जर कुणी या पदावरून दूर होण्यास सांगितलं असतं, तर ते तातडीनं राजीनामा देऊन बाजूला झाले असते. त्यांच्या मनाची पूर्ण तयारी होती. मग याचा नक्की अर्थ काय होता? त्यांना कुणीतरी जायला सांगण्याची ते वाट पाहात होते का; अजून राहुल गांधी पंतप्रधानपदाची जबाबदारी घेण्यासाठी पूर्णपणे तयार झाले नसल्यामुळे डॉ. सिंग त्यासाठी त्यांना आणि सोनियांना वेळ देत होते का; सोनियांनी त्यांना या पदावर आणलं खरं, पण आता जरुरीपेक्षा जास्त काळ ते या पदावर राहिले होते का, सोनियांचा विचार करून पदाची राखण करत होते? या प्रश्नाचं पटेल असं उत्तर मिळत नव्हतं. पण या बाबतीत माध्यमांमध्ये जी उलट-सुलट चर्चा सुरू झाली होती, त्यामुळे पंतप्रधानांचं स्थान अधिकच कमकुवत बनलं

आणि त्यांची प्रतिमा डागाळली.

युपीए-१मध्ये माध्यमांना एक खातरी तरी होती की, डॉ. सिंग कधीही राजीनामा टेबलावर ठेवून निघून जातील. पण युपीए-२मध्ये त्याच माध्यमांचं डॉ. सिंग यांच्याविषयी असं मत बनलं की, ते कितीही अपमान सहन करूनसुद्धा त्यांच्या पदाला चिकटून राहिले आहेत. युपीए-१मध्ये धोरणात्मक बाबींमध्ये स्वत:ला थोडंफार स्वातंत्र्य पाहिजे असल्याची मागणी डॉ. सिंग करू शकत होते. युपीए-२मध्ये मात्र त्यांनी स्वत:च्या पक्षातील तसंच आघाडीतील पक्षातील नेत्यांपुढे नमतं घेतलं होतं. युपीए-२मध्ये (आणि क्वचित कधीतरी युपीए-१मध्ये सुद्धा!) असं वागण्याचं समर्थन करताना त्यांनी 'आघाडीबरोबर काम करायचं म्हणजे कधीतरी तडजोड करणं भाग पडतं.' असं दिलं होतं. पण युपीए-२मध्ये मात्र माध्यमांना आणि जनतेला आता ते कारण पटेनासं झालं होतं. अनेकांना असं वाटू लागलं होतं की, त्यांनी स्वत:चा पदसिद्ध अधिकार न गाजवता आता त्या पदाची किंमत कमी करून टाकली आहे. मतदारांनी त्यांच्यावर इतका विश्वास टाकला, युपीए सरकारला पुन्हा एकदा निवडून दिलं, पण या विश्वासाला डॉ. सिंग पात्र ठरले नाहीत, असंच आता सर्वांना वाटू लागलं होतं.

युपीए-१मध्ये असतानाही डॉ. सिंग यांना अनेक तडजोडी कराव्या लागल्या होत्या, पण त्या लोकांच्या डोळ्यांत खुपल्या नव्हत्या. त्या वेळी कुणावरही भ्रष्टाचाराचे आरोप झाले नव्हते आणि आर्थिक परिस्थितीसुद्धा इतकी वाईट नव्हती. शिवाय त्यांनी अणुकराराच्या बाबतीत अत्यंत ठाम भूमिका घेतल्यामुळे ते सोनियांपुढे सतत नमतं घेतात, ही लोकांची समजूत थोडीतरी पुसली गेली होती. अखेर तर 'सिंग इज किंग' अशीसुद्धा परिस्थिती निर्माण झाली होती. युपीए-२मध्ये मात्र त्यांचं जनतेसमोर कधीही तोंड न उघडता गप्प राहाणं. जनतेच्या नजरेसमोर न येणं, सरकारमधील भ्रष्टाचारांची प्रकरणं उघडकीस येणं. त्यांच्या सरकारला आलेली 'धोरणात्मक मरगळ.' सर्वांत महत्त्वाचं म्हणजे त्यांचं स्वत:च्या पक्षाच्या आणि आघाडीत समाविष्ट पक्षांच्या दबावाखाली झुकणं. सरतेशेवटी त्यांच्या निर्णयांना राहुल गांधी यांनी उघड-उघड आव्हान देणं या सर्व गोष्टींचा एकत्रित परिणाम होऊन त्यांची प्रतिमा डागाळली. त्यामुळे त्यांची अपरिमित हानी झाली.

२०१३मध्ये चीनचा यशस्वी दौरा करून परत आल्यावर डॉ. सिंग यांनी असं सांगितलं की, त्यांनी जी काही कामगिरी बजावली आहे, त्याची साक्ष पुढे इतिहासच पटवून देईल. ३ जानेवारी, २०१४ रोजी झालेल्या शेवटच्या पत्रकार परिषदेत बोलत असताना त्यांनी परत एकदा इतिहासाचा निर्वाळा दिला.

> सध्याच्या माध्यमांपेक्षा आणि विरोधी पक्षांपेक्षा इतिहास माझ्याकडे

अधिक कनवाळूपणे पाहील, अशी माझी अपेक्षा आहे. केंद्रीय मंत्रीमंडळाच्या सरकारी यंत्रणेत नेमक्या कोणत्या गोष्टी घडत असतात, हे काही मी उघड करू शकत नाही. सद्य:परिस्थिती आणि आघाडी सरकारमध्ये इतर पक्षांसोबत काम करत असताना ज्या काही तडजोडी करणं भाग पडतं, त्याचा विचार करता मला जेवढं करणं शक्य होतं, तेवढं मी खरोखरच केलं आहे.

इतिहासकार एका गोष्टीची नक्कीच नोंद घेतील की, स्वातंत्र्यानंतरचा काळ पाहिला, तर देशाच्या आर्थिक विकासाच्या वाढीचा वेग युपीए-१मध्ये सर्वाधिक होता. सरकारच्या महसूलात वाढ झाली होती. त्याचा वापर ग्रामविकास, समाजासाठी पायाभूत सोयीसुविधा, शिक्षण आणि संरक्षण यासाठी करण्यात येत होता. जागतिक स्तरावर भारताला कधी नव्हे तेवढा मान आणि प्रतिष्ठा मिळू लागली होती. या सर्वांवर कळस म्हणजे केवळ एक कर्तव्य म्हणून आधी पदारूढ झालेल्या पंतप्रधानांनी पक्षाला निवडणुकीत घवघवीत यश मिळवून दिलं आणि ते दुसऱ्यांदा पंतप्रधानपदी आले. पण इतिहासकार ही गोष्टसुद्धा नमूद करतील की, युपीए-२ ही अनेक गमावलेल्या संधींची, कमकुवत, दुर्लक्षित नेतृत्वाची आणि गोंधळलेल्या परराष्ट्र धोरणाची कहाणी होती.

युपीए-१मध्ये आपण खरोखरच पंतप्रधान पदासाठी पात्र असल्याचं डॉ. सिंग यांनी भारतीय जनतेला आणि स्वत:च्या पक्षाला दाखवून दिलं. त्यांच्या वाट्याला इतकं सीमित, संकुचित अधिकारक्षेत्र येऊन सुद्धा त्या मर्यादेत राहून त्यांनी जे यश संपादन करून दाखवलं, त्याबद्दल इतिहासकार नक्कीच त्यांची स्तुतिस्तोत्रं गातील. परंतु येणाऱ्या निवडणुकांमध्ये हे स्पष्ट होईल की, युपीए-२ला जेव्हा लोकांनी राज्यकारभार करण्याची संधी दिली, ती योग्य होती की अयोग्य? युपीए-२मध्ये जी काही नैतिकदृष्ट्या शंकास्पद प्रकरणं झाली त्यापासून स्वत: डॉ. सिंग हे सतत अलिप्त राहिले. परंतु त्याबद्दल त्यांना दोष न देता युपीए-१मध्ये त्यांनी करून दाखवलेल्या कामगिरीबद्दल इतिहासकारांची त्यांना वाहवा मिळते की नाही, हे काळच सांगेल.

डॉ. सिंग यांचा देशांतर्गत आणि आंतरराष्ट्रीय पातळीवरील कामगिरीचा जोर हळूहळू कमी होत गेला. त्याच पार्श्वभूमीवर २०११मध्ये प्रणव मुखर्जींनी माझ्यापाशी तो शेरा मारला होता. ते म्हणाले होते, 'कोणत्याही सरकारची आणि देशाची प्रतिमा ही त्या देशाच्या पंतप्रधानांच्या प्रतिमेशी अतूटपणे जोडलेली असते.' त्यांचं म्हणणं बरोबर होतं. देशाचे पंतप्रधान कमकुवत बनल्यामुळे आपोआप त्यांचं सरकार आणि सरतेशेवटी आपला देशही कमकुवत बनला.

✦

२०१० सालच्या ऑक्टोबर महिन्यात शोभना भारतीय यांनी 'हिंदुस्तान टाइम्स'च्या शिखर परिषदेमध्ये डॉ. सिंग यांना भाषणासाठी बोलावलं. २००४पासून दरवर्षी त्या डॉ. सिंग यांना निमंत्रण देत असत. पण या खेपेला पंतप्रधान कार्यालयाकडून त्यांना काहीच उत्तर मिळालं नाही. नुकतीच देशात सर्वत्र टू जी घोटाळ्याची चर्चा चालू होती. टेलिकॉम लायसेन्स वाटपाच्या प्रकरणात बऱ्याच भानगडी झाल्या होत्या. कदाचित त्यामुळे डॉ. सिंग यांना माध्यमांच्या समोर यायचं नाही की काय, अशी शोभना यांना शंका येऊन त्यांनी मला फोन करून तसं विचारलं. मला सरळच प्रश्न केला, "पंतप्रधान ज्या सत्रात बोलणार असतील त्या सत्राचे अध्यक्ष तुम्ही झालात, तर पंतप्रधान यायला राजी होतील का?" मला ते ऐकून मोठीच गंमत वाटली. मी जरी दुसऱ्या दैनिकाचा संपादक असलो, तरीही 'हिंदुस्तान टाइम्स'च्या कार्यक्रमात सहभागी होण्यास माझी काहीच हरकत नव्हती. मी शोभना यांना तसं सांगितलं.

त्यानंतर मी ७ रेसकोर्स मार्गाला फोन करून इंदू चतुर्वेदी यांच्याशी बोललो. त्या सत्राच्या दरम्यान जर कुणी टू जी घोटाळ्याबद्दल पंतप्रधानांना काही प्रश्न विचारण्यासाठी पुढे आलं, तर मला तशी परवानगी द्यावी लागेल, असं मी त्यांना स्पष्ट सांगितलं. आता मी स्वत: माध्यमासाठी काम करत होतो. आता मी पंतप्रधानांच्या माध्यम सल्लागारासारखा वागून अडचणीच्या प्रसंगी त्यांची सुटका करण्यासाठी धावून येणार नव्हतो. त्यावर इंदू यांनी स्पष्ट केलं की, पंतप्रधानांची कोणत्याही प्रश्नाला उत्तर देण्याची तयारी होती आणि ते एक लेखी निवेदनसुद्धा वाचून दाखवणार होते.

कार्यक्रमाच्या दिवशी मी आणि शोभना 'ताज पॅलेस हॉटेल'मध्ये पंतप्रधानांचं स्वागत करून त्यांना सन्मानपूर्वक व्यासपीठावर घेऊन गेलो. शोभना प्रास्ताविक आणि उपस्थितांचं स्वागत करत असताना डॉ. सिंग माझ्याकडे वळून हसून म्हणाले, "मी अडचणीत सापडणार आहे का?" मग त्यांनी मला दुसऱ्या दिवशी भेटायला बोलावलं.

टू जी स्पेक्ट्रमच्या हक्क वितरणाविषयी जे प्रश्न अपेक्षित होते, तेच प्रश्न लोकांनी विचारले. डॉ. सिंग यांनी उत्तर तयार ठेवलं होतं. त्यांनी कागदावर टाइप करून आणलेलं उत्तर वाचून दाखवलं.

> टू जी स्पेक्ट्रमच्या हक्क वितरणाविषयी बोलायचं झालं, तर संसदेचं सत्र सध्या चालू आहे. त्यामुळे मी आता त्याविषयी तपशिलवार निवेदन करू इच्छित नाही. परंतु तुमच्यापैकी कुणीही एका गोष्टीविषयी मनात अजिबात शंका बाळगू नका. जर या प्रकरणात कुणीही गैरवर्तणूक केल्याचं उघडकीस आलं, तर त्या व्यक्तीला शासन करण्यात येईल, हे नक्की. परंतु

लोकशाहीमध्ये हे घडवून आणण्यासाठी आपण संसदेला काम करू दिलं पाहिजे. संसदेमध्ये सर्व बाबींवर चर्चा करण्यास आम्ही तयार आहोत. आम्हाला चर्चेचं भय वाटत नाही.

मी दुसऱ्याच दिवशी ७ रेसकोर्स मार्गा येथे गेलो. तिथे 'टू जी'विषयी चर्चा होणं, तर अपरिहार्यच होतं. मी पंतप्रधानांना असा सल्ला दिला की, त्यांनी फक्त धोरणाविषयी बोलावं आणि राजा यांच्यावर जे काही आरोप ठेवण्यात आले होते, त्यासंबंधी तपास करण्याचा आदेश द्यावा. भारताचे नियंत्रक महालेखा परिक्षक' (सीएजी – कॉम्प्ट्रोलर अॅन्ड ऑडिटर जनरल ऑफ इंडिया) या धोरणाचा लेखापालाच्या भूमिकेतून विचार करत आहेत, असा युक्तिवाद डॉ. सिंग यांना सहज करता आला असता. अनेक विश्लेषकांनी या आधीही असं म्हटलेलं होतं, त्याचमुळे मी 'बिझिनेस स्टँडर्ड'मधील माझ्या संपादकीयातही हा मुद्दा मांडला होता. सरकारी धोरणामुळे दूरसंचार सेवा स्वस्त होऊन देशातील लाखो लोक त्यामुळे एकमेकांच्या संपर्कात राहाणार होते. यामुळे देशाच्या तिजोरीमध्ये कमी महसूल जमा होणार असला, तरीही त्या निर्णयाचे सामाजिक फायदे फार जास्त होते. सीएजीनं आपलं लक्ष त्यावरच केंद्रित केलं होतं.

परंतु या प्रकरणी पक्षपात होऊन काही विशिष्ट कंपन्यांवर मेहरबानी करण्यात आल्याचं जर सिद्ध झालं, तर त्यासाठी जे जबाबदार असतील, त्यांना शिक्षा होणं आवश्यक होतं. ''तुम्ही तुमच्या भ्रष्ट मंत्र्यांना का पाठीशी घालता?'' डॉ. सिंग यांना मी सरळ विचारलं. मुळात या लाचखोर मंत्र्यांची निवड डॉ. सिंग यांनी स्वत: केलेलीच नव्हती. ते मंत्री त्यांच्यावर लादण्यात आले होते. सरकारचं जे धोरण होतं, त्याची जबाबदारी डॉ. सिंग यांची होती. त्या धोरणात काहीही चूक नव्हती. सरकारमधील काही लोकांना ते मान्य नव्हतं, ही गोष्ट वेगळी. माझं बोलणं डॉ. सिंग यांना पटलं. परंतु सरकारला कुणीतरी चुकीचा सल्ला दिल्यामुळे या संपूर्ण व्यवहारात 'शून्य तोटा' झाला असल्याचा युक्तिवाद सरकारकडून पुन्हा-पुन्हा करण्यात येत होता (या व्यवहारामुळे सरकारी राजकोषाला महसुली तोटा काहीही झालेला नाही.) त्यावरून एक गोष्ट सिद्ध झाली. सरकारतर्फे जी निवेदनं प्रसिद्ध करण्यात येत होती. त्यावर पंतप्रधानांचं कसलंही नियंत्रण नव्हतं.

२०१० राष्ट्रकुल खेळांच्या आयोजनामध्ये सरकारकडून ज्या त्रुटी राहिल्या होत्या, त्यावर जनतेकडून टीकेची झोड उठलेली होती. त्याच्या पाठोपाठच हे 'टेलिकॉम घोटाळ्या'चं प्रकरण उद्‌भवलं. हा राष्ट्रकुल खेळांच्या आयोजनात झालेला सावळागोंधळ तसा अपरिहार्यच होता. युपीए-१मध्ये पहिल्यांदाच खेळमंत्री बनलेले सुनील दत्त (हे आता हयात नाहीत.) या खेळाच्या आयोजनातील अत्यंत महत्त्वाच्या

बाबींकडे लक्ष पुरवू शकले नाहीत. त्यांच्या मंत्रालयात आणि सुरेश कलमाडी यांच्या अध्यक्षतेखाली असणाऱ्या 'भारतीय ऑलिंपिक संघटने' (इंडियन ऑलिंपिक असोसिएशन)मध्ये सतत कार्यक्षेत्राविषयी वाद सुरू राहिले. त्या बैठकांमधून डॉ. सिंग परत आले की, ते अत्यंत थकलेले आणि त्रस्त असत. दत्त यांच्यानंतर मणी शंकर अय्यर यांनी सूत्रं हाती घेतली. मुळात भारतानं या खेळाचं यजमानपद स्वीकारावं, या गोष्टीला त्यांचा विरोध होता. भारतानं यातून सरळ माघार घ्यावी, असं त्यांचं मत होतं. सुनील दत्त यांच्या प्रबंधनाच्या कौशल्याविषयी डॉ. सिंग आधीपासूनच नाराज होते. तरीही अय्यर यांचा हा असा बेपर्वाईचा दृष्टिकोन त्यांना पटला नाही. अर्थात डॉ. सिंग यांनी स्वतः पुढाकार घेऊन तर काही केलं नाहीच, पण दुसऱ्या कुणा सक्षम व्यक्तीची त्या जागी नेमणूकही केली नाही. एकदा कधीतरी डॉ. सिंग यांनी राहुल गांधी यांना त्यात सहभागी करून घेण्याचा प्रयत्न केला. १९८२मध्ये आशियाई खेळांचं आयोजन करण्याची जबाबदारी राजीव गांधी यांनी स्वतःहून उचलली होती. त्यातून त्यांना एक उत्तम प्रशासक आणि उत्कृष्ट संयोजक म्हणून नाव मिळालं होतं आणि खूप अनुभव मिळाला होता. राहुल गांधी यांना ही गोष्ट सांगून त्यांनी पण आता या खेळांच्या नियोजनात पुढाकार घ्यावा, असं डॉ. सिंग यांनी सुचवलं. पण राहुल गांधी यांनी त्यात काहीही रस घेतला नाही. युपीएची पाच वर्षं वाया गेली. २०१०च्या ऑक्टोबर महिन्यात होणाऱ्या या खेळांच्या पूर्वतयारीचं काम खऱ्या अर्थानं २००९च्या मध्यात सुरू झालं.

या खेळांचं उत्कृष्ट नियोजन करण्यासाठी नवे क्रीडामंत्री एम. एस. गिल आणि नव्या कार्यक्षम सचिव सिंधूश्री खुल्लार यांनी अपार कष्ट घेतले. परंतु खेळांच्या संयोजनाविषयी तोपर्यंत माध्यमांमध्ये भरपूर नकारात्मक वृत्तं प्रसिद्ध झालेली होती. शिवाय या प्रकरणी सुरेश कलमाडी आणि दिल्लीच्या मुख्यमंत्री शीला दीक्षित यांच्यावर भ्रष्टाचाराचे आरोपही ठेवण्यात आले होते. त्यामुळे सरकारची सर्वत्र अत्यंत बदनामी झाली. विविध संस्थांच्या भांडणांमध्ये आणि अकार्यक्षम व्यवस्थापनामध्ये त्या खेळाचं भवितव्य धोक्यात आल्याचं सर्वांना कळून चुकलं. त्यानंतर पंतप्रधान कार्यालयानं पुढे होऊन त्याचं नियंत्रण स्वतःकडे घेण्याचं ठरवलं. पण त्याला फार उशीर झाला होता. अखेर खेळ व्यवस्थित पार पडले, पण सरकारची प्रतिमा या प्रकरणात डागाळली आणि सरकारची त्यामुळे अपरिमित हानी झाली. या खेळांच्या व्यवस्थापनातली गैरव्यवहारांची आठवण जनतेच्या मनात कायम राहिली. युपीए-२ अकार्यक्षम व भ्रष्ट आहे, असा सर्वांचा समज झाला.

डॉ. सिंग जेव्हा कोळसा खात्याचा कारभार पाहात होते, तेव्हा कोळसा खाण वाटप गैरव्यवहाराची बरीच चर्चा झाली. त्यामुळे पंतप्रधानांची प्रतिमा कलंकित झाली. येथेसुद्धा खुद्द पंतप्रधानांवर व्यक्तिशः भ्रष्टाचाराचा आरोप ठेवण्यात आलेलाच

नव्हता. पण आजूबाजूचे इतर लोक भ्रष्टाचार करत असताना पंतप्रधानांनी तिकडे कानाडोळा केल्याचा आरोप करण्यात आला होता. एक पंतप्रधान म्हणून या प्रकरणात हस्तक्षेप करण्याचा त्यांना पूर्ण अधिकार असतानाही त्यांनी तो न गाजवल्याबद्दल लोकांनी त्यांच्यावर दोषारोप केला.

एकंदरीत सर्वत्र जी काही चर्चा सुरू होती, त्यावरून मला असं वाटलं की, रीतसर लोकसभेच्या निवडणुकीला उभं राहून त्यात विजय मिळवून राजमार्गानं पंतप्रधानपदी न येणं, ही डॉ. सिंग यांची सर्वांत मोठी राजकीय चूक होती. कोणताही पंतप्रधान आपल्या सरकारची पहिली मुदत संपल्यावर निवडणुकीद्वारे पुन्हा एकदा निवडून येऊन पंतप्रधानपदावर येतो, तेव्हा जो राजकीय अधिकार आणि न्याय हक्क मिळवतो, तो डॉ. सिंग यांना मिळू शकला नाही. कारण ते राज्यसेभेचे सदस्य म्हणूनच राहिले आणि त्यांच्यावर सार्वमतानं लोकसभेवर निवडून आल्याचं शिक्कामोर्तब झालं नाही.

खरंतर पंतप्रधानपदाची पहिली पाच वर्षं संपल्यावर पुन्हा एकदा राज्यसभेच्याच मार्गानं दुसऱ्यांदा पंतप्रधान होण्यापेक्षा त्यांनी निवृत्त होण्याचा निर्णय घेऊन तसं सोनियांच्या कानावर घातलं असतं, तर बरं झालं असतं. सोनियांनी समजा त्यांना एखादी हमखास विजय मिळवून देणारी लोकसभेची जागा देऊ केली नसती, तर त्यांना प्रकृतीचं कारण देऊन निवृत्ती पत्करता आली असती. स्वेच्छेनं पंतप्रधानपद पाच वर्षांनंतर सोडून निवृत्त होणारे पहिले पंतप्रधान म्हणून नावलौकीक मिळाला असता. राष्ट्रसंघाच्या समित्यांचं अध्यक्षपद भूषवण्याची संधी मिळाली असती आणि इतर अनेक देशांच्या माजी राष्ट्रप्रमुखांप्रमाणे जगभर व्याख्यानांसाठी निमंत्रणं आली असती किंवा यातलं काहीही न करता रीतसर लोकसभेची निवडणूक लढवून त्यात विजयी होऊन ते पंतप्रधान पदावर परत आले असते, तर त्यांना त्यांचा अधिकार पूर्णपणे गाजवता आला असता.

अगदी सुरुवातीच्या काळात त्यांचं हे दबून वागणं, हा त्यांच्या संकोची, बुजऱ्या स्वभावाचा, त्यांच्या न्यूनगंडाचा भाग आहे, असं मी समजत होतो. पण कालांतरानं मला आणि इतर अनेकांनाही असं वाटू लागलं की, राजकीय जीवनात स्वत:चं अस्तित्व टिकवण्यासाठी त्यांनी घेतलेला हा पवित्रा आहे. काही नेत्यांवरची निर्विवाद निष्ठा, निस्सीम भक्ती म्हणायची? का आपलं स्वत:चं अस्तित्व टिकवण्यासाठीची धडपड म्हणून त्यांनी हे मौन बाळगणं पसंत केलं होतं? त्यांच्या मनात हेतू काही का असेना, पण त्यांची प्रतिमा त्यामुळे पूर्णपणे कलंकित झाली होती. याचाच एक परिणाम म्हणजे पंतप्रधान आणि त्यांच्या कार्यालयाला लोकपालांच्या अख्यत्यारीत आणावं, अशी चर्चा जिकडे-तिकडे सुरू झाली होती.

भ्रष्टाचाराचा बिमोड करण्यासाठी जनलोकपालाची नियुक्ती झालीच पाहिजे, असा आगह धरणाऱ्या सामाजिक चळवळीच्या कार्यकर्त्यांनी तीव्र आंदोलनं सुरू केली.

कित्येक वर्षं अनेक पंतप्रधानांनी जनतेची ही मागणी यशस्वीरीत्या थोपवून धरली होती. त्यासाठी राष्ट्रहीत आणि राजकीय स्थैर्याची कारणं पुढे केली जात होती.

एखादा विरोधी पक्षातील राजकीय नेता किंवा एखादा बेजबाबदार सामाजिक कार्यकर्ता वगळता आजवर कुणी डॉ. सिंग यांच्यावर वैयक्तिकदृष्ट्या भ्रष्टाचाराचा, लाचलुचपतीचा आरोप कधीही केलेला नव्हता. पण त्यांच्याकडून जी गोष्ट घडायला हवी होती, ती घडू शकली नव्हती, त्याबद्दल सर्वांनी त्यांच्यावर ठपका ठेवला होता. ते स्वत: पंतप्रधान असूनही पंतप्रधान असल्यासारखं कधी वागले नव्हते. त्याऐवजी ते एकदम कोशात गेले. त्यांनी देशातले सगळे दौरे कमी केले. पत्रकार परिषदा घेणं बंद करून टाकलं. त्यांनी जी एक शेवटची पत्रकार परिषद घेतली, त्यात त्यांनी त्यांची निवृत्ती जाहीर करून टाकली. माध्यमांमधून आणि 'सोशल मीडिया'मधून त्यांच्यावर जेव्हा विखारी टीका होत होती, अशावेळी आवाज उठवण्याऐवजी त्यांनी मौन स्वीकारलं. त्यांच्या या अशा वागण्यामुळे त्यांच्या मनाला अधिकाधिक जखमा झाल्या.

अशा प्रकारची एकावर एक संकटं जसजशी येऊन कोसळू लागली. तशा या राजकीय व्यवस्थेमधल्या मूलभूत त्रुटी जाणवू लागल्या. पंतप्रधान कार्यालयातील कमजोर प्रशासकीय नेतृत्व, कल्पकतेचा अभाव असलेली नीरस, शुष्क अशी राजकीय आणि माध्यमांच्या बाबतीतली रणनीती, आव्हानांचा सामना करण्याची असमर्थता या त्या त्रुटी होत्या. डॉ. सिंग यांनी काश्मीर प्रश्नी जेव्हा पुढाकार घेऊन प्रस्ताव मांडला होता, तेव्हा हुरियत नेत्यांनी त्यावर दिलेली प्रतिक्रिया त्यांना दूरदृष्टी आणि कल्पकतेचा अभाव असणारी वाटली होती. त्यामुळे डॉ. सिंग त्या नेत्यांवर संतापले होते. २००६ सालच्या मे महिन्यात सरकारनं श्रीनगर येथे काश्मीर प्रश्नावर आयोजित केलेल्या गोलमेज परिषदेला हुरियतचे नेते अनुपस्थित राहिल्याबद्दल श्रीनगरहून परत येत असताना डॉ. सिंग यांनी चीड व्यक्त केली होती. तेव्हा या नेत्यांचा उल्लेख त्यांनी मोठ्या खुर्च्यांमध्ये बसलेली छोटी (कोत्या मनोवृत्तीची) माणसं असा केला होता. २०१३ सालच्या अखेरीस संपादक लेखक सामाजिक चळवळीचे नेते, समीक्षक, राजकीय विश्लेषक हे सगळे एकमुखानं एकच प्रश्न विचारू लागले. डॉ. सिंग हे सुद्धा मोठ्या खुर्चीत बसलेला छोटा माणूसच नाहीत का? काही लोकांनी तर त्यांच्यावर असाही आरोप केला की, पंतप्रधानांची खुर्ची अधिक आरामदायी करण्यासाठी त्यांनी ती खुर्चीच छोटी करून घेतली आहे.

पहिल्या घोटाळ्याचा गवगवा होण्यास सुरुवात होताच त्यांनी राजीनामा द्यायला हवा होता का? सरकारचं समर्थन करत बसण्यापेक्षा आपल्या मंत्रीमंडळातील मंत्र्यांच्या हातून घडलेल्या चुकांची नैतिक जबाबदारी त्यांनी स्वीकारली असती तर? पण त्यांना असा राजीनामा देता आला असता का? कदाचित देता आलाही नसता.

पक्षाकडे पाठ फिरवल्याचा आरोप ठेवत पक्षातील लोकांनी त्यांचे लचके तोडले असते. पंतप्रधानांना त्यांच्यावरची जबाबदारी नीट पार न पाडता आल्यामुळे उगीच तत्त्वाची ढाल पुढे करून ते राजीनामा देऊन पळ काढत असल्याचा आरोप त्यांच्याच पक्षातील लोकांनी त्यांच्यावर केला असता. तुम्ही ज्या घोड्यावर स्वार होऊन रपेटीला निघाला आहात, त्या घोडयाचं अचानक व्याघ्रात रूपांतर झालं, तर त्यावर नियंत्रण मिळवणं फार कठीण जातं. त्यावरून खाली उतरणं तर अशक्यच होऊन बसतं.

✦

एकीकडे या भ्रष्टाचाराची प्रकरणं उघडकीस येत होती. २०१२नंतर आर्थिक जगतात सर्वत्र मंदीची लाट आली होती. चलन फुगवटा सातत्यानं वाढत चालला होता. या सर्वांचा परिणाम म्हणून डॉ. सिंग यांच्यावर श्रद्धा ठेवणारा शहरी मध्यमवर्गीय समाजच आता त्यांच्यावर उलटला होता. सरकारच्या लोकप्रियतेला उतरतीची कळा लागल्यावर काँग्रेस पक्षानं आपला पवित्रा बदलला आणि राहुल गांधींना पुढं आणण्याचा चंग बांधला. राहुल गांधी उभारी धरून पुढं येतील आणि सगळी सूत्रं आपल्या हाती घेतील, अशी त्यांना आशा वाटत होती. डॉ. सिंग लवकरच निवृत्त होणार असल्याची वृत्तं माध्यमांमध्ये हेतुपुरस्सर पेरण्यात येऊ लागली. परंतु लागोपाठ झालेल्या राज्यांमधील विधानसभांच्या निवडणुकांमध्ये पक्षाला यश मिळवून देण्यात राहुल गांधी अपयशी ठरले. म्हणजेच डॉ. सिंग यांना जबरदस्तीनं निवृत्त केल्यास उच्च स्थानावर पोकळी निर्माण होण्याचीच शक्यता होती.

कदाचित जनमानसातील स्वतःची प्रतिमा उंचावण्याचा हेतू मनात धरूनही असेल, राहुल गांधी यांनी राजकारणात उच्चपदस्थ व्यक्तीवर जाहीर टीका करण्यास, त्यांच्या मतांचा अनादर करण्यास सुरुवात केली. २००९मध्ये त्यांनी राहुल गांधी यांनी असं जाहीर केले होतं की, डॉ. मनमोहन सिंग यांचा राजकीय वारस म्हणून सत्तेवर येण्याऐवजी ते बंडखोरीच्या मार्गानं सत्तेवर येऊ इच्छितात. २००९मध्ये जवाहरलाल नेहरू विद्यापीठात भरलेल्या विद्यार्थी मेळाव्यात भाषण करताना ते म्हणले होते, "आमच्या इथे (काँग्रेस पक्षात) अग्रकमानं अधिकार पद मिळण्याची परंपरा आहे. पण माझ्यासमोर काय पर्याय आहे? एकतर मी त्या परंपरेचीच कास धरायची, नाहीतर मग ती परंपरा बदलून टाकायची. मला तरी ती परंपरा तशीच पुढे चालू ठेवणं जमणार नाही, म्हणून मी ती बदलून टाकायचं ठरवलं आहे. ही प्रथा तुम्हालाही आवडत नाही आणि मलाही आवडत नाही. मग आपण सर्वांनी एकत्रितपणे काम करून ती बदलून टाकू." एखाद्या पक्षाचा उपाध्यक्ष आणि तोही खुद्द

पक्षाध्यक्षांचा मुलगा असताना जेव्हा स्वत: बदलाचा प्रणेता असल्याची भाषा करतो, तेव्हा तो पदारूढ पंतप्रधानाच्या विरोधातच उभा ठाकत असतो. याचा दुसरा काही अर्थ असूच शकत नाही.

राहुल गांधींनी ही जी रणनीती अंगीकारली होती, त्याची मला पूर्णपणे कल्पना होती. २०१३ सालच्या सप्टेंबर महिन्यात केंद्रीय मंत्रीमंडळानं एक अध्यादेश जारी केला होता. १९५१ सालच्या 'रीप्रेझेंटेशन ऑफ पीपल्स ॲक्ट' यात त्यांनी दुरुस्त्या सुचवल्या होत्या. या मंत्रीमंडळाच्या कृतीवर राहुल गांधींनी जाहीरपणे कडाडून टीका केली होती. याची पार्श्वभूमी अशी होती – २०१३मध्ये सर्वोच्च न्यायालयानं दिलेल्या निकालानुसार जर संसदेच्या किंवा विधानसभेच्या सदस्याला एखाद्या फौजदारी गुन्ह्यामध्ये न्यायालयानं दोषी ठरवून दोन वर्षं किंवा त्याहून अधिक काळासाठी तुरुंगवासाची शिक्षा ठोठावली, तर त्याचं सदस्यत्व तातडीनं रद्द करण्यात यावं. सरकारनं तेव्हा अस्तित्वात असलेल्या कायद्यात अशी दुरुस्ती सुचवली, ज्यायोगे दोषी सदस्यानं जर तीन महिन्यांच्या आत वरच्या न्यायालयात अपील केलं, तर अशा सदस्याचं सदस्यत्व कायम ठेवण्यात यावं. या कारणासाठी मूळ विधेयक संसदेत संमत करून घेणं शक्य नसल्यामुळे सरकारनं या कायद्यामध्ये एका कार्यकारी आदेशाद्वारे दुरुस्ती करून घ्यायचं ठरवलं. जनतेनं या अध्यादेशाविषयी प्रचंड ओरड केल्यामुळे सरकार गडबडलं.

त्या वेळी पंतप्रधान अमेरिकेच्या दौऱ्यावर गेले होते. राहुल गांधी यांनी या मुद्द्यावर सरकारनं जनतेला उत्तर द्यावं आणि पंतप्रधानांनी परदेश दौऱ्याहून परत आल्यावर हे प्रकरण स्वत: हाताळावं, असं सुचवायला हवं होतं. पण त्यांनी ते तर केलंच नाही, उलट त्यांनी सरकारला तो अध्यादेश तातडीनं मागे घेण्याची जाहीर सूचना करत सरकारची खरडपट्टी काढली. डॉ. सिंग तिकडे अमेरिकेत ओबामा यांची भेट घेणार होते. त्यांच्या काही तास आधी राहुल गांधी यांनी टीव्ही कॅमेऱ्याच्या समोर या अध्यादेशाला 'नॉन्सेन्स' असे शब्द वापरून त्याची निर्भत्सना केली. खरंतर अशा प्रकारे राहुल गांधीनी डॉ. सिंग यांचा तसंच पंतप्रधानपदाचा आणि पंतप्रधान कार्यालयाच्या प्रतिष्ठेचा जाहीर अपमान केल्यानंतर डॉ. सिंग यांनी तडकाफडकी राजीनामा द्यायला हवा होता. पण त्यांनी तसं केलं नाही.

डॉ. सिंग आणि त्यांच्या सल्लागारांच्या एक गोष्ट लक्षात यायला हवी होती की, विरोधकांनी या अध्यादेशाबद्दल डॉ. सिंग यांच्यावर टीकेची झोड उठवल्यानंतर काँग्रेस पक्ष त्यांच्या पाठीशी समर्थनासाठी उभा राहाणार नव्हता. युपीए-१मध्ये काही-काही वेळा पंतप्रधानांच्या निर्णयाशी काँग्रेस पक्ष सहमत नसला, तरीसुद्धा जाहीरपणे मात्र पक्षाला पंतप्रधानांच्या पाठीशी उभं राहावंच लागे. काँग्रेस पक्षाचा हा आघाडीचं सरकार चालवण्याचा पहिलाच प्रयोग असल्यामुळे सरकारच्या स्थैर्यासाठी

त्यांना हे करावं लागत होतं. आता मात्र काँग्रेस पक्षावर असं काहीच बंधन नव्हतं. आता तर राहुल गांधी पडद्याआड थांबलेलेच होते.

माझी आणि डॉ. सिंग यांची ओळख झाली, त्या सुमाराला मी त्यांच्या अनेक धोरणांवर टीका केली होती. पण माझी त्यांच्याशी जवळून ओळख झाल्यावर आणि त्यानंतर मी त्यांच्यासाठी काम करू लागल्यावर त्यांची विद्वत्ता, त्यांची माणुसकी, त्यांचं शांत, सौम्य, सुसंस्कृत वागणं, त्यांची राजकीय आत्मदृष्टी आणि त्यांची अपार देशभक्ती या सर्वांचा माझ्यावर प्रचंड प्रभाव पडला. 'एकविसाव्या शतकातील भारता कसा असावा.' याचं त्यांनी जे स्वप्न पाहिलं होतं, तेच माझंही स्वप्न होऊन गेलं – एक मुक्त, बहुविध, धर्मनिरपेक्ष भारत, एक मुक्त समाज, मुक्त अर्थव्यवस्था, सर्वसमावेशी विकास आणि शेजारी राष्ट्रांशी सलोख्याचे संबंध. डॉ. सिंग हे काही वाजपेयींसारखे लोकप्रिय नेते नव्हते किंवा नरसिंह रावांसारखे अनुभवी, मुरलेले राजकारणीसुद्धा नव्हते. पण एक साधा-सुधा, प्रामाणिक भारतीय नागरीक, सध्याच्या भाषेत बोलायचं तर एक 'आम आदमी'सुद्धा मेहनत आणि निष्ठा यांच्या जोरावर पंतप्रधान बनू शकतो, हे त्यांनी देशाला दाखवून दिलं होतं.

त्यामुळेच युपीए-२मध्ये डॉ. सिंग हे जेव्हा ज्याच्या त्याच्या हेटाळणीचा, चेष्टेचा विषय बनले आणि पंतप्रधानांच्या खुर्चीची प्रतिष्ठा कमी-कमी होत गेली, तेव्हा मला आणि माझ्यासारख्या डॉ. सिंग यांना पाठिंबा देणाऱ्या लक्षावधी लोकांना अतीव दुःख झालं. ही त्यांच्यावर टाकलेल्या विश्वासाची, त्यांच्यावरच्या प्रेमाची प्रतारणा आहे, असं वाटू लागलं. डॉ. सिंग यांच्या व्यक्तिमत्त्वाचा एक समतोल विचार करणं आणि एका सरकारचे प्रमुख नेते म्हणून त्यांच्या कामगिरीची नोंद ठेवणं, हा या पुस्तकामागचा उद्देश आहे.

✦

महाभारत हे आपलं प्राचीन महाकाव्य आहे. आजकालच्या अनेक चित्रपटांमधील आणि टीव्ही मालिकांमधील आधुनिक व्यक्तिरेखा या महाभातातील व्यक्तिरेखांवर आधारलेल्या दिसतात. सत्तेसाठी चालणारा संघर्षही तोच, पण नव्या रूपात आलेला दिसतो. महाभारतातील या व्यक्तिरेखांचं चित्रणसुद्धा सध्याच्या राजकारणाच्या जगाशी अगदी तंतोतत जुळतं. मी पुस्तकात यापूर्वीही उल्लेख केलाच होता, त्याप्रमाणे डॉ. सिंग पंतप्रधान झाल्यानंतर काही दिवसांतच त्यांचे खूप जुने टीकाकार यशवंत सिन्हा यांनी डॉ. सिंग यांचा हेटाळणीनं 'शिखंडी'असा उल्लेख केला होता. 'शिखंडी' ही महाभातातील अर्धनारी-नटेश्वर असलेली अशी एक व्यक्तिरेखा आहे. पुढे 'आम आदमी' पक्षाच्या काही लोकांनी पण त्यांचीच 'री' ओढली. महाभारतातील थोर योद्धे

आणि महान रणनीतिज्ञ 'भीष्म' हे स्त्रीवर कधीही अस्त्र सोडणार नाहीत, हे माहीत असल्यामुळे भीष्मांवर बाणांचा वर्षाव करण्यासाठी अर्जुन शिखंडीच्या आड लपला होता. यशवंत सिन्हा यांना असं सुचवायचं होतं का की, भाजपमधील भीष्मांवर बाणांचा वर्षाव करण्यासाठी काँग्रेस पक्षातील अर्जुन पंतप्रधानरूपी शिखंडीच्या मागे लपले होते? त्यांना असं म्हणायचं होतं का की, डॉ. सिंग यांच्या व्यक्तिमत्त्वाच्या संरक्षक आधाराशिवाय काँग्रेस पक्ष आणि सोनिया यांना सर्व भाजपविरोधी पक्षांना एकत्र आणून त्यांची आघाडी स्थापन करणं शक्यच झालं नसतं? का यशवंत सिन्हांना कपटीपणानं असं सुचवायचं होतं की, डॉ. सिंग हे खरे पुरुष आणि खरे नेते नव्हतेच?

युपीए-२ची कारकिर्द जशी हळूहळू उलगडू लागली, तशी डॉ. सिंग यांच्या टीकाकारांनी त्यांची तुलना महाभारतातील आणखी एका व्यक्तिरेखेशी करण्यास सुरुवात केली. त्यांनी डॉ. सिंग यांची तुलना अंतर्गत संघर्षामुळे छकलं झालेल्या राज्याच्या गादीवर बसलेल्या अंध राजाशी, धृतराष्ट्राशी केली. ज्या माणसांच्या कामगिरीकडे पाहून जनतेनं 'सिंग इज किंग' असा घोष केला, त्या माणसाची तुलना अंध धृतराष्ट्राशी करण्यात यावी, हे मला अजिबात पटलं नाही. मी त्यांना अंध नक्कीच म्हणणार नाही. परंतु आपलं आघाडी सरकार दीर्घकाळ टिकावं यासाठी कधीकधी त्यांनी मुद्दामच आपले डोळे झाकून घेतले, असं मी म्हणेन. आपल्या मंत्र्यांची आणि सहकाऱ्यांची, त्यांच्या दुष्कृत्यांची, चुकांची, अनैतिकतेची नियमितपणे माहिती करून घेण्याचं त्यांनी जाणून-बुजून टाळलं. खरंतर इतिहासकाळापासून अनेक सम्राट अशा प्रकारे माहिती मिळवत आले आहेत, ती नेमकी गोष्ट डॉ. सिंग यांनी केली नाही. त्यांनी भ्रष्टाचाराकडे कानाडोळा केला.

खरंतर माझ्या मनामध्ये डॉ. सिंग म्हणजे भीष्म आहेत. देवव्रताला 'भीष्म' या नावाने संबोधण्यात येऊ लागलं, कारण 'भीष्म' या शब्दाचा अर्थ एकदा घेतलेली अत्यंत खडतर अशी प्रतिज्ञा जन्मभर पाळणारा माणूस.

एक अत्यंत चांगला, विद्वान आणि साहसी माणूस पण भलत्या पक्षात आलेला, अनीतिमान लोकांची पाठराखण करणारा. भीष्माच्या आयुष्याची शोकांतिका झाली, तरी ते महानायक होते. ते कुणाच्याही कुचेष्टेचा किंवा हेटाळणीचा विषय झाले नाहीत. भीष्म हे महाराज होते आणि त्यांना शरपंजरी पडावं लागलं. मतदारांनी दिलेला अनिश्चत कौल, अस्वस्थ असं अस्तित्व आणि बापुडवाणं निर्गमनही सगळी बाणांची शय्याच तर होती!

भीष्म त्यांच्या बुद्धिमत्तेसाठी, विद्वत्तेसाठी आणि अनन्यसाधारण चातुर्यासाठी, रणनीतीसाठी प्रसिद्ध होते. ज्या दोन पक्षांमध्ये युद्ध पेटलं होतं, त्या दोन्ही पक्षांना त्यांच्याविषयी विलक्षण आदर होता. पण दुर्दैवी द्रौपदीनं जेव्हा त्यांना विचारलं, "माझं वस्त्रहरण होत असताना माझ्या रक्षणासाठी तुम्ही धावून का नाही आलात?"

तेव्हा तिला द्यायला त्यांच्याकडे उत्तर नव्हतं. त्यांना मान खाली घालावी लागली. "त्या वेळी तुम्ही धर्मशास्त्राची कारणं सांगून त्या आड लपलात." असा द्रौपदीनं त्यांचा उपहास केला.

अत्यंत क्रुद्ध आणि अस्वस्थ भीष्मचार्य त्या वेळी गप्प राहिले. युपीए-२मध्ये डॉ. सिंग यांच्या मौन बाळगण्याबद्दल जेव्हा माध्यमं त्यांची खिल्ली उडवत होती, तेव्हा मनातून वाटत होतं, भीष्माचार्यांच्या मनात जसा क्रोध उसळत होता पण ते नाइलाजापोटी शांत राहिले होते, तसंच डॉ. सिंग यांचं हे मौन असेल का? त्यांच्याही मनात भीष्माचार्यांसारखा संतापाचा अग्नी धुमसत असेल का?

ग्रीक महाकाव्यांमध्ये किंवा शेक्सपिअरच्या नाटकांमध्ये जसे नायक कधीच निष्कलंक नसतात, तसेच भारतीय महाकाव्यांमध्येही नसतात. इथे देवांमध्येसुद्धा अवगुण असतात तर मनुष्यांची काय कथा? भगवान श्रीरामानं सीतेला जी वागणूक दिली त्याविषयी उठलेला प्रश्न आपल्या मनातून कधीच जाणार नाही. डॉ. सिंग यांच्याही मनात नक्कीच असे अनेक प्रश्न असतील. आपल्या स्वतःच्या सरकारवर आपलं काडीमात्र नियंत्रण उरलेलं नाही, हे जेव्हा आपल्याला कळून चुकलं, तेव्हाच आपण पदत्याग का केला नाही? त्यांनी तर काँग्रेस पक्षावरच्या निष्ठेपोटी किंवा सोनियांना दिलेलं वचन निभावून नेण्यासाठी असं केलेलं असलं, तर त्यांनी ती निष्ठा चुकीच्या ठिकाणी ठेवली होती आणि त्यांना त्याचं काहीही फळ मिळालं नाही, असंच म्हणावं लागेल. त्यांनी राजीनामा न दिल्यामुळे ते पंतप्रधानांच्या खुर्चीत राहिले, पण तो अधिकार त्यांना मिळालाच नाही. पंतप्रधानपदाचा वारसा राहुल गांधी यांच्यासाठी राखणं, पक्षातील घराणेशाही कायम टिकवण्यासाठी मदत करणं, या दोन्ही गोष्टीसुद्धा निष्ठेच्या दृष्टीनं चुकीच्याच होत्या. असंच अपयश भीष्माचार्यांच्याही वाट्याला आलं. कौरवांनी राजगादीवर अधिकार सांगितल्यावर त्यांनी विरोध नोंदवायला हवा होता.

शिवाय एका घराण्याची सत्ता वंशपरंपरेनं चालणं, ही पद्धत राजेशाहीत असते, लोकशाहीत नव्हे! हाच निर्णय घेताना डॉ. सिंग यांच्या हातून फार मोठी चूक घडली.

■